# பாலற்ற பெண்பால்

## (பெண்பால் நபும்சகம்)

ஜெர்மெய்ன் கிரீர்

தமிழில்:

ராஜ் கௌதமன்

**நியூ செஞ்சுரி புக் ஹவுஸ் (பி) லிட்.,**

41-பி, சிட்கோ இண்டஸ்டிரியல் எஸ்டேட்,

அம்பத்தூர், சென்னை - 600 050.

☎: 044 - 26251968, 26258410, 48601884

Language: Tamil

**Palatra Penpal**

**(Penpaal Nabumsagam)**

Author: **Germaine Greer**

Translation**: Raj Gauthaman**

N.C.B.H. First Edition: January, 2020

Copyright: Author

No.of Pages: 372

Publisher:

**New Century Book House Pvt. Ltd.,**

41-B, SIDCO Industrial Estate,

Ambattur, Chennai - 600 050.

Tamilnadu State, India.

Email: info@ncbh.in

Online: www.ncbhpublisher.in

ISBN. 978 - 93 - 8897 - 390 - 8

Code No. A4264

**₹ 350/-**

**Branches**

**Ambattur (H.O.)** 044 - 26359906 **Spenzer Plaza (Chennai)** 044-28490027 **Trichy** 0431-2700885 **Pudukkottai** 04322- 227773 **Tanjore** 04362-231371 **Tirunelveli** 0462-4210990, 2323990 **Madurai** 0452-2344106, 4374106 **Dindigul** 0451-2432172 **Coimbatore** 0422-2380554 **Erode** 0424-2256667 **Salem** 0427-2450817 **Hosur** 04344-245726 **Krishnagiri** 04343-234387 **Ooty** 0423-2441743 **Vellore** 0416-2234495 **Villupuram** 04146-227800 **Pondicherry** 0413-2280101 **Nagarcoil** 04652-234990

**பாலற்ற பெண்பால்**

(பெண்பால் நபும்சகம்)

ஆசிரியர்: ஜெர்மெய்ன் கிரீர்

தமிழில்: ராஜ் கௌதமன்

என்.சி.பி.எச். முதல் பதிப்பு: ஜனவரி, 2020

*அச்சிட்டோர்:* **பாவை பிரிண்டர்ஸ் (பி) லிட்.,**

16 (142), ஜானி ஜான் கான் சாலை, இராயப்பேட்டை, சென்னை - 14

☎: 044-28482441

All rights reserved. No part of this book may be reprinted or reproduced or utilised in any form or by any electronic, mechanical, or other means, now known or hereafter invented, including photocopying and recording, or in any information storage or retrieval system, without permission in writing from the publishers.

# பொருளடக்கம்

மொழிபெயர்ப்பாளர் முன்னுரை 5

பாலடின் இருபத்தோறாவது ஆண்டுப் பதிப்பின் முன்னுரை 9

நூல் சுருக்கம் 14

**1. உடல்** 31

பண்பாட்டுப்பால் 33

எலும்புகள் 40

வளைவுகள் 45

முடி 50

பால் 53

கொடிய கர்ப்பப்பை 65

**2. ஆன்மா** 73

ஒரே வகைமாதிரி 75

சக்தி 86

குழந்தை 92

சிறுமி 100

பூப்பு 108

உளவியல் விற்பனை 115

கச்சாப் பொருள் 126

பெண் ஆற்றல் 131

வேலை 146

**3. அன்பு** 171

இலட்சியம் 173

பிறநலம் 186

தன்னலம் 191

மிகை மயக்கம் 202

கற்பனைக் காதல் 212

| | |
|---|---|
| ஆண்பால் மாயப் புனைவின் இலக்கு | 223 |
| காதல், திருமணம் பற்றிய நடுத்தரவர்க்கத் தொன்மம் | 232 |
| குடும்பம் | 258 |
| பாதுகாப்பு | 281 |

## 4. வெறுப்பு — 285

| | |
|---|---|
| வெறுப்பும் அருவெறுப்பும் | 287 |
| துயரம் | 301 |
| மனக்கசப்பு | 312 |
| கிளர்ச்சி | 323 |
| புரட்சி | 346 |
| அடிக்குறிப்புக்கள் | 361 |

# மொழிபெயர்ப்பாளர் முன்னுரை

மாற்றத்தைக் கோருகின்ற சமூகப்பிரிவைச் சேர்ந்தவர்கள் மாற்றுச் சிந்தனைகளை அரசியல் செயல்பாட்டிற்குக் கொண்டுவர முனைவது இயல்பான நடவடிக்கையாகக் காணப்படுகிறது.

இந்திய - தமிழகச் சூழலில் பிறப்பின் காரணமாக இன்னமும் மாந்தராய் மதிக்கப்படாத பெண்களுக்கும், தலித் சாதிகளைச் சேர்ந்த மக்களுக்கும் மாற்றுக் கலாச்சார / அரசியல் நடவடிக்கைகள் மிகவும் அவசரத் தேவைகளாக இருக்கின்றன.

பெண்விடுதலை அரசியல் என்று வரும்போது தலித் சாதிகளைச் சேர்ந்த பெண்களை உள்ளிட்ட எல்லா வர்க்கங்களையும் சாதி களையும் சேர்ந்த ஒட்டுமொத்தமான பெண்களின் கலாச்சார அரசியல் (பொருளாதார) போராட்டமாக இருக்கிறது. ஒட்டு மொத்தமான ஆணாதிக்க - தந்தைவழி - தந்தையாட்சி அதிகாரத்தை நொறுக்குகின்ற போராட்டமாக வடிவெடுக்கின்றது.

தலித் விடுதலை அரசியல் என்று வரும்போது தலித் சாதிகளைச் சேர்ந்த ஒடுக்கப்பட்ட ஆண் - பெண்பால்களைச் சேர்ந்த மக்களின் கலாச்சார அரசியல் - பொருளாதார (வர்க்க) போராட்டமாக அமைகிறது. வைதீக பிராமணியத்தையும் அதன் பாரம்பரிய - நவீன வடிவங்களையும் அவற்றின் வல்லாண்மையையும் நொறுக்குகின்ற போராட்டமாக வடிவெடுக்கிறது. இந்திய- தமிழகச் சூழலில் இந்த இருவிதமான ஆனால் ஒரே அடிப்படை கொண்ட (பிறப்பால் ஒடுக்கப் பட்டவர்கள்) அரசியல் போராட்டங்களுக்கு பெரியாரியமும், மார்க்சியமும் இவற்றை ஒத்த ஏனைய இடதுசாரி சிந்தனைகளும் வெளியிலிருந்து கருத்தாயுதங்களை வழங்க முடியும். தலைமை யிடமும் அதிகாரமும் பெண்களுக்கும் தலித்துகளுக்கும் மட்டுமே இருக்க முடியும்.

பெண் விடுதலை அரசியலில் ஆண்களுக்கு இடம் இல்லை. அவர்கள் தலித் ஆண்களாக இருந்தாலும் சரி, இடதுசாரி இயக்கத்து ஆண்களாக இருந்தாலும் சரி. ஆனால் ஊடுறவான நலன்களைப் பேணும்பொருட்டு நடத்தப்படுகின்ற சனநாயகப் போராட்டங்களில் பெண் விடுதலை அரசியலும், தலித் விடுதலை அரசியலும், ஏனைய இடதுசாரி அரசியலும் ஒன்றிணைந்து தற்காலிகமாக (adhoc) இணையும் சாத்தியப்பாடுகள் இருக்கின்றன.

தலித்விடுதலை அரசியலில் தலித் பெண்கள் தலித் ஆண்கள் என்ற பால் பாகுபாடற்ற குணம் முக்கியமானது. இதில் உயர்சாதி வர்க்கங்களைச் சேர்ந்த பெண்களுக்கு மையமான அதிகாரம் இருக்க இயலாது.

பெண்ணியச் சிந்தனைகளைப் பெண்கள் மட்டுமல்ல - ஆண்களும் உணரவேண்டும் - குறிப்பாக தலித்துக்களும் இடதுசாரிகளும் தனித் தனிச் சுயஆதீனமுடைய பன்முகப் பண்புகளும், கலாச்சாரங்களும், ஆண் - பெண் வாழ்க்கை முறையும், உழைப்புப் பிரிவுகளும் வரவேற்கப்படுகிற அதே வேளையில், தனித்தனிச் சுயஆதீனம் இல்லாமல் ஒடுக்குமுறையால் சாதகபாதகங்கள் தனித்தனியாகக் கொண்ட பன்முகப் பண்புகளும் கலாச்சாரங்களும், ஆண் - பெண் வாழ்க்கை முறைகளும் ஒதுக்கப்பட வேண்டும் என்பதைக் கவனத்தில் கொள்ளலாம்.

இந்த நிலையில், பெண் விடுதலைக்குரிய மாற்றுச் சிந்தனை முறைகளில் ஒன்றாகக் கருதப்படும் 'பாலற்ற பெண்பால்' (The Female Eunuch) என்ற இரண்டாம் அலைப் பெண்ணிய நூலின் சுதந்திரமான தமிழ் மொழிபெயர்ப்பாக இது வடிவமைக்கப்பட்டுள்ளது. ஆங்கிலத்தில் Eunuch என்ற சொல் அக்கால அரண்மனை அந்தப் புரங்களில் பண்ணை மகளிர்க்குக் காவலாளியாக வைக்கப்பட்ட செயற்கையாக அலியாக்கப்பட்ட ஆணைக் குறிக்கும். வட மொழியில் இதனை நபும்சகம் என்பர். தந்தைவழிச் சமூகத்தில் பெண் தனது இயல்பான பால் வாழ்வைத் தற்சுதந்திரமாக வாழ இயலாதவாறு ஆண்பாலின் நுகர்வுக்கு ஏற்றவாறு பெண்பால் நபும்சகமாக ஆக்கப் பட்டிருக்கிறாள். பாலற்ற பெண்பாலாகக் காயடிக்கப்பட்டிருக்கிறாள் என்பதைக் குறிப்பதாக 'The Female Eunuch' பெயர் சூட்டப்பட்டுள்ளது. இரண்டாம் அலைப் பெண்ணியத்தின் பல்வேறு கோட்பாடுகளை முன்வைத்த படைப்புகளைப் போல இந்நூல் இல்லாமல் ஆண், பெண் பால்களின் மலட்டுத்தனம், காயடிப்பு, நபும்சகம் ஆகிய சிதைவுகளை வலியுறுத்திக் கூறுகிறது. பெண் - ஆண்பால்களின் பல்வேறு சிக்கல்கள் யாவும் மேற்கூறிய சிதைவுகளின் திருகலான வெளிப்பாடுகளாக இருப்பதை 1960-70களின் மேற்கத்திய அறிவியல், உளவியல், கலை-இலக்கியம், ...முதலியவற்றின் பின்னணியில் விவரிக் கின்றது. தமிழ்க் கலாச்சார சூழலுக்கும், தமிழ்க்கல்விச் சூழலுக்கும், தமிழ் மொழியில் கட்டமைப்பிற்கும், தக்கவாறு மொழிபெயர்க்க வேண்டிய தேவையின் காரணமாக மூலநூலின் ஒரு சில அதிகப் படியான உதாரணங்களும் விளக்கங்களும் விடப்பட்டுள்ளன. ஆங்கிலேய சமூக, கலாச்சார, இலக்கிய, அரசியல் வரலாறு பற்றி

ஏதும் அறியாதவர்களுக்கு இம்மொழிபெயர்ப்பு தொல்லை கொடுக்கும். அறியவேண்டிய நிர்ப்பந்தம் உடையவர்கள் எப்படியும் இந்நூலைப் புரிந்து விடுவார்கள். பிரயாண அலுப்பு தெரியாமலிருப்பதற்காக வாசிக்கப்படுகிற நூல்களைப் போன்ற தரத்தைச் சேர்ந்ததன்று இது. மேலைநாட்டு நாகரிகம், கலாச்சாரம், மாற்றுச்சிந்தனை ஆகியவற்றின் பேரில் சுய மதம் / சாதி காரணமாக எழுகிற ஒவ்வாமை உடையவர்களால் இந்நூலின் அருகில் வரவே முடியாது.

இந்த நூல் குறிப்பிட்ட அரசியல் நோக்குடையது - எல்லா நூல்களையும் போல. மூலநூலைத் தந்துதவிய இயக்குநர் ஷைமா அவர்களுக்கு நன்றி. உறுதுணையாயிருக்கும் மனைவி முனைவர்.க.பரிமளத்திற்கு அன்பு.

20.07.2011                                                  ராஜ் கௌதமன்
புதுச்சேரி

## பாலற்ற பெண்பால்

### - ஜெர்மெய்ன் கிரீர்

[Germaine Greer, **'The Female Eunuch'** 1970, 1971 - Paladin Edition First Published in Great Britan by Mac Gibbon & Kee Ltd, 1970. Flamingo Modern Classics, 1993]

ஜெர்மெய்ன் கிரீர், 1939-ஆம் ஆண்டு ஆஸ்திரேலியாவில் மெல்போர்ன் நகரத்தில் பிறந்தார். மெல்போர்ன் பல்கலைக்கழகத்தில் பி.ஏ.ஹானர்ஸ் பட்டமும் *(1959),* சிட்னி பல்கலைக்கழகத்தில் எம்.ஏ. பட்டமும் *(*முதல் வகுப்பு, *1963),* கேம்பிரிட்ஜ் பல்கலைக்கழகத்தில் முனைவர்ப் பட்டமும் *(1968)* பெற்றார். பிறகு வார்விக் பல்கலைக் கழகத்தில் ஆங்கில விரிவுரையாளராகப் பணியில் சேர்ந்து *(1967)* 1972-ஆம் ஆண்டில் பணியிலிருந்து விலகித் தமது எழுத்துப் பணியைத் தொடங்கினார்.

அவர் படைத்த பிறநூல்கள்: 'The Obstacle Race' 'Sex and Destiny' 'The Mad Woman's underclothes', 'Daddy I hardly Knew You', 'The change'

## பாலடின் இருபத்தோறாவது ஆண்டுப் பதிப்பின் முன்னுரை

இருபது ஆண்டுகளுக்கு முன் 'பாலற்ற பெண்பால்' நூலுக்கு ஒரு முன்னுரை எழுதினேன். அப்போது இந்த நூல் விரைவில் காலாவதியாகி விடுமென்று நினைத்தேன். புதிய சிந்தனைப் போக்குள்ள பெண்கள் விரைவில் வருவார்கள், இருபதாம் நூற்றாண்டின் பின்பாதிக் காலகட்டத்தில் வளர்ச்சிபெற்ற நாடுகளில் காணும் பால் ஒடுக்குமுறை குறித்த என்னுடைய ஆய்வு அவர்களுக்கு முற்றிலும் காலங்கடந்ததாகி விடுமென நினைத்தேன். இன்றைக்குப் பெண்பற்றிய பல புதிய சிந்தனைப் போக்குகள் உலகெங்கும் வந்து விட்டன.

இன்று தொலைதூரம் ஓடும் பந்தயத்தில் பெண்கள் ஓடுகிறார்கள். அவர்கள் ஆணைப்போல இறுகிய ஒல்லியான தசையோடு காணப்படு கிறார்கள். விவாகரத்து செய்த முன்னாள் கணவனுக்கு ஜீவனாம்சப் பணம் கொடுக்கிற பெண்களைக் காணலாம். தங்களுக்கு மணம்புரியும் உரிமை உள்ளது; செயற்கை முறையில் கருவுற்றுக் குழந்தை பெற்றெடுக்கும் உரிமை உள்ளது என்று கோருகின்ற பெண்பால் ஓரினச் சேர்க்கையாளர்கள் (Lesbians) இருக்கிறார்கள். அறுவைச் சிகிச்சையின் வழியாகப் பெண்ணாக மாறி, தாங்கள் பெண்கள் என்று சொல்லிக் கடவுச்சீட்டு (Pass-Port) பெறுகிற ஆண்களை இன்று காணலாம். உயர்தொழில் நிறுவனங்களில் இடம்பிடித்த பாலியல் தொழில் புரிகிற பெண்கள் இருக்கிறார்கள். உலகில் மிகவும் சக்திவாய்ந்த இராணுவங்களின் முதல்வரிசையில் ஆயுதம் ஏந்திய பெண்கள் இருக்கிறார்கள். நகச்சாயமும், விரிவான உதட்டுச் சாயமும் பூசிய கலோனல்கள் இருக்கிறார்கள். பெயர்கள் விலாசங்களை வெளிப் படையாகக் குறிப்பிட்டுத் தங்களுடைய பாலியல் வெற்றிகளைப் பற்றிக் குறிப்பிட்டு நூல்கள் எழுதுகிற பெண்கள் இருக்கிறார்கள். ஒரு இருபது வருடங்களுக்கு முன்னர் இத்தகைய பெண்களை இவ்வளவு எண்ணிக்கையில் பார்க்க முடியாது.

இப்போது வயதுவந்த பெண்கள் படிப்பதற்கு என்று மகளிர் இதழ்கள் வெளிவருகின்றன. இவற்றில் திருமணத்துக்கு முந்தைய பாலுறவு, கருத்தடை, கருக்கலைப்பு மட்டுமின்றி, பால்வினை நோய், தகாப்புணர்ச்சி, பாலியல் வக்கிரம் பற்றியும் எழுதப்படுகின்றது.

இவற்றோடுகூட நிதிநிலைமை, அரசியல், இயற்கைச் சூழல் பராமரிப்பு, விலங்கின உரிமைகள், நுகர்வோர் அதிகாரம் ஆகியவை பற்றியும் எழுதப்படுகிறது. கருத்தடைச் சாதனங்கள் சந்தையில் தேவைக்கும் மேலே வந்துவிட்டதால், பெண்கள் சம்பாதிக்கின்ற பணம், மாதவிடாய் சம்பந்தமான செலவினத்தில் விரயமாகின்றது. மருந்து தயாரிக்கிற பன்னாட்டு நிறுவனங்கள் தங்கள் கவனத்தை இப்போது மாதவிடாய் நின்றுபோன, நிற்கின்ற பெண்கள்மீது செலுத்தத் தொடங்கிவிட்டன. இப்பெண்கள், ஹார்மோன் மீள்வைப்புச் சிகிச்சை (HRT) முறைக்குரிய ஒரு புதிய - பெரிய - இன்னமும் சுரண்டலுக்கு ஆளாகாத சந்தைப் பொருள்களாகப் பாவிக்கப்படுகிறார்கள். (மருத்துவம் சம்பந்தமாக) முதியோர் பாலியலை ஒவ்வொரு தொலைக்காட்சியின் 'மெகா' தொடரிலும் இன்று காணலாம். இதைவிடப் பெண்களுக்கு வேறென்ன வேண்டும்? வேறென்ன? சுதந்திரம்தான் வேண்டும்; காட்சிப்பொருளாக இருப்பதிலிருந்து பெண்களுக்குச் சுதந்திரம் வேண்டும்.

சுய ஓர்மையிலிருந்து (Self - Consciousness) சுதந்திரம் வேண்டும்; மரத்துப்போன ஆண்பாலின் பசிக்குத் தனது பாலியலைத் தூண்டி விடும் கடமையிலிருந்து பெண்ணுக்குச் சுதந்திரம் வேண்டும்; அவ்வாறு ஆணின் பாலியலைத் தூண்டி இழுப்பதற்கு இனி ஒருபோதும் எந்த மார்பும் பெரியதாக வெளியே புடைக்கப் போவதும் இல்லை. எந்தக்காலும் நீளமாக வெளியே தெரியப் போவதும் இல்லை.

கிளுகிளுப்பு ஊட்டுவதற்கு அணிய வேண்டிய சௌகரிய மில்லாத ஆடைகளிலிருந்து விடுதலை. எங்களுடைய நடைகளைச் சுருக்கி, எங்கள் புட்டங்களைப் பின்தள்ளிக் காட்டுகிற காலணிகளிலிருந்து விடுதலை.

என்றென்றும் இருக்கவேண்டும் என எதிர்பார்க்கப்படுகிற வளரிளம் பருவ உடல் அழகிலிருந்து விடுதலை. எட்டாத அதிகாரத்தில் உள்ள செய்தி முகவர்கள் எங்கள்மீது கொட்டுகிற அவமரியாதையிலிருந்து விடுதலை.

பாலியல் வன்கொடுமையிலிருந்து விடுதலை; அக்கொடுமைகள் பலவிதம். அது கட்டுமானப் பணி நடக்கும் இடத்தில் ஆண்களின் வசைகளால் நிர்வாணமாக்கப்படுவதாக இருக்கலாம். எங்களுடைய அன்றாட அலுவல்களைச் செய்தவற்கு நாங்கள் போகிறபோது எங்களை வேவு பார்ப்பதாக இருக்கலாம். எங்களைத் தெருவில் தடுத்து வசதியாக நிறுத்தி எங்களைப் பின்தொடரும் செயலாக இருக்கலாம். எங்களோடு உடன் பணியாற்றும் ஆண்களின் தேன் தடவிய

கிண்டலாக இருக்கலாம். மேலதிகாரியின் பிடுங்கலாக இருக்கலாம். நாங்கள் நேசிக்கிற ஆண்கள் எங்களை முரட்டுத்தனமாகவும், எங்கள் விருப்பத்திற்கு எதிராகவும் பயன்படுத்துவதாக இருக்கலாம். அல்லது ஒரு அந்நியனால் அல்லது ஒரு கும்பலால் மிகுந்த வன்முறையாக அச்சுறுத்தப்படுவதாயிருக்கலாம்; அடிக்கப்படுவதாக இருக்கலாம்.

இருபது ஆண்டுகளுக்கு முன் பெண்கள் தங்களது பாலியல் வெளிப்பாட்டுரிமையை வலியுறுத்தியது முக்கியமானதாக இருந்தது. அன்று, ஆண்பாலின் ஆக்கிரமிப்பை உதறுவதற்கு ஒரு பெண்ணுக்குள்ள உரிமை குறைத்து மதிப்பிடப்பட்டது. ஆனால் இன்று, ஆண்பாலுடன் கொள்ளுகிற கலவியை மறுக்கும் உரிமையை வலியுறுத்துவது மிக முக்கியமானதாக இருக்கிறது. இதேபோல இன்று தங்கள் பாலினைக் காப்பதற்கு, கற்போடு இருப்பதற்கு எய்ட்ஸ் நோய் வந்தபிறகு, ஆணுக்கு அந்நோய் இல்லை என்று நிறுவுவதற்கு மறுக்கமுடியாத சான்று கிடைக்கும் வரை அவனோடு உடல்ரீதியில் நெருங்கிய உறவைத் தவிர்ப்பதற்கான உரிமைகளைப் பெண்கள் வலுவாக முன்வைக்கிறார்கள். 'பாலற்ற பெண்பால்' என்ற இந்நூல் ஒரு பெண்ணுக்குத் தனது பாலியல் தன்மையை வெளிப்படுத்த உரிமை உண்டென்பதை வலியுறுத்துவதால் இது இன்னமும் மதிக்கத்தக்கதாக இருக்கிறது. பெண் தன்னுடைய பாலியல் தன்மையை வெளிப் படுத்தும் உரிமையை ஆண்பாலுடைய ஆக்கிரமிப்புக்கு அவள் அடிபணிதல் என்று கருதமுடியாது. ·பெண் பாலியலின் உளவியல் சக்தி (Female libido) பற்றிய கருத்தாக்கம், பெண்களுக்குச் சாதகமானது என்று கூறுகிறார்கள். இதனைப் புறக்கணிப்பது பெண்பால் விடுதலைக்கு இன்றியமையாதது என்று 'பாலற்ற பெண்பால்' நூல் விவாதிக்கின்றது. இந்த விவாதத்தைத் தாங்கவோ வாங்கவோ இயலாத கூலிக்கு மாரடிக்கும் மூளை செத்த ஃபிளீட் தெரு எழுத்தாளர்கள், 'பெண்களை வெளியே, அனுப்பி அவர்கள் இஷ்டப்படி செய்யத் தூண்டுவதாக அர்த்தப்படுத்துகிறார்கள்.'

ஒருவர் தமது ஆளுமையை உருவாக்கும் சுதந்திரம் குறித்துக் கடந்த இருபது ஆண்டுகளுக்கு முன்பிருந்தே சொல்லி வந்திருக்கிறேன். இவ்விதமான சுதந்திரம், ஒருவர் கண்ணியமும் நேர்மையும் பெருந் தன்மையும் உணர்ச்சியும் கவுரவமும் கொண்டவராக இருப்பதற்கு தேவையான சுதந்திரமாகும். நான் சொல்லுவது, பெண் ஓடுவதற்கு, இரைந்து பேசுவதற்கு, கத்துவதற்கு, கால்களை அகட்டியபடி உட்காரு வதற்கு வேண்டிய சுதந்திரமாகும். கற்பதற்கு, கற்பிப்பதற்கு வேண்டிய சுதந்திரமாகும். அச்சம், பசி ஆகியவற்றிலிருந்து விடுபடுவதற்குரிய சுதந்திரமாகும். பேசுவதற்கு, நம்புவதற்கு வேண்டிய சுதந்திரமாகும்.

உலகில் பெரும்பாலான பெண்கள் இன்னமும் அஞ்சுகிறார்கள். பசியோடிருக்கிறார்கள். மௌனமாயிருக்கிறார்கள். எல்லாவிதமான தளைகளைவுடைய மதத்தால் நிரப்பப்பட்டுள்ளார்கள். முகமூடியணிந்துள்ளார்கள். கடிவாளமிடப்பட்டுள்ளார்கள். அடையாளம் தெரியாதபடி சிதைக்கப்பட்டிருக்கிறார்கள். அடிக்கப்படுகிறார்கள்.

'பாலற்ற பெண்பால்' ஏழைப் பெண்களைப் பற்றிப் பேசவில்லை. (இந்நூலை எழுதியபோது அவர்களை நான் அறிந்ததில்லை) மாறாகப் பணக்கார உலகின் பெண்களைப் பற்றிப் பேசுகிறது. இந்தப் பணக்காரப் பெண்கள் மீது செயல்படுகின்ற ஒடுக்குமுறையைச் சுதந்திரம் என்று ஏழைப்பெண்கள் நினைக்கிறார்கள்.

*1989 - 1990*-இல் ஏற்பட்ட பொதுவுடைமையின் திடீர் மரணம், உலகெங்கிலும் ஏழைப் பெண்களை நுகர்வோர் சமுதாயத்திற்குள்ளே பலமாகத் தள்ளிவிட்டது. இத்தகைய சமுதாயத்தில் தாய்மார்களுக்கும் முதியோர்களுக்கும், உடலால் முடியாதவர்களுக்கும் பாதுகாப்பில்லை. ஒட்டுமொத்தமான இந்த மக்கள் தொகைக்கு உடல்நலம் பேணவோ, கல்வி கற்கவோ, வாழ்க்கைத் தரத்தை உயர்த்தவோ உத்திரவாதம் இல்லை. அந்த இரண்டு வருடங்களில் *(1989-90)* இலட்சக்கணக்கான பெண்கள் தாங்கள் அதுவரை வாழ்ந்துவந்த உலகத்திலிருந்து வெளியே வெகு ஆழத்திற்குத் தள்ளப்பட்டதை உணர்ந்தார்கள். அவர்கள் தங்கள் குழந்தைகளுக்கு வேண்டிய ஆதரவை இழந்தார்கள். தங்கள் ஓய்வூதியங்களை இழந்தார்கள். மருத்துவமனையின் ஆதாயங்களை இழந்தார்கள். அப்போதெல்லாம் எங்கேயும் எதிர்ப்புக்குரல் எதுவும் கேட்கவில்லை. தங்களுடைய குழந்தைகளின் காப்பகங்களும், பாதுகாக்கப்பட்ட வேலைகளும், தாங்கள் பணிபுரிந்த பள்ளிக் கூடங்களும், மருத்துவமனைகளும் மூடப்பட்டுங்கூட எங்கேயும் எதிர்ப்புக் குரல் எழவில்லை. பேசுவதற்கு அவர்களுக்குச் சுதந்திரம் இருந்தாலும், பேசக் குரல் இல்லை. அத்தியாவசிய சேவைகளைப் பணம் கொடுத்து வாங்கச் சுதந்திரம் இருந்தாலும், அவற்றை வாங்கப் பணம் இல்லை.

இவற்றுக்கு மாறாக, பழம்பெரும் தனியார் தொழிலான விபச்சாரத்தில் நுழைய பெண்களுக்குச் சுதந்திரம் இருந்தது. உடல் விபச்சாரத்தில் ஈடுபட, மன விபச்சாரத்தில், ஆன்ம விபச்சாரத்தில் ஈடுபட, அல்லது பிச்சை எடுக்க, பட்டினி கிடக்கச் சுதந்திரம் இருந்தது.

இன்று உலகெங்கிலும் பாலற்ற பெண்பாலைக் காணவியலும். நம்முடைய மனங்களையும் இதயங்களையும் விட்டு நீங்குமாறு நபும்சகமாக்கப்பட்ட பெண்பாலைத் துரத்திவிட்டதாக நாம் நினைத்

தோம். ஆனால் அது பொய். எங்கெல்லாம் நீலவண்ண ஜீன்களும், கொக்கோ - கோலாவும் போகுமோ அங்கெல்லாம் அந்தப் பெண்பால் தன்னைப் பெரிதாகக் காட்டிக் கொண்டிருக்கிறாள். எங்கெல்லாம் நக வார்னீசுகளையும், உதட்டுச் சாயத்தையும், பிரேஸியர்களையும் (மார்க்கச்சு) உயர்குதிகால் காலணிகளையும் நீங்கள் காணுகிறீர்களோ, அங்கெல்லாம் பெண்பால் நபும்சகம் தனது கூடாரத்தை அமைத்துள்ளதைப் பார்ப்பீர்கள். முகத்திரையின் மறைவிலும்கூட அவள் வெற்றிபெறுவதை உங்களால் காணமுடியும்.

# நூல் சுருக்கம்

"இவ்வுலகம் தன் ஆன்மாவை இழந்துவிட்டது;
நான் என் பாலினை இழந்துவிட்டேன்"
– டோல்லர், 'ஹின் கெர்மன்.'

இந்த நூல் இரண்டாம் பெண்ணிய அலையின் ஒரு பகுதியாகும். முதலாம் பெண்ணிய அலையடித்த காலத்தில் வாக்குரிமை கேட்டுப் போராடிய பெண்கள் தங்களுக்கு வழங்கப்பட்ட சிறைத்தண்டனைக் காலம் முடிந்ததும் வெளியே வந்தார்கள். அவர்களுடைய போராட்டத்தின் விளைவாகப் பெண்கள் படிப்படியாக உயர் பணிகளில் நுழைய அனுமதிக்கப்பட்டபோது, சிறை சென்று திரும்பிய அந்தப் பெண்கள் அப்பணிகளுக்குச் செல்ல மறுத்தார்கள். அப்படியே சென்றாலும் திருமணத்திற்காகக் காத்திருக்கும் காலத்தில், பட்டங்கள் வாங்கும் கடைகளாகக் கல்விக் கூடங்களைப் பாவித்தார்கள். அவர்களுடைய உத்வேகம், இளம்பெண்களிடம் எழுந்தது.

1950களுக்குப் பின்னர், பெண்ணியத்தின் புதிய அக்கறைகள் வித்தியாசமாகின. நடுத்தர வர்க்கத்தைச் சேர்ந்த மிதவாதிகள் சீர்திருத்தத்தைத் தீவிரமாக ஆதரிக்க, அவர்கள் அளவுக்கு மிதவாதிகள் அல்லாத நடுத்தர வர்க்கத்தைச் சேர்ந்த பெண்கள் புரட்சியை வலுவாக ஆதரித்தார்கள். பெண்விடுதலையைக் காட்டிலும் அவர்களில் பலர் புரட்சிக்கு முதலிடம் தந்தார்கள். பெரும்பாலான இயக்கங்களின் உந்து சக்தியாக நவ இடதுசாரி விளங்கிற்று. நவ இடதுசாரி கொள்கையைச் சேர்ந்த பெரும்பாலான பெண்களுக்குப் பெண்விடுதலை, இனி அமையப்போகிற வர்க்க பேதமற்ற சமுதாயத்தையும், அரசு உதிர்ந்து விடுவதையும் பொறுத்ததாகப்பட்டது.

பெண்ணியத்தின் இரண்டு அலைகளுக்கும் இடையிலுள்ள வித்தியாசம் தீவிரமானது. பெண் வாக்குரிமை கோரியவர்கள் நடப்பிலிருந்த அரசியல்மீது நம்பிக்கை வைத்திருந்தார்கள். அதில் பங்கேற்க மிகவும் ஆசைப்பட்டார்கள். அவ்விதமான ஆசை இரண்டாம் அலைக் காலத்துப் பெண்களிடம் மறைந்துவிட்டது. இக்காலத்தைச் சேர்ந்த பெருமாட்டிகள் தாங்கள் இந்தச் சமூகத்தைக் குலைக்கவோ அல்லது கடவுளை அப்புறப்படுத்தவோ முயன்றதில்லை என்றார்கள். அவர்களுடைய செயல்பாடுகளால் திருமணம், குடும்பம், தனிச்சொத்து,

அரசு ஆகியவை அச்சுறுத்தப்பட்டன. ஆயின் முதலாம் அலையைச் சேர்ந்த பெண்ணியப் பெருமாட்டிகள் பழமைவாதிகளான பெண்களுடைய அச்சத்தைப் பகிர்ந்து கொண்டதால் தங்களுடைய சொந்தக் கோரிக்கைக்குத் துரோகம் செய்தார்கள். விடுதலை இயக்கத்தின் தோல்விக்கு வழிவகுத்தார்கள். ஐந்தாண்டுகளுக்கு முன்பே மீட்புக்குரிய இயக்கம் தோற்றுவிட்டது தெரிந்தது. பாராளுமன்றத்தில் அங்கம் வகித்த பெண்களுடைய எண்ணிக்கை மிகவும் குறைந்தது. உயர்பணிபுரியும் பெண்கள் துளியளவுச் சிறுபான்மையினராக நிலை பெற்றார்கள். குறைந்த ஊதியம் தருவதாகக் கூறப்பட்ட பெண்பால் வேலை, அற்பமானதாகக் கருதப்பட்டது. கூண்டுக்கதவு திறக்கப் பட்டாலும் மைனா பறந்தோட மறுத்தது. இதிலிருந்து பெற்ற முடிவு: கூண்டுக்கதவை ஒருபோதும் திறக்கத் தேவையில்லை. ஏனெனில் அடைத்து வளர்ப்பதற்கென்றே மைனாக்கள் படைக்கப்பட்டன! இதற்கு மாற்றாக முன்வைக்கப்பட்ட ஆலோசனை, அவர்களைக் குழப்பித் துயர் அடையச் செய்தது.

வாக்குரிமை கோரிய சீர்திருத்தவாதப் பெண்ணியவாதிகள் போட்ட தடங்களில் தொடர்ந்து வரும் பெண்ணிய அமைப்புக்கள் இன்னமும் நடைமுறையில் இருக்கின்றன. பெற்றி ஃபிரைடன் ஏற்படுத்திய 'பெண்களுக்கான தேசிய அமைப்பு' (NOW) அமெரிக்க காங்கிரஸ் கமிட்டிகளில் பிரதிநிதித்துவம் பெற்றுள்ளது. அங்கே பெண் அரசியல்வாதிகள் பெண்பாலின் நலன்களை இன்னமும் பிரதி நிதித்துவம் செய்கிறார்கள். ஆயினும், இவர்கள், பிறரைச் சார்ந்தவர் களாக வாழும் பெண்களின் நலன்களையே பெரிதும் கவனிக்கிறார்கள். எளிதாக ஆண்களால் விவாகரத்து செய்யப்படுவதிலிருந்தும், மன்மதர்களின் பிடியிலிருந்தும் பாதுகாக்கத் தக்கவர்களாகப் பெண்களை நோக்குகிறார்கள்.

இளம்பெண்களுடைய வெளிப்படையான பாலியலை வரவேற்ற 'ஆறம்ச குழு' (Six Point Group) வின் தலைவி திருமதி. ஹேஸல் ஹன்கின்ஸ் ஹாலினன் என்பவர் அவர்களுடைய வாழ்க்கையின் முழுமையான துடிப்பினைக் கண்டார். இந்த 'ஆறம்ச குழு' பலராலும் மதிக்கப்படுகின்ற ஓர் அரசியல் வரவாக உள்ளது. தற்போது இம்மாதிரியான குழுக்களுக்கு நல்ல விளம்பரம் கிடைக்கிறது. பெண்களின் விடுதலைக்காகக் குரல் கொடுக்க நாளிதழ், வாரஇதழ் வரவேண்டுமென ஊடகங்கள் வலியுறுத்துகின்றன. இன்றைக்குத் திடீரென ஒவ்வொருவரும் பெண்கள் பற்றிய விசயத்தில் ஆர்வங் காட்டத் தொடங்கியிருப்பது ஒரு நல்ல மாற்றமாகும். அவர்கள் பெண்ணிய இயக்கத்திற்கு ஆதரவாக இல்லாவிடினும் பெண்கள்

குறித்த விசயங்களில் ஆர்வங்காட்டுகிறார்கள். பல்கலைக்கழகத்தில் பயிலும் இளம்பெண்கள் மத்தியில் இந்த இயக்கத்திற்கு பலமான ஆதரவு இருக்கும் என எதிர்பார்க்கலாம். சுரண்டப்படும் பெண் தொழிலாளிகள் என்றாவது ஒரு நாளைக்கு ஒருவழியாக இந்த அரசாங்கத்தைப் பிணையாகப் பிடிக்க முடிவெடுத்தாலும் ஆச்சரியப் படுவதற்கில்லை! இதைவிட, புகார் சொல்ல ஏதும் இல்லாதவர்களாகத் தோன்றுகிற பெண்கள் முணுமுணுக்கத் தொடங்கியிருப்பதுதான் ஆச்சரியம்.

கவுரவமான தொப்பியும் உடுப்பும் அணிந்த அமைதியான பெண், பார்வையாளர்கள் மத்தியில் பேசியபோது, அவள் கூறிய பெரும்பாலான தீவிரக் கருத்துக்கள் மிகுந்த ஆரவாரத்தோடு வரவேற்கப்பட்டதையும், அவை குறித்துக் குறிப்பிடத்தக்க விமர்சனங்களும், கூர்மையான மறுப்புக்களும் எழுப்பப்பட்டதையும் கண்டு வியந்துள்ளேன். பெண் வாக்குரிமை கோரிய பழைய பெண்ணியவாதிகளால் கூட இன்று புதிய பெண்ணியத்திற்கு நாளுக்கு நாள் கிடைத்துவருகிற அடித்தளமான ஆதரவைப் பெற்றிருக்க முடியாது. பெற்றதாக அவர்களால் கூறமுடியாது.

இந்தப் புதிய செயல்பாட்டிற்கான காரணங்களை நம்மால் அனுமானம் செய்யவே இயலும். ஒருவேளை பாலியல் விற்பனை அளவுக்கதிகமாகிவிட்டதென்று ஊகிக்கலாம். ஒருவேளை, உளவியலாளர்கள், சமயத்தலைவர்கள், மகளிர் இதழ்கள், ஆண்கள் ஆகியோர் பெண்களைப் பற்றிக் கூறிய கருத்துக்களை ஏற்குமாறு பெண் களிடம் திணித்தபோது, அவர்கள் நம்பமுடியாமற் போயிருக்கலாமென ஊகிக்கலாம். ஒருவேளை, ஏற்கனவே நடைபெற்ற சீர்திருத்தங்கள் இறுதியில் பெண்களைக் குறைந்தபட்சம் ஓர் ஒட்டுமொத்தமான காட்சியைக் காணக்கூடிய இலக்கிற்கு இட்டுச் சென்றிருக்கலாம் என்று ஊகிக்கலாம். ஒருக்கால், அவர்கள் தங்கள் வாழ்ந்த சந்தர்ப்ப சூழலின் அடிக்கருத்தினைப் புரியத் தொடங்கியிருக்கலாம். ஒருவேளை, விருப்பமின்றிக் குழந்தை பெறுவது, கடினமான வீட்டுவேலைகள் செய்வது ஆகியவற்றில் அவர்கள் சிக்கிக் கொள்ளாததால் அவர்களுக்குச் சிந்திக்கப் போதிய நேரம் கிடைத்திருக்கலாம். நமது சமுதாயத்தின் வீழ்ச்சி பரிதாபகரமாக உள்ளது; அது மிக வெளிப்படையாகத் தெரிகிறது. தங்களுடைய பிரச்சினைகளை மற்றவர்கள் பார்த்துக் கொள்ளுவார்கள் என்று இனியும் பெண்களால் நிம்மதியாக இருக்கமுடியாமற் போயிருக்கலாம். பெண்களுடைய எதிராளிகள் இவ்வாறு பெண்கள் கொண்ட அதிருப்திக்கு இம்மாதிரியாக சந்தர்ப்ப சூழ்நிலைகள் மீது பழிசுமத்தினார்கள். மேற்குறித்த அதிருப்தியை,

பெண்கள் தங்கள் வாழ்க்கை பற்றிய கோரிக்கையின் முதல் உணர்ச்சித் தூண்டுதலாகக் காணவேண்டும். பெண்கள் வெளியே வந்து பேசத் தொடங்கிவிட்டார்கள். ஒருவர் மற்றவரோடு பேசத் தொடங்கி விட்டார்கள். இவ்வாறு பெண்கள் கூடிக் கூடிப் பேசுகிற காட்சி ஆண்களுக்கு எப்போதும் சங்கடத்தைத் தந்தது.

*("பெண்களைப் பற்றி ஆண்கள் அறிந்தவை அரைகுறையானவை - பெண்களே தங்களைப்பற்றிப் பேசுகிறவரை அது அப்படியேதான் இருக்கும்" -ஜான் ஸ்டுவார்ட் மில்)*

ஓர் அமைப்பாகத் திரண்டுள்ள பெண்விடுதலையாளர்கள் நன்கு ஊடகப்படுத்தப்பட்ட ஒரு சிறுபான்மையினரேயாவார்கள். பெண்ணியப் பிரச்சினை ஒன்றை விவாதிக்கிறபோது எப்போதும் பார்த்த அதே முகங்களே தோன்றுகின்றன. அவர்களே தவிர்க்க இயலாதவாறு ஓர் இயக்கத்தின் தலைவர்களாக முன்னிறுத்தப்படுகிறார்கள். ஆனால் அந்த இயக்கமோ அடிப்படையில் தலைவர் இல்லாத இயக்கமாகும். அத்தலைவர்கள் ஒரு புரட்சிகரமான போர்முறையை நெருக்கியது இல்லை. பயிற்சி பெறுவது, படிக்கவேண்டியவை பற்றிய நிரலைத் தயாரிப்பது, கமிட்டி கூட்டங்களில் அமர்வது ஆகியவை தம்மளவில் விடுதலை எய்துதற்குரிய நடவடிக்கைகள் அல்ல. பெண்கள் இன்னமும் வீட்டுவேலை, பெண்மையின் வசிய தந்திரங்கள் ஆகிய பின்புலத்தில் புதையுண்டு கிடக்கும்வரை அவர்களால் விடுதலைபெற இயலாது. தம்மைத்தாமே விடுவித்துக் கொள்ளும் செயலைச் செய்ய வேண்டிய பெண்களுக்கு அதனைக் கற்றுக்கொடுப்பது சரி எனக் கூறவியலாது. அது வரன்முறைக்கு உட்பட்டது. இத்தகைய விடுதலை குறிக்கின்ற சுதந்திரத்தைப் பற்றிய கருத்தாக்கம் வெறுமையானதே. நிலைமை இவ்வாறிருக்க இதில் தாங்களே சுதந்திரமில்லாது இருப்பதாக ஆண்கள் கூறிவருவது இன்னும் மோசமானது. மிகமிக வரையறுக்கப்பட்ட சாத்தியங்களைக் கொண்டுள்ள இந்த உலகில், சுதந்திரம் என்றால் என்ன என்று விளக்காமல் விடப்படுவது சிறப்பான தாகும். ஒருபுறம் சமூகம், சட்டம், வேலை, பொருளாதாரம், அரசியல், ஒழுக்கவியல் ஆகியவற்றின் அடிப்படையில் சமத்துவத்திற்காகக் கடமையாற்றுபவர்கள் பெண்ணியவாதிகள் என்று கருதுகிறார்கள். இந்த சமத்துவம் என்பதற்கு எதிர்நிலை பாரபட்சம் (Discrimination) போட்டியும், கோரிக்கையும் இதன் விதிமுறைகளாகும். இன்னொரு புறம் மிகச் சிறந்ததொரு வாழ்க்கை பற்றி ஓர் இலட்சியத்தை மனதில் வைத்துப் போற்றுகிறவர்கள் இருக்கிறார்கள். சரியான அரசியல் அணுகுமுறைகளால் எல்லோருக்கும் ஒரு சிறப்பான வாழ்க்கை உத்திரவாதமாகிறது என்பதை, மேற்படி இலட்சியத்தை எட்டுகிற

வழிமுறையாகக் கருதுகிறார்கள். சட்டபூர்வமான அல்லது சர்வாதி காரமான அல்லது புரட்சிகரமான அல்லது மரபான அரசியல் வழிகள் மீது வெறுப்படைந்த பெண்களுக்கு எந்தவிதமான மாற்று முறைகளும் எடுபடாமற் போகலாம். தன்னுடைய சுதந்திரத்திற்காக உலகப்புரட்சி ஒன்று வெற்றி பெறக் காத்துக் கொண்டிருக்கிற மனையுறைமனைவி (house wife) தனது நம்பிக்கையை இழந்துபோவதை மன்னிக்கலாம். அதேசமயம் பழைமைவாத அரசியல் அணுகுமுறையால் எதையும் சாதிக்க முடியாது. இந்நிலையில்தான் செயல்படுவதற்குரிய காரணத்தையும் நோக்கத்தையும் மற்றொரு பரிமாணத்தில் அவளால் காணமுடியும். அதுதான் கற்பனாவாதம். இதனைக் கொண்டு அவளால் உலகத்தை மாற்றமுடியாது. ஆனால், அவளை மறு-மதிப்பீடு செய்வதன் வழியாக மாற்றத்தை அவள் தொடங்கலாம்.

எந்த அளவுக்குத் தாழ்த்தப்பட்டிருக்கிறாள் என்பது பற்றி உறுதியாக ஒன்றும் தெரியாதபோது, பெண்பால் விடுதலை பற்றி விவாதிப்பது சாத்தியமில்லை அல்லது பெண்பாலின் இயற்கையான சார்புநிலையின் அளவுபற்றி அறியாதபோதும் பெண்விடுதலை குறித்துப் பேசவியலாது. எனவேதான் இந்த நூல் உடல் என்பதிலிருந்து தொடங்குகிறது. நாம் என்னவாக இருக்கின்றோம் என்பது நமக்குத் தெரியும். ஆனால், நாம் என்னவாக இருக்கலாம் அல்லது என்னவாக இருந்திருக்கலாம் என்பவை நமக்குத் தெரியாது. நாம் என்றென்றும் அப்படியே இருக்கிறோம் என்பது தப்பமுடியாத (இயற்கைச்) சட்டத்தின் விளைவென அறிவியலின் வறட்டுவாதம் செப்புகிறது: பெண்கள், பெண்ணியத்தின் இயல்புநிலை எனப்படுவது பற்றி நிலவுகிற மிக அடிப்படையான அனுமானங்களை எவ்வாறு கேள்விக்கு உட்படுத்துவது என்பதைக் கற்க வேண்டும். அப்போது தான் நிர்ணயப்படுத்துதல் (Conditioning) வழியாகப் பெண்களுக்குத் தொடர்ந்து சாத்தப்பட்ட சாத்தியப்பாடுகளை மீளவும் திறக்கலாம். எனவே நாம் தொடக்கத்திலிருந்து ஆரம்பிக்கிறோம். நமது உடல் அணுக்களில் (செல்) பாலிலிருந்து தொடங்குகிறோம்.

செல்களிலுள்ள மரபு இழைகளான குரோமோஸோம் வித்தியாசத்திலிருந்து பெரிதாக ஒன்றும் அறியமுடியாது; அது வளர்ச்சியில் தன்னை வெளிப்படுத்தும்போதுதான் அதனை அறிய முடியும். அந்த வளர்ச்சி ஒரு வெற்றிடத்தில் நடக்கமுடியாது. உடல் பற்றிய விவாதத்திற்குப் பிறகு நாம் இப்போது அவதானிக்கின்ற ஒவ்வொன்றும் வேறானதாக இருக்கக்கூடும் என்பது புதிய அனுமானமாக இருக்கும். பொதுவாக ஒரு விவாதத்தை நிர்ணயம் செய்கின்ற சில அம்சங்களை வெளிச்செய்து காட்ட, பெண் உடலின் எலும்புக்கூட்டின்

மீது, நடைமுறையிலுள்ள நடத்தையின் விளைவுகளைக் காணலாம். எலும்புகளில் ஏற்படும் மாற்றங்களிலிருந்து பெண் உடலின் வளைவுகளுக்குச் (Curves) செல்லலாம். இந்த வளைவு பெண்பாலின் பால் (Sex) மீது கொண்டுள்ள அனுமானங்களுக்கு முக்கியமானதாகும். அதற்கப்புறம் உரோமத்திற்குச் செல்லுகிறோம். இந்த உரோமம் அடிப்படையான ஓர் இரண்டாம்நிலைப் பாலியல் குணாதிசயமாக வெகுகாலமாக எண்ணப்பட்டு வந்துள்ளது.

பெண்பாலின் பாலியல் தன்மை எப்போதுமே வசீகரமான ஒரு விசயமாக இருந்து வந்துள்ளது. நம்முடைய காலகட்டத்தில் இது குறித்து நடத்தப்படுகிற விவாதம் பெண்பாலின் பாலியல் தன்மையை எந்த அளவுக்குப் பெரும்பாலானவர்கள் சிதைத்து மூடி மறைத்து வந்துள்ளார்கள் என்பதைப் புலப்படுத்துகின்றது. பெண்பால் என்பது குறிப்பிட்ட விதத்தில் நிர்ணயிக்கப்படுவதை ஒட்டியே விளக்கப்பட்டு வந்துள்ளது. இப்படிக் குறிப்பிட்ட விதத்தில் நிர்ணயம் செய்தல் என்ற நிகழ்வின் குறிப்பிட்ட குணம் இன்று புலப்படத் தொடங்கியுள்ளது. பெண்பாலைப் பிற பாலியல் ஜீவிகளின் - ஆண்களின் பயன்பாட்டுக்கும் பாராட்டுக்கும் உரிய ஒரு பாலியல் பொருளாகக் கருதுகிறார்கள். அவளது பாலியல் தன்மை அடங்கிப்போவது என்று அடையாளப் படுத்தி, அதன் வழியாக அவளது பாலியல் தன்மையை மறுக்கிறார்கள். பிழைபட எடுத்தாள்கிறார்கள். சுதந்திரத்தின் குறிகளும் (Signs) அவளுடைய பிற உடல் வலிமையும் அடக்கப்படுவதைப் போன்று பெண்மை பற்றிய கற்பனைப் பிம்பத்திலிருந்து பெண்குறி மறைக்கப் படுகிறது. புகழவும் பரிசளிக்கப்படுவதுமான பெண்பால் பண்புகள்: நபும்சகமாக்கப்பட்ட - அடக்கம், சதைத் திரட்சி, மடமை, மென்மை, அளவுகடந்த நேர்த்தி.

பெண் உடல் பற்றிய புனைவுகளும் கவர்ச்சிகளும், பெண்பாலின் இனஉற்பத்திச் செயல் தொடங்குகிறபோதே முடிந்துவிடுகின்றன. பெண்பாலின் இனவிருத்திச் செயல்பாட்டை, 'கொடிய கர்ப்பப்பை'யின் செயல்பாடுகளின்போது ஒட்டுமொத்த உயிரையே பாதிக்கிறதாகக் கருதுகிறார்கள். இக்கொடிய கர்ப்பப்பை, மன அழுத்த வெடிப்பு என்னும் ஹிஸ்டீரியா நோய், மாதவிடாயின் மனஉளைச்சல், பலவீனம், தொடர்ச்சியான பணி எதையும் ஆற்ற இயலாமை ஆகியவற்றுக்கு ஆதாரமாக உள்ளதாகக் கூறுகிறார்கள். பெண்ணின் தூண்டிவிடப்பட்ட ஆன்மா, உடல் ஆகியவற்றின் பண்புகளின் தொகுப்பினை, 'நிரந்தரப் பெண்மை' என்பது பற்றிய ஒரு தொன்மமாக இருக்கின்றது என்கிறார்கள். இதனை இன்று 'ஒரே வகைமாதிரி' (Stereotype) என்றழைக்கிறார்கள். இதுவே இன்று பெண்மை பற்றிய மேலாதிக்கப்

படிமமாக இருக்கின்றது. இதுவே நமது கலாச்சாரத்தை ஆட்சி செய்கின்றது. இதனை எட்டிப்பிடிக்க எல்லாப் பெண்களும் ஆசைப்படுகிறார்கள். நுகர்வோர் கலாச்சாரத்தின் தேவதையை ஒரு புராதனமான கலைப்பொருள் (artefact) எனப் பாவனை செய்து, அவள் எவ்வாறு ஆன்மாவின் உற்பத்தியாக ஆனாள் என்பதை அடுத்த படியாகப் பரிசோதிக்க முயற்சிக்கலாம். மேற்சொன்ன இந்த இயக்கத்தின் தலையான அம்சம், உடல்மீது நிகழ்த்தப்படுகின்ற காயடிப்புச் செயலை ஒத்ததாக இருக்கின்றது. இது பெண்ணின் சக்தியை ஒடுக்குவதாகும். அதனைத் திசை திருப்புவதாகும். இந்த எளிய சட்டகத்தைப் பின்பற்றிக் குழந்தையிலிருந்து தொடங்கலாம். பெண்குழந்தை, ஆண்மையின் வழியில் தனது பள்ளி வாழ்க்கையைச் சரிசெய்யப் போராடுகின்றாள். இப்போராட்டம் அவளது பூப்பு வரை நீடிக்கின்றது. அதன்பிறகு, பெண்குழந்தை, ஆண்பால் பெண்பால் குழப்பத்திலிருந்து விடுபட்டுப் பெண்ணிய நிலைப்பாட்டில் பத்திரமாக நங்கூரமிடுகின்றாள். இந்தவித இயக்கம் சரிவர நிகழா விட்டால் உளவியலாளர்களின் அனுமானங்களும் பரிந்துரைகளும் ‘உளவியல் விற்பனை’ என்று வருணிக்கும் அளவுக்குப் பெருகிவிடும்.

பெண்பாலின் அறிவாற்றலைச் சுற்றி, மனதில் பால் பற்றிய அனுமானங்கள் பல மேகம் போலக் கவிகின்றன. இதனால் ஆண், பெண் பால்களுடைய அறிவுச் சக்திகளில் காணப்படும் வேறுபாடுகளின் வரையறையைக் கண்டறியும் சோதனைகள் ஐம்பது ஆண்டுகளாகியும் தோல்வியில் முடிந்தன. பெண்கள் யாவரும் தருக்கரீதியற்ற, அகவயப்பட்டவர்கள், பொதுவாக அவர்கள் அற்பத்தனமானவர்கள் என்று தொடர்ந்து வருகின்ற நம்பிக்கைக்கு முன் மேற்படிச் சோதனைகள் சம்பந்தம் இல்லாதவை. அதனால் பெண் ஆற்றல் இப்படிப்பட்ட பாரபட்சங்களின் ஒருமித்த வெளிப்பாட்டினை மேற்கொள்ளுகிறது. ஒட்டோ வெய்னிங்கருடைய ‘பாலும் பண்பும்’ (Sex and Character) என்ற நூல் இத்தகைய பாரபட்சங்களைப் பற்றிய நூலாகும். பெண்பாலின் பண்பு, அறிவு ஆகியவை பற்றி இவர் கூறியவை ஒய்ட் ஹேண்ட் (Whitehand) முதலானவர்களுடைய கருத்துக்களைக் கொண்டு விமரிசித்து ஒதுக்கப்படுகின்றன. இத்தகைய பெண்பாலின் மனங்கள் எவ்வளவு மதிப்புவாய்ந்தவையாக இருக்கமுடியும் என்பதற்கு வேலை என்ற தலைப்பில் நடைமுறைப் புள்ளி விவரங்களோடு, என்னவிதமான வடிவமைப்புக்களின் பெண் பாலின் கொடை நிகழ்ந்துள்ளது என்று விவரிக்கப்படுகிறது.

ஆண்மை - பெண்மை என்ற ஒரு துருவ நிலைப்பாட்டின்படி, பெண் நபும்சகமாக்கப்பட்டாள். இதில், ஆண்கள் எல்லாச் சக்தி களையும் தங்களது சேவைக்கு உட்படுத்தி, ஆக்கிரமிப்புமிக்க வெற்றி கரமான ஆற்றல் ஒன்றுக்குள் ஒழுங்குபடுத்தினார்கள். எல்லாவிதமான பிற - பாலியல் தொடர்புகளையும் பிறவதை சுயவதை என்னும் ஒரு வடிவமைப்பில் சுருக்கினார்கள். இது, அன்பு பற்றிய நமது கருத்தாக்கங்களின் திரிபினை உணர்த்தும். ஓர் இலட்சியத்தின் கொண்டாட்டமாகத் தொடங்கிய இந்த அன்பு, பிறர்நலம், தன்னலம், பித்து (obsession) ஆகிய தலையான வக்கிரங்களை அல்லது பிறழ்ச்சிகளை விளக்கத் தொடங்குகிறது. இந்தத் திரிபுகள் பல்வேறு தொன்மப் போர்வைகளால் தம்மை மறைத்தபடி அணிவகுக்கின்றன. அவற்றில் இரண்டு வருமாறு: ஒன்று, அற்புதநவிற்சிக்காதல் (Romance). இது மாயப் புனைவுகளைப் (Fantacies) பற்றியது. இந்த மாயப் புனைவுகளில் ஆசைமயமான, ஏமாற்றமடைந்த பெண் ஊட்டி வளர்க்கப்படுகிறாள். இரண்டு, ஆண்பாலின் மாயப்புனைவிற்கு உரிய பொருள். ஆண்பாலின் இலக்கியத்தில் படைக்கப்படும் பெண்கள் இப்படிப்பட்டவர்களே.

("பெண்ணே, அருகில் வா, நான் கூறுவதைக் கேள். பயனுள்ள விசயங்கள் மீது ஒருமுறை உனது ஆர்வத்தைத் திருப்பு. இயற்கை உனக்கு வழங்கிய இச்சமூகம் தட்டிப்பறித்த ஆதாயங்களைக் கருதிப்பார். நீ ஆணுடைய கூட்டாளியாகப் பிறந்து எப்படி அவனுடைய அடிமையானாய் என்பதை அறிவதற்கு அருகில் வா, செயற்கையான நிலைமைகளை எவ்வாறு இயற்கை என்று நினைத்து நீ அதனை விரும்பத் தொடங்கினாய் என்பதை அறிந்திட வா. நீண்டகால அடிமைப்பழக்கம் உன்னைக் கீழ்மைப்படுத்தியதை அறிந்திட வா. சுதந்திரம், புகழ் ஆகியவற்றின் மேன்மைகள் கடினமானவை என்று ஒதுக்கி விட்டுச் சொகுசான இழிவுகள் போதுமென்று எவ்வாறு தெரிவு செய்தாய் என்பதை அறிந்திட வா. நான் வரைகிற இந்தச் சித்திரம் உன்னை உன் கட்டுக்குள் வைக்கும் என்றால், இதுபற்றி உணர்ச்சி கலவாமல் உன்னால் சிந்திக்க முடியும் என்றால் பயனற்ற உனது வேடிக்கை விளையாட்டுகளுக்குத் திரும்பப் போய்விடு. 'இதற்கு மருந்து ஏதுமில்லை, இழிவுகள் பழகி விட்டன'

- Choderlos de Loclos, 'On the Education of Women 1783)

காதல், திருமணம் பற்றிய நடுத்தர வர்க்கத்துத் தொன்மம், நமது சமூகத்தில் பெரிதும் ஏற்கப்பட்ட வேற்றுப்பாலியல் (hetero sexual)

காதலின் பரஸ்பர மாயப்புனைவுகளின் எழுச்சியைப் பதிவு செய்துள்ளது. குடும்பம் என்கிற இயல்பான வாழ்க்கை வடிவத்தைப் பற்றிய விவாதத்துக்கு ஒரு முன்னுரையாக இது உள்ளது. நமது காலத்தைச் சேர்ந்த தனிக்குடும்பம் இந்த நூலில் மிகக் காட்டமாக விமர்சிக்கப்படுகிறது. இதற்குச் சில தெளிவில்லாத மாற்றுக்கள் ஆலோசிக்கப்படுகின்றன. சுதந்திரத்தைக் கண்டு அஞ்சுகிறவர்களுக்கு முதன்மையான பூச்சாண்டி பாதுகாப்பின்மையாகும். எனவே அன்பு என்ற இந்நூலின் பகுதி, பாதுகாப்பு என்பதன் மாயைமீது தொடுக்கப்படும் விமர்சனத்தோடு முடிகிறது. முழுமையான யுத்தம், உலகளாவிய மாசு, மக்கள் தொகைப் பெருக்கம் ஆகியவை உள்ள இந்த யுகத்தில் பாதுகாப்பு என்பது பொதுநல அரசின் ஆளும் தெய்வமாகக் கருதப்பட நியாயம் ஏதுமில்லை.

அன்பெனப்படுவது பெருமளவுக்கு வக்கிரப்படுத்தப்பட்டுள்ளது. அது குறிப்பிட்ட அளவுக்கு வெறுப்போடு சம்பந்தப்பட்டுள்ளது. சில மிகையான சந்தர்ப்பங்களில் அன்பு எனப்படுவது வெறுப்பு, அருவெறுப்பு ஆகிய வடிவங்களை மேற்கொள்ளுகிறது. சமயங்களில் அது பிற வதை, பேராசை, குற்றவுணர்வு ஆகிய வடிவங்களை எடுக்கிறது. பெண்களின் உடல்கள் மீது மிகக் கொடூரமான குற்றச் செயல்களைச் செய்யத் தூண்டுகிறது. ஆனாலும் பெரும்பாலும் இவ்வடிவங்கள், பெண்பாலை வசைபாடுவது, கேலி செய்வது என்று அமைந்துவிடுகின்றன. போகிறபோக்கில் அவமதிப்பது, விகடமாகக் குறுக்கீடு செய்வது என்றும் அமைகின்றன. (இந்தப்பகுதி முற்றிலும் வசைச்சொற்கள் கெட்டவார்த்தை, கொச்சை ஆங்கிலம் பற்றியது. மொழிபெயர்க்கப்படவில்லை - மொ.ர்)

பெண்கள் தங்களது தனிப்பட்ட வீட்டுச் சந்தர்ப்ப சூழல்களில் அனுபவிக்கின்ற அநீதிகளைப் பற்றிப் பேசாமல், நூலின் இப்பகுதிகள் ஏறக்குறைய பொதுவாழ்வின் சந்தர்ப்பங்களைப் பற்றிப் பேசுகின்றன. பெண்ணிய இலக்கியத்தில் பெண்களின் துயரம் பற்றி ஏராளமான அகவயமான விளக்கங்கள் உள்ளன. 'துயரம்' (Misery) என்ற இதழ் இப்பிரச்சினை பற்றி விரிந்த அளவில் பேசுகின்றது. மிகையுணர்ச்சியும், திருமண வழிகாட்டுதலும் மிக்க ஆலோசகர்களும் அவர்கள் பிரதிநிதித்துவம் செய்கிற இந்த அமைப்பும் தந்துள்ள திட்ட வரைபடத்தைப் பெண்கள் பின்பற்றியும்கூட அவர்களாக மகிழ்ச்சியாக இருக்க முடியவில்லை. இதற்குரிய புறவயமான சான்றுகளைத் 'துயரம்' இதழ் எடுத்துக்காட்டுகிறது. பெண்கள் மீது ஆண்கள் புரிகின்ற வன்முறைத் தாக்குதலுக்கு இணையானதாக ஆண்கள் மீது செலுத்தப்படுகிற பெண்களின் தாக்குதலின் வடிவமைப்பு இல்லை.

அப்படியிருந்தும் உடல்சாராத பாலியல் முரண்பாட்டில் மனக் கசப்புணர்வு செயல்படுவதற்கு ஏராளமான ஆதாரங்கள் இருக்கின்றன. இந்த உணர்வு, வழக்கமாக சடங்கு ரீதியான ஒரு சந்தர்ப்பத்தில் ஒருவிதமான விளையாட்டுப் போல அரங்கேறுகிறது. இவ்விதச் சடங்கு - விளையாட்டு - நாடகத்தில் எதார்த்தமான பிரச்சினைகள் ஒருபோதும் மேற்கிளம்பி வருவதில்லை. இந்தப் பழிவாங்கும் உணர்ச்சி ஓர்மையற்ற வடிவத்தில் செயல்படுகிறது. இவ்வுணர்ச்சியினை, நன்கு அணிதிரண்ட பெண்பால் கிளர்ச்சியில் காணலாம். அந்தக் கலகத்தில் ஆண்களைப் போட்டியிடத்தக்க அல்லது முரண்படத்தக்க அல்லது தாக்குதற்குரிய எதிரியாக வடிவமைக்க முனைகிறது. இதுவரையில் நடந்த இத்தகைய இயக்கங்கள், தங்களுடைய விடுதலையைத் தருமாறு ஆண்களை அதட்டிக் கேட்டு வந்துள்ளன அல்லது அவர்களை நிர்ப்பந்தப்படுத்தி வருகின்றன. இந்த இயக்கங்கள் பால்களுக்கு இடையில் நிலவுகிற அந்நியத் தன்மையையும் பெண்களுடைய சார்புத் தன்மையையும் நீடிக்கச் செய்கின்றன.

பெண்நிலை (Womanhood), பால், அன்பு, சமுதாயம் ஆகியவை குறித்த நமது அனுமானங்களில் உள்ள சில பிழையான நிலைபாடு களைத் திருத்துவது அவசியம். இதனைச் செய்வது புரட்சி. அடக்கு முறையில் இனியும் பயன்படுத்தக்கூடாத, ஆனால், ஆசையிலும் இயக்கத்திலும், படைப்பிலும் பயன்படுத்தக்கூடிய சக்தியை மீண்டும் நிலைநாட்டுவது பற்றிப் புரட்சி சாடைகாட்டுகின்றது. அதிகாரமிக்க வர்க்கும், அதிகாரமற்றவர்களுக்கும், எசமானத்துவம் செய்பவர்க்கும் அதற்குள் ஆட்படுத்தப்படுபவர்களுக்கும், பாலியலுக்கும், எந்தப் பாலும் இல்லாததற்கும் (neutral) இடையில் நடக்கும் ஒருவழிப் போக்கிலிருந்து பால் விடுவிக்கப்பட வேண்டும். விடுவிக்கப்பட்டு, ஆற்றலும் சால்பும் மென்மையும் கொண்ட மாந்தர்க்கு இடையே நிகழும் ஒரு தொடர்பு வடிவமாக ஆக்கப்பட வேண்டும். பிற பாலியல் தொடர்பை மறுப்பதால் இதனைச் செய்து முடிக்க முடியாது. வரம்பு இகந்த (ultra) பெண்மை, 'சர்வவல்லமைமிக்க நிர்வாகி'யின் (ஆணின்) சுய-ஏமாற்றுதலுக்கு உடந்தையாக இருக்கவிடக்கூடாது. அதற்காக, அவனுடைய எதிர்பார்ப்புக்களை நிறைவேற்றும் ஆசையி லிருந்து அவள் தன்னை விடுவிப்பதன் வழியாக அவனைத் தாக்க வேண்டியதில்லை.

பெண்பாலின் விடுதலையை ஆண்கள் எதிர்ப்பார்கள் என்பது எதிர்பார்த்ததுதான். ஏனென்றால் அது ஆண்களின் லிங்கச் சுயமோகத்தின் அடிப்படைகளை அச்சுறுத்துகின்றது. ஆயினும், ஆண்கள் தாமாகவே மிகவும் திருப்திகரமான ஒரு வகிபாகத்தை (role)

தேடிக்கொண்டிருக்கிற அறிகுறிகள் தெரிகின்றன... பெண்கள் தங்களை விடுவித்தால், தங்களை ஒடுக்கியவர்களைத் தவிர்க்க முடியாதவாறு விடுவிப்பார்கள். பாலியல் சக்தி, பெண்கள், குழந்தைகள் ஆகியோருடைய ஒட்டுமொத்தமான ஒரே பாதுகாவலர் எனத் தங்களால் சாத்தியப்படாத வகிபாகத்தை மேற்கொண்டு விட்டதாக ஆண்கள் நினைக்கலாம். குறிப்பாக, திசைமாறி விடப்பட்ட தங்கள் சக்திகள் அறுதியான ஆயுதத்தை உண்டாக்கி விட்டதாக அவர்கள் நினைக்கலாம். ஆண்பால் மேலாதிக்கம் பண்ணுகிற வாழ்க்கைப் பரப்புக்களில் பெண்கள் நுழைய அனுமதிப்பதிலிருந்து (அந்த அழைப்பைப் பெண்கள் இன்னும் ஏற்காத போதிலும்) ஆண்கள் பொறுப்பினைப் பெண்களோடு பகிர்ந்துகொள்ளும் விருப்பத்தை ஏற்கனவே வெளிப்படுத்தி விட்டார்கள் என்பது தெரிகிறது. ஆண்கள் ஏற்கனவே உண்டாக்கிய கழிவு நிரம்பிய பாத்திரத்தைத் தூக்குவதில் பெண்கள் உதவுவார்கள் என்று ஆண்களின் விருப்பத்துக்கு அர்த்தம் கற்பிக்கலாம். பெண்களைப் பொறுத்தவரை தங்களை முழுமையாக ஈடுபடுத்தும் போது மட்டுமே இந்த நாகரிகம் முதிர்ச்சிபெறும் என்று கருதினால் மட்டுமே மாற்றத்திற்கும் புதிய வளர்ச்சிக்கும் உரிய சாத்தியப்பாடுகளில் அவர்கள் நம்பிக்கை வைக்கலாம். தற்போது நாம் கடந்து கொண்டிருக்கிற ஆன்ம நெருக்கடி இன்னொரு வளரும் வலியாகிவிடும்.

புரட்சி எனப்படுவது, 'அது எப்படியிருக்கும் என்று எட்டிப் பார்ப்பதற்கு மேல் ஒன்றுஞ் செய்யாது'. திருமணம் போன்ற சமூகம் அங்கீகரித்த உறவுகளுக்குள் பெண்கள் நுழையக்கூடாதென்று புரட்சி குறிப்பாகக் கூறுகிறது. ஒருதடவை திருமணத்திற்குள் மகிழ்ச்சியுற்று மாட்டிக்கொண்டால் அதை விட்டோடுவதற்குப் பெண்கள் சற்றும் தயங்கக்கூடாது என்கிறது புரட்சி. பெண்கள் வேண்டுமென்றே வரையறையற்ற உறவுகொள்ள வேண்டுமென அது ஆலோசனை கூறுவதாகத் தோன்றலாம். பெண்கள் சுயதிருப்தியுள்ளவர்களாக, சுத்தமாகப் பிறரைச் சார்ந்திருப்பதிலிருந்து ஓர்மையோடு விலகியிருக்க வேண்டியவர்களாக இருக்க வேண்டும் என்பதைக் கவனத்தில் கொண்டுள்ளது. மேலும், ஏனைய நரம்புச் சிக்கல்வயப்பட்ட கூட்டு உயிர்வாழ்க்கையிலிருந்து (neurotic symbolioses) விலகியிருக்க வேண்டியதைப் புரட்சி வலியுறுத்துகிறது.

புரட்சிக் கூறுவதில் பெரும்பகுதி வெறும் பொறுப்பின்மையே. ஆனால், மனித வாழ்க்கையும், சுதந்திரமும் ஆட்டம் காண்கையில் வாழ்வதற்குரியோர் திடசித்தத்தை மீட்டெடுப்பது அவசியம் என்றாகிறபோது, மேற்கூறிய பொறுப்பின்மை சின்ன ஆபத்தாகப்

படக்கூடும். நோரா, ஹெல்மரிடம் கேள்விகேட்டு ஏறத்தாழ நூறு வருடங்களாகிவிட்டன. "எனது மிகவும் புனிதமான கடமை என்ன வென்று நீ நினைக்கிறாய்?" என்று நோரா கேட்டபோது, "உன் கடமை உன் கணவனுக்கும் குழந்தைகளுக்கும் ஆற்ற வேண்டியதாகும்" என்று ஹெல்மர் கூறியபோது நோரா முணுமுணுத்தாள்.

> *("எனக்கு வேறொரு கடமை இருக்கிறது. அதைக்கூற அச்சமாக உள்ளது... அது எனக்கு நான் செய்யவேண்டிய கடமை... எல்லாவற்றுக்கும் மேலாக நான் ஒரு மனுசி என்று நம்புகிறேன் - உம்மைப்போல... அல்லது எப்படியானாலும் அப்படி ஓர் உயிராக ஆவதற்கு நான் முயல்வேன். தோல்வால்ட்! பெரும்பாலான மக்கள் உமது கருத்தை அங்கீகரிப்பார்கள் என்பது எனக்கு நன்றாகத் தெரியும். இதற்குரிய உத்திரவாதம் உமது நூல்களில் இருக்கின்றது. பெரும்பாலான மக்கள் என்ன கூறுகிறார்கள் என்பதோடு இனியும் என்னால் திருப்தி காணமுடியாது. நூல்களில் என்ன கூறப்பட்டுள்ளன என்பவற்றோடு என்னால் திருப்தி அடைய முடியாது. எனக்கான விசயங்களைப் பற்றி நான் சிந்திக்க வேண்டும். அவற்றை அறிய முயல வேண்டும்"*
>
> Ibsen, 'A Doll's House' Act III)

நம் சமுதாயம் கவுரவமான, முழு உரிமைகளையுடைய உறவு களை அங்கீகரித்துள்ளது. இந்த உறவுகள் நம்மைக் கட்டுப்படுத்துபவை, ஒருவருக்கு ஒருவர் அனுசரிப்பை வலியுறுத்துபவை, பொருளாதார ரீதியாகத் தீர்மானிக்கப்பட்டவை. மிகவும் தாராளமான, மென்மையான, தன்னியல்பான உறவானது, ஒத்துக்கொள்ளப்பட்ட ஆதரவு, சட்டம், பாதுகாப்பு, நிரந்தரத்தன்மை ஆகியவற்றின் பக்கபலத்தைப் பயன் படுத்துகிறபோது பொதுவாகப் பலரும் அங்கீகரித்த வார்ப்பில் படிந்துபோகிறது. தற்போது உள்ளதுபோலத் திருமணம் ஒரு வேலையாக முடியாது. ஓர் ஆணைக் கவருவது, அவனைச் சிக்க வைப்பது என்ற அளவுகளின் அடியொற்றிப் பெண்களுக்குரிய தகுதியை அளக்கக் கூடாது. அமைதி, அன்பு என்று மாறுவேடம் பூண்டுள்ள மலட்டுத்தனமும் வெறுப்பும் ஒரு மனப்பான்மையாகத் தன்னைச் சுற்றிப் பத்து லட்சம் 'லில்லி புஷிய' மாய நூல்களால் கட்டப்பட்டுள்ளதைப் பெண் உணருகிறாள். தன்னைச் சீரழிவிலிருந்து காப்பாற்ற, தான் முற்றிலும் ஒழிந்துபோகாதிருக்கத் திருமணத்தை விட்டு ஓடுவதைத்தவிர பெண்ணுக்கு வேறு வழி இல்லை. விடுதலை பயங்கரமானது; ஆயினும் கிளர்ச்சியுமானது. இப்ஸன் படைத்த

'பொம்மையின் வீடு' நாடகத்தில் வருகிற நோராக்கள் விழிப்புணர்வை நோக்கிய பயணத்தைத் தொடங்கிவிட்டவர்கள். இவர்களுக்கு வாழ்க்கை எளிதாகவும் இல்லை அல்லது வெகுசந்தோசமாகவும் இல்லை. ஆனால் இப்படிப்பட்ட வாழ்க்கை அவர்களுக்கு மிகவும் ஆர்வமுடையதாக, விழுமியதாகக்கூட இருக்கிறது... நன்கு அறிந்து தெரிவு செய்யாத ஒரு வாழ்க்கைப் பாதையை ஏற்கிற ஒரு பெண், தன்னுடைய வீதி என்று பொய்கூறி அவளுக்கு முன் வைக்கப்பட்டுள்ள தொடர்ச்சியான சந்தர்ப்பவயமான நிகழ்வுகளை (contigencies) ஏற்றுச் செயல்படுகிறாள். இது பொறுப்பற்ற தன்மை. ஒருவர் ஒழுக்கம் பற்றிய புரிதலைக் கைவிடுவது, மாந்த இனத்திற்கு எதிரான குற்றங்களைச் சகித்துக் கொள்ளுவது, எல்லா வற்றையும் யாரோ ஒருவரிடம் விட்டுவிடுவது, தந்தை - ஆள்வோர் - அரசர் - கணினி ஆகியோரிடம் விட்டுவிடுவது பொறுப்பற்ற காரியமாகும். ஒன்றின் முடிவுகள் எல்லாப் புறங்களிலும் தெளிவாகத் தெரிகின்ற குழப்பமாக இருக்கும்போது, அங்கே தவறு நடந்துவிட்டது என்பதை ஏற்க மறுப்பது பொறுப்பற்றதனமாகும். நம்மீது அழுந்திக் கிடக்கும் ஒடுக்குமுறை பொறுப்பற்றதனமாகும், குற்றமாகும்.

புரட்சிகரமான பெண் தன்னுடைய எதிரிகளான மருத்துவர், உளச் சிகிச்சையாளர், சுகாதாரப் பார்வையாளர், குருமார், திருமண ஆலோசகர், காவல்துறையினர், நீதியரசர், மென்மைமிகு சீர்திருத்தக் காரர், தன்னைச் சுற்றி மொய்த்துக் கொண்டு எச்சரிக்கைகளையும், அறிவுரைகளையும் வழங்கும் அதிகாரத்து வாதிகள், வறட்டுச் சித்தாந்திகள் ஆகியோரை அறிந்தாக வேண்டும். தனது நண்பர்கள், சகோதரிகள் யாரென அறிந்திட வேண்டும். அவர்களுடைய அங்க அடையாளங்களில் தன்னுடையவற்றைக் காணவேண்டும். அவர்களுடன் அவர்களால் கூட்டுறவையும் அனுதாபத்தையும் அன்பையும் கண்டறிய முடியும். ஒரு செயலின் விளைவு அதன் வழிமுறையை நியாயப்படுத்த முடியாது. அவளது புரட்சிகரமான பாதை மேலும் மேலும் (இராணுவத்தனமான) கட்டுப்பாட்டுக்கும், தொடர்ச்சியான புரிதலின்மைக்கும் இட்டுச்செல்லுவதை அவள் அறிகிறபட்சத்தில் என்னதான் பளபளப்பான நோக்கத்தால் அதனை அவள் நியாயப் படுத்தினாலும் சரி, அவள் அதனை ஒரு தவறான பாதை என்றும், மாயையான ஒரு முடிவு என்றும் புரிந்துகொள்ள வேண்டும். குதூகலமில்லாத போராட்டம் பிழையான போராட்டமாகும். போராட்டத்தின் குதூகலமென்றால் புலன் இன்பக்களிப்போ, அல்லது மகிழ்ச்சிக் கூப்பாடோ அல்ல. மாறாக, போராட்டத்தின் நோக்கமும் சாதனையும் கண்ணியமும், பலவீனமாகிவிட்ட சக்தியை மீண்டும்

மலர்த்துவதாகும். இவைதாம் அவளது சக்தியை நிலைநிறுத்த வல்லவை, சக்தியின் ஓட்டத்தைத் தடையின்றி ஓடவைப்பவை. இந்தப் போராட்டத்தில் சந்திக்கிற பிரச்சிகைளுக்கு இணையானவை பல்வேறு சாத்தியப்பாடுகளாகும். இந்த விசயம் எப்போது புரிகின்றதோ அப்போதே இழைக்கப்படுகின்ற ஒவ்வொரு தவறும் சரிசெய்யப்படும். இத்தகைய குதூகலத்தை அவளால் உணரமுடிகின்ற வழிகளே தீவிரமான வழிகளாகும். அவள் மேற்கொள்ளுகின்ற செயல்பாடு எந்த அளவிற்கு அற்பமானதாகவும், பழிக்கப்படு வதாகவும் இருக்கின்றதோ அந்த அளவிற்கு அது மிகவும் தீவிர மானதாக இருக்கின்றது என்று அர்த்தம்.

நபும்சகமாக ஆக்கப்படாத பெண்பாலின் பால் அறியப்படாமல் இருப்பதுபோல, வழியும் அறியப்படாததாக இருக்கிறது. உண்மையில் அது, தெளிவாகக் காணமுடியாத அளவுக்குத் தொலைதூரத்தில் இல்லை. எவ்வளவு தூரத்திலிருந்து அதனைப் பார்த்தாலும் கடைசியில் விரும்பத்தக்க அதன் வடிவங்களை நம்மால் தெளிவாகக் காணவியலும். இதனால், அறுதியான, முடிந்த முடிவான போராட்ட உத்தி எதையும் வடிவமைக்க முடியாது. எங்கே நாம் நிற்கிறோமோ அங்கேயிருந்து நமக்குத் தேவைப்படும்வரை பார்ப்பதற்கும், பயணத்தைச் சுதந்திரமாகத் தொடங்குவதற்கும், வழித்துணைவர் களைக் கண்டறிவதற்கும் சுதந்திரமுள்ளவர்களாக இருக்கவேண்டும். தனக்கே உரிய கிளர்ச்சி முறையை வடிவமைப்பது சுதந்திரமான பெண்ணுடைய முதலாவது நடவடிக்கையாகும். அத்தகைய கிளர்ச்சி முறை, அவளுக்கே உரிய தற்சார்பையும் தனித்துவத்தையும் பிரதிபலிக்கும். ஒடுக்குமுறையின் வடிவங்களைப் பற்றி எவ்வளவு தெளிவாக அவள் புரிந்திருக்கிறாளோ அவ்வளவு தெளிவாக எதிர்காலச் செயல்பாட்டின் வடிவத்தை அவள் காண்பாள். அரசியல் விழிப்புணர்ச்சிக்குரிய தேடலில் மோதலுக்கு உரிய பதிலி ஏதும் கிடையாது.

பெண்களைச் சுயமறுப்பின் (தியாகம்) மற்றொரு வடிவத்தோடு சித்திரிப்பது மிகவும் சுலபம். அவர்களை ஆசைகளோடு வெற்றி தராத நம்பிக்கைகளோடும் சித்திரிப்பது மிகவும் சுலபம். ஆனாலும் அவர்களைப் போதுமான அளவுக்கு அவமானப்படுத்திவிட்டது. மற்ற எல்லோரையும்போல எல்லாவிதங்களிலும் தோற்றுப்போனதை ஏற்றுக்கொள்ளுகிற வரையில் அவர்களை இஷ்டப்படி ஆட்டிவைத்தாகி விட்டது. விசயத்தை கிரகித்துக் கொள்ளமுடியாத பெண்களைத் தன்னிச்சையாக மற்றொரு திசையில் வழிநடத்த ஒரு பெண்ணிய அறிவுஜீவி முனையலாம். அவர்களை முன்னணிப்

படையாகப் பயிற்சிக்கலாம். ஆனால், இப்படி மேற்கொள்ளுகிற யுத்தத்திற்கு ஒருபோதும் ஒரு முடிவும் ஏற்படாது. நேருக்கு நேரான யுத்தம் ஒன்றில் பெண்கள் தோல்வியடைவார்கள். ஏனெனில் மிகச்சிறந்த ஓர் ஆண்மகன் ஒருபோதும் வெற்றி காண்பதில்லை. போராட்ட குணத்திற்கான தேவை முடிவதோடு போராட்ட குணத்தின் விளைவுகள் மறைவதில்லை. சுதந்திரம் (கல்மீது வைத்த கண்ணாடி போல) எளிதில் உடையக்கூடியது. அது பாதுகாக்கப்பட வேண்டும். ஒரு தற்காலிக நடவடிக்கையாகக்கூட அதனை விட்டுக்கொடுப்பது என்பது அதற்குச் செய்கிற துரோகமாகும்.

அடுத்து என்ன செய்வது அல்லது என்ன செய்வதற்கு விரும்புவது என்பவை பிரச்சினை அல்ல. பெண்கள் தங்களுக்கென ஒரு திடசித்தம் (will) இருக்கிறது என்பதைக் கண்டு அடைய வேண்டும். கண்டடைவார்கள். இந்த நம்பிக்கையில்தான் இந்த நூல் எழுதப்பட்டது. ஒருமுறை அது நடந்துவிட்டால் அவர்கள் என்ன விரும்புகிறார்கள், எவ்வாறு விரும்புகிறார்கள் என்பதைப் பற்றி நம்மால் சொல்லமுடியும்.

சுதந்திரம் பற்றிய அச்சம் நமக்குள் வலிமையாக இருக்கிறது. அதனைக் குழப்பம் அல்லது அராஜகம் என்று அழைக்கிறோம். அந்த வார்த்தைகள் நம்மை அச்சுறுத்துகின்றன. ஒன்றுக்கொன்று முரண்பட்டுக் கொண்டிருக்கிற அதிகாரங்களின் குழப்பத்தின் மத்தியில் நாம் வாழ்ந்து கொண்டிருக்கிறோம். ஒத்த சமூகம் இல்லாது ஒத்துப்போகும் ஒரு யுகத்தில் தொடர்பற்ற அருகாமையில் நாம் வாழ்ந்து கொண்டிருக்கிறோம். குழப்பம் என்றால் என்ன என்பது பற்றி நமக்குத் தெரியாது எனக் கற்பனை செய்தால் குழப்பம் பற்றி நம்மால் அச்சப்பட மட்டுமே இயலும். ஆனால், குழப்பம் பற்றி நமக்கு நன்றாகத் தெரியும். பெண்கள் தன்னியல்பாகப் பின்பற்றுகின்ற விடுதலை உத்திகள் சந்திக்கின்ற முரண்பாடு, போராடுகின்ற தன்னலன்களுக்கும், முரண்படுகிற சித்தாந்தங்களுக்கும் இடையில் காணப்படும் வீரியமான முரண்பாடாக இருக்காது. அதற்குச் சாத்தியமில்லை. ஏனென்றால் பெண்கள் பின்பற்றுகிற போராட்ட உத்திகள் சகலவிதமான அமைப்புக்களையும் அகற்ற முயலா. மாறாக, இவை அவர்களுடைய சொந்த அமைப்பை அகற்றிவிடும்.

இந்த நூல் கீழறுப்புக் குணம் கொண்டது என்று நம்புகிறேன். சமுதாயத்தில், தெளிவாகத் தம்மை வெளிப்படுத்துகிற எல்லா மட்டங்களிலிருந்தும் இந்நூல் நெருப்பை வரவழைக்கும் என நம்பலாம். இந்நூலில், மரபு சார்ந்த ஓர் ஒழுக்கவியலாளன், கண்டனத்துக்கும் தண்டனைக்கும் உரிய விசயங்கள் பலவற்றைக் காண்பான். பரிசுத்த

திருக்குடும்பத்தை மறுப்பது, புனித தாய்மைமீது கரி பூசுவது, பெண்கள் ஒருதாரமணம் புரியும் இயல்புடையவர்கள் அல்லர் என்று அனுமானிப்பது ஆகிய எல்லாமே ஒழுக்க இயல்வாதிகளின் கண்டனத்திற்கு உள்ளாகும்.

தலையான செலவாளிகளான மனையுறை மனைவியரின் நுகரும் வடிவமைப்புகளை அழிக்குமாறு விடப்படுகிற கோரிக்கையை அரசியல் பழமைவாதிகள் எதிர்ப்பார்கள். இதனால், இந்நூல் மனையுறை மனைவியரின் மனச்சோர்வையும், கஸ்டத்தையும் எதிர்நோக்குகிறது. பெண்களின் மனச்சோர்வு, பொருளாதாரத்தைப் பராமரிக்க அவசியமானது என்று ஒத்துக் கொள்வதற்கு ஒப்பானது இது. என் கருத்தை இது ஆமோதிக்கிறது.

சரிந்து வீழ்வதால் மட்டுமே தற்போதைய பொருளாதார அமைப்பை மாற்றமுடியும் என்றால் எவ்வளவு விரைவாக அது வீழ்ச்சியடைகிறதோ அவ்வளவு தூரத்துக்கு நல்லது. எல்லாத் தொழிலாளர்களும் தாங்கள் பெறுகிற ஊதியத்திற்குத் தகுதியானவர்கள் என்பதை ஏற்கின்ற இந்த தேசம், பின்னர் 19.5 மில்லியன் (195 லட்சம்) தொழிலாளர்களுடைய சம்பளத்தைப் பிடித்தம் செய்வதைத் தொடரமுடியாது.

பெண்பால் பற்றிய மரபான விளக்கத்தை ஒதுக்கி வைத்துவிட்டு, பெண் பற்றி எங்குமில்லாத ஒரு கருத்தாக்கத்தைப் பிடித்துக் தொங்கிக் கொண்டிருக்கிற ஃபிராய்டிய வாதிகள், தங்களது சித்தாந்தமும் அப்பாலைத் தத்துவத்தின் (metaphysical) அடிப்படையில் இருப்பதை மறந்துவிட்டு, இந்த நூலை வெறும் பொருள் இகந்த அப்பாலைத் தத்துவம் பற்றியது என்று மறுப்பார்கள். பிள்ளைமைத் தவறுகளைப் பற்றிப் பேசுவதால் பெண்ணின் பிம்பம் மலினப்பட்டுவிட்டதாக சீர்திருத்தவாதிகள் புலம்புவார்கள். இதனால் உண்மையான அதிகார மையங்களிலிருந்து பெண்கள் மேலும் அகற்றப்படுவதாகப் புலம்புவார்கள். கணினி சாம்ராஜ்யத்தில் அரசியல் அதிகார மையங்கள் மலட்டுத்தனத்தின் மையங்களாகிவிட்டன. (அங்கிருந்து எதையும் எதிர்பார்க்க முடியாது)

குறிப்பிடும்படியான விமர்சனங்கள் எனது இடதுசாரி, மாவோயிஸவாதிகள், டிராட்ஸ்கியவாதிகள், ஐ.எஸ்., எஸ்டிஎஸ் சகோதரிகள் ஆகியோரிடமிருந்து வரும். புரட்சி என்ற படிகளைப் பாய்ச்சலில் கடந்துபோய் விடுதலையையும் பொதுவுடைமையையும் அடையலாம். இதற்குப் புரட்சிகரமான நடவடிக்கைகள் தேவை யில்லை என்பது எனது மாயப்புனைவாகும் (Fantacy). பெண்கள்

சரியான தொழிலாளி வர்க்கம் என்றால், ஒடுக்கப்பட்ட உண்மையான பெரும்பான்மை என்றால், முதலாளிய அமைப்பிற்குக் கொடுத்து வந்துள்ள தங்களுடைய ஆதரவை அவர்கள் திரும்பப் பெறுவதன் வழியாகப் புரட்சியை அருகாமைக்குக் கொண்டுவர முடியும். பாட்டாளி வர்க்கத்தால் மிகவும் கவுரவமாக மதிக்கப்படும் உழைப்பைத் திரும்பப் பெறுவதே நான் முன்மொழிகின்ற போர் ஆயுதமாகும். எது எப்படியாயினும், நாகரிகத்தின் உண்மையான இதயமாகத் தொழிற்சாலையை நான் கருதவில்லை. இது தெளிவு. தொழிற்சாலை வேலைக்குப் பெண்கள் மீண்டும் போவது அவர்களது விடுதலைக்கு அவசியமான நிபந்தனை என்று என்னால் பார்க்க முடியவில்லை. வேலை, சம்பளம், வேலைக்குச் சன்மானம் என்ற கருத்தாக்கங்கள் முற்றிலும் மறைகிறவரை, பெண்கள் மலிவான உழைப்பைத் தொடர்ந்து வழங்கியாக வேண்டும். வாழ்நாள் முழுவதும் தனக்கு அனுகூலமான ஓர் ஒப்பந்தத்தைச் செய்து, வேலை தருகின்ற ஒருவர், கடைசிவரை பெண்களுடைய சுதந்திரமான உழைப்பை வாங்கும் உரிமையைப் பெற்றுவிடுகிறார்!

வியந்து கொண்டிருக்கிற பெண்ணுக்கும், இந்த உலகத்திற்கும் இடையில் தொடருகின்ற ஓர் உரையாடலுக்கு வழங்கப்படும் மற்றொரு கொடையாக இந்த நூலைக் கருதலாம். இந்நூலில் எந்த வினாவிற்கும் விடை கூறப்படவில்லை. ஆனால் இன்றுவரை இருந்ததைவிடச் சில வினாக்கள் இன்னும் பொருத்தமானபடி இதில் கேட்கப்பட்டிருப்பதாகக் காணலாம். இந்நூல் கேலிக்கு அல்லது நிந்தனைக்கு உள்ளாக்கப்படவில்லையென்றால் அதன் நோக்கம் தோல்வியாக முடியும். மிகவும் வெற்றிகரமான பெண்ணிய ஒட்டுண்ணிக்கு இந்த நூல் காரசாரமாகப்படவில்லை யென்றால், இது சாதுவானதுதான், அப்பிராணிதான். இதனால் யாதொரு பயனும் இருக்காது. அவர்கள் எதனைச் சகித்துக் கொள்ளுகிறார்களோ அது ஒரு கவுரவமான பெண்ணுக்குச் சகிக்க முடியாததாக இருக்கிறது. பெண்பால் வாக்குரிமையின் எதிரிகள், பெண்விடுதலை என்பது திருமணம், ஒழுக்கவியல், அரசு ஆகியவற்றை ஒரு முடிவுக்குக் கொண்டுவந்துவிடும் என்று புலம்பினார்கள். தாராளவாதிகள், மனிதநேயவாதிகள் ஆகியோருடைய கதகதப்பான தயாளப் போக்கைவிட, பெண்பால் வாக்குரிமைக் காரர்களுடைய கருத்துத் தீவிரமானது; தெளிந்த பார்வை கொண்டிருந்தது. அந்தத் தயாளர்கள், பெண்களுக்குக் கொஞ்சம் சுதந்திரம் அளந்து தந்தால் ஒன்றும் குடி முழுகிப்போய்விடாதென்று கருதினார்கள். இப்படி நடக்குமெனத் தெரியாமலே வோட்டுரிமை கோரிய பெண்ணியம் விதைத்ததை நாம் இப்போது அறுவடைசெய்கிறபோது, பெண்ணிய - எதிராளிகள் செய்தது சரிதான் என்பதை நாம் பார்க்கப் போகிறோம்.

# உடல்

# பண்பாட்டுப்பால்

## (Gender)

ஒருவருடைய பாலுக்கு, அவரது உடலிலுள்ள ஒவ்வொரு அணுவும் (cell) சாட்சியம். ஆனால், அந்தச் செல்களில் உள்ள (பால்) வேறுபாட்டிற்கு அவற்றின் செயல்பாடுகளில் என்ன காரணம் இருக்கிறது என்பது உள்ளவாறு நமக்குத் தெரியாது. இதுவரை அவதானித்த வித்தியாசத்திலிருந்து, அந்தச் செல்களால் ஆகிய திசுக்களில் (tissues) உள்ள குறிப்பிடத்தக்க வேறுபாடு பற்றி நம்மால் பேசமுடியவில்லை. இந்த வேறுபாட்டின் அடிப்படையில் உயர்வு / தாழ்வு பற்றி அனுமானிக்கவோ, அவற்றை நிரூபிக்கவோ முடிய வில்லை. ஒருவேளை மரபணுவின் டிஎன்ஏ (DNA -debonucleic acid) அமைப்பை எவ்வாறு வாசிப்பது என்று நாம் கற்ற பிறகு, பெண்பாலைச் சேர்ந்த எல்லா உறுப்பினர்களுக்கும் பொதுவாகவுள்ள தகவல் என்ன என்பதை அறியலாம். ஆனால், அதுவும்கூட அயர்ச்சி தரும் ஒரு நெடிய விவாதமாக இருக்கும். உயிரியல் தரவுகளிலிருந்து நடத்தை குறித்து அறிவது அவ்வளவு எளிதாக இல்லை.

ஆண் - பெண் பால்கள் துருவப்பண்பு வாய்ந்தவை, இயற்கையில் உள்ள இருபிரிவானவை என்பது நமது கருத்தாக்கக் கருவியின் ஓர் இன்றியமையாப் பகுதியாகும். உண்மையாகப் பார்த்தால் இது தவறானது. விலங்குகளும் தாவரங்களும் ஒட்டு மொத்தமாக இரண்டு பாகங்களாகப் பிரிக்கப்படவில்லை. அல்லது அறுதியிட்டுத் தீர்மானம் பண்ணமுடியாத வகைகளையும், இடைப்பட்ட சாத்தியப்பாடுகளையும் உடைய இரண்டு பால்களாகக் கூடப் பிரிக்கப்படவில்லை. சில அதிர்ஷ்டசாலிகளான ஜந்துக்கள் மாறிமாறி ஆண் / பெண் பால்களாகும் இயல்பு கொண்டிருக்கின்றன. தாவரங்களுக்கு முந்தைய சில பூஞ்சைக் காளான்களும், விலங்கு களுக்கு முந்தைய உயிர் வடிவங்களான புரோட்டோ சூவா என்ற ஒரு செல் உயிர்களும் இரண்டு பால்களுக்கும் கூடுதலாகவும், ஒருவிதத்துக்கும் அதிகமான விதங்களில் கூடுபவையாகவும் இருக்கின்றன. பால்களுக்கு இடையிலுள்ள தனித்துவமான அடையாளத்தின் அளவானது, எளிதில் அறியவொண்ணாதபடி மிக மிக நுட்பமானதிலிருந்து மிகப்பெரிய அளவில் வித்தியாசப்படுகின்றது. விஞ்ஞானிகள், தனித்தனி உயிரினங் களாக வகைபாடு செய்தது உண்மையில் ஒரே இனத்தில் உள்ள ஆண்

மற்றும் பெண்பால்களே என்பதை வெகுகாலமாக அறியாதிருந் தார்கள். மிக உயர்ந்த அளவில் பரிணாம வளர்ச்சிபெற்ற உயிரினங் களில் (பாலூட்டிகள்) இரண்டாம்நிலைப் பாலியல் பண்புகள் மிகவும் பெரிதாக வளர்ச்சியடைந்துள்ளதாக நாஜி மானிடவியலாளர்கள் கருதினார்கள். ஆரிய இனத்தைவிட, நீக்ராய்டு, ஆசிய இனங்களில் இவ்வகைப் பாலியல் பண்புகள் குறைந்த அளவில் பரவலாகக் காணப்படுவதாகக் கூறினார்கள்.[1]

பார்க்கப் போனால் பல எளிய உயிர் வடிவங்கள் மனிதரைவிடப் பால்ரீதியாகப் பார்த்த அளவிலேயே தெரியுமாறு வேறுபட்டுள்ளன. ஆனாலும், மாந்தர் என்று வந்துவிட்டால், பால்களுக்கு இடையிலுள்ள வேறுபாடுகளுக்கு அதிக அழுத்தம் கொடுத்து மிகைப்படுத்துவதைப் பார்க்கின்றோம். இதனை நியாயப்படுத்துவதற்கு முன் ஏன் என்று நாம் கேட்கவேண்டும்.

உடலின் ஒரு செல்லை இரண்டாயிரம் மடங்காகப் பெரிதாக்கிப் பார்த்தால் (இது மனிதப்பாலுக்கு ஆதாரமானது) குரோமோஸோம் களைத் தெளிவாகக் காணலாம். ஆண்பாலின் உடலின் செல்லில் எஞ்சிய நாற்பத்தைந்து பிற குரோமோஸோம் இழைகளோடு Y என்னும் ஒரு பொடி குரோமோஸோம் இழை காணப்படுகிறது. உண்மையில் இது ஒரு பால் (Sex) குரோமோஸோமே அல்ல. இதனுடைய தனித் தன்மையால் இதனிடம் விநோதமான சிக்கல்கள் காணப்படுகின்ன.

“ஒரு குரோமோஸோமில் நடக்கும் திடீர் மாற்றத்தை வெவ்வேறு சேர்க்கைகளில் மட்டுமே சோதித்தறிய முடியும். அந்தச் சேர்க்கைகளை ஒரேமாதிரி அமைப்புள்ள ஒரு குரோமோஸோமிலிருந்து மற்றொரு குரோமோஸோமுக்குத் தடையின்றிக் கடத்தல் வழியே பரிவர்த்தனை செய்கிறபோது மட்டுமே சோதித்தறிய இயலும். இந்தக் கடத்தலைத் தடைசெய்தால் Y வடிவத்தில் நிகழும் திடீர் மாற்றத்தை அது தடுக்கின்றது. இவ்விதமான கடத்தல் நிகழவில்லையாதலால் Y வடிவம், பாகங்களைப் பரிமாற்றம் செய்வதன் வழியாக எவ்வித அமைப்பு ரீதியான ஊடுவினை மாற்றம் (interchange) அடைவதில்லை. எனவே Y குரோமோஸோம், பரிணாம வளர்ச்சியின்போது இன்ன பால் எனத் தீர்மானஞ் செய்வதில் தனக்குள்ள வலிமையை இழக்க நேர்ந்திருக்கும். இன்ன பால் என்பதைத் தீர்மானிப்பதில் அதன் இடத்தை Y குரோமோஸோமுடன் ஊடுவினைமாற்றம் புரிகின்ற ஆட்டாஸோம்கள் கைப்பற்றியிருக்கும்.[2] (ஆட்டோ குரோமோஸோம்கள் என்பவை பால் குரோமோஸோம் அல்லாத குரோமோஸோம்களைக் குறிக்கும்) ஆட்டோ ஸோம்கள் எனப்படுபவை குரோமோஸோம்களே.

இவை X, Y ஆகிய இரண்டுமல்ல; இவற்றில் இருபத்து மூன்று இணைகள் உடல் செல்களில் இருக்கின்றன. பெண்பாலின் பால் XX என்ற ஒரேமாதிரியான ஓர் இணை குரோமோஸோம்களின் வருகையால் உறுதிப்படுத்தப்படுகிறது. அவை பால் - தீர்மானிக்க வல்லவை. இந்த XX இணைக்குப் பதிலாக இருபத்து மூன்று ஆட்டோ ஸோம்களோடு இணைக்கப்படும் ஆண்பால் XY கொண்டுள்ளது. இங்கே Y குரோமோஸோம் ஓர் எதிர்மறைப் பணியைச் செய்கிறது. ஒரு Y ஆண் தாதுக்களை (sperms) எடுத்துச் சென்று ஒரு பெண் முட்டையைக் கருவுறச் செய்கிற போது அது வெறுமனே பெண்பால் தன்மையைக் குறைக்க மட்டுமே செய்கிறது. (இது இல்லாத போது அது ஒரு பெண்பால் சிசுவாக உருவாகியிருக்கும்) ஆணாகப் பிறந்த அந்தச் சிசு, அவனுடைய ஆண்பால் தன்மையோடு பல்வேறு பலவீனங்களைச் சுவீகரிக்கின்றது. இவை ஆண்பாலுடன் இணைப்புக் கொண்டவை. ஏனென்றால் இவை Y குரோமோஸோமில் மட்டுமே காணப்படும் மரபணுக்களிலிருந்து மட்டுமே ஏற்படுகின்றன. இரத்தம் உடனே உறையாமை எனப்படும் ஹீமோஃபீலியா என்ற மரபணுக் கோளாறைவிட அவ்வளவு நன்கு அறியப்படாத சில உடல் குறைபாடுகள் ஏற்படுகின்றன. காதுகளில் அதிகமாக முடி வளருதல், கை கால்களில் முட்கள் முளைத்தல், தோல் பரப்பு மரப்பட்டை போல வறண்டிருத்தல், கால் விரல்களுக்கு இடையில் சவ்வு வளர்தல். இவை X குரோமோஸோமில் உள்ள திடீர் மாற்றமடைந்த (Y சேர்ந்ததால்) மரபணுவின் விளைவுகளாகும். இதனை Y குரோமோஸோமால் கட்டுப்படுத்த முடியவில்லை. இதனால் இது பெண்பாலால் கடத்தப்படுகிறது. ஆயினும் இது ஆண்பால்களில் மட்டுமே வலுவாகக் கடத்தப்படுகிறது. நிறக்குருடும் இதே வடிவமைப்பைப் பின்பற்றியதுதான். மாந்த இனத்தில் ஆண்பால்களில் சுமார் முப்பது உடல் ஊனங்கள் காணக் கிடக்கின்றன. இதே காரணத்தால் இவை பெண்பால்களில் அரிதாகக் காணப்படுகின்றன. ஆண்பாலைவிடப் பெண்பால், கட்டமைப்பு ரீதியில் வலுவாக உள்ளது என்பதற்குப் பெரும் ஆதாரம் இருக்கிறது. அவள் நீண்ட காலம் வாழ்கிறாள். பெண்பாலைவிடக் கருவில் உருவாகும் ஆண்பால்கள் பத்து முதல் முப்பது சதவிகிதம் வரை கூடுதலாக இருந்தாலும், வளர்ச்சியின் ஒவ்வொரு பிராயத்திலும் பெண்பாலை விட ஆண்பால்களே மிகுதியாக மடிகின்றன. ஆண்பால்கள் அதிக அளவில் கருவில் உருவாவதற்கான விளக்கம் எதுவும் இல்லை. ஏனெனில் பெண்பாலையும் ஆண்பாலையும் உற்பத்தி செய்கிற தாதுக்களின் (spermatozon) எண்ணிக்கை சம அளவில் உள்ளன. ஒருவேளை ஆண்பால்கள் பெரிய அளவில் சேதாரமடைவதை ஈடுகட்டுகிற

இயற்கையான ஓர் ஏற்பாடாக இது இருக்கலாம் என ஊகிக்கத் தோன்றும்.[3]

> *(பெண், சிசுவோடு அணுக்கமாகவும் ஆண், முதுமையோடு மிக அணுக்கமாகவும் இருக்கிறார்கள். ஆணிடம் கடுமையாக மாறுபடுகின்ற போக்கு காணப்படுகிறது. இது, வித்தகம், மனப்பிறழ்ச்சி, மூடத்தனம் என்று பெரிய விகிதாசாரத்தில் தன்னை வெளிப்படுத்துகின்றது. பெண் பெரிதும் மிக்க இயல்பானவளாக இருக்கிறாள்''*
>
> - W.I. Thomas, 'Sex and society', 1967, p.51)

சமீபத்தில் குற்றவியல் ஆய்வாளர்கள் சீ-குரோமோஸோம் பற்றிக் கவலையளிக்கும் மற்றொரு அவதானிப்பைச் செய்துள்ளார்கள். வன்முறைக் குற்றங்களுக்காகச் சிறையில் அடைக்கப்பட்ட ஆண்பால்களிடம், அதிக அளவில் XYY- குரோமோஸோம்கள் இருப்பதைக் கண்டறிந்தார்கள். அதிகப்படியாக ஒரு Y குரோமோஸோம் இருப்பதற்கும், மன ஆற்றலில் சில குறைபாடுகள் இருப்பதற்கும் தொடர்பு இருப்பதாகத் தெரிகிறது.

பாலியல் பண்புகளின் வளர்ச்சியை குரோமோஸோம்கள் - எளிதாய்த் தீர்மானித்து விடுவதாகக் கருத இயலாது: இவை வேண்டு மானால் அடிப்படையான வேறுபாட்டை நிர்ணயம் பண்ணலாம். ஆனால், வெவ்வேறான பௌதீகப் பண்புகளின் வளர்ச்சிக்கு ஒட்டுமொத்தமான நாளமில்லாச் சுரப்பிகளின் அமைப்பும், உள் உறுப்புக்களைத் தூண்டிவிடும் உள்சுரப்பிகளாகிய பல்வேறு ஹார்மோன்களின் ஊடுவினையும் (interaction) சம்பந்தப்படுகின்றன. (மேற்கத்திய / படித்த உயர் வர்க்க) பெண்களுக்குத் தங்களுடைய ஹார்மோன்களைப் பற்றிய விழிப்புணர்வு இருக்கும். ஏனென்றால் கருத்தடை மாத்திரைகளில் உள்ள செயற்கை ஹார்மோன்களின் பயன்பாடு பற்றி அவர்களுக்கு விழிப்புணர்ச்சி இருக்கும். இத்தகைய கருத்துக்களை வெகுசனமயப் படுத்துகிறபோது, ஹார்மோன்களின் பணி பற்றி மிக எளிய விளக்கங்களே தரப்படுகின்றன. உண்மையில் ஹார்மோன்களின் செயல்பாட்டின் முழுவிவரங்களைப் பற்றிய அரை குறையான புரிதலே காணப்படுகிறது. பெண்பால் ஹார்மோன்களின் மென்நுட்பம் வாய்ந்த கலைந்து கூடும் சமனிலையில் குறுக்கீடு செய்வதால் மருத்துவர்கள் சற்றும் எதிர்பாராதபடி பாலல்லாத இன உற்பத்தி சாராத வினைகளில் மாற்றங்களைச் செய்துள்ளதை அவர்கள் ஏற்றுக்கொள்ள வேண்டும்.

மரபணுக்கள், குரோமோஸோம்கள் ஆகியவற்றின் எளிதான கணிதத்தைப் புரிந்து கொள்ளுவது கடினமாக இருக்கிறது: ஹார்மோன்கள்

பற்றிய வேதியல் என்று வந்துவிட்டால் இயக்கங்களின் போக்கை அறிவது மிகவும் கடினம். ஆண்பால் ஹார்மோனாகிய டெஸ்டோஸ்டிரான் (testosterone) ஆண்பாலின் பாலியல் பண்புகளின் வளர்ச்சியைத் தூண்டிவிடுகிறது. இது தசை, எலும்பு, உணவுக் குழல் ஆகிய உடல் உறுப்புக்களின் வளர்ச்சியைத் தூண்டுகிற மற்றொரு ஆண்பால் ஹார்மோனாகிய ஆண்ட்ரோ ஜென் (androgen) என்பதோடு எப்படியோ இணைக்கப்பட்டுள்ளது. பெண்பால் ஹார்மோனாகிய ஈஸ்ட்ரோ ஜென் (oestrogen) போலவே, ஆண்ட்ரோஜென் சுரப்பி (secretion) பிட்யூட்டரி செல் கட்டமைப்பின் ஹார்மோனின் கட்டுப்பாட்டின் கீழ் உள்ளது. இரண்டு பால்களும் மேற்கூறிய இரண்டு ஹார்மோன்களையும் உற்பத்தி செய்கின்றன. ஆண்களுக்கு, ஈஸ்ட்ரோஜென் கொடுத்தால் அவர்களுடைய இரண்டாம் நிலைப் பாலியல் பண்புகள் மங்குகின்றன. இதேபோலப் பெண்களுக்கு ஆண்ட்ரோஜென் கொடுத்தால் அதே மாதிரி நடக்கிறது. இதுவரை நமக்குத் தெரியும். சில வினைகளுக்கு, ஈஸ்ட்ரோஜெனுக்கு மற்றப் பெண்பால் ஹார்மோனாகிய புரோகெஸ்ட்டிரானின் உதவி தேவைப்படுகிறது. நமது உடலின் எல்லாச் சுரப்பிகளும் துணை நிலை, கிரியா ஊக்கி ஆகிய வகையான வினைபாடுகளைக் கொண்டுள்ளன. இவை குறித்த ஒவ்வொரு ஆய்வும் புதிய பெயர்களை உடைய புதிய வேதிமங்களைக் கண்டறிவதில் போய் முடிகின்றது. பெண்கள் கருவுறுதலைத் தடுக்கப் பெரிய அளவில் அவர்களை ஹார்மோன் குண்டுகளால் மனம் போனபடி தாக்கினாலும், இதைப் பற்றி அறிந்தவர்களிடையே அப்பெண்களைப் பற்றி நிலவும் பொதுவான மனப்பான்மை : மரியாதையும் ஆச்சரியமும் கலந்ததாக உள்ளது. கருவுறுதலைத் தடுக்கும் இன்றியமையாத வினையை மட்டும் புரிகின்ற ஒரு மாத்திரையைக் கண்டறியும் ஆராய்ச்சி இன்னும் தொடர்கிறது. அதனைக் கண்டறிகிறவரை பெண்கள் நிச்சயவுணர்வோடு இருக்கமுடியாது.

குழந்தையின் பால், கருவுயிர்ப்பின் போதே நிறுவப்பட்டு விடுகிறது. ஏனெனில் ஒவ்வொரு தாதிலும் ஒரு Y மற்றும் ஒரு X குரோமோஸோம்கள் (பால் குரோமோஸோம்கள்) உள்ளன. முதிர்ந்த முட்டையில் ஒரு X குரோமோஸோம் இருக்கிறது. பிரதானமான (பால்) வேறுபாட்டுக்கு விசேசமான குரோமோஸோம் (Y) காரணமாகிறது. ஆனால் பாலியல் அம்சங்களின் உருவாக்கம், குரோமோஸோம்களிலுள்ள விசேசமான வேதியல் பொருள்களிலிருந்து வளர்கின்றன. ஏழாவது வாரம் வரை சிசுவிடம் பால் ரீதியில் வித்தியாசப்படுகிற பண்புகள் காணப்படுவதில்லை. பாலியல் வளர்ச்சி தொடங்குகிறபோது இரண்டு

பால்களிலும் குறிப்பிடும் படியான ஒத்த வடிவமைப்பு காணப் படுகிறது. முதலில் பெண் குறியின் கிளிடோரிஸ் என்னும் புற உறுப்பும் (கொச்சை வழக்கில் இதனைப் 'பருப்பு' என்பர் - மொ.ர்) ஆண்குறியின் தலைப்பகுதியும் ஒன்றுபோல் தோற்றமளிக்கின்றன. பின்னர் குறுகிய பொந்து மாதிரி (furrow) இரண்டு பால்களிலும் மூத்திரக் குழாய் உருவாகிறது. பையன்களிடம் பாலுறுப்பின் வீக்கத்திற்கு வெளிப்புறமாக, விரைப்பை (Scrotum) உருப்பெறுகிறது. இது, பெண் குழந்தைகளிடம் புற இதழ் எனப்படும் 'லேபியா' (labia) என்று உருப்பெறுகிறது. ஒரேவித உறுப்புக்களான இவற்றின் திசுக்களைச் சோதித்தால் உண்மையிலே அவை வித்தியாசமாக இருக்கின்றன - (பெண்கள், ஆண்பால் திசுக்களையொத்த திசுக்களை வெவ்வேறிடங்களில் கொண்டிருந்தாலும்).

இயற்கை எப்போதும் அதுவா, இதுவா என்ற குழப்பம் இல்லாதிருப்பதில்லை. சிலவேளைகளில் பெண் குழந்தைகளுக்கு நன்கு வளர்ச்சி பெற்ற கிளிடோரிஸ் இருக்கலாம். அதனை வைத்து அவளைப் பையன் என்று அனுமானிப்பதுண்டு. இதேபோல அநேக ஆண்பால் குழந்தைகள் குறைவளர்ச்சி கண்டிருக்கலாம், அல்லது அவர்களுடைய பால் உறுப்புக்கள் (genitals) ஊனமுற்றிருக்கலாம், அல்லது புதையுண்டு போயிருக்கலாம். அதனால் அவர்களைப் பெண் குழந்தைகள் என்று அனுமானிப்பதுண்டு. சில சமயங்களில் குழந்தைகள் தாங்கள் இன்னபால் என்ற உரைக்கப்பட்ட பாலாகத் தங்களைக் கருதிக்கொண்டு, தவறான பாலைச் சேர்ந்த குறையுற்ற உறுப்பினர்களாகத் தங்களை மதிப்பிடுகிறார்கள். அந்தப் பாலுக்குரிய மனப்பாங்குகளையும், நடத்தைகளையும் பாவிக்கிறார்கள். அதனால் முரண்பாடுகள் ஏற்படுகின்றன. மற்றும் சில சந்தர்ப்பங்களில் ஒருவிதமான மரபணு பற்றிய விழிப்புணர்வு ஒரு பிரச்சினையை உண்டாக்கி சோதனைக்கு இட்டுச் செல்லுகின்றது. சோதனையின் பிறகு குழந்தையின் சரியான பால் நிறுவப்படுகிறது.[4] யோனி (vagina) என்னும் பெண்குறி இல்லாமல் பிறந்த சின்னஞ்சிறுமிகள் தவறுதலாக ஆணும் பெண்ணுமற்ற பாலாகக் கருதப்படுவதுண்டு. XXY கட்டுமானம் உடையவர்கள், முட்டை உருவாகும் உறுப்புக்கள் (ovaries) அற்ற பெண்களாகக் கருதப்படுகிறார்கள். இத்தகைய குறைகளில் சிலவற்றை அழகுபடுத்தும் அறுவைசிகிச்சையால் சரி செய்யலாம். ஆனால் உடல் ஒளிக்கதிர்களால் ஊடுருவிப் பார்க்கிறபோது செல்லுடைய அமைப்பு பிறப்பால் உண்டான கோளாறு எதையும் காட்டாத போது, அறுவைசிகிச்சை மருத்துவர்கள் விசித்திரமான நோக்கங்களுக்காக இத்தகைய அறுவை சிகிச்சைகளை அடிக்கடி செய்கிறார்கள். தன்பால்

சேர்க்கை நாட்டம் பெரிதும், ஒருவர் தனக்குரிய பால் வகிபாகத்திற்குத் தன்னைத் தகவமைக்க இயலாமையின் வெளிப்பாடாகும். இதனை மரபணு சம்பந்தப்பட்டது, நோய்ப்பாங்கானது என்று பாவிக்க வேண்டியதில்லை. இவ்வித நாட்டம் இயற்கைக்கு மாறானது என்று கூறுவது பாரபட்சமானது. தன்பால் சேர்க்கையாளன் தனது நாட்டத்தை, செயலை மறுதலிப்பதற்கு அவ்வாறு கூறுவது வழிவகை செய்யாது. இதனால் அத்தகையவன், தன்னைத்தானே தடம்புரண்ட ஒருவனாகக் (freak) கருதுவான். நமது குழந்தைப் பருவத்திலிருந்து கற்றுச் செயல்படுத்துகின்ற 'இயல்பான பால் வகிபாகங்கள் பிற பால் போல வேடம் தரித்த ஒருவரது (transvestite) விகடங்களை விடவும் இயல்பானதாக இல்லை. இயல்பானவை, விரும்பத்தக்கவை எனக் கருதுகின்ற வடிவங்களையும், மனப்பாங்குகளையும் பின்பற்று வதற்காக இரண்டு பால்களும் தங்களை ஊனப்படுத்துகின்றன. இதனை நியாயப்படுத்துவதற்காகப் பால்களுக்கு இடையிலுள்ள மரபணு ரீதியான - முதன்மையான வித்தியாசத்தை முன்னெடுத்து வைக்கின்றன.

பார்க்கப் போனால் நாற்பத்தெட்டு குரோமோஸோம்களில் ஒன்றே ஒன்று மட்டும் வித்தியாசமானது. இந்த வித்தியாசத்தின் மேல் ஆண்பால் - பெண்பால் பிரிவினைக்கு ஒரு முழுமையான அடித்தளத்தை அமைக்கின்றோம். இந்த ஒன்றை வைத்துக் கொண்டு ஒட்டுமொத்தமான நாற்பத்தெட்டு குரோமோஸோம்களும் வித்தியாச மானவை என்று நடித்துக் கொண்டிருக்கிறோம். பிரெஞ்சுக்காரர்களைப் போல "வித்தியாசம் நீடுழி வாழ்க!" என்று கோஷம் போடலாம். ஏனென்றால் அதுவே வாழ்வின் எல்லாவித அம்சங்களிலும் தொடர்ந்து வளர்க்கப்படுகிறது. நமது உடலிலும், அது பற்றி கருத்தாக்கங்களிலும் புலப்படுத்தப்படுகிற அங்கஹீனம் என்பது வேண்டுமென்றே ஊட்டப் படுவதாகும். நாம் என்னவாக இருந்தாலும், அல்லது என்னவாக நடித்தாலும் நிச்சயமாக நாம் நமது உடல்களாக இருக்கிறோம்.

## எலும்புகள்

ஓர் எலும்புக் கூட்டில் எவ்வளவு பால் (sex) இருக்கிறது? ஒருபாதி தொடை எலும்பை வைத்துக் கொண்டு, அது இருபது வயதான ஒரு பெண்ணுடையது என்று புதை பொருள் ஆராய்ச்சியாளர்கள் அடித்துக் கூறுகிறபோது, அவர்களுடைய உறுதியைக் கண்டு நாம் அசந்து போகிறோம். ஆனால், அவர்களுடைய உறுதி ஓர் ஊகம் மட்டுமே. அதனைச் சோதித்து அறியவே முடியாது. பொதுவாகப் புதைபொருள் ஆய்வாளர்கள் பெண்களைப் பற்றிக் கொண்டுள்ள கற்பிதங்களின் பேரில்தான் இத்தகு ஊகம் அமைகிறது. அந்த எலும்பு வகை மாதிரியாகப் பெண்பாலைச் சேர்ந்தது என்று அவர்கள் கூறும்போது, அது ஒரு பெண்ணுடையதாகவே இருக்கமுடியும் என்று உணர்த்தி விடுகிறார்கள். ஏனெனில், அந்த ஆய்வாளர் தாம் வாழ்ந்து கொண்டிருக்கிற சமுதாயத்தில் பெண்நிலை பற்றி நிலவுகின்ற ஒரேவகை மாதிரி எண்ணங்களிலிருந்து அவரால் தப்பிக்க இயலாது. அதற்குச் சாத்தியமில்லை. இங்கே ஒருவரைப் பற்றிய விநோதமான தவறான எண்ணங்கள் ஆரம்பத்திலிருந்தே உருவாக்கப்பட்டுவிட்டன. தொடர்ந்து உருவாகிக் கொண்டிருக்கின்றன. எலும்புக்கூடு வலுவானது என்று எண்ணி வந்திருக்கிறோம். மற்றெல்லாம் அழிகிறபோது எலும்பு மட்டும் காலத்தால் அழியாதென்பது ஒருவித அடிப்படைத் தகவலாக ஏற்கப்பட்டுள்ளது. ஆனால், உண்மையில், அது பல்வேறு தாக்கங் களால் சிதைகின்றது. இத்தகைய தாக்கங்களில் ஒன்று தசையின் அழுத்தம்.

ஆண்கள் பெண்களைவிட அதிக பலமும் சுறுசுறுப்புமிக்கவர் களாகவும் இருப்பதால் அவர்களுடைய எலும்புகள் மிகவும் தெளிவாகக் குறிக்கப்பட்ட தசைக்குழிவுகளைக் (grooves) கொண்டிருக்கின்றன. இறுக்குவதாலோ, அல்லது அவற்றைச் சிறிது சிறிதாக முறுக்கு வதாலோ அல்லது புற அழுத்தத்திற்குத் தக்கவாறு ஈடு கொடுக்காத தாலோ அந்தத் தசைகளில் பிடிப்பு ஏற்பட்டாலோ தசைகளின் சீர் வரிசையிலிருந்து எலும்புகள் கழன்று விடும். ஆண்களின் உடல்களை அவர்கள் செய்கின்ற வேலை மாற்றுகின்றது. அவர்களுடைய வளர்ச்சிக் கட்டத்தில் ஊட்டச் சத்துள்ள உணவு அவர்களைத் தாக்குப்பிடிக்கச் செய்கிறது. இதேபோலவே பெண்களின் உடல்களும் மாற்றம் செய்கின்றன. இவ்விதமான பொதுப்படையான பாதிப்புக்களோடு

மேலதிகமாக நவநாகரிக நடை (fashion), பால்- ஈர்ப்பு ஆகியவற்றின் ஆதிக்கத்தால் ஏற்படுகின்ற பாதிப்புக்களும் சேர்ந்து பெண்களுடைய தசைகளை அழுத்தி, எலும்புகளைப் பாதிக்கின்றன.

பெண்மையின் வசீகரத்தின் வரலாற்றில் பெருத்த மாற்றங்கள் ஏற்பட்டு வந்துள்ளன. குறிப்பாகப் பெண்ணின் தோள்களில் பொது வாக ஏற்றுக்கொள்ளப்பட்ட தோரணையில் (Poisture) மாற்றங்கள் உண்டாகின்றன. பெண்ணின் தோள்கள் சாய்வாகவோ அல்லது நேரடியாகவோ, முன்னால் சற்றுத் தள்ளியோ அல்லது பின்னால் சற்றுத் தள்ளியோ விதவிதமான தோரணைகள் மாறிமாறி ஏற்பட்டு வந்துள்ளன. பெண்களின் தோள்கள், ஆடையாலும், இடுப்பு முதல் மார்பு வரை ஒட்டி அணியும் மிக இறுக்கமான உள்ளாடைக் கவசத்தாலும் (Corsetting) வேண்டிய வடிவத்தைப் பெறுவதற்கு உரிய தாங்கிகளாக அமைந்து வந்துள்ளன. இதனால், செயற்கையான தோரணையை ஏற்படுத்துவதற்காகத் தசைகளுக்குக் கொடுக்கப்பட்ட அழுத்தம் எலும்பின் மீது எலும்பு கொண்டிருந்த மென்நுட்பமான சமனிலையை மாற்றிவிட்டது. தையல்காரர் பயன்படுத்துகிற பெண் உடலின் பொம்மை உருவத்தின் முதுகெலும்பு முன்பக்கமாக வளைக்கப் பட்டுள்ளது. அல்லது திடீர்ப் பணக்காரர்களுடைய கும்பல் கலாச்சாரக் கலையில் S - வளைவுக் கலையில் அது முன்பக்கமாக வளைக்கப் பட்டுள்ளது அல்லது, 1950-களில் அது பின்பக்கமாக அசைந்தாடும் விதமாக அமைக்கப்பட்டிருந்தது. பெண்கள் அணிந்த உயர் குதிகால் கொண்ட காலணிகள் இம்மாதிரி இயல்பு அல்லாத அழுத்தங்களை மேலும் பலப்படுத்தி அதிகரித்தன. இவ்வகைக் காலணிகள், பெண்ணின் இடுப்பு, தொடைப்பகுதித் தசைகளின் முறுக்குண்ட நிலைமையை மாற்றியமைத்தன. அதன் வழியாக முதுகெலும்பை ஒரு குறிப்பிட்ட கோணத்திற்கு வளைத்தன. இன்னமும் சில வட்டாரங்களில் இது பெண்ணின் வசீகரத்திற்கு அவசியம் என்று கருதப்படுகிறது.

என் பாட்டி என் அம்மாவிடம் என் உடலை இறுக்குவதற்குரிய நடவடிக்கையை எடுக்குமாறு கெஞ்சியதை இன்றும் என்னால் மறக்க முடியாது. என் பாட்டிக்கு என் வளரிளம் பருவம் கவர்ச்சிகரமாகப் படவில்லை. அவ்வளவு எடுப்பாக இல்லை. என் பின்பகுதி தானாகவே எனது உயரத்தைத் தாங்கிப் பேணுவதற்குரிய வலிமையைப் பெற வில்லை என்று பயந்தாள். அப்போது என் பதிமூன்று வயதில் இறுகப் பிடிக்கும் உள்ளாடைகளை நான் அணிந்திருந்தால் எனது விலா எலும்புக்

கூடு வித்தியாசமாக வளர்ந்திருக்கும், என் உடலின் கீழ்நோக்கிய அழுத்தத்தால் என் இடுப்புப் பகுதிக்குக் கீழ்ப்பட்ட இடுப்பெலும்புக் கூடு விரிந்திருக்கும். இந்தக் காலத்தில் வேண்டுமானால் பெண்கள் இவ்வாறு உடலை இறுக்கும் உள்ளாடையை அணிவதை விரும்பாதிருக்கலாம். ஆனால், அன்று அநேக பெண்கள் தங்களுடைய உதரத்தைக் கட்டித் தாங்குவதற்கு உதவும் இடுப்புக் கச்சையை (girdle) கழற்றுவதற்குக் கனவில்கூட சம்மதிக்க மாட்டார்கள். ஏற்கனவே இறுக்கமாக உள்ளவைகூட இன்னும் இறுக்கப்பட்டு, அப்படிப்பட்ட ஆடைகளை அணிபவர்களிடம் அந்நியமான அறிகுறிகளை உண்டாக்கும். தட்டச்சு செய்கிற பெண்களின் கூனலும், கடையில் பணிபுரிகிற பெண்ணின் இருக்கையும் (lounge) அப்பெண்களின் உடல்தோரணை மீதும், அதன் காரணமாக அவர்களுடைய எலும்புக் கூட்டின் மீதும் தங்களது தாக்கத்தை ஏற்படுத்துகின்றன.

வளரும் குழந்தைகள் செய்கிற உடற்பயிற்சியின் விளைவாக அவர்களது வளரும் கை கால்கள் பாதிக்கப்படுவதாகப் பெரும்பாலான மக்கள் நம்புகிறார்கள். ஆஸ்திரேலியா நாட்டுப் பெண் குழந்தைகளின் நீச்சலைப் பின்பற்றக் கூடாதென அம்மா என்னைக் கண்டிப்பதில்லை. அதற்குக் காரணம் அப்படி நீச்சலடித்து வளர்ந்த அந்தப் பெண்களுக்குச் சிற்றிடைகளும் பெரிய தோள்களும் இருந்தன. சின்னஞ்சிறுமியருடைய உடற்பயிற்சிக் கல்வி, சின்னப் பையன்களின் உடற்பயிற்சிக் கல்வியிலிருந்து வித்தியாசமாக இருக்கவேண்டியதை எல்லோரும் ஒப்புவர். சின்னஞ்சிறுமியர் சின்னப் பையன்களைப் போலக் காட்சியளிக்கலாகாதென்ற நம்பிக்கைதான் இதற்குக் காரணம். சிறுமியர், நேர்த்தியும் ஒத்திசைவும் சேர்ந்த ஓர் இலயத்தோடு உடற்பயிற்சி செய்வதால் அழகாகக் காட்சியளிக்கிறார்கள். பையன்கள் பார்விளையாட்டுப் பயிற்சி செய்வதால் ஆண்மையோடு காட்சியளிக்கிறார்கள்.[1] இதே போன்ற ஊகங்கள் ஆண்பால் பெண்பால் எலும்புக் கூடுகள் பற்றிய நமது அபிப்பிராயங்களிலும் தொடர்கின்றன. சிறிய - கையை உடைய ஒரு எலும்புக்கூடு கட்டாயம் பெண்பாலுக்குரியது. சிறிய பாதங்கள் பெண்மைக்கு உரியன. ஆனால் உண்மை நிலவரம் என்னவென்றால் எந்தப்பாலும் தனக்குப் பொருத்தமில்லாத அம்சங்களைக் கொண்டிருக்கலாம்.

மருத்துவ மாணவர்கள் இனஉற்பத்தி வினைகளைப் பற்றி வெளிப்படையாகக் கற்கும்போது தங்களுடைய உடற்கூற்றினை ஓர் ஆண்பால் மாதிரியிலிருந்து கற்கிறார்கள். பெண்பால் எலும்புக்கூடு

இலகுவாகவும் சிறியதாகவும் இருப்பது ஒரு விதி (rule) என்று நினைத்தே கற்கிறார்கள். அந்தப் பெண்பால் எலும்பின் உருவாக்கத்தை ஆண்பாலோடு ஒப்பிடுகையில் ஒரு குழந்தையின் எலும்பைப்போல அது இருக்கிறதாகக் கற்கிறார்கள். இறுதியாகக் குறிப்பிட்ட இந்த அவதானிப்பு ஒட்டு மொத்தப் பெண்பால் உடல் பற்றி எப்போதும் செய்யப்படுகிற அவதானிப்பாக இருக்கிறது. பெண்பாலின் முழு உடலும் சிசு மயமாக்கப்படுகிறது. அல்லது குழந்தை வடிவமாக்கப் படுகிறது. அதேசமயம் ஆண்பால் உடல் வயது முதிர்ந்ததாக அல்லது வயோதிக வடிவமாக்கப் படுகிறது. இந்த விவரணை பெண்பால் வளர்ச்சியில் குறைபாடு உள்ளது என்று உணர்த்தவில்லை. இதற்கு மாறாக, பெரும் நெகிழ்வுத் தன்மையிலும், தக அமைவுத் தன்மையிலும் உள்ள ஒரு பரிணாம ரீதியான அனுகூலத்தை உணர்த்துகின்றது. இதிலிருந்து உடல் வலிமை அல்லது மன ஆற்றல் பற்றி எதையும் நம்மால் அனுமானிக்க முடியாது.² ஆண்/பெண் பால்களிலுள்ள சமத்துவம் இன்மைகளை நியாயப்படுத்துகின்ற நமது ஆய்வில், பொதுப் படையான வித்தியாசத்தை மிகைப்படுத்திப் பேசுவதோடு மட்டுமின்றி, உண்மையில் இல்லாத சில வித்தியாசங்களை உண்டு பண்ணியுள்ளோம். எ.டு. பெண்களுக்குக் கூடுதலாக ஒரு விலா எலும்பு உள்ளதாகப் பரவலான ஒரு நம்பிக்கை காணப்படுகின்றது. ஆண்/பெண் பால்களுக்கு இடையே எலும்பு அமைப்பை வேறு படுத்துவதாக இடுப்பு எலும்புக் கூட்டினை (pelvic girdle) அனுமானம் செய்கிறார்கள். பெண்ணின் இடுப்பு எலும்புக்கூடு, ஆண்பாலிலிருந்து மிகவும் வித்தியாசமாக இருப்பதாக அனுமானம் செய்கிறார்கள். உண்மையாகப் பார்த்தால், இரு பால்களுக்கு இடையில் இவ்விசயத்தில் காணப்படுகிற வித்தியாசம், ஒப்பீட்டளவான பரிணாமங்களும், விளைகின்ற கோணமும் சம்பந்தப்பட்டதேயன்றி மற்றப்படி அடிப்படை வடிவமைப்பு பொதுவானதாகவே உள்ளது.³ நன்றாக வளர்க்கப் பட்ட, அதிகம் நடமாடாத பெண்களுக்கு, மிகக் கடினமாக உழைக்கிற அல்லது போதிய ஊட்டச்சத்தில்லாத உணவு கொள்ளுகிற பெண்களைவிடப் பெரிய இடுப்பு எலும்புக்கூடுகள் காணப்படுகின்றன. இவர்களுக்கு இடையில் காணப்படும் பாலியல் வேறுபாடு உயிரியல் வகையான பாலால் அன்றிப் பால்பற்றிய சமூகவியலால் மிகையாக்கிக் கூறப்படுகிறது. குறுகலான இடுப்பெலும்புக் கூடுகள் குழந்தை பிறப்புக்குத் தோதானவையல்ல என்பது ஒருதலைப்பட்சமான கருத்து. இதற்கு ஆதாரம் இல்லை. பெரும்பாலான மக்கள் அகழ்வாய்வாளர்களைப்

போலப் பாலினை எடை போடுவதில்லை. உண்மையான பால் உறுப்புக்கள் மறைக்கப்பட்டிருக்கிற போது, பால் வகையானது மேம்போக்கான பண்புகளால் புலப்படுத்தப்படுகின்றது. ஆனால் கண்களுக்குப் புலப்படாமல் மௌனமாக உள்ள எலும்புகளை, இந்த உடலின் வளைவுகள் (curves) கூட அதிகமாகச் சேதப்படுத்துகின்றன. அவற்றை வெளியே துருத்துகின்றன. அதிரச் செய்கின்றன. ஆட்டுகின்றன. பாவம் இந்த எலும்புகள் இனிப் பிழைக்குமா?

## வளைவுகள்

ஆண்கள் மட்டும் கூடியிருக்கும்போது, ஓர் அழகிய பெண்ணைப் பற்றிக் கூறும் ஒருவர், அதனை வெளிப்படுத்தத் தமது இரண்டு கைகளையும் கொண்டு அலைகளைப் போல சைகை செய்து காட்டுவார். பெண் உடலின் வளைவுகளைப் பற்றிய அபிப்பிராயம் பாலியல் அர்த்தத்தோடு மிகவும் நெருக்கமாக இணைந்துள்ளது. சாலை விதியைக் குறிக்க வரையப்பட்ட வளைவைக் கண்டதும் எழுகிற நமட்டுச் சிரிப்பினைச் சிலரால் அடக்க முடியவில்லை. பெண்கள் உடுத்துகிற ஆடைகளின் துணி வியாபாரத்தின் யுக்திகள் பிரமாதமாக இருந்தபோதிலும், பெண்பால் பற்றிய வெகுசன படிமத்தின் பெரும் பகுதி எல்லாமே: மார்பகங்கள், புட்டங்கள், மனபிரமையூட்டுகின்ற உவமானங்களின் வரிசை, தசைத் திரட்சிகள்.

பொதுவாகப் பெண்பாலின் உடலெங்கும் கொழுப்பால் மூடுண்டிருப்பதாக நம்புகிறார்கள். அதனால் பெண் மிகவும் முயங்கத்தக்கவளென்று கருதப்படுகிறாள். ஆண்களைவிடப் பெண்கள் மிகவும் கொஞ்சமாக, மெல்லிய ஆடைகளை அணிகிறார்கள் என்பது உண்மைதான். ஆனால் இப்படி வெளியே காட்டப்படும் உடல் பகுதிகளை (குளிரிலிருந்து) பாதுகாக்க வேண்டும் என்ற தேவை காரணமாகக் கொழுப்பின் அடுக்கு ஏற்பட்டது என்பதை முடிவுகட்டுவது எளிதன்று...

ஆண்/பெண் இருபாலர்க்கும் தோலுக்கு அடியில் கொழுப்பு இருக்கிறது. ஆனால் குறிப்பிட்ட சில இடங்களில் பெண்களுக்கு அதிக அளவில் கொழுப்பு சேமிக்கப்படுகிறது. பெண்களுக்கு மட்டுமே தோலுக்கு அடியில் கொழுப்பு உள்ளது என்று கூறுவது, ஆண்களை விடப் பெண்கள் கொழுப்பு மிக்கவர்களாக இருக்க வேண்டுமெனக் கூறுவதற்கு ஒப்பானது. வரலாற்று ரீதியாகப் பார்த்தால் ஒடுக்கப்பட்ட மக்களும், சோம்பேறி மக்களும் கொழுப்புப் பிடித்தவர்களாக இருந்துள்ளார்கள். காயடிக்கப்பட்ட காளைமாடுகளைப் போல நபும்சகர்கள் கொழுத்தவர்களாக இருந்துள்ளார்கள். எனவே இது விசயமாக முயங்கத்தக்க பெண்கள் மீது கொண்ட ஆண்பாலின் ஆசையைக் கண்டு வியக்கத் தேவையில்லை.[1]

பெண்களின் வளைவுகளில் மிக உயர்வாகப் போற்றப்படுகிற வளைவு மார்பகம்தான். இதன் அடிப்பாகத்தை உருவமைக்கின்ற

உண்மையான சுரப்பி நெஞ்சின் இரண்டாவது விலாவிலிருந்து கீழேயுள்ள ஆறாவது விலா எலும்பு வரை விரிந்த ஒரு குவிவான அமைப்பாகும். இதனைச் சுற்றிச் சேகரமாகிற கொழுப்பு மார்பகங்களின் இடைவெளிப் பள்ளத்தாக்கினை உண்டாக்குகிறது. இது தன்னளவில் பாலியல் குணம் பெற்றதாக இல்லை. சில சமயங்களில் மிகப்பெரிய மார்பகங்களின் சொந்தக்காரிக்கு, உடலின் பிற இடங்களில் கொழுப்பில்லாதிருக்கிறது. இது வழக்கமாக, நாளமில்லாச் சுரப்பிகளின் ஒழுங்குக் குலைவால் உண்டாவதாகும்.

('இயற்கையிலுள்ள மிக நேர்த்தியான மார்பு கற்பனை - வடிக்கின்ற மார்பைவிட நேர்த்தியானது'

- Gregory, 'A Father's Legacy to his Daughters' 1809-P.64)

ஆண்களிடம் தங்கள் மார்பகங்கள் பெறுகின்ற கவனிப்பும், மார்பகத்தை வழிபடுகிறவர்கள் உண்மையில் என்ன விரும்புகிறார்கள் என்பது பற்றிய குழப்பமும் சேர்ந்து பெண்களைத் தங்களுடைய மார்பகங்கள் குறித்துத் தேவைக்கும் அதிகமாகக் கவலையுறச் செய்கின்றன. பெண்களின் மார்பகங்கள் ஒருபோதும் எதிர்பார்க்கும் அளவுக்கு சரியான அளவில் இருக்கமுடியாது. அவை எப்போதும் மிகவும் சிறியவையாகவோ அல்லது மிகவும் பெரியவையாகவோ அல்லது மிகவும் தொளதொளப்பாகவோ எனத் தவறான வடிவங்களில் தான் இருக்கமுடியும். மார்பகத்திற்கு ஒரேவகை மாதிரியை (stereotype) வரிசைப்படுத்துவது சாத்தியமில்லை. ஏனெனில் அவ்வரிசை பொய்யாகத் தயாரிக்கப்பட்ட வரிசையாக இருக்கும். எதார்த்தத்தில் மார்பகங்களின் வரிசை ஒன்று, மொத்தமாகவோ அல்லது சல்லிசாகவோ இருக்கும்.

முழு வளர்ச்சியடைந்த மார்பகம் ஒரு பெண்ணின் கழுத்தைச் சுற்றிக் கிடக்கும் தானியம் அறைக்கும் இரண்டு உருளைக் கற்களைப் போலிருக்கும். அவளோடு இன்புற விழையும் ஆண்களுக்கு அவை, அவளை அவர்களுடைய விக்கிரகமாகப் பார்க்கத் தூண்டும். ஆனால் அவர்களுடைய வெறியேறிய கண்கள், உண்மையில் அவளைப் பார்க்கின்றன என்பது குறித்து அவளை யோசிக்க விடுவதில்லை. அந்த மார்பகங்கள் தங்களது (உயிரியல்) வினைபற்றிய அறிகுறிகளைக் காட்டாத வரை அவை ரசிக்கப்படுவதற்காக மட்டுமே உள்ளன. ஒரு தடவை அவை கறுத்துத் தொங்கி அல்லது சுருங்கிப் போனால் அருவெறுப்பிற்கு உள்ளாகின்றன. அவற்றை ஒரு மனித நபருடைய பகுதிகளாகக் கருதுவதில்லை. அவளுடைய கழுத்தைச் சுற்றித் தொங்குகின்ற இன்பத் தூண்டில்களாகக் கருதுகிறார்கள். பிசை

வதற்கும், திருகுவதற்கும், முனங்கலோடு நக்குவதற்கும் உரியனவாக உள்ளன. இவ்விதமாகக் கரடுமுரடாகக் கையாளப்படுவதிலிருந்து பெண்கள் விலகுவதற்கு ஒரேவழி காற்றடைத்து வீங்கிய மார்பகம் பற்றிய மாயக் கவர்ச்சியை தொடரச் செய்கின்ற மார்பக உள்ளாடைகளை அணிய மறுப்பதுதான். இவ்வாறு மறுப்பதால் ஆண்கள் விதவிதமான எதார்த்த விசயங்களோடு பரிச்சயமாவார்கள். விகாரமான ஆபாசப் பாலியலில் (pornography) இடம் பிடித்துள்ள மார்பகத்தில் காணப்படாத மார்புக் காம்பிற்குச் சமீபகாலமாக அழுத்தம் தரப்பட்டு வரக் காணலாம். இது பெண்களுக்குச் சாதகமானது. ஏனெனில் மார்புக் காம்பு தன்னளவில் தெளிவை ஏற்படுத்துவதாகவும், பொறுப்பானதாகவும் இருக்கிறது. தாவரத்தின் கொடியைப் போல மிக மெதுவாகச் செயல்படுகிற பெண்களின் இயக்கம், நுரைப்பஞ்சு - வயர்கள் ஆகியவற்றால் செய்யப்படுகிற பருத்த கச்சுக்களின் ஆதிக்கத்திலிருந்து சில மார்பகங்களை விடுதலை செய்துள்ளது. இதே திசையில் தொடர்ந்து முன்னேற வேண்டுமானால், ஆண்களுக்கும் மெல்லிய மார்புக் காம்புகள் இருப்பதை நினைவூட்டலாம்.

பெண்களின் அடுத்த வளைவு கோமாளியின் கன்னலில் உள்ள வளைவு (தமிழ்ச் சூழலில் உடுக்கை - மொ.ர்) போன்ற இடையாகும். மார்பகங்கள், புட்டங்கள் ஆகிய வெளிப்புற வளைவுகளுக்கு மிகுந்த அழுத்தம் தருவதற்காக, இடையின் குறுகிய வளைவுப்பகுதி, மிகப் பெரிய அளவில் மிகைப்படுத்திப் பேசப்படுகின்றது. குறுகிய இடை என்பது ஓர் இயற்கையான நிகழ்வே கிடையாது. முற்கால கட்டங்களில் பெண்கள் தங்கள் இடைகளைச் சுருக்குவதற்கு விசேசமான சாதனத்தை அணிவது பரவலாகப் புழக்கத்திலிருந்தது, கட்டாயமானதாக இருந்தது. பாந்து சீமாட்டிகளின் கழுத்தை நீளமாகக் காட்டுவதற்குக் கழுத்தில் குவியலாகப் பித்தளை வளையங்கள் அணிந்த காலந்தொட்டுப் பெண்களுக்குச் சின்ன இடை அழகு என்ற நிலைமை நடைமுறைக்கு வந்தது. பத்தொன்பதாம் நூற்றாண்டு அழகிகள் தாங்கள் அணிந்த இடுப்புக் கவசங்களை மேலும் இறுக்குவதற்கு நாடாக்களைப் பயன்படுத்தினார்கள். அவ்வாறு நாடாக்களைக் கொண்டு இறுக்குவதற்குத் தோதாக இருப்பதற்காகச் சில பெண்கள் தங்களுடைய கடைசி விலா எலும்புகளை அகற்றும் அளவுக்குப் போனார்கள்!

நியூகினியாவில் ஓர் உள்ளூர் ஆதிவாசி இனக்குழுவைச் சேர்ந்த ஆண்களும் பெண்களும் தங்கள் இடுப்புக்களில் இறுக்கமான அரைக்கச்சு கட்டுவார்கள். இந்தக் கட்டுக்கு மேலேயும் கீழேயும் தசை விரிந்து வீங்கியிருக்கும். இதனால் அந்த இனக்குழுவைச் சேர்ந்த

ஆண்களுக்கும் கோமாளியின் கன்னல்போல் (உடுக்கை) இடை இருந்தது. எளிதில் ஒடியக்கூடியதாக அனுமானிக்கப்பட்ட பெண்ணின் ஒல்லியான இடை பிறவதைத்தன்மை கொண்ட மாயப் புனைவுகளைத் திருப்திப்படுத்தக்கூடியதாக இருந்தது.[2]

புட்டத்தின் மீது கொள்ளும் மோகம் நமது (ஐரோப்பிய) கலாச்சாரத்தின் ஒப்பீட்டளவில் மிகவும் அபூர்வமாக இருக்கிறது. மிதமான ஆபாசப் பாலியல் இதழ்கள், போதிய அளவு பெரிதாக இல்லாத புட்டங்களுக்காக, மெத்தை வைத்துச் செய்யப்பட்ட ஒட்டியாணங்களை இன்னமும் விளம்பரம் செய்கின்றன. ஆனாலும் நமது தாத்தாக்களுக்குக் கிளுகிளுப்பூட்டிய பெரிய தொடைகளும் புட்டங்களும் இப்போது காலாவதியாகிவிட்டன.[3] இதற்கு மாறாக இன்று பையன்களைப் போல இறுக்கமான டவுசர்களை அணிந்த அளவான புட்டம் பெரும்பாலானவர்களைக் கவர்கிறது. இளம் பெண்கள் எப்போதும் தங்களுடைய பின்புறங்களைப் பற்றிய சுய உணர்வோடிருக்கிறார்கள். அவர்கள் இப்போது தோள்களிலிருந்து தொங்குகின்ற தளர்ச்சியான - கையில்லாத மேலாடைகளையும், இடுப்புக் கச்சுவரை அணியும் தளர்ந்த உள் சட்டைகளையும் அணிகிறார்கள். அதற்கு முக்கிய காரணம் அந்த ஆடைகள் அவ்விடத்தில் ஏராளமாகக் கிடைப்பதுதான், வேறன்று.

பாலியல் முன்னுரிமைகளில் ஒருவிதமான வர்க்க வேறுபாடு காணப்படுகிறது. உழைக்கும் வர்க்கத்தைச் சேர்ந்த அழகி இன்னும் வளைவும் புஷ்டியும் மிக்கவளாக இருக்கிறாள். ஆனால் நவநாகரிக நடை உடைய நடுத்தரவர்க்கத்தைச் சேர்ந்த அழகி, ஒல்லிக் குச்சியாக இருக்கிறாள். இந்த இரண்டு வர்க்கத்தைச் சேர்ந்த பெண்களைப் பொறுத்தவரை ஓரம்சம் பொதுவாக உள்ளது. பிறருடைய கண்களுக்குச் சந்தோசம் தரும் விதமாக இவர்கள் தங்களுடைய உடல் வடிவத்தைப் பார்த்துக் கொள்ளுமாறு நிர்ப்பந்தம் செய்யப்படுகிறார்கள். இந்த நிர்ப்பந்தம் அறிவுப் பூர்வமானதோ இல்லையோ, அவர்கள் இதனைத் தொடர்ந்து பயன்படுத்தும் நிலையில் இருக்கிறார்கள். மிகவும் ஒல்லியான பெண்கள் தங்கள் உடலில் எங்காவது சதைபோட்டு விட்டதோ என்ற கற்பனையின் காரணமாகப் பட்டினி கிடக்கிறார்கள்; அல்லது தங்களிடம் போதிய வளைவுகள் இல்லையோ என்று எண்ணிப் பெருந்தீனி தின்னுகிறார்கள். வளைவுகள் உள்ள பெண்கள் தங்கள் வளைவுகளின் பருமனை நினைத்துக் கவலைப்படுகிறார்கள்; அல்லது அவற்றை வற்றவைக்கப் பட்டினி கிடக்கிறார்கள். வளைவுகள் உள்ள இளம்பெண் ஒல்லியாக வேண்டியும், ஒல்லியான இளம்பெண் வளைவுகளை வேண்டியும் ஆபத்தான மருத்துவ சிகிச்சைகளைச்

செய்கிறார்கள். இவ்வாறு ஒவ்வொரு விசயத்திலும் பெண், நுகர்வோர் சந்தைக்குப் பொருத்தமானவளாகத் தன்னையே ஒழுங்குபடுத்திக் கொண்டிருக்கிறாள். அவளை அவசரமாக வாங்குபவன் அவளுடைய கணவனாகலாம். நவநாகரீகத்தால் ஏற்றுக்கொள்ளப்பட்ட பிம்பத்திற்குப் பொருந்துகின்றவளாக அவளை அவன் கொண்டு வருகின்றான். அப்படிக் கொண்டு வருவது அவள் மீது அவனுக்குள்ள ஆசையையும் பெருமையையும் தொடர்வதற்கான ஒரு நிபந்தனையாகிறது.

ஒவ்வொரு மனித உடலும் அதற்கான அனுகூலம் பொருந்திய எடையையும், உருவ வரைவும் கொண்டிருக்கிறது. அதுவே ஆரோக்கியத்தையும் திறனையும் உண்டாக்கவல்லது. வேறு வேலையில்லாத வெறும் அழகியல் பொருட்களாக நாம் பெண்களுடைய உடல்களைப் பாவிக்கிற போதெல்லாம் அவற்றையும் அவற்றின் சொந்தக்காரிகளையும் நாம் அவலட்சணப் படுத்துகின்றோம். ஸ்தன ராணியின் வளைவுகள் கொதி நிலையை உண்டாக்கும் அலங்காரங்களில் தயாரிக்கப்பட்டாலும் சரி, அல்லது புதுப்பணக்காரரில் கும்பல் கலையின் மலிவான சுருள்களாகத் தயாரிக்கப்பட்டாலும் சரி அவை சக்திவாய்ந்த தனிநபரின் உடலின் அவலட்சணங்களே! அவை, பெண்பாலாக இருத்தலின் காரணமாக ஏற்பட்ட சாத்தியப்பாடுகளின் போதாமைகளே!

# முடி

ஞாயிற்றுக்கிழமைச் செய்தித்தாளுக்கு எழுதிய பள்ளிக்கூடப் பையன், தனது கழுத்து வரை வளர்ந்து கொண்டிருந்த செம்பழுப்பு நிறமுள்ள பொருளைக் கண்டும், கலைந்து போன கழுத்துப் பட்டியைக் கண்டும் தன்னுடைய பள்ளித் தலைமை ஆசிரியர் ஏன் கலவரமடைய வேண்டும் என்றெழுதினான். இன்றைய தலைமுறையைச் சேர்ந்த ஆண்கள் தங்கள் தலைமுடியை நீளமாக வளர்க்கத் தொடங்கியதற்கு ஒரு குறிக்கோள் இருந்தது. ஒட்டவெட்டிய தலைமுடிவைத்த அதிகார வர்க்கத்தினரின் ஒழுக்கவியலைத் தாங்கள் ஏற்கவில்லை என்பதன் ஓர் அடையாளமாகத் தங்கள் தலைகளில் முடி வளர்த்தார்கள். இப்படித் தலைமுடியை வளர்த்ததன் மூலமாக, அதனுடைய பாலியல் முக்கியத்துவம் பற்றி விநோதமான அபிப்பிராயங்களை ஏற்படுத்தத் தொடங்கினார்கள். இளம் ஆண்களின் தலைமுழுக்க அலைகளாகத் . துள்ளும் சுருள்களையும் நீண்டு பளபளக்கும் கூந்தல்களையும் கண்ட அவர்களுடைய சகோதரிகள் அதுபோலத் தாங்களும் தலைமுடியை வளர்க்க வீண்முயற்சி செய்தார்கள். ஆண்களைவிடப் பெண்கள் தலைகளில் அடர்ந்த நீளமான கூந்தல் வளர்கிறது என்பது மிகப் பழைய அனுமானம். இது அத்தனை இலகுவில் மறைந்து விடவில்லை.[1] நீண்ட தலைமுடியுடைய ஆண்களைப் பொறுப்பற்ற கிறுக்கர், வக்கிரம் பிடித்தவர் என்று அழைத்தார்கள். ஆண்களோடு சரிநிகர் சமானமாவதற்காகப் பெண்கள் கடைகளில் தலைமுடிகள் வாங்கும் பழக்கத்திற்கு ஆளானார்கள். பெண்கள் தங்கள் தலைகளில் முடியைக் கட்டி, கண்களில் செயற்கை இமைகளை மாட்டி, அக்குள்களிலும் புஜங்கள் கால்களிலும் உள்ள உரோமங்களைச் சுத்தமாகச் சிரைத்தார்கள். கோடைக்காலத்தில் ஜெர்ஸி கீழாடையணிந்த அந்தப் பொறுப்பற்ற கிறுக்கர்கள் பூங்காக்களுக்கும் பூந்தோட்டங்களுக்கும் வந்தார்கள். அவர்களில் பலருக்கு மெல்லிய கரங்களும் மார்புகளும் அருகிய தாடியும் இருக்கக் கண்டார்கள். அடர்த்தியான உரோமங்கள் உடைய மார்புகளுக்கும் ஆண்பால் தன்மைக்கும் இடையில் என்ன சம்பந்தம் இருக்கிறதெனப் புரிந்து கொள்ளுவதற்குப் பதிலாக, உரோமம் அதிகமாக இருப்பது ஆணின் வளர்ச்சிக் குறைவிற்குச் சான்றாகக் கொண்டார்கள். ஹெமிங்வேயின் வீரியக் குறைவுக்கு அவர் நெஞ்சில் சுருள் சுருளாக உரோமம் இருந்ததை எட்மண்ட் வில்ஸன் ஒரு காரணமாகக் கூறியது வெகுகாலத்திற்கு முன்பன்று.

உண்மை இதுதான். சில ஆண்களுக்கு உரோமக்கட்டு அதிகம், சிலருக்கு இல்லை. வெவ்வேறு மனித இனங்களில் வெவ்வேறு விதமான முடியமைப்பு காணப்படுகிறது. உயிரினங்களில் மிகவும் (பாலியல்) வீரியமிக்கதெனக் கருதப்படுகின்ற கிடாமான் (buck) போன்ற நீக்ரோவுக்கு உடம்பில் மிகவும் கொஞ்சமாக உரோமம் உள்ளது. அடர்நிறத்தோல் உடைய காகஸியப் பெண்களின் தொடை களிலும், கெண்டைக் கால்களிலும், புஜங்களிலும், கன்னங்களிலும் கூட ஏராளமான முடி வளர்கிறது. அந்த முடிகளைக் களைய காலம் பிடிக்கும், வலிக்கும். எவ்வளவு தூரம் தங்கள் ஆடைகளை அவிழ்த்துத் தங்கள் உடல் பகுதிகளைக் காட்டுவதற்குப் பெண்கள் அனுமதிக்கப் படுகிறார்களோ அந்த அளவுக்கு அவர்கள் தங்கள் உடலிலுள்ள உரோமங்களைக் களைய வேண்டியதிருக்கும்.

இவ்வாறு உரோமங்களைக் களைவதற்குச் சொல்லப்படும் தருக்கம் கரடு முரடானது. மனிதப் பாலியல், விலங்கின் குண விசேசமாகத் தவறாகக் கருதப்படுகிறது. ஆனால் உண்மை என்ன வெனில், விலங்கினத்திலேயே பாலியல் ரீதியாகப் பெரிதும் செயலூக்க முள்ளவன் மனிதனே; மனிதன் மட்டுமே, இனவிருத்திக்கு உரிய உந்துதலை இயல்பூக்கரீதியில் சார்ந்திராத சுதந்திரமான பாலினை உடையவன். உரோமம் மிகுதியாக வளர்வது மிருகத்தனத்திற்கு அடையாளமாக வெகுசனங்களின் கற்பனையில் காணப்படுகிறது. இதன் காரணமாக உரோமக்கட்டினை ஆக்கிரமிப்புமிக்க பாலியலின் அடையாளமாகப் பார்க்கிறார்கள்.

பெண்கள், தங்களது வீரியத்தையும், பாலியல் சக்தியையும் (libido) அவற்றின் எல்லாவிதமான அம்சங்களையும் அடக்குகிற மாதிரி, உரோமம் வளர்வதையும் அடக்குகிறார்கள். தங்கள் உடம்பில் வளருகிற உரோமத்தின் பொருட்டுப் பெண்கள் அருவெறுப்பு அடைய வேண்டும். அப்படி அடையாவிட்டால் அவற்றைக் களையுமாறு மற்றவர்கள் கூறுவார்கள். மிதமிஞ்சிப் போகிற போது பெண்கள் தங்கள் குறியிடங்களில் வளருகிற உரோமங்களைச் சிரைப்பார்கள் அல்லது ஒவ்வொன்றாகப் பறிக்கிறார்கள். அவ்வாறு சிரைத்த பிறகு அப்பெண்கள் மேலும் பால் அற்றவர்களைப் போலவும் குழந்தைப் பருவத்தைச் சேர்ந்தவர்களைப் போலவும் தோன்றுகிறார்கள். குறியிடத்திலுள்ள உரோமத்தை ஒருவிதமான உடற்கூற்றுச் செயல் பாட்டு ரீதியான (physiologically) அடக்கம் வழங்கிய ஒரு தடுப்பு என்று ஃபிராய்டு கூடக் கருதக்கூடுமானால், அதனைச் சிரைப்பது கூட ஒரு கலகச் செயல்பாடாக இருக்கமுடியும். ஞாபகத்தில் வைக்க! பெண்பாலின் உடம்பிலிருந்து எல்லாவித வாடையையும்

(smell) நீக்குவதற்கான முயற்சிகள் எல்லாம், கற்பனையாகச் செய்து கொண்ட விலங்குத் தனத்தை அகற்றும் முயற்சியின் ஒரு பகுதிதான். இப்போதெல்லாம் வியர்வை நாற்றத்தையும், சுவாச வாடைகளையும் சரிப்படுத்தினால் மட்டும் போதாது. பெண் குறியிடத்தின் வாடையின் பயங்கரத்தைப் பற்றி ஒவ்வொரு மகளிர் இதழும் பெண்களிடம் எச்சரிக்கை விடுக்கின்றது. அந்தக் குறி வாடை முற்றிலும் அருவெறுப்பானதென்று அனுமானிக்கிறார்கள். தங்களுடைய பெண்கள் உரோமங்களைச் சிரைத்து உடல் வாடையை நீக்கும் காரியத்தை ஆண்கள் ரசனையற்றதெனக் கூறினாலும், அந்தப் பெண்கள் தங்கள் உடல்களைப் பற்றிக் கொண்ட ரசனையற்ற தன்மையை எதிர்த்து அவர்களால் ஏதும் செய்ய முடியவில்லை.

இதற்கு மாறாகச் சில ஆண்கள் வாடையடிப்பதிலும், உரோமக் கட்டிலும் பெருமை கொள்ளுகிறார்கள். பாதி பதப்படுத்தப்பட்ட ஓர் ஆட்டுத்தோலின் கவர்ச்சிக்கும், உரோமமும் வாடையுமற்ற பெண்மைப் பொம்மைக்கும் இடையில் சராசரி ஒன்று உள்ளது. அது தான் சுத்தமாகப் பேணப்பட்ட உடல். அந்த உடல் ஆண்பாலாயினும் பெண்பாலாயினும் விரும்பத்தக்கதாகும்.

## பால்

பெண்களின் பாலியல் உறுப்புக்களைச் சுற்றி மர்மம் கவிந்துள்ளது. அந்த உறுப்புக்களில் பெரும்பாலானவை உள்ளுக்குள் இருக்கின்றன. மறைத்து வைக்கப்பட்டுள்ளன. வெளியில் இருப்பவைகூட நிழல் மறைவாக உள்ளன. சின்னஞ் சிறுமிகள் தங்கள் அம்மாக்களிடம் இது பற்றிக் கேட்கத் தொடங்கும்போது அவர்கள் அதிர்ஷ்டசாலிகள் என்றால், அவர்களுடைய அம்மாக்கள் பாலியல் உபகரணங்களைப் பற்றிய நேர்த்தியில்லாத படங்களைக் காட்டி விளக்கம் கொடுக்கிறார்கள். அந்தப் படங்களில் குழாய்கள், பெண் முட்டை உற்பத்தியாகும் இடங்கள் (overies) பற்றிச் சிக்கலும் நுட்பமும் ஏராளமாக வரையப்பட்டிருக்கும். ஆனால், அவற்றில் சுகத்திற்குரிய பால் உறுப்புகளுக்கு அவ்வளவு முக்கியத்துவம் தரப்பட்டிருக்காது.

பதினெட்டாம் நூற்றாண்டைச் சேர்ந்த உடல் உறுப்பியல் (Anatomy) பாடநூலில் வெகு கவனமான விவரங்களோடு வரையப் பட்டிருந்த வெட்டுத் தோற்றப் படத்தை நான் பார்க்கும் வரை என்னுடைய குறியின் திசுக்கள் மிகவும் சாதாரணமானவை தாம் என்பதை நானே உணரவில்லை.[1] சின்னஞ்சிறுமியைத் தனது சொந்தப் பால் உறுப்புக்களைப் பற்றி அறிவதற்கோ அல்லது அவை எவ்விதத் திசுக்களாலானவை என்று அடையாளம் காணவோ அல்லது உராய்வுக்கு இதமான சுரப்பி (lubrication) பற்றி அறிவதற்கோ அல்லது விரைத்தல் பற்றி அறிவதற்கோ யாரும் ஊக்கப்படுத்துவதில்லை. இந்த விசயமே ஆபாசமானதாக இருக்கிறது. இது பற்றிய விசித்திரமான அடக்கம் இளம் பெண் மருத்துவரின் சோதனைக்கூடம் வரை விரிகிறது. அங்கே அவளைப் பரிசோதிக்க மருத்துவர் தயங்குகிறார். தாம் கண்டவற்றைப் பற்றி விளக்கமாக எடுத்துக்கூறத் தயங்குகிறார். பெண்பால் அனுபவிக்கிற இன்ப உச்சம் (orgasm) மேலும் மேலும் ஒரு புதிராகவே இருக்கிறது. அதே வேளையில் அது ஒரு கடமை போலப் போற்றப்படுகிறது. அதன் எதார்த்தமான இயல்பு பொருள் இகந்த அனுமானிப்பின் விசயமாக ஆகியுள்ளது. பெண்களைப் பற்றிய சகலவிதமான பொய்யான கருத்துக்கள் பல்லாண்டுகளுக்கு முன்பே தவறு என்று நிராகரிக்கப்பட்டுங்கூட, அவை இன்னமும் புழக்கத்தில் இருந்து கொண்டிருக்கின்றன. ஆண்களில் பலர், புணர்ச்சியின்போது ஆண்பால் போலப் பெண்பால் திரவமும் பீச்சப்படுகின்றது என்ற கருத்தை ஒப்புக்கொள்ள மறுக்கிறார்கள்.

பெண்பாலின் இனவிருத்தி உறுப்பு குறித்து வெளிப்படையாகப் பேச நாணப்படுகிறார்கள். இதற்கு ஒரு காரணம் ரசனையின்மை என்று சொல்லலாம். பெண்குறியைக் கொச்சைவசை வழக்குச் சொல்லாலேயே குறிப்பிடுகிறார்கள் (cunt, கூ,.சி.புண்...) பெண்குறி உறுப்பு அளவில் சிறியது. அது எளிதில் கவனத்தைக் கவருவதில்லை. ஆண்குறியின் பருமன் பற்றிய ஆர்வக் குறுகுறுப்புக்கு இணையானதாக, பெண் குறியின் சிறுமை பற்றிய ஆர்வக் குறுகுறுப்பு காணப்படுகிறது. எந்தப் பெண்ணும் குதிரையின் கழுத்துப்பட்டை போன்ற 'ஒன்றை' வைத்திருப்பதை அறிவதற்கு விரும்பமாட்டாள். தான் வாடையற்றவள் அல்லது அசுத்தமற்றவள் என்று நம்புகிறாள். பொது நாகரிகம் கருதி, தனது மாதவிடாய்ப் போக்கின் எல்லா அறிகுறிகளையும் வெளித் தெரியாதவாறு அகற்றுகிறாள்.

வரலாற்று ரீதியில் பார்த்தால் பெண்கள் எப்போதும் ஒதுங்கியவர் களாக இருந்ததில்லை: கதைப்பாடல் இலக்கியத்தில் பெண்கள் தங்கள் குறி பற்றி எகத்தாளமாகப் பேசுகிற உதாரணங்களைக் காணலாம். உதாரணமாக, 'ஒரு புதிய இனிய கதைப்பாட்டு: ஒரு நாட்டுக் கட்டைக்கும் ஓர் இளம் தையல்காரனுக்கும் இடையில் நடக்கும் இன்பமான சம்பாஷணை' (c.1670) யில் காமக் கடுப்பேறிய ஒரு நாட்டுக்கட்டை, தனது பையை கஜக்கோலால் அளக்க மறுத்த தையல்காரனை வசை வார்த்தைகளால் எச்சரிக்கிறாள்:

"என்னோட பை ரொம்ப ஆழமாக உள்ளதை நீபார்
கருவூலத்தை உன்னால் நெருங்க முடியாது" [2]

மற்றொரு பாட்டு அவளுடைய 'மானங்கெட்ட' பகுதியை வாழ்த்துகிறது:

"என்னிடம் உள்ளது ஒரு பகட்டான ஊசிப் பொட்டி
இதுவரை அதை நீ பார்த்ததில்லை,
அதில் கொப்புளம் ஒண்ணும் கண்டதில்லை
என் முட்டிக்கு மேலிருக்கும் விசயம் அது
ஓ! அது ஒரு பளபளப்பான ஊசிப் பொட்டி
அந்தச் சீமானை நீ பார்த்ததில்லை
என் ஊசிப்பொட்டியை விட்டு விலகாதே
வருசம் அம்பது பவுண்டுதான்" [3]

தொடக்க காலத்தில் மகப்பேறுத் துறையில் ஆண்களே பணிபுரிந்தார்கள். அவர்களுள் சாமுவேல் கோலின்ஸ் போன்ற சிலர் பெண்குறியைப் பற்றி அழகாக வருணித்துள்ளார்கள். கோலின்ஸ் வருணிப்பதை வாசிக்கிற எந்தப் பெண்ணும் மகிழ்ந்து போவாள்.

இப்படி வருணிக்கிற புத்தகங்களைப் பெண்கள் பார்க்கக் கூடாதென்று இருந்த காலம் அது. பெண்குறியை கோலின்ஸ், வீனஸ் தேவதையின் ஆலயம் என்றும் 'மோன்ஸ் வெனெரிஸ்' (mones veneris) உறுப்பினை வீனஸின் மெத்தை என்றும் வருணித்தார். ஆனால், பெண்பாலின் விரைப்பின் ஆச்சரியங்களை வருணிக்கிற போது இடக்கரடக்கலைக் கைவிட்டுவிட்டார்:

> "...விரிந்த வனதேவதைகள் ஆண்குறியை இறுக்கிப் புணர்ச்சிச் செயலின் களிப்பினைப் பேசுகின்றன. ரத்தக்குழாய்கள் கிளிடோரிஸின் சாரப்பொருளோடு மூல திரவத்தை வழங்கு கின்றன. அதனோடு விலங்குத்தனமான வீரியங்களால் உந்திய இன்பத்தை நரம்புகள் ஊற வைக்கின்றன. பெண்குறியின் சுரப்பிகள் புணர்ச்சியில் சூடாகி நொதித்த நிணநீர்த் திரவத்தைக் குறியின் துளைக்குள்ளே விசிறுகின்றன. இதன்மூலமாக அதன் வழியை அவை மிகவும் ஈரமாக்கி வழுக்கிவிடுகிற தன்மையை உண்டாக்குகின்றன. அது புணர்ச்சிக்குச் சுகமானது... பெண் குறியின் பக்கங்களிலும் இதர பகுதிகளிலும் உள்ள ஹைபோ கேஸ்டிரிக் தமனிகளின் ரத்தங்கள் பாய்வதால் குறி சூடாகவும் உப்பலாகவும் புணரும்போது ஆகிறது"[4]

கோலின்ஸுடைய வருணனை உயிரோட்டமானது: அதில் பெண்குறியானது (vagina) பேசுகிறது, எறிகிறது, இறுகுகிறது, வீரியமடைகிறது. கோலின்ஸும் அவரது சகபாடிகளும் இளம் ஆண்களைவிட இளம் பெண்களே புணர்ச்சியில் அதிக ஈடுபாடு கொண்டவர்கள் என்று அனுமானித்தார்கள். புணர்ச்சியின்போது பெண்குறியின் திசுக்களைப் பற்றி விவரிக்க அவர்கள் கையாண்ட சில சொற்கள் அறிவியல்பூர்வமற்றவை என்றாலும், மற்றப்படி மிகவும் சரியான விவரங்களாகவும், உள்ளவாறு உள்ளவையாகவும் இருக் கின்றன. "நன்கு மலர்ந்து விரிந்த ரோஜாப்பூவின் இதழ்களைப்போல பெண்குறி கரையிடப்பட்டுள்ளதாகக்" குறிப்பிட்டார்கள். அது, 'சுருக்கத்தின் மேல் அமைந்த சுருக்கமாக இருப்பதால், 'புணர்ச்சிகளின் போது களிப்பினை'த் தருகிறது'; பெண்குறியிடம் 'போதிய அளவிற்கு மெல்லியது' கோலின்ஸின் இந்த விவரிப்பு மிகச் சரியானதே. பெண் குறியின் கிளிடோரிஸ் என்ற பகுதியின் விசேசமான வகிபாகத்தைக் கோலின்ஸும் அவரது கூட்டாளிகளும் உணர்ந்திருந்தார்கள். அது, 'காதலின் இனிப்பையும் கூடலின் வெறியையும்' உண்டாக்குகிறது என்றார்கள்.

*('பெண்குறி செயற்கையாக அமைந்துள்ளது. அது எத்தகைய ஆண்குறியையும் ஏற்கவல்லது. நீளமான, கட்டையான,*

*மெலிவான வடிவமுள்ள ஆண்குறி எதையும் அதனால் ஏற்க இயலும். அவற்றின் வடிவத்துக்கு ஏற்றவாறு விரியவோ அல்லது சுருங்கவோ அதனால் இயலும். எனவே ஒவ்வொரு ஆணும் எந்தப் பெண்ணோடும் உறவு கொள்ளலாம். ஒவ்வொரு பெண்ணும் எந்த ஆணோடும் உறவு கொள்ளலாம்''*

- 'The Anatomy of Human Bodies epitomized' 1682 p. 156)

ஆரோக்கியமான, நன்கு ஒத்துழைக்கின்ற பெண்களுக்குப் பெண்குறியிடத்திலிருந்து இன்ப உச்சங்கள் தோன்றுகின்றன என்ற கருத்து மேற்படி முன்னோடிகளின் அனுபவம் சார்ந்த அவதானிப்பாகவும், அதன் பொருள் இகந்த ஓர் இடைச்செருகலாகவும் இருக்கின்றது. கிளிடோரிஸ் உறுப்பினை கோலின்ஸ் நேசத்திற்குரிய ஓர் அன்பான பகுதியாகத் தாமாகவே முடிவு செய்தார். நாம் மேலே பார்த்தபடி, சுகத்தை உண்டாக்குவதில் பெண்குறியின் வகிபாகத்திற்கு அவர் குறைந்த அழுத்தம் கொடுக்கவில்லை. ஃபிராய்டியவாதிகள் பிரஷ்டம் பண்ணிய கிளிடோரிஸ் இவ்வாறு திரும்பச் சேர்த்துக் கொள்ளப் பட்டது. இதனை மகிழ்ச்சியோடு நாம் ஒத்துக்கொண்டோம். ஆனால், நாம் சுத்தமாக அடங்கிப்போன, ஒரு சம்பந்தமும் இல்லாத ஒன்றாகப் பெண்குறியைப் பற்றிய ஓர் எண்ணத்தை ஏற்று வந்திருக்கிறோம். காதலைச் சுகிப்பது இன்னொரு ஆண்பாலின் திறன். அதில் தீர்ப்புக் கூறுபவர்கள் பெண்கள் என்று நம்பி வந்திருக்கிறோம். தனது கணவர்களைப் படாதபாடு படுத்திய பாத்தின் மனைவியுடைய (wife of Bath) திறன்களைப் பற்றியும், இரவு முழுவதும் தங்கள் ஆண்களைத் தங்களுக்குள் வைத்திட முடிந்த தஹிதியப் பெண்களின் வலுவான சுருக்கு தசைகளைப் பற்றியும் நமக்குத் தெரியாது. அடங்கிய பெண்பால் மீது ஆற்றப்படுகிற செயல்களைக் குத்துதல், குடைதல், தோண்டுதல், போடுதல் (fucking, screwing, rooting, shagging) என்று கொச்சையான வார்த்தைகளால் குறிப்பது வழக்கம். ஆண்குறியின் பெயர்கள் எல்லாமே கருவியின் பெயர்களாக இருக்கின்றன. ஊடு பாலியலை (intersexual) குறிப்பிட நம்மிடமுள்ள சொற்கள் காலங் கடந்ததாகவும் குழப்பமாகவும் உள்ளன (swive', 'ball' = கூடல்). தியோடர் ஃபெயித்ஃபுல் (நானும்) போன்ற பிரச்சாரகர்கள் தற்போது நிலவுகின்ற பிம்பத்துக்குத் தரப்படும் அழுத்தத்தை மாற்ற முயன்று வருகிறார்கள். தனது குறி விரைப்பதில் சிக்கலைச் சந்திக்கிற ஓர் ஆணுக்கு ஃபெயித் ஃபுல் இவ்வாறு எழுதினார்.

*"குறி விரைப்பது பற்றிய கவலை உங்களுக்கு வேண்டாம். உங்கள் சிநேகிதி மீது உங்கள் கவனத்தைக் குவியுங்கள். கிளிடோரிஸை சட்டை பண்ணாமல் உங்கள் விரல்களை அவள்*

குறிக்குள்ளே விட்டு உள்ளுக்குள்ளே இதமாகத் தடவிக் கொடுங்கள். உங்களுடைய பால் உறுப்புக்களோடு மிக நெருக்கமானதொரு உறவோடு இந்தக் காரியத்தை நீங்கள் பின்பற்றிப் போனால் உங்களுக்குக் குறி விரைக்க அவசிய மில்லாதவாறு அவளால் உங்கள் உறுப்பைத் தன் குறிக்குள் உள்ளிழுக்க முடியும் என்பதை விரைவில் அறிந்து கொள்ளுவீர்கள்?[5]

மேலே கூறியது, நோயாளியைப் படுக்கவைத்துச் செய்கின்ற மருத்துவச் சிகிச்சை போலத் தெரிகிறது. இதைத் தொடர்ந்து புணர்ச்சிச் செயலில் பெண்களுடைய பங்களிப்பை அதிகரிக்கச் செய்கிற முக்கியமான முயற்சிகள் மேற்கொள்ளப்பட்டன. மூத்திரப்பையின் பலவீனத்தை அகற்றுவது எப்படி என்று பெண்களுக்குப் பாடம் நடத்தும்போது, அதற்குரிய பயிற்சியை எ.எச். கெகல் செய்து காட்டினார். இடுப்புவால் சதைப்பகுதிக்கு அந்தப் பயிற்சியைச் செய்து காட்டியபோது, அவர்கள் கொஞ்சமும் எதிர்பாராதபடி அது பாலியல் சுகத்தை அதிகரித்தது.[6] அந்தப் பெண்களின் தோழர்கள் அது பற்றி என்ன நினைத்தார்கள் என்பது பதிவு செய்யப்படவில்லை.

பாலியல் சுகத்தைத் தடைசெய்கிற அந்தச் சுய அடக்கு முறையிலிருந்து சுய - கட்டுப்பாட்டில் தளர்ச்சி ஏற்படுகிறது. தங்களுடைய தசையமைப்பைத் தாங்களே சரி பார்க்குமாறு பெண்களிடம் விட்டுவிட்டால் அவர்களது இடுப்புத் தொந்தரவுகள் பலவும் அகன்று போகும். அதற்கு இணையாக அவர்களுடைய பாலியல் அனுபவிப்பு (களிப்பு) வளரலாம். இடுப்பு எலும்புக் கூட்டை எப்படிச் செயல்படுத்துவது (பயிற்சி தருவது) என்பதை அறியும்வரை இதனைச் செயல்படுத்த முடியாதுதான்: பெண்கள் இதைச் செயல்படுத்த முடியாதவரை இது எவ்வாறு செயல்படுகிறது என்பதை நம்மால் அவதானிக்க முடியாது. புணர்ச்சியால் சரியான சங்கிலித் தொடரான மறு வினைகள் (reactions) நிகழுமானால், புணர்ச்சிச் செயலில் கிளிடோரிஸ் நேரடியாக ஈடுபட்டுள்ளதைப் பெண்கள் கண்டறியக்கூடும். உடம்பை விரல்களால் வெகுவாகப் பிடித்து விடத் தேவையின்றி, அதிகம் அலட்டாமலும் அவசரப் படாமலும் இன்ப உச்சத்தை எட்டமுடியும் என்பதை அறியலாம். எப்படியானாலும் பெண்கள் தாங்கள், தங்கள் கூட்டாளிகள் ஆகியோரின் களிப்பிற்குரிய பொறுப்பில் ஒரு பகுதியை ஏற்றாக வேண்டும். இதற்கு ஓரளவுக்குக் கட்டுப்பாடும் ஓர்மையான ஒத்துழைப்பும் தேவைப்படும். பால் பற்றிய தங்கள் மனப்பாங்கைப் பெண்களால் மாற்ற முடியுமானால் யுத்தத்தில் ஒரு பகுதி வெற்றி கிட்டிவிட்டது என்று கூறலாம். ஆண்குறியை

எடுத்துக் கொள்ளுவதற்குப் பதிலாக அதனைத் தழுவித் தூண்டி விட வேண்டும். விழிப்புணர்ச்சி பெற்ற பெண்கள் பெண்பாலின் உயர்ந்த இடம் பற்றிப் போற்றிப் பாடியுள்ளார்கள். ஆண்பாலின் கனத்த உடலின் பாரத்தால் அவர்கள் புதைந்து போவதில்லை, மிகத் தன்னியல்பாக அவர்களால் ஆண்பாலுக்கு ஈடு கொடுக்கமுடியும். கேவலம், இது ஒரு தகவல் தொடர்புப் பிரச்சினையாகும். அந்தத் தகவல் தொடர்பு 'அவன் பேச நான் கேட்க' என்ற வாய்ப்பாட்டால் முன்னெடுத்துச் செல்லப்படுவதன்று.

பெண்குறிசார்ந்த இன்ப உச்சம் என்கிற மாயப் புனைவு அகன்று கிளிடோரிஸ் (இன்ப) அதிர்ச்சி எனப்படுவது உண்மையான உணர்ச்சி திருப்திக்குப் பதிலாக வைக்கப்படுகிறது. இது பாலியல் தன்மைக்கு நாசகரமானதாக மாறக்கூடும். இதில் ஏற்படுகிற பக்க விளைவுகளைப் பற்றி மாஸ்டர்ஸ், ஜான்ஸன் ஆகியோருடைய ஆய்வு முடிவுகள் வெளிப்படுத்தியுள்ளன. மீட் ஈல்ஜெர்ஸன் தமது நூலில் இது குறித்துக் கூறியுள்ளார். 'பொத்தான்' மீது படுகிற சரியான ஸ்பரிசங்களின் வழியாகப் பெண்களின் இன்ப உச்சங்கள் விளைவதாகக் கூறும் பாலியலாளர்களைக் கண்டனம் செய்கிறார்:

> "...புணர்ச்சிக்கு முதல்படியாகக் கிளிடோரிஸை தூண்டுவதைச் சரியான செயலாகப் பெரும்பாலான ஆண்கள் கருதுகிறார்கள். 'சரியான விசயம்' என்று எதைக் கருதுகிறார்களோ அது பெண்ணுக்கு உணர்ச்சித் தூண்டலாக முற்றிலும் இல்லை. இதுதான் விசயத்தின் சாரம். இதனை நூற்றுக்கணக்கான ஆண்டுகளாகப் பணிவும் நாணமும் அடக்கமும் கொண்ட பெண்கள் மறைத்து வந்திருக்கிறார்கள்"[7]

இந்த அளவுக்கு வரலாற்றில் எல்லாப் பெண்களும் பணிவாகவும் அடக்கமாகவும் இருந்ததில்லை. தனது குறியில் ஒருவன் தனது குறியைச் செலுத்துகையில் அந்தப் பெண்ணுக்கு எந்த உணர்ச்சியும் வருவதில்லை எனக் கூறுவது அறிவற்ற கூற்றாகும். வெறும் வெற்றிடமாக இருப்பதற்குப் பதிலாகப் பெண்குறியால் ஆண்குறியைச் சுற்றி அலைபோல மேலும் கீழுமாக, உள்ளும் வெளியுமாக இயங்கும் போது இன்ப உச்சமானது குணரீதியாக வித்தியாசப்படுகிறது. ஆண்கள் அடைகிற எளிய, தவிர்க்கமுடியாத சுகத்திற்கும், பெண்களின் தந்திரமான ஈடு கொடுப்புகளுக்கும் இடையிலுள்ள வேறுபடுத்தல் மொத்தத்தில் செல்லுபடியாகத் தக்கதில்லை. தொடர்ச்சியாக ஆண் தாது (sperm) உற்பத்தியாவதாலும், அதன் அழுத்தத்தால் புணர்ச்சி வேண்டப்படுவதாலும், ஆண்கள் ஏமாற்றமடையாமலும், தாதினைச்

செலுத்தாமலும் யாரோடும் கூட முடியும். எல்லா ஆண்களுக்கும் விந்தின் வெளியேற்றம், அழுத்த விடுவிடுப்பு எனப் பொருள்பட்டால் அவர்களுக்குப் புணர்ச்சி என்பது ஏமாற்றத்தை அளிக்காது. ஆணின் புணர்ச்சியின் நிகழ்ச்சி நிரலை நிபுணர்கள் விளக்கியுள்ளார்கள். ஓர் ஆண் முதற்சுற்றில் கடமையுணர்வோடு பெண்உடலின் இன்ப உச்ச மண்டலங்களில் செலவழிக்கிறான். அவளது ஒவ்வொரு மார்புக் காம்பிலும் சம அளவில் நேரத்தைச் செலவிடுகிறான். பிறகு, தன் கவனத்தைக் கிளிடோரிஸ் பக்கம் திருப்புகிறான். (வழக்கமாகவும், மிகவும் நேரடியாகவும், அதனைத் தன் விரல்களாலும் நாவாலும் தூண்டிய பின்னர் பெண் குறிக்குள்ளே மரியாதையாகத் தன்னை நுழைக்கிறான். கிளிடோரிஸ் சுருங்கும்வரை காத்திருந்து, பின்னர் உள்ளே போகலாம் என்று அறிகிறான். இந்த மாதிரி செயல்கள் மனிதத் தன்மையற்ற, கணினி வயமானவையாக இருக்கின்றன. புள்ளி விவரப்படி, இலட்சியப் புணர்ச்சி ஒன்று இருக்கிறது. அதனைச் சரியான விதிமுறைகளை அனுஷ்டித்தபடி செய்தால் எப்போதும் திருப்திகரமான விளைவு உண்டாகும் என்று கருதுவது தவறு. சட்டென்ற மனக்கிளர்ச்சிக்கு ஈடு ஏதும் கிடையாது. பிசைதலால் திருப்திக்கு உத்தரவாதம் இல்லை. ஏனென்றால், உளவியல் - பாலியல் விடுவிப்புதான் புணர்ச்சியால் விளையும் திருப்தியாகும். உண்மையான மனதிருப்தி மிக நுண்ணிய நரம்புகளின் கொத்துக்களில் பொறிக்கப் பட்டிருக்கவில்லை. அது சம்பந்தப்பட்ட நபரின் மொத்த பாலியல் ஈடுபாட்டில் இருக்கிறது. நபரின் முழுமையான ஈடுபாடு முக்கியம். இன்ப உச்ச நிலைக்குப் பின்னரும் தொடருகின்ற பெண்களின் தொடர்ச்சியான பால்களிப்பினைக் கண்ட ஆண்கள் வியந்து போகிறார்கள். இந்தப் பெரும் பால்களிப்பு கிளிடோரிஸை ஒட்டியதாக இல்லை. தொடர்ச்சியான தூண்டுதலுக்கு கிளிடோரிஸ் குறிப்பிடத் தக்க எதிர்வினையைக் காட்டுவதில்லை. பொதுவான அளவில் புலன் சார்ந்த எதிர்வினையை அது காட்டுகின்றது. புணர்ச்சிச் செயல்பாட்டில் பெண்பாலின் ஈடுகொடுப்பினை, கிளிடோரிஸோடு நாம் பிராந்திய மயப்படுத்தினால், பிறகு ஆண்களின் ஈடு கொடுப்பைக் குறுக்கிவிட்ட அதே பால் வரையறையைப் பெண்கள் மீது நாம் சுமத்துவதாக ஆகிவிடும். ஆயாசமோ அல்லது பெரும் இச்சையோ இல்லாத ஆணின் பாலியலின் இலட்சியமான வீரியம் பெரும்பாழ் என்றே கூற வேண்டும். விந்து வெளியேற்றத்தை வெறும் எந்திரத்தனமாகக் கண்டால், அது எந்திரத்தனமாக ஈடுகட்டப்படுகிறது. அப்புறம் பால் என்றால் பெண் குறிக்குள் செய்யப்படுகின்ற சுயமைதுனம் (masterbation) என்று ஆகிவிடுகிறது.

மாஸ்டர்ஸ், ஜான்ஸன் ஆகியோருடைய ஆய்வு முடிவுகளைக் கண்டு, 'அப்படித்தான் நான் சொன்னேன்' என்றும் 'நான் இயல்பானவள்' என்றும் கூச்சல் போட்டு வாழ்த்தி வரவேற்ற பல பெண்கள் மேற்படி விமர்சனத்தை ஒரு துரோகம் என்று உணர்வார்கள். தங்களுக்குத் தர மறுக்கப்பட்ட பிறகு அப்பெண்கள் பால் இன்பத்தைக் கண்டு பிடித்துள்ளார்கள். ஆனால், அவர்கள் அனுபவித்த ஆசை நிறைவேற்ற மெல்லாம் கிளிடோரிஸ் தூண்டலிலிருந்தே என்பதை நான் அறிவேன். ஏனெனில் இவ்வித ஆசை நிறைவேற்றமானது ஒட்டுமொத்த உடலின் பாலியலாக்கத்தை மறுக்கும் சூசகமான அறிகுறியாகவுள்ளது. இது பாலியல் தன்மையாக (sexuality) இல்லை, மாறாக அதன் பதிலியான பால் உறுப்புத் தன்மையாக (genitality) இருக்கிறது. இனவிருத்தி உயிரியல் ஆய்வு பவுண்டேஷனின் சோதனைக் கூடங்களில் மின்னியல் கருவி வழியாக மேற்கொண்ட ஆய்வானது, இலட்சிய திருமணத்தைக் களிப்பற்ற மக்களுக்கு ஏற்ற களிப்பற்ற பால் என்று கண்டுபிடித்தது.

பாலியல் ஆளுமை எனப்படுவது அடிப்படையில் அதிகாரத்து வத்திற்கு எதிரானது. (ஆளும் வர்க்க சமூக) அமைப்பானது தன் குடி மக்களிடம் முழுமையான - எளிதான ஏற்பினை அமலாக்க விரும்பினால் முதலில் அவர்களுடைய பாலினைச் சாதுவாக்க வேண்டியதிருக்கும். மாஸ்டர்ஸூம் ஜான்ஸனும் மந்தமான - தரப்படுத்தப்பட்ட - கிளர்ச்சி குறைந்த ஒருதார மணமுறையின் மூலவரைபடத்தை வழங்கினார்கள். பெண்கள் தங்களுடைய மனிதத்தனத்தின் குறைபாட்டிலிருந்து விடுபடவேண்டுமென்றால் இன்ப உச்சத்தை மட்டுமின்றி, பரவசநிலையை எட்டுவதற்கும் முன்வர வேண்டும்.

> "பாலியல் கட்டமைப்பு, செயல்பாட்டுக் கொள்கையையும், அதன் சமுதாய அமைப்பையும் பற்றிய அடிப்படையான அம்சங்களைப் பிரதிபலிக்கிறது... ஃபிராய்டு மையப் படுத்தலின் அம்சத்தை வலியுறுத்தினார். மையப்படுத்துதல் என்பது, இயல்பூக்கங்களில் ஒரு பகுதியின் பல்வேறு குறியிலக்குகளை, எதிர்ப்பாலின் பாலியல் சக்திவாய்ந்த ஒரே குறியிலக்காக 'ஒருங்கிணைப்பதில் செயல்படுகிறது. அதோடு, இது பால் உறுப்பின் மேன்மையை நிலை நாட்டுகிறது. இந்த இரண்டு காரியங்களிலும், அதாவது ஒருபகுதி இயல்பூக்கங் களின் பல குறியிலக்குகளை ஒரே குறியிலக்காக ஆக்குவதும், பால் உறுப்பின் மேன்மையை நிலை நாட்டுவதுமாகிய இரண்டு காரியங்களிலும் ஒருங்கிணைப்புச் செயல்பாடானது ஒடுக்கும் தன்மை வாய்ந்ததாக இருக்கிறது. அதாவது பகுதி

இயல்பூக்கங்கள் உணர்ச்சி நிறைவேற்றத்தின் ஓர் 'உயர்ந்த கட்டத்திற்குச் சுதந்திரமாக வளர்ந்து செல்லுவதில்லை. மாறாக அவை வெட்டப்பட்டுப் பணிவிடைச் செயல்களாகக் குறுக்கப் படுகின்றன. இந்த இயக்கம் உடலைப் பாலியல் தன்மையற்ற தாக்குகின்றது. இவ்வாறு மனித உடல்களைப் பாலியல் தன்மை யற்றதாக ஆக்குவது சமூகரீதியில் அவசியமானது. இக்காரியத்தை மேற்சொன்ன ஒருங்கிணைப்பு (மையப்படுத்துதல்) சாத்தியமாக்கு கின்றது, சாதிக்கின்றது. மனித உடல்களைப் பாலியல் தன்மை யற்றதாக ஆக்கிய பிறகு, உடல்களின் எஞ்சிய பெரும்பகுதியை உழைப்பின் கருவியாகப் பயன்படுத்தச் சௌகரியமாக இருக்கிறது. பாலியல் உளவியல் சக்தியை (bibido) காலரீதியாகக் குறுக்கிய பிறகு, அதற்குப் பின்னிணைப்பாக அதனிடத்தில் இடரீதியான குறுக்கல் (reduction) வைக்கப்படுகிறது''[8].

பெண்கள் கிளிடோரிஸை, சக்தியின் செலவைக் குறைத்துச் சுகத்தை நீடிக்கச்செய்யும் ஒரு பாலியல் துணை உறுப்பாகக் கருதாமல், அதனைத் தங்கள் சுகத்திற்குரிய ஒரே இடமாகக் காணுகிறார்கள். அவ்வாறு கண்டால் செயல்பாட்டுக் கொள்கையின் அறத்தால் அவர்கள் ஆதிக்கம் செய்யப்படுவதை அவர்களே உணர்வார்கள். அந்தச் செயல்பாட்டுக் கொள்கை நமது சமுதாயத்தில் முன் முயற்சியையும் படைப்புத் தன்மையையும் தனக்குள் கொண்டிருக்குமானால் அந்த ஆதிக்க நிலை தன்னளவில் ஒரு சரிவாக இருக்காது. ஆனால் முன் முயற்சியும் படைப்புத் தன்மையும் பாலியல் சக்தியோடு இணைப்புற்றுள்ளன. இந்தப் பாலியல் சக்தி, நாகரிகமயமாக்குகிற இயக்கத்தின்போது (செயல்பாட்டுக் கொள்கை) நின்று நிலைக்காது. பெண்கள் மாற்றுச் சாத்தியப்பாடுகள் திறந்திருக்குமாறு போராட வேண்டும். அதேசமயம், அவற்றைத் தன்னளவில் பயன்படுத்திக் கொள்ள முடியும் வலிமையைப் பெறப் போராட வேண்டும்.

அதிகக் கட்டுப்பாடில்லாத சமுதாயம் பாலியல் உந்துதல்களைத் தனது கட்டுப்பாட்டுக்குள் வைத்ததன் வழியாக அவற்றைச் சக்தியற்றதாக்கிவிட்டுள்ளது. அங்கே பால் என்றால் பலருக்கும் பரிதாபகரமான ஒரு காரியமாகிவிட்டது. அது, ஒன்றைக் கண்டு பிடிக்கும் காரியமாகவோ அல்லது வெற்றிக் களிப்பாகவோ இல்லை. அது எந்திர கதியிலான ஒரு விடுவிப்புச் சடங்காகி விட்டது. முன் எப்போதும் இருந்ததைவிட இப்போது அது மனிதத் தனிமையை அழுத்திச் சோர்வையும் ஏமாற்றத்தையும் தருவதாக ஆகிவிட்டது. இளம் பெண்களுக்கு முன்பு அனுமதித்ததை விட அநேக (மகிழ்ச்சியற்ற) சுதந்திரங்களை இன்று வழங்கிவிட்டார்கள். ஆனால் தூய்மைவாதிகள்

பயந்த மாதிரி ஒவ்வொரு தெரு மூலையிலும் பாலியல் வெறி யாட்டங்கள் காரிய சித்தியாகவில்லை. தன்பால் புணர்ச்சியின் பலவடிவங்களான- குழுப்பால் புணர்ச்சி, குற்றவகைபால், -குழந்தை - முறை மீறல், அடிமைத்தனம், ஒழுங்குமுறை (உண்மையில் எந்த வகையான பால் சேர்க்கையும் நிறுவனத்தின் செத்துப்போன கரங்களி லிருந்து தப்ப முடியும்) ஆகியவை செழித்து வளர்ந்துள்ளன. எளிமை யான பாலியல் சக்தி விடாது சிதறி விரயமாகிக் கொண்டிருக்கிறது. இதற்காக மறுமலர்ச்சி என்பது தீமையானது என்றோ அல்லது மனித மலட்டுத்தனத்திற்கு ஒழுங்குமுறை அவசியமான தாற்றுக்கோல் என்றோ கூறவரவில்லை. ஆனால், பாலியல் மறுமலர்ச்சி அரசாங்க மானியத்தின் கீழ் உண்டானதன் காரணமாக அந்தப் பாலியல் மறுமலர்ச்சியின் கண்டுபிடிப்புக்கள் எல்லாம் மோசமான வசனத்தில் வெளிப்பட்டன. உலகின் மீது மருத்துவ சிகிச்சையின் சொற்சாலங்கள் அவிழ்த்து விடப்பட்டன. பாலியல் பற்றிச் சுதந்திரமாகப் பேசுவதற்காக வழங்கப்பட்ட அனுமதி, பாலியல் இயல்புநிலை பற்றி இன்னொரு சங்கேத மொழியை உண்டாக்குவதில் சென்று முடிந்தது. அந்தச் சங்கேத மொழி நேர்மையற்றது. மலினமானது. ஜேக்கி கோலின்ஸ் எழுதுகிற பாணியில் தங்களது பாலியல் அனுபவத்தைப் புரிந்து கொள்ளும் பெண்கள், மீண்டும் எழமுடியாதபடிக்குத் தங்களது காதலர்களோடும் தங்களோடும் முடிந்து போகிறார்கள்.

> "அவன் அவளைப் படுக்கையறைக்கு இட்டுச்சென்று மெதுவாக அவளுடைய ஆடைகளைக் களைந்தான். அவளிடம் அழகாகக் காதல் புரிந்தான். அதில் மூர்க்கத்தனம் இல்லை. அவசர மில்லை. இவ்வுலகில் வேறு முக்கியமான காரியங்கள் எவையும் இல்லை என்கிற மாதிரி அவள் உடலெங்கும் அவன் இதயமாகத் தடவிக் கொடுத்தான். பரவசத்தின் விளிம்பு வரை அவளைக் கொண்டுபோய் மீண்டும் தொடங்கினான். தான் செய்கிற ஒவ்வொரு அசைவிலும் நிச்சயத்தன்மை கொண்ட அவன் அவளைத் தவித்துக்கொண்டே இருக்கச் செய்தான். அவனது ஸ்பரிசத்தால் அவள் மார்பகங்கள் வளர்ந்து பருத்தன; பெரிதாகின. வலுவாகின. மேலே தொங்கவிடப்பட்ட தளத்தின் மேல் அவள் மிதந்தாள். அவனுடைய கைகளுக்கும் உடலுக்கும் முழுமையாக அவள் சிறைப்பட்டாள். வியக்கத்தக்க அளவுக்கு அவன் கட்டுப்பாடு மிக்கவனாக இருந்தான். சரியான சந்தர்ப்பத்தில் நிறுத்துகின்ற ஆற்றலைப் பெற்றிருந்தான். அந்தக் கட்டுப்பாட்டை மீறி அது நடந்தால், அது அவனுடைய விருப்பத்தால் மட்டுமே நடந்தது. அவர்கள் முழுமையாக

ஒன்றித்துப் போனார்கள். அவள் ஒருபோதும் முன்பு அதனை அனுபவித்ததில்லை. அவன் மீது அவள் ஒட்டிக்கொண்டாள். அவனை அவள் எவ்வளவு தூரம் நேசித்தாள் என்று வார்த்தைகள் அவளது நாவிலிருந்து தடுமாறி வெளிவந்தன. அதன் பிறகு புகைத்தபடி அவர்கள் படுத்துக்கொண்டே பேசினார்கள். "நீ அற்புதமானவள்" என்று கூறிய அவன், "நீ ஒரு புத்திசாலியான பெண். நமக்கு மணமாகும் வரை என்னை காக்க வைத்து விட்டாய்"⁹

செல்வி கோலின்ஸ் படைத்துள்ள கதாநாயகி விரிகின்ற மார்புகளைக் கொண்டிருந்தும் மிகவும் கவனமாக இருப்பதாக நம்புகிறாள்; (ஆணுக்கு) அடங்கியவள், கணக்குப் பார்க்கிறவள், சுயநலமுள்ளவள், மந்தமானவள். அவளுடைய கணவன் இந்தப் பாலியல் கருவியை வாசித்து வாசித்துச் சோர்வடைந்தபோது அவளுக்கு வேறு புகலிடம் இல்லை. காற்றடைத்த படுக்கை மீது படுத்துச் சோம்பல் முறித்து, என்ன தப்பு நடந்தது என்று ஆச்சரியப்படுவதைத் தவிர அவளுக்கு வேறு வழி கிடையாது. பால் உறுப்புக்களைப் பற்றிப் பேச்சில்லை. வெறும் தட்டையான புலன் உணர்ச்சி என்கிற ஒரு சதுப்பு நிலத்திலோ அல்லது ஒரு மயக்க நிலையிலோ எல்லாமே நடக்கின்றன. அந்தப்புரப் பண்ணையில் (harem) ஒரு நபும்சகனைப்போல (காயடிக்கப்பட்ட ஆண்) அவள் கணவன் அவளுடைய இன்பத்திற்காகப் பாடுபடு கிறான். எதிர்ப்புரட்சியின் சேவைக்காக பால், சேணம் பூட்டப்படுகிறது.

*("தழுவல்கள் உச்சிமுதல் உள்ளங்கால் வரையானவை. பகட்டான ஓர் உயர் புரோகிதன் ஒரு ரகசிய இடத்திலிருந்து நுழைவது மாதிரி இல்லை"*

Blake, 'Jerusalem', p.69, II. 39-40)

ஜேக்கி கோலின்ஸ் விவரிப்பது சரியான புணர்ச்சி பற்றிய மிகச் சாதாரணமான கற்பனை கலந்த இலட்சியமாகும். ஆண்பாலின் எஜமானத்துவம் பற்றிய கருத்தாக்கத்தை நாம் எவ்வளவு ஆழமாக நம்புகிறோம் என்பதை அது காட்டுகிறது. செல்வி, கோலின்ஸின் கதாநாயகி, தன் கணவனுடைய காலனிய மயமாக்கும் பாலியல் உந்துதலைத் திறம்படப் பயன்படுத்துகிறாள். அவனுடைய ஆவேசமான நச்சரிப்புக்கள் முடியும்வரை தான் தயாராகும்வரை அவள் அவனைக் காத்திருக்க வைக்கிறாள். அவனுடைய தீவிரமான உந்துதல்களை இவ்வாறு சாதுரியமாகக் கையாளுவதில் ஒரு மாயமான உயர்வினைக் காட்டுகிறாள். ஏனென்றால் அவள் மெல்லியள், மிகை உணர்ச்சிகரமானவள், நாணமிக்கவள், தனது ஆசை நிறைவேற்றத்

திற்காக நேசிப்பவள் இல்லை; மாறாக, கண்ணியம், நம்பிக்கை, உண்மை, அன்பு ஆகியவற்றை வெளிப்படுத்துகிறாள். இவ்வாறாக அவனைத் திருமணத்திற்குள் கொண்டுவர அவனை நாகரிகப்படுத்தி, கற்புள்ள பாலியல் செயலுக்கு வந்து சேர்கிறாள். அவனுடைய அன்பின் குழப்பான உளவியல் அம்சம் குறைத்து மதிப்பிடப்படுகிறது. அவள் இன்னும் தனியளாக, சுயநலமியாக, தனக்குள் இருக்கிற புதிய இன்பங்களுக்கு அவனைக் கொண்டுவருவதற்கு அல்லது அவனை விரும்புவதற்குப் பாலியல் உளவியல் சக்தியற்றவளாக இருக்கிறாள். கோலின்ஸ் போன்றவர்களின் எழுத்துக்களும், பாலியல் - நூல்களும் பால் உறுப்புக்களையே நாம் இன்னமும் காதலிக்கிறோம்; மாந்தரை அல்ல என்பதை எடுத்துக்காட்டுகின்றன. மாந்தர் எப்போதும் தனிப்பட்ட மன மாச்சரியங்களை உடையவர்களாகவோ, அல்லது முழுமை பெற்று ஓரிடத்தில் இருப்பவர்களாகவோ பெரிதும் இருப்பதில்லை. மாறாக அவர்கள் காதல் செய்கிறபோதுதான் முழுமை பெற்று ஓரிடத்தில் இருக்கிறார்கள். நாம் அன்பு செய்கிறபோது பிறரோடு தொடர்பு கொள்ளுகிறோம். தனிமையில் இருப்பதில்லை.

# கொடிய கர்ப்பப்பை

பால் எனப்படுவது இனவிருத்தியைப் போன்றதன்று. மாந்தர்க்கு இவ்விரண்டிற்கும் இடையிலுள்ள உறவு விசேச நுட்பம் வாய்ந்தது. மாந்தர் தாம் விரும்புகிறபோது கூடலாம்; இது உடல் வெப்பத்தாலோ அல்லது இயல்பூக்கத்தாலோ உந்தவும் தூண்டவும் படுதலால் நிகழலாம். இந்த வேறுபாட்டுக்கு ஒரு பகுதிக் காரணம் மாந்தரின் நினைவாற்றலாகும். அவர்களிடம் பால் இன்பத்தின் அனுபவம் பற்றிய புரிதலும், சித்தமும், அதற்காக ஆசைப்படுதலும் இருக்கின்றன. சிறுமிகள் பால் தரும் சுகம் பற்றியும் அதன் இனவிருத்திச் செயல் பற்றியும் தற்செயலாக அறிகிறார்கள். நெருங்கிவருகிற மாதவிடாயின் மன அதிர்ச்சி பற்றி அவர்களுக்கு அறிவுறுத்த அதிக கவனம் எடுத்துக் கொள்ளப்படுகிறது. இதனைத் தொடர்ந்து அவர்கள் ‘கட்டுப்பாட்டை இழக்க நேரிட்டாலோ’ அல்லது பாலியல் உந்துதலுக்கு ‘இடங் கொடுத்து விட்டாலோ’ ஏற்படப்போகிற குழந்தைப் பிறப்பின் பயங்கர சாத்தியப்பாடு பற்றி அவர்களுக்குத் தெரிவிக்க அதிக கவனம் எடுத்துக் கொள்ளுகிறார்கள். இதற்கு மாறாக, அந்தச் சிறுமிகளுக்கு, முதலில் இத்தகைய பாலியல் உந்துதல்களை அங்கீகரிக்கவும் வரவேற்கவும் கற்றுக் கொடுக்க கவனம் எடுக்கப்படுவதில்லை. இதனால், வளர்ந்து கொண்டிருக்கிற சிறுமிக்குத் தன்னுடைய புறப்பால் உறுப்புக்களைப் பற்றித் தெரிவதைவிடத் தனது கர்ப்பப்பை பற்றி அதிகம் தெரிகிறது.

கர்ப்பப்பை பற்றிய அவளுடைய அறிவு கல்வி வட்டாரத்தைச் சேர்ந்த அறிவாகும் (பாடப்புத்தக அறிவு): பெரும்பாலான பெண்கள் தாங்கள் தப்புச் செய்கிறவரை (எப்போதும் இதைத்தான் செய்கிறார்கள்) தங்களுடைய கர்ப்பப்பையின் செயல்பாடு அல்லது முட்டை உற்பத்தி யாகும் இடங்கள் பற்றி எதுவும் உணர்வதில்லை, தெரிவதில்லை. பல பெண்கள் தங்கள் பால் உறுப்புக்களில் ஏற்படுகிற நோய்களால் மடிகிறார்கள். அவர்கள் தங்கள் வாழ்நாள் முழுவதும், கர்ப்பப்பை வாசல், கிளிடோரிஸ், பெரிய - சிறிய புற இதழ்கள், பிளப்பு (செர்விகஸ்) ஆகிய பாகங்களை உள்ளடக்கிய ‘வல்வா’ (vulva) என்ற புறஉறுப்பு, ‘வஜைனா’ (vagina) என்னும் யுகக்குழல் உறுப்பு, கர்ப்பப்பை ஆகிய வற்றைச் சுத்தமாகக் கவனிப்பதே இல்லை. எளிதில் குணப்படுத்தத் தக்க அளவிலுள்ள ஒரு சாதாரண நோய், காலம் தாழ்த்திக் கண்டறியப் படுவதால் பெரும் பிரச்சினைக்குக் காரணமாகிறது. ‘நாணம்’ எனும் பெயரில் பொய்யாகப் போற்றப்படும் மடமையால் இது விளைகிறது.

நினைக்கவொண்ணாக் காலம் முதற்கொண்டு, கர்ப்பப்பை தொந்தரவுமிக்கதாகக் கருதப்பட்டே வந்துள்ளது. மருத்துவர்கள் இதற்குச் சிகிச்சையளிக்கத் தயங்கினார்கள். பெண்கள் தம் பால் உறுப்புக்களில் உண்டாகிற பிரச்சினையைத் தங்கள் பாரம்பரியத்தின் கோளாறு என்று பயந்தார்கள். உற்சாகக் குறைவு, (அல்லது) வேண்டா வெறுப்பு ஆகியவை பெண்களுடைய பொதுவான நிலைமை என்றே கருதப்பட்டது. இதற்குக் காரணம்: அதிர்ஷ்டம் இன்மை, மட்டமான மேலாளுகை. ஆண்களுடைய மலட்டுத் தனத்திற்கு மிக எச்சரிக்கை யுணர்வோடு சிகிச்சை அளிக்கப்படுகிறது. ஆண்குறியில் ஓர் அற்பமான காயம் இருந்தால் மிகுந்த கவனத்தோடு பரிசோதிக்கப்படுகிறது. அதன் காரணமாக ஆண்கள் காயடிப்புப் பதட்டத்தால் பயப்படத் தேவை யில்லை என்ற உறுதி வழங்கப்படுகிறது. ஆனால் இந்தப் பாவப்பட்ட கர்ப்பப்பையின் நிலைமையை யாராவது உடனடியாகக் கவனிப்புக்கு உரியதாக எடுத்துக் கொள்ளும் வரை அது ரத்தம் கக்கிச் செயலற்றுக் கிடக்க வேண்டியதுதான். இதேபோல கிளிடோரிஸ் உறுப்பும் புறக்கணிக்கப்படுகிறது. ஓர் அறுவை சிகிச்சைக்காக என் இருப்பிடத்தைச் சிரைத்த ஒரு செவிலி, எனது கிளிடோரிஸை வெட்டி விடப் பார்த்தாள். பெண்குறியின் மேல் மடிப்புப் பரப்பில் தோன்றுகிற திரவக்கறை (cervical smears) பற்றி அதிகம் கவனிப்பாரில்லை. பால்வினை நோய் சிகிச்சைப் பிரிவில் இந்தக் கறை பற்றிப் போதிய கவனம் எடுப்பதில்லை. இதை இலேசாக எடுத்துக் கொள்ளுகிறார்கள். ஆண்களுக்குச் செய்கின்ற கருத்தடை அறுவைச் சிகிச்சை (வேஸக்டமி) யின் (விநோதமான - கிரகிக்க முடியாத) பின் விளைவுகளைப்பற்றி ஆண்பாலின் உளவியலில் பெரிய களேபரம் செய்யப்படுகிறது. இது 'லிங்கைமையப் போக்கின் வெளிப்பாடு தான். பெண்களுக்குக் கருத்தடை மாத்திரையை உண்டாக்கியவர்கள் பெண்பாலின் உளவியல் பற்றி, பின்விளைவுகள் பற்றி அதிகம் கவலைப்பட்டதாகத் தெரிய வில்லை. இந்த மாத்திரைகளை எடுப்பதால் மூன்றில் ஒரு பெண் நிரந்தரமான மன அழுத்தத்திற்கு ஆளாகிறாள். இது பல்லாண்டுகளுக்கு முன்பே கண்டறியப்பட்டுள்ளது. ஆண்பால் உபகரணத்தின் மேல் கொள்ளுகிற மிகையான கவனிப்பும், கர்ப்பப்பை மீது காட்டும் கவனத்தில் தயக்கமும், கர்ப்பப்பை பற்றிய அச்சத்தின் விளைவு களாகும். இது நூற்றாண்டுக் கணக்கில் இருந்து வருவதுதான். அரசியல் செயல்பாட்டாலும் சரி, பொதுக் கூட்டங்களில் இது குறித்துக் கரடியாகக் கத்தினாலும் சரி, இதனை அகற்ற முடியவில்லை.[1] பெண்கள் முதலில் தங்களுடைய உடல்களைப் பற்றித் தாங்களாகவே தெரிந்து கொள்ள வேண்டும். அவர்கள் மகளிர் நோய், மகப்பேறு ஆகியவை பற்றிய கல்வியைக் கற்கவேண்டும்.

ஐரோப்பாவில் இருபதாம் நூற்றாண்டுவரை கர்ப்பப்பை பற்றிய மிகச் சமீபகால மாயப்புனைவு வடிவம், ஒருவித நரம்பு வலிப்பு நோயென்னும் ‘ஹிஸ்டீரியா’ நோய் பற்றிய கருத்தாகப் பரவலாக அறியப்பட்டுள்ளது. ஆரம்பத்தில் ஹிஸ்டீரியா நோய், அம்மா (ஆத்தா!) என்று கருதப்பட்டது. பிறகு அது, சுற்றித்திரிகிற கர்ப்பப்பையாக, ஒரு சிறுமியின் தொண்டைவரை உந்தி எழுந்துவந்து அவளை மூச்சுத் திணற அடிக்கும் என்று நம்பினார்கள். இந்த ஹிஸ்டீரியாவின் வலிப்பினைத் (பேய் பிடித்து ஆடுவது மொ.ர்) தணிக்கப் போலி மருத்துவர்களும் சூனியக்காரர்களும் சடங்குகளைச் செய்தார்கள். இதனை உடல் உறுப்பியலாளர்கள் மறுத்தார்கள். கர்ப்பப்பை ‘ரத்தமும் சாரமுமற்ற விதையை உடையது. இதிலிருந்து கெட்டுப் போன நாற்றமடிக்கிற ஈரக்கசிவுகள் ஏற்படுவதாகக் கூறினார்கள். இவ்விசயங்களை ஆதாரமாகக் கொண்டு ‘இடுப்பு எலும்புக் கூட்டின் இறுக்கம்’ என்றொரு விநோதமான கோட்பாட்டை வளர்த்தார்கள்.[2] இந்த ஹிஸ்டீரியா நோயால் கன்னிப் பெண்களும், விதவைகளும் பெரிதும் துன்புறுகிறார்கள். நல்லதொரு கணவனால் இதனைக் குணப்படுத்தலாம் என்று அனுமானம் செய்தார்கள். இச்சந்தர்ப்பத்தில் மிகவும் கவனமாக விவாதிக்கப்பட்ட - கற்பனையான நோய் ஒன்றைக் கண்டுபிடித்தார்கள். அதற்குப் ‘பச்சை நோய்’ என்று பெயர். இந்நோயின் நாட்டுப்புறத் தோற்றங்களை மறைக்க மருத்துவர்கள் இதற்கு ‘குளோரோஸிஸ்’ என்று பெயர் சூட்டினார்கள்.[3] இந்த நோய் பற்றிய விளக்கங்கள் விரிவானவை. அவற்றில் சில இந்நாட்களில் ஹிஸ்டீரியாவோடு சம்பந்தப்பட்ட ‘ஹைப்போ காண்டிரிகல் ஸிண்ட்ரோம்ஸ்’ என்பவற்றோடு தொடர்புடையவையாக இருக் கின்றன. அவை: வலிப்பு, மூச்சடைப்பு, வாய்வு, அண்டவாய்வு, அசமந்தம், தசை இழுப்பு, வலியோடு போகும் மாதவிடாய். ‘கர்ப்பப்பை என்பது பெண்பால் பாலின் எல்லாவித நோய்த் தன்மையின் ஓர் அங்கம்’ என்று சில மருத்துவர்கள் உண்மையாகவே நம்பினார்கள். பெண்கள் இயற்கையிலேயே திருப்தி பெறாத கர்ப்பப்பையின் கொடுங்கோலாட்சிக்கு ஆட்பட்டவர்கள் என்றும், இவ்விதமான துயரங்களை அளவுக்கு அதிகமாக முறையற்ற சுய-இன்பப் பயன்பாட்டில் (Masterbation) அழுந்துகிறபோது மட்டும் ஆண்கள் அனுபவிக்கிறார்கள் என்றும் கற்பனையாகப் பேசப்பட்டது.

*(“முதலில் அந்த ஆத்தா (ஹிஸ்டீரியாவை இப்படித்தான் அழைத்தார்கள்) மணமான பெண்கள், கன்னிப் பெண்கள் ஆகியோரின் தொண்டைக்குள் செல்லுகிறாள். இதனை உண்மை என்று ஆயிரக்கணக்கானோர் நம்பினார்கள். ஆம், ஆத்தாவின்*

*கயிறு தொண்டையில் கட்டி இறுக்கப்படுகிறது. அவளது மனோபாவமும் (vein) அங்கேதான் இருக்கை கொண்டிருக்கிறது. அந்த மனோபாவத்தை இந்நகரத்திலுள்ள ஒரு குறிப்பிட்ட பெண் தந்திரமாக மேலாண்மை செய்கிறாள். இவ்வாறாக அவள் பல மாசற்ற பெண்களை ஏமாற்றித் தன்னை அற்புதமாக வளப்படுத்துகிறாள்"*

-'In Libellum Hippocrates de virginum marbis' 1688, p.73)

பெண்கள் மிகவும் பலவீனமானவர்கள், அறிவு இகந்த தாக்கங்களுக்கு ஆட்படுபவர்கள், தங்கள் வாழ்க்கையை அவை கட்டுப்படுத்துவதிலிருந்து அகற்ற இயலாதவர்கள். என் மாணவிகளில் ஒருத்தி தனது அரை இறுதிப் பரீட்சையை எழுதமுடியாமல் மனம் உடைந்து தசை இழுப்பு ஏற்பட்டு அதனைத் தாங்கமுடியாமல் விம்மி விம்மி அழுதாள். அதற்கான அதிகாரபூர்வமான காரணம் ஹிஸ்டீரியா என்று பதிவு செய்யப்பட்டது. இந்த ஒரு காரணமே எல்லாவற்றுக்குமுரிய பதில்களை வழங்குவது போலாயிற்று.

பச்சை - நோய் (குளோரோசிஸ்) பற்றி இப்போது யாரும் நம்புவதில்லை. பொதுவாகக் கன்னிப்பெண்கள் அடித்தள வேலைகளுக்கு இன்றியமையாத உழைப்புப் படையாக இருந்ததால் அவர்கள் மன உளைச்சலால் எரித்து வீணாக்கப்படத் தக்கவர்களாக இருக்கிறார்கள். சமீபத்தில்தான் கர்ப்பப்பையின் பயங்கரமான செயல்பாடுகளைப் பற்றிய விளம்பரங்கள் வெளிவந்து ஏற்றுக் கொள்ளப்பட்டன. இனியும் பிரசவம் பெண்களால் நடத்தப்பட வேண்டிய தேவை இல்லை. பிரசவத்தின் புதிர்களில் பங்கேற்கக் கணவர்கள் பிரசவ அறைக்குள் அனுமதிக்கப்பட்டார்கள். மகப் பேற்றின் பிறகு பெண்களைச் சுத்திகரிக்கவோ அல்லது ஆலயத்திற்கு இட்டுச் செல்லவோ தேவை இல்லை. மகப்பேறு பெண்களுக்கு வாய்த்த ஒரு தண்டனை என்னும் கருத்து மங்கியுள்ளது. அவர்கள், இனவிருத்தி குறித்த மறுகல்வியின் தேவையை உணர்ந்துள்ளார்கள். பிரசவத்தின்போது வருகிற ஜுரம், திடீர் ரத்த நாளக்கசிவு ஆகியவை கட்டுக்குள் வந்துள்ளன. ஆனாலும் கருச்சிதைவால் ரத்தப் பெருக்கெடுத்து மனைவியர் இன்னமும் காப்பாற்ற முடியாதவாறு இறக்கிறார்கள். இந்தக் கொடிய கர்ப்பப்பையோடு நாம் இன்னமும் ஓர் உடன்பாட்டிற்கு வரவில்லை. மாதவிடாய்ப் போக்கு பற்றி மிகப் பரவலான, பாரம்பரியமான அச்சம் இன்னும் இருந்து கொண்டுதான் இருக்கிறது.

முஸ்லீம், இந்து அல்லது யூத மதத்தைச் சேர்ந்த பெண்கள் மாதவிடாய் நாட்களில் தங்களைத் தீட்டுப்பட்டவர்கள் எனக்கருதி அந்நாட்களில் வீட்டுக்குத் தூரமாக இருக்கவேண்டியது விதியாக இருக்கிறது. மத்தியகால கத்தோலிக்க சபை, மாதவிடாய் நாட்களில் பெண்களை ஆலயத்திற்குள் நுழையக்கூடாது என்று தடை விதித்தது. மறுமலர்ச்சிக் காலத்தில் இந்தத் தடை நீங்கியபோதிலும் இன்னமும் மாதவிடாய் பற்றிய ஓர் அருவெறுப்பு நம்மிடம் இருந்து கொண்டிருக்கிறது. மாதவிடாயை ரகசியமாக வைத்திட முயற்சிக்கும் போது இது புலனாகிறது. மாதவிடாய்க் குருதியை உறிஞ்சும் பஞ்சுத் துணியின் வெற்றிக்குக் காரணமே அது மறைத்து வைக்கப்படுவதுதான். ஒரு பெண்ணின் முதலாவது மாதவிடாய், பிறந்த நாளைவிட மிகவும் குறிப்பிடத்தக்கதாகும். ஆங்கிலோ - ஸாக்ஸன்[4] வீடுகளில் இது கவனமாகப் பொதுப்பார்வையிலிருந்து ஒளித்து வைக்கப்படுகிறது. என் முதலாவது மாதவிடாய் நாளுக்காக நான் ஆறுமாதம் காத்துக் கொண்டிருந்தேன். பஞ்சுத் துணிகளையும், குண்டூசிகளையும் ஒரு தாளில் பொதிந்து என் பள்ளிக்கூடப் பையில் அடைத்து ஆயுத பாணியாகத் தயார் நிலையில் இருந்தேன். எங்கே அதன் வாடையைக் கண்டுபிடித்து விடுவார்களோ அல்லது அதை ஊகித்துவிடுவார்களோ என்ற வேதனையை மனதில் அனுபவித்துக் கொண்டிருந்தேன்.

எனது பஞ்சுத்துணிகள் முரட்டுத் துணியால் செய்யப்பட்டிருந்தன. நான் துணி வெளுக்கும் அறைக்குள் மெதுவாக நழுவிச் சென்று நாறுகிற கந்தல் துணிகள் உள்ள வாளிமேல் குனிந்து குத்தவைப்பேன். எனது அருவெருக்கத்தக்க செய்கையை என் சகோதரன் காணாதிருக்க இவ்வாறு நடந்து கொண்டேன். நல்லபடி வளர்க்கப்பட்ட, நாசூக்கான சின்னஞ்சிறு பெண்கள் மாதவிடாய்க்குப் பழக்கப்படுவது கஸ்டம். அதோடு பழக்கப்படுத்திக் கொள்ளவேண்டும் என்று சமுதாயம் கூறுவதோடு சரி. குயின்ஸ்லாந்தில் ஓடுகின்ற பென்னி ஃபாதர் எனும் ஆற்றோரம் வாழ்ந்த ஆதிவாசிகளிடையே பெண்ணுக்கு முதலாவது மாதவிடாய் வரும்போது இடுப்புவலி தெரியாதபடியிருக்க, மணலில் குழிதோண்டி இடுப்பு வரை அவளைக் கதகதப்பாக இருக்குமாறு புதைப்பது வழக்கம். பிறகு ஒரு புனிதமான இடத்தில் அவளை அமரச்செய்து அவளுடைய தாய் அவளுக்கு உணவு தருவாள். நல்ல படியாகப் பராமரிப்பாள். பிறகு அந்தப் பெண்ணை மணம்புரியத் தகுந்த கன்னியர் ஆயத்துள் வெற்றிகரமாக அனுப்பப்படுவாள். அதற்காக எடுக்கப்படும் விருந்துவிழாக் கொண்டாட்டத்தில் அவள் கலந்து கொள்ளுவாள். அந்த ஆதிவாசி மக்கள் மத்தியில் மாதவிடாய் அத்தனை மன அதிர்ச்சிமிக்கதாகத் தெரியவில்லை.[5]

பெண்கள் மாதவிடாய் நாட்களில் மிகுந்த முன் எச்சரிக்கையோடு சுகாதாரத் துணிகளை வாங்கிச் சேர்த்து வைக்கிறார்கள். ஆனால் அவர்களுக்குத் தேவை ஒரு ‘நாப்கின்’ துணி மட்டுமே. மாதவிடாய் நாட்களில் உடலுறவு கொள்ளும் எண்ணமே அவர்களுக்குக் குமட்டலை ஏற்படுத்துகிறது. அந்நாட்களில் அவர்கள் சிந்துகிற ரத்தம் விசேசமானதென்று நினைக்கிறார்கள். அது அப்படியொன்றும் விசேசமானதில்லை. ஒருகாலத்தில் சூனியக்காரிகள் அப்படி நினைத்துக்கொண்டு, குவளைகளில் இந்தத் திரவத்தை நிரப்பிப் பேய்களுக்குப் படைத்தார்கள்.

பெண்ணே! நீ விட்டுவிடுதலையானவள் என்றால் உன் மாத விடாய்க் குருதியை ருசி பார்க்கக் கருத வேண்டும். அப்படி நீ கருதும் போது அது உனக்கு அவஸ்தையாகப்பட்டால், குழந்தாய் நீ இன்னும் வெகுதூரம் போக வேண்டும். மாதவிடாய் என்பது இயற்கையான உடல்வகை இயக்கங்களில் தனித்துவமிக்கது. இயற்கை என்பது வெற்றிகரமான ஒரு கட்டமைப்பு. அதனுடைய இயக்கங்களும் மற்றவையும் வீணானவையல்ல. அதனை மீண்டும் சரிசெய்து பார்க்கத் தேவையுமில்லை. எனவே மாதவிடாயோடு ‘உண்மையான வலி ஏற்படுவதில்லை. ஆனால், இதுவரை தனக்கு யாதொரு தொந்தரவும் தராதது என்று அறிந்திருந்த ஒரு சிறுமிக்கு, அந்த உறுப்பிலிருந்து ரத்தம் வருவது கண்டு, இயற்கை ஒரு வெற்றிகரமான கட்டமைப்பு எனக் கருதத் தோன்றாது. அது என்னவாக இருந்தாலும் அது சரியான ஒன்றல்ல என்றே உணர்வாள். இந்தப் பயங்கரத்தோடு வலியும் சேர்கிறபோது, அதற்கு, ஏதோ ஒருவிதத்தில் தனது தவறு ஒரு காரணம் என்று நினைக்கத் தலைப்படுகிறாள். தனது பெண்பால் வகிபாகத்திற்குத் தான் பொருத்தமில்லாதவாறு தக அமைவதன் விளைவுதான் இது என்றும் நினைக்கிறாள். எல்லோருடைய நகைப்பிற்கும் தான் பலியாவதாகவும் உணர்கிறாள். பெரும்பாலான பெண்கள் மாதவிடாயின்போது ‘வசதிக் குறைவால் துன்புறுவதாக மருத்துவர்கள் ஒப்புகிறார்கள். ஆனால், அவர்கள் என்ன விகிதத்தில் ‘உண்மையான’ வலியால் துன்புறுகிறார்கள் என்பதை அவர்கள் ஒப்பு வதில்லை. கர்ப்பப்பையின் அமுக்கங்கள் வலியைத் தருகின்றனவா, அல்லது அந்த வலிக்கு உளவியல் சிகிச்சையால் குணம் தரமுடியுமா அல்லது அதைப் பொருட்படுத்த வேண்டுமா இல்லையா என்பன பற்றி யோசித்துப் பார்க்கலாம்.

மாதவிடாய் வேண்டியதில்லை என்றால் எந்தப் பெண்தான் மாத விடாய் போக விரும்பப் போகிறாள்? அதாவது சௌகரிய குறைச்சலை ஏன் பெண்கள் ஆட்சேபிக்காமல் இருப்பார்கள்? மாதவிடாய் நாட்களில்

முன்னும் பின்னும் மனப் பதட்டம் உண்டாகிறது, கவலையும் வாடையும், கறையும் ஏற்படுகின்றன. இந்த வசதியின்மை முழு வளர்ச்சி பெற்ற அவள் வாழ்க்கையில் ஐந்து முதல் ஏழு பகுதிகளை ஆக்கிரமிக்கிறது. மாதவிடாய் நிற்கிற காலம் வரை நீடிக்கிறது. ஓராண்டில் அது அவளைப் பதிமூன்று முறை கருவுறச் செய்கிறது. ஆனால் அவள் தன் வாழ்நாளில் இருமுறைதான் கருவுற்றுச் சுமக்குமாறு வைக்கப்பட்டிருக்கிறாள். மாதவிடாய் நிற்பது என்றால், பல்லாண்டுகளாக இயங்கிவந்த நாளமில்லாச் சுரப்பிகளின் வரிசைக் குளறுபடியைக் குறிப்பதாக அர்த்தம். அவளுடைய பாலியல் உறுப்புக்கள் படிப்படியாக நலிந்து அழிவது என்று பொருள். இதிலிருந்து தெரிவது: இயற்கை ஒரு வெற்றிகரமான கட்டமைப்பாக இல்லை. மூலமாதிரி வரைபடம் இல்லை. நோய்க்கு எதிரான ஒவ்வொரு யுத்தமும் இயற்கையின் மூலக்கட்டமைப்பில் குறுக்கிடுவதாக அர்த்தம். எனவே, மாதவிடாய் மாற்றத்தக்கது அல்லது அதனை மாற்ற வேண்டும் என்று மேற்கொள்ளுகின்ற அனுமானத்திற்கு எவ்விதமான பகுத்தறிவு சார்ந்த அடிப்படையும் இல்லை. அதாவது மாதவிடாய் பற்றி நாம் கொண்டுள்ள அனுமானம் மாற்றத்திற்குரியதாகும்.

மாதவிடாய் பற்றிய மனப்போக்கில் முரண்பாடு காணப்படுகிறது. மாதவிடாய் என்பது தெய்வீக பிரமாணம் என்றும், அதனால் அதனைப் பற்றி பிரஸ்தாபிக்கக் கூடாது என்றும் முரண்பாடான மனப்போக்குகள் நிலவுகின்றன. இந்த முரண்பாடான மனப்போக்கு, மாதவிடாய்க்கு எதிரான பெண்பால் கலகத்தை உண்டாக்கியுள்ளது. உதாரணமாக வசை. 'கந்தைகளைக் கட்டு' போன்ற ஆண்பாலின் வெறுப்பாக, வசையாக வெளிப்படுகிறது. இந்த ஆண்பாலின் வெறுப்பினை எதிர்த்து மூன்று விதங்களில் பெண்கள் தங்கள் கலகத்தை வெளிப் படுத்தலாம். கொச்சையான வெறுப்பாக, மரியாதையாக ('எனக்கு பீரியட்' 'எனக்கு உடம்புக்குச் சரியில்லை ') அறிவியல் சொற்சாலமாக ('மென்ஸஸ்') வெளிப்படுத்தலாம். ஆஸ்திரேலியாவில் சிட்னி பள்ளிச் சிறுமிகள் தங்கள் 'நாப்கின்களை' 'டெய்ஸி பூக்கள்' என்று வெகு பாசத்தோடு அழைக்கிறார்கள். இத்தாலியச் சிறுமிகள் (il marchese), என்றும் ஜெர்மன் சிறுமிகள் ('der rote konig') என்றும் அழைக்கிறார்கள். எந்தவிதமான கூச்சநாச்சமில்லாமல் மாதவிடாய் பற்றி வெளிப் படையாகப் பேசுகிற முயற்சிகள் நடந்துள்ளன. உதாரணமாக சில்வியா பிளாத் என்பவர் எழுதிய மாதவிடாய் பற்றிய கவிதை பற்றிக் கூறலாம்.[6] இந்த மாதவிடாய் பற்றி ஒரு படம் எடுக்க ஒருவேளை நமக்கொரு கலைஞன் தேவைப்படலாம். ஒரு குழந்தை, பெண் நிலைக்குள் நுழைகின்ற ஒரு வெளியரங்கமான கொண்டாட்டத்தை வேறு எந்தச்

சாதனத்தாலும் அமைத்துக் கொடுக்க முடியாவிட்டால் அதைப் பற்றிப் படமாவது எடுக்கலாம்.

குறிப்பிட்ட வேலைகளைச் செய்வதற்குரிய தகுதியைத் தீர்மானிக்க மாதவிடாய் ஒரு விவாதப் பொருளாகப் பயன்படுகிறது. எங்கெல்லாம் பெண்களுடைய வசதி கருத்தில் கொள்ளப்படுகிறதோ அங்கெல்லாம் விளைவுகளைக் குறைத்துக் கூறுகிறார்கள் - எங்கெல்லாம் நமது எஜமானர்களுடைய வசதி பாதிக்கப்படுகிறதோ அங்கெல்லாம் அவ்விளைவுகளைக் கூட்டிக் கூறுகிறார்கள். உண்மை நிலைமை இதுதான்: தங்கள் குடிப்பழக்கத்தாலும், மிகுந்த பதட்டத் தாலும், வயிற்றுப் புண்களாலும், வீரியம் குறித்த அச்சத்தாலும் ஆண்கள் குறையுற்றவர்களாக இருப்பதை விடப் பெண்கள் மாதவிடாய் காரணமாக ஆற்றல் குன்றியவர்களாக இல்லை. மாதவிடாய்க் கால விடுமுறை நாட்களை வழங்கத் தேவையில்லை. மாதவிடாய் தொடங்குவதற்கு முன் கட்டத்திலும், மாதவிடாய்க் கட்டத்திலும் பெண்கள் குற்றங்கள் புரியக்கூடும். ஆனால் ஆண்களை விட மிகமிகக் குறைவாகவே குற்றம் புரிகிறார்கள். மாதவிடாயைப் பெண்ணியத்திற்கு எதிரான விவாதங்களோடு இணைப்பது குறித்துப் பெண்கள் விழிப்போடு இருக்கவேண்டும். மாதவிடாய் நம்மை வெறிபிடித்த பித்தர்களாகவோ அல்லது முழுமையான பலவீனர் களாகவோ மாற்றவில்லை. அது இல்லாமலே நாம் செயல்படுவோம்.

# ஆன்மா

# ஒரே வகைமாதிரி
## (The Stereotype)

பெண்ணின் உடல் ஆன்மாவைச் சந்திக்கிற மர்மமான பரிமாணத்தில் ஒரேவகைமாதிரி பிறந்தது. அதுவே அவளது இருத்தல் என்றாகிவிட்டது. அவள், ஆன்மாவை விட அதிகமாக உடலையும், மனதைவிட அதிகமாக ஆன்மாவையும் உடையவள். அழகியவை யெல்லாம் அவளைச் சேர்கின்றன. அழகு என்ற சொல்லும்கூட அவளையே சேர்கிறது. அவளை அழகாக ஆக்குவதற்கே எல்லாம் இருக்கின்றன.

(“அழகு, பெண்ணின் செங்கோல் என்று குழந்தைப் பருவம் முதற்கொண்டு போதிக்கப்படுகிறது. உடலுக்கு ஏற்றவாறு மனம் தன்னையே வடிவமைக்கின்றது. அதன் தங்கமுலாம் பூசிய கூண்டைச் சுற்றித் திரிந்து கொண்டிருக்கிறது. கடைசியில் அதன் சிறைக்கூடத்தை அலங்காரம் செய்யப்போகிறது'' - மேரி உல்ஸ்டோன் கிராப்ட், ‘A Vindication of the Rights of Women’ 1792, p. 90’

அவளது தோலை மினுமினுப்பாக்கவும் அவளது கூந்தலைப் பொன்வண்ணமாக்கவும் சூரியன் சுடர்கிறது. அவள் கன்னக் கதுப்புக் களின் வண்ணத்தைப் பளிச்சிடச் செய்ய காற்று வீசுகிறது. அவளை நீராட்டக் கடல் பாடுபடுகிறது. அவளது சருமத்தைப் பளபளப்பாக்க சாற்றினை வழங்கிய பூக்கள் சந்தோசமாகச் சாகின்றன. அவளே படைப்பின் சிகரம், கொடுமுடி, பெருஞ்சாதனை. அவளை முத்துக் களாலும் பவளத்தாலும் அழகு செய்ய ஆழ்கடல்கள் துருவப் படுகின்றன. அவள் அணிவதற்காகத் தங்கம், நீலக்கல், வைரம், மாணிக்கம் ஆகியவை பூமியின் மடியிலிருந்து பிளந்து எடுக்கப் படுகின்றன. மிக மிருதுவான உரோம ஆடைகளை அவள் அணிவதற்காக சீல் குட்டிகள் தடிகளால் சாகடிக்கப்படுகின்றன. இன்னும் பிறக்காத ஆட்டுக்குட்டிகள் தங்கள் தாய்களின் கர்ப்பப் பைகளிலிருந்து கிழித்தெடுக்கப்படுகின்றன. லட்சக்கணக்கான மோல்கள் (அகழ் எலிகள்), கஸ்தூரி எலிகள், அணில்கள், வளவளப்பான மின்குகள், வீஸல் வகைகள், எர்மைன்கள், நரிகள், மரநாய்கள், சின்சில்லாக்கள், லின்க்கள், ஓஸ்லாட்டுகள் மற்றும் சிறு சிறு அழகு ஜீவன்கள் எல்லாமே உரிய காலத்திற்கு முன்பே மரணத்தைத் தழுவுகின்றன. அவளை அழகுபடுத்த, எக்ரட், தீக்கோழி, மயில்,

பட்டாம் பூச்சி, வண்டு ஆகியவை தங்கள் இறகுகளை இழக்க நேரிடுகின்றது. அவளது மேல் கோட்டுக்காகச் சிறுத்தைகளை வேட்டையாடுவதில் தங்கள் உயிரை ஆண்கள் பொருட்படுத்து வதில்லை. அவளுடைய நவநாகரிகமான கைப்பைகளுக்கும், காலணி களுக்கும் முதலைகளை வேட்டையாடுகிறார்கள். லட்சக்கணக்கான பட்டுப்பூச்சிகள் தங்களது மஞ்சள் உழைப்புக்களை அவளுக்கு வழங்குகின்றன.

நமது நாகரிகத்தைச் சேர்ந்த ஆண்கள் இந்தப் பூமியின் ஆடை அணிகலன் ஆடம்பரங்களிலிருந்து தங்களைக் கழற்றிக் கொண்டு உள்ளார்கள். இதனால் என் சீமாட்டியின் அலங்காரத்திற்காக, இந்தப் பிரபஞ்சத்தைப் புதையல்களுக்காகக் கொள்ளையடிக்க வசதியாகப் போனது; கூடுதல் சுதந்திரம் கிடைத்தது. அவளது சேவையின் பொருட்டுப் புதிய கச்சாப் பொருட்களும், புதிய ஒழுங்குகளும், புதிய எந்திரங்களும், கொண்டு வரப்பட்டன. எனவே எனது ஒரேவகைமாதிரி சீமாட்டி தலைமைச் செலவாளியாக இருக்கவேண்டும். செலவு செய்யும் ஆற்றலுக்கும் பணவகையான வெற்றிக்கும் உரிய தலைமைக் குறியீடாகவும் அவள் இருக்க வேண்டும். அவளுடைய சகன் அவனது ஆலையில் கடுமையாக உழைக்கிறபோது அவள் நவநாகரிகமான வீதிகளிலும், வெகு ஆடம்பரமான ஓட்டல்களிலும் உல்லாசமாக நடந்து போகிறாள். அவனுடைய சொத்துக்களெல்லாம் அவளது பின் புறத்திலும் மார்பகங்களிலும், விரல்களிலும், மணிக்கட்டுக்களிலும் இருக்கின்றன. அவனுடைய வீடு, அவளது வடிவமைப்பாகும். ஒரு காலத்தில் சீமான் வர்க்கத்தைச் சேர்ந்த சீமாட்டியால் மட்டுமே 'படைப்பின் சிகரம்' என்ற பட்டத்திற்கு உரிமை கோர முடிந்தது. அவளது கைகள் மட்டுமே வெள்ளை; அவள் பாதங்கள் மட்டுமே சிறியவை; அவளது இடைமட்டுமே குறுகியது; அவள் கூந்தல் மட்டுமே நீளமாகப் பொன்வண்ணம் கொண்டது; ஆனால் ஒவ்வொரு பணக்கார பர்கருடைய (நகரக் குடிமகன் பட்டம் பெற்றவன்) மனைவியும், என் சீமாட்டியைப் பார்த்துக் குரங்குபோலச் செய்யத் துணிந்து விட்டாள்; நவநாகரிக நடையைப் பின்பற்றத் துணிந்து விட்டாள். அதனால் தங்கமுலாம் பூசிய பொம்மையைப் போல எனது சீமாட்டி தன்னை வலுக்கட்டாயமாகத் தயார் செய்யத் தொடங்கி விட்டாள். ராட்சச மாணிக்கக் கற்களையும், புறாக்களின் முட்டைகளை யொத்த முத்துக்களையும் சுமக்கலானாள். இங்கிலாந்தின் ராணி தன்னை அரச வம்சத்துப் பெண்பாலின் ஓர் அம்சம் என்று காட்சி யளவில் காட்டுவதற்காக எல்லாப் பொது நிகழ்ச்சிகளிலும் தன்னால்

தாங்கமுடிகிற அளவுக்கு அரச குடும்பத்து நகைகளை அணிகின்றாள். இந்தக் காட்சி அலங்காரக் கடமையிலிருந்து ஆண்பால் அரசர்களும் இளவரசர்களும் தப்பித்துவிட்டார்கள். அது முற்றிலும் அவர்களுடைய மனைவிமார்களுக்கு உரியதாக உள்ளது.

சொத்துடைமை, வர்க்கம் ஆகியவற்றின் காட்சிப் பொருட் களாகப் பெண்கள் மாறிக்கொண்டிருந்த அதே வேளையில் ஆண்கள் (ஒப்பீட்டளவில்) அநாமதேயத்தினுள் நழுவிக் கொண்டிருந்தார்கள். பெண், மேற்கத்திய கலையின் மையச் சின்னமாக மேற்கிளம்பிக் கொண்டிருந்தாள். கிரேக்கர்களைப் பொருத்தவரை ஆண், பெண் உடல்கள் மாந்த அழகினைக் கொண்டவையாக இருந்தன - அந்த அழகு பாலியல் வகைப்பட்டதாக இருக்கவேண்டிய கட்டாயம் இல்லை. உண்மையைச் சொன்னால் கிரேக்கர்கள், இளம் ஆண்பால் வடிவத்தை மிகவும் சக்திவாய்ந்ததாகவும், நேர்த்தியான அளவுப் பொருத்தம் மிக்கதாகவும் போற்றினார்கள். இதேபோல உரோமானியர் தம் பிரதானமான ஞாபகச் சின்னத்தின் கலையில் பெண்மையைச் சித்திரிப்பதில் சார்புநிலை எடுத்ததில்லை. மறுமலர்ச்சிக் காலத்தில் தான் பெண்பால் உடல்வடிவம் பிரதானக் கலையாகச் சித்திரிக்கப்படத் தொடங்கியது. மடோனா வடிவம் தாயாக மட்டுமின்றி, அழகியல் நோக்கில் பெண் என்று அறியப்பட்டாள். கும்பலாக வரையப்பட்ட ஓவியங்களில் முதன் முதலாக நிர்வாணமான பெண்பால் வடிவங்கள் இடம்பிடித்தன. இரட்டைப் பலகைகளில் வரையப்பட்ட ஆதாம், ஏவாள் காட்சிகளில் நிர்வாணப் பெண்வடிவம் இடம்பிடித்தது. போகப்போக வீனஸுக்கு முன்னுரிமை கிடைத்தது. விடுவிக்கப்பட்ட பெண்ணின் அடையாளமாக இடம்பிடித்த மேரி மக்தலேன் மணமான, நாமமற்ற, பரவசமூட்டுகிற இளம் பெண்ணாக, மார்பளவு ஓவியமாக மாற்றமடைந்தாள். இவ்வாறு தீட்டப்பட்ட பெண்களின் மார்பளவு ஓவியங்கள், உடல் வனப்பிற்காகத் தேர்வு செய்யப்பட்டன. இத்தகைய பெண்கள் நவீன காலத்தில் படிப்படியாக ஆடை களையப்பட்டு ஃபுளோரா அல்லது பிரிமாவெரா என்ற பெயர்கள் சூட்டப்பட்டார்கள். வண்ணம் தீட்டும் ஓவியர்கள் தங்களுடைய மனைவிகளையும், கிழத்திகளையும், ராஜதம்பதிகளையும் காம தூரமான சுந்தரிகளாகத் தீட்டத் தொடங்கினார்கள். தேவைப்பட்டால் அவர்களுடைய ஆடைகளை உருவினார்கள். (அவர்கள் அணிந்த நகைகளையல்ல) சுஸான்னா குளிக்கும் இடத்தில் தன் வளையல்களை வைக்கிறாள். ஹெலன் ஃபோர்மெண்ட் தனது உரோம ஆடையைக் காற்றில் பறக்கவிடுகிறாள்!

வண்ண ஓவியத்தில் பெண்ணுக்கு என்ன நடந்ததோ அது கவிதையிலும் நடந்தது. கவிதைகளில் அவள் தலைமுடிகள் தங்கக் கம்பிச் சுருள்களாகின. அவளது புருவம் தந்தம், அதரங்கள் கெம்பு (Ruby), பற்கள் முத்து வாயில்கள், முலைகள் வெண்பளிங்குக் கற்கள், கண்கள் மைபோல் கருமை. ரோஜா மலரோடு அவளை ஒப்பிட்டது அவள் அழகின் மென்மையை வலியுறுத்தவே. அந்த மெல்லிய அழகு வாடும் முன்னே அதனை அவள் காதலித்திட வேண்டும். ('மலர் வாடும் முன்னே மது உண்ணவேண்டும்' - மொ.ர்.) அவள் நுகர்ச்சிக்கு உரியவள். கவிஞர்களின் கற்பனையில் அவள் ஒரு செர்ரிப்பழம். பாலாடை (Cream). அதரங்கள் தேனாய்த் தித்திக்கும், சருமம் பால் போல் வெண்மை, முலைகள் தயிராக உறையாத பாலாடைக் கட்டிகள், ஆப்பிள் போல் உறுதியானவை, உண்ணத் தக்கவள். கவிஞர்கள் அவளது ஆடை அலங்காரங்களைக் கொண்டாடினார்கள். அதிகாலைப் பொழுதின் மூடுபனியைவிட அவளது மெல்லிய ஆடை தெளிவானது. போகப்போக, பெண் பற்றிய கற்பனைப் பிம்பங்களில் அவளது நகைகளையும் மலர்களையும் தாண்டி நுகர்பொருள்களுக்கு அதிக அழுத்தம் கொடுக்கப்பட்டது. வீரசாகசத் திரைப்படக் கதாநாயகன், தன்னுடைய நவீனப் பெண் தோழியின் ஒய்யாரமான உடைகள், குல்லாக்கள், அலங்கார சாதனப் பொருட்கள், காலணிகள் ஆகியவற்றை வருணிக்கிறான். சுண்டெலி போன்ற அந்தரங்கச் செயலாளரான இளம் பெண், ஒரேவகைமாதிரிப் பெண்மையாகப் பூத்து விட்டாள். தனது உதடுகளைச் சிவப்பாக்கிக் கூந்தலைத் தாழ விடுகிறாள்.

இந்நாட்களில் பெண்களை விலைமதிப்பு கூடியவர்களாக மற்றவர்கள் எதிர்பார்க்கிறார்கள், அவர்களை நவநாகரிக வனிதையராக, நன்கு பராமரிக்கப்பட்டவர்களாக எதிர்பார்க்கிறார்கள். இருமுறை அதே ஆடையை உடுத்தாதவர்களாக எதிர்பார்க்கிறார்கள். இப்படிப் பட்ட ஒரேவகை மாதிரிப் பெண்ணைப் பராமரித்திட ஒரு சேவகர் பட்டாளமே தேவைப்படுகிறது. அவளுக்கு வேண்டிய அழகு சாதனப் பொருட்கள், உள்ளாடை (பவுண்டேஷன்), ஆதாரமான ஆடைகள், நீண்ட காலுறைகள், சவுரி முடிகள், செயற்கை இமைகள் முதலானவை, தலையலங்காரம், வெளியாடைகள், நகைகள், உரோம ஆடைகள் ஆகியவை அவள் முன் வைக்கப்படுகின்றன. இவற்றுக்கு ஆகும் செலவு அதிகம். ஒருகாலத்தில் பிரம்மாண்டம் என்று அழைக்கப் பட்டது இன்று பொருத்துதல், கோடுகள், வெட்டுக்கள் என்று இடம் பெயர்ந்து விட்டது. எப்படியானாலும் போட்டியுணர்வு இருக்க வேண்டும். மேல் மட்டத்தைச் சென்றடைவதற்குப் பெண்கள்

அதிகதிகமாகப் போராடப் போராட, இந்த நவநாகரிக நடைத் தொழில் விரிவடைந்து கொண்டிருக்கின்ற ஒரு சந்தையின் மீது சார்ந்து நிம்மதியாக இருக்க முடிகிறது. ஏழைப் பெண்கள் அந்த நவநாகரிக நடையைக் குரங்குகளைப் போலப் போலிச் செய்கின்றார்கள். ஒரு கட்டத்தின் நாகரிக நடையைக் காலங்கடந்து பொறுக்கி எடுக்கிறார்கள். அவற்றுக்கு நளினமில்லா மாற்றுக்களைப் பதிலிகளை உபயோகிக் கிறார்கள். உயர் வர்க்கத்தார் பயன்படுத்துபவற்றின் மலிவான - போலிப் பகட்டானவற்றை பாவிக்கிறார்கள். பாவனை பண்ணு கிறார்கள். இந்தத் தொழில் ஒரு நிபுணரால் கையாளப்பட வேண்டிய அளவுக்கு மிகவும் உள்சிக்கல் வாய்ந்த தொழிலாகி விட்டது. நாகரிக நடையை உண்டாக்குவோராலும் தனிச்சிறப்பு பெற்றதாகிவிட்டது. இந்த நிபுணர்களும் நவநாகரிக நடையை உண்டாக்குவோரும், நாலாந்தர இதழ்களில் தங்கள் வாழ்க்கையைப் படித்துக் கொண்டிருக் கின்ற மனையுறை மனைவியர் பக்கம் தங்களுடைய கவனத்தைச் செலுத்தத் தயாராக இருக்கிறார்கள்.

தங்களுக்கு இளமையும், வசீகரமான தோற்றமும் இருக்கிற போது ஒவ்வொரு பெண்ணும் சமூக ஏணியில் குதித்து ஏறிச்சென்று ஆடம்பரமான சொகுசில் பிரகாசிக்கும் கனவைப் போற்றி வரலாம். இதற்குச் சில உதாரணங்கள் பொதுமக்களின் பார்வைக்கு முன் இருக்கின்றன. நம்பிக்கை, திடம், பேராசை ஆகியவற்றால் வெறியூட்டப்பட்ட இளம் பெண்கள் ஒரேவகை மாதிரியின் மிகச் சமீபத்திய வடிவங்களை ‘வோக்’ ‘நோவா’, ‘கியூன்’ போன்ற இதழ்களிலும் பிறவற்றிலும் விளம்பரங்களிலும் படித்தறிகிறார்கள். அவ்வடிவங்களை மாதிரியாக வைத்து மாபெரும் அசையாச் சொத்துக் களையும், உரோம் ஆடைகளையும், நகைகளையும் ஈட்ட முயலு கிறார்கள். இன்று பிரிட்டனில் சிறு குறும்புக்கார வடிவமைப் பாளர்கள் புதிதாகப் புறப்பட்டுள்ளார்கள். இவர்கள் உழைக்கும் வர்க்கத்தைச் சேர்ந்த மகளிர்க்குப் பிடித்த மாதிரி எளிதான - பளிச் சென்று தெரியக்கூடிய - சௌகரியமான வடிவமைப்புக்களை உற்பத்தி செய்கிறார்கள். இதனால் ஓர் ஆண்டின் நாகரிக நடைகள் கடுமையாகப் பாதிக்கப்படுகின்றன. ஓர் ஆண்டுக்கு உரியது என ஒற்றைமுகம் கொண்ட நடை இனிமேல் இல்லை. ஆயினும் ஒரேவகைமாதிரி இன்னமும் கோலோச்சுகின்றது. அந்த ஒரேவகைமாதிரிப் பெண் கொஞ்சம் மாறுதலை அனுமதித்துள்ளாள் என்றுதான் கூறவேண்டும். அவ்வளவுதான்.

ஒரேவகைமாதிரியே என்றென்றைக்குமான பெண்மையாக இருக்கின்றது. அவளே எல்லா ஆண்களும் பெண்களும் தேடுகின்ற

பாலியல் பண்டம். அவள் எந்தப் பாலையும் சேர்ந்தவள் இல்லை. ஏனென்றால் அவளுக்கென்று எந்தப்பாலும் இல்லை. பிறரிடம் அவள் கிளர்த்துகிற கிராக்கியால் மட்டுமே அவளுடைய விலை மதிப்பு நிர்ணயமாகிறது. அவள் பிறருக்குக் கொடுக்க வேண்டியது எல்லாம் தனது இருத்தலை மட்டும்தான். மற்றப்படி அவள் எதையும் சாதிக்கத் தேவையில்லை. ஏனென்றால் அவள் சாதனையின் பரிசுப்பொருள், தனது ஒழுக்கப் பண்பிற்கு நேர் மறையான சான்று எதையும் கொடுக்க அவசியமில்லை. ஏனென்றால் அவளுடைய விழுமியம் (virtue) எல்லாம், அவளது அழகு, அடங்கிய நிலை ஆகியவற்றால் அனுமானிக்கப்படுகின்றது. அவள் மீது உரிமை பூணாத எந்த ஆணும் அவளுடன் இருக்கக் கண்டால் அவள் தண்டிக்கப்படமாட்டாள். ஏனெனில் ஒழுக்கவியல் ரீதியாகப் பார்த்தால் அவள் எந்தப் பாலையும் சேர்ந்தவள் இல்லை (neuter sex). இங்கே செயல்படுகின்ற ஒரே விசயம்: ஆண்பாலின் போட்டியாகும். தான் சம்பந்தப்படாமலே அவள் ஆண்களைக் கிறங்கவைத்து, அவர்களுக்குள் போராட்டத்தைத் தூண்டலாம். எவ்வளவுக்கு அவளால் இப்படித் தொல்லை உண்டாக்க முடியுமோ அவ்வளவுக்கு அவளுடைய பங்கு மதிப்பு அதிகரிக்கின்றது. அவளை உடைமை கொள்ளுவது என்றால், அவள் மேலும் மேலும் கிராக்கியைத் தூண்டுகிறாள் என்று பொருள். தன்னைத் தவிர மற்ற எல்லோருக்கும் எளிதில் புலப்படாத அழகையுடைய ஒரு பெண்ணை யாரும் விரும்பு வதில்லை. அதனால், ஆண்கள் ஒரேவகைமாதிரியான பெண்களை வரவேற்கிறார்கள். ஏனெனில் அந்த வகைமாதிரி, பெரும்பான்மையால் அங்கீகரிக்கப்பட்ட மதிப்பீட்டை நோக்கி அவர்களுடைய ரசனையைத் தள்ளுகின்றது. இது

> *("அழகான ஊமை அழகி என்பது ஒரு தொன்மம். இத் தொன்மம் என்ற நாணயத்தின் மறுபக்கம் வலுவான கறுப்புப்பெண் என்ற தொன்மம் இருக்கின்றது. வெள்ளை நிற ஆண், வெள்ளைநிறப் பெண்ணை பலவீனமான மனமும், உடலும் உடைய, மெல்லிய, ஊசலாட்டமிக்கவளாக, பால் பண்டமாக மாற்றி, ஒரு பீடத்தின் மேல் நிறுத்தினான். அவனே, கறுப்புநிறப் பெண்ணை, பலம்மிக்க தற்சார்புடைய அமேஸானாக மாற்றித் தன் சமையல் கூடத்தில் கொட்டினான். வெள்ளை ஆண் சர்வவல்லமைமிக்க நிர்வாகியாகத் தன்னை மாற்றி முன் அலுவலகத்தில் தன்னை நிலைநிறுத்தினான்'*
>
> (Eldrige Cleaver, The Allegory of the Black Eunuchs, 'Soul on Ice', 1968, p. 162)

ஒரேவகைமாதிரியில் வகைவகையான ருசிகளுக்குரிய வீச்சு இருக்கின்றது. கால்களை ரசிக்கின்ற ஆண் குட்டைப் பாவாடைகளைப் பின்தொடரலாம். மார்பகத்தை ரசிக்கிற ஆண் ஊடுருவிப் பார்க்கத்தக்க மார்பு ஆடையை வரவேற்கலாம், தாழத் தைத்த கழுத்துடைய மேலாடையை வரவேற்கலாம். தடித்த பெண்களை ஓர் ஆண் விரும்பினாலும், ஒரேவகைமாதிரிப் பெண்களை ரகசியமாக அனுபவிக்க விழையலாம். ஒரே வகைமாதிரி வகைகளுக்குக் கடுமையான வரையறைகள் இருக்கின்றன. அவள் ஒரு பாலியல் பொருள் என்ற அளவில் அவளுடைய செயல்பாட்டில் எதுவும் குந்தகம் செய்து விடக்கூடாது. உண்மையில் அவளால் ஒரு மோட்டார் பைக்கை ஓட்ட முடியாவிட்டாலும், பைக்கை ஓட்டுபவர் அணிகிற தோல் உடையை அணியலாம். கைகளில் அவள் ரப்பர் உறைகளை அணிவதால் அவள் திறமையான காரோட்டியாகவோ அல்லது தண்ணீர் மேலே சாகசம் புரிபவளாகவோ இருக்க வேண்டிய அவசியமில்லை. அவள் ஓட்டப்பந்தய வீராங்கனையின் உடைகளை அணிவது, தனது ஓட்டப்பந்தய வீரத்தனம் அற்ற தன்மையை வலியுறுத்துவதற்காகும். அவள் குதிரைமேல் கால்களை அகல விரித்தபடி அமரலாம், அந்த நிலையில் அவள் மென்மையாகவும், வளைவுகள் உடையவளாகவும் தோன்றுவாள். ஆனால் அவள் அதன் கழுத்தின் மீது சாய்ந்து படுத்துத் தனது பின்பகுதிகளை உயரே தூக்கியவாறு அமரலாகாது. (அதாவது அவள் நிஜமாகக் குதிரைச் சவாரி செய்ய வேண்டியதில்லை).

> (*"அவள், ஆண் விளையாடுவதற்குரிய பொம்மையாகப் படைக்கப்பட்டாள். ஓசை எழுப்பும் விளையாட்டுப் பொருளாகப் படைக்கப்பட்டாள். அவன் சந்தோசப் படுவதற்காக, அவன் விரும்புகிற போதெல்லாம் அந்த விளையாட்டுக்கருவி அவன் காதுகளில் ஓசை எழுப்ப வேண்டும்"* - Mary Wollstonecraft, 'A Vindication of the Rights of Women,' 1972, p.66).

ஒரேவகைமாதிரிப் பெண்ணானவள் செலவழிக்கும் ஆற்றலின் சின்னமாக இருக்கிறாள். அவளே தலையான செலவாளி. பொருட்களை விற்பதற்கான விளம்பரமாக இருக்கிறாள். இதுவரை செய்யப்பட்டுள்ள எல்லாவிதமான அளவீடுகளும், கவர்ச்சிகரமான பெண்ணின் பிம்பம், மிகவும் ஆற்றல் வாய்ந்த விளம்பர தந்திரம் என்பதை உறுதிப்படுத்தியுள்ளன.

ஒரு புத்தம் புதிய காரின் மாகூத்தடுப்பின் (மட்கார்டு) மீது அவள் கால்களை அகல விரித்தபடி உட்காரலாம்; அல்லது தகதகவென

நகைகள் ஜொலிக்குமாறு அதனுள் அடியெடுத்து வைக்கலாம். ஓர் ஆணின் பாதங்கள் மீது படுத்து அவனுடைய புத்தம் புதிய காலுறை களைச் செல்லமாகத் தடவலாம். பெட்ரோல் பம்பை சவால் விடுகிற தோரணையில் பிடித்தபடி நிற்கலாம். புதிய ஒரு ஷாம்பூவின் மகிமையை எடுத்துக்காட்ட மிக மெதுவான இயக்கத்தில் காட்டு வெளிகளினூடாக அவள் நடனமாடலாம். அவள் என்னென்ன செய்தாலும் அவளுடைய பிம்பம் விற்பனையாகிறது. நமது நாகரிகத்தின் பெண் ஆராதனை அதன் முகத்தில் பெரிதாக எழுதப்பட்டுள்ளது. விளம்பரத் தட்டிகள், சினிமா வெள்ளித்திரைகள், தொலைக்காட்சி, செய்தித்தாள், பத்திரிகை, தகரடப்பா, பை, கார்ட்டூன், பீங்கான் பாட்டில் ஆகிய அனைத்தின் மீதும் எழுதப் பட்டுள்ளது. கண்மூடித்தனமாக ஆராதிக்கப்படுகிற பெண்பால் தேவதைக்கு இவை அனைத்தும் அர்ப்பணம் செய்யப்படுகின்றன. பெண்ணின் இத்தகைய மேலாதிக்கத்தைப் பெண்களின் ஆட்சியை ஆதீனப்படுத்துவதாகக் கருதக்கூடாது. ஏனென்றால் இங்கே எழுதப்பட்டவள் ஒரு மனுசி (ஸ்திரீ) அல்லள். அவளது பளபளக்கும் உதடுகளும், பழுப்பான நிறமும், எதன்மீதும் குவியாத விழிகளும், பழுதற்ற விரல்களும், மின்னி மிதந்து சுருண்டு ஒளிரும் அசாதாரணமான கூந்தலும் அலங்காரப் பொருட்களின் மனிதத்தனமற்ற வெற்றியை வெளிப்படுத்துகின்றன. ஒளி அமைப்பு, குவிப்பு, கத்தரிப்பு, கட்டமைப்பு ஆகியவற்றின் வெற்றியை அம்பலப்படுத்துகின்றன.

அவள் நிர்ச்சலனமாய் நித்திரை செய்கிறாள். அவளது அதரங்கள் சிவந்து சாறு நிரம்பியனவாக மூடியுள்ளன; அவளது விழிகள் புதிதாக வண்ணம் தீட்டப்பட்டது போல முறுகலாகவும் கருமையாகவும் இருக்கின்றன. அவள் மாட்டிய செயற்கை இமைகள் மாசுமருவின்றிச் சுருண்டு வளைந்துள்ளன. நுரைகள் மிக்க ஒரு புதிய சோப்பால் அவள் தனது வதனத்தைக் கழுவும் போதுங்கூட அவளது உணர்ச்சிப் புலப்பாடு மௌனமாகவும், வெறுமையாகவும் உள்ளது. அவள் தீட்டிய வண்ணம், எப்போதும் குற்றங்குறையின்றியுள்ளது. எப்போதாவது அவள் சீர்குலைந்து காணப்பட நேரிட்டால், அவளது அவயங்கள் புதிய ஒரு மாவு அல்லது பசை (bovillon cube) கொண்டு பழைய போலியான தோற்றத்திற்கு வெகு அற்புதமாகக் கொண்டு வரப்படுகின்றன. ஏனெனில் அவள் ஒரு பொம்மை: அழுகிற, உதட்டைப் பிதுக்குகிற அல்லது புன்னகை புரிகிற, ஓடுகின்ற, அல்லது ஓய்வெடுக்கிற ஒரு பொம்மை. கோடுகளாலும் சடப்பொருட்களாலும் இழுத்துக் கட்டப்பட்ட ஒரு பொம்மை. திருப்தியடைந்த மலட்டுத்தனத்தின் நேர்கோடுகளைக் குறிக்கின்ற ஒரு பொம்மை. காயடிக்கப்பட்ட

தன்மை அவளது இன்றியமையாத பண்பாகும். அவள் முற்றிலும் இளமையாக இருக்கவேண்டும். அவள் உடலில் ஒரு உரோமமும் இருக்கக்கூடாது. அவளது தசை மிதப்பாக இருக்க வேண்டும். அவளுக்குப் பாலியல் உறுப்பு ஒன்று இருக்கவே கூடாது. அவள் உடலின் ஓரத்து விளிம்புகளின் மென்மையான விகாரப்படுத்தாத அளவில் சதைக்கட்டு இருக்கவேண்டும் (அவள் வலிமைமிக்க ஒல்லியானவளாகவோ அல்லது குண்டானவளாகவோ இருந்தாலும் சரி). அவளது மெய்ப்பாட்டில் நகைச்சுவை துளிகூட இருக்கலாகாது. அதேபோல, எதையும் அறிகிற ஆர்வமோ அல்லது புத்திக் கூர்மையோ அறவே அவளுக்குக் கூடாது. அவளது மெய்ப்பாடு போலிப் பகட்டாக இருக்கலாம், ஆனால் உண்மையில் அது அபத்தமாக இருக்கும் அல்லது அது, கனன்று கொண்டிருக்கிற காமமாக இருக்கலாம். இதன் மெய்ப்பாடுகள்: சற்றே இமை பிரிந்து தாழுகின்ற விழிகள், உணர்ச்சிக் குறைவான வாய், அல்லது உல்லாசம், முட்டாள்தனமான சந்தோசம். இப்படிப்பட்ட ஜந்துவின் நலனுக்காக இவ்வுலகமே கொள்ளை யாவதைக் கண்டு அவள் சந்தோசப்பட வேண்டும். அவ்வாறு அவள் படவில்லையானால் இந்த ஒட்டுமொத்த அமைப்பே கவிழ்ந்து விடும்; இவ்வாறாகக் கற்பனைக்கு எட்டுகின்ற ஒவ்வொரு பரப்பிலும் பெண்ணின் பிம்பம் ஒட்டப்படுவதாகத் தோன்றும். அவள் எல்லா வற்றிலும் ஓயாமல் மந்தகாஸம் புரிந்தபடி இருக்கிறாள். ஆப்பிள் குவியல் கண்களை ஈர்க்கின்றது. துணி வெளுக்கும் எந்திரம் மகிழ்ச்சிக் கூச்சலை உண்டாக்குகின்றது. மலிவான ஒரு சாக்லெட் பெட்டி நாவில் சுகமாகக் கரைகிற சந்தோசத்தை ஏற்படுத்துகிறது.

புகைப்படக்காரர்கள் தோன்றுகையில் நிஜமான பெண் ஒருத்தி தன் அதரங்களை நக்கி, வாயைச் சற்றே பிளக்கிறாள். தனது பற்களைப் பளபளப்பாகக் காட்டுகிறாள். தன் கணவன் எடுத்த படத்தைத் திரையிடும் வைபவத்திற்கு அவள் மிகை மலர்ச்சியோடு போக வேண்டும். போகாவிடில் அவனது வெற்றி முணுமுணுப்பை ஏற்படுத்தலாம். 'பிளேபாய்' மாடல் தொழில் புரிகிற பெண்களுக்குக் கட்டாயமாகச் சிரிக்கவேண்டியது ஒரு தொழிலாக இருக்கிறபடியால் அவர்களுடைய முகச்சதைகள் வலியெடுக்கின்றன.

எனவே செய்த சாதனை என்ன? என்னால் அது முடியாது போகலாம். எனக்கு அழகிய முறுவல், நல்ல பற்கள், நேர்த்தியான மார்பகங்கள், நீண்ட கால்கள், கவர்ச்சிகரமான பின்பகுதி, பால் ஈர்ப்புடைய குரல் ஆகியன இல்லாதிருக்கலாம். என்னுடைய சந்தை மதிப்பை அதிகரிக்க ஆண்களை எவ்வாறு கையாளுவது என்பது எனக்குத் தெரியாதிருக்கலாம். மேலும், அலங்கார விளம்பர பவனி

சென்று சென்று நான் அலுத்திருக்கலாம். என்றென்றும் நான் இளமை யாக இருப்பதாகப் பாசாங்கு செய்து செய்து வெறுத்து விட்டது. என் அறிவுக்கூர்மை, என் சித்தம், என் பால் ஆகியன பற்றிப் பொய்யான கருத்துக்களை வெளிப்படுத்தி வந்த எனக்கு அலுத்து விட்டது. பொய்யான இமைகளின் வழியாக உலகத்தை எட்டிப்பார்த்துக் கொண்டு வந்தது எனக்கு அறத்துன்பமாக இருக்கிறது. விலைக்கு வாங்கிய மயிர்களின் நிழல்களில் நான் கண்ட அனைத்தும் கலந்திருந்தன. செத்துப்போன செயற்கைப் பிடரிமயிரால் கனத்துப் போனது என் தலை; அதனால் கழுத்தைச் சுதந்திரமாக அசைக்க இயலவில்லை. மழையாலும், காற்றாலும், ஆக்ரோசமான நடனத் தாலும் தைலம் பூசிய சுருள் முடிகளுக்குள் வியர்த்து ஈரமாகிவிடும் என அஞ்சினேன். பௌடர்பூசும் அறை எனக்கு வெறுத்துவிட்டது. என்னுடைய ஒருமித்த கவனமெல்லாம், மகா முட்டாள்தனமான யாரோ ஓர் ஆண்பாலின் சுய - முக்கியத்துவம் வாய்ந்த அறிவிப்புக் களை நோக்கியே இருந்ததாகக் காட்டிய என் பாசாங்கெல்லாம் எனக்கு வெறுத்து விட்டது. பிறருடைய விருப்பத்திற்காகத் திரைப்படங் களுக்கும் நாடகங்களுக்கும் போய் வந்தது அலுப்பூட்டியது. எதைப் பற்றியும் எனக்கென்று சொந்தமான அபிப்பிராயம் வைத்துக் கொள்ளாமல் இருந்து வெறுத்து விட்டது. ஒரு பெண்பால் ஆள்மாறாட்டக்காரியாக இருக்க என்னால் முடியாது. அதற்கு உடன்படமாட்டேன். நான் ஒரு மனுசி, நபும்சகமாக்கப்பட்டவள் இல்லை.

ஏப்ரல் ஆஷ்லி ஆண்பாலாகப் பிறந்தவள். அவளது மரபணுக்கள், குரோமோஸோம்கள், அக, புறப் பால் உறுப்புக்கள் ஆகிய அனைத்தும் தந்த தகவல்கள் இதனை நிரூபித்தன. எனவே ஏப்ரல் ஓர் ஆண். ஆனால் அவன் ஒரு பெண்ணாக மாற விரும்பினான். ஒரே வகைமாதிரிப் பெண்ணாக வர விரும்பினான். மெல்லிய ஆடைகள், நகைகள், உரோம மேல் ஆடைகள், அலங்கார ஒப்பனைகள், காதல், ஆண்களின் அணைப்பு ஆகியவற்றை விரும்பினான். இப்படியாக அவன் மலடாயினான். பெண்களை அவனால் கற்பனை செய்துகூடப் பார்க்க முடியவில்லை. தன்பால் புணர்ச்சியையும் அவன் ஏற்க வில்லை. தன்னை வக்கிரமான நபராக நினைக்கவில்லை அல்லது பெண்பாலின் ஆடைகளை அணிய விழைபவனாகத் தன்னை நினைக்கவில்லை. மாறாக, முற்றிலுமாக ஒரு பெண்ணாக ஆகவே விரும்பினான். சாக முயன்றான். பெண்பால் ஆள்மாறாட்டம் கூடச் செய்து பார்த்தான். கடைசியில் கஸாபிளாங்காவில் ஒரு மருத்துவரைக் கண்டு தன் விருப்பத்தை நிறைவேற்றினான். காயடிக்கப்பட்டான்.

அறுவைசிகிச்சை வழியாக அவனது ஆண்குறி ஒரு பிளப்பின் விளிம்பாக மாற்றப்பட்டு, பெண்குறி போலாக்கப்பட்டது. அவனால் குழந்தை பெறமுடியாது. அதன் காரணமாக அவனுடைய பெண்மைத் தன்மை ஒருபோதும் பாதிப்படையாது. இதன்பின் ஏப்ரல் ஆஷ்லி உருவாக்கப்பட்டு மலர்ச்சியோடு இங்கிலாந்து வந்து சேர்ந்தான். ஹார்மோன் சிகிச்சையால் அவனது தாடிமயிர் முற்றிலும் அகற்றப் பட்டது. சின்னஞ்சிறிய மார்பகங்கள் தோன்றின. கூந்தலை வளர்த்தான். பெண் அணியும் ஆடைகளை வாங்கினான். ஒரு மாடல் அழகியானான். ஒரேவகைமாதிரிப் பெண்ணாய் வலம் வந்தான். மிகவும் எடுப்பாக, காமத்தைக் கிளர்த்துபவளாக, அழகூட்டப் பட்டவளாக, சுயபிம்ப மோகினியாக வலம் வந்தான். இப்படி இருந்தவன் துரதிர்ஷ்டவசமாக ஒரு மோசமான நாளில் மாண்புமிகு ஆர்தர் கோர்பெட் என்பவரை மணந்தான். அவரோடு மார்பெல்லா வில் இருந்த அவரது நாட்டுப்புறப் பங்களாவுக்குக் குடியேறினான். அந்தத் திருமணம் பாலியல் ரீதியில் ஒருபோதும் பூர்த்தியாகவில்லை. ஏப்ரல் முழுமையாய் ஒரு பெண்ணாகும் தகுதி இல்லாதிருந்தான். காயடிக்கப்பட்ட ஒருவரிடமிருந்து இதைத்தான் எதிர்பார்க்க முடியும். இதற்கும், பெண்மைத்தனமுள்ள பெண்களின் மலட்டுத் தனத்திற்கும் பெரிய வித்தியாசம் இல்லை. பெண்கள் ஆசையில்லாமலே பாலுறவுக்கு ஆட்படுகிறார்கள். குழந்தைகள் பெறுகிற பாசத்தையும், அரவணைப்பையும் மட்டுமே பெறுகிறார்கள். பெண் பாலின் பால் பற்றிய விளக்கமாக, பெண்மையின் ஒரேவகைமாதிரி நீடிக்கும்வரை ஏப்ரல் ஆஷ்லி ஒரு பெண்தான். (அவளது விவாகரத்து பற்றிச் சட்டம் வழங்கிய தீர்ப்பு எப்படியானாலும் சரி). நம்மைப் போல அவளும் ஒரு பலிகடாதான். அவமானப்படுத்தப்பட்ட - பால் அற்றுப்போன ஏப்ரல் ஆஷ்லி நமது சகோதரி, நமது குறியீடு.

# சக்தி

ஒவ்வொரு மனித ஜீவியையும் இயக்குகிற ஆற்றலுக்குப் பெயர் சக்தி. அதனைப் பயன்படுத்தி உழைப்பதால் அதனை யாரும் இழப்ப தில்லை. அது பேணப்படுகிறது. சக்தி என்பது உளவியல் சார்ந்தது. அதனை ஒழுங்குபடுத்துவதாலும், அடக்குவதாலும் அது வக்கிரமான வெளிப்பாடுகளுக்கு இட்டுச் செல்லப்படுகிறது. நெடுஞ்சாலையில் காரைச் செலுத்தும் இயங்குவிசையை ஒத்தது இது. ஒரு தடையை இது சந்திக்கிறபோது அழிப்பு விசையாக மாறுகிறது. இதன் மூலாதாரத்தைத் துண்டு துண்டாகக் குலுக்கி உடைத்து விடுகிறது. பெண்களுக்குச் சக்தியின் அழிப்பு வகை அபரிமிதமாக இருப்பது சராசரி அறிவுள்ளவர்களுக்குத் தெரியும். ஆனால் பெண்களின் அந்த அழிப்புத்தன்மை, இடைவிடாத எரிச்சலின் காரணமாக, அவர் களுடைய படைப்புத் தன்மையை அதன்மீதே திருப்பிவிட்டுள்ளதைப் பற்றி மிகச் சிலருக்கே தெரியும். நரம்பு சம்பந்தமான நோய்கள், வலியோடு கூடிய மாதவிடாய், விருப்பமற்ற கர்ப்பங்கள், சகல விதமான விபத்துக்கள் ஆகியவை எல்லாமே பெண்களின் சக்தி அவர்களையே அழித்துக் கொண்டிருக்கிறது என்பதற்குச் சான்று களாகும். இது அவர்களையும் தாண்டி, பிறருடைய, குறிப்பாகத் தங்களுடைய கணவர்கள் குழந்தைகள் ஆகியோரின் ஆளுமைகளையும் சாதனைகளையும் நாசப்படுத்திக் கொண்டிருக்கின்றது. குழந்தைகள் ஒரு கடமையாகப் பெண்கள் மீது சுமத்தப்பட்டாலும், திருமணம் தப்பமுடியாத ஒரு நுகத்தடியாகச் சுமத்தப்பட்டாலும் தங்களுடைய அளப்பரிய சக்தியால் தங்களையும் தங்களைச் சார்ந்தவர்களையும் துண்டு துண்டாகக் கிழித்தெறிவார்கள். குழந்தைகள் மட்டுமே பெண்களின் குறிப்பிடத்தக்க கொடை. படைப்புத் திறனின் முறையான வெளிப்பாடும், அவர்களின் உழைப்பும் பின்னடைவு பெறுகின்றன.

பலரும், பெண்பால் சக்தியின் பிறழ்ச்சி குறித்த இந்த விளக்கத்தின் நியாயத்தைக் கண்டாலும், வளர்ச்சிபெற்ற பெண்களுக்குக் குழந்தைகள், வீடு ஆகியவை போன்ற பிற மாற்றுக்களை வழங்கு வதால் தீர்வுகள் இல்லை என்பதைப் பலரும் எளிதில் காண்பதில்லை. வளர்ச்சியடைந்த பெண், தனது ஆசைகளையும், நோக்கங்களையும் வெளிப்படுத்துவதற்கு ஒரு பிறழ்ச்சியான வடிவமைப்பை ஏற்கனவே உருவாக்கியிருக்கிறாள். அந்த வடிவமைப்பு அவளைத் தாய்மை குறித்த திரிபான பாத்திரத்திற்குத் தக்கவாறு பொருத்த வேண்டும்.

*("நமது வாழ்க்கை நமது ஆரம்பகட்ட உந்துதல்களின் மேல் நோக்கிய பாய்ச்சலிலிருந்து விரிந்து எப்போதும் சுழற்சிகளாகப் பரவும் போது மட்டுமே நாம் மகிழ்ச்சியாக இருக்கிறோம்...*

- Herbert Read, 'Annals of Innocence and Experience, 1940, p.55)'

பெரும்பாலான சமயங்களில் தங்களை ஒடுக்குகிற கடமைகளுக்கும், பொறுப்புக்களுக்கும் சரியான மாற்று பெண்களுக்குக் கொடுக்கப்படுவதில்லை. பெரும்பாலான பெண்கள் ஆலையில் செய்கிற நிபுணத்துவமில்லாத உழைப்பு அல்லது அலுவலகத்தில் பார்க்கும் அலுப்புத் தட்டுகிற வேலை, ஆகியவற்றுக்கு மாற்றாக மிக 'இயற்கையான' அலுப்புத்தரும் வீட்டுவேலையை ஏற்க முன் வருகிறார்கள். ஆலை, அலுவலக வேலைகளை இதன் பொருட்டு மகிழ்ச்சியோடு விட்டுவிடுகிறார்கள். வழக்கமான பெண்பால் வேலை பெண்களின் சக்திகளை எந்த அளவுக்குத் தடுக்கிறதென்று பார்த்தால், வீட்டுப்பராமரிப்பு வேலையைக்கூட ஏற்கத்தக்க ஒரு மாற்றாக அவர்களால் கற்பனை செய்ய முடிகிறது. பெண்களுக்குக் கல்வி ஒரு சரியான மாற்றாக வழங்கப்படுகிறது. எனினும், முதன்முதலாக அவர்களுக்குக் கல்வி வழங்கப்பட்டபோது அதன் பயனாக அதிமனுசிகள் என்றொரு இனம் ஏதும் உடனடியாகப் படைக்கப்பட்டு விடவில்லை. கீழே தரப்படுவது, முதலாவது பெண்பால் இளங்கலைப் பட்டதாரியின் தன் விளக்கமாகும். பல்கலைக்கழக ஆசிரியர்கள் இதனை நினைத்துப் பார்க்கலாம்:

> "விரிவுரைகள் நடைபெறும் போது மாணவிகள், கவனம் முயற்சி ஆகியவற்றின் முன்மாதிரிகையாகத் திகழ்கிறார்கள். தாங்கள் கேட்பதை எழுதிப் பேணுவதில் பெரும் முனைப்புக் காட்டுகிறார்கள். தங்கள் பெயர்களை முன்கூட்டியே பதிவு செய்வதாலும், விரிவுரைகள் தொடங்குவதற்கு வெகுமுன்பே அவர்கள் வந்துவிடுவதாலும் பெரும்பாலும் முன்வரிசையில் அமர்கிறார்கள். ஒன்றைக் குறிப்பிடவேண்டும். பேராசிரியர் வழங்குகிற விரிவுரைகளின் தயாரிப்புக்களை மாணவிகள் மேலோட்டமாகவே நோட்டம் விடுகிறார்கள்.''[1]

இந்த ஒரு சார்பான பார்வை சரியானதே. அந்த மாணவிகள் கடும் உழைப்பாளிகள், ஆனால் அவர்களுடைய முயற்சிகள் பிழையான இலக்குகள் மீது செலவழிக்கப்பட்டன. மற்றவர்களைச் சந்தோசப் படுத்துவதில் கவனம் கொண்டிருந்தார்கள். தங்களுக்குக் கூறிய அனைத்தையும் வாங்கிக்கொள்ள விழைந்தார்கள். ஆனால் முக்கிய மான பாடப்பகுதியான விரிவுரையாளர் தந்த தயாரிப்புக் குறிப்புக் களில் அவர்களுக்கு ஆர்வம் ஏதும் இல்லை. ஒழுங்கு முறைக்கும்,

மற்றும் பிற தேவைகளுக்கும் அனுசரித்துப் போவதில் அம்மாணவிகளின் சக்தியெல்லாம் செலவாகின. தாங்கள் படிக்கிற பாடத்தைத் தெரிந்திட வேண்டும் என்ற ஆர்வத்தைத் திருப்தி செய்வதற்காக அவை செல வழிக்கப்படவில்லை. இதனால் அவர்களது சக்தியின் பெரும் பகுதி, அர்த்தமற்ற உழைப்பில் விரயமாகியது. இவ்விசயத்தைப் பல்கலைக் கழகங்களில் கலையியல் கல்வியை எடுத்துப் படிக்கிற பெரும்பாலான மாணவியரிடம் சர்வ சாதாரணமாகக் காணலாம். இதன் விளைவாக இவர்கள் பெரிதும் ஆசிரியத் தொழிலை ஆக்கிரமித்துள்ளார்கள்.

அடிமைநிலை, அடிமைநிலையைப் போதிப்பதற்கு அடிமைத் தனத்தைத் தூண்டுகிறது. கல்வி, ஒரு கீழ்ப்படிதல் விவகாரமாக இருக்க முடியாது. ஒருபோதும் அது அப்படி இருந்ததில்லை. பெண்கள் எப்போதாவது அறிவியல் கல்வியில் முன்னேற்றமடைகிறார்கள் என்பது ஆச்சரியத்திற்குரியதன்று. அங்கே அவர்கள் சோதனைக்கூட உதவியாளர்களாக ஆண்களுக்குப் பணிவிடை செய்கிறார்கள். அவர்களுடைய வழிகாட்டுதலில் வேலை செய்கிறார்கள். ஒரு பல்கலைக்கழகத்தில் நுழைவதற்குப் பெண்கள் விண்ணப்பம் செய்கிற காலத்திலேயே அவர்களுடைய சக்தியின் பயனற்ற வடிவமைப்பு உருவாகிவிட்டதென்று சொல்லவேண்டும். பெண்களில் மிகப் பெரும்பாலானவர்கள் மேற்கொண்டு தங்களைத் தகுதிப்படுத்திக் கொள்ளும் ஆசையின் உந்துதல் இல்லாது போகிறார்கள். அவர்களில் பெரும்பாலானவர்கள் பள்ளிக்கூடங்களில் தங்கள் ஆசிரியைகளின் வழிகாட்டலாலும், வலுக்கட்டாயத்தாலும் பல்கலைக்கழகம் போகிறார்கள். சரியான விசயம் என்ன என்பது அவர்களுக்குத் தெரியவில்லை; தங்களுடைய உள்ளார்ந்த ஆற்றலை வளர்த்துக் கொள்ளும் ஆர்வமும் அவர்களிடம் இல்லை. அதிகபட்சமாக, ஆசிரியப் பணியில் சேர்வதற்குரிய ஒரு பட்டத்தையும் தகுதியையும் பெற்றுவிட எண்ணுகிறார்கள். இப்படிப்பட்ட பெண்கள் பெறும் திருப்தியின் அளவு மிகவும் சொற்பமே. அவர்களுள் பெரும்பாலோர் தங்கள் உத்தியோக வாழ்க்கையைக்கூட ஓர் இடைக்கால ஏற்பாடாகவோ அல்லது திருமணத்திற்குரிய ஒரு மறைமுகமான தகுதியாகவோ நினைப்பதைக் கண்டு நமக்கு வியப்பு வருவதில்லை.

உத்தியோகங்களில் பெண்கள் மறுக்கப்படுவதை இந்த அடிப்படையிலிருந்து புரிந்து கொள்ளலாம். இவையெல்லாம் பாரபட்சமானவை. இதற்குப் பால் என்ற ஒன்றைத்தான் காரணமாகக் கொள்ளவேண்டும். இருந்தாலும், தொழிற்சாலை, அலுவலகம், வகுப்பறை, தொழிற்சங்கம், கலை - அறிவியல் கல்வி ஆகியவற்றில் பெண்களின் செயல்பாடுகளைப் பற்றி எழுந்துள்ள விமர்சனங்களைப்

பெண்ணியவாதிகள் ஏற்றாக வேண்டும். ஏற்காவிட்டால் பெண்களின் பிரச்சினைகளை அடையாளம் காண்பதில் அவர்கள் தோற்றாக வேண்டும். பெண்கள் தாங்கள் ஆசைப்படும் அளவுக்கு அதிகமாகவே அவர்களுக்கு வாய்ப்புக்கள் கிடைக்கின்றன. அதேசமயம் அவ்வாய்ப்பைப் பெறும் பெண்கள் பெண்மை, பெற்றோர், அடிமை ஆகிய பாணிகளில் அவற்றைச் செயல்படுத்துகிறார்கள்.

இதனை எவ்வாறு அணுகுவது? பெண்களின் சக்தி பிறப்பு முதல் பூப்பு எய்தும் வரை முறையாக வீணடிக்கப்படுகிறது என்பதை அனைவரும் புரிந்து கொள்ள முயற்சி செய்யவேண்டும். இப்படி வீணடிக்கப்படுவதால் அவர்கள் முதிர்ச்சியை அடையும் போது அவர்களிடம் நிலையான மூலாதாரமோ, படைப்புத் தன்மையோ இருப்பதில்லை.

சக்தி பற்றி நான் எழுதுகையில், மூலாதாரம், அர்ப்பணிப்பு, முன்முயற்சி, பேரார்வம், ஆசை, நோக்கம் முதலிய சொற்களைப் பயன்படுத்தியுள்ளேன். இந்தச் சொற்களுக்கு ஓர் ஆண்பால் சூழல் இருக்கின்றது. ஏனென்றால் இவை பெண்மையோடு ஒவ்வாத விளிம்புநிலை அர்த்தங்களை வழங்குகின்றன.

தனது ஆளுமையின் அம்சங்களை வளர்க்க உண்மையாக விரும்புகிற பெண்பாலுக்கு அவளது பாலியல் தன்மை எதிராக இருக்கிறது எனப் பெண்ணியவாதிகள் கூடத் தவறாக அனுமானிக் கிறார்கள். ஒருவேளை, 'தேசிய பெண்கள் அமைப்பு (தே. பெ.அ. National Organization of Women - Now) போன்ற அமைப்புக்களின் இயக்கங்களின் அனுமானமாக இது இருக்கலாம். தனது கல்வி மூலமாக ஏதாவது சாதிக்கலாம் என்ற அமெரிக்க மாணவிகளுடைய ஆர்வம், அவர்கள் தங்கள் பாலினை வலியுறுத்துவதால் பலவீனப்பட வில்லை; ஓர் அடங்கிய பாலியல் வகிபாகத்தை வலியுறுத்துவதால் அது நேர்ந்தது. பெண்மைத் தன்மை அல்லது பாலற்ற தன்மை ஆகிய வற்றுக்குப் பதிலியாகப் பெண்பால் தன்மையை ஆக்கிய ஒன்றுதான் பெண்பால் சக்தியைத் தடம் புரட்டிப் பிறழ்ச்சியை உண்டாக்கிய பிரதான கருவியாகும். நாம் ஏற்கின்ற ஆளுமையின் சக்தி பற்றிய கோட்பாடு எதுவாக இருந்தாலும் அது பாலியல் தன்மையிலிருந்து பிரிக்கமுடியாததாக இருக்க வேண்டும். மாக்டுகால் இதனை ஆதாரமான ஆற்றல் என்றும், யுங், ரீச் ஆகியோர் இதனைப் பாலியல் சக்தி என்றும், ழெனெ இதனைப் பதட்டம் என்றும், ஹெட் இதனை விழிப்புநிலை என்றும், ஃபுளூஜெல் இதனை ஆசையின் சக்தி என்றும் குறிப்பிட்டார்கள். இச்சொற்கள் எல்லாம் ஒரே விசயத்தைக் குறிக்கின்றன.

சக்தி பற்றிய ஒருவித முதலாளிய அமைப்பினை முன்கூட்டி அனுமானம் செய்வது மரபான கோட்பாட்டிலுள்ள பிழையாகும். சக்தி ஒரு பொருள், இதனைக் கவனமாக முதலீடு செய்யவேண்டும், ஒரேசமயத்தில் அத்தனையையும் செலவளிக்கக் கூடாது.[2]

(*"எந்த மனித ஜீவியின் பாலியல் தன்மையின் அளவும், இன்றியமையாத இயல்பும், அவனது ஆன்மாவின் மிக உயர்ந்த சிகரத்திற்குள்ளே விரிவடைகிறது"* - Nietzsche)

பௌதீக அடிப்படையில் சக்தியை அழித்திட முடியாது. அதனை மாற்றவோ அல்லது திருப்பிவிடவோ மட்டுமே முடியும். ஃபிராய்டு கூறுகிற 'அடக்குதல்' (Suppression) என்ற செயல்பாடு, சக்தியைப் பயன்படுத்துகின்றது. சக்தி இவ்வாறு அடக்கப்பட முடியாதபோது, அது படைப்புச் செயல்பாட்டில் வெளிவந்திருக்கும் என்றார். ஃபிராய்டு முன்வைக்கின்ற இந்தத் திட்டத்தில், பெண்பாலைப் பொறுத்தவரை பெண்ணின் பாலியல் தன்மை தொடர்ச்சியான - மீட்டெடுக்க முடியாத அடக்குமுறை அமைப்பிற்குள் மறுக்கப்படுகிற காரணத்தால் அது திசை திருப்பிவிடப்படுகிறது.

மாணவிகள் தங்களையொத்த மாணவர்களைப் போல (ஆண்பால்) குறிப்புக்கள் எடுப்பதிலும், சீக்கிரமாகச் சென்று விரிவுரை களைக் கவனிப்பதிலும் பெரும் சக்தியைச் செலவிடுகிறார்கள். (சோதனைக் கூடத்தில் பொருட்களைத் தவறிக் கீழே போடுவதிலும், அற்பத்தனமான வினாக்களைக் கேட்பதிலும், வீணான தடபுடல் களிலும், தடுமாற்றங்களிலும் தங்கள் சக்தியைச் செலவிடுகிறார்கள். ஆண்பால் சக்தியும் ஒரு கோட்டுக்குள் நிறுத்தப்படுகிறது; உருச் சிதைக்கப்படுகிறது. ஆனால் இது வேறொரு விதத்தில் நடக்கிறது. அதனால் அந்தச் சக்தி, ஆக்கிரமிப்பதாகவும், போட்டியிடுவதாகவும் ஆகிறது. ஆனால் பெண்பாலைப் பொறுத்த வரை, அவளது சுயத்தின் மீது சக்தி புரிகின்ற அழிப்புச் செயலால் பெண்பால் உருச்சிதைந்து பலவீனமாகிறது. இது அதன் விதியாகவுள்ளது. இதற்குக் காரணம்: புறவகை எதார்த்தத்தின் மீது தன்னைப் பொருத்தி வினைபுரிவதற் குரிய வீச்சும் தொடர்புகளும் அவளிடமிருந்து பறிக்கப்படுகின்றன.

(*"சக்தி ஒன்றே வாழ்க்கை, அது உடலிலிருந்து வருகிறது... சக்தி என்றென்றைக்குமான ஆனந்தம்"* -Blake)

பால் செயல்கள், துலக்கி ஆய்வதற்குரிய வடிவங்களாகும். இதனை 'சரீரசுகம் சம்பந்தமான ஞானம்' என்று இடக்கரடக்கலாகக் கூறுவர். தனது பால் இயல்பு பற்றி அறிவதற்கான தேடலையும் முயற்சியையும் பெண்ணே மறுக்கிறாள். மறுக்குமாறு கற்றுக்

கொடுக்கப்பட்டிருக்கிறாள். அதனைத் தனது பாலியல் தொடர்புகளில் மறுப்பதற்கு மட்டும் கற்றுக் கொடுக்கப்படவில்லை. சிசுப் பருவத்திலிருந்து தனது சகல தொடர்புகளிலும் இவ்வாறு மறுப்பதற்குக் கற்றுத் தரப்பட்டிருக்கிறாள். பெண் தனது பால் பற்றிய ஓர்மை பெறுகிற போது, அது, அவளது ஆசை, ஆர்வநோக்கு ஆகியவற்றின் புதிய வடிவங்கள் மீது சடத்தன்மையை நிலவச் செய்துவிடுகிறது. பெண்பால் நபும்சகம் என்ற பதம் இந்நிலையை அர்த்தம் செய்கிறது.

தற்போதைய நிலைமையைப் பகுத்தறிவுப் பூர்வமாக நியாயப்படுத்துவது மரபான உளவியல் கோட்பாடாகும். பெண்பாலுக்கு ஒரு பாலியல் உறுப்பு குறைவாக உள்ளதுதான் பெண்களுடைய பாலியல் அற்ற நிலைமைக்குக் காரணம் என்று ஃபிராய்டிய கோட்பாடு பெண் பாலை விளக்க முனைகிறது. இதுவே இயற்கைச் சட்டகத்தின் ஏற்பாடு என்ற எண்ணம் ஃபிராய்டுக்கு இல்லாதிருக்கலாம். அவர் எதேச்சையாகக் கிடைத்த தகவல்களை இணைத்து மதிப்புமிக்க சொற்பிரயோகத்தில் வெளிப்படுத்தினார்.

> "ஆண்பால், பெண்பால் என்ற கருத்தாக்கத்தின் தாத்பரியப் பொருளைத் திட்டவட்டமாக நம்மால் கூறக்கூடும். லிபிடோ என்ற பாலியல் சக்தி மாறாதது. அது ஓர் ஆண்பாலின் இயல்புடையது - இது ஆண்கள் அல்லது பெண்களிடம் காணப்பட்டாலும் சரி, இதன் குறிப்பொருள் (Object) ஓர் ஆணாகவோ அல்லது பெண்ணாகவோ இருந்தாலும் சரி அது முக்கியமில்லை"[3]

அப்படியானால் பெண்மைப் பண்புகளின் எதேச்சைத் தன்மை என்பது, செயற்கையாக வடிவமைக்கப்பட்டது என்று நாம் வலியுறுத்துவோம். ஆண்பால் - பெண்பால் என்ற துருவத்தன்மை இருப்பினும் அது அவசியமானதல்ல என்று நாம் விவாதிக்க வேண்டும். தெளிவான சொற்களில் கூறப்படும் இந்தத் துருவத்தன்மையை நாம் மறுத்தாக வேண்டும். இச்சொற்கள் எப்போதும் செயற்கையானவை, வரம்பில்லாத சொற்களுக்குள்ளே இயங்குவதற்கு இவை சுதந்திரத்தைப் பெற முயற்சிக்கின்றன. இக்காரணங்களால் பெண்மைத்தன்மை லிபிடோ எனும் பாலியல் ஆற்றல் இல்லாதது என்று பொருள் படுவதாகக் கூறுவதை நாம் நிராகரித்தாக வேண்டும். லிபிடோ அற்றது பெண்மைத்தன்மை என்று கூறுவது முழுமையற்றது. மனிதம் குறைந்தது. ஒரு பெண்பால் எவ்வாறு காயடிக்கப்பட்டு (நபும்சகமாக்கப்படுதல்), பெண்மையாக ஆகிறது என்பதை நாம் உணரவேண்டுமானால் தொட்டில் முதல் அவளை ஆளாக்கிய அழுத்தங்களை நாம் கவனப்படுத்த வேண்டும்.

# குழந்தை

ஒரு குழந்தை பிறக்கிறபோது அதனிடம் விசேசமான ஆற்றல்கள் இருக்கின்றன. அதனால் நேராக நிற்க, தலையை அசைக்க முடியும்; அதன் பாதங்கள் பற்றுகிற இயல்புடையவை; கைகளால் மிக வலிமையாகப் பிடிக்க முடியும். ஆனால் சிலமணி நேரத்திற்குள் இந்த ஆற்றல்கள் தோற்றுப்போகின்றன. இத்திறன்களைக் குழந்தை மிகவும் கடினப்பட்டு மீண்டும் கற்கவேண்டும்.

இந்நாட்களில் நாம் குழந்தைகளைத் துணியால் முற்றிலும் மூடி மடித்துக்கட்டுவதில்லை. அதனால் குழந்தைகள் வெள்ளைச் சிகார் வடிவங்களாக உருமாறுவதில்லை. அவ்வாறு உருமாற்றப்பட்ட குழந்தையைத் தாய் தான் விரும்பியவாறு வைக்கமுடியும். இன்னும் நாம் குழந்தையை ஒரு பொம்மைக்கும், உடல் ஊனமுற்றதற்கும் இடைப்பட்ட ஒன்றாகவே நடத்துகிறோம். இயங்குவதற்காகத் தோன்றுகிற குழந்தையின் ஆரம்பக்கட்ட உடலசைவுகளைச் செவிலி கட்டுப்படுத்துகிறாள். குழந்தை அசையாதவாறு அதன் பிடரிமீதும், அடிப்பாகத்தின் மீதும் இரும்புக் கொடுக்கிகளை மாட்டிவிடுகிறாள். குழந்தையைப் படுக்க வைத்து இறுக்கமாகத் துணியால் கட்டி விடுகிறாள். இத்தகைய நடவடிக்கைகளுக்கு குறைப்பிரசவமான குழந்தைகளும், பலவீனமான குழந்தைகளும் ஆளாவதில்லை.

> ("...ஒரு கணங்கூடக் குழந்தையைத் தனது விருப்பத்துக்கு விடுவதில்லை. குறிப்பாக ஒரு பெண்குழந்தையை அனுமதிப்பதில்லை. இவ்வாறாகக் குழந்தை பிறரைச் சார்ந்திருத்தல் நிகழ்கிறது. சார்ந்திருப்பது இயற்கை என்றழைக்கப்படுகிறது" - Mary Wollstonecraft, 'A Vindication of the Rights of Women" 1792, pp.83-4)

சக்தி என்றால் முரட்டுத்தனமானதாக, கொடூரமானதாக, நமக்குப்படுகிறது. ஏனெனில் நமது ஒட்டுமொத்தமான கலாச்சாரமும் அறுதியான பயன்களைப் பெறுதற்பொருட்டாக சக்திக்குச் சேணம் பூட்டுகிறார்கள்: குழந்தையை நாகரிகப்படுத்த வேண்டும். இதன் உண்மையான பொருள்: அது அகற்றப்பட வேண்டும். தொடக்கம் முதல் குழந்தை எவ்விடத்திலும் எச்சமயத்திலும் சத்தம் போட்டுக் கத்தக்கூடாது. (சத்தம் போடுதல் என்பது நுரையீரல்களுக்குத் தருகிற பயிற்சியாகும்). அது பெரியவர்களுடைய பேச்சுக்குத் தொந்தரவாக

இருக்கும் என்று அதனை அனுமதிப்பதில்லை. புதிய குழந்தைக்கு மிகப் பெரிய அளவில் குறுகுறுப்பான ஆர்வம் இருக்கிறது. அதற்குத் தக்கவாறு அது தகவல்களை உள்வாங்குகின்றன. ஆனால் இவற்றை அது குறிப்பிட்ட கட்டமைக்கப்பட்ட சூழல்களில் செலவிடுகிறது. அந்தச் சூழல்களில் சரிவர உச்சரிக்காத ஓசைகளும், ருசியற்ற வண்ணங் களும், பிரம்மாண்டமான - ஆதிக்க உருவான தாயும் இருக்கின்றார்கள். குழந்தை, ஒரு மனித உயிருக்குள் ஆழமான விதத்தில் உட்கிரகிக்கப் படுகின்றது. அந்த மனித உயிரியின் நெருங்கிய பரிச்சயம் படிப்படியாக அதற்கு இன்றியமையாததாகிறது. நமது சமுதாயத்தில் இது, குழந்தையின் பண்பு வளர்ச்சிக்குத் தேவையான ஓர் அம்சம், அதுவே இயல்பு. சர்வவல்லமை நிறைந்த தாய்க்குப் பதிலாக வேறு நபரோ, நபர்களோ இருக்கலாம் என்பது தவறான கருத்தாகக் கொள்ளப் படுகிறது. ஆனால் டாக்டர். ஜரோஸ்லாவ் கோஷ் என்பவர் பிராகில் செய்த ஆய்வுகளில், குழந்தைகளை விசேசமான, சுதந்திரமான சூழலில் வைத்தார். இதனால் குழந்தைகளால் எட்டாவது மாதத்தில் ஏணிகளில் ஏறமுடிந்தது. குழந்தைகளின் அறியும் திறன், ஒரு தாயின் பொம்மையாக இருப்பதால் பதின்மடங்கு அல்லது நூறு மடங்கு குறைந்து போவதை அவர் கண்டார்.

> *('பொம்மை போன்ற பொருட்கள் அவர்களுக்கு மகிழ்ச்சி தரும் என்று அனுமானித்த மாதிரி குழந்தைகள் அவற்றை நோக்கிப் போவதில்லை. இதே போல தேவதைக் கதைகள் மீதும் அவற்றுக்கு ஆர்வம் கிடையாது. தங்களது எல்லாவிதமான செயல்களிலும் பெரியவர்களிடமிருந்து விடுபட்டுத் தாங்களாகவே காரியங்களைச் சமாளிக்க முனைகின்றன. மிக அவசியமானா லொழிய அவை பிறர் உதவியைச் சார்ந்திருப்பதில்லை. அவை தங்களுடைய வேலையில் மிகவும் கவனமாக ஈடுபட்டிருப்பதைக் காணலாம். அதில் அமைதியும் சாந்தமும் அடைகின்றன'* - Maria Montessori, 'Il Bambino in Famiglia' 1956, p.36*)*

அவருடைய ஆய்வின் முடிவுகளுக்குக் குழந்தையின் பண்பு உருவாக்கத்திற்குத் தாயின் மேலாண்மையை வலியுறுத்தும் ஒரு பண்பாட்டில் வரவேற்பு இருக்காது.[1]

குழந்தையின் கவனம் புற எதார்த்தத்திலிருந்து மறக்கடிக்கப் படுகிறது. ஒன்றை ஒன்று சுரண்டல் புரிகிற ஓர் உள்வயமாக்கப்பட்ட உறவு முறைக்குத் திருப்பிவிடப்படுகிறது. இது அந்தக் குழந்தையின் வருங்கால நிர்ப்பந்தங்களின் வடிவமைப்புதனை உண்டாக்கும். ஒவ்வொரு திருமணமும் இடிபஸ் சந்தர்ப்பத்தை மீண்டும் - நடத்திக்

காட்டுகிறது. தாயும் சேயும் கூடிவாழ்வது பற்றி எவ்விதக் கருத்தும் இன்றி வளர்கின்ற குழந்தைகள் ஒழுங்கற்ற கலவையாகவோ (promisinous) அல்லது அப்படி இல்லாதவையாகவோ இருக்கலாம். ஆனால் தாங்கள் கொள்ளுகிற உறவுமுறைகளில் பாதுகாப்பு, நிரந்தரம் ஆகியவற்றை வெளியிடுகின்ற ஆவேசமான நடத்தைமுறை அவற்றிடம் இருக்காது.

‘எனக்குப் பெயரில் ஒன்றும் கிடையாது:
நான் இரண்டு நாட்கள் மூத்தவன்,
உன்னை நான் என்ன சொல்லிக் கூப்பிடுவது?’
‘நான் சந்தோசமாக இருக்கிறேன், சந்தோசம் எனது பெயர்’[2]

புதிதாய்ப் பிறந்த குழந்தை, தனக்குத் தான் காணுகின்ற எல்லா வற்றுக்கும் இடையில் எவ்வித வேறுபாட்டையும் உணர்வதில்லை. தனது விருப்பங்கள் நிறைவேறாத போது அது ‘தான்’ (ego) பற்றி முதன்முறையாக ஓர்மை பெறுகிறது. எரிச்சலாலும், குழப்பத்தாலும் அது, தனக்கும் தனது தாய்க்கும் இடையே வித்தியாசத்தைக் காணுகிறது...[3]

இவ்வாறாக ‘தான்’ என்பதன் முதலாவது செயல் எதார்த்தத்தை ஒதுக்குவதாக அமைகிறது. அதன்மீது பகைமையும் பதட்டமும் கொண்ட மனப்பாங்கை மேற்கொள்ளுவதாக அமைகிறது. சுயம் என்பதற்குள் பிரிதல் / வரையறுத்தல் என்பவை குறித்த உணர்வானது நமது கலாச்சாரத்தில் கவனமாகப் பராமரிக்கப்படுகிறது. நமது தன்னலம் சார்ந்த ஒழுக்கவியலின் அடிப்படையாக ஆவதற்காக இது பராமரிக்கப்படுகிறது. இத்தன்னலம் சார்ந்த ஒழுக்கவியல் (ஒருவர்) சமூகத்தின் மீது ஆற்றுகிற செயல்பாட்டின் எதிர்வினைகளைப் புரிந்து உணர்விலிருந்து செயல்படுவதில்லை. மாறாக இது, சட்டதிட்டங் களாலும், சுயமோகித்தலின் வழியாகச் சுயத்தின் மீது சார்த்திய கட்டுப்பாடுகளாலும் செயல்படுகின்றது. குழந்தைக்கு உள்ளே மனசாட்சி எனும் ஒரு கண்காணிப்புக் கருவி நிறுவப்படவேண்டும். அந்த மனசாட்சிக்கு, குழந்தையின் பதட்டம், குழந்தையின் குற்றம் என்று பெயரிடலாம். இவ்விதமான இயக்கம் தோல்வியடையலாம் அல்லது மிகத் தொடக்கத்திலேயே தவறான திருப்பத்தை எடுக்கலாம். மனக்குழப்பம் முதலிய உளவியல் தொல்லைகள் குழந்தைகளிடம் வெகு ஆரம்ப கட்டத்திலே தோன்றுகின்றன. தங்களுடைய நிலைமை களை எவ்விதத் துன்பமுமின்றி ஏற்கின்ற குழந்தைகளின் ஒரு தொகுதியிலிருந்து, பிற குழந்தைகளைப் பிரித்து ஒதுக்குவதற்குரிய அடிப்படைகளாக அந்த உளவியல் தொல்லைகள் இருக்கின்றன. இவ்விதமான தொல்லைகள் குறிப்பாகக் குழந்தைகளிடம் அதிகமாகக்

காணப்படுகின்றன. இது, குழந்தையின் சக்தியின் வலிமைக்கும் அதன்மீது தொடுக்கப்படுகிற தடையின் விளைவுக்கும் இடையிலுள்ள ஓர் ஊடு உறவினைக் குறிப்பதாகத் தெரிகிறது. தொல்லைக்கு ஆளான குழந்தைகளை ஒழுங்கிற்குள் வசப்படுத்தி ஒழுங்குபடுத்துகிறார்கள். அவர்களை விசேசமான நிறுவனங்களில் வைத்துப் பராமரிக்கிறார்கள். தக அமையமுடியாத அக்குழந்தைகளின் தோல்வியை ஒரு நோய்க் கூறான நிலைமை என்று கருதி சிகிச்சை கொடுக்கிறார்கள். தைரியமும் திறமையும் படைத்த பெண், இப்புகலிடங்களுக்குள் புகுந்து ஒழுங்கு படுத்தும் இயக்கங்களை மீண்டும் தலைகீழாக்கி விடுகிறார்கள். இதனால் இக்குழந்தைகள், சற்றுக் குறைந்த கெடுதி தரும் பாதையில் மீண்டும் தொடங்குகின்றன. மாண்டிஸோரியின் முறைகள் வெற்றி கரமாக இருந்ததால், அவை இங்கிலாந்திலும், ஐரோப்பாவிலும் உள்ள பெரும்பாலான குழந்தையர் பள்ளிகளின் அடிப்படையாக மேற்கொள்ளப்பட்டன...

மாண்டிஸோரியின் அடிப்படையான அனுமானம் எளிதானது, ஆனால் தீவிரமானது.

“எல்லாவிதமான தடைகளின் மூலாதாரத்தில் ஒரு விசயம் புதைந்துள்ளது. குழந்தையின் உள்ளார்ந்த சக்திகள் மனித அவதாரம் என்ற இயக்கத்தின் ஊடாகப் பரிணாமம் அடைந்திருக்க வேண்டும். ஆனால் அவ்வாறு நடவாமல், குழந்தை அதன் ஆரம்பகட்ட உருவாக்கத்தின் வயதில், தனது வளர்ச்சியின் மூலவடிவமைப்பைப் பூர்த்தி செய்வதிலிருந்து தடுக்கப்பட்டுள்ளது. இதனால், செயல்படுகிற ஓர் ஆளுமைக்குள் இணைய முடியாமற் போய் விட்டது. குழந்தைக்காகப் பெரியவரின் பதிலியாக்கத்தின் வழியாகவோ அல்லது அதன் சூழலில் செயல்பாட்டின் இலக்குகளுக்கான ஒரு தேவையின் வழியாகவோ இந்த ஒருமிப்பு (unity) எட்டப்பட வேண்டும். இல்லையென்றால் இரண்டு விளைவுகள் ஏற்படுகின்றன: உளவியல் சக்தியும், இயக்கங்களும் தனித்தனியாக வளரவேண்டும். இதனால் ‘பிளவுபட்ட ஒரு மனிதன்’ என்ற விளைவு ஏற்படுகிறது. இயற்கையில் எதுவும் தன்னைத்தானே படைப்பதுமில்லை; ஒன்றும் தன்னைத்தானே அழிப்பதும் இல்லை. இது குறிப்பாக சக்தி பற்றிய விசயத்தில் குறிப்பிடத்தக்க உண்மையாக உள்ளது. இச்சக்திகள், இயற்கையால் வரையறுக்கப்பட்ட வீச்சுக்கு அப்பால் வேலை செய்ய வேண்டியதால் தடம் புரளுகின்றன. அவை தங்கள் தங்கள் குறி இலக்கைத் தொலைத்து விட்டதாலும், வெறுமையின் குழப்பத்தாலும் மயக்கத்திலும் வேலை செய்வதாலும் தடம் புரண்டுவிட்டன. தன்னைத்தானே அனுபவங்கள் வழியாகக் கட்டியெழுப்பியிருக்க வேண்டிய மனம், எதார்த்தம் இகந்த கற்பனைக்குள்ளே தப்பித்து ஓடுகிறது.”[4]

எதார்த்தத்தை மீறிய கற்பனைக்குள்ளே தப்பி ஓடுவது நமது கலாச்சாரத்தில் அங்கீகரிக்கப்பட்டுள்ளது. ஏனெனில் இது, நமது சுய - வளர்ச்சியின் வரையறையின் ஒரு பகுதியாகும். இதனை நாகரிகம் என்று அழைக்கின்றோம். பொருளை வழிபடுதல், சுய இன்பச் செய்கைகள் ஆகிய இதன் சில அம்சங்களைத் தவறெனக் கூறினாலும், பொதுவாக இதனை ஒடுக்குமுறையின் அவசியமான, மகிழ்ச்சியான உடன் நிகழ்வாகவே பார்க்கிறார்கள். கலையின் சரியான செயல்பாடு, மனப்பாங்குகளின் கெடுதலற்ற மன மாயை நிலையின் (Fantasy) வெளிப்பாட்டை வழங்குவதாகும். அவ்வாறு வழங்கவில்லையென்றால் அது அழிப்புத்தன்மை வாய்ந்ததாக அல்லது சமூகத்திற்கு எதிரானதாக இருக்கும். இந்த வித அனுமானத்தின் மீது கலை பற்றிய ஒட்டுமொத்தமான கோட்பாடுகள் கட்டப்பட்டுள்ளன.

இதுவரை, குழந்தைகளிடம் உண்டாகும் உளவியல் சக்தியின் ஒடுக்குமுறை பற்றி எடுத்துக்காட்டு எதையும் நாம் பார்க்கவில்லை. பையன்களைவிடச் சிறுமிகளுக்கே இவை மிகுதியாக ஏற்படுகின்றன. இருபாலரும் ஒரு குறிப்பிட்ட வயது வரை ஒரே விதமாகவே நடத்தப்படுகிறார்கள். இருபாலருக்கும் இடையிலான பாரபட்சம் மிக ஆரம்பத்திலேயே தோன்றிவிடுகிறது. ஆயினும் பிரிட்டிஷ் கல்வியாளர்கள் ஆரம்பப்பள்ளி வரை இருபாலருக்கும் இடையே பாரபட்சம் இருப்பதை ஏற்பதில்லை. சில பெண் குழந்தைகள் நீலத்தை விட வெளிர்சிவப்பு (pink) நிறத்தில் ஆடை அணிகிறார்கள். சுருண்ட மெல்லிய ஆடைகளை அணிகிறார்கள். அவற்றைக் கிழித்து அழுக்காக்குவதற்காக அவர்கள் தண்டிக்கப்படுகிறார்கள். சில குழந்தைகளின் கூந்தல் சுருள் சுருளாக்கப்பட்டு அவற்றில் வளையங்கள் செருகப்படுகின்றன. அவர்கள் அழகாயிருப்பதாகவும், அப்பா குழந்தை என்றும் பலவாறாகப் புகழப்படுகிறார்கள். சின்னஞ் சிறுமிகளுக்கு சிசுக்களுக்குரிய ஒப்பனைக் கருவிகள் இல்லா விட்டாலும், தொடக்க நிலையிலேயே அவர்களுக்கு வெகுமதிகள் தருதல் ஊக்கமூட்டுதல் என்கிற ஒரு முறை தொடங்கிவிடுகிறது. தனது பால் என்னவென்று அறியாமல் ஒரு குழந்தையை வளர்க்க யாரும் விரும்புவதில்லை. தொடக்கத்திலிருந்தே கட்புலனாகாதபடி, பெண்மைத்தன்மையின் நடைகள் (Styles) ஊட்டி விடப்படுகின்றன. பெண் குழந்தை பொய்ச்சிரிப்புச் சிரிக்கவும், அழகாயிருக்கவும் பழகிக் கொள்ளுகிறது. சின்னஞ்சிறு பையன்கள் பொய்யாகச் சிரிப்பதன் ஆதாயங்களைக் கண்டு பிடித்தபோதும், தங்களது குழந்தைச் சுருள் முடிகளை வெட்டும் போதும் அதிர்ச்சியடைகிறார்கள். ஆனால் பெற்றோர், தங்களது சின்னஞ்சிறுமியிடம் தனது நேர்த்தியை (Cuteness)

பயன்படுத்துமாறு பாராட்டி ஊக்குவிக்கிறார்கள். எப்படி அதைச் செய்ய வேண்டுமென்று நேரடியாக அவளிடம் சொல்லிக் கொடுக்க மாட்டார்கள். அனுபவத்தால் கற்கிறாள். ஜூனியர் பள்ளிக் கூடங்களில் பாலியல் திரைப்படங்களைக் காட்டுவதால் மாசற்றதன்மை அழிக்கப் படுவதாக எதிர்ப்புகள் கிளம்புகின்றன. ஆனால் ஒரு மூன்று வயதுக் குழந்தையோடு 'சில்மிசம்' செய்யும் அதிர்ச்சிகரமான விசயத்தை எதிர்த்து ஒரு சத்தமும் கேட்பதில்லை. சிறு பையன்களுக்குச் சீக்கிரமாகவோ அல்லது தாமதமாகவோ நாபிக்கொடி இறுதியாக அறுபட்டதும், அவர்கள் தாயோடு கொள்ளும் உறவுமுறை வெகுதூரமாகி விடுகிறது. இது, தாய்வழி மரபுகள் வலுவாக உள்ள யூதக் குடும்பங்களில் நடப்பதில்லை.

தன் தாயின் அதிகாரத்திலிருந்து தப்பிக்க ஒருபோதும் இயலாத யூத இனத்தைச் சேர்ந்த பையனுக்கு என்ன நேர்கிறதோ, அது 'இயல்பாக' வளர்க்கப்படுகிற ஒவ்வொரு 'சிறுமிக்கும் அப்படியே நேர்கிறது. அந்தத் தாய் ஒரு பெண்பால் தன்பால் புணர்ச்சிக்காரியாக இருக்கிறாள். ஆண்பால் தன்பால் புணர்ச்சியாளர்களைப் போல அவள் தன் வாழ்க்கையை ஒரு வளர்ப்பு விலங்கின் வாழ்க்கையாக வாழ்கிறாள் - தாய்வழி உரிமை என்ற தெய்வீக உரிமையால் தன் காமங்களையும் இச்சைகளையும் அழிக்கின்றாள். இதேமாதிரி இயக்கத்தைத் தன் குழந்தைகளின் காமம், இச்சை ஆகியவற்றின் மீது செலுத்துகின்றாள்.

சின்னப் பையன்களால் தங்கள் தாயின் போக்கை விட்டு ஒரு வழியாக வெளியேற முடிகிறது. அவ்வாறு விடுபடுமாறு ஊக்குவிக்கப் படுகிறார்கள். ஆனால் சின்னஞ்சிறுமிகள் அவ்வாறில்லை. சிறுமிகள் பையன்களைவிட அதிக அளவில் போற்றி வளர்க்கப்படுகிறார்கள் அதாவது, நாம் விரும்புகின்ற விளைவு ஏற்படுவதற்காகச் சிறுமிகள் இடைவிடாமல் கண்காணிக்கப்பட்டு அடக்கப்படவேண்டும் என்பது இதன் உண்மையான அர்த்தமாகும்.[5]

> "ஒரு மகனோடு நீங்கள் நகையாடி விளையாடலாம், ஆனால் ஒரு சிறுமிக்கு நீங்கள் ஒரு தகப்பனாக இருக்கவேண்டும்"[6]

ஒரு சிறுமியை ஆரம்பத்திலேயே வீட்டு வேலைகளுக்கு அறிமுகப்படுத்துகிறார்கள். அவளுக்கு அவளுடையதாய், வீட்டு வேலை செய்கிற திறன்களைச் சொல்லிக் கொடுக்கிறாள். அந்தச் சிறுமி தன்னிச்சையாக வெளியே திரிந்தால் வீட்டில் வைத்துத் தண்டிக்கப் படுகிறாள். இதனால் புறஉலக எதார்த்தத்திற்குச் செல்லாதவாறு வீட்டில் செறிக்கப்படுகிறாள். சின்னப் பையன்கள் குழுக்களாகவும்

கும்பல்களாகவும் கூடி வெளியே சுற்றித்திரிந்து பிறருக்கு அச்சமூட்டி வருகிறபோது, சிறுமிகள் வீட்டிற்குள் தனிமையாக்கப்படுகிறார்கள். கெடு மனம் படைத்த அந்நியர் கூறும் கட்டுக்கதைகளைக் கவனித்துக் கொண்டிருக்கிறார்கள். அச்சிறுமியின் வீட்டுச் சிறைவாசத்தைப் பாதுகாப்பு என்ற பெயரில் நியாயப்படுத்துகிறார்கள். (வீடு மிக ஆபத்தான இடமாக இருந்தபோதிலும்!) காரணங்கள் எவையும் தெளிவாகக் கூறப்படாமலே அச்சிறுமியிடம் இந்த உலகத்தைக் கண்டு அஞ்சவும் அவநம்பிக்கை கொள்ளவும் போதிக்கிறார்கள். பாதுகாப்பு ஆயுதங்களாக வழங்கப்படுகிற இந்த முன் எச்சரிக்கைகள் வெற்றி கரமாக இருப்பதில்லை. தாய் அங்கீகரித்த வழிகளில் சின்னஞ்சிறுமிகள் போய் வரும் போது பாலியல் தாக்குதல்களுக்கு ஆளாவதில்லை. அந்தச் சிறுமி ஏறவேண்டிய பஸ்ஸைத் தவறவிடும்போது பஸ் நிறுத்தத்திலிருந்து ஒரு மாலை நேரத்தில் தாய்க்குத் தொலைபேசியில் தன்னிலைமையைக் கூற, தன்னிடம் கார் இல்லையாதலால் வீட்டிற்கு நடந்தே வருமாறு கூறுகிறாள். அச்சத்தால் அழுது கொண்டே வந்த சிறுமியைப் புன்முறுவலோடு வந்த ஓர் அந்நியன் கடத்திச் சென்று வன்புணர்ச்சி செய்து கழுத்தை நெரித்துக் கொன்றுபோடுகிறான்.

குழந்தைகளை அச்சமூட்டி எச்சரிப்பதால், அவர்கள் குற்றம் செய்து விட்டவர்களைப் போல உணர்கிறார்கள். பால் உறுப்பைத் திறந்து காட்டுபவனைச் சந்திக்கிற போதும், அல்லது தங்கள் முன்னே ஏதாவது வித்தை காட்டும் ஓர் அந்நியனுடன் பேச நேரிடும்போதும் அவர்கள் அஞ்சுகிறார்கள். குற்றவுணர்வு பெறுகிறார்கள். இதனால் தங்கள் பெற்றோருக்கு ஏற்படப்போகும் அவப்பெயரைப் பற்றிக் கவலைப் படுகிறார்கள். இதைப்பற்றிப் பெற்றோர்களிடம் சொல்லுவதற்கே தயங்குகிறார்கள். அவர்கள் தங்களைப் பலிப்பொருளாக நினைத்துக் கத்தவோ அல்லது ஓடவோ சக்தியற்றுப் போகிறார்கள். தங்களுக்கு முன் வரும் ஆபத்தைப் பற்றிப் புரிந்து கொள்ள அவர்கள் தடை செய்யப் பட்டுவிட்டதால் அவர்களால் போதுமான அளவுக்குத் தற்காப்பினை மேற்கொள்ள முடியவில்லை. குழந்தைகளுக்குக் கொடுமை இழைப் பவர்களே விகாரமான நிலைமைகளை உற்பத்தி செய்கிறார்கள்.

சின்னப் பையன்கள் கூட்டமாக, ஓர் அமைப்பாக ஆகும் முறைகளைப் பற்றியும், உலக இயற்கை பற்றியும் தங்கள் வீடுகளுக்கு வெளியே கற்றுக்கொண்டிருக்கிற போது, சின்னஞ் சிறுமிகள் வீடுகளில் அமைதியாக பொம்மைகளோடு விளையாடிக் கொண்டு கனவு கண்டு கொண்டிருக்கிறார்கள், அல்லது அம்மாவுக்கு உதவி செய்து கொண்டிருக்கிறார்கள். பள்ளிக்கூடத்தில் நல்லவர்களாகவும், அமைதி காப்பவர்களாகவும் இருக்குமாறு தங்களை அடக்குவதற்குத்

தங்களது சக்தியைச் செலவிடுகிறார்கள். வகுப்பறையில் கேட்ப வற்றையும், செய்பவற்றையும் மனதில் கொள்ளுகிறார்கள். எனவே பையன்களிடம் இருப்பதைவிட அவர்களிடம், உணர்வுப் பாங்கானதும், அறிவுப் பாங்கானதும் பெருமளவில் பிரிவுற்றுக் கிடக்கின்றன. உணர்ச்சிப் பாங்கு மிஞ்சினால், சிறுமிகள் தங்கள் கைகளால் வேலை செய்ய முன்வருகிறார்கள். எ.டு. சமைத்தல், தைத்தல், பின்னுதல், யாரோ போட்ட வடிவமைப்பைப் பின்பற்றி நடத்தல். இவ்வாறு வடிவமைத்தவரும், சமையல் மாஸ்டர்களும், தையல்காரர்களும் ஆண்களே.

பெண்கள் 'அறிவுஜீவிகளா'னால் தங்கள் உடல்களுக்குள் முடக்கப்படுகிறார்கள். ஒடுக்கப்படுகிறார்கள். சில மேதைகள் சங்கிலித் தொடரான எதிர்வினைகளின் ஊடாக உடைத்து அவை எதற்காக இருக்கின்றன என்பதைக் கண்டறிந்துள்ளார்கள். ஆனால் பெரும் பாலான படைப்புத் திறன்மிக்க பெண்கள் தங்களது மிகச்சிறந்த படைப்புக்களிலும்கூட பயனில்லை, குழப்பம்... என்று முத்திரையிடப் பட்டுள்ளார்கள். விர்ஜீனிய வுல்ஃப் சில வழிகளைக் கண்டார். ஆனால் அதற்காக அவர் பட்டபாடு கொஞ்சமல்ல, வெடித்துக் கிளம்பிய வெகு சிலருள் ஜார்ஜ் எலியட் ஒருவர். எலியட் படைப்பு உளவியல் சக்தி சம்பந்தமானது, விர்ஜீனியா படைப்பு அறிவு சம்பந்தமானது, அல்லது எலியட் பட்டவர்த்தனமாகப் பேசுபவர், விர்ஜீனியா இதமும் நேர்த்தியும் மிக்கவர். எவ்வாறானாலும், முரணுக்குரிய அஸ்திவாரங்கள் அவர்களுடைய குழந்தைப் பருவத்திலே போடப்பட்டன.

# சிறுமி

சிறுமிகள் தங்களைக் கலாச்சாரப்படுத்துதல் அனைத்தையும் போராட்டமின்றி ஏற்றுக்கொண்டார்கள் என்று கூறுவது அவர்களுக்கு நியாயம் செய்வதாக ஆகாது. மிகத் தெளிவாகவும், கமுக்கமாகவும் தாய் சிறுமிகள் மீது தருகின்ற அழுத்தத்தின் சுமை, அதே அளவிற்கு அடிக்கடி எதிர்ப்பையும் சந்திக்கிறது. வளரும் சிறுமி தனது அறையைச் சுத்தமாக வைத்திட மறுக்கலாம். ஒரு நோக்கமும் இல்லாமல் பையன் தனமான காரியங்களைச் செய்யப் பிடிவாதம் பிடிக்கலாம். ஆண்பால் கூட்டத்தில் தனது இடத்தைப் பராமரிப்பதற்காகப் பையன்களைப் போல இரட்டிப்புக் கடுமை காட்டிச் சண்டை பிடிக்கலாம். ஹாங்கி களையும் தலைமுடி ரிப்பன்களையும் தொலைக்கலாம். மரம் ஏறுவதால் கால் சட்டைகளைக் கிழிக்கலாம். முரட்டுத்தனமாகப் பேசலாம், ஆணையிடலாம். இவற்றைக் கொண்டு, சிறுமி ஒரு

*('செயலற்ற தன்மையால் தடைப்படாத ஊக்கமும், அல்லது, பொய்யான நாணத்தால் களங்கப்படாத மாசற்ற தன்மையும் உடைய ஒரு சிறுமி எப்போதும் கும்மாளமடிக்கிற குழந்தையாக இருப்பாள்'...* - Mary Wollstonecraft 'A Vindication of the Rights of Women,' 1792, p. 87*)*

இக்கட்டான கட்டத்தின் ஊடாகச் சென்று கொண்டிருக்கிறாள் என்று பெருந்தன்மையாகக் குறிப்பிடுவார்கள். பூப்பெய்தும் வரை சிறுமி இத்தகைய எதிர்ப்பினைக் காட்டுவதை நாம் காணலாம். ஆனால் பூப்பு என்கிற அந்த இயற்கை நிகழ்வு இந்த எதிர்ப்பிற்குப் பலமான அடியாக வந்து வாய்க்கிறது. பையன்களைப்போல மூர்க்கமாக விளையாடும் சக்திவாய்ந்த காலகட்டமாக ஐந்து முதல் பதினைந்து வயதுக்குட்பட்ட காலத்தைக் குறிப்பிடுவார்கள். எல்லாக் காலத்திலும் அவள் பையனை (tomboy) போல விளையாட மாட்டாள்...

பொதுவாகச் சின்னஞ்சிறுமிகளே சிறுசிறு பொருட்களைப் பரிசுகளாகப் பெறுகிறார்கள். முதலில் இனிப்புக்கள், பொம்மைகளின் உடைகள், பிறகு ஆடைகள், ஷூக்கள், அடுத்து வார இறுதியில் பிறர் பார்த்து ரசிக்கத்தக்க அழகு ஆடைகள், வெளியே சென்று வேடிக்கை பார்க்க, சினிமா பார்க்க... என்று இது தொடர்கிறது.

பிறரும் தாயும் தருகிற நெருக்கடிகளால் சின்னஞ்சிறுமி, முரண் பாடான தாக்கங்களுக்கு ஆளாகிறாள். பள்ளிக்கூடத்தில், நகைகள், ஒப்பனைப் பொருள்கள் ஆகியவற்றுக்கு அவள் கொண்டாடுகிற பாசாங்குகளைப் பிறர் கடுமையாக முறைத்துப் பார்க்கிறார்கள். (இது உடலுக்கு ஆகாது, மென்மையாக இருக்க வேண்டும் என்று அம்மா இறைஞ்சிக் கேட்டும் கூட) அவள் ஒவ்வொரு வாரத்தில் ஒரு குறிப்பிட்ட நேரத்தில் ஏதாவது ஓர் உடற்பயிற்சியைச் செய்தாக வேண்டியதிருக்கிறது. அவள்மீது பொறுப்புக்கள் சுமத்தப்படுகின்றன. விளையாட்டுக் குழுக்களில் வலுக்கட்டாயமாகச் சேர்க்கப்படுகிறாள். இவை அவளுக்குப் பிடிப்பதில்லை. கவர்ச்சிகரமாக இல்லை. மென் பந்து (Soft-ball) விளையாடுவதைவிட, விளையாட்டு மைதானத்தின் ஒரு மூலையில் தன்னுடைய அந்தரங்கமான தோழிகளோடு அரட்டையடிக்க விரும்புகிறாள். மென்-பந்து விளையாட்டு, ஆண்கள் விளையாட்டின் பெண்மையாக்கப்பட்ட ஒரு விளையாட்டாக இருந்தும்கூட விளையாடினால் வியர்க்கும், அழுக்காகும் என்று விளையாடுவதில்லை. அவளுடைய நடத்தை முறைகளையும், சுத்தத்தையும் அவளது ஆசிரியர்கள் புகழ்ந்தாலும், அதிகரித்து வருகின்ற அவளுடைய மந்த நிலைக்காக வருத்தப்படுகிறார்கள். அவள் தன் வகுப்பிலுள்ள துடியான பெண்களை 'ஆண்மை' மிகுந்தவர்கள் என வெறுக்கலாம். அவளைப் பிற சிறுமிகள் ஒரு சிஸ்ஸி (Cissy) ஒரு ஸுக் (Sook), டீச்சரின் செல்லம், ஒரு ஜடம், ஓர் அமுக்குளி என்று ஏசலாம்.

அம்மாவின் அன்புச் சிறுமிக்குப் பள்ளிக்கூடத்தில் தொந்தரவு என்றால், பள்ளிக் குழந்தைகளில் துடிதுடிப்பான - வெற்றிகரமான சிறுமிகளுக்கு வீட்டில் தொந்தரவு வருகிறது. பள்ளிக்கு வெளியே, பள்ளிக்கூடம் வழங்குகிற மாதிரி குழுச் செயல்பாட்டுக்கும், சாகசத் திற்கும் வழி இல்லை. வீட்டுவேலை சகிக்க முடியவில்லை. வீட்டில் ஏற்படுகிற முரண்பாடுகள் மிகவும் கடுமையான மனப்பதட்டத்திற்கு வழிவகுக்கின்றன. கோடை விடுமுறைக்குப் பின், நல்ல மாணவிகள் அடையாளங் காணமுடியாதவாறு மாறிப்போய் வருவதைப் பல ஆசிரியர்கள் கண்டுபிடிக்கிறார்கள். இதற்குக் காரணம் அவர்கள் தங்கள் வீடுகளில் பெற்ற பயிற்சியின் சிராய்ப்பாகும். அந்தச் சிறுமி பெரிய வளாக வளருகிறபோது தனது செயல்பாடுகளைப் பிறர் கடுமையாக ஒடுக்குவதை அறிகிறாள். அவள் முன்னர் அறியாமற் செய்த காரியங்கள், இப்போது 'அத்தகைய காரியங்களைச் செய்யமுடியாத அளவுக்கு அவள் மிகவும் பெரியவளாகிவிட்டாள்' என்று ஒதுக்கப் படுகின்றன. சில சமயங்களில் அவள், தான் அவமானகரமான ஒரு

மனுசி நிலைமைக்கு உருட்டிவிடப்படுகிறோமோ என்று நினைக்
கிறாள். இதனை அவள் கண்மூடித்தனமாக எதிர்க்கிறாள். இதனால்
அவள் மூடிமறைத்த சினமுடையவளாகவும் இலட்சணமில்லாத
வளாகவும் ஆகலாம். அவள் பூப்படைவதற்கு மிக முன்பாகவே
இத்தகைய மாற்றங்களை வெளிப்படையாகக் காணலாம். பூப்போடு
சேர்ந்ததாகக் கருதப்படும் அநேக மாற்றங்கள் உண்மையில் அந்தச்
சின்னஞ்சிறுமி தனது சக்தியை தக்கவைக்க நடத்துகிற இறுதிக் கட்டப்
போராட்டங்களோடு சம்பந்தப்பட்டவையாகும். ஆரம்பப் பள்ளிக்
கல்வி அவளை ஒரு நபராகப் பயிற்றுவித்தது. அதில் பையன், சிறுமி
என்ற பாகுபாடு (பெரிதாக) இருக்கவில்லை. ஜூனியர் பள்ளிக் கல்வி
கற்க அவள் நுழையும் காலத்தில் அந்தவிதப் பாகுபாடு தோன்றும்.
கல்வியில் ஆண்மை முன்மாதிரிகை ஒன்று திணிக்கப்படுகிறது. இதன்
நிபந்தனைகளிடம் பெண் சரணடைகிறாள். அவள் நோக்கங்களும்
சரணடைகின்றன. ஆடை செய்வது, மனையியல் அறிவியல் கற்பது
ஆகியவற்றை வேறு வழியின்றி அவள் தனக்குரியனவாகத் தேர்ந்
தெடுக்கும் கட்டாயம் ஏற்படுகிறது. ஓர் ஆண்மை - நெறிப்பட்ட கல்வி
வடிவத்திற்குள் பேதைமைமிக்க இந்தப் படிப்புக்கள் அவளது
ஆளுகைக்குரியனவாக நுழைக்கப்படுகின்றன. இது அந்த ஆண்மை -
நெறிக்கு, ஆண்மைக் கல்விக்கு உரிய மாற்றுப் போலியாக இருக்கிறது.
இதுவே கசப்பான முரணாகும்.

> ('சிறுமிகள் சிலசமயங்களில் பையன்களாக இருக்க ஆசைப்
> படுகிறார்கள் - ஆண் என்ன செய்கிறான்?- அவன் வேலை
> அற்புதமானது - ஆணுடைய வேலையை விடப் பெரியது எது?
> ஆண் - பெண் யார் உண்டாக்கியது? - தாயின் வளர்ப்பால்
> உண்டாக்கப்பட்டது. ஆப்ரஹாம் லிங்கனின் தாய் - எதிர்கால
> ஜனாதிபதியை ஆளாக்குவது பெரிய பொறுப்பு - எந்தக்
> குழந்தையும் வரலாம் என்று சொல்லமுடியாது - குழந்தையை
> ஆளாக்குவதைவிட வேறு மாபெரும் வேலை இல்லை -
> கணவனுடைய வேலையைத் தன்னுடையதைவிடப் பெரியது
> என்று மனைவி நினைக்கலாம் - அவளது வேலை ஒரேவகை
> மாதிரியாகவும், அயர்ச்சி தருவதாகவும் இருக்கிறது - அவ்வாறே
> தொழிலும் - ஓர் ஆணுடையதைவிடப் பெண்ணுடைய வேலை
> ஒன்றும் குறைந்ததில்லை - மனைவி பற்றி ரஸ்கின்
> கூறுவதென்ன? - ஆணுடைய வெற்றி பெண்ணைச் சார்ந்
> துள்ளது - அவனது உடல்நலம் அவன் மனைவியின்
> சமையலைச் சார்ந்துள்ளது- ஒரு தேசத்தின் விதி முழுமையான
> ஒரு சாப்பாட்டின் மீது சார்ந்திருக்கலாம் - ஆணும் பெண்ணும்

> *தொழில் செய்யும் வாழ்க்கையில் இருந்தால் அவர்கள் மலர்ச்சியைப் பெரிதும் இழப்பார்கள் - பெண் சமூக வாழ்க்கையை ஆற்றுகிறாள் - ஒழுக்க வாழ்க்கை - மனிதனைச் சிந்திக்க வைக்கிறது - வீட்டுக் கல்வியின் மதிப்பீடுகள் - டேனியல் வெம்ஸ்டரின் சாப்பாட்டு நடத்தைகள் - ஆணுடைய வாழ்க்கையைப் பெண் சித்திரத் தையல் (எம்பிராய்டரி) செய்கிறாள் - சித்திரத் தையல் அழகுபடுத்த - சுத்தத் தன்மையின் சித்திரத் தையல் ஒரு புன்முறுவல் பற்றி - இனிய சொற்களைப் பற்றி'* - Summary of Mary Wood - Allen, 'What a Young Girl Ought to know' 1928. *(வார்த்தைக்கு வார்த்தை மேற்கோளிடப்பட்டது)*

அச்சிறுமி, ஆண்மைச் சீருடையின் அபத்தமான விளக்கத்தில் அமர்ந்து மைபடிந்த கரங்களால் கடற்பஞ்சு விரல்களைச் செய்து கொண்டிருக்கிறாள். இந்நிலையில் அவள் தன்னை இந்த நாகரிகத்தின் குத்துப்பயிற்சிப் பையாக (Punching-bag) உணருகின்றாள்.

பூப்பு எய்துவதற்கு முந்தைய சிறுமி, ஒரு பாரபட்சமற்ற பார்வை யாளருக்கு என்னதான் மந்தமானவளாகவும் குழம்பியவளாகவும் தோன்றினாலும், அவள் ஓர் உணர்ச்சிகரமான சிருஷ்டியாவாள். நாள்தோறும், மணிதோறும் அவள் சந்திக்கிற முரண்பாடுகளால் வருகிற துயரம் அவளது சக்தியில் பெரும் பகுதியை உறிஞ்சி விடுகின்றன. ஆயினும் சாகசக் கதைகளிலும், சாதனைக் கதைகளிலும் உத்வேகம் கொள்ளவும், அக்கதைகளில் வரும் ஆண்பால் பெண்பால் கதாநாயகர்களோடு அடையாளம் காணவும் போதிய அளவுக்கு அவளிடம் சக்தி இன்னமும் எஞ்சியுள்ளது. இத்தகைய உறவாடல் களுக்கு அவளது பாலியல் தன்மை அடிப்படையாகவுள்ளது. அவளது நிஜமான பால் உறுப்பு வகைச் செய்கைகள் அவளுக்கு எப்படியிருக் கின்றனவோ அப்படிப்பட்டதாக இது உள்ளது. தொடக்கப்பள்ளிக் கால கட்டத்தில் கிளர்ச்சியுற்ற இவ்வகை ஆர்வத்தின் மாசற்ற, வெளியரங்கமான வடிவத்திலும், சிலசமயங்களில் முற்றிலும் புலன்சார்ந்த வடிவத்திலும் காணலாம். ஒருமுறை மான்செஸ்டரில் ஒரு பள்ளிக்கூடத்தைப் பார்வையிட நான் சென்றபோது சின்னஞ் சிறுமிகளும் பையன்களும் கூட்டமாக வந்து என்னை அன்பாக முத்தமிட்டது நினைவில் இருக்கிறது. என் கழுத்தைத் தங்கள் கைகளால் வளைத்து, என் உரோம மேலாடையை அணைத்துத் தங்கள் இஷ்டத்துக்குக் கேள்விகளையும் பரிசுப் பொருட்களையும் கேட்டார்கள். ஆஸ்திரேலியாவில் பதினொன்று - பன்னிரெண்டு வயது வந்த மாணவர்களுக்குப் போதித்த போது, மாணவர்களிடையே அசாதாரணமான ஆழ்ந்த கிரகிப்பை ஏற்படுத்த என்னால் முடிந்தது.

ஏராளமான - விந்தையான விதங்களில் அதன் வெளிப்பாடு அமைந்தது. பரவசமிக்க இலட்சியவாதமாக, விளையாட்டுத்தனமாக, விநோதமானதாக, சோதனை முயற்சிகளாக வெளிப்பட்டன. சில சமயங்களில் அவர்கள் கூட்டு முயற்சியாக சிறிய நாடகங்களை நிகழ்த்தி அற்புதங்களைச் செய்தார்கள். திட்டமிட்டுச் செயல் பட்டார்கள். பிறந்தநாள் கொண்டாடினார்கள் அல்லது பள்ளி நிர்வாகத்தை ஸ்தம்பிக்க வைத்தார்கள். தங்களுக்குள் அடிக்கடி சண்டை போட்டார்கள். பல சமயங்களில் இதில் பள்ளி அதிகாரிகள் தலையிட்டார்கள். ஏனெனில் வகுப்புக்கள் பெருங்கூச்சல் கூடங் களாயின. பள்ளிக்கூடத்தின் அன்றாடப் பணிகள் குலையும் ஆபத்து ஏற்பட்டது. படிப்படியாக அடங்குதல், ஒதுக்குதல் ஆகியவையும் ஏனைய பிறவும் தக அமைத்தல் என்ற பெயரில் திணிக்கப்பட்டன.

இத்தகைய முரணுக்கும், ஓயாத கலாச்சாரப்படுத்துதலுக்கும் குழந்தைகள் ஆளாக்கப்பட்டாலும், அச்சிறுமிகள் தங்கள் குழந்தைப் பருவத்துச் சக்தியையும் அன்பையும் தக்கவைத்த விசயம் குறிப்பிடத் தக்கதாகும். அதன் வெளிப்பாடுகள் சில பாலியல் தனமாக இருந்தன. இதனை உளவியலாளர்கள் ஒப்புகிறார்கள். ஆனால் வளரிளம் பருவத்துக்கு முந்தைய கட்டத்தில் சிறுமிகளின் பாலியல் தன்மை யானது ஆண்மை சார்ந்ததாக, கிளிடோரிஸ் உறுப்பு சார்ந்ததாக இருப்பதை அவர்கள் வலியுறுத்துகிறார்கள்.[1] அச்சிறுமிகள் குதிரைகள் மீது கொண்ட வளரிளம் பருவத்து மோகத்தை அந்த உளவியலாளர்கள், பூப்படையாச் சிறுமியின் ஆண்குறி அழுக்காறு என்று முரட்டடியாகத் தவறாகப் பொருள் செய்கிறார்கள். ஒரு சிறுமியின் கால்களுக்கு இடையிலுள்ள குதிரையை (சவாரி) அவர்கள் ஒரு இராட்சச ஆண்குறியாகக் கற்பிதம் செய்கிறார்கள். என்ன முட்டாள்தனம்! குதிரைமீது சவாரி செய்கிறபோது, அக்குதிரையை இளம்சிறுமி, தனது பௌதீக 'நான்' என்பதன் நீட்சியாக உணர்வதில்லை. ஆனால் வேறொன்று அவளுடைய கட்டுக்குள் எதிர்வினையாற்றிக் கொண்டிருக்கிறது. உள்ளார்ந்த அன்பு ஒன்று ஓர் எதிர்வினைக்காக அவளை அழைத்துக் கொண்டிருப்பதை அவள் உணர்கிறாள். சவாரி செய்யக் கட்டுப்பாடு அவசியம். சவாரி செய்கிற இளம்சிறுமியிடம் அது வலுவாகவும் நுட்பமாகவும் இருக்கிறது. அது, டாக்டர் பிரியர்ஸன் போன்ற கோட்பாட்டாளர்கள் சொல்லுகிற மாதிரி விரிந்து வியாபிக்கின்ற காமியமாகக் கரைந்து போவதில்லை. பெண்பால் வகிபாகம் குறித்து ஒரு சித்திரத்தைப் பெறத்தொடங்கும் பல சிறுமிகளுக்குக் குதிரைச் சவாரி ஒன்றுதான் தங்கள் வலிமையான தொடைகளைக்கொண்டு தழுவுவதற்கும், உணர்ச்சிக் கிளர்ச்சிக்கும்,

ஆதீனப்படுத்துவதற்கும் கிடைத்த ஒரே வாய்ப்பாக இருக்கிறது. டோரதி புரூக் என்ற இளம் பெண்ணுக்குத் தரிசு நிலத்தில் நாலுகால் பாய்ச்சலில் குதிரைச் சவாரி செய்யும் மோகத்தைப் பற்றி 'மிடில் மார்ச்' நாவலில் ஜார்ஜ் எலியட் வருணித்தபோது, தான் என்ன செய்து கொண்டிருக்கிறோம் என்பது அவருக்குத் தெரியும். இது, பெரும் வீரதீரச் செயல்புரிய, விட்டுவிடுதலையாக, விழுமியவளாக ஆகும் அவளது ஆசைகளோடு பிரிக்கமுடியாத பகுதியாகும்.

நான் பாடம் சொல்லிக் கொடுத்த பள்ளிகளில் சின்னஞ் சிறுமிகள் ஒருவருக்கொருவர் உணர்ச்சிகரமாகக் காதல் கடிதங்கள் எழுதினார்கள். எனக்கும் எழுதினார்கள். அவர்களுக்குத் தங்களது காதல் பற்றியும் உருவமில்லாத உணர்ச்சிகள் பற்றியும் ஓர்மை வாய்ந்த புரிதல் இருந்த தில்லை. உக்கிரமான இவ்வுணர்ச்சிகளை வெளிப்படுத்த அவர்களுக்கு இருந்த விலக்கு குறித்துப் பரபரப்படைந்தார்கள். சிலசமயங்களில் அவர்கள் நரம்புத் தளர்ச்சியால் கூச்சலிட்டார்கள். சிலசமயங்களில் என்ன செய்வதென்று தெரியாமலிருந்தார்கள். கேலிக்குரியவர்களாக ஆனார்கள்.

அமுக்கப்பட்ட சிரிப்பைப்போல உணர்ச்சி சிதறிய முறையில் வெளிப்பட்டது. அதனால் அது எளிதில் இகழத்தக்கதாக, வசைக்கு உரியதாக ஆகிற்று. 'இம்மாதிரியான விசயத்தை' பெரும்பாலான ஆசிரியர்கள் ஏற்கவில்லை. இதனை பயங்கரமாக எதிர்த்தார்கள். அந்த எதிர்ப்பு அழிக்கின்ற குணம் பெற்றிருந்தது. ஆசிரியர் ஒருவர் சிறுமி ஒருத்தி எழுதிய காதல் கவிதையை எல்லோரும் கேட்குமாறு வாசித்ததை நான் பார்த்திருக்கிறேன். அது, அச்சிறுமியைச் சிறுமைப் படுத்தியது. அங்கிருந்தோரின் பரிகாசப் பார்வைகளும், அசிங்கமான சைகைகளும் அவளைத் தண்டித்தன. அக்கவிதையை எழுதிய அந்தச் சின்னஞ்சிறு ஆசிரியை அசையாமல் நின்றாள். தன் ஆன்மாவுக்குள்ளே இரும்பு நுழைவதை உணர்ந்தபடி கல்லாகச் சமைந்து நின்றாள். கழிவறைக்குள் நழுவிச் சென்ற கண்ணீர் வடிக்கும் ஆபாசத்தை அனுபவிக்கும் அந்த ஆசீர்வதிக்கப்பட்ட (நேரத்துக்காகக் காத்துக் கொண்டு நின்றாள். ஓர் ஆசிரியை எவ்வளவுதான் தாராளவாதியாக இருந்தாலும், ஆசிரியருக்கும் மாணவிக்கும் இடையில் விதிக்கப்பட்ட பௌதீகத் தொடர்பு என்கிற கடுமையான தடை உத்தரவினை அனுசரித்தாக வேண்டியதை ஆரம்பத்திலேயே அவர் கண்டுபிடித்து விடுகிறார். ஏனெனில் பரந்துபட்ட பின்னணியில் பள்ளிக்கூடத்தின் சமூகவயமாக்கும் பணியினைப் பாலியல் சக்தியின் கடைசி ஜுவாலையானது எரித்து அழித்து விடும். கல்விச் சூழலில் இது வலிதருகிற ஒரு நரம்பாக இருக்கிறது. நமது ஒட்டுமொத்தமான

பாலியல் நோக்குநிலை தீவிரமாய் மாறினாலொழிய இது நீடிக்கும். நீடிக்கவும் வேண்டும். இதனைக் கொஞ்சங் கொஞ்சமாகச் சவாலிடுவது இன்னும் பெரிய துயரத்தையே தரும்.

தனது ஆசையைத் தனக்கு இணையானவரிடம் செலுத்தும் ஒரு சிறுமி, தனது ஆசிரியரைக் காதலிக்கிற ஒரு சிறுமியை விடச் சிறந்த ஸ்தானத்தில் இருக்கிறாள். இருவருக்கு இடையில் உள்ள ஆழமான - நீண்டு நிலைத்த இணைப்பைப் பற்றி வழக்கமாகக் கூறும்போது, அதிலும் குறிப்பாக ஆக்கிரமிக்கின்ற மனோபாவமும், பாலியல் முதிர்ச்சியும் உடைய ஒருவர் (ஆசிரியர்) அச்சிறுமியை ஏமாற்று வதாகவே விளக்கம் தருவார்கள் அல்லது இத்தகைய உறவைத் தாய் மீது சிறுமி கொண்ட பேராவல் ஆசிரியரிடம் இடம் மாற்றம் செய்யப்பட்டதாகக் கூறுவர். பாலியல் முதிர்ச்சியும், இடிபஸ் போட்டாப் போட்டியும் நெருங்கிக்கொண்டு வரும்போது மேற்படி இணைப்பு பின்வாங்கும் என்று விளக்குவார்கள்.[2]

இணைபிரியாத சிறுமிகளை எப்போதும் ஒருவரோடு மற்றவர் கவர்ச்சியால் ஈர்க்கப்பட்டவர்களாகவும், ஆழ்ந்த பிற நலமும் கூட்டுறவும் கொண்டவர்களாகவும், எப்போதும் உண்மையான ஆன்மீகவயமானவர்களாகவும், நேரடியாகப் பால் உறுப்போடு இல்லாமல் முற்றிலும் பாலியல் உறவுடையவர்களாகவும் முடிவு செய் வது ஆபத்தானது. காதல் என்ற பெயரில் இவ்வித உறவு முறைகளை நாம் கௌரவித்தால், நாம் மறைமுகமாக வரிசையான - இயல்பான எதிர் - சமூக விளைவுகளை ஏற்பவர்களாகிறோம். இதனை அனுமதிக்க முடியாது.

எவ்வளவுதான் சிறுமி ஒருத்தி மற்றொரு சிறுமியின் உடலை மனக்கரவில்லாமல் தடவிக் கொடுத்தாலும், அவளிடம் காதல் பிறந்தது முதல் அவள் உள்ளுணர்ந்த களவுத்தனத்தின் தேவையிலிருந்து அவளால் தப்பிக்க முடியாது. அவளைப் பற்றிய பொதுவான மதிப்பீடு என்ற ஒளியின் முன் மெது மெதுவாக அவள் தனது சொந்த உணர்வு களைப் பற்றிக் கருதிப்பார்க்கக் கற்றறிகிறாள். அவற்றை நகையாடி விலக்குகின்றாள். இவ்விதமான இழப்பு மிகப் பெரியது. அது அவளைப் பெண்மைத் தனத்தின் வடிவமைப்பை நோக்கி இட்டுச் செல்லுகிறது. ஆழ்ந்த ஒதுங்கலோடு கூடிய ஆழமற்ற எதிர்வினையாக அந்தப் பெண்மைத் தன்மையின் வடிவமைப்பு உள்ளது. மாற்றுப் பாலோடு வெளியில் சென்று வருகின்ற இன்ப உணர்ச்சி கொள்ளும் நிலைக்கு அவள் திரும்புகிறாள். இன்னொரு உயிரியின் இருப்பினைக் கபடமில்லாமல் பகிர்ந்து கொள்ளும் நிலை மறைந்து போகிறது.

நான் பள்ளி நாட்களில் என் காதலருக்கு (மற்றொரு சிறுமி) எழுதிய கடிதத்தை என் அம்மா கண்டுபிடித்தபோது எழுப்பிய அமளி எனக்கு ஞாபகத்தில் இருக்கிறது. அந்தச் சிறுமி எனக்கு பீதோவனை அறிமுகம் செய்தாள். மங்கலான பக்கத்து அறைக்குள் நேரம் கிடைக்கிற போதெல்லாம் பீதோவனுடைய ஸொனாடாக்களை வாசித்துக் காட்டுவாள். நாங்கள் இருவரும் சேர்ந்து பள்ளிக்கூடப் பாட்டுக் குழுவில் (விளையாட்டு!) பாலிஸ்தினா, பாஷெல்பெல் ஆகியவர்களுடைய ஹார்மனிகளைப் பாடியபோது அவள் என் கையைப் பற்றினாள். நான் ஜார்ஜ் ஸேண்ட் என்றும் அவள் ஸோபின் என்றும் பெயர் மாற்றி நடித்தோம். பூப்பு அடைந்த பிறகு அந்தச் சிறுமி வேறானாள். “யாங்கீஸ் ஒழிக!'' என்ற பாப் இசைக் குழுவில் பாடகியானாள்.

அந்தக் காதல் கடிதத்தைக் கண்ட என் தாய் கிரீச்சிட்டுக் கத்தினாள். நான் இயல்பானவள் இல்லை என்று கூச்சலிட்டாள். அவள் கூச்சலை அடக்குவதற்கு இது விசயமாக ‘ஸண்டே ஸப்லமெண்ட்’ இல் வந்த வாசகத்தை அவளிடம் ஒப்பித்தேன். அந்தக்கட்டம் வளரிளம் பருவத்துத் தன்பால் ஈர்ப்புக் கட்டம் என்றும், நான் அந்தக் கட்டத்தில் இருந்தேன் என்றும் கூறினேன். அந்தக் கோழைத்தனமான பொய்ம் மொழிக்காக, என் காதலையும் என்னையும் வஞ்சித்ததற்காகப் பல வாரங்களாக நான் பரிகாரம் செய்தேன். இந்த ஞானத்தின் பின் ஏது மன்னிப்பு?

## பூப்பு

பெண் - குழந்தை இன்னமும் போராடிக் கொண்டிருக்கும் போது பூப்பு எய்துதல் என்பது அவளுக்கு நேர்கின்ற இறுதி அடியாகும். பூப்பு என்பதை விளக்கி வரைவது கடினம். அதைச் சுற்றியுள்ள முரண் பாட்டின் பெரும்பகுதி, அத்தியாவசியமான உடற்கூற்றுச் செயல் பாட்டு மாற்றங்களோடு குருட்டாம் போக்கில் இணைக்கப்பட்டுள்ளது. வழக்கம்போல, உடற்கூற்றுச் செயல் பாட்டியல் (physiology) ஊழ்வினைக்குரிய சாக்குப்போக்காக ஆக்கப்படுகிறது. தற்காலிக மானது, அத்தியாவசியமானதாக விளக்கப்படுகிறது. தற்போதுள்ள நிலவரப்படி நாம் எல்லோருக்கும் பூப்பு என்பது நரகம் என்பது நன்கு தெரிந்ததே. அது பையன்களுக்கும் சிறுமிகளுக்கும் நரகம். ஆனால் உடற்கூற்று வினையின் மாற்றங்களுக்குப் பையன்கள் எளிதாக அனுசரித்துப் போகிறார்கள். ஆனால் சிறுமிகளிடம், பூப்பு என்பது பால், பால் உறுப்புத்தன்மை ஆகியவற்றின் இருப்பினைக் குறிப்பீடு செய்கிற நிகழ்வாக உள்ளது. இவற்றோடு பால் உறுப்பு உந்துதல்களாலும், இரவு நேரத் தீட்டுக்களாலும், காமாந்தகாரக் கற்பனைகளாலும் ஏற்படும் குற்றவுணர்வும், குழப்பமும் சேர்ந்து எரிச்சலைத் தோற்று விக்கின்றன. சிறுமிக்கு இது ஒரு வித்தியாசமான விசயம். அடக்கமும், பாலற்ற தன்மையும் உடைய பெண்மைத் தோரணைக்கு அவள் வந்து சேர வேண்டும். குறியிடத்தில் உரோமம் முளைத்தவுடனே ரகஸியமாகத் துடைத்தெறிவது எப்படி என்பதை அவள் கற்றாக வேண்டும். மாத விடாய்ப் போக்கினைப் பொறுக்கவும் மூடிமறைக்கவும் வேண்டும். தன் உடலைப் பாலியல் பாங்கானதென ஏற்றுப் பழக்கப்பட்டுப் போயிருந்த அவளுக்கு, மாதவிடாய்ப் போக்கு, தனது பௌதீக ஒருமைப்பாட்டில் ஏற்பட்ட ஒரு அதிபயங்கரமான சீர்குலைப்பாக அவளை அடித்து வீழ்த்துகின்றது. அவள் என்னதான் அதனை எதிர் கொள்ளத் தயாராக இருந்தாலும் இந்த அடியிலிருந்து தப்பமுடிய வில்லை. இது துன்பத்தின் கனிகளை அவள் அறுவடை செய்யும் காலம். அவளது எல்லா முரண்களும் வீடுவந்து சேர்கின்றன. தனது ஆசைகளுக்கும், தன்னை நிலைநிறுத்துவதற்கும் இடையில் ஒரு சமனிலையை உண்டாக்க அவளால் முடியாதென்றால், அப்போது அவள் மனம் உடைந்து போகிறாள். விலகி ஓடுகிறாள். எதிர் - சமூகத் தன்மையாக மட்டுமின்றி, சுயநாசத்தை உண்டாக்கும் நடத்தை வடிவங்களை மேற்கொள்ளுகிறாள்.

ஃபிராய்டு, டூட்ஷ் முதல், ஹார்னி, டெர்மன் வரையுள்ள பெண்பால் உளவியலாளர் அனைவரும் பூப்பின் போதும் அதன் பின்னரும் சிறுமியின் அறிவும் பிற ஆற்றல்களும் குறிப்பிட்ட அளவில் பாதிப்படைந்து குறைவதாக ஒருமனதாகக் கூறியுள்ளார்கள். பள்ளிக்கூடத்தில் பையன்களைவிடச் சற்றுக் கூடுதலாக அனுபவித்து வந்த சௌகரியத்தை அவள் இழக்கிறாள். 'வாழ்க்கையின் இந்தக் கட்டத்தைக் கடக்க முடிந்ததற்காகவும், அவ்வாறு கடக்கும்போது உணர்ச்சி உறுதிப்பாட்டின் ஒருவிதத் தோற்றத்தைத் தக்கவைக்க முடிந்ததற்காகவும் பெண்களைப் பாராட்டவேண்டும்' என்று டாக்டர். சாப்மன் கூறியதன் உட்பொருள், பெண்ணுக்கு எதிரான மற்றுமொரு பாரபட்சமான கருத்தாகும்.[1] தன்னுடைய கிழிந்த பாலியல் உறுப்புப் பகுதியிலிருந்து இரத்தம் சிந்துகிற எந்த உயிரியும் கண்டிப்பாக ஒரு பைத்தியமாக இருக்கும் என்ற அனுமானம், ஆண்பால் ஆதிக்க வெறியின் நிலைப்பாடாக இருக்கிறது. பூப்பெய்திய சிறுமிகள் தாமே கூறுவதிலிருந்து முரணுக்கான விரிவான காரணத்தை அறியலாம். இதற்கு உயிரியலின் ரகஸிய ஆலோசனை தேவையில்லை.

> "எனக்கொரு கவலை; இதற்காக என் அம்மாவிடம் ஆலோசனை கேட்கக் கூச்சமாக உள்ளது. சிலசமயம் நான் ரொம்பத் தனிமையிலிருப்பதாக உணர்கிறேன். ஓர் ஆண் நண்பனுக்காக ஏங்குகிறேன். இதற்குமுன் ஒருபோதும் நான் அறிந்திராத ஓர் அனுபவத்துக்காக இரங்குகிறேன். இம்மாதிரி விசயத்தைப் பற்றிப் பேசுவதற்கு நான் மிகவும் சிறியவள் என்பது தெரியும். எனக்குப் பதிமூன்று வயதுதான் ஆகிறது. ஆனாலும் என்னால் முடியவில்லை. இன்னும் வெகுகாலம் நான் காத்திருக்க வேண்டும் என்று நினைக்கும் போது அது என்னை மனச் சோர்வுக்குள் தள்ளுகிறது. இந்த ஆசையை மறந்துவிடு என்று தயவுசெய்து அறிவுரை கூறாதீர்கள். நான் என்ன முயன்றும் முடியவில்லை. பெரும்பாலான நேரத்தில் என் மனம் அதில்தான் ஓடுகிறது. தயவு செய்து எனக்கு உதவுங்கள்"[2]

அது என்ன உதவியாக இருக்கமுடியும்? இந்த வாக்குமூலத்தை எழுதியவர், அந்தச் சிறுமி வேறு எதையோ விரும்புகிறாள் என்று உறுதியாகத் தெரிகிறது. அந்தச் சிறுமி விவரிக்கிற ஆசை என்பது இருக்கிறதில்லை என்று அவளுக்கு ஏற்கனவே நன்றாகத் தெரியும். அவளுக்குப் பதினைந்து வயது வந்தால் தெரிந்துவிடும். இதற்கு மாறாக, இந்தச் சிறுமியின் சிக்கல் ஒரு தீர்விற்காகத் தயாரிக்கப் பட்டுள்ளதாகத் தெரிகிறது:

"எங்கள் குடும்பத்தில் நான் வெறும் ஜேன் மட்டும்தான்; அழகிற்காக நான் ஏங்குகிறேன். திரைப்படங்களைப் பார்க்கிற போது, அவற்றில் தோன்றும் அழகான சிறுமிகளைக் கண்டு அவர்களைப் போல நான் கவர்ச்சியாக இல்லையே என்று அழுகை வரும். அழகுக் குறிப்புக்கள் ஏதாச்சும் நீங்கள் வழங்கு கிறீர்களா?"[3]

இந்தச் சிறுமியின் சஞ்சலமும், அவமான உணர்வும், அவளது ஆளுமை தொடர்ந்து அரிக்கப்பட்டதன் விளைவுகளாகும். தீய சகுனங்களும், தோல்விகளும் நிறைந்த பச்சோந்தித்தனமும் (Camouflage) மடத்தனமான சடங்கும் மிக்க ஒரு வாழ்நாளின் எல்லையில் அவள் நிற்கிறாள். அவள் இளமையாக இருக்கும்போது இவை அவளுக்கு ஆசையூட்டி கணநேரத்துக்குச் சரி செய்யப்படலாம். ஆனால் அக்குறுகிய காலம் முடிகிறபோது அவை இரட்டிப்புக் கடுமை யோடு மீளவும் அவளிடம் திரும்பிவரும். சிசுப் பருவத்திலேயே இருந்திருக்கக்கூடிய முரணின் வெளித்தோற்றங்கள் பூப்பெய்தும் காலத்தின்போது மேலும் துல்லியமாகத் தெரிகின்றன. அவை வருமாறு: எளிதில் எரிச்சலடைதல், தீய கனாக்கள், படுக்கையில் நனைத்தல், பொய் கூறுதல், வெட்கம், அழுகை, நகத்தைக் கடித்தல், நளினமற்ற சிரிப்பு, கட்டாயமாக எண்ணும் சடங்கு... ஆழ்ந்த யோசனை, அசிங்கம் பிடித்த தன்மை, கூச்சம், கமுக்கமாக இருத்தல்.

கின்ஸியின் புள்ளிவிவரப்படி தொண்ணூறு சதம் ஆண்பால்கள் சுய - இன்பம் அடைகிறார்கள். அறுபத்து இரண்டு சதம் பெண்பால்கள் (குறைந்தது ஒரு தடவையாவது) சுய இன்பம் அடைகிறார்கள். இந்தப் புள்ளிவிவரங்கள், பையன்கள், சிறுமிகள் ஆகியோரின் சுய - மைதுனச் செயலில் உண்மையாக நிலவுகிற வித்தியாசம் பற்றி அரைகுறையான தகவல்களைத் தருகின்றன. இந்தச் சிக்கல் வாய்ந்த கட்டத்தில் ஒரு சிறுமி, தன் தொடர்புகளைத் தொடங்குகிறாள். அவள் ஒரு பாலியல் பொருள் என்ற அளவில் இத்தொடர்புகள் அவளது கவர்ச்சியின் மீது அமைகின்றன. அவள் தனது பாலியல் உந்துதலை கவனத்தில் கொள்ளும்போது இத்தொடர்புகள் பாதிக்கப்படுகின்றன. நெகிழ்ச்சித் தன்மை கொண்ட சமுதாயத்தில், இத்தகைய வளமான நாட்களில் இச்சூழல், கடுமையான சோர்வினை உண்டாக்கும். சில வக்கிரமான பிறழ்ச்சிகளை உண்டாக்கியுள்ளது. சிறுமி ஒருத்தி 'பிரபலம்' தேடுவது அசாதாரணமானது எனக் கூறமுடியாது அல்லது பையன்கள் அவளிடம் அசாதாரணமான சுதந்திரங்களை (அத்துமீறல்களை) எடுத்துக் கொள்ளச் சம்மதம் கேட்பதும் அசாதாரணமானதென்று கூறமுடியாது. அப்போது அவள் தனக்கென்று எதையும் தேடுவதுமில்லை. எடுத்துக்

கொள்ளுவதுமில்லை. பையன்கள் இன்ப உச்சத்தை எட்டுமாறு சிறுமிகள் பிடித்து விடுவதற்கு உடன்படுவதோ அல்லது தங்களோடு உடலுறவு கொள்ளப் பையன்களை அனுமதிப்பதோ எதிர்பாராத ஒன்றல்ல. இது, இவற்றை அனுமதிக்கிற நெகிழ்ச்சியான சமூகத்தில், அடங்கிய தன்மையின் இயங்காத விசையின் சாதாரண விளைவாகும். மாகாண அளவில் உள்ள ஆங்கிலேய நகரத்தில் சனிக்கிழமை பிற்பகலில் தெருக்களில் சீருடையணிந்த சிறுமிகள் கூட்டங்களை யாரும் பார்க்கலாம். அவர்களையே வெளிப்படையாக முறைத்துப் பார்த்துக் கொண்டுபோகும் பையன்கள் கூட்டங்களை அவர்கள் கண்டு கொள்ளுவதில்லை. அச்சிறுமிகளின் (சுவாரஸ்யமற்ற தன்மை கலந்த) எளிதில் இடமளிக்கும் குணமும், நேர்மையற்றதனமும், ஆண்பால் சகாக்களோடு உண்மையான உறவினை ஏற்படுத்தும் ஆதாரத்தை அவர்களிடம் ஏற்படுத்துவதில்லை. பாலியல் பொருளின் சந்தை மதிப்பைக் கூட்டுவதற்காக உருவாக்கப்படுகிற பெண்மைத்தன்மை யானது, மிக மோசமான மதிப்புக் குறையாக ஆவது ஓர் உள்முரண் பாடாகும். ஒரு சிறுமி தனது பாலியல் சந்தர்ப்பத்தைக் கையாளத் தவறும்போது அதற்கான வழிகாட்டுதல் அவளிடமிருந்து வர முடியாது. ஒரு வாரப்பத்திரிகைக்கு வந்த கடிதங்களை ஜேம்ஸ் ஹெம்மிங் ஆராய்ந்து பார்த்தார். அதில், பையன்களைப்போல இரண்டு மடங்கு கடிதங்கள் சிறுமிகளிடமிருந்து வந்ததையும் அவற்றில் பெரும்பாலானவை பையன்களுடையவை போலன்றி, தனிப்பட்டவரின் அனுசரிப்புப் பிரச்சினைகள் சம்பந்தமாக இருந்ததையும் கண்டறிந்தார். அதற்கு அவர் பல்வேறு காரணங்களைத் தருகிறார்.

> "பால் வித்தியாசத்திற்கான விளக்கங்கள் என்ன என்பது தெளிவாக இல்லை. பெண்கள் விடுதலை ஒரு பக்கம் வளர்ந்து கொண்டிருந்தபோதிலும், இன்னமும் பெரிதும் ஆண்களால் கட்டுப்படுத்தப்படும் ஒரு சமுதாயத்தோடு அனுசரித்துப் போவது பையன்களுக்கு எளிதாக இருக்கலாம். பையன்கள் தப்பித்துக் கொள்ளும் பிரச்சினைகள் சிறுமிக்கு இருக்கலாம். ஏனெனில் பெற்றோர்கள் தங்கள் வளரிளம் பருவத்து மகன்களைவிட வளரிளம் பருவத்து மகள்களைப் பற்றி மிக்க பதட்டத்தோடு இருக்கிறார்கள். தற்போது நிலவுகிற மதிப்பீடுகளைப் பற்றிய குழப்பத்தால் சிறுமி பெரிதும் பாதிப்படைகிறாள் என்பது காரணமாகலாம். தன்னைப்பற்றி வார்த்தைகளில் வெளிப் படுத்துவது வசதியாக இருக்கும் என்றால் அவள் தனது பிரச்சினை களைப் பற்றி எழுத விரும்புவாள். எது என்னவாயினும் வளரிளம் பருவத்தின் பிரச்சினைகளைப் பற்றிய எல்லா ஆராய்ச்சிகளும் பையன்களைவிடச் சிறுமிகளிடமிருந்து

*அதிகமாக அனுசரிப்புப் பிரச்சினைகளை உண்டாக்குவதை எடுத்துக்காட்டுகின்றன.''*[4]

ஹெம்மிங் குறிக்கின்ற எல்லா விசயங்களுக்கும் ஆணிவேரான காரணம்: நபும்சக வேடத்தை (role) வளரிளம் பருவத்தைச் சேர்ந்த சிறுமி ஏற்பதற்கான அவசியமாகும். அவள் தனது சுயசார்பைக் கை விட்டதன் ஆதாரமான அறிகுறியாக உள்ளது. தனக்கு ஒரு வழி காட்டுதல், அவள் தேடுகின்ற விசயமாகும். அவள் தனது சகோதரனை விட அதிகமான கட்டுப்பாட்டுக்கும் மேற்பார்வைக்கும் எப்போதும் ஆளாக்கப்பட்டு வந்திருக்கிறார்கள். இப்போது அவள் முறையான பெண்மையின் அடங்கிய தன்மையை ஏற்று, தான் செய்து வருகிற தனது ஒடுக்குமுறையைத் தொடர்ந்து செய்யுமாறு ஆக்கப்படுகிறாள். இது ஒரு மெல்லிய - நுண்ணிய செயல்பாடாகும். இதனால் அவளது சிசுப்பருவந் தொட்டே மன அழுத்தங்கள் எழுந்து வந்துள்ளன. அதனால் பூப்பு என்பது ஓர் உடைப்புமுனை (breaking point) எனத் தோன்றுவதில் வியப்பில்லை.

*“நரம்பு சம்பந்தமான தொல்லைகள் அல்லது குணக்கேடுகள் கொண்ட பெண்களைப்பற்றி ஆராய்கிறபோது ஒருவர் இரண்டு நிலைமைகளை பெரும்பாலும் காண்பார்: 1. எல்லா ஆய்வுகளிலும், தீர்மானம் செய்கிற முரண்பாடுகள் மிகத் தொடக்ககாலக் குழந்தைப் பருவத்திலேயே எழுந்தாலும், முதலாவது ஆளுமை மாற்றங்கள் வளரிளம் பருவத்தில் ஏற்படுகின்றன. 2. இந்த ஆளுமை மாற்றங்களின் வருகையும், மாதவிடாயும் ஒரே சந்தர்ப்பத்தில் பொருந்திப் போகின்றன.''*[5]

இந்த அவதானிப்பைத் தொடர்ந்து கெரன் ஹார்னி அடுக்குகிற நரம்பு நோய்கள்: பாலியல் குற்றவுணர்வு, மனப்பதட்டம், பெண்மை இலட்சியத்திற்கு ஏற்றவர்களாகத் தாங்கள் இல்லையோ என்ற அச்சம், ஆழ்ந்த தற்காப்புத்தன்மை, ஐயப்பாடு, பகைமை... தன் இயற்கையான, சரியான பாலியல் வகிபாகத்தை ஏற்பதில் தனி நபருக்குள்ள இயலாமையைப் பூப்பு அதிகரிக்கிறது என்கிறது மரபான கருத்து. பெண்மைத்தன்மை (feminity) என்பது பெண்ணின் நிலை (womanhood) என்று தவறுதலாக அழைக்கப்பட்டது. பெண்மைத் தன்மைதான் இம்மாதிரி தடம்புரளல்களை உற்பத்தி செய்தது என்று ஹார்னி கண்டறிந்தார். இதனைப் பற்றி அவர் விரிவாகச் சொல்ல வில்லை. ஹார்னி, தமது ஆய்வைத் தோராயமான கண்டனத்தோடு முடித்துவிட்டார். “குழந்தைகளை அச்சங்களால் நிரப்புவதற்குப் பதிலாக, அவர்களுக்கு தைரியத்தையும், வலிகளைத் தாங்கும் ஆற்றல்களையும் கற்பித்தல்'' நல்லதென்று அறிவுரை கூறினார்.[6]

ஆனால், ஒரு பெண்ணுடைய இருத்தலானது முழுவதுமாக திருவாளர் சரியானவர் என்பவரால் சுரண்டப்படுவதற்காக இருக்கின்ற போது, தைரியத்தாலும், பொறுத்தலாலும் அவளுக்கென்ன பயன்? ஓர் ஆணோடு தனியே வெளியே சென்று வருகிற சந்தர்ப்பங்களில் மட்டுமே குணங்களுக்காகத் தன்னை மதிப்பிடுவதைக் காணுகின்றாள். அந்தக் குணங்களை, அவளது பள்ளிக்கூடப் பயிற்சி மதிப்பிறக்க முயன்றது. இதையறிகிற ஒரு சிறுமி, ஏதாவது ஒரு விதத்தில் சேதம் விளைவிக்கின்ற ஒரு முடிவை எடுக்க வேண்டும். பாலியல் வசியப் பொறியின் குணங்களை ஏற்பது துன்பமிக்கது. இயக்கத்தை நிறுத்துவது.

பெண்பாலின் பாலியல் தன்மையை மறுக்கின்ற இந்தக் கோட்பாட்டாளர்கள் நான் பார்த்தது போலப் பல பாப் இசைக் கச்சேரிகளைப் பார்த்திருக்க வேண்டும். அந்தவிதக் கச்சேரியை ரசிக்க வந்த ஆயிரக்கணக்கான சிறுமிகள் பன்னிரண்டு முதல் பதினாறு வயதைச் சேர்ந்தவர்கள். அவர்கள் இசையின் தூண்டுதலாலும், ஆண் பாலின் கண்காட்சித்தனத்தாலும் காட்டுத்தனமாக கவர்ந்திழுக்கப் பட்டார்கள். நட்சத்திரங்கள் தங்கள் தாங்கு கோல்களை நிரப்புவர், சிறுமியர் தங்கள் இருக்கை உறைகளை நனைப்பர் என்பது இசைத் தொழிலில் சர்வ சாதாரணமான ஒரு விசயமாகும். அந்தக் காட்டுத் தனமும், நரம்பு வகைப்பட்ட கூச்சலும் (ஹிஸ்டீரியா) நேரடியாக உறவுடைய நிகழ்வுகளாகும்.

*‘ஆங்கொரு சின்னஞ்சிறுமி*
*லெற்றியா எனப்பட்டாள் - அவள்*
*தன் பூப்படைந்த மனமயக்கம் பற்றி*
*வன்புணர்ச்சிக்கு அழைப்புவிடுத்து*
*கட் அவுட் கதாநாயகர்களுக்கு*
*ஆச்சரியமான எழுத்தில் எழுதுகிறாள்.*
*பாப் ஆபாச பாலியலின் அசைக்க முடியா*
*வளரிளம் பருவத்து ராணி அவளே’*

- Roger Mc Gough, 'S. W.A.L.K')

ஃபிராய்டிய வாதிகள் செய்தது போல, இளம் பெண்களின் பாலியல் ஆசைகளும் சக்திகளும் அவற்றின் வலிமையும் அடர்த்தியும் எப்போதும் முரட்டடியாக மறுக்கப்பட்டதில்லை. பதினேழாம் நூற்றாண்டைச் சேர்ந்த கன்னிப்பெண்கள் பயன்படுத்திய மனமாயை திருப்தியின் வடிவத்திலிருந்து சில விசயங்களைப் பெண்கள் கற்கலாம்.

“இளம் நாட்டுப்புறக் கன்னிகைகள் காமதூரமான ஒரு விளையாட்டை விளையாடுவார்கள். அதற்கு மடிப்பு ரொட்டி

உருட்டுதல் என்று பெயர். அதாவது அவர்கள் ஒரு மேசையின் பலகையின் மீது ஏறித் தங்களுடைய கால் முட்டிகளை ஒன்றாக இணைத்து நின்றபடி தங்கள் கைகளால் தங்கள் மேல் கோட்டுக் களை எவ்வளவு உயரமாகத் தூக்க முடியுமோ அவ்வளவு உயரமாகத் தூக்குவார்கள். பின்னர் தங்கள் புட்டங்களை முன்னும் பின்னுமாக ஆட்டுவார்கள். பார்ப்பதற்கு அது, பிசைந்த மாவைத் தங்கள் புட்டங்களை வைத்துத் தேய்ப்பது போல இருக்கும். அப்போது பின்வருமாறு பேசுவார்கள்.

"என் சீமாட்டி நோயுற்றுப் படுத்துவிட்டாள்
என் மடிப்பு ரொட்டியை நான் உருட்டப்போகிறேன்
தலைக்குக் கீழாக, குதிங்கால்களுக்கு மேலாக
உருட்டப் போகிறேன்
இதுதான் 'மடிப்பு ரொட்டி உருட்டும் முறை'

இளமையின் வெறும் கட்டற்ற காமத்தைத் தவிர இதில் கற்பனை செய்து பார்க்க ஒன்றுமில்லை''[7]

மணமாகும் தகுதியுடைய கன்னியின் சூடான காமம் எனும் கருத்தை நாங்கள் இனியும் கூறத் தயாராக இல்லை ... பச்சைநோய் (Chlorosis, இளம் பெண்களுக்குச் சோகை காரணமாக வரும் பச்சை நிறம் கலந்த தோல் - பசலை? - மொ.ர்) பற்றி நாங்கள் நம்பவில்லை. ஆனால் பூப்பு என்பது உயிரில்லாப் பொருட்களில் தோற்றம் கொண்ட ஒருவித இயற்கையான நோய் என்பதை நாங்கள் ஏற்கிறோம். இது ஓர் அனுமானம், இதனைத் தற்குறித்தனம் எனக் கூறுவதிலும் இது சரியானது. பெண்மையைப் படைக்கிற செயலில், பெண்பால் ஆளுமையை ஊனப்படுத்தும் நிர்ணயமாக்கலின் விளைவினைப் பூப்பின் வலிகளில் நாம் காணவேண்டும்.

*('அவன் ஓர் 'ஆண்' என்பதை உறுதிப்படுத்த ஆண்பால் பெண்பால் என்பது தெளிவாக ஒரு 'பெண்' என்பதை முதலில் உறுதிசெய்து கொள்ளவேண்டும். 'பெண்' என்பது ஓர் 'ஆண்' என்பதற்கு எதிர்ச்சொல். அதாவது, பெண்பால் என்பது ஒரு பெண்ணாக வேடம் தரித்தவனாக அவள் செயல்பட வேண்டும்.'*

- Valerie Solanas, SCUM Manifesto, p.50)

# உளவியல் விற்பனை

பெண்கள் தங்கள் சுய ஆதீனத்தைக் கைவிட்டுப் பிறர் வழி காட்டுதலைத் தேடுமாறு உருவாக்கப்படும் இயக்கத்தால் வடிவமைக்கப் படுகிறார்கள். பெண்நிலை (Womenhood) பற்றிய நமது கருத்தாக்கத்தின் செயற்கைத் தன்மைக்கு, முன்கூட்டி எடுக்கப்படுகிற ஓர் அனுமானமே ஆதாரமாக முன்வைக்கப்படுகிறது. பெரும் அளவான பெண்கள் உளப்பகுப்பாளரின் தகப்பன்வகை வழிகாட்டலுக்குள் தஞ்சம் புகுவது இதனையே குறிக்கின்றது. பெண்மையின் நிலையில் அளவுக்கு மீறிய, தொடர்ச்சியான மனஅழுத்தம் இருந்து கொண்டிருப்பதை மூடி மறைக்க முடியாது. அதனை விளக்க வேண்டும். இவ்வாறு அதனை விளக்கியபோது மரபான உளவியலானது, பெண்கள் உயிரியல் செயல்பாடான குழந்தைகளைப் பெறுவது, வீட்டில் உதவி வேலை செய்வது ஆகியவற்றுக்கு ஆளானவர்களாக இருக்கிறார்கள் என்று ஊகிக்கின்றது. உளவியலாளர்களிடம், கல்வி வட்டாரம் (academic) தொடர்பான வழிகாட்டலைத் தேடுகின்ற பெண்கள் வேண்டுமானால் மிகக் கடுமையான முரண்கள் குறைந்து விட்டதாகக் கருதலாம். ஆனாலும் இது ஐயத்திற்குரிய முடிவாகும். அவள் காயப்பட்டு எதிர்க்கிற நிலைமைகள் யாவும் தகவல்களும் கோட்பாடுகளும் உடைய ஒரு மாபெரும் அமைப்பு என்றும், அதனோடு அவளால் ஒத்துப்போக முடியுமேயன்றி அதனை இடம் பெயர்க்க அவளால் முடியாதென்பதையும் அவள் கண்டறிகிறாள். பெண்ணைப் பொறுத்தவரை மனநோய் சிகிச்சை எனப்படுவது ஓர் அசாதாரணமான நம்பிக்கை சார்ந்த தந்திரமாகும். அந்த மருத்துவ சிகிச்சையை நம்பி வருகிற பெண் உதவியைத் தேடுகிறாள். ஏனெனில் அவள் மகிழ்ச்சியை உணரவில்லை; மகிழ்ச்சியாக இல்லை; குழப்பத்தோடும் மனவிசாரத்தோடும் இருக்கிறாள்; உளவியல் இதன் காரணத்தை அவளிடமே தேடுமாறு அவளை நெருக்குகிறது. இருக்கின்ற நிலைமை யிலிருந்து ஒருவரை மாற்றுவது எளிது. உளவியலாளர்களுடைய நம்பிக்கை தரும் தத்துவத்தில் இவ்விசயம் உயர்ந்த மதிப்பைப் பெற்றுள்ளது. மற்றவை எல்லாம் தோற்றாலும், அதிர்ச்சி சிகிச்சை (ஹிப்னாஸிஸ்) மனோவசியம், 'சிகிச்சை'யின் பிற வடிவங்கள், இந்தச் சமூகத்தின் உரிமை கோரலைத் தாங்கி நிற்கின்றன. உளவியலாளர் களால் உலகத்தை நிர்ணயிக்க முடியாது; எனவே அவர்கள் பெண்களை நிர்ணயிக்கிறார்கள். உண்மையில் அவர்களால் அதனைச் சமாளித்து நடத்தக்கூடவில்லை. ஐஸென்க் (Eysenck) நடத்திய

ஆய்வின்படி (1952) உளப்பகுப்பாய்வாளர்களிடம் சிகிச்சை பெற்ற நோயாளிகளில் 44 சதம் பேருக்கு முன்னேற்றம் கண்டது. ஏனைய முறைகளால் (மயக்க மருந்து, அதிர்ச்சி...) சிகிச்சை பெற்றவர்களில் 64 சதம் பேருக்கு முன்னேற்றம் ஏற்பட்டது. எந்தச் சிகிச்சையும் பெறாதவர்களில் 72 சதம் பேர்க்குக் குணம் கண்டது. தொடர்ந்து செய்யப்பட்ட ஆய்வுகளில் இந்த எதிர்மறையான முடிவுகள் தெரிய வந்தன.

உளப்பகுப்பாய்வின் அதிகாரம், ஆளுமை பற்றிய கோட்பாடு ஆகியவை பற்றி இதுவரை கூறியவையே போதும். தன்னைப் பற்றியும் தன்னுடைய பிரச்சினைகள் பற்றியும் உளப்பகுப்பாய்வு தருகிற விளக்கங்களை ஏற்கிற பெண்ணுக்குக் குறிப்பிட்ட சில 'ஆபத்துக்கள் இருக்கின்றன.

உளப்பகுப்பாய்வின் தந்தை எனப்படுபவர் ஃபிராய்டு, அதற்குத் தாய் யாரும் கிடையாது. இதன் மூலவர் அவர் மட்டுமில்லை. அவரைத் தொடர்ந்துவந்த கோட்பாட்டு அமைப்புக்கள் அவருடைய சிந்தனை முறையைச் சவாலிடவும் செய்தன; பலப்படுத்தவும் செய்தன. அவரது சிந்தனை அமைப்பினை ஒருவிதமான பௌதீகம் கடந்த சிந்தனையாக எடுத்துக்கொள்ளுவது ஒருவேளை சிறப்பு வாய்ந்த தாகும். ஆனால் அதனை ஓர் அறிவியல் என்று பேணுகிறார்கள்! பெண்களைப் பற்றிப் புரிவதில் தனக்கிருந்த இயலாமை பற்றி ஃபிராய்டு தாமே புலம்பியிருக்கிறார். போகப் போகப் பெண்களைப் பற்றிய தமது பிரகடனங்கள் யாவும் அடங்கிய தொனியில் அமைந்தன. பெண்களைப் பற்றிய ஃபிராய்டின் அனுமானங்களை ஆராய்வதற்குரிய மிகச்சிறந்த அணுகுமுறையை வழங்கியவர் டாக்டர். இயான் ஸுத்தி. இவர் ஃபிராய்டை உளப்பகுப்பாய்வு செய்த அணுகுமுறை குறிப்பிடத் தக்கது.[1] பெண்நிலை பற்றிய ஃபிராய்டிய கோட்பாட்டின் மூலக் கல்லாக இருப்பது 'பெண் எனப்படுபவள் காயடிக்கப்பட்ட ஓர் ஆண்' என்ற ஆண்மை நம்பிக்கையாகும். அவள் இவ்வாறு தன்னைத்தானே குறைவு பட்டவளாகக் கருதுகிறாள் என்று அனுமானம் செய்யப் படுகிறது. அவளது பெரும்பான்மையான இயங்கு சக்தியானது, ஒன்று, இது அப்படி இல்லை எனப் பாசாங்கு செய்ய முயற்சிப்பதில் கிளைக்கிறது (எ.டு முதிர்ச்சியடையாத பெண்பால், கிளிடோரிஸ் பாலியலில் இறங்குவது) அல்லது, குழந்தைகளைப் பெறுவதன் மூலமாகத் தனது குறையைத் தானே ஈடுசெய்ய முனைவதிலிருந்து கிளைக்கிறது. அடிப்படையில் இந்த வாதம், சொன்னதை மீண்டும் வேறு வார்த்தைகளில் கூறியது கூறலாக இருக்கிறது. இது, தனது வார்த்தைகளுக்கு அப்பால் தொடர்ந்து போகமுடியாது. எனவே இதனைச் செய்துகாட்டவும் முடியாது. மறுக்கவும் இயலாது.

ஃபிராய்டின் தொண்டரான எர்னஸ்ட் ஜோன்ஸ், அடிப்படைக் கருதுகோளிலேயே ஏதோ கோளாறு இருப்பதாக சந்தேகம் கொள்ளத் தொடங்கினார். ஏனென்றால் பெண்பால் குழந்தைகளின் பாலியல் தன்மையை அவதானிக்கிற கடினமான பணியை அவர் மேற் கொண்டார்:

> "ஆண் ஆய்வாளர்கள் ஆய்வுக்குரிய பிரச்சினைகளை அறிவதற்காக, மிதமிஞ்சிய அளவில் லிங்கமைய நோக்கினை மேற்கொண்டுவிட்டதாகவும், பெண்பால் உறுப்புக்கள் இதற்கு ஏற்றாற்போல் போதிய கவனத்தைப் பெறாததாகவும் ஒரு ஆரோக்கியமில்லாத சந்தேகம் வளர்ந்துகொண்டிருக்கிறது"[2]

துரதிர்ஷ்டவசமாக அந்தச் சந்தேகம் அப்படியே ஆரோக்கிய மில்லாததாகவே இருந்திருக்க வேண்டியது. அது ஒரு புதிய கோட் பாடாக ஒரு போதும் பரிணமிக்கவில்லை. கிடைத்த ஆதாரங்களுக்கு மாறாக உளப்பகுப்பாய்வாளர்கள், பால் உறுப்பின் மன அதிர்வு பற்றிய நம்பிக்கையை விடாமல் போற்றி வளர்த்தார்கள். சின்னஞ்சிறுமிகள், தங்களுக்கு இணையான சின்னப் பையன்களுக்கு இருக்கிற ஆண்குறியைத் தாங்கள் இழந்து விட்டதாகக் கண்டறிகிறார்கள் என்பது ஃபிராய்டிய ஆய்வுத் திட்டம்.

"பூப்பு வந்த பிறகு, ஆண்மை பெண்மை - ஆகிய பாத்திரங்களுக் கிடையில் கூர்மையான வித்தியாசம் நிறுவப்பட்டு விடுவது நாமெல்லோரும் அறிந்த விசயமாகும். (அப்படியா?) அது முதல், மனித வாழ்க்கையை உருவாக்குவதில் இந்த வித்தியாசம் வேறெதையும் விட மிக்கதொரு தீர்மானகரமான தாக்கமாக அமைகிறது. குழந்தைப் பருவத்தில் இந்த ஆண்மை, பெண்மை ஏற்பாடுகள் ஏற்கவே எளிதில் அடையாளம் காணத்தக்கதாக இருப்பது உண்மையே. பாலியல் தன்மைக்குரிய பயிர்ப்புக்கள் (inhibitions, கூச்சம், நாணம், வெறுப்பு, இரக்கம் முதலியன) பையன்களிலும் பார்க்க சின்னஞ்சிறுமிகளிடம் மிகவும் தொடக்கத்திலேயே நிகழ்கின்றன. பாலியல் ஒடுக்குமுறைப் போக்கு பொதுவாக அதிகமாகத் தெரிகிறது. அப்போது பாலியல் தன்மையின் அங்கமான உள்ளுணர்வுகள் தோன்றுகின்றன. அவை அடங்கிய வடிவத்தை ஏற்கின்றன. இரண்டு பால்களிலும் காமியத் தோற்ற மையங்களின் சுய - காமியச் செய்ல்பாடு எப்படியும் ஒன்றாகவே இருக்கிறது. இந்தச் சீரான ஒத்ததன்மையின் காரணமாகப் பூப்பிற்குப் பிறகு இரண்டு பால்களுக்கு இடையில் எழுகிற வித்தியாசங்களுக்குச் சாத்தியமில்லாமல் உள்ளது. இதுவரை, பாலியல் தன்மையின் வெளிப்பாடுகளான சுய-காமியம், சுய - இன்பம் ஆகியவற்றைப் பொறுத்தவரை, சின்னஞ்சிறுமியின் பாலியல் தன்மை

முற்றிலும் ஆண்மைப் பண்பு கொண்டது என்ற முடிவுக்கு நாம் வரலாம்."³

இது கண்டிப்பாக முட்டாள்தனமான முடிவு. ஒன்று போலிருத்தல், வித்தியாசமாயிருத்தல் ஆகிய கருத்தாக்கங்களுக்கு அர்த்தமில்லை. இதேபோல், ஆளுமையானது தானாகவே தன்னை ஒரு மர்மமான முறையில் ஒடுக்குமுறையை நோக்கி ஒழுங்குபடுத்துகிறது என்கிற விளக்கம் அறிவுப்பூர்வமாக இல்லை. எல்லாப் பாலியல் சக்தியும் ஆண்பாலின் பாலியல் சக்தி (libido) என்று ஃபிராய்டு நம்பியிருந்தது இதிலிருந்து புலப்படுகிறது. அவரது மொழிநடை பற்றிக் கொஞ்சம் தெரிகிறது. ஆனால், அந்த மொழியின் சொற்கள் எடுத்துக்காட்டுகிற எதார்த்தம் பற்றி ஒன்றும் தெரியவில்லை.

"ஆண்மை - பெண்மை என்ற இருமைவாதமானது பால் உறுப்புப் பதங்களாக இடம்பெயர்ந்து செயலூக்கம் அடக்கம் எனும் இருமை வாதமாகின்றது. அந்தச் செயலூக்கமும், அடக்கமும் ஒன்றோடொன்று யுத்தம் புரிகிற வாழ்வு (காதல் - Eros), மரணம் (Deth) ஆகியவற்றின் உறுதியற்ற சேர்க்கையைப் பிரதிநிதித்துவம் செய்கின்றன. இவ்விதமாக ஃபிராய்டு, ஆண்மையை ஆக்கிரமிப்போடும், பெண்மைச் சுயவதை யோடும் அடையாளம் காணுகிறார்"⁴

படைப்பிற்கும், அழிப்பிற்கும் ஆன சக்திகளுக்கு இடையே ஒரு நிலையான உறவுமுறையை எட்டவேண்டுமானால் துருவநிலை என்ற கருத்தாக்கத்தைக் கைவிடவேண்டும். ஆண்பால் பிறவதை, பெண்பால் சுயவதை என்ற ஆக்கிரமிப்பாளர் - பலியாகிறவர் எனும் பிரபஞ்சத்தின் சூழலில் நம்மால் உயிர்வாழ முடியாது. ஃபிராய்டு தாமே இதனை ஒப்புக்கொண்டார். ஆனால் இந்த நுட்பமான பார்வையை, அவர், பெண்களுடைய இன்றியமையாப் பண்பு பற்றிக்கொண்டிருந்த சொந்த அனுமானங்களோடு தொடர்புபடுத்தவில்லை.

"இயற்கைச் சக்திகளைப் பேரளவிற்குக் கட்டுப்படுத்தும் ஆற்றலை மனிதர் எட்டியிருந்தனர். இவற்றின் துணையோடு, கடைசி மனிதன் வரை ஒருவரை ஒருவர் அழித்தொழிப்பதில் அவர்கட்கு எவ்வித கஷ்டமும் இருக்காது. இது அவர்களுக்குத் தெரியும். இதனால் மனிதர்க்குப் பெரும் பகுதியான அமைதியின்மை, துன்பம், பதட்டமான மனநிலை ஆகியன வருகின்றன. இந்நிலையில், அந்தத் தேவலோக சக்திகளில் ஒன்றான நிரந்தரமான வாழ்க்கை (காதல்), தனது இணையான மரணம் எனும் ஒழுங்கீனமான பகைவனோடு சேர்ந்து தன்னைத்தானே நிலை நாட்ட முயற்சிக்கும், முயற்சிப்பான்"⁵

ஃபிராய்டு, இவ்வரிகளை ஹிரோஷிமா படுகொலைக்கு மிக முன்பே எழுதினார். ஒரு வழியில் உயிர் வாழ்க்கை (Eros, காதல்) பெண்களுக்கு அவர்களது பாலியல் தன்மையை மீண்டும் வழங்கு வதால் தங்களது சக்திகளை அணிதிரட்ட அவர்களால் முடியும் என்று ஃபிராய்டு ஆலோசிக்கவில்லை. இதற்குப் பதிலாக, அவரும் அவருடைய பின்பற்றாளர்களும், பெண்பால் சுயவதைக் கருத்தாக்கத்தை உயிரியலால் தெய்வீகமாக விதிக்கப்பட்டதாக விவரித்து எழுதினார்கள். தனது பாலியல் வகிபாகத்தை ஏற்க மறுத்து, தனது பெண்குறித் துவாரத்தின் இரத்தப்போக்கு கூறுகிற செய்தியின்படி, தான் குழந்தைகளைப் பெற்றுத் தரவேண்டும் என்பதை மதிக்காத பெண், ஆண்குறி அழுக்காற்றின் சிசுப்பருவத்து ஆக்கிரமிப்பு நிலையிலே நிலைகுத்தி நின்றுவிடுகிறாள். அவள் பாலியல் ரீதியில் செயல்படுகிறவளாகலாம். ஆனால் அவளுடைய எதிர்வினை இன்னும் ஆண்மையாக, அவளது கிளிடோரிஸோடு இணைந்ததாக இருக்கிறது. வஜைனா (Vagina) என்ற பெண்குறித் துவாரத்திலிருந்து தோன்றுவதாக இருக்காது. முதிர்ச்சி பெற்ற பெண்ணின் சுயவதை, ஆசைமீக்கூறும் ஆண்பாலின் ஆக்கிரமிப்புக்குத் தன்னைத் தருகின்ற அவளது ஆசையிலிருந்து கிளைக்கின்றது. அது, அவளுடைய பாதுகாப்பான சுயமோகத்தால் (narcissism) மட்டுமே கட்டுப்படுத்தப்படுகிறது. அதுவே, அவள் ஒழுக்கவியல், அழகியல், பௌதீகவியல் முதலிய நிலைமைகளை விதிக்கக் காரணமாக இருக்கிறது. பாலியல் முதிர்ச்சிக்கும், கலவிக்கும் இடைப்பட்ட காலத்தில் அவள் தனது பாலியல் தன்மையை அடங்கிய மன மாயைகள் வழி புலப்படுத்துகிறாள். கருவுறும்போதுதான் அவள் பூரணமடைகிறாள். குழந்தையானது, இழந்து போன அவளது பால் உறுப்பையும், அவளது சாதனையையும் குறிப்பீடு செய்கிறது. மனமாயைகள் கலைகின்றன. குழந்தையைச் சமூகவயமாக்குதல், பாதுகாத்தல் ஆகியவற்றில் பிரயோகமாகிற சக்தியால், சுயவதை - சுயமோகம் எனப்படுவது இடம் பெயர்க்கப்படுகிறது. இது, தற்போது நிலவுகிற செயல்நுட்பத்தைப் பற்றியதொரு தெளிவான விவரணை யாகும். இது பெண்பால் கோட்பாட்டாளர்களையே ஏமாற்றியுள்ளது. புறவகை உண்மையாகத் தோன்றுகின்றதற்கு எதிராக அவர்கள் தங்களது அகவயமான அனுபவத்தை மாற்றாக எதிர் வைக்கத் துணிந்ததில்லை. மேலும், அதற்கு ஓர் ஒழுக்கவியல் கனம் இருக்கிறது. தனது எல்லா இன்ப உச்சங்களும் கிளிடோரிஸில் தோற்றமெடுத்ததை அறிந்த பெண், முதிர்ச்சியற்ற தன்மையாலும், ஆண்குறி அழுக்காற்றாலும் அவமானத்திற்கு உள்ளானாள். செயலூக்கமான இலக்குகளை அடைய முயன்ற பெண்ணை தனது உண்மையான வகிபாகத்திற்குச் சரியாக அனுசரித்துப் போகாதவளாக, சிசுப்பருவத்தினளாக விளக்கினார்கள்.

*"முழுமையான செயல்பாட்டையும், சமூகம், அறிவு ஆகியன சார்ந்த சக்தியை வளர்த்துக் கொண்ட இளம் சிறுமி, தனது மனமாயைகளை உதறுகிறாள். இது அவளது உணர்ச்சிகரமான வாழ்க்கையை முளையிலேயே கிள்ளுகிறது. பூரணமான பெண்மைத் தன்மையையும் பிறகு தாய் நிலையையும் எட்டுவதிலிருந்து அவளைத் தடுக்கிறது. அந்தப் பெண்கள் உணர்ச்சிகர வாழ்க்கையின் சிசுப்பருவ வடிவங்களில் பெரிதும் தங்கிவிடுகிற அதே வேளையில் அவர்களுடைய மனங்களும் செயல்பாடுகளும் மிகமிக நன்றாக வளர்ச்சியடைகின்றன. இது ஆர்வத்தைக் கிளர்த்துகிற உண்மையாகும். இதற்கு மேலும் விளக்கம் தேவைப்படுகிறது. மன மாயையான வாழ்விலிருந்து பூரணமாக முதிர்ச்சி பெற்ற பெண்மைத் தன்மை வரையிலான வளர்ச்சியானது ஓர் உளவியல் சாதனையாக இருக்கிறது. இதனை அறிவுமயமாதலால் தடுக்கமுடியும்."*[6]

ஹெலன் டூட்ஷ் - உடைய கருத்துச் சார்புகள் மேலே சந்தேகத்திற் கிடமின்றி வெளிப்பட்டுள்ளன. அறிவு, பெண்மை யாக்கத்திற்குக் குந்தகமானால், அந்த அறிவு வேண்டியதில்லை. ஹெலனுடைய உளப்குப்பாய்வுக் கோட்பாட்டால் அவர் சார்ந்த கல்வி வட்டாரத்தின் பிரச்சினைக்கு ஒரு தீர்வைத் தரமுடியவில்லை, ஏனெனில் இதற்குரிய பதில், செயலூக்கமுள்ள அறிவார்ந்த பெண்கள் வாழுகிற சமூகப் பின்னணியில் இருக்கிறது. வருங்கால மனைவி அல்லது மணமாகாத பள்ளி ஆசிரியை ஆகியோரிடம் நிவாரணமாக அமையக்கூடிய செயல்பாடுகளை உண்டாக்கும் ஆலோசனை கேட்பது, ஒட்டுமொத்தச் செயல்பாட்டையும் குட்டிச்சுவராக்கிவிடும். பெண்மை, போலி - ஆண்மை ஆகிய இரண்டு உதாரணங்களும் நபும்சகம் - காயடிப்பு ஆகியவற்றை பிரதிநிதித்துவம் செய்கின்றன. 'ஹெலன் டூட்ஷ்' கூடத் தமது பெண்மைச் சுயவதை பற்றிய அடிப்படையான கோட்பாட்டை மறுபரிசீலனை செய்தார்.

"இவற்றுக்கான காரணங்கள், பெண்ணின் உடல் கூறு - உடல் கூற்றுச் செயல்பாட்டுப் பண்புகளில் மட்டும் உள்ளார்ந் திருப்பதாகக் கூறமுடியாது. மாறாக இவை குறிப்பிட்ட சுயவதைப் போக்குடைய பெண் வளர்ந்த கலாச்சாரக் கட்டு மானத்தால் அல்லது சமூக அமைப்பால் நிர்ணயம் செய்யப் படுகின்றன'' என்று டூட்ஷ் சன்னமான குரலில் கூறுகிறார்.[7]

டூட்ஷ் என்னதான் அறிவுஜீவி நிலையில் தாம் இருப்பதாக நடித்தாலும் பெண்மையின் ஒரேவகைமாதிரியின் பேரில் ஆழ்ந்த காதல் கொண்டிருந்தார். பெண்ணை, இலட்சிய வாழ்க்கைத் துணைவி என்றொரு அசாதாரணமான சித்திரத்தை வரைந்தார்:

"...அவர்கள் உள்ளுணர்வின் பெண்மைக் குணத்தைப் பேரளவிற்குப் பெற்றிருந்ததால் இலட்சிய கூட்டாளிகளாக இருக் கின்றார்கள். தங்களுடைய ஆண்களுக்குப் புத்துணர்ச்சி ஊட்டு கின்றார்கள். இந்த வகிபாகத்தில் மிக மகிழ்ச்சியாயிருக்கின்றார்கள். மிக எளிதாகத் தாக்கத்தை ஏற்படுத்தி, தங்கள் துணைவர்களோடு அனுசரித்து, அவர்களைப் புரிந்துகொள்பவர்களாகத் தோன்று கின்றார்கள். அவர்களை வெகு அழகானவர்கள்; மிகவும் சாது வானவர்கள்; இந்த வகிபாகத்தை வகிக்கவே அவர்கள் விரும்பு கிறார்கள். தங்கள் சொந்த உரிமைகளை வலியுறுத்துவதில்லை - இதற்கு நேர்மாறானவர்கள். இத்தகு பெண்ணை ஒருவர் காதலித்தால் எல்லாவகையிலும் அவளைக் கையாள்வது அவருக்குச் சுலபம். இத்தகைய பெண்கள் எளிதில் பாலியல் ரீதியில் கிளர்ச்சியூட்டப் படுகிறார்கள். அவர்கள் மந்தமாக இருப்பது அரிது. ஆனால் பாலியல் தளத்தில் முழுமையாக நிரப்பப்படி வேண்டிய சுயமோகனவயமான நிலைமைகளை அப்பெண்கள் வலுவாக முன்வைக்கின்றார்கள். அவர்கள் காதலைக் கோருகிறார்கள். தங்களது செயலூக்கமான மனப்பாங்குகளைத் தீவிரமாக விட்டுக்கொடுப்பதைக் கோருகிறார்கள்.

> எல்லா விசயத்திலும் மூலாதாரமாகவும், உற்பத்தி புரிபவர் களாகவும் இருக்கும் ஆற்றலை அவர்கள் தாமே தக்க வைக் கின்றார்கள். அதேவேளையில் அவர்கள் போட்டி போராட்டங் களில் நுழைவதில்லை. எதையும் தியாகம் செய்கிறோம் என்று உணராமலே அவர்கள் தங்கள் சாதனைகளைத் துறக்க எப்போதும் தயாராக இருக்கிறார்கள். தங்கள் துணைவர் களுடைய சாதனைகளில் மகிழ்ச்சி அடைகின்றார்கள். அந்தச் சாதனைகளுக்கு அவர்களே பெரிதும் தூண்டுதலாக இருந் துள்ளார்கள். அவர்கள் புறஉலகத்தை நோக்கிய செயல்பாட்டில் ஈடுபட்டிருக்கும் போது அவர்களுக்கு அசாதாரணமான ஓர் ஆதரவு தேவை. ஆனால், அகஉலகத்தை நோக்கிய செயல் பாட்டில், அகமன வாழ்க்கை பற்றிய உணர்விலும் சிந்தனையிலும் முழுமுதல் தற்சுதந்திரமானவர்களாக இருக்கின்றார்கள். அவர்களது ஆற்றல் அகவறுமையின் வெளிப்பாடல்ல, அகவளமையின் வெளிப்பாடாகும்."[8]

இது, அங்கீகரிக்கப்பட்ட பெண்ணுக்குரிய ஒரு மூலவரைபட மேயன்றி வேறல்ல. இவ்விதத்தில் இது அடையமுடியாத ஒரு செயற்கையான இலட்சியத்தை முன்வைக்கிறது. இத்தகைய ஒரு பெண் ஒரு நபராக இருக்கமுடியாது. ஏனெனில் தனது சுய ஆதீனத்தில் அவள் இல்லை. அவளுக்கு அருகில் ஓர் ஆணின் இருப்பால் மட்டுமே அவளுக்கு முக்கியத்துவம் உண்டாவதாக இருக்கிறது. அந்த ஓர்

ஆணையே அவள் முழு முதலாய்ச் சார்ந்திருக்கின்றாள். விட்டுக் கொடுப்பது, கூட்டாளியாவது, அனுசரிப்பது, அடையாளப்படுத்துவது ஆகியவற்றுக்குப் பதிலாக. ஆணால் அவள் அரவணைக்க ஆசைப்பட - கையாளப்பட - தாக்கம் பெற - எப்போதாவது வீணாக ஆசைப்படப் படுகிறாள். ஆணுக்கு இது ஒரு மோசமான பேரம்தான். ஏனென்றால் அவனிடம் கிளர்ச்சியூட்ட அல்லது ஆர்வமூட்ட அவள் முயற்சிப்ப தில்லை. அதனால் அவன் அவளால் கையாளப்படவோ அல்லது தாக்கமடையவோ எதிர்பார்க்கவியலாது. இந்த ஒட்டுமொத்த அமைப்பானது மூக்கின் மேலுள்ள ஓர் அவலட்சணத்தால் கவிழ்க்கப் படமுடியும். டூட்ஷ் தமது தீர்வுகளில் 'அழகிய' போன்ற சொற்களை வைத்துக் கொள்ளமுடியாது. அந்தப் பெண்ணால் தீவிரமான காதலையும் ஆசையையும் வழங்கச் சக்தியற்றவள் என்பதைக் காணும்போது இந்த உயிரியல் அவற்றைக் கோருவதற்கு என்ன உரிமை உள்ளது? அவள் ஒரு வீண்; ஓர் அடிமை. இவளுடைய சுய - தியாகத்திற்கு நன்றி கிடையாது. இவளுடைய கணவன் வெற்றியின் உச்சத்தை அடைய அவள் உதவியும்கூட, வெட்கங்கெட்ட ஒரு பத்தொன்பது வயசு சிறுக்கிக்காக அவன் இவளை உதறி எறிய முடிகிறது. உதறி எறியத் தக்கவளாக இவள் இருக்கின்றாள். உளப் பகுப்பாய்வு என்ற 'அறிவியல்' விளக்கியுள்ள வாழ்க்கைத்தரம் இவ்வளவுதான். இது ஒழுக்கவியலின் குழப்ப நிலையாகும். டூட்ஷினுடைய இந்தப் பாரபட்சமான நிலைபாட்டை, மிக அண்மைக்கால உளப்பகுப்பாய்வு கேள்விக்கு உட்படுத்தவில்லை. 'எவ்வளவுதான் பெண்கள் நல்ல விஞ்ஞானிகளாக அல்லது பொறியியலாளர்களாக வர விரும்பினாலும் முதலில் முந்த முந்த அவர்கள் ஆண்களுடைய பெண் துணைவிகளாகவும், தாய்மார் களாகவும் வரவே விரும்புகிறார்கள்''[9] என்று புருனோ பீட்டல் ஹீம் விவாதிக்கிறார்.

எரிக் எரிக்ஸன், ஒரு பெண்ணின் உடல் உருவாக்கத் திட்டத்தின் படி, 'ஓர் அகவெளி' என்றொரு பைத்தியக்காரத்தனமான கருத்தாக்கத்தை உருவாக்கினார். இதன்படி, பெண்ணின் தலையிலுள்ள ஓர் ஓட்டை, அவளைக் குழந்தைப் பராமரிப்பிற்கு அர்ப்பணிக்கச் செய்வதாகக் கூறினார்.[10] ஜோசப் ரெய்ன்கோல்டு என்பவர், 'தந்தை' என்ற நூலில் வருகிற பைத்தியக்கார கேப்டனுடைய நிலைபாட்டை அண்மையில் மீண்டும் கூறியுள்ளார்:

''பெண்கள் தங்களது உயிரியல் வினைகளைக் குறித்து அச்சமின்றி வளர்கிறபோதும், பெண்ணிய சித்தாந்தத்தால் திசை தப்பாது பிறர் நலம் பேணுகிற உணர்வோடும், கடமை உணர்வோடும் தாய்மைக்குள் நுழைகிறபோதும், நாம் நல்லதொரு வாழ்க்கையின் இலக்கைச் சென்று

அடைவோம். வாழ்வதற்கு ஏற்ற ஒரு பாதுகாப்பான உலகை அடைவோம்'' என்றார்.[11]

திருமணம், குழந்தைப்பேறு என்பவற்றை நம்பி, கற்பனாவாத உணர்ச்சிகரங்களோடு அவற்றுள் நுழைகிற பெண்கள் ஏமாற்ற மடைகிறபோது பெருங்கூச்சலிடுகிறார்கள். அப்பெண்கள் பெற்ற குழந்தைகள், தங்கள் மீது தங்கள் தாய் கொண்ட வெறித்தனமான ஒட்டுதல் காரணமாக மிகவும் வேதனைப்படுகிறார்கள். உயிரியலானது, பெண் குழந்தையைச் சுமப்பதை, ஏனைய எல்லாவிதமான நிறைவையும் சாதனையையும் புறக்கணிப்பதற்கு ஏற்பட்ட ஓர் இழப்பீடு என்று ஒருக்காலும் திட்டமிடுவதில்லை. நமது சமுதாயத்தில், நிலவுகிற ஆழமான தீமைகளில் ஒன்று, கொடூரமான (குழந்தை) வளர்ப்பு முறையாகும்.

மாஸ்டர்ஸ், ஜான்ஸன் ஆகியோர், பெண்குறி வழியான இன்ப உச்சநிலையை ஒரு தொன்மம் என்றே முடிவு கட்டினார்கள். எல்லாவிதமான பெண்பால் இன்ப உச்சங்களும் கிளிடோரிஸில் தோன்றுவதாக நிறுவினார்கள்.

...ஃபிராய்டிய சிந்தனை அமைப்பு, மாறாமல் இருக்க விரும்பிய பத்தொன்பதாம் நூற்றாண்டைச் சேர்ந்த நடுத்தர வர்க்கத்தின் நலனைப் பற்றியது. ஃபிராய்டிய சிந்தனைக் கட்டுமானம் தன்னிச்சையானது. அது வாழ்வதற்குரிய ஓர் வடிவமைப்பில் அது வினை புரியவில்லை.... மார்க்டு வைன் ஆலோசனை கூறிய மாதிரி, எப்போதும் பெண்கள் வெறுங் கால்களோடு கர்ப்பிணிகளாக இருக்கவேண்டும் என்றால், அவர்களுடைய எண்ணிக்கை பேரளவில் அழிக்கப்பட்டிருக்கும்.

பெண்களுக்குப் பாலியல் ஆசைகள் இருக்கின்றன. அவை, இயல்பான மனரீதியிலான - ஆரோக்கியமான வளர்ச்சி, நல்ல இனப் பெருக்கம் ஆகியவற்றால் அழிந்து விடும் என்று கூறினால், இனப் பெருக்கத்தை ஒதுக்கிவிட்டுச் சற்று இயல்பல்லாத மனரீதியிலான வளர்ச்சிக்கு நாம் முயற்சிக்கலாம். திருமணமும், குடும்பமும் பெண்களைப் பாலற்ற நபும்சகங்களாக ஆக்குவன என்றால் அவை மாறட்டும் அல்லது மறையட்டும். இதற்கு மாற்றாகப் பரத்தையை முன்மொழிய முடியாது. ஏனெனில் பரத்தையர் தம் ஜீவனத்துக்குத் திருமணத்தையும் குடும்பத்தையும், சார்ந்துள்ளனர். பாலியல் மனமாயை எனும் மிதி வளையத்திலிருந்தும், காதல் பற்றிய பெரும் பசியிலிருந்தும், அதன் சகலவித வடிவங்கள் மீது கொண்ட வெறியி லிருந்தும் நாம் தப்பிக்க வேண்டுமென்றால், நாம் நமது பாலியல் சக்தியை (லிபிடோ) அதன் சரியான வினையாளுகையில் மீண்டும் வைக்கவேண்டும். நிரந்தர உயிர்வாழ்தலின் இன்பம் (Eros) தற்போது,

பிறவதை - சுயவதை ஆகியவற்றின் செயல்பாடுகளுக்குள் சிறைப் பட்டுள்ளது. அதனை விடுதலை செய்து இவ்வுலகை நாம் காப்பாற்ற வேண்டுமானால் சங்கிலியை நாம்தான் அறுக்கவேண்டும். இதையன்றி நீட்ஷ் தமது உணர்ச்சிகரமான சொல் அலங்காரத்தில் வேறு எதனை வருணிக்கின்றார்?

பெண்களின் வகிபாகம் பற்றி உளவியல் தந்தைமார்கள் கூறிய கூற்றுக்கள் பலதிறப்பட்டவை. அவை, பெண்களை மிரட்டுகிற யுங் என்பவரின் மந்திரவாதம் முதல், அடர்வனத்தில் கூடிப் புணரும் வாலில்லாக் குரங்குகளை அவதானித்து அதிலிருந்து கண்டறிந்த மனித இயற்கைத் தன்மை பற்றிய கருத்துவரை காணப்படுகின்றன. மார்கரட் மீட் என்ற மானிடவியலாளர், பூர்வீகக் குடிகளைப் பற்றிய தமது அவதானிப்பில் தமது கல்வி வட்டார பாலியல் கோட்பாடுகளை அங்கீகரிக்குமாறு கூறுகிறார். அவருடைய தோற்றம் தீவிரவாதமாக வுள்ளது. ஆனால் அடங்கிய பெண்மைத் தன்மை பற்றிய கருத்தாக்கத்தைக் காப்பாற்ற முயற்சிக்கிறார். இவரது நிலைபாடு, கிராஃப்ட் எபிங் என்பவருடையதை ஒத்துள்ளது:

> "பெண்ணை அவளது மனரீதியில் இயல்பாக வளர்த்தால், அதனை நன்கு பராமரித்தால் அவளது பாலியல் ஆசை சிறியதாக இருக்கிறது. இவ்வாறு இல்லாவிட்டால், இந்த முழு உலகமே ஒரு பரத்தையாகியிருக்கும்; திருமணமும் குடும்பமும் சாத்தியமாகியிருக்காது. பெண்களைத் தவிர்க்கின்ற ஆணும், ஆண்களைத் தேடுகின்ற பெண்ணும் இயல்பான மனிதர்கள் அல்லர். இருந்தாலும் ஆண்களைவிடப் பெண்களின் ஓர்மையில், பாலியல் வெளி ஒரு பெரும் பிரதேசமாக இடம் பெற்றுள்ளது. அது தொடர்ச்சியானது; விட்டுவிட்டு இடம்பெறுவது அல்ல"[12]

"எதிர் எதிர் உயிர்கள் ஒன்றாய் இணைந்து வாழுகிற இணைவில் அடங்கிய வடிவமாக பணிவு அல்லது... சுயவதை இருக்கிறது. சுயவதைத் தன்மையுள்ள நபர் தனிமை, பிரிந்துறைதல் ஆகிய தாங்கமுடியாத உணர்ச்சியிலிருந்து தப்புகிறார். தன்னை இயக்குகிற, பாதுகாக்கிற, தனது உயிராயிருக்கிற, தனது உயிர்வாயுவாயிருக்கிற, இன்னொரு நபரின் பகுதியாகத் தன்னைத் தானே ஆக்கிக் கொள்ளுவதால் இவ்வாறு தப்புகிறார். யாரிடம் சரணடைகிறாரோ அவரது ஆற்றலை ஊதிப் பெருக்கலாம்; அவர் ஒரு நபராக, அல்லது ஒரு கடவுளாக ஆகலாம்; அவர் எல்லாமும் ஆகலாம்; நான் அவனது பகுதியாய் இருப்பதைத்தவிர மற்றப்படி நான் ஒன்றுமற்றவள் - அவ்வாறு ஒரு பகுதியாய் இருப்பதால் பெரியதின், ஆற்றலின், உறுதியின் ஒரு பகுதியாயிருக்கிறேன். சுயவதைத்தனமுள்ள நபர்,

தீர்மானங்களை எடுக்க வேண்டியதில்லை. எந்த ஆபத்தையும் எதிர்கொள்ள வேண்டியதில்லை. அவர் ஒருபோதும் தனியராயிருப்ப தில்லை. ஆனால் அவர் சுதந்திரமானவர் இல்லை. அவருக்கு என்று நாணயம் கிடையாது; அவர் இன்னும் முழுமையாகப் பிறக்கவில்லை .... தனது நாணயத்தை (integrity) விட்டுவிட்ட ஒருவர், வேறுயாரோ ஒருவரது கருவியாகத் தன்னை ஆக்குகிறார்; அல்லது தனக்கு வெளியிலுள்ள ஏதோ ஒன்றினுடைய கருவியாகத் தன்னை ஆக்குகிறார். உற்பத்திச் செயல்பாட்டினால் வாழுகின்ற பிரச்சினையை அவர் தீர்க்கத் தேவையில்லை''[13]

பெண்ணுக்குரிய பொருத்தமான வகிபாகம் சுயவதைத் தனமே என்ற கருத்தை உளவியல் மிக வலுவாக முன்வைக்கிறது. பெண் பிறந்தது முதல் அவள் சிசுவாக்கம் பெற்று வருவதாக உளவியல் வலியுறுத்துகிறது. அவளது துயரங்கள், முதிர்ச்சி பெற்ற பெண் நிலையை (womanhood) அடைவதில் தோல்வியடைவதிலிருந்து கிளைப்பதில்லை. மாறாக, அவை அவள் தன் சொந்த ஆற்றல்களால் பணிசெய்து வாழ்வதிலிருந்து அவளைத் தடுப்பனவற்றை எதிர்த்து அவள் போராடுவதிலிருந்து வருகின்றன. பெண், பிறந்த சமயந் தொட்டு கர்ப்பப்பைக்குள் (மீண்டும்) திரும்பிப்போகும் ஓர் அழுத்தத்திற்கு ஆளாக்கப்பட்டு வருகிறாள்.... கர்ப்பப்பைக்குள் திரும்பச் செல்லுவதற்கு மரணம் என்ற ஒரேயொரு வழிதான் உள்ளது. ஒரு பெண்ணின் சந்தோசங்களையும் ஆசைகளையும் ஒன்றுகட்டிய அதே அழுத்தங்களே இவ்வுலகை அழிக்கும் அழுத்தங்களாகும். பாதி உலகம் மரணத்தின் பிணைக் கைதியாக இருக்கவேண்டுமானால், உயிர்வாழ்தல் ஆசையானது (Eross) மொத்த ஆயுதத்திடம் நடத்துகின்ற யுத்தத்தில் தோற்கவேண்டும். கணினியால் நடத்தப்படுகிற நிறுவனங் களின் மனிதத் தன்மையற்ற பிரதேசத்திற்குள் தொடருகின்ற ஆண்பால் போட்டாப் போட்டியும் ஆக்கிரமிப்பும் தவிர ஆயுதப் போட்டியும் மௌன யுத்தமும் வேறென்ன? இறுதிப் பேரழிவிற்குரிய தீவனத்தைப் பீரங்கிகளுக்கு உற்பத்தி செய்வதைப் பெண்கள் நிறுத்தவேண்டு மானால் ஆண்களைத் தங்களிடமிருந்து துருவமயமாக்கும் வக்கிரங் களிலிருந்து காப்பாற்ற வேண்டும். இந்தப் போராட்டமானது நிபந்தனை களின் பேரில் சரணடைவதைக் காட்டிலும் நெடியதாகவும், அதிகத் துயரமிக்கதாகவும் கூட இருக்கலாம். அது இருட்டில் நடத்தும் போராக இருக்கும். ஏனென்றால் நாம் பெரிதாக பீத்துகின்ற நமது அறிவு (விஞ்ஞான அறிவு, பிற அறிவு) எதுவாலும் மாற்றுச் சாத்தியப் பாட்டினைப் பற்றி விவரிக்க முடியாது. இது தேவையா?

## கச்சாப் பொருள்

பெண்ணின் உருவாக்கத்தை நிர்ணயம் செய்வதன் விளைவு குறித்த விவாதங்கள் ஒரு பக்கம் நடந்தாலும், பெண்களின் பால் காரணமாக அவர்களிடம் மனரீதியான சில பற்றாக்குறைகள் இருக்குமோ என்ற சந்தேகம் ஒருபக்கம் எழுப்பப்படுகிறது. இச் சந்தேகங்களை அல்லது அனுமானம் செய்து கொண்ட மனப்பாங்கு களைச் சோதனை செய்கிறவர்கள் மன அளவில் 'நிரூபிக்கப்பட்ட' பாலியல் வித்தியாசங்கள் இருக்கின்றன என்று ஒருதலைப்பட்சமாகக் கூறினாலும் ஆச்சரியப்படுவதற்கில்லை. இப்படிப்பட்ட வித்தியாசங்கள் எவையும் எப்போதும் நிரூபிக்கப்படவில்லை என்பதுதான் உண்மை. மனதின் பால் (Sex) பற்றிய முறையான ஆய்வுகள் ஐம்பது ஆண்டு களுக்கு மேலாக நடந்து வந்திருக்கின்றன. பால் ஹார்மோன்கள் மூளைக்குள் நுழைவது கண்டறியப்பட்டுள்ளது. ஆனால்,

*('இவ்வாறாகப் பெண்களின் ரகசியங்களை*
*நான் அளவீடு செய்துள்ளேன்.*
*அவர்கள் எவ்வாறு விநோதமாக ஆக்கப்பட்டார்கள்*
*என்பதை அவர்கள் காணட்டும்,*
*அவர்கள் வெவ்வேறு பால்களானாலும் சரி மொத்தத்தில்*
*அவர்கள் நம்மைப் போன்றவர்களே,*
*மிகவும் கறாரான ஆய்வாளர்கள் பெண்கள்*
*வெளிப்புறம் உள்புறமாகத் திருகப்பட்ட*
*ஆண்கள் என்பதை அறிகிறார்கள்,*
*ஆண்கள் தங்களை நன்றாகக் கவனித்துப் பார்த்தால்*
*அவர்கள் உள்புறம் வெளிப்புறமாகத் திருகப்பட்ட*
*பெண்கள் என்பதைக் காணலாம்*

-'The Works of Aristotle in Four Pants' 1882, p.16)

உடற்கூற்றுச் செயல்பாட்டியல் கூறுகிற உண்மைக்கும், மன ஆற்றல் அல்லது நடத்தைக்கும் இடையில் எந்தவிதமான சமஉறவு உள்ளதாக நிறுவப்படவில்லை. அப்படி உள்ளதாக ஊகிக்கப்படுகிறது. ஒப்பீட்டளவில் எடைகுறைவான பெண்பால் மூளைக்குக் குறைவான மன ஆற்றல்கள் இருப்பதாகக் கருதினார்கள். ஆனால் பெண்களின் மொத்த உடல் எடையோடு மூளையின் எடையை ஒப்பிடுகையில் அவர்களுக்குக் கனமான மூளை இருக்கிறதாக எடுத்துக்காட்டி யுள்ளார்கள். எப்படியானாலும் மூளையின் எடை பற்றிய ஆராய்ச்சி இங்கு சம்பந்தமில்லாத விசயம். இதே விசயம் ஆண்பாலுக்குச்

சாதகமில்லாததாக இருந்தால் உடனடியாக இதனை ஒத்துக் கொள் வார்கள். மனித நெற்றியின் முன்பக்கத்து மூளைப் புடைப்புக்களை (Frontal Lobes) சிந்தனையின் இருக்கை எனக் கருதினால், பெண்களின் மூளையின் இந்த முன்பக்கப் பகுதி அதிகம் வளர்ச்சி பெற்றதாகக் குறிப்பிட வேண்டும். எனவே இந்த மாதிரியான புள்ளிவிவரங்களைத் தள்ளுபடி செய்து விடலாம். மூளையை நாம் சரிவரப் புரிந்து கொள்ளவில்லை. அதனுடைய உடற்கூற்றுச் செயல்பாட்டையும், வினைபாடு பற்றியும் போதிய அளவிற்கு நாம் அறியவில்லை.

உடற்கூற்றுச் செயல்பாட்டிலிருந்து, நடத்தையைக் கண்டறிய முயல்வதைவிட, நடத்தையை அவதானிப்பதிலிருந்து நடத்தை வடிவமைப்பைத் தருக்கபூர்வமாக நிலை நாட்டும் முயற்சிதான் பெரிதாக மேற்கொள்ளப்படுவதாகத் தெரிகிறது. இதிலும்கூடச் சிக்கல்கள் உள்ளன. பரிசோதனைகளைக் கட்டுப்படுத்துவது அசாத்தியமாக இருக்கிறது. இயல்பான வாழ்க்கையில் தொடர்ச்சியான குழப்பம்மிக்க நிபந்தனைக்கு ஆளாக்கப்பட்டுக் கொண்டிருக்கிறவர்கள் மீது பரிசோதனைகள் நடத்தப்படுகின்றன. இங்கே நிபந்தனைக்கு ஆளாக்கப்படாத நபர்கள் யாரும் இல்லை. இத்தகைய நபர்களும் கூட ஒரே சீரானவர்களாக இல்லை. இந்தப் பரிசோதனைகள் பெண் களிடம் அறிவுக் குறைபாட்டை வெளிப்படுத்தும் என்றால் அவற்றை நாம் தள்ளுபடி செய்யமுடியும். ஆனால் அவை அப்படிச் செய்வதில்லை.

எலனர் மக்கபி, *1966*-இல், ‘பால் வித்தியாசங்களின் வளர்ச்சி’ என்ற தமது நூலில், ஐம்பதாண்டு காலச் சோதனைகளின் முடிவுகளை அநேக உட்பகுப்புக்களோடு தொகுத்துத் தந்துள்ளார். புரிந்து உணரும் ஆற்றல்களைப் பற்றிய அவரது முடிவுகள் குறிப்பிடத்தக்கனவாக, ஆர்வமூட்டுவனவாக இருக்கின்றன. ஜெஸெஸ், மற்றும் பிறர் *(1940)* டெர்மன் *(1925)* ஆகியோர் கண்ட முடிவின்படி, பையன்களுக்கு முன்பே பெண் குழந்தைகள் பேசத் தொடங்குகின்றன. மேற்கொண்டு மொழி உச்சரிப்பு தொடர்பாகச் செய்யப்பட்ட ஆய்வுகளின்படி, பையன்களைவிடச் சிறுமிகள் வேகமாக மொழியை உச்சரிக் கின்றார்கள். ஆயினும், முன்முயற்சி எடுத்தல், கூச்சமின்மை ஆகிய விசயங்களில் பையன்கள் சிறப்பாகச் செயல்படுகிறார்கள். வகுப்பறையில் - குறிப்பாக வயதில் சற்று மூத்த பையன்கள் தாமே முன்வந்து பேசுகிறார்கள். பையன்களைவிடச் சிறுமிகளிடம் பரந்து பட்ட சொற்களஞ்சியம் இருப்பதாகத் தெரிகிறது. இருந்தாலும் இதில் குறிப்பிடத்தக்க வித்தியாசங்கள் இருப்பதாகத் தெரியவில்லை எனலாம். இலக்கணத்திலும், எழுத்துக்கூட்டி எழுதுவதிலும் சிறுமிகள் சிறப்பிடம் பெறுகிறார்கள் என்றாலும், பகுத்தறிதல் பற்றிய பரிசோதனைகள், வகை வகையான முடிவுகளைத் தந்தன. வாசிப்பு பற்றிய பரிசோதனைகள் இந்த முடிவுகளைத் தந்தன. மொழிசாராத

அறிதிறனின் ஆற்றல்களான எண்ணுதல், கணித வகைப்பட்ட அறிதல், இடரீதியான அறிதிறன், நுட்பமான அறிதல் (abstract), வரிசை உடைப்பு, மீண்டும் கட்டமைத்தல், இடைவிடாத வேகம், உடல் - எந்திரம் - மற்றும் அறிவியல் திறன்கள் யாவும் பரிசோதனைக்கு உட்படுத்தப்பட்டன. இதில் சிறுமி, சிறுவர் ஆகியோர்க்கு எனக் குறிப்பிடும்படியான வித்தியாசங்கள் புலனாகவில்லை. ஆனால், தங்களது கலாச்சாரமாக்கலின் காரணமாக பெரியவர்களோடு அதிகநேரம் கழிப்பது, நிலையான பழக்கவழக்கங்கள், பெரிய அளவில் கீழ்ப்படிவது, எளிதில் நம்புவது போன்ற காரணங்களால் சிறுமிகளிடம் மொழிசாராத அறிதிறனின் ஆற்றல்கள் சற்றுக் கூடுதலாகக் காணப்படுகின்றன. மொத்த சிந்தனை ஈவு (I.Q) பற்றிய பரிசோதனைகளில் பதினொன்று எண்ணிக்கையில் ஆண் - பெண்ணுக் கிடையில் ஒரு வித்தியாசமும் தெரியவில்லை. பெண்களுக்கு ஆதரவாக மூன்று வித்தியாசங்களும், ஆண்களுக்கு ஆதரவாக மூன்று வித்தியாசங்களும், தெரியவந்துள்ளன. இப்படியாகப் பலதரப்பட்ட வரையறுத்த பரிசோதனைகள் மூலமாக பெண்பால் மனம் பற்றிக் கற்பிதம் செய்ய இயலவில்லை. மனதின் பால் பற்றி மேலும் செய்யப்படவேண்டிய பரிசோதனைகள் இருக்கின்றன.[1]

குழந்தைகளின் படைப்புத் தன்மைக்கும், பள்ளியில் அவர்கள் நல்ல மதிப்பெண்கள் பெறுவதற்கும் இடையில் பரிசோதனை செய்கிறபோது அடிப்படையான ஒரு குழப்பம் காணப்படுகிறது. திறமை வாய்ந்த குழந்தைகளைக் கொண்ட ஒரு குழுவினுடைய படிப்பை அடியொட்டி அதனிடம் மேதைமை பற்றிய ஆய்வுகளை லெவிஸ் டெர்மன் நடத்தியபோது, மேதைமை குறித்த தமது கருத்தாக்கத்தில் தடுக்கிவிழ நேரிட்டது. சாரா என்ற சிறுமி எழுதிய ஒரு கவிதையை அவளது அசாதாரணமான திறமைக்குச் சான்றாகக் கருதிப் பாராட்டினார். அக்கவிதை வருமாறு:

கன்னி

அவள் மதர்ப்பு நாணத்தால் அடங்கியது...
அவள் இதய முணுமுணுப்புக்கள், மயக்கும்
ரோஜாவால் அவள் கன்னம் மீது புலப்பட்டன.
அவள் இருப்பு எங்கும் மாசறு மகிழ்ச்சி பொங்குகிறது.
நிலையாத் தன்மையால் இளமை இனிக்கிறது.

வாழ விருப்பமே; ஆனால் வாழ்க்கையின்
வன் பிரளயத்தினுள் சிக்கும் அச்சம்;
கல்லாவிடினும் ஞானம் உண்டு;

தான் எதற்கு என்ற உணர்வுண்டு,

தன் விதியைச் சுவைக்கிறாள், காலம் தாழ்த்துகிறாள்.[2]

பகட்டான இந்தச் சொத்தைச் செய்யுளில் உண்மையான உள்காட்சி ஏதும் இல்லை. எந்த மரபைப் பின்பற்றி இது எழுதப் பட்டதோ அந்த மரபு ஒருநூறு அல்லது அதற்கும் மேற்பட்ட வருடங் களுக்கு முன்பே மதிப்பிழந்து ஒழிந்துபோனது. இத்தகைய அற்பமான ஒரு செய்யுள் இளம் சாராவின் மிஞ்சிக்காட்டும் ஆசையைப் பிரதிபலிக்கும். இருந்தாலும், படிக்கிற சிறுமிகளுக்கு என்ன நேர்கிறது என்பதை நாம் அறிவதற்கு மேற்படி பரிசோதனைகள் எடுத்துக் காட்டுகிற சில போக்குகள் துணை புரியலாம். பள்ளிக்கூடத்தில் படிப்படியாகச் சிறுமி தனது ஆண்பால் போட்டியாளர்களால் பின்தள்ளப்பட்டு எழுதப்படிப்பதில் குறிப்பிடத்தக்க தரத்தை எட்டும் முன்பே அல்லது ஒரு (வேலைக்குரிய அடிப்படைத் தகுதியைப் பெறுவதற்கு முன்பே பள்ளியைவிட்டு விலகுகிறாள்.)

> *('ஒரு பெண்ணைவிட விவேகமுள்ளவனாக ஓர் ஆண் தன்னை மதிப்பிட வேண்டியதில்லை. இப்படி ஓர் அனுகூலத்தை அவன் சிறப்பான ஒரு கல்வி மூலமாகப் பெற்றிருக்கிறான். அப்படி அவன் தன்னை மதிப்பிடுவது, இரண்டு கைகளும் கட்டப்பட்ட ஓர் ஆணை அடித்து வீழ்த்திய தனது தைரியத்தைத் தானே பீற்றிக் கொள்ளுகிறது மாதிரியாகும்.'* - Mary Astell, 'An Essay in Difence of the Female sex' 1721, p.18*)*

சிறுமிகளைத் தடுமாறச் செய்வது என்ன என்பதைப் பரிசோதனைகள் அவதானித்துள்ளன.

> "மிகவும் அடங்கிய, பிறரைச் சார்ந்த குழந்தைகள் விதவிதமான அறிவார்ந்த பணிகளை மோசமாகவும், தற்சார்புடைய குழந்தைகள் திறம்படவும் ஆற்றுகின்ற ஒரு போக்கினை இரண்டு பால்களிலும் காணலாம்...''[3]

"அதிகாரத்தை ஏற்க மறுக்கிற குழந்தைகள் விதவிதமான பணிகளைச் சிறப்பாகச் செய்கிறார்கள். 'அனுசரித்துப் போகும் நெருக்குதல்களை' ஏற்க மறுக்கிற குழந்தைகளும் இவ்வாறு சிறப்பாகச் செய்கிறார்கள்.'' "பள்ளிக்கு முந்தைய காலத்தில் பயிற்சிப்பதில் அதிகம் தொந்தரவு தராத தாய்மார்களுடைய மகள்கள் கல்வி வட்டாரத்தில் வெற்றிகரமாகத் திகழ்கிறார்கள். சிறுமிகளின் (பையன்களும்தான்) சிந்தனை ஈவு வளர்ச்சிக்குரிய மிக முக்கியமான காரணம் தாயின் கெடுபிடியிலிருந்து ஒப்பீட்டளவான சுதந்திரம், சுற்றித்திரியவும் புதியன கண்டறியவும் சுதந்திரம்!"[4]

இந்தக் கூற்றை அடியொற்றி, மாபெரும் கலைப் படைப்புக் களைப் படைப்பதில் பெண்கள் தோல்வியுற்றதற்குரிய விளக்கத்தைக் கூறமுடியும். எவ்வளவு தூரம் ஒரு சிறுமி, தன்னை நிபந்தனைக்கு உட்படுத்துகிற கலாச்சாரச் சூழலிலிருந்து தப்பிக்கிறாளோ அல்லது அதனை ஒதுக்குகிறாளோ அவ்வளவு தூரம் படைப் பென்றழைக்கப் படும் அறிவுபூர்வமான செயல்பாட்டில் அவள் விஞ்சக்கூடும்; ஆனால் கடைசியில், ஒன்று, தன்னை நிர்ணயிக்கின்ற சூழலுக்குள் வீழ்கிறாள்; அல்லது, முரண்கள் வெகுவாக நெருக்கி, அவளது திறமையைத் தடை செய்கின்றன. ஒடுக்குமுறைக்கும் மனஆற்றல் களுக்கும் இடையிலுள்ள உறவு முறை குறித்த மாக்கின்னன் (Mekinnon) என்பவருடைய கருத்தை முதலில் மேற்கோளிட்டாலும், மக்கபி, பாலியல் தன்மையின் வளர்ச்சி, சிறுமியின் செயலின் மீது ஏன் இப்படி யொரு நாசகார விளைவை ஏற்படுத்துகிறது என்பதைக் காணவில்லை.

> "ஒடுக்குமுறை, சிந்தனை இயக்கங்களின் மீது ஒரு பொதுப் படையான தாக்குதலை விளைவிக்கின்றது. அது, தனித் தனியான தமது முந்தைய அனுபவத்தோடு தொடர்பு கொள்ளுகிற வசதியில் குறுக்கீடு செய்கிறது. ஒடுக்கு முறையை ஒரு தற்காப்பு முறையாகப் பயன்படுத்துகிற ஒருவர், 'சிந்தனைகளை ஊடுருவுவதில் சரளமானவராக' இருக்கமுடியாது. படைப்புத் தன்மையானது ஒடுக்குமுறை அல்லாத நிலையோடு சம்பந்தம் கொண்டது என்று மக்கின்னன் விவாதித்துள்ளார்"[5]

> *("ஏற்கெனவே சொல்லப்பட்ட எல்லாவற்றிலிருந்து தெரிவது: பால்களில் தாழ்வுநிலை, உயர்வுநிலை எனப் பேசவியலாது; இதற்கு மாறாகப் பால்களுக்கு இடையே மனப்பாங்குகளிலும், ஆளுமையிலும் இருக்கிற குறிப்பிட்ட வித்தியாசங்களைப் பற்றி மட்டுமே பேசவியலும். இந்த வித்தியாசங்கள் பெரிதும் கலாச்சாரம், பிற பரிசோதனை உண்மைகள் முதலியவற்றின் விளைவுகளாகும். ஆண்களையும் பெண்களையும் ஒரேவகை மாதிரிகளின் குழுக்கள் என்று கருதுவதைவிடத் தனிமனிதர் களாகக் கருதும் அவசியம் இருக்கிறது"* Anna Anastasi, - Differential Psychology', 1958, pp.497-8*)*

ஆண்பால் மேதையை வடிவமைத்த கச்சாப் பொருள்களுக்குக் கீழ்ப்பட்டதாகப் பெண்பாலை உருவாக்கிய கச்சாப் பொருட்கள் இருக்கின்றன என்று நிரூபிக்க முடியாது. ஆனால் நாம் இதுவரை அவதானித்ததிலிருந்து, சிறுமிகள் தங்கள் திறனை வெளிப்படையான, அறிவார்ந்த கலகத்தால் மட்டுமே நிரூபித்துக் காட்டமுடியும் போலத் தோன்றுகிறது.

# பெண் ஆற்றல்

ஆண் - பெண்பால்களுக்கு இடையில் அறிவுபூர்வமான ஆற்றலில் ஏதேனும் விசேசமான பாலியல் வேறுபாடு உண்டா என்பதைப் புலப்படுத்த விசேசமாக வடிவமைக்கப்பட்ட பரிசோதனைகள் தோல்வியுற்றன. குறிப்பிட்ட பொறுப்புக்களுக்கும், வேலைகளுக்கும் பெண்களுக்குள்ள பொருத்தப்பாட்டைச் சவாலிடுகிறவர்களைப் பொறுத்தவரை மேற்படி தோல்வி பொருட்படுத்தத்தக்கதன்று. இந்தப் பரிசோதனைகள், ஆண் - பெண்பால்களைப் பற்றிக் கூறுபவற்றைவிட, பரிசோதனைகளைச் செய்தவர்கள், பரிசோதனை முறைகள் ஆகியவை பற்றியே பெரிதும் பிரதிபலிக்கின்றன என்று சவாலிடுகிற மேற்படி யார்கள் கருதுகிறார்கள். டாக்டர். லீவிஸ், ஒரு பெண் எழுத்தாளரை அவரது நடையை வைத்தே தன்னால் அடையாளங் காணமுடியும் என்று நம்பினார்.

விர்ஜீனியா உல்ஃபிடம் - பெரிதாகத் தவறு ஏதும் இருக்க வில்லை. அவர் ஒரு பெண்ணாக இருந்ததுதான் தவறு. மேலே குறிப்பிட்ட பரிசோதனைகள், பாலியல் நிபந்தனையின் விளைவை எதிர்க்கும் முயற்சியாக விசேசமான விதத்தில் வரையறுக்கப்பட்டன என்று வாதிடக்கூடும். ஆனால் நிஜமான மனுசிகள் நிஜமான உலகத்தில் தொடர்ந்து நிபந்தனைக்கு ஆளாகிறார்கள். பெண்களைத் தங்களால் கையாள முடியவில்லை என்று ஆண்கள் குற்றஞ் சாட்டு கிறார்கள். எப்படியாவது பெண்களோடு விவாதிப்பதைத் தவிர்க்க வேண்டும். ஏனென்றால் எப்போதும் அவர்கள் விவாதத்தின் கடைசி வார்த்தை தங்களுடையதாக இருக்குமாறு பெரிதும் தவறான விதங்களில் பார்த்துக் கொள்ளுகிறார்கள் என்று குற்றம் சாட்டு கிறார்கள். இதனை எல்லோரும் ஒத்துக்கொள்ளுகிறார்கள். மனதின் பால்தனைக் கண்டறிதல் என்பது, டாக்டர். லீவிஸ் முதல் நார்மன் மெய்லர் வரையான மிகப் பிரசித்தி பெற்ற இலக்கியப் பண்டிதர்களின் தனிப்பட்ட சலுகையாக மட்டுமல்ல, பள்ளிக்கூடம் போகிற ஒரு பையனிடமும் காணப்படுகிறது. 'திமிர்பிடித்த பொட்டைகள்' என்று அந்தப் பையன் வாய்க்குள் முணுமுணுக்கிறான்! இதனை முழுசாக நம்புகிறார்கள்; அனுபவிக்கிறார்கள். அவர்களது இயக்குவிசைக்குரிய திடமான நம்பிக்கையாக இது உள்ளது. நிகழ்வுகளின் தொடர்ச்சிக்கு அது காரணமாகிறது. பகுத்தறிவு சார்ந்த விதங்களில் இதனை அகற்ற வியலாது. பார்க்கப் போனால், பெண்கள் ஏன் தங்களைத் தாமே தருக்கத்தோடு வரையறுத்திட வேண்டும்? இதற்கான காரணம் ஏதும்

கிடையாது. மனம் பற்றிய, கருமுட்டை உற்பத்தி உறுப்பு (Ovarian) பற்றிய கோட்பாட்டைப் பயன்படுத்திட நாம் வக்கிரமாகத் தீர்மானிக்கலாம்.

'பாலும் குணமும்' என்ற குறிப்பிடத்தக்க நூலில், பெண்பாலின் ஆன்மா பற்றிய கோட்பாடு குறித்த முழுமையான அறிக்கைகளில் ஒன்று விவரிக்கப்பட்டுள்ளது. இந்நூலை எழுதிய பையன் பெயர் ஓட்டோ வெய்னிங்கர் (Otto Weininger). (இந்நூல் வெளிவந்த சில ஆண்டுகளில் இவன் தற்கொலை செய்து கொண்டான்). ஒரு நபரிடம் இருவகைப் பால் வடிவம் உள்ள வாழ்க்கை, இறுதியில் எதை அடையும், அடையவேண்டும் என்பதற்கு இவனது பளபளப்பான - நரம்புச் சிக்கலான வாழ்க்கையை உதாரணமாகக் காட்டலாம். மனித இயற்கையைச் சிதைத்தும் சமரிடுகிற பாதிகளுக்கு இடையே எல்லைகளைக் கட்டியும் வெய்னிங்கர் தன்னையே வக்கிரமான பிறழ்ச்சிக்கும் குற்றத்திற்கும் அகால மரணத்திற்கும் ஆட்பட்டவன் எனச் சபித்தான். உடலால் தன்னைப் பெண்களாக அடையாளங் காணத் தொடங்கினான். தன்னை ஓர்மையற்ற பாலியல் தன்மையாகவும், பின்னர் அடங்கிய - ஆன்மா இல்லாத வெறும் விலங்கியமாகவும் (animalism) அடையாளம் காணலானான். மேலும் அவன், பகுத்தறிவு வாய்ந்த ஓர் ஆண்பால் என்ற அளவில் இவ்வித விலங்கு அம்சத்தைக் கண்டனம் செய்தான். "பெண்களைப் பற்றி உண்மையாக மிக ஆழ்ந்து சிந்திக்கிற எந்த ஆண்களும் அவர்களைப் பற்றி ஓர் உயர்வான அபிப்பிராயத்தைக் கொண்டிருக்க மாட்டார்கள்; ஒன்று, ஆண்கள் பெண்களை வெறுக்கிறார்கள். அல்லது, அவர்களைப்பற்றி அக்கறையாகப் பொருட்படுத்திப் பார்க்கிறதில்லை" என்று கூறினான்.[1]

ஃபிராய்டோடு அதிக ஒற்றுமை கொண்ட வெய்னிங்கர், பெண்களை, இயற்கையால் நபும்சகமாக்கப்பட்டவர்களாக எண்ணினான். ஆண்குறி பற்றி அவன் உயர்வாகக் கருதிய போது பெண்களும் அவ்விதமாகக் கருதியதாக நினைத்தான்.

> "வாழ்க்கையில் ஒரு முழுமுதலான நிர்வாணமான பெண்பால் உருவம், ஒரு முழுமையின்மையை - ஏதோ ஒன்று மேலும் தேவைப்படுவதை, அழகோடு பொருந்தாத தன்மையை (நமது) மனதில் பதியச் செய்கிறது..."[2]

> "ஒரு பெண்ணின் கவனத்தை ஈர்க்கின்றவை வளர்ச்சிபெற்ற பாலியல் தன்மையின் அடையாளங்களாகும்; அவளுக்கு வெறுப்பூட்டுகின்றவை உயர்ந்த மனதின் பண்புகளாகும். அடிப்படையில் பெண், லிங்க வழிபாடு செய்பவளாகும்..."[3]

ஆரம்பத்திலிருந்தே வெய்னிங்கர் ஒருவரில் இருபாலிய வடிவம் (dimorphism) பற்றிச் சிந்தித்து வந்தான். இத்தகைய பால் துருவப்பண்பு

நிலைமை இருக்கிறபோது, ஆண்கள் பெண்களோடு உண்மையான உறவு கொள்ள இயலாது. ஒருவருக்கு ஒருவர் அனுசரித்துப் பகிர்ந்து கொண்ட கபடதாரித்தனமே அதில் இருக்கமுடியும். வேலரிஸொலானஸ் (Valerie Solanas), பெண்களுக்காக இதே காட்சியை (மேடையில்?) நிகழ்த்திக் காட்டினார். அதில் ஆண்கள் பெண்களுடைய எல்லா வற்றின் மீதும் பேராசைப்பட்டு, அவர்கள் கைகளால் சீரழிந்து பெண்மை வயமாக்கம் பெறுவதைக் கண்டார்.[4] இதற்கு எதிர்வினை புரிந்த ஸொலானஸ், ஆண்டி வார்ஹல் மார்பில் சுட்டார். வெய்னிங்கர் மிக நேர்மையான விதத்தில் தன்மீதே தனது முயற்சியை செய்துகாட்டி வெற்றி கண்டான். ஆண்கள் தங்களை வெளிக்காட்டும் முறையையும், தங்களுக்கான ஒரேவகைமாதிரிக்குத் தக்கவாறு தங்களால் வாழ முடியாமல் தோல்வியுறுவதையும் கண்டு ஸொலானஸ் வெறுத்தார். பெண்களின் பிம்பம் அடங்கியதாக - விலங்கியத் தனமாக இருப் பதையும், அவர்கள் உண்மையாகக்கூட இல்லாதிருப்பதையும் கண்டு வெய்னிங்கர் அவர்களை வெறுக்கிறான். அவர்களுடைய பாசாங்குத் தனம் பாலியல் சந்தர்ப்பத்தின் அவசரத்தால் விளைவிக்கப்படுகிறது. அந்தச் சந்தர்ப்பத்தை அவர்கள் பயன்படுத்துகிறார்கள் (சுரண்டு கிறார்கள்). அதனால் அவர்களுடைய எல்லாச் செயல்களையும் ஏமாற்றுத்தனமும், பொய்ம்மையும் பீடித்துள்ளன. பெண் பிறர் பொருட்டாக வாழ்கிறபடியால் தனது நடத்தைக்காக அவள் எவ்விதமான தார்மீகப் பொறுப்பையும் ஏற்கத் தேவையில்லை. அவளுக்கு ஒழுக்கவியல் கிடையாது. 'நான்' கிடையாது. 'நான்' இல்லாததாலும், பல்வேறு வகிபாகங்களைப் பெண்கள் 'திறமை யாகக் கையாளுவதாலும் அவர்களுக்கு அடையாளம் கிடையாது. அவர்கள் தங்கள் பெயர்களைக் கைவிடத் தயாராக இருப்பதிலிருந்து இதனை ஊகிக்கலாம். தனது வாழ்நாளின் எந்தக் கட்டத்திலும் பெண் ஒருபோதும் உண்மையாயிருப்பதில்லை.)[5]

> சூதுவாது என்பது பெண்பால் மனதில் இரண்டாம் பாலியல் குணங்களில் ஒன்று என்று பலரும் கூறியுள்ளனர் - பெண்ணிய வாதிகள் உள்பட. பெண்பால் சீரழிவின் ஆதாரமான பின் விளைவு இது என்றார் உல்ஸ்டோன் கிராஃப்ட். பி.எல். ஹட்சின்ஸ் என்பவர், 'சிறுமிகள் ஆழ்ந்த பொய்ம்மை மிக்க இலட்சியங்களை நோக்கி வளர்க்கப் படுகிறார்கள்' என்றெழுதினார்.[6]

வெய்னிங்கர் தம்மைச் சுற்றிலும் கண்ட பெண்பால் நடத்தையை அப்படியே கண்டவாறு விளக்கினார். இந்தக் குறைபாடுகளிலிருந்து பெண்கள் தங்களை விடுவிக்க ஒருநாள் குரலிடுவார்கள் என்பதை அவரால் காண இயலவில்லை. அவர் கண்டவரை பெண்கள் அப்படித்

தான் இருந்தார்கள். அவர்களுடைய நிலைமைகள் அல்லது அவர்களுடைய பண்புகள் ஆகிய இவற்றில் எவை முந்தியவை என்பதை அவர் அறியவில்லை.

> *('பால்களின் அரசியல், குடிமைச் சமத்துவம் ஆகியவை தார்மீக சமத்துவத்தை உணர்த்தும். பெண்களின் ஒழுக்கங்கள் எதிர்காலத்தில் மரியாதைக்குரிய கிறிஸ்துவ விக்டோரிய கால ஆணுக்கு ஏற்றவை போல இருக்கும். இது திடுக்கிட வைக்கும் தருக்கரீதியான விளைவாக இருக்கும். அதாவது கிறிஸ்துவ ஒழுக்கவியலின் பூரணமான வீழ்ச்சி என்று இது பொருள்படுகிறது'* - Robert Briffault, 'Sin and Sex,' 1931,p.132*)*

வெய்னிங்கர் துலக்கிய ஒழுக்கவியல் பற்றாக்குறைகள் எல்லாம் விக்டோரிய சமுதாயத்தில் புண்ணியங்களாக வேடம் போட்டிருந்தன. அவற்றைச் சரியாக இனங்கண்டு விளக்கிய வெய்னிங்கர் பாராட்டுதலுக்கு உரியவர். ஆயினும், 'நான்', அடையாளம், தருக்கம், ஒழுக்கவியல் பற்றிய அவரது கருத்தாக்கங்கள் யாவும் இதே விரும்பத்தகாத மாறாத நிலைமை குறித்த அவதானிப்பிலிருந்து உண்டானவையாகும். குறைகள் என்று வெய்னிங்கர் விளக்கியவற்றை இன்றைய பெண்கள் தாங்கள் முன்னெடுத்துச் செல்லத்தக்க சுதந்திரங்கள் என்பதை உணரலாம். உதாரணமாக:

> "சிந்திப்பதும் உணர்வதும் பெண்களுக்கு ஒரேமாதிரியானவை, ஆண்களுக்கு அவை எதிர்மாறானவை. பெண், தனது பெரும்பாலான மனஅனுபவங்களை வித்தியாசப்படுத்தப்படாத அறிவு உணர்தல்களாக (perception) கொண்டிருக்கிறாள். ஆனால் ஆணிடம் இவை விளக்கத்தெளிவு என்ற இயக்கத்தின் வழியாகக் கடந்து சென்றுள்ளது"[7]

பெண்கள் ஆண்களிலிருந்து வித்தியாசமாக உலகை உணர்கிறார்கள் என்கிற அனுமானம் அகவயமானது. இதனை (நியாயப்படுத்தும் பரிசோதனைகள் தோற்றன. பெண்மைத்தன்மை பற்றிப் பேசுகிற உளவியலாளர்கள் இதனை ஒரு நம்பிக்கை போல எடுத்துக் கொண்டுள்ளார்கள். பெண்களுடைய அகவயமான, உள்ளுணர்வுப் பாங்கான உணர்தலின் மதிப்பீட்டை நீட்ஷ் என்பவர், ஆண்பாலின் புறவயமான மனரீதியான ஆக்கிரமிப்புக்குத் துணைநிலையாக வைத்துப் போற்றுகிறார்.

பதினேழாம் நூற்றாண்டில் புலன்உணர்வுத் தன்மையும், சிந்தனையும் பிளவுபட்டிருப்பதாக எலியட் வாதிட்டார். சிந்தனையானது, முன்போல் உணர்ச்சி உக்கிரத்தின் நேரடியான அறிகுறியாகச் செயல்படவில்லை என்றார்.[8] ஆண் ஆதிக்கம் உடைய மேற்கத்திய

கலாச்சாரத்தைப் பலவீனப்படுத்திய இந்தப் போக்கிலிருந்து பெண்கள் தப்பிப் பிழைத்தார்கள் என்றிருக்க முடியுமா? கல்வியறிவு பெற்ற பெரும்பாலான பெண்கள் ஆண்மைக் கல்வி வட்டாரக் கலாச்சாரத் திற்குள் சேர்ந்து பின்னர் அவர்கள் பிரித்து அறியப்படாத புலன் உணர்வுத் தன்மையையும் சிந்தனையையும் உணரும் சக்தியை இழந்து விட்டார்கள். இதுபற்றி நாம் யோசிக்க வேண்டும். இச்சந்தர்ப்பத்தில் ஆண்டனின் ஆர்டூட் (Antonin Artaud) கூறியதைக் காணலாம்.

> "அழகான திரைச்சீலை ஓவியத்தைக் காண்பதற்காக நான் பலரை - ஆண்கள் பெண்கள் ஆகியவர்களை அழைத்து வந்தேன். கலாபூர்வமான உணர்ச்சி, ஒரு மனித உயிரியைக் காதலைப் போல துடிக்க வைத்ததை முதன்முறையாக நான் கண்டேன். உங்கள் புலன்கள் அதிர்ந்தன. உங்களுக்குள்ளே மனமும் உடலும் தடுக்கமுடியாதபடி இணைந்ததை நான் உணர்ந்தேன். ஏனெனில் இம்மாதிரி தூய்மையான ஓர் ஆன்மீகம் உங்கள் உயிரிக்குள்ளே இப்படியொரு சக்திவாய்ந்த புயலைக் கட்ட விழ்த்திட முடியும். ஆனால் பிரபஞ்சம் தழுவிய திருமணத்தில் மனம்தான் உடலை ஆளுகிறது. அதனை மேலாதிக்கம் செய்கிறது. ஒவ்வொரு வழியிலும் அது அதனை மேலாதிக்கம் பண்ணுவதில் முடியவேண்டும். உங்களுக்குள் இருக்கிற விசங்களின் ஓர் உலகம் பிறப்பதற்காகக் கெஞ்சிய வண்ணம் இருக்கிறது - அதற்கான மந்திரவாதியை அது காணமுடிந்தால்"[9]

மேலே காட்டியதில் பெரும்பாலானவை மடமை... ஆர்டூடின் மேனிக்கேயிஸம் (Manichaeism - கி.மு. 3 முதல் கி.பி. 7 ஆம் நூற்றாண்டு வரை பாரசீகத்தைச் சேர்ந்த மேனிக்கேயஸ் என்பவர் போதித்த சமயம் இது. இது ஜோராஸ்தியம், கிறிஸ்துவம், நோமிக், மற்றும் பூர்வமதம் ஆகியவற்றின் சிந்தனைகளின் கலவையாகும் மொ.ர்.) ஓவியத்தின் உணர்ச்சித் தூண்டல் முதலில் புலன் சார்ந்ததாக இருப்பதைக் காண அவரைத் தடுத்து விட்டது. அனைய்ஸ் நின் (Anais Nin) உணர்ச்சியும் சிந்தனையும் சார்ந்த தூண்டுதலைத் தன் மனதாலும் உடலாலும் உள்வாங்கியதுதான் அங்கே நடந்த விசயம். அந்த ஓவியமும் அவளது எதிர்வினையும் சம அளவில் ஒன்றிணைந்துள்ளன.

பெண்கள் தம் அனுபவங்களை, அவற்றின் வகைப்படுத்தப் படாத மூலவடிவத்திலே தக்கவைத்தால், விசேசமான சிந்தனையிலுள்ள பெரும் வரையறையிலிருந்து தப்பிக்கலாம். இதனை ஒய்ட் ஹெட் விளக்கியுள்ளார்:

> "கருத்துக்கள் குறித்த ஆய்வில் மிகக் கறாரான தெளிவை எதிர்பார்ப்பது மிகையுணர்ச்சியின் பாற்பட்டதாகும். இது,

> உண்மையின் சிக்கல்களை மூடியுள்ள பனிமூட்டம் மாதிரி அல்ல. எப்படியாவது தெளிவை அடைவது என்று பிடிவாதம் பிடிப்பது மூடநம்பிக்கையை அடிப்படையாகக் கொண்டதாகும்."[10]

ஆண்பால் - பெண்பால் சிந்தனையின் வினையாற்றுகையின் வேறுபாட்டைச் சாதாரணமாக எடுத்துக்காட்டலாம். வேறு ஒரு பெயர் குறித்த டப்பா ஒன்றில் உப்பைப் போட்டு வைத்ததற்காக அம்மாவை அப்பா கேலி செய்வதை நினைத்துப் பார்க்கலாம், அல்லது அடிக்கடி கொண்டாடுகிற பெண்பால் உள்ளுணர்வை எடுத்துக்கொள்ளலாம். அவளது உள்ளுணர்வு, நடத்தையின் நுண்ணிய - முக்கியத்துவம் அல்லாத அம்சங்களை அவதானிக்கிறது. அவ்வாறு அவதானித்து ஓர் அனுபவபூர்வமான முடிவை உண்டாக்குகிறது. அதனை தருக்கரீதியில் பரிசோதிக்க முடியாது. இதிலிருந்து கிடைக்கும் பெரும்பாலான செய்திகள் அச்சிட்ட பக்கங்களில் விவாதம் செய்கிற வடிவில் விவரிக்கப்படாதவையாக உள்ளன. ஆனால் அவை பல்வேறு மொழியல்லா விதங்களில், (Visual to aural) சாதனங்களில் உட்செறிக்கப் படுகின்றன. மேல் விளக்கம், வாக்குவாதம் ஆகியன அறிதலுக்கான மாற்று வழிகள் ஆகும். செங்குத்துப் பாங்கில் சிந்திப்பதில் பெரும்பாலானவற்றைக் கணினிகள் எடுத்துக்கொண்டன. இதனால், இது மனித சிந்தனையின் படைப்பு மனோபாவங்களுக்கு மேலும் கூடுதல் அழுத்தம் தந்துள்ளதைக் காணலாம். கடந்த பத்தாண்டில் *(1940-கள்)* அரசியல் உணர்ச்சியில் திடீரென்று ஏற்பட்ட அதிகரிப்பினை இதற்குச் சான்றாகக் கூறலாம். சிந்தனை - உணர்ச்சி எனப் பாகுபடுத்தப்படாத வடிவத்தில் கற்றறிந்த தலைமுறை, அப்போது *(1940களில்)* விரிந்த அளவில் செயல்பட்டுக் கொண்டிருந்த சிந்தனை - உணர்ச்சி ஆகியவற்றின் மறு ஒருங்கிணைவுக்குச் சாட்சியாக உள்ளது.

துரதிர்ஷ்டவசமாக என் வாதங்கள் தருக்கத்திற்குப் போதிய மரியாதை தராததால் ஏற்படும் பிழைகள் அத்தனையும் கொண்டு உள்ளன. போயும் போயும் ஒரு கார்டிஸிய கல்விக்கு (மனமும் உடலும் உறவில் இருமைத் தன்மை வாய்ந்தவை என்னும் இருமைவாதம் - மொ.ர்.) என் வாதங்கள் தண்டனையாக வாய்த்து விட்டன. இதோ நானொரு நீக்கிரோ, என்னால் புரூஸ் பாட முடியவில்லை! இந்நாட்களில் கல்விமுறையே மாறிக் கொண்டிருக்கிறது. மனம் தொடர்பான புலங்கள் சேர்க்கப்படுவதால் படைப்புச் சிந்தனை இறக்கம் பெறவில்லை. அந்தப் புலங்களே அறுதி எனப் போதிக்கப் படுவதில்லை. மாறாக, மற்றவித நோக்கங்களுக்காகக் கற்பிக்கப் படுகின்றன. இதுவரை நடத்துள்ள மாற்றத்தின் முக்கிய விளைவு; குழந்தைகள் விஞ்ஞான பாடம் படிக்கத் தயங்குகிறார்கள். ஆயினும் விஞ்ஞானம் இறுதியில் தானே ஒரு முழுமையான பாடமாகிவிடும்.

வெய்னிங்கர் மேலும் காட்டமான குற்றச்சாட்டுக்களை வைக்கிறார்.

> "கொள்கை வழியாக ஒருவர் செயல்பட வேண்டும் என்பதை ஒரு பெண்ணால் கிரகிக்க முடியாது. ஏனென்றால் அவளிடம் தொடர்ச்சி இல்லை. தன் மனரீதியான இயக்கங்களுக்கான தர்க்கரீதியான அவசியத்தை அவள் அனுபவிக்கிறதில்லை .... அவளை 'தர்க்கரீதியாக மனம் பிறழ்ந்தவர்' என்று கருதலாம்"[11]

பெண்கள் பெரும்பாலும் தருக்கபூர்வமாக விவாதிக்க மறுக்கிறார்கள். இது உண்மை. பலசமயங்களில் எவ்வாறு விவாதிப்பது என்பதே அவர்களுக்குத் தெரியவில்லை. ஆண்கள் சற்று அலங்காரமான குதர்க்கத்தால் பெண்களின் கண்களைக் கூச வைக்கலாம். சிலவேளைகளில் தருக்கத்தில் பகுத்தறிவுப் பாங்கு தொடங்குவதற்கு முன்பே ஆண்கள், பெண்களைத் திக்குமுக்காடிச் சோர்வடையச் செய்து விடுகிறார்கள். ஆனால் பெரும்பாலான சந்தர்ப்பங்களில் தருக்கமானது, தருக்கத்துக்குக் குறைவான (infra - logic) நோக்கத்தின் வெறும் பகுத்தறிவு மயமானதாக இருக்கிறது. இது உண்மை . பெண்களுக்கு இது தெரியும். அவர்கள் தங்கள் ஆண் - மக்களோடு செய்கிற விவாதங்கள் மாறுவேடமிட்ட பச்சையான - அரசியல் என்பது அவர்களில் சிறப்புமிகு கல்வி கற்றவர்களுக்குக் கூடத் தெரியும். விவாதங்கள் சித்தங்களின் (Will) போட்டியாகும். அவை மனதின் சுறுசுறுப்பின் போட்டியல்ல; இங்கே தருக்கரீதியான சொல்லாடலின் விதிகள் சம்பந்தமற்றவை; இது சாராயக்கடையில் சக்கரவர்த்தி மாதிரி, பெண்பால் உலக அனுபவம் (அல்லது புத்திசாலித்தனம்) ஆண்கள் பகுத்தறிவுள்ள விலங்குகள் என்ற தவறான ஆண்மைக் கருத்தை நிராகரிக்கிறது. ஆண்பாலின் தருக்கத்தால் சின்னச்சின்ன விசயங்களை மட்டுமே கருத்தில் கொண்டு வினையாற்ற முடியும். பெண்கள் அடங்கிப் போகிறவர்களாக, ஒன்றைத் தொடக்கி வைப்பவர்களாக இல்லாமல், அதனை அவதானித்து அதற்கு ஏற்றவாறு செயல்படுபவர்களாகச் சபிக்கப்பட்டதால், விசயங்களின் சிக்கல்களைப் பற்றி அதிகம் விழிப்போடிருக்கிறார்கள். ஆண்கள், மேலாதிக்க நலன்களுக்காக ஒத்துக்கொள்ளும் தன்மையைப் பலவந்தமாக அடக்கிக் கொள்ளுகிறார்கள். பெண்கள் சிசுமயமானவர்கள். இதன் ஆதாயங்களில் ஒன்று லாவோ- சே (Lao-Tse) வார்த்தைகளில் கூறுவதனால், "எல்லா உலகையும் தனக்குள் வாரிக்கொள்ளுகின்ற ஒரு வாய்க்காலாக'' இருக்கிறார்கள். அவர்கள் "நிரந்தரமான புண்ணியத்திலிருந்து அற்றுப் போகமாட்டார்கள்.'' "அவர்கள் மீண்டும் சிசுநிலைக்குத் திரும்பிச் செல்லமுடியும்"[12] பெண்களின் ஸ்திதி (State) மட்டும் - சிசுநிலையில் இருக்குமானால், புரிந்துணர்தலுக்கான புதிய சாத்தியங்கள் நெருங்கி

வரலாம். ஷோபன்ஹாவர் (Schopenhauver) பெண்களின் ஸ்திதியை 'தார்மீக சிசுநிலை' என்று விளக்கியபோது அவர், பெண்களுக்கு எதிரான பாரபட்சத்தை மட்டுமின்றி, சிசுக்களுக்கு எதிரானதையும் அவர் பிரதிபலித்தார். பெண்கள், தருக்கத்தை அக்கறையோடு எடுக்காதது அவர்களது ஒழுக்கவியலுக்குக் கடும் விளைவுகளை உண்டாக்கியது. வெய்னிங்கரின் பிரதிக்கு, ஃபிராய்டு பின்வருமாறு பளபளப்பைப் பூசுகிறார்.

"பெண்களுக்கு அறநீதியில் எது இயல்பானது என்று இருக்கிறதோ அது ஆண்களுக்குரியதிலிருந்து வித்தியாசமாக இருக்கிறது என்ற கருத்தை என்னால் தாண்டிச் செல்லமுடியாது. (அதனை வெளியே சொல்ல எனக்குத் தயக்கமாக இருந்தாலும்). பெண்களுடைய மனசாட்சியானது (super ego) அதன் உணர்ச்சிகரமான தோற்றங்களி லிருந்து இணங்காததாக - தற்சார்புடையதாக - தன்னைச் சுட்டாததாக ஒருபோதும் இருக்கவில்லை. ஆனால் ஆண்களுக்கு இப்படி இல்லை. ஒவ்வொரு காலகட்டத்திலும் விமர்சகர்கள் பெண்களுக்கு எதிரான குணவிசேசங்களை எடுத்துக் கூறி வந்துள்ளார்கள். பெண்கள் ஆண்களை விடக் குறைவான நியாய புத்தி கொண்டவர்கள், வாழ்க்கையின் பெரும் அவசரத் தேவைகளுக்காகத் தங்களை ஈடுபடுத்தக் குறைவான அளவில் தயாராக இருக்கிறார்கள். தாங்கள் எடுக்கும் தீர்மானங்களில் பெரிதும் பாசம் அல்லது பகை ஆகிய உணர்ச்சிகளால் பாதிப்படை கிறார்கள். அவர்களது மனசாட்சியின் உருவாக்கத்தின் மாறுபாட்டுக்கு இவை எல்லாமே காரணங்களாகும்... பெண்ணிய வாதிகள் மறுப்பதால் இத்தகைய முடிவுகளிலிருந்து நம்மையே நாம் திசைதிருப்ப அனுமதிக்கக் கூடாது. இரண்டு பால்களும் முற்றிலும் சமமான நிலையிலும், தகுதியிலும் இருப்பதாகக் கருத வேண்டும் எனப் பெண்ணிய வாதிகள் மிக்க பதட்டத்தோடு நம்மை வற்புறுத்துகிறார்கள்"[13]

மேற்படிக் கூற்று, பதறிய மனநிலையின் வெளிப்பாடாகத் தெரிகிறது. பால்கள் சமமான நிலையிலும் தகுதியிலும் இருக்கின்றனவா? அல்லது இல்லையா? எது நிலை (ஸ்திதி)? எது தகுதி? ஃபிராய்டு, பெண்பால் குணத்தில் சான்றாதாரமில்லாத பற்றாக்குறைகளை, சான்றாதாரம் இல்லாத மாறுபாட்டால், சான்றாதாரம் இல்லாத ஒரு விசயத்தில் அதாவது மனசாட்சியில் வைத்து விளக்குவதாக வாக்குறுதி தருகிறார். ஃபிராய்டு, மனம் பற்றிய ஓர் உடற்கூற்றுச் செயல்பாட்டியலை உருவாக்க முனைகிறார். நாஜி அதிகாரிகள் இயற்கைக்கு மாறாக, உணர்ச்சியிலிருந்து தீர்மானம் பிரிக்கப்படாதிருந்தால், அவர்கள் தங்களுக்கு வந்த உத்தரவுகளை இவ்வளவு கச்சிதமாக நிறைவேற்றி யிருக்க மாட்டார்கள். ஆண்களைவிடப் பெண்கள் இன்ப துன்பங் களுக்குக் குறைவாகப் பாதிப்படைகிறார்கள் என்று கூறுவது என்ன

வகை விமர்சனம்? இரண்டு உலகப்போர்களுக்குப் பிறகு, இன்ப துன்பங்களால் பாதிப்பு அடையாமை குறித்த ஸ்டாய்சிசம் (Stoicism) எனும் தத்துவம் அதன் மதிப்பிலிருந்து வீழ்ந்து விட்டதாகத் தெரிகிறது. பெண்களை வெறுப்போடு நடத்துகிறபோதே ஒருபக்கம் அவர்களை ஆண்பால் 'நீதி'யானது தார்மீகப் பொறுப்பிலிருந்து கழற்றி விடுகிறது. மறுபக்கம் அவர்களைச் சம்மனசுகள் (angels) என்று பட்டம் சூட்டினாலும், அந்தப் பெண்கள், இராட்சசத்தனமான மனசாட்சி பற்றியும், ஆண்களுடைய மாயையான ஒழுக்கவியல் பற்றியும் தங்களுக்கே உரிய முடிவுகளை உருவாக்கும் சாத்தியம் உள்ளது. தெய்வ கருணையை உதறிய புராட்டஸ்டண்ட் ஐரோப்பா தனக்கென்று ஓர் அடையமுடியாத நேர்மை பற்றிய ஒழுக்கவியலை உண்டாக்கியது. ஒருதலைப்பட்சமான ஞானமும், பலவீனமான சித்தமும் மனித செயலின் குணவிசேசமாகும். நிலைமை இப்படி யிருக்க, உதவி ஏதுமல்லா மனித மனசாட்சி (ஃபிராய்டு கருத்துப்படி) எல்லாச் செயல்களின் முடிவற்ற பொறுப்பினையும் சுமக்கவேண்டிய நிலை ஏற்பட்டது. ஃபிராய்டு தாம் வாழ்ந்த சமூகத்தில் இதன் விளைவு களைக் கண்டார். குற்றத்திற்கும் நரம்புச் சிக்கலுக்கும் அவரால் ஒரு மாற்று மதத்தை முன்மொழிய முடியவில்லை. இப்படிப்பட்ட ஒரு மதத்திற்குத் தலையான ஆதாரமாக இருப்பது தொடர்ந்து ஒடுக்குகிற 'நான்' என்பதன் அதிகாரமாகும்.

> "உண்மையான பெண்ணிடம் எல்லாச் சந்தர்ப்ப சூழல்களிலும் அடையாளம் பற்றிய உணர்வு குறைவாகத்தான் இருக்கிறது. ஏனென்றால் அவளுடைய ஞாபகசக்தி விதிவிலக்காகச் சிறப்பானதாயிருந்தாலும், அது தொடர்ச்சியாக இல்லை .... தங்கள் ஆரம்பகால வாழ்க்கைகளைப் பெண்கள் திரும்பிப் பார்க்க நேர்ந்தால் தங்களை அவர்கள் ஒருபோதும் புரிந்திட முடியவில்லை" என்றார் வெய்னிங்கர்.[14]

> *("இலக்கியத்தை மதிப்புரை செய்தவர் என்னோடு பணிபுரிகிற நாதன் லெய்பிடஸ் பி. எச்.டி என்பவராவார். இவர், இதில் 'அடையாளம்' என்ற சொல் மிகவும் குறைவாகப் பயன் பட்டுள்ளது என்றும், அது ஒரு மாறுவேசம் தரிக்கிற ஆடையாகப் பயன்படுத்துகிறது என்றும் கருதினார். இந்த ஆடையைக் கொண்டு, தெளிவின்மை, குழப்பம், கூறியது கூறல், தரவுகள் இன்மை, விளக்குவதில் வறுமை ஆகிய குறைகளை மறைக்கப் பயன்படுத்துகிறார்கள் என்ற முடிவுக்கு வந்தார்"* - Robert Stoller, 'Sex and Gender,' 1968, p.x).

வெய்னிங்கரின் ஆதாரப்படி 'நான்' என்பது மாற்று; இது, எந்த ஒரு குறிப்பிட்ட காலத்தில் இருப்புக் கொண்டுள்ள சுயத்தின்

ஞாபகத்தைக் கொண்டிருக்கிறது. நீங்கள் ஒரு பெண்ணிடம் அவளைப் பற்றிக் கேட்டால், அவள் அதனைத் தனது உடல் பற்றியதாகப் புரிந்து கொள்ளுகிறாள் என்று திகிலோடு அவர் குறிப்பிடுகிறார். அவள் தன் திறமை மற்றும் நடத்தை குறித்த தனது பிம்பத்தை முன் நிறுத்தித் தன்னை விளக்குவதில்லை. ஆண், அடையாளம் குறித்த ஒரு கால ரீதியான கருத்தைக் கொண்டிருக்கிறான். இது பொய் எனக் கூறத் தக்கதாகும். அவ்வாறின்றி பெண் இடரீதியான கருத்தைக் கொண் டிருக்கிறாள். ஒருவேளை பெண், குழந்தையைப்போலப் புறஉலக எதார்த்தத்தோடு சுதந்திரமாகத் தொடர்பு கொள்ளும் சில ஆற்றலைத் தக்கவைத்திருப்பதாகத் தெரிகிறது. இதைப்போல வெய்னிங்கர் சிந்தித்ததாகத் தோன்றுகிறது. "முழு முதலான பெண்பாலுக்கு 'நான்' கிடையாது" என்றார்.[15]

"மனித நானின் தலையான செயல் எதிர்மறையான ஒன்றாகும். அது எதார்த்தத்தை ஏற்பதில்லை. குறிப்பாக, தாயின் உடலிலிருந்து குழந்தையின் உடலின் பிரிவை அது ஏற்பதில்லை... இந்த எதிர் மறையான நிலை, சுயத்தின் (ஒடுக்குமுறை) மறுப்பாக மலர்கிறது, சுற்றுச் சூழலின் (ஆக்கிரமிப்பு) மறுப்பாக அமைகிறது.''[16]

என்ன ஒரு மலர்ச்சி! பெண்களுக்கு 'நான்' கிடையாது என்றால், எஞ்சிய உலகத்திலிருந்து பிரிதல் என்ற உணர்வு அவர்களுக்குக் கிடையாததென்றால், ஒடுக்குமுறை இல்லை, பின் இறக்கம் இல்லை, உலகம் எவ்வளவு நேர்த்தியாக இருக்கும்! ஒவ்வொருவரும் ஆக்கிரமிப்பு இன்றி, எல்லையிலாக் கருணையை உணர்ந்தால் நீதிக்கு என்ன தேவை இருக்கும்! இங்கே உளவியல் எசமானர்களின் சொற்களை இவ்வாறு வளைத்து, தேர்வு செய்து எழுதுகிறேன். என்ன இருக்கவேண்டும் என்பவை பற்றி வரைவிலக்கணஞ் செய்ய நாம் அவர்களை அனுமதிக்கக்கூடாது.

ஒய்ட் ஹெட், நீதாம் ஆகியோர் தூய சிந்தனையின் பைத்தியக் காரத்தனத்தைத் திருத்தும் புதியதொருவகை அறிவை எதிர் நோக்கினார்கள். அவர்கள், "எதார்த்தம் பற்றிய ஓர் ஆக்கிரமிப்புக் குணம் கொண்ட மேலாதிக்க மனப்பாங்கினை அடிப்படையாகக் கொண்ட ஓர் அறிவியலைவிட, எதார்த்தம் பற்றிய ஒரு காமிய மனப் பாங்கினை அடிப்படையாகக் கொண்ட ஓர் அறிவியலை" எதிர் நோக்கினார்கள்.[17] ஞானம் என்பது 'நான்' பற்றியதொரு தாழ்வான புலனோடு இணங்கிப்போக இயலாது என்கிறார்கள். அவ்வாறு என்றால், பின்னர், சூனியவியல் விளக்கங்களின் படி, பரோபகாரம் எனப்படுவது பிரிந்திருத்தல் என்ற சொல் அரிப்பின் சிதைவின் மீது சார்ந்துள்ளதாகத் தோன்றுகிறது. கிறிஸ்துவ மதத்தின் மாபெரும் தொன்மம் என்பது 'மாய உடல்' (Mystical body) பற்றியதாகும்.

"குணப்படுத்துவது என்றால் முழுமை பெறச்செய்வது ஆகும்; மீண்டும் ஒன்றை ஆக்குதல் என்றால் ஒன்றிணைத்தல் அல்லது மீண்டும் ஒன்றிணைத்தலாகும். உயிர்வாழ்தலின் ஆசை (Eros) இதுதான். உயிர்வாழ்தலின் ஆசை எனும் இயல்பூக்கம் ஒருமிப்பை அல்லது ஒருமித்தலைச் செய்கிறது; மரணம் பற்றிய இயல்பூக்கம் (Thanatos) என்பது பிரிதல் அல்லது பிளவு என்பதைச் செய்கிறது"[18]

வெய்னிங்கர் 'உயிர்வாழ்தலின் ஆசை' மீதுற்ற வெறுப்பும், மரணத்தின் மீதுற்ற (Thanatos) பக்தியும் அவரைப் பெண்களுடைய விசாலத் தன்மையை மிக முழுமையாக எடுத்துக்கூறத் தூண்டின.

"மனித இனத்தோடு கொண்ட இந்தத் தொடர்ச்சி எனும் உணர்வு, பெண்பாலின் ஒரு பாலியல் குணமாகும். தொடுவதற்கு ஆசைப் படுவதில் இது தன்னை வெளிப்படுத்துகிறது. அவளது இரக்கத் திற்குரிய பொருளோடு (Object) தொடர்புற்றிருக்க விரும்புகிறது; அவளது மென்மை, தன்னையே வெளிப்படுத்துகிற முறையானது ஒரு வகையான விலங்கின் தொடுஉணர்வாக உள்ளது. எதார்த்தமான ஓர் ஆளுமையை மற்றொன்றிலிருந்து பிரிக்கின்ற அந்தக் கூர்மையான கோட்டை அது இல்லாமற் காட்டுகிறது."[19]

பாவப்பட்ட வெய்னிங்கர் மரணத்தை விசுவசிக்கும் இறுதிச் செயலாகத் தன்னைத்தானே எல்லாவற்றிலிருந்தும் ஒரேயடியாக வெட்டிக் கொண்டார். ஜனநெருக்கடியான நவீன மாநகரங்களில் தனிமை என்பது மிகவும் நாசகரமான நோயாக இருக்கின்ற ஒரு யுகத்தில், தனிமனித வாதத்தின் அழியாமை பட்டவர்த்தனமாகத் தெரிகிறது. இதன் விளைவாகக் குடும்பங்கள் மிகச்சிறிய இடங்களில் எல்லா வசதிகளையும் கொண்ட தங்கும் குடியிருக்கைகளில் முடங்கிப் போயுள்ளன. இவை நமது நகரங்களை முகமற்றதாக்கி, சுழற்சிக்கும் கூடி வாழ்வதற்கும் எண்ணற்ற சிக்கல்களை ஏற்படுத்தியுள்ளன. பிரிந்திருக்கிறோம் என்ற உணர்வை அகற்ற மேற்கொள்ளும் முயற்சிகள் பலன் அளிக்கவில்லை. ஒட்டி ஒழுகுவதற்கு இங்கே மனித சமூகம் இல்லை. உலகின் பெரும்பாலான மாநகரங்களின் தெருக்கள் நடந்து போவதற்கு ஆபத்தானவை. மனித குலத்திற்கான பெண்ணுடைய மகாசமுத்திரத் தன்மையான உணர்வு வெளிப்படுவதற்கு இங்கே வாய்ப்பில்லை. அது பரோபகாரத்தின் நிறுவனப் பணிகளாக விகாரமாக உருமாறியுள்ளது. இங்கே தொடுதல், ஆறுதல் தருதல் ஆகிய அவளது மேதைமையானது குறியீட்டு மனப்பாங்குகளை அனுமானிக்கிற காரியமாகச் சுருங்கிவிட்டது. விலங்கு ஸ்பரிசம் குறித்த வெய்னிங்கருடைய அருவெறுப்பு இன்னும் வடக்கத்திய இனங்களிடையே பேரளவில் உள்ளது. சுரங்க ரயிலில் தனது சகோதரன்

மேல் நசுங்கிய நிலையிலும் ஒரு சராசரி ஆங்கிலேயன்தான் தனியா யிருப்பதாகப் பரிதாபகரமாகப் பாசாங்கு செய்கிறான். எல்லாவற்றிலும் பார்க்க மிக ஆபாசமான அந்தரங்கத் தொடுதல் எனப்படுவது உளப் பகுப்பாய்வுதான். அது எவ்விதமான பௌதீகத் தொடுதலாலும் பரிசுத்தமாவதில்லை. அண்மையில் புறநகர்ப் பகுதிகளிலுள்ள தேவாலய மண்டபங்களில் விசேச வகுப்புக்கள் நடத்தப்படுகின்றன. தொடுதல் வழியாக ஆண்களும் பெண்களும் தங்களுடைய பாதுகாப்பு உணர்வை மீட்கமுடியும் எனச் சொல்லித் தரப்படுகிறது. வெய்னிங் கருக்குக் காலம் கடந்துபோன விசயம் இது.

இந்த ஒட்டுமொத்தமான உலகத்தை மீண்டும் முழுமைபெறச் செய்வதற்கான சிந்தனை அழுத்தங்களை வழங்கியவர் பலர். அவருள், மாயாவதியான லாவோ-சே, விஞ்ஞானிகளான ஒயிட்ஹெட், நீதாம், மெர்லி- பான்டி, அற்புதமான அனுமானங்களை வழங்கியவர்களான நார்மன் ஓ.பிரவுண், ஹெர்பர்ட் மார்க்யுஸ், போஜெஸ் ஆகியோர் குறிப்பிடத்தக்கவராவர். இவர்கள் பெண்களுக்காகக் குறிப்பாகப் பேசவில்லை. ஏனெனில், பால்களின் துருவத் தன்மையே மனிதன் தன்னிலிருந்து விலகிய அடிப்படையான அந்நியமாதல் என்று இவர்கள் எல்லோரும் உணர்ந்தார்கள். அவர்கள் கூறிய கருத்து, மனித குலத்தைப் பாதுகாக்கும் பணியை மேற்கொள்ள விடுக்கப்பட்ட ஒரு விசேசமான ஊக்குவிப்பு என்பதை அவர்களில் யாரும் மறுக்க மாட்டார்கள். ஒருவேளை அவர்களுடைய உயர்ந்த - நுட்பமான விவாதங்களைப் பற்றிய எனது எதிர்வினை கடுமையாக இருந்திருக்கலாம். இருந்துள்ளது. ஆனால், இருக்கிற நிலைமையை மாற்றுவதற்காக அதிகாரத்திற்கு முன் மண்டியிட்டு மரியாதை காட்டுவது ஒருபோதும் துணைபுரிவதில்லை. ஒரு புதிய தொன்ம வியலை உண்டாக்கும்போது, ஒருவர் சகலவிதமான மூலாதாரங் களையும் அபகரிக்க வேண்டும். கருத்துக்கள் வீழ்கிற சந்தர்ப்பம் அவற்றுக்குக் கொதிகலனாகப் பயன்பட வேண்டும். பெண்களைப் பற்றி விமர்சகர்கள் எடுத்துக்காட்டிய பெரும்பாலான குறைகள் எல்லாமே, கலாச்சாரப்படுத்துதலிலிருந்து அவர்களைப் பாதுகாத்ததன் வெறும் விளைவுகளாகும். இத்தகைய கலாச்சாரப் படுதலின் தலைவர்கள் ஆண்பால்களே. அவர்களிடம் உள்ள பலங்கள் யாவும் சுத்த முட்டாள்தனங்களாக உள்ளன.

"ஒரு நபர் சிந்திக்கிற வழி மீதும், ஒரு சிக்கலை அவர் அணுகுகிற வழிமீதும், மேலாதிக்கக் கருத்துக்கள், ஒரு நிறுவனம் புரிகின்ற தாக்கத்தைப்போல அத்தனை வலிமையாகவும் பட்டவர்த்தனமாகவும் எப்போதும் இருக்கத் தேவையில்லை. போதுமான, பழைய நகரங்களைப் போன்று, போதுமான, பழைய கருத்துக்கள் தங்களைச்

சுற்றிய அனைத்தையும் துருவ நிலைப் படுத்த முனைகின்றன. எல்லா நிறுவனமும் அவற்றின்மீது சார்ந்துள்ளன. எல்லா விசயங்களும் அவற்றோடு இணைப்புற்றுள்ளன. வெளிப்பக்கங்களில் சின்னச் சின்ன மாற்றங்களைச் செய்யமுடியும். ஆனால், ஒட்டுமொத்த அமைப்பைத் தீவிரமாக மாற்றுவது அசாத்தியமானது. நிறுவனத்தின் மையத்தை மற்றொரு வித்தியாசமான இடத்திற்குப் பெயர்ப்பது கடினம்"[20]

இந்தப் பிரச்சினையை எதிர்கொண்ட எட்வர்டு டி போனோ ஒரு சிந்தனைப் புலத்தை வடிவமைத்தார். அதனைப் பக்கவாட்டாகச் சிந்தித்தல் (Lateral thinking) என்றழைத்தார். இவ்விதச் சிந்தனை, குறிப்பிட்ட பிரச்சினைக்குத் தீர்வுகளைக் காட்டாது. மாறாகக் கருத்துக்களையும், புதிய ஆக்கங்களையும் உண்டுபண்ணும். இது பிரச்சினையைத் தீர்க்கும் வகை. இவ்விதச் சிந்தனையின் அணுகுமுறை கல்விக்கூடத் தேர்வுகளில் நல்ல மதிப்பெண்களைத் தராது. ஆயினும் இது சரியாக இருக்கிறது. இதனை ஒரு கணினியால் பிரதி செய்ய முடியாது. இந்தப் பக்கவாட்டுச் சிந்தனை முறை என்பது குழந்தையின் சிந்தனை முறைகளுக்கு ஒற்றைப் பரிமாண ரீதியில் இணையானதாக உள்ளது. குழந்தையின் இச்சிந்தனை முறைகளில் சிலவற்றை தன்னிடம் இருப்பதாக ஒரு பெண் கருதலாம். ஆனால் அது அவளிடம் வெகுவாக வரையறுக்கப்பட்டதாக - சிதறலாக இருக்கும். ஏனெனில் அவளை, சிந்தனை முறைகளைக் கற்கவும், ஓர் ஒழுங்கமைவான மனதை வளர்க்கவும் ஊக்கப்படுத்தவில்லை. கல்வி என்பது பெரிதும் அறிவுசார்ந்த சம்பிரதாயமாக இருக்கிறவரை கற்றல் மீதான இந்த ஆதாயங்களை, அறியாமையே தக்க வைக்கும். பெண்கள் தயக்கத்தை விட்டு, அவற்றைச் செயலில் கொண்டு வருவதற்கு இதுவே தருணம்... குழந்தைகள், மற்றும் அநாகரிக மக்கள் கொண்டிருந்ததுபோல, நாகரிக மடைந்த ஆண்கள் எந்தக் குணங்களைத் தங்களுக்குள்ளே ஒடுக்க முயன்றார்களோ அவற்றைப் பெண்கள் அபரிமிதமாகப் பெற்று உள்ளார்கள். பெண்பால் மனம் குறித்த ஆண்பாலின் விமர்சனம், ஆண்பால் தன்னைப் பற்றிய வெளிப்பாடாக உள்ளது. நமது கலாச்சாரத்தில் உயர்ந்த சீர்மை பற்றிய சாத்தியமில்லாத தரத்தினை ஆண்கள் ஏற்படுத்தித் தங்களையே முடமாக்கிவிட்டார்கள். பெண்களுக்கு இவ்வழியில் தங்களை ஏமாற்ற வாய்ப்புக் கொடுக்க வில்லை. நாகரிகம் உதயமானது முதலாகப் பெண்கள் ஒழுங்கிலிருந்து விலகி அலைபவர்களாகவும், இரண்டகத்தனம் (duplicity, double dealing) பெற்றவர்களாகவும் குற்றஞ்சாட்டப்பட்டு வந்துள்ளார்கள். எனவே அவர்களால் தாங்கள் அணிந்த முகமூடிகளை எவ்விதத்திலும் முகமூடிகள் இல்லை எனப் பாசாங்கு பண்ண இயலவில்லை . இது ஒரு பலவீனமான விசயம், ஆனால், ஆண்களைவிடப் பெண்கள் எப்போதும் எதார்த்தத்தோடு நெருக்கமான தொடர்பைக் கொண்டிருக்

கிறார்கள் என்பது இதன் பொருளாகும். அவர்களைப் பிறர், இலட்சிய வாதம் இல்லாதவர்களாக ஆக்கியதற்கான கைம்மாறாக இது தோன்றலாம்.

*('ஒரு கண்ணீர் என்பது ஓர் அறிவார்ந்த விசயம்,*
*ஒரு பெரு மூச்சு என்பது ஒரு ராஜதேவதையின் வாள்,*
*அது ஓர் உயிர்த் தியாகியின் துக்கத்தின் கசப்பான*
*மரண முணங்கல்,*
*அது சர்வவல்லவரின் வில்லிலிருந்து வரும் ஓர் அம்பு'*

*Blake, 'Jerusalem', pl.52)*

பெண்விடுதலை என்றால் ஆண்மை வகிபாகத்தை மேற்கொள்ளுவது எனப் புரிந்து கொண்டால் உண்மையில் நாம் தொலைந்தோம். ஆண்பாலின் கண்மூடித்தனமிக்க இயக்கத்திற்குப் பெண்களால் எதிர்ஈடு எதுவும் கொடுக்கமுடியாவிட்டால் ஆக்கிரமிப்பு மிகுந்த இச்சமுதாயம் மிக வேகமாக அதனுடைய பைத்தியக்காரத்தனமான இலக்குகளை நோக்கி விரையும். விலங்கு இயல்புகள் என ஒதுக்கப்படுகிற கருணை, அருள், மாசறுதன்மை, புலன் இன்பம் ஆகிய குணங்களைக் காப்பது யார்? வெய்னிங்கரின் விதியிலிருந்து வீழாதவாறு நம்மைக் காப்பது யார்? ஆணின் உலகத்தில் அதிகார இடங்களை எட்டிய பெரும்பாலான பெண்கள் பெண்மைத் தன்மையின் வேடத்துக்குப் பொருந்தாத ஆண்மை அணுகுமுறைகளை மேற்கொள்ளுவதன் வழியே அவ்வாறு வீழ்ந்துள்ளார்கள். அத்தகைய பெண்கள் பால்களின் பிறவதை - சுயவதைத்தனங்களின் இணைப்பினை மேலும் பயன்படுத்துகிறார்கள். இந்தவித இணைப்பில் "நாம் சுத்தியலாகவோ அல்லது சம்மட்டியாகவோ இருக்க மட்டுமே வாய்ப்பு உள்ளது'[21].

வாண்டா, கிரிகோரை சித்திரவதை செய்தபோது அதன் வலியை அதிகரித்திடப் பெண்மை ஆடைகளை அணிந்தாள். திருமதி. கேஸில், தொழிலாளர்களைச் சமுதாயத்தின் குற்றம் புரிகிற பொறுப்பற்ற பகுதி என்று வசைபாடச் சென்றபோது (பிறவதை) தான் கவர்ச்சியாக இருக்கிறாளா, (சுயவதை) என்பதை உறுதிப்படுத்திக் கொண்டாள். உண்மையான பெண் அதிகார வடிவத்தை வளர்ப்பது பெண்களைப் பொறுத்த விசயம். இதற்கு எதிராகச் சுருக்கம் வைத்த - டவுசர் அணிந்த - சர்வ வல்லமைமிக்க நிர்வாகியால் ஒன்றும் செய்யமுடியாது.

*("மனித உயிரிகள், ஓர்மை , பகுத்தறிவுச் சிந்தனை ஆகியவற்றின் ஆற்றல்களை அடைந்த போது இப்புதிய கருவிகளால் சொக்கிப்போனார்கள். மற்ற அனைத்தையும் மறந்தார்கள். நமது*

மொத்த புலன்அறிதலும் இந்தப் பகுதி வினைகளோடு அடையாளப்படுத்தப்பட்டன. இதனால் உள்ளிருந்து இயற்கையை உணரும் ஆற்றலை நாம் இழந்தோம். இதற்கும் மேலாக உலகிற்கும் நமக்கும் இருந்த இடைவெளியற்ற ஒருமிப்பை நாம் இழந்தோம். செயல்பற்றிய நமது தத்துவம், முன் முனைந்து செயல்படல், நிர்ணயம் செய்தல் ஆகிய மாற்றுக்களை ஒட்டி அமைகின்றது. ஏனெனில் முடிவற்ற முடிச்சினுடைய முழுமை பற்றி நமக்கு எவ்வித உணர்வும் கிடையாது. அதன் செயல்களுக்கும், நமது செயல்களுக்கும் இடையில் உள்ள ஒருமித்தல் பற்றியும் நமக்கு எவ்வித உணர்வும் கிடையாது" -A.E.Watts, 'Nature, Man and Woman,' 1958, p.12)

பெண் அதிகாரம் என்றால் பெண்களின் சுய - நிர்ணயம் என்று பொருள். தந்தைவழிச் சமூகத்தின் சகல சுமைகளும் வெளியே தூக்கி எறியப்படும் என்று பொருள். இதற்குப் பெண்கள் ஓர் ஒழுக்கவியலை வடிவமைக்க வசதியும், வீச்சும் பெற்றிருக்க வேண்டும். இத்தகைய ஒழுக்கவியல் பெண்ணை உயர்திறனிலிருந்து தகுதி நீக்கம் செய்யாததாக இருக்கும். அதற்கான ஓர் உளவியல் வேண்டும். அது பெண்ணை ஓர் ஆன்மீக முடம் என்று கண்டனம் செய்யாது. அற்பமான தவறுகளுக்குத் தண்டனைகள் கொடுமையானவையாக இருக்கலாம். ஏனென்றால் எந்தவிதமான வழி காட்டுதலும் இன்றி அவள் இருட்டைத் துலக்கிச் செல்ல வேண்டியதிருக்கிறது. தொடக்கத்தில் அவள், ஒருவிதமான துயரத்திற்குப் பதில் மற்றொன்றை வெறுமனே பரிமாற்றம் செய்வதாகத் தோன்றலாம். ஒரு நரம்புச் சிக்கலுக்குப் பதில் மற்றொரு நரம்புச் சிக்கல் போலத் தோன்றலாம். ஆனால் இறுதியில் தீர்க்கமான ஒரு தேர்வினைச் செய்துவிட்டதாகக் கொண்டாடலாம். அந்தத் தேர்வுதான் ஒழுக்கச் செயலுக்குரிய முதலாவது முன்தேவை. தானாகவே அவளால் இறுதி இலக்கைக் காணமுடியாமற் போகலாம். ஏனெனில் சமுதாயத்தின் பின்னல்கள் ஒருவருடைய வாழ்நாளில் விடுவிக்கப்படுவதில்லை. ஆயினும் அதனை அவளுடைய நம்பிக்கை எனக் கூறலாம். அதில் அவள் தன்னம்பிக்கையைக் காணுகிறாள்.

"உலகின் மாபெரும் புத்தாக்கம் ஒரு வேளை இதில் அடங்கலாம். எல்லாவிதமான பொய் உணர்ச்சி, வெறுப்பு ஆகியவற்றிலிருந்து விடுபட்ட ஆணும் பெண்ணும் எதிர் எதிர்களாக இன்றி, சகோதர சகோதரிகளாக, சுற்றத்தாராக ஒருவரையொருவர் நாடுவர். மனித சீவர்களாக ஒன்றிணைவர்."[22]

# வேலை

இங்கிலாந்தின் உழைப்புச் சக்தியில் முப்பத்தெட்டு சதவிகிதம் பேர் பெண்கள். இவர்களில் பதினாறு முதல் அறுபத்து நான்கு வயதுக்குட்பட்ட பெண்களில் பாதிப்பேர் தங்கள் வீடுகளுக்கு வெளியே வேலை செய்கிறார்கள் என்பது இதன் பொருள்.[1] நிர்வாகம், தொழில்நுட்பம், எழுத்தர் வேலை ஆகியவற்றில் பணிபுரிகிற பெண்களின் சராசரி ஊதியம் வாரத்திற்குப் பன்னிரெண்டு பவுண்டுக்கும் குறைவாகும். இதே வேலைகளுக்கு ஆண்கள் சராசரியாக வாரத்திற்கு இருபத்தெட்டு பவுண்டுகள் சம்பாதிக்கிறார்கள். ஆண்பால் உடல் உழைப்பாளர்கள் வாரம் சராசரி இருபது பவுண்டுகளும், பெண்பால் உடல் உழைப்பாளர்கள் வாரம் சராசரி பத்துப் பவுண்டுகளும் சம்பாதிக்கிறார்கள். எனினும் பெண்கள் நம்புகிற மாதிரி இந்த எண்ணிக்கைகளில் சமவேலைக்குச் சம ஊதியம் என்பது ஒன்றும் பெரிய வித்தியாசத்தை ஏற்படுத்திவிடாது. பெண்பாலை வேலைக்கு அமர்த்தும் வடிவமைப்பானது, பெண் வேலைத்தளத்துக்கு வெளியே வகிக்கின்ற பாகத்தைப் பின்பற்றுகிறது. ஆண்கள் செய்கிற மிக முக்கிய வேலையில் ஓர் உதவியாளாக, எடுபிடியாக அவள் எப்போதும் இடம்பெறுகிறாள். 1967- இல் உற்பத்தித்துறைத் தொழிற்சாலைகளில் வேலையில் அமர்த்தப்பட்ட இரண்டரை மில்லியன் (25 லட்சம்) பெண்களில் ஏழரை லட்சம் பேரைத் தொழிலாளர் இலாகா, அரைத்திறன் பெற்றவர் எனக் குறிப்பிட்டது. நிர்வாகம், தொழில் நுட்பம், எழுத்தர் ஆகிய வேலைகளில் அமர்த்தப்பட்ட ஏழு லட்சம் பேரில் பெருந்திரளானவர்கள் அரைத்திறன் பெற்றவர்களாகலாம் என்பது நிச்சயம். உற்பத்தித் துறையில் பணிபுரிகிற திரளான ஆண்கள் பயிற்சி பெற்ற செயல்பாட்டாளர்களாகவோ (operatives), அல்லது அவ்வாறு வருவதற்குப் பயிற்சி பெற்றவர்களாகவோ இருக்கிறார்கள். காலணி, ஆடை, பண்டபாத்திரத் தயாரிப்பு வர்த்தகங்களில் மட்டும் திறன் பெற்ற பெண்கள் பிறரை எண்ணிக்கையில் விஞ்சியுள்ளார்கள். இந்த நாட்டில் வேலை செய்கிற ஒன்பது மில்லியன் (90 லட்சம்) பெண்களில் இரண்டு சதவிகிதம் பேர் மட்டுமே நிர்வாக இடங்களில் இருக்கிறார்கள். ஐந்து சதவிகிதம் பேர் மட்டுமே உயர்தொழில்களில் பணிபுரிகிறார்கள். இரண்டு மில்லியன் (20 லட்சம்) பெண்பால் உழைப்பாளிகள் மட்டுமே தொழிற்சங்கங்களில் உறுப்பினர்களாக இருக்கிறார்கள். பையன்களைப் போலச் சிறுமிகள் மூன்று மடங்காக உள்ளார்கள். இவர்கள் பதினைந்து வயதில் பள்ளிக்கூடத்தைவிட்டு

நின்றுவிட்டவர்கள். பணிபுரியும் பல்கலைக்கழக மாணவர்களில் பெண்கள் கால் பகுதியினராக உள்ளார்கள். நமது சமுதாயத்தில் பதினெட்டு வயதான பெரிய சிறுமியர்களில் நான்கில் மூன்று பகுதியினர் பயிற்சி ஏதும் பெறுவதில்லை; அல்லது உயர்கல்வி ஏதும் கற்றதில்லை.[2] இந்த வடிவமைப்பின் வழியாகத் தெரியவருவது: மந்தமான - மதிக்கப்படாத ஒரு பெண்பால் உழைப்புச்சக்தி இங்கே தற்காலிகமான உழைப்பாக - பணிவான ஆனால் நம்பவியலாத ஒன்றாக இருக்கிறது. இந்த நாட்டில் பாதிக்கு மேற்பட்ட பெண்கள் மணமானவர்கள். எனவே இப்பெண்களின் தலையான அக்கறை குடும்பத்தின் மீதுதான் என்பது விளங்கும். வீட்டிற்கு வெளியே வேலை பார்க்கிற வகையில் சற்றுக் கூடுதல் வருமானம் வருகிறது. இதற்கு மேல் முன்னேற வேண்டும் என்ற ஆவல் இல்லை. இந்த அனுமானம் பேரளவிற்குச் சரியானதே. ஆனால் இந்த அனுமானம், தங்களைத் தாங்களே பார்த்துக்கொள்ளவேண்டிய பெண்களின் வாய்ப்புக்களுக்கு ஏற்றதாக இல்லை. ஆண்கள் செய்கிற அதேவேலையைப் பெண்கள் செய்கிற இடத்தில் ஊதிய விகிதம் ஐந்து முதல் இரண்டு சதவிகிதம் வரை குறைவாக இருக்கிறது. இந்த ஏற்றத்தாழ்வைச் சரிசெய்வதால் மட்டும் பெரும்பாலான பெண்பால் தொழிலாளர்களுடைய சுமை ஒன்றும் குறையப் போவதில்லை.

பிரிட்டனில், 1969- ஆம் ஆண்டு, பெண்பால் வாக்குரிமை கிடைத்த ஐந்தாம் ஆண்டுவிழா என்ற ஒரு காரணத்தால் தொழிற்சங்க கவுன்சில் மாநாட்டில் (TUC) பெண்பால் பிரதிநிதிகளின் கிளர்ச்சிமிக்க பேச்சுக்கள் ஒலித்தன. கவுன்சில், சமவேலைக்குச் சமஊதியம் என்ற போராட்டத்தை முன்னெடுக்கச் சபதம் செய்தது. இதற்காகப் பெண்பால் தொழிலாளர்கள் நடத்திய வேலை நிறுத்தங்களை ஆதரிக்கும் அளவுக்குச் சென்றது. அவர்கள் சார்பாக வேலைநிறுத்தம் செய்தது. அப்போதைய பிரதம மந்திரி இவ்வளவு அதிகமாக ஊதியத்தை உயர்த்த தேசத்தால் முடியாது. ஆண்டுதோறும் படிப்படியாக அதனை உயர்த்தி வழங்கும் என்று கூறினார். இந்தச் சூழலைச் சமாளிக்க அவருடைய மந்திரிசபை மூளையைப் போட்டுக் கசக்கியது. (டேகன்ஹம் நகரில் உள்ள ஃபோர்டு பிளாண்ட் (Ford Plant) - இல் பெண் தொழிலாளர் நடத்திய வேலைநிறுத்தத்தால் பெண்பால் கிளர்ச்சியின் ஆற்றல் உணரப்பட்டது. இங்கு நடந்த வேலை நிறுத்தம் பெரிதும், பெண்கள் கடையில் பணிப்பெண்ணாக வேலை பார்த்த ரோஸ் போலண்ட் என்பவரின் முயற்சியின் விளைவாகும். இந்த வேலை நிறுத்தத்தின் விளைவுகளில் ஒன்று, 'தேசிய கூட்டுச் செயல்பாட்டுப் பிரச்சாரக் குழு' (National Joint Action Campaign Committee) உருவானது. இது மிகவும் அர்ப்பணிப்போடு செயல்பட்ட

இடதுசாரிப் பெண்களின் அணியாகும்). இந்தப் போராட்டத்தை மந்திரி திருமதி காஸில் மிகுந்த யுக்தமான முறையில் கையாண்டார். திருமதி காஸில் ஊதியமாகப் பெறுகிற 8,500 பவுண்டுகள், ஏனைய மந்திரிகளின் சம்பளத்திற்குச் சமமாக இருக்கலாம் என்பதை உழைக்கும் பெண்கள் மிகுந்த மரியாதையோடு அவரிடம் எடுத்துக் காட்டினார்கள். அதேசமயம், மக்கள் சபையின் சிற்றுண்டிக் கடையில் வேலை பார்க்கிற பெண்கள், அதே வேலையைச் செய்கிற ஆண்களைவிட முப்பது ஷில்லிங் குறைவாகச் சம்பாதிப்பதை அவரது பார்வைக்குக் கொண்டு வந்தார்கள். ஆனால் அங்கே யாரும் தொ.ச.க (T.U.C) தலைமையகத்தில் பணிபுரிகிற பெண்பால் எழுத்தர்கள், ஆண்களை விடக் குறைவாகவே சம்பாதித்துக் கொண்டிருந்ததை எடுத்துக்காட்ட வில்லை. ஓராண்டுக்கு முன், தொழிற்சங்கத் துறையில் பெண்களின் நிலைமை பற்றியும், வேலை வாய்ப்புக்கள் பற்றியும் ஆய்வு நடத்த தொ.ச.க. ஒரு கமிஷனை ஏற்படுத்த வேண்டும் என்ற கருத்தை நிராகரித்து விட்டது. அதேசமயம் திருமதி ஜாய்ஸி பட்லர், பால் பாரபட்ச போர்டு பற்றிக் கொண்டுவந்த ஒரு தனியார் மசோதா, ‘காலம் போதாமை’ காரணமாக மக்கள் சபையில் தோற்றுப்போனது.

தொ.ச.க. ஆண் - பெண் சமவேலை - சம ஊதியம் என்ற கோரிக்கையைச் சட்டபூர்வமாக்கத் துடித்துக் கொண்டிருந்தது. ஆனால் இவ்விசயம் பற்றி, உணர்ச்சிவசப்படாத நிலையிலிருந்த ஆய்வாளர்கள் கூறியவை வேறுமாதிரி இருந்தது. பெண்களுக்குச் சம ஊதியம் கிடைத்துவிட்டால் எங்கே அவர்களுக்கு மலிவான ஊழியர்களாக இருப்பதால் வரும் ஆதாயம் இல்லாமற் போனால், அவர்களுக்கு வேலைவாய்ப்பு இல்லாமலே போகலாம். அதோடு அரைத்திறன் பெற்ற, திறன் இல்லாத வேலைகளிலிருந்து பெண்களின் உழைப்பு மேலும் மேலும் கழற்றி விடப்படலாம்.[3]

விளம்பர வேலைகளில் ஆண்பால், பெண்பால் வேலை வாய்ப்பில் பாகுபாட்டை அகற்றுவதால், இறுதியில் ஆண் - பெண் வேலை ஊதியத்தில் பாரபட்சமான நிலை மறைந்து விடும். குறிப்பிட்ட பாலுக்கு உரியவை எனத் தகுதி வழங்கப்படாத வேலைகளுக்கு பெண்கள் போகமுடியாத சூழல் உண்டாகும். இதில் சோகம் என்னவெனில், இந்தப் பாரபட்சமும், ஓரவஞ்சனையும் ஒழிந்து போகச் சட்டம் கொண்டு வர முடியாது. பெண்களுக்குச் சட்டங்களால் தங்கள் வேலைகளில் ஆக்கபூர்வமான ஆர்வத்தையும், பயிற்சியையும் கொண்டுவர முடியாதென்பது நிச்சயம். அதோடு, பெண்களுக்கு இந்தப் பிரச்சினையில் பெரிதாக ஆர்வம் ஏதும் கிடையாது. மேலும், பெண்கள் தங்களைச் சங்கமயமாக்குவதில் அடைகிற தோல்விக்கும் சங்கமாக அமைப்புற்ற பெண்கள் தங்களுடைய சங்கங்களில்

செயலூக்கமாக இருப்பதில் அடைகிற தோல்விக்கும் அவர்களுடைய வீட்டுப் பிரச்சினைகள் சரிபாதி காரணங்களாக இருக்கின்றன. தொ.ச.க. இதனை ஒத்துக்கொண்டு, கூடுதல் நேர வேலை, இரவுநேர வேலை ஆகியவற்றைப் பெண்கள் மேல் சுமத்துவதைத் தடுக்கும் முறைகளை ஏற்படுத்த முயற்சி மேற்கொண்டது. ஆனால், ஆண்கள் தாங்கிக் கொள்ளுகிற அதே அசௌகரியங்களைத் தாங்களும் தாங்கத் தயார் என்று பெண்கள் வாதிட்டார்கள். மனையுறை மனைவியர் செய்கிற ஊதியமில்லா உழைப்பிற்கான உரிமைகளைக் கேட்டபோது தொழிற்சங்கத்து ஆண்கள் ஏற்கத் தயாராக இல்லை.

> *('அரசுத் தலைமையில் பெண்களின் குறைவான பங்கிற்குக் காரணம் அவர்களுடைய முன்முயற்சி இல்லாமையாகும். அரசியல் தலைமையில் ஓரிடத்தை வெல்லும் சின்ன ஆசையைக் கூடப் பெண்கள் வெளிப்படுத்துவதில்லை. இதற்கு மாறாக, அவர்களில் மிகப் பெரும்பான்மையோர், அத்தலைமை யிலிருந்து ஒதுங்கியிருப்பதற்கு ஆண்கள் செய்துள்ள அநியாயங் களை ஏற்றுள்ளார்கள். இவ்விசயத்தில் ஆண்களைவிடப் பெண்கள் சில சமயங்களில் இணங்கிப் போகப் பிடிவாதமாக மறுக்கிறார்கள்; பெண்ணியத்திற்கு எதிராக இருக்கிறார்கள். இது விநோதமாக இருக்கிறது'* - Maurice Duvergar, 'The Political Role of Women, 'UNESCO, 1955, p.126).

ஆலைகளில் மழலையர் பள்ளிகளை ஏற்படுத்தி, ஆலை நிர்வாகமும் தொழிற்சங்கங்களும் கூட்டாக நடத்தும் யோசனைகூட முன்வைக்கப்பட்டது. பாலையும் (Sex), குழந்தைகளையும் இதில் நுழைத்ததால் விவாதப் பொருளுக்கு உரிய கனம் குறைந்தது. வேலை கொடுத்தவர், வேலைக்கு அமர்த்தியவர்களை மட்டுமின்றி அவர் களுடைய குழந்தைகளுடைய பிரச்சினைகளையும் சந்திக்க வேண்டிய தாயிற்று. இதனால் (பால் ரீதியில்) ஓரவஞ்சனை காட்டும் போக்கு மேலும் மேலும் அதிகரிக்கிற நிலை ஏற்பட்டது. இந்நிலையில், தேசிய கூட்டுச் செயல்பாட்டுப் பிரச்சார அமைப்பானது, பெண்களுடைய சமஉரிமைகள் பற்றி, **1969**, மே, *18*- இல் மகளிர் பேரணியொன்றை நடத்துவதற்குப் பெண் தொழிலாளர்களை ஒருங்கிணைத்தது. ஆனால் அந்தப் பேரணியில் ஓராயிரம் பெண்களே பங்கு பெற்றார்கள்."[4]

போராட்டத்தில் பெண்களின் எண்ணிக்கை மிகவும் குறைந்து போனதைச் சரிக்கட்ட, செயல்படும் பெண்கள், பெண்பால் பற்றிய கேலி, கூட்டுச்சதி ஆகிய காரணங்களை எடுத்துக்காட்டி அவற்றுக் கெதிராகக் காட்டமாகக் கத்தினார்கள். இவ்விடத்தில், திருமதி லில்லியன் பிலோக்கா என்பவரின் துணிச்சலான செயல் நினைவுக்கு

வருகிறது. அவள் நடத்திய கிளர்ச்சியின் காரணமாக, 'ஹல் டிராலர்' கம்பெனியைச் சேர்ந்த ஆண்கள், மீன்பிடித்து வருமாறு குளிர் காலத்தில் அனுப்பப்பட்டார்கள். கடலில் கடுங்குளிரால் இறந்துபோன அவர்கள் தேசிய உயிர்த் தியாகிகளானார்கள். தேசிய செய்தித் தாள்களில் பிலோக்காவின் அழகிய சினந்த வதனம் அலங்கரித்தது. அவளது முரட்டுத்தனமான சொற்களால் செய்தித் தாள்களின் பிரதிகளின் எண்ணிக்கை கூடியது. இதன் விளைவாக ஆண்கள் சார்பில் அவள் மீது நடவடிக்கை எடுக்குமாறு நிர்ப்பந்தம் எழுந்தது. வேலை இழந்த பிலோக்காவுக்கு, 'ஹல் டிராலர்' அதிகாரிகள் கூட்டத்தின் செயலாளரும், பெண்பாலைச் சேர்ந்தவருமான ஸ்கிப்பர் லாரி ஓலிவர் என்பவள் சிகரமான அவமானத்தை வழங்கினாள்.'

> "திருமதி பிலோக்காவின் செயல், மீனவர்களின் மனைவிமார் மீது பொதுமக்கள் வைத்திருக்கக்கூடிய மதிப்பினைக் கூட்ட வில்லை என அறிவிக்குமாறு என் உறுப்பினர்கள் சிலருடைய மனைவியர் என்னைக் கேட்டுக் கொண்டார்கள். மூன்று கப்பல்களில் சென்ற ஆண்களை இழந்துவிட்ட பெண்களுக்கு இது பற்றிக் கூறுவதற்கு எதுவும் இல்லை என்பது எங்களுக்கு அதிசயமாக இருக்கிறது. ஆண்களுக்குரிய போர்களைப் புரிவதற்கு மகளிர் கமிட்டியை ஏற்படுத்தும் யோசனையானது என் மனதுக்கு முற்றிலும் கேலிக்கூத்தாகப்படுகிறது"[5]

சர்வதேச உழைப்பு அமைப்பு (International Labour Organization) ஒப்பந்தத்தில் 110, 111- வது சரத்துக்களுக்கு பிரிட்டிஷ் அரசாங்கம் ஒப்புதல் தரவேண்டியதிருந்தது. இவை, சமஊதியம், பெண்களுக்கான வேலை வாய்ப்பு ஆகியவை பற்றியவை. இந்த சரத்துக்கள், தங்களது அரசாங்கத்தின் நிபந்தனைகளைப் பூர்த்தி செய்யத் தவறிவிட்டதாகக் கூறிய பிரதம மந்திரி அவற்றுக்கு ஒப்புதல் தர மறுத்துவிட்டார். எரிகிற கொள்ளியில் எண்ணெய் வார்ப்பது போல, மேற்படி அமைப்பு விதித்த விதிமுறை ஏற்கப்படுமா என்பது கேள்விக்குறியாக இருந்தது. அந்த விதிமுறை 'சம மதிப்பீடுள்ள வேலைக்குச் சமஊதியம் வழங்க வேண்டும் என்று, பொதுச்சந்தை (Common Market) வழங்கிய தீர்மானத்திலிருந்த ஓட்டையை நமது ஆட்சியாளர்கள் பிடித்துக் கொண்டார்கள். 'ஒரே மாதிரியான' வேலைக்குச் சமமான ஊதியத்தைப் பெண்களுக்கு வழங்க வேண்டும் என்று கூறுவது, பெண்களுடைய வேலையின் பெயரை மாற்றுவதால் ஏற்றத்தாழ்வான ஊதியத்தை நியாயப்படுத்துவதாக அர்த்தமாகிறது. இது பெண்ணிய வாதிகளுக்கு ஏமாற்றத்தைத் தந்தது. 1969-இல் நடந்த தொ.ச.கமிட்டி மாநாட்டில் சமஊதியக் கோரிக்கை முன்வைத்துப் பேசப்பட்டது. இம்மாநாட்டில் கலந்துகொண்ட பிரதிநிதிகளில் 51 பேர் மட்டுமே பெண்கள். 1200க்கு

மேற்பட்டவர்கள் ஆண்கள். இதற்கிடையில் வங்கிகளில் பணிபுரிகிற பெண்களின் ஆண்டுச் சம்பள உயர்வு ஆண்டுக்கு 800 பவுண்டு என்று நின்றுவிட, ஆண்களின் ஆண்டுச் சம்பள உயர்வு ஆண்டுக்கு 1100 பவுண்டாக உயர்த்தப்பட்டது. சராசரியாக ஓர் ஆண் பெறுகிற ஊதியத்தைவிட, முப்பதில் ஒரு பெண் சற்றுக் கூடுதலாகச் சம்பாதிப்பது அபூர்வம். பொது வாகனங்களில் பெண் நடத்துநர்களை அமர்த்துவது ஒரு பிரச்சினையாகிற போது, சமவேலைக்கு சம ஊதியம் என்பதால், பேருந்துப் பெண் நடத்துநர்கள் இத்தொழிலுக்கு இழுக்கப்படு கிறார்கள். ஆனால், அவர்களால் ஓட்டுநர் வாகனப் பணிமனை மேலாளர் அல்லது ஆய்வாளர் ஆகமுடியாது. ஓட்டுநர் மட்டுமே போதும் என்ற பேருந்துகள் புழக்கத்திற்கு வருகிறபோது பெண் நடத்துநர்கள் தற்காலிகப் பணிஓய்வு தரப்படுவார்கள் அல்லது சிற்றுண்டிச் சாலைகளில் குறைந்த ஊதியங்களில் வேலைக்கு அமர்த்தப்படுவார்கள். ஆயினும் இன்னும் மூவாயிரம் ஓட்டுநர்கள் தேவைப்படுகிறார்கள். அதிக ஊதியம் பெறுகிற தொழிலாளிகள் செலவுகளை ('footed the bill') ஏற்றால், பெண் தொழிலாளிகள் சமஊதியம் பெறமுடியும் என்று திரு. வில்ஸன் கூறினார். இது ஆண்பாலின் சந்தேகத்தைக் கிளப்பிவிடக் கூடியது. பெண்கள் எந்த ஊதியமுமில்லாமல் தொடர்ந்து வீட்டில் வேலை செய்வார்கள். வேலைத்தளத்தில் அற்பக் காசுக்காக வேலை செய்வார்கள். படிப்படியாகப் பெண்களுக்குச் சமவேலைக்குச் சமஊதியம் வழங்கப்படும் என்ற வில்சனின் முடிவுக்கு எதார்த்தத்தில் என்ன அர்த்தம் என்பதை நாம் பொறுத்திருந்துதான் பார்க்க வேண்டும்.

ஊதியம் பெறும் வேலைகளிலுள்ள பெண்களைப் பற்றிப் பேசுகிறபோது, பிரிட்டிஷ் பெண்களில் பெருந்தொகையினரான பதினாறு மில்லியன் (1 கோடி 60 லட்சம்) மனையுறை மனைவியர் பற்றி நான் பேசவில்லை. மனையுறை மனைவி செய்யும் வீட்டு வேலைகளுக்கு ஊதியம் வழங்கப்படுவதே இல்லை. (சம்மர்ஸ்கில் சீமாட்டி 1964-ஆம் ஆண்டு கொண்டுவந்த திருமணச் சொத்து மசோதா, பெண்ணுக்கு வீட்டுப் பராமரிப்புப் படியில் பாதியை வைத்துக் கொள்ளும் உரிமை நிறைவேற்றப்பட்டது). என்றாலும், இத்தகைய சட்டங்களால் வசதியானவர்களுக்கே பயன் கிடைக்கும்; ஏனென்றால் குடும்பத்திற்கு உண்மையாகத் தேவைப்படுவது போல இரண்டு மடங்காகவுள்ள வீட்டுப்பராமரிப்புப் படித் தொகையைக் கணவன் தரவேண்டுமென்று சட்டத்தால் நெருக்கடி செய்யமுடியாது.

வீட்டுப் பராமரிப்புப் படியைச் சம்பாதித்துச் சேமிக்கிற மனைவியரின் எண்ணிக்கை உண்மையில் மிகவும் சிறியதாகவே இருக்கவேண்டும். கைவிடப்பட்ட மனைவியரின் பாதுகாப்புக்கான

விவாகரத்துச் சட்டம் கூடப் பார்க்கப் போனால் இதே மாதிரி பண்பையே கொண்டுள்ளது. எதார்த்தத்தில் இது, செல்வ நிலையில் உள்ளவர்களுக்கே பொருந்துகிறது. இவர்கள் மிகச் சிறுபான்மை யினராவார்கள். அவ்வாறு செல்வர்களாய் இல்லாதவர்களுக்கு மணமான நிலையில் இருப்பதைத்தவிர வேறு போக்கில்லை. இத்தகையோரின் மனைவியர்க்குப் பொருளாதார சுதந்திரம் அறவே இல்லை . கூடிவாழ மட்டும் அவர்களால் இயலும். 'பெண்களுக்கு நியாயமான பங்கு' என்ற டோரியின் (தீவிரமான பழைமைவாதிகள் அமைப்பு) ஆவணத்தால் பெரும்பாலான மனைவியர்க்கு எவ்விதப் பலனும் இல்லை. ஆனால் பழைமைவாதக் கட்சியின் (Conservative) 41-வது ஆண்டு பெண்கள் மாநாட்டில் கலந்து கொண்ட மூவாயிரம் பிரதிநிதிகளுக்கு அது மிக வசீகரமாக இருந்தது.[6] இதேபோல, மிகச் சிறிய சிறுபான்மைக்குப் பொருந்தக்கூடிய குடும்ப (சீர்திருத்த) சட்ட மசோதாவும் சரி, 'வாக்கு மீறல்', 'மண உரிமைகள் மீட்பு, ஆசை காட்டுதலும் ஏமாற்றுதலும்' ஆகியவற்றிற்குரிய நடவடிக்கைகளும் சரி; அரிதானவையாகவும், ஏற்கனவே காலாவதியானவையாகவும் இருந்தன. திருமணச் சொத்து மசோதா (1964) வின் பிரகாரம், மணவாழ்க்கைக்குரிய வீடு அல்லது தொழில் ஆகியவற்றில் முதலீடு செய்த பணத்தை மீண்டும் பெறவும், ஓர் உடன்படிக்கைக்கு உரிமை கோரவும் மனைவியர்க்கு வசதிகள் ஏற்பட்டன. இதுவுங்கூட செல்வ நிலையிலுள்ள பெண்களுக்குத் தக்கதாக அமைந்தது. திருமணத்தில், கைவிடப்பட்ட (விவாகரத்தான) பெண், மற்றப் பெண்ணிடம் நஷ்டஈடு கோருகிற சாத்தியப்பாட்டினை சட்டக் கமிஷன் ஆய்வு செய்து வந்தது. ஆனால் இதிலும் நஷ்டஈடு வழங்கும் அளவுக்குப் பணவசதி படைத்த மற்றப் பெண்ணைப் பார்ப்பது அரிது.

> *('மனைவி தருகிற ஓய்வுநேரப் பொழுதுபோக்கு... அவளது சோம்பேறித்தனத்தின் வெற்று வெளிப்பாடன்று. இது உழைப்பு வடிவமாக, அல்லது வீட்டுக் கடமைகளாக, அல்லது சமூக சௌகரியங்களாக மறைவான வடிவங்களில் நிகழ்கின்றது. இது குறித்து ஆராய்கிற போது, அவள் இலாபகரமான, அல்லது குறிப்பிடும்படியான பயன் தருகிற செயல்கள் எவற்றிலும் தன்னை ஈடுபடுத்தாதவளாக - ஈடுபடுத்தத் தேவையற்றவளாக இருக்கிறாள் என்பது நிரூபணமாகிறது...'*
>
> - Thonstein Veblen, 'The Theory of the Leisure class,' 1899, pp.81-2)

இவ்வாறு விவாகரத்தான பெண்ணுக்கு, மற்றப் பெண் இழப்புஈடு வழங்குவது சர்வசாதாரணமாகிவிட்டால் திருமணம் என்பது அருவெறுக்கக் கூடியதாகிவிடும். இழப்பு ஈடாகத் தரவேண்டியதை

மற்றப் பெண் தனது புதிய புருஷன் செலுத்தும்படி கேட்பது பெரும்பாலும் நடக்கும். இதற்கும் ஜீவனாம்சம் தருவதற்கும் ஒரு வித்தியாசம் இல்லை. சமவேலைக்குச் சமம் ஊதியத்தை இந்தத் தேசத்தால் கொடுக்கமுடியாததைப் போல, திருமண அமைப்பின் நிதி வகைப் பட்ட நிலப்பிரபுத்துவத்திலிருந்து பெண்களை அதனால் இரட்சிக்க முடியாது. விவாகரத்தால் கைவிடப்படும் மனைவியர் நலனுக்காக ஒருவகையான தேசிய காப்பீடு நிறுவப்பட்டால், செய்தித்தாள்களின் ஞாயிற்றுக்கிழமைப் பிரசுரங்களில் இதனை ஒழுக்கக்கேட்டுக்கு அரசாங்கம் தந்த ஒப்புதலாக எழுதுவார்கள். பிரிட்டனில், நடுத்தர வருவாய்ப் பிரிவினர் மீது மிகுந்த வரியைச் சுமத்தினாலும்கூட மேலே கூறிய ஒரு திட்டம் பொருளாதார ரீதியில் செல்லுபடியாகாது. இந்த மொத்த அமைப்பின் பொருளாதாரச் சேதாரங்களாக மனையுறை மனைவியர் இருந்தாக வேண்டும். வாழ்க்கைச் செலவினத்திற்கும், நிஜமான சம்பாத்தியங்களுக்கும் இடைப்பட்ட இழுபறியான நிலையை அவர்களே நிரவவேண்டும். அதேசமயம், அதனைச் சரிக்கட்டு வதற்குத் தேவையான சுதந்திரமான இயக்கத்தையோ அல்லது தற்சார்பையோ அவர்கள் எதிர்பார்க்க இயலாது.

கிரேட் பிரிட்டனில் பாதிக்கு மேற்பட்ட மனையுறை மனைவியர் தங்கள் வீடுகளுக்கு வெளியே வேலை செய்கிறார்கள். அவர்களுள் சிலர் உயர்தொழில் செய்யும் பெண்கள் (Professionals). இவர்கள் தங்கள் சம்பாத்தியத்தில் பெரும் பகுதியை வீட்டு உதவி, கார், பணி ஓய்வு, வரி ஆகியவற்றுக்காகச் செலவிடுகிறார்கள். உதாரணமாகச் சற்றுப் பெரிய பள்ளிக்கூடத்தில் தலைமையாசிரியையாகப் பணிபுரிகிற மணமான பெண் ஆண்டுக்கு 1900 பவுண்டு சம்பாதிக்கிறார். அதில் 1,010 பவுண்டு வரியாகச் செலுத்துகிறார். 110 பவுண்டு ஓய்வூதியத் திற்கும், 200 பவுண்டு வீட்டு உதவிக்கும், 300 பவுண்டு காருக்கும், 75 பவுண்டு துணிமணி, புத்தகம் முதலிய இதரச் செலவினங்களுக்கும் செலுத்துகிறார். அவருடைய நிகர வருமானம் 205 பவுண்டு. ஒரு பெண் மருத்துவருக்கு, அவர் சம்பாதிப்பதைவிட வீட்டுச்செலவு களுக்கு அதிகம் தேவைப்படுகிறது. உள்நாட்டு வருவாய்த்துறை அதிகாரிகள் இப்பெண்களை மிக மோசமாக நடத்துகிறார்கள். இப்பெண்களுடைய கணவர்கள் செலுத்துகிற வரிகளைப் பற்றி இந்த அதிகாரிகள் அவர்களிடம் விவாதிக்க மறுக்கிறார்கள்.[7] மணமான பெண்களைச் சுதந்திரமான தனிமனுசிகள் என்று எடுத்துக்கொண்டு அவர்களிடம் வரி விதிப்பதை இந்தத் தேசத்தால் தாங்கமுடியா தென்றால், உயர் உத்தியோகம் வகிக்கிற (Professionals) பெண்பால் உழைப்பில் உண்டாகிற விரயத்தை இந்தத் தேசத்தால் தாங்கமுடியாது என்பதும் உண்மைதான். பெரும் எண்ணிக்கையில் ஆசிரியர்களாக

உள்ளவர்கள் பெண்பால் உத்தியோகஸ்தர்கள். ஆனால் அரசு வழங்கும் பெருந்தொகை பிடிக்கிற பயிற்சியைப் பெற்றபின் ஆறாண்டு கழித்து அவர்களில் மூன்றில் ஒரு பகுதியினரே இன்னமும் பணியிலிருக் கிறார்கள்.

திருமணத்திற்குப் பிறகு, தங்கள் அலுவலை நீடிப்பதற்குப் போராடுகிற உத்தியோகம் பார்க்கும் பெண்கள் மிகச் சிறுபான்மை யினராவார்கள். அவர்கள் பெரும்பாலும் வேலையை விட்டுவிடவே நினைக்கிறார்கள். பிரிட்டனில் வேலை செய்கிற மனைவியரில் பெரும்பாலோர் தாங்கள் உத்தியோகத்தில் தொடர்ந்திருப்பது தங்களுடைய வீட்டு உதவிக்கு அவசியமானது என்ற (கருத்தை) அனுமானத்தை லட்சியம் செய்வதில்லை. பாதிக்கும் மேற்பட்ட பெண்பால் தொழிலாளிகள் வேலைத்தளத்தில் விட வெளியில் கடினமாக வேலை செய்து கொண்டிருக்கிறார்கள். வக்கிரமான பொருளில், குறைந்த ஊதியம் அந்தப் பெண்பால் தொழில்துறை உழைப்பாளிகளுக்கு நியாயமானதென்று கூடச் சொல்லலாம். ஓர் இளம் குடும்பத்தில் சேவைத் தொழிலில் தங்களது உடல் வலிமையையும் சக்தியையும் ஓயாமல் செலவழிக்கிற பல பெண்களுக்கு ஒரு தட்டச்சு அல்லது தையல் எந்திரத்தின் முன் அமர்ந்திருப்பது ஓர் ஓய்வு என்றுதான் கூறவேண்டும். தன் குடும்பத்திற்காகப் பொருட்களை வாங்கி, அவற்றின் விலைகளுக்குரிய பணத்தைச் செலுத்தவேண்டிய ஒரு அந்தரங்க உதவியாளருக்கு ஒரு நாளின் மதிய உணவு நேரம் மிகுந்த உற்சாகமான நேரமாக இருக்கிறது. பகல் நேர மழலையர் பள்ளிக் கட்டணம் 2.10 பவுண்டிலிருந்து 6 அல்லது 7 பவுண்டாக உயர்த்தப்பட்டதை எதிர்த்து ஜூலை, 1969 - அன்று எப்பிங் டவுன் ஹாலில் வேலை பார்க்கும் மனைவியர் பேரணி நடத்தினார்கள். ஏனெனில் இந்தக் கட்டண உயர்வால், பயிற்சி பெற்ற பல செவிலியரும், ஆசிரியர்களும் வேலையில் தொடர்வது நடை முறையில் முடியாது என்பது தெரிந்தது. 1970-இல் நடந்த ஆசிரியர்கள் வேலைநிறுத்தத்தால், வேலை பார்க்கிற தாய்மார்களுக்காக அவர்களுடைய குழந்தைகளைப் பராமரிக்கும் செயலை ஆசிரியைகள் செய்வது தவிர்க்கமுடியாதது என்பது தெரியவந்தது. வேலை பார்க்கிற பல மனைவியர் தங்களது வேலையைச் செய்வதற்கே ஊதியம் தரப்படாத உழைப்பினைச் சார்ந்திருக்கிறார்கள். வேறு பல மனைவிகள் ஒரேசமயத்தில் வீட்டையும் பராமரித்துக்கொண்டு, தங்கள் வேலையையும் பார்க்கும் சாமர்த்தியத்திற்காகத் தங்களையே பெருமை பாராட்டுகிறார்கள். ஆனால் வேலை பார்க்கிற மனைவியர் பற்றி எனக்கு ஏற்பட்ட சொந்த அனுபவம் சோர்வு தரக்கூடியது. ஒருமுறை நான் ஆசிரியராகப் பணியாற்றிய ஒரு பள்ளிக்கூடத்தில் பெரும்பாலான

ஆசிரியைகள் மணமானவர்கள். ஆசிரியைகள் அறையில் நடக்கும் உரையாடல் மிகவும் வரையறுக்கப்பட்டதாக இருக்கும். தாங்கள் பாவிக்கிற கருத்தடை முறைகளின் வெற்றி - தோல்வி, வீட்டையும் குழந்தைகளையும் ஒரு நிதானமான நிலைமையில் கொண்டு செல்வதற்குத் தாங்கள் மேற்கொண்ட உத்திகள், தங்கள் கணவர்கள் போதிய அளவு சம்பாதிக்கும் பணிமூப்புப் பெற்ற பின்னர் தாங்கள் மனையுறை மனைவிகளாகும் ஆசை ஆகிய விசயங்களே அவர் களுடைய உரையாடல் பொருட்களாக இருந்தன. இன்னொரு நிறுவனத்தில், ஒரு காட்சியைப் பதிவு செய்து கொண்டிருக்கும்போது இடையில் சோர்ந்து வீழ்ந்த ஒரு தொலைக்காட்சி இயக்குநரின் அந்தரங்க உதவியாளராக வேலை பார்க்கும் ஒரு மனைவியைக் கண்டேன். அந்தப் பெண்ணின் பலத்துக்கும் மீறி அவளை வேலை வாங்கியதுதான் இதற்குக் காரணம்.

வீட்டிற்கு வெளியே வேலை பார்க்கிற ஒரு மனைவி, வீட்டில் தனது கணவனுடைய தினசரி வாழ்க்கை இலகுவானதாக இருக்குமாறு பார்க்க வேண்டும், வீட்டிற்காக உழைத்துச் சிறப்பாகச் சம்பாதிப்பவன் என்ற தன்னம்பிக்கையை அவனுக்கு ஊட்ட வேண்டும். பெண்பால் வேலையின் இரண்டாம் நிலை அம்சமாக இது அமைகிறது. இதனை யாரும் மதிப்பீடு செய்யவில்லை.

மனைவிகள் தங்கள் கணவர்களைக் காட்டிலும் குறைவாகச் சம்பாதிக்கிறார்கள்; கூடுதலாக வெற்றி பெற்ற மனைவிகளையுடைய ஆண்கள் மீது அனுதாபப்படுகிறார்கள். வேலை பார்க்கிற போதுங் கூடப் பெண்கள் ஆண்களுக்குச் சேவை செய்யவேண்டும். அந்தத் தொலைக்காட்சி இயக்குநரின் அந்தரங்க உதவியாளர் வேலை செய்து கொண்டிருக்கும் போது சோர்ந்து விழுந்ததற்குக் காரணம் அவளது பதட்டம்தான் என்று குறிப்பிடுவார்கள். அவளுடைய மேலதிகாரி அவளை ஓயாமல் நச்சரித்துக் கொண்டே இருந்ததால் தவறும் ஏதும் செய்துவிடக் கூடாதே என்பதால் எழுந்த பதட்டம் அது. மிக வெளிப்படையாக ஒரு பணிப்பெண்ணின் வேலையைச் செய்கிற வர்கள் அந்தரங்க உதவியாளர்களே. தங்களுடைய மேலதிகாரி களுடைய 'நான்'களைக் காப்பது, இவர்களது வேலையின் ஓரங்கமாக உள்ளது. தங்களது அதிகாரிகளின் தவறுகளை மூடிமறைப்பதுகூட இவர்களுடைய வேலையின் ஒரு பகுதியாக இருக்கிறது. ஆல்ஃபிரட் மார்க்ஸ் அந்தரங்க உதவியாளர்கள் ஆய்வுக்குழு கண்டறிந்த சில முடிவுகள்: ஆண்டுக்கு ஆயிரம் பவுண்டுக்கு மேல் சம்பாதிக்கிற அந்தரங்க உதவியாளர்களில் 80 சதவிகிதப் பெண்கள் எடுபிடி வேலைகளைச் செய்யத் தயாராக இருக்கிறார்கள்; 74 சதவிகிதம் பேர், தங்கள் மேலதிகாரிகள், அவர்களுடைய மனைவிகள் ஆகியோருக்காக

ஜாமான்கள் வாங்கிவரத் தயாராக இருக்கிறார்கள். 73 சதவிகிதம் பேர், மேலதிகாரிகளிடமிருந்து தங்கள் அதிகாரிகளைக் காப்பாற்றப் பொய்கூறத் தயங்குவதில்லை. (ஆல்ஃபிரட் மார்க்ஸ் குழுவின் அறிக்கை 19.7.1969-இல் வெளிவந்தது).[8] இந்த அறிக்கைக்கு 'சன்டே டைம்ஸ்' பத்திரிகையில் வந்த பதிலில் ஓர் இலட்சிய அந்தரங்க உதவியாளர்க்குரிய ஆலோசனைகள் இணைக்கப்பட்டிருந்தன. இவை, இவற்றின் சிறப்பின் அடிப்படையில் தலைகீழ் வரிசையில் வைக்கப்பட்டிருந்தன:

"1. எப்போதும் ஒரு நறுமணப் பொருளைப் பயன்படுத்துக. இது தேவைப்படாத ஓராயிரம் பெண்களில் ஒருத்தியாக நீ இல்லை.
2. நல்ல டீயும் காபியும் போடக் கற்றுக் கொள்க.
3. அலுவலகத் தொலைபேசி எண்ணை உன் தாய், நண்பன், கணவன், ஆன்டியிடம் கொடுக்காதே.
4. உதட்டுத் சாயம் பூச, செயற்கை இமைகளை மாட்ட, நகங்களில் சாயம் தடவ, அல்லது உள்ளாடைகளை மாற்ற ஒப்பனை அறையைப் பயன்படுத்துக.
5. வெளியிலிருந்து வரும் தபால்களின் மேலே பிடிக்காத செய்திகள் உள்ள தபால்களை வைக்காதே.
6. எப்போதும் அழகாகத் தோன்றுக. தூண்டி இழுக்கிற மாதிரி தோன்றாதே."[9]

ஒரு அந்தரங்க உதவியாளரான பெண், ஒரு மேலதிகாரியின் அந்தஸ்துக் குறியீடாவாள் - அவன் மனைவி மாதிரி. அவனது அந்தஸ்துக்கு ஏற்றவாறு எவ்வளவுக்கு அவளது கடமைகள் வரையறுக்கப்பட்டிருக்கின்றனவோ, அந்த அளவுக்கு அவளது மதிப்பும் (Value) இருக்கும். தினசரி செய்தித்தாளில் வேலைவாய்ப்புப் பகுதியை நோட்டமிட்டால் மிகச் சரியான பணியாளுக்குரிய தகுதிகளைக் காணலாம். ஒரு அந்தரங்க உதவியாளர் பிறரைக் கவரும்படி இருக்க வேண்டும். அமைதியான மனப்போக்குடைய நல்ல அமைப்பாளராக இருக்கவேண்டும். சுறுசுறுப்பாக - புத்திசாலியாக - சாதுரியமானவளாக, - திறமைமிக்கவராக - நல்லபடி வளர்க்கப்பட்டவராக - மலர்ச்சியாக இருக்கவேண்டும். இப்படிப்பட்ட வேண்டுகோளின் தொனிப்பொருள் நம்பமுடியாத ஆழங்கள் வரை போகலாம்.

"எனக்கு நிச்சயிக்கப்பட்டவரோடு சேருவதற்கு நான் மொரீசியஸ் போய்க் கொண்டிருக்கிறேன். மேஃபேர் ஆலோசனைக் குழுவின் தலைவரான என் மேலதிகாரி எனது பிரிவுக்காக வருத்தப்படுகிறார். அவர் பாராட்டும்படியான ஒரு

> அந்தரங்க உதவியாளராக உங்களால் ஆகமுடியுமென்று நினைக்கிறீர்களா? கம்பெனியின் செயலாளர், தம்முடைய பறவையை உயரப் பறக்கவிட்டதற்காக மிகவும் வருத்தப் படுகிறார். அவள் இடத்தை யாராலும் நிரப்ப முடியாதென்பதை தயவு செய்து யாராவது இல்லை என்று நிரூபிக்கிறீர்களா?"[10]

ஏறத்தாழ ஒவ்வொரு விளம்பரத்திலும் அந்தரங்க உதவியாளரான பெண்ணின் வயது சுட்டப்படுகிறது. வசீகரமான ஒரு பெண்ணுக்கும், திறமையான ஒரு பெண்ணுக்கும் உள்ள விருப்பத்திற்கு இடையில் எழுகிற முரண், சில வேளைகளில் சுவாரஸ்யமான விளைவுகளை உண்டாக்குகிறது. ஆனால், முதிர்ந்த ஒரு பெண்ணை யாரும் தங்கள் உதவியாளராக வைத்துக்கொள்ள விரும்புவதில்லை. ஏனெனில் இங்கே குடும்பப்பாங்கான உறவுமுறை (filial) பேணப்பட வேண்டிய துள்ளது. உதவியாளரின் உச்சவயது வரம்பு முப்பது எனத் தெரிகிறது. ஒரு அந்தரங்க உதவியாளர் அவளுடைய மேலதிகாரிக்குத் தவிர்க்க முடியாதவளாக ஆக விரும்பினால், அவள் தானாக முன்வந்து தனது அடக்கத்தையும் சேவையையும் அதிகரிக்க வேண்டும்.

> "நல்லதொரு அந்தரங்க உதவியாளர் என்பவள், தன்னால் முடிந்த ஒவ்வொரு வழியிலும் தனது மேலதிகாரியின் நலன்களை வளர்க்கும் ஒரேநோக்கத்திற்குத் தன்னை அர்ப் பணிக்கிறாள்... அவள் விசுவாசமானவள், கீழ்ப்படிதலுள்ளவள், மனசாட்சிப்படி நடப்பவள். அதிகாரியின் சகல நடவடிக்கை களையும் ஆதரிக்கிறவள், மற்ற அலுவலர் பற்றி அவரிடம் ஒருபோதும் விவாதம் செய்யமாட்டாள். அவரை எப்போதும் ஆதரிக்கிறாள்..."[11]

அவள் 'நுட்பமான முகஸ்துதி செய்கிறாள், ஒரு போதும் 'அதிகம் தெரிந்தவள்' என்று காட்டமாட்டாள். 'ஓர் இனிய, அவசியமான அலுவலக மரச்சாமானாக ஆவதே அவளது நோக்கம்.[12] ஓர் ஊழியன் பெறுகிற சம்பளத்திற்காக ஒரு மனுசி ஓர் ஆணுக்கு ஏன் இவ்வளவு விசுவாசமாகச் சேவை செய்யவேண்டும்? அவனது சம்பாதிக்கும் ஆற்றலை ஏன் அதிகரிக்கச் செய்து, அவனது தவறுகளை மறைக்க வேண்டும்? அவனது தொழிலைப் பற்றி நன்கு அறியவேண்டும் என்பதை அறிந்திருக்கிற அவள் அவனது வேலைக்கு வர ஏன் ஆசைப்படக் கூடாது? தனது அதிகாரியின் அதிகாரியை எவ்வாறு குளிரவைப்பது, வெகுநுட்பமாகத் தனது அதிகாரியை எவ்வாறு கீழிறக்குவது, அதன் மூலமாகத் தேடி வருகிறவர்கள் அவனையன்றித் தன்னை அணுகினால் அனுகூலம் பெறலாம் என்ற நம்பிக்கையை அவர்களுக்கு ஊட்டுவது எவ்வாறு சாத்தியமாகும் - என்று ஏன்

விளம்பரங்கள் அவளுக்குக் கூறுவதில்லை? இதற்குரிய பதில் ஆண்களின் ரகசியமான சகோதரத்துவத்தில் உள்ளது. ஒரு பெண் தனது மேலதிகாரி தகுதியற்ற ஒரு தற்குறி என்ற உண்மையை வெளியிட்டால் அவன் தண்டிக்கப்படுவதில்லை. விரைவில் அந்தப் பெண் வேலையை விட்டு நீக்கப்படலாம். எத்தனையோ நிறுவனங்கள் உண்மையிலே அந்தரங்க உதவியாளர்களால் நடத்தப்படுகின்றன. இந்த உதவியாளர்களின் நாடு தழுவிய வேலைநிறுத்தம் ஒன்று நடந்தால் சுவாரஸ்யமான விளைவுகளை எதிர்பார்க்கலாம். பெண்பால் விடுதலை, தனது தனிவழியை உருவாக்கிக் கொண்டிருக்கிறதை, அடித்தளத்து அந்தரங்க உதவியாளர்களுடைய வேலையை நோக்கினால் புரிந்து கொள்ளலாம்.

நகர விவகார கமிட்டித் தலைவர் திரு. ஹால்டு குயிட்மன் 1969, ஜூன் 15, 'தி டைம்ஸ்' இதழில் வெளியிட்ட புகார் குறிப்பிடத்தக்கது. "நிரந்தரமான அலுவலகக் காலியிடங்களை"! நிரப்புவதற்கு விரும்புகிற பயிற்சி பெற்ற அந்தரங்க உதவியாளர் அலுவலர் வேலைக்குத் தட்டுப்பாடு ஏற்பட்டுள்ளது." "உடனடியாக இந்த அறிவிப்பை ஏற்கிற முகவரகங்கள் தற்காலிக அலுவலர்களை வழங்கலாம்'' என்பது திரு. குயிட்மனின் வேண்டுகோள்.[13] பாவம் திரு.குயிட்மன்! எந்தவிதப் பதவி உயர்வையும் ஒரு பெண் எதிர்பார்க்க முடியாதென்றால், எந்த ஒரு நிறுவனத்தோடும் நிரந்தரமாக இணைத்துக்கொள்ள அவளுக்கு ஊக்கம் இருக்காது. அங்கும் இங்குமாக மாதிரிக்கு வேலை செய்வது, புதிய அதிகாரிகளை ஆசை காட்டி அலைக்கழிப்பது... என்றுதான் பெண்கள் நடந்து கொள்ளுவார்கள். 'பெற்றிகோட்' பத்திரிகைக்கு பிரிஸில்லா கிளமன்ஸன் தனது நிறுவன அமைப்பைப் பற்றி விவரித்துள்ளார்:

> "அவள், ஓர் ஆண்டில் ஏழு அல்லது எட்டு மாதங்களாக சுமார் இருபது அல்லது முப்பது விதமான பணிகளில் வேலை செய்கிறாள். அந்த மாதங்களில் அவள் சேமிக்கிறாள்; திட்டமிடுகிறாள். பிறகு அவள் தயாரானவுடனே மூட்டை முடிச்சுக்களோடு புறப்பட்டுப் போகிறாள்... ஸ்கான்டிநேவியா அல்லது ஸ்விட்ஸர்லாந்து என்று போகிறாள்.... பயணம் போகிறபோது 'நான் வேறொரு மனுசி' என்கிறாள். 'அப்போது நான் மிகவும் சுவாரஸ்யமானவளாகவும், பிற மக்களிடம் அதிகம் ஆர்வம் கொண்டவளாகவும் இருக்கிறேன்"[14]

தற்காலிக வேலைகளுக்கு ஆட்களை அமர்த்தும் முகவரகங்களின் வெற்றியை, புற்றீசல்களாக அதிகரித்துள்ள அவற்றின் எண்ணிக்கையிலிருந்து கணித்திடலாம். தன் வேலையில் வெறுப்படைந்த எந்தப் பெண்ணும் சுரங்க இரயிலில் வீடு திரும்புகிறபோது திரும்பத் திரும்ப

கவர்ச்சிகரமான சொற்களால் தாக்கப்படுகிறாள். அந்தத் தட்டச்சுக் குளத்திலிருந்து அவள் மட்டும் வெளியே வந்துவிட்டால் அதிக பணமும் சம்பாதிக்கலாம்; ஓய்வு நேரமும் கிடைக்கும்; எடுத்தேன் கவிழ்த்தேன் என்ற இந்த உலகத்தை தைரியமாக எதிர்கொள்ள முடியும் என்று அந்தக் கவர்ச்சிகரமான சொற்கள் அவளை உற்சாகப்படுத்து கின்றன. இதற்கு பதில் நடிவடிக்கையாக, இவர்களை வேலைக்கு அமர்த்துபவர்கள் இவர்களுக்கு ஆசை வார்த்தை காட்டுவார்கள். இனிமை ததும்பும் அலுவலகங்கள், கவர்ச்சிகரமான இருக்கை, சுவாரஸ்யமானவர்களைச் சந்திக்கும் வாய்ப்பு, முகஸ்துதி ஆகிய வற்றைக் காட்டி இழுப்பார்கள். அப்படிப்பட்ட நிலைக்குத் தள்ளப் படுவார்கள். இன்றைய அராஜவாதிகளான இளம் பெண்கள் இவற்றுக்கு அசைந்து கொடுக்கமாட்டார்கள். அப்படித்தான் தோன்றுகிறது. திரு. குயிட்மனும் அவரது நெருங்கிய சகாக்களும் இது தங்களால் வந்ததென்று உரிமை கொண்டாட முடியாது. இன்றைய இளம்பெண்பால் மக்கள்தொகை இந்த அலுவலிலிருந்து விலகிப் போய்க்கொண்டிருக்கிறார்கள். வேறு வழி இல்லாமல் மணமான பெண்கள், தங்களது வீட்டுக்கடமைகளின் பொருட்டு இவ்வேலையில் நீடித்திருப்பார்கள் என நம்பலாம். இவர்கள் குறைந்தபட்சம் விமானத்தைப் பிடிக்கவோ, கப்பலைப் பிடிக்கவோ ஓடிக்கொண்டிருக்க மாட்டார்கள். இருந்தாலும் இவர்கள் தங்கள் இதயங்களை வீட்டில் வைத்திருப் பார்கள். எந்த வழியிலாவது பெண்கள் இந்தப் போராட்டத்தில் வெற்றி பெறுவார்கள். இதில் வக்கிரமான வழிகள் உள்ளன. அமெரிக்காவில் தங்களது 'பாஸ்'களைத் தந்திரமான ஆற்றலுக்குப் பயன்படுத்துவதாகத் தகவல்கள் உள்ளன. ஆண்களை எதிர்த்துச் சவாலிடுவதற்குப் பதில் சரச சல்லாபக் கொஞ்சல் மூலம் காரியத்தைச் சாதிக்கிறார்கள். அந்தரங்க உதவியாளர்களின் சூசகமான கொஞ்சல் முறை பற்றி ஏற்கனவே தெரிந்ததுதான். கவர்ச்சிமிக்க இந்த உதவி யாளர்கள் கண்ணியமும் - ஆச்சரியமும் மிகுந்த பேரமுறையைக் கண்டறிந்துவிட்டதாகத் தெரிகிறது. ஒரு 'பாஸ்' தமது உதவியாளரான இளம் பெண்ணைத் தக்கவைக்க விரும்பினால் அதற்குரிய ஊக்கப் பரிசைத் தரவேண்டியதிருக்கும்... வெவ்வேறு வகையான அலுவலக அமைப்புக்களில் பணி அனுபவம் பெற்ற பெண்களின் அனுபவ அறிவைத் தொழில்துறை பயன்படுத்திட வேண்டும். ஆனால் விமர்சனத்தைத் தாங்கிக் கொள்ளும் ஆற்றல் அற்ற ஆண்பால், ஒரு போதும் இது நடவாதவாறு பார்த்துக் கொள்ளும்.

பெண்களின் வேலை வடிவமைப்பில் மிக மோசமான நிலையில் உள்ளது செவிலியர் வேலைதான். செவிலியர் பணியைத் தொடங்கியவர் ஃபிளாரன்ஸ் நைட்டிங்கேல். இவர் விக்டோரிய காலத்து நடுத்தர

வர்க்கத்தைச் சேர்ந்த சோம்பேறிகளான புத்திரிகளைக் கருணைப் பணியில் அமர்த்தினார். இந்தப் பணி அவர்களைச் 'சில்மிசம்' செய்வதிலிருந்து கட்டிப்போட்டது. இன்னும் பணக்காரப் பெண்கள் செஞ்சிலுவை, ஆஸ்ஃபாம் முதலிய அமைப்புக்களில் வேலை செய்கிறார்கள். இத்தொழில் பரிணாமம் பெறத் தவறிவிட்டது. செவிலியர் பணியில் இன்று ஆறுலட்சத்து நாற்பதாயிரம் பெண்கள் வெறும் உயிர்வாழ்வதற்குரிய சம்பளத்தில் வேலை செய்து வருகிறார்கள். இவர்கள் செய்வது ஓர் உயிர்நிலையான வேலை. இதற்குத் திறமை, முன்முயற்சி, 'அர்ப்பணிப்பு' வேண்டும். செவிலிப் பணியும் ஆசிரியப் பணியும் வெகுகாலமாகப் பெண்பால் உத்தியோகங்களாக மிகவும் பிரபலமாக இருந்து வந்துள்ளன. ஒருவர் இவற்றை மட்டுமே பெண்பால் உத்தியோகங்களாகக் கூறலாம். ஆனால், கடந்த பத்தாண்டுகளில் ஆசிரியப் பயிற்சிக்கான விண்ணப்பதாரர்கள் இரண்டு மடங்கிற்கும் மேலாக இருக்க, செவிலியர் பயிற்சிக்கு ஆறாயிரம் பேர் மட்டுமே முன்வந்தார்கள். இந்த அதிகரிப்பு கால்பகுதிதான். இதற்கிடையில் கடந்த இருபது ஆண்டுகளில் நோயாளிகளின் வருகை இரட்டிப்பாகிவிட்டது. மருத்துவமனையில் தங்கி சிகிச்சை பெறும் நோயாளிகள் நிலைமை கடுமையாகியுள்ளது. இதற்கு வீட்டுச் செவிலியர் வேலை என்ற கொள்கை மேல்நிலை பெற்று வருவது ஒரு காரணம்.

பயிற்சி பெற்ற செவிலி தனது முதலாவது ஆண்டில் 390 பவுண்டு (பிடித்தங்கள் போக 240 பவுண்டு) சம்பாதிக்கிறாள். இரண்டாவது ஆண்டில் 450 பவுண்டும் பெறுகிறாள். ஒவ்வொரு ஆண்டும் மனநல மருத்துவம் சார்ந்த செவிலியர் 100 பவுண்டு கூடுதலாகச் சம்பாதிக்கிறார்கள். செவிலியர் ஆண்டொன்றுக்கு 30 பவுண்டு சம்பள உயர்வு பெறும்போது, மருத்துவமனைக் குடியிருப்புக் கட்டணங்கள் உடனடியாக உயர்த்தப்படுகின்றன. இதன் விளைவாக அந்தச் சம்பள உயர்வு ஒரு கணப்பொழுதில் ரத்துச் செய்யப்படுகிறது. ஒருதடவை ஆர்பிங்டன் மருத்துவமனைச் செவிலியர் ஒரு பொதுக்கூட்டம் போட்டு, தாங்கள் சேவை செய்கிற சமூகத்தை எச்சரித்தார்கள். இது குறித்து வார்டு சிஸ்டர் எல்லா ஃபாரியர் 'தி டைம்ஸ்' இதழில் எழுதிய போது (மே, 1969) "நாங்கள் நோயாளிகளிடம் எப்படி ஆறுதலாகப் பேசவேண்டுமோ அப்படிப் பேசவில்லை. எங்கள் உறவினர்கள் துயரத்தில் அவதியுறுகிற போதும், அவர்களோடு பேச எங்களுக்கு நேரம் இல்லை. இரக்கமுடையவர்களாக அல்லது மனிதத் தன்மையுடையவர்களாக இருக்க எங்களுக்கு நேரம் இல்லை."[15]

மிகப் பெரிதாக எதிர்பார்க்கப்படுகிற செவிலியர் பணியின் உணர்ச்சிகரமான நிறைவுகள் எல்லாமே, அவர்களுடைய எண்ணிக்கையைக் குறைத்தபோது மோசமடைந்தன. இதனால் செவிலியர்

தரையை - தேய்த்துத் துடைப்பது போன்ற திறனில்லாப் பணிகளைச் செய்ய வேண்டியதாகியது. வீட்டுவேலை செய்பவர்கள்கூட இத்தகைய கொடுமைக்கு உடன்பட மாட்டார்கள். இதற்கிடையில், நவநாகரிகமான சிகிச்சை முறைகளுக்கு நன்கு படித்த செவிலியர் தேவைப்பட்டனர். 'புரோபைலாக்ஸிஸ்' போன்ற மருந்தைக் களைப் படைந்த நிலையில் ஒரு செவிலி கையாளுகையில் அது அவளை ஒரு கொலைகாரியாக்கிவிட முடியும்.

உண்மையில் மூன்றில் ஒரு செவிலி மூன்று 0 - தளங்களுக்கு மேல் கற்றவர்களாகவும், இதே அளவுக்கு இரண்டுக்கும் கீழ்த்தளங்கள் கற்றவர்களாக ஒரு செவிலி இருக்கிறாள். இது ஏற்கத் தகுந்த கடைசித் தளமாகக் கருதப்படுகிறது. ஏனென்றால் இத்தகைய செவிலியர்கள் பொதுச் செவிலியர் கவுன்சில் தேர்வில் தேர்ச்சி பெற்றவர்கள். மூன்றில் ஒரு பங்கு பயிற்சிச் செவிலியர் தங்களது பயிற்சிக் காலத்திலே நின்றுவிடுகிறார்கள். இப்படி இடையில் நின்றுவிடுகிற செவிலியர்கள் மலிவான உழைப்பின் பயன்மிக்க சேமிப்பாக இருக்கிறார்கள். தனது பயிற்சியைப் பூர்த்தி செய்த போதிலும்கூட ஒரு செவிலியின் நிலைமையில் பாராட்டும்படியான மாற்றம் ஏதும் இல்லை. அவள் மற்றவர்களிடமிருந்து வித்தியாசமான இடுப்புக் கச்சை அணிகிறாள்; மற்றப்படி ஒன்றுதான். வேலை செய்கிறபோது செவிலியர் தங்கள் புராதனமான சீருடையில் தலை முக்காடுபோட்டு மூடி, கட்டுப்படுத்தப்படுகிறார்கள். வேலை செய்யாதபோது, தினவெடுத்த சட்டதிட்டங்கள் தேவையில்லாமல் அவர்களை உற்றுப்பார்த்துக் கட்டுப்படுத்துகின்றன. தாதியர்களுடைய (matrons) தயைதாட்சணியமில்லாத தாய்த்தனமான நடத்தையைச் செவிலியர் தாங்கிக் கொள்ளுகிறார்கள். இந்தத் தாதியர்கள் அவர்களைப் பெரும் பாலும் மரியாதையில்லாமல் நடத்துகிறார்கள். அவர்கள் தங்களுக்குப் பூரணமாகக் கீழ்ப்படிய வேண்டுமென எதிர்பார்க்கிறார்கள். இதற்கெல்லாம் கூறப்படும் சமாதானம்: நோயாளிதான். ஆனால் இந்த நோயாளிதான் களைத்துச் சினமுற்ற செவிலியர் கைகளில் துன்புறுகிறார். அபத்தமான இந்தச் சூழ்நிலை 1969, மே மாதத்தில் பிரிட்டிஷ் பொதுமக்கள் மீது வெடித்தது. சிஸ்டர் வீல் என்பவருடைய ஒருங்கிணைந்த செவிலியர் சங்கம் தெருவில் இறங்கியது. இதற்குப் பிறகும் கூடச் செவிலியர் தங்கள் சீருடைகளோடு அணிவகுத்துத் தெருவில் போகக்கூடாது எனத் தாதியரின் இரும்புக்கரங்கள் தடுத்தன. தாதியர் கீழ்ப்படிந்தனர். மலிவான பத்திரிகையில் சிஸ்டர் வீல் தூஷிக்கப்பட்டார். அவரை ஒரு தனியார் செவிலி என்றும், தனது நோயாளிகளுக்காக விளம்பரம் செய்கிறார் என்றும் அவதூறாக எழுதின. ஆனால் அவர், திறனும் முன்முயற்சியுமுள்ள எந்த ஒரு

பெண்ணும் செய்கிறதைத்தான் செய்து கொண்டிருந்தார். உண்மையில் சிஸ்டர்வீல் மூவாயிரம் ஆதரவாளர்களை மட்டுமே திரட்ட முடிந்தது. செவிலியர் பணி பற்றிப் பொதுமக்களிடையே உள்ள பிம்பத்திற்குக் கெடுதி விளைவிக்கிறார் என்று அவரைக் குற்றஞ்சாட்டினார்கள். இதனால் செவிலியர் பலர் கிளர்ச்சியிலிருந்து விலகியதாகத் தோன்றுகிறது. பயிற்சி பெற்ற செவிலியர்கள் ஓர் ஒருங்கிணைந்த குழுவாகத் திரளவில்லை. உத்தியோக ரீதியாக அவர்கள், சுகாதார ஆலோசகர்கள், தியேட்டர் சிஸ்டர்கள், மனநல மருத்துவச் செவிலியர், வார்டு சிஸ்டர்கள், மாவட்டச் செவிலியர், தாதிமார், அரசு பதிவு செய்த செவிலியர் எனப் பிளவுபட்டிருந்தார்கள். அவர்கள் எல்லோரும் செவிலியர் ராயல் கல்லூரியைச் சேர்ந்தவர்கள் இல்லை (Royal College of Nursing).

சம்பளம், பணி நிலைமைகள் ஆகியவற்றைப் பற்றிப் பேச்சு நடத்த ஏற்படுத்தப்பட்ட ஒய்ட்லி கவுன்சில் முன், செவிலியரின் பன்னிரண்டு தனித்தனி அமைப்புக்கள் பிரதிநிதித்துவம் செய்தன. 1969, மே மாதத்தில் ஒய்ட்லி கவுன்சில், செவிலியரின் உணவுக்காக ஆண்டுக்கு 48 பவுண்டு வழங்கியது. இந்த ஏற்பாட்டுக்கு முன்பு, 'நீ எவ்வளவுக்குச் சாப்பிடுகிறாயோ அவ்வளவுக்கு பணம் கட்டு' என்ற முறை அமலிலிருந்தது (அதற்கு உடனடியாக வரியும் வசூலிக்கப் பட்டது). அந்தச் சமயத்தில், ஆயிரத்து இருநூறு மருத்துவமனையைச் சேர்ந்த மின்சார ஊழியர்கள் ஒரு மணி நேரத்திற்கு ஒரு ஷில்லிங் கூடுதலாகக் கேட்டு வேலை நிறுத்தம் செய்தார்கள். இதனால் அவர்களையொத்தவர்கள் வெளியில் பெறுகிற சம்பளத்திற்கு இணையாக அவர்களது சம்பளமும் உயர்ந்தது. ஒரு விசயம் மட்டும் தெளிவாகத் தெரிந்தது. தாம் பார்க்கிற வேலையின் அத்தியாவசியத் தன்மையின் காரணமாகச் செவிலியரை ஓர் ஈனத்தனமான ஊக்கத் தொகையை ஒத்துக்கொள்ளுமாறு தண்டிக்க முடியும். இது நமது சமூகம் அவர்கள் மீது வைக்கும் குற்றச்சாட்டு. இதனை அவர்கள் செய்யமாட்டார்கள் என்று தெரிந்தே நோயாளிகளையும், செத்துக் கொண்டிருப்பவர்களையும் கைவிடுமாறு அவர்களைத் துணிச்சல் கொள்ளச் செய்கிறது. நோயாளிகளும், இறந்து கொண்டிருப்பவர்களும் அவர்களுக்காக வேலைநிறுத்தம் செய்யும் வரை அந்தச் செவிலியர் காத்திருக்க வேண்டுமா என்ன? மாணவர்கள் ஒரு வேலை நிறுத்தம் செய்து, தாங்கள் கல்வித் தகுதி பெற மறுக்கிறவரை ஆசிரியர்கள் காத்திருப்பார்கள் என்று தெரிகிறது. ஒருவேளை, நோயாளிகள் தாங்கள் குணம்பெற மறுக்க வேண்டுமோ? இவ்விசயங்களில் அரசு, செவிலியரையும், ஆசிரியர்களையும் நசுக்க வேண்டும் என்பதற்காக செவிலியர்களுடைய - ஆசிரியர்களுடைய பணிகளால் பயனடைபவர் களைச் சுரண்டுகிறது. புதிய போராட்ட உத்திகளை வடிவமைக்க

வேண்டும். சமீபத்தில் வழங்கப்பட்ட இருபத்தாறு சதவிகித உயர்வு கேட்பதற்கு நன்றாகத்தான் இருக்கிறது. இந்தச் சம்பள உயர்வுக்காகச் செவிலியர்களை எவ்வாறு நெருக்குவார்கள் என்பதை இனித்தான் காண வேண்டும். செவிலியர்கள் திறன் பெற்ற அடித்தள வேலையாட்கள். இவ்வகையில் இவர்கள் பெண்பால் வேலையின் மேலாதிக்க வடிவமைப்பின் வரிசையில் வருகிறார்கள். இன்னும் விற்பனை செய்யும் பெண்கள், பரிமாறுவோர், சுத்தம் செய்வோர், பொட்டணம் போடுவோர், டீ தரும் பெண்கள்... என்று இப்படி ஏராளமான அடித்தள வேலை பார்க்கும் பெண்கள் இருக்கிறார்கள். 'சார்' (Char) என்ற வேலை, பெண்பால் பிம்பத்தோடு நன்றாக இணைக்கப்பட்டு விட்டது. இது குறித்து சுவாரஸ்யமான ஒரு சம்பவம் உண்டு. வியன்னாவில் அலாய்ஸ் வல்கன் என்றொரு நபர், தமது ஓய்வூதியத் திற்கும் கூடுதலாகப் பணம் சம்பாதிக்க, வேலை பார்க்க நினைத்தார். ஒரு பெண்ணைப் போல் வேடம் பூண்டு ஒரு 'சார்' ஆக வேலையில் சேர்ந்தார். ஒருசமயம் அவர் மாறுவேடம் பூணாமலே பெண்கள் கழிப்பறைக்குப் போனபோது கைது செய்யப்பட்டார். போலீஸ் விசாரித்தது. ஜாமான்கள் அறையிலிருந்து திருடப்பட்டவற்றுக்காகப் புலனாய்வு செய்யும்படி உத்தரவாகியது.[16] பெண்கள் ஆதிக்கம் பண்ணும் தொழில்களில்கூட, முக்கியமான பதவிகளில் ஆண்களே இடம்பிடித்தார்கள். ஓட்டலில் தலைமை வரவேற்பாளராக (Waitness) ஆண்தான் இருக்கிறார். ஆடைத் தொழிலில் துணிவெட்டுவோரும், வடிவமைப்போரும் பெரிதும் ஆண்பாலே. ஆயுதப்படையின் மகளிர் பிரிவுகளில் உள்ளவர்களைச் சரியாகச் சொன்னால் அவர்கள் வீரர்கள் எனப் படார்; மாறாக, ஆண்பால்களுக்கு எழுத்தர்களாகவும் பணிப்பெண்களாகவும் இருக்கிறார்கள். விமானப் பணிப்பெண்கள் பெரிதும் புகழப்படுகிற பரிசாரகப் பெண்களே. இவர்களின் தலைவர் (Steward) பெரும்பாலும் ஆண்தான். 'வெளிவேலையாட்கள்' என்போர், மலிவான உழைப்பிற்காகச் சுரண்டப்படுகிற பெண்பால்களாவர். இந்தச் சுரண்டல் மிகவும் அதிர்ச்சிகரமானது. இவர்களைப் பற்றி 'நியூஸ் ஆஃப் தி வோர்ல்ட்' பத்திரிகை மிகவும் பரபரப்பான செய்தியைப் பிரசுரித்தது. இவ்விதப் பெண்கள் உள்ளூர் அதிகாரிகளிடம் பதிவு செய்திருக்க வேண்டும். ஆனால், மேற்படி பத்திரிகைச் செய்தியின்படி நடைமுறையில் இவ்விதி பின்பற்றப் படவில்லை. 'விலைகள் / வருமானங்கள் போர்டு' நடத்திய ஓர் அளவீட்டில் இது கண்டறியப் பட்டது. தொழிற்சாலைகளுக்கு வெளி வேலையாட்களை வேலைக்கு அனுப்புகிற அறுபது சங்கங்களில் ஒரேயொரு சங்கம் மட்டும்தான் இதற்கான விதிமுறைகளைக் கொண்டிருந்தது. ஒரு மேலங்கி தைக்க 5; கார்ட்போர்டு பெட்டிகள் ஒரு குரோஸ் (144 உருப்படிகள்)

செய்யும் மனையுறை மனைவியர்க்கு 1 ஷில்லிங், ஒரு குரோஸ் கடற்பஞ்சு (Sponge) பைகள் செய்ய 11 ஷில்லிங், சில்லரை (விற்பனைக் கடைகளில்) ஒவ்வொரு கடற்பஞ்சுப் பையின் விலை 2 ஷில்லிங் 6 பால்பாய்ண்ட் பேனாவின் மறு நிரப்பி (ரீஃபில்); மூடி, கிளிப் உடைய மூடி ஆகியவற்றைக் கோர்த்து ஆறு ஆறு பேனாக்கள் கொண்ட பாக்கெட்டுக்களாக அமைக்க 8 அல்லது 9; (1 குரோஸுக்கு) வழங்கப்பட்டன. இத்தகைய வெளிவேலையாட்கள் பெரும்பாலும் மனையுறை மனைவியரே. வாதப்பிடிப்பு சிகிச்சை மையங்கள், மனநல மனைகள், சிறைச்சாலைகள், தடுப்புக்காவல் மையங்கள், அங்கீகரிக்கப்பட்ட பள்ளிக்கூடங்கள் ஆகியவற்றில் வெளிவேலை யாட்களைப் பயன்படுத்தினார்கள். திருமதி. போலார்டு ஒரு குரோஸ் பிளாஸ்டிக் படகுகளை ஐந்து மணி நேரத்தில் 8 ஷில்லிங்கு களுக்கு ஒன்றிணைத்தார். அவர், 'நியூஸ் ஆஃப் தி வோர்ல்ட்' பத்திரிகை நிருபருக்குப் பதில் அளித்த போது அப்பாவித்தனமாகப் பின்வருமாறு கூறினார்:

"என்னுடைய ஒழிந்த நேரத்தைப் போக்க இந்த வேலையை ஒரு பொழுதுபோக்காகக் கருதுகிறேன். (hobby)... இது எனக்குப் பிடித்துள்ளது. இவ்வாறு வேலை செய்கிற பெண்களில் எந்திரத்தைப் பயன்படுத்தும் திறன் பெற்றவர்கள் இருக்கிறார்கள். இவர்களால் இவர்களை வேலைக்கு அமர்த்துபவர்களுக்கு வெளிச்சம், வெப்பம் அல்லது பாதுகாப்பு முன்எச்சரிக்கை முதலிய வசதிகளை அமைத்துக் கொடுப்பதில் செலவு பிடிப்பதில்லை. தங்களை கௌரவமாக நடத்துமாறு அவர்களிடமிருந்து கோரிக்கை வராது. கூடுதல் நேரம் வேலை வாங்கலாம். வேலையாட்களின் எண்ணிக்கையை அறிய இயலாது. ஆடை செய்கிற தொழிலில் மட்டும் குறைந்தது பதினைந்தாயிரம் பெண்கள் வேலை பார்ப்பதாக நம்பப்படுகிறது. உற்பத்தியாளர்கள், ஜப்பான், ஹாங் -காங் ஆகிய இடங்களிலிருந்து வருகிற போட்டியை எடுத்துக்காட்டித் தங்கள் முறைகளை நியாயப் படுத்துகிறார்கள். வெளிவேலையாள் எனப்படும் ஒருவர், ஓர் ஆங்கிலோ ஸேக்ஸன் கூலிக்காரராவார்.[17]

இப்படிப்பட்ட வேலைத்தனத்திற்கு மாற்றாக நடிப்புத் துறையில் நுழைவதற்குப் பெண்கள் கனவு காணுகிறார்கள். நம்முடைய நூற்றாண்டை (இருபதாம் நூற்றாண்டு) வடிவமைத்த மிகச்சில பெண்கள் நடிகைகளாக இருந்தார்கள் என்று 'ஸன் டே டைம்ஸ்' பத்திரிகை கூறுகிறது. 'தேசிய இளைஞர் தியேட்டரின் இயக்குநர் மைக்கேல் கிராஃப்ட், இந்த மாற்றுத்துறையைத் தேடவேண்டாம் என்று இளம் பெண்களை எச்சரித்தார். புதிய நாடகங்களில் ஒவ்வொரு ஐந்து ஆண்பால் வேடங்களில் இரண்டு பெண்பால் வேடங்களே

இருக்கிறதாகக் குறிப்பிட்ட அவர், இந்தத் தொழிலில் ஒட்டு மொத்தமாக ஐந்தில் நான்கு பங்கு வேலையில்லாமை எப்போதும் இருப்பதாகக் கூறினார். வேலைவாய்ப்பு இல்லாத பெரும்பாலோர் பெண்களே. இருந்தாலும் இளைஞர் தியேட்டரில் உள்ள இருநூறு இடங்களுக்கு 4, 150 பேர் விண்ணப்பிக்கிறார்கள். இவர்களில் மூன்றில் இரண்டு பகுதியினர் இளம்பெண்கள்.[18]

தங்கள் அழகைப் பயன்படுத்த விரும்புகிற இளம் பெண்களுக்கு 'மாடலிங்' ஒரு திறப்பாகப் படலாம். ஆயினும், நடை, ஒப்பனை ஆகியவற்றில் பயிற்சி பெற்ற பின்னும்கூட மேலே வர விரும்புகிற மாடல் அழகியிடம் நல்ல புகைப்படத் தொகுப்பு இருக்கவேண்டும். முகவரகங்களைச் சுற்றி அலைய வேண்டும்.[19] மிக வெற்றிகரமான மாடல்களைப் புகைப்படக்காரர்கள் ஏற்கிறார்கள். புகைப்படத் துறையில் ஆண்களின் ஆதிக்கமே அதிகமாக இருக்கிறது. மிகச் சிறிய விதிவிலக்குகள் இருக்கலாம். பணிபுரிகிற ஒரு 'மாடல்' பெண், தன் வேலையை முடித்த பிறகு மாதங்கள் கழித்தே ஊதியம் பெறுகிறாள் - அவளுக்குச் சேரவேண்டிய பணத்தை அவளது முகவரகம் (agency) எவ்வளவு வேகமாக வசூலித்தாலும் சரி. இதுதான் நிலைமை. மாடலிங் பெண், பெரும்பாலான நேரங்களில் தான் வேலையில் இல்லை என்றுதான் உணர்வாள். அதோடு தன் காரியம் கைகூடுவதற்கு அவள் மிகக் கீழ்த்தரமான யுக்திகளைக் கையாளும்படி தள்ளப் படுகிறாள். நிர்வாண மாடலிங் செய்வதால் இளம்பெண்கள் நன்றாகச் சம்பாதிக்கிறார்கள். ஆனால் அதிலுள்ள கண்ணியம் கவுரவக் குறைவுகள் ஏற்கத்தக்கவையல்ல. 'பென்ற் ஹவுஸ்' பத்திரிகை அதிபர் பாப்குச்சியோனி தம்முடைய மாடல் பெண்களின் மார்பகங் களும் புட்டங்களும் வீங்குவதற்காக அவர்களுக்கு மாத்திரைகள் வழங்குவதாகவும், அவர்களது தோலின் நிறத்தை கூட்டுவதற்கு அவர்களை டாங்கியருக்கு அனுப்புவதாகவும், அவர்களுடைய பற்களுக்கு மூடி (Cap) மாட்டுவதாகவும், மச்சங்கள் அகற்றப் படுவதாகவும், ஆடைகள் தருவதாகவும், தலைக்குக் குல்லா சூட்டு வதாகவும், நகங்களைச் சுத்திகரிப்பதாகவும், இவற்றுக்கெல்லாம் பத்திரிகையே செலவு செய்வதாகவும் மார்தட்டுகிறார். அதன்பின் அப்பெண்களைப் புகைப்படம் எடுக்க வாரத்திற்கு தினமும் 200 பவுண்டு ஊதியம் வழங்குகிறார்கள்.[20] அவர்களை முகஸ்துதி செய்து, குடிப்பதற்கு ஜின் கொடுத்து 'போஸ்' கொடுக்க உற்சாகப்படுத்து கிறார்கள். அவர்களில் சிலருக்குத் திரைப்பட வாய்ப்பு வருகிறது. மேற்கொண்டு மாடலிங் சாத்தியமாகிறது. அவ்வாறில்லையென்றால், மச்சம் இன்றி, நேரிய பற்களோடு, தோல் நிறம் கூடி, வீங்கிய உறுப்புக் களோடு அதிகமான வரிச் சுமையால் ஆயிரம் பவுண்டுகளையும்,

பிம்பத்தைக் கட்டுவதற்கு மேற் கொண்டு முதலீடு செய்வதை இழந்து நிற்கப் போகிறீர்கள்.

பிறரை மகிழ்விக்கும் தொழில்புரிகிற பெண்பால்கள் அவர்கள் நடனமாடுபவர்களாகவோ, பாடகிகளாகவோ அல்லது ஆடைகளை அவிழ்ப்பவர்களாகவோ இருந்தாலும், சங்கங்கள் அமைத்துள்ளார்கள். ஆனால், இவை தங்கள் பணிகளைச் செய்வது மிகவும் கடினம். சங்கங்கள் வேலைக்கான உத்தரவாதம் தரமுடியாது. இப்படிப்பட்ட 'தொழில்களில்' மாட்டிக்கொண்ட பெண்கள் கூறும் கதைகள் மிகவும் பயங்கரமானவை. அவற்றில் பலவற்றை எழுதமுடியாது. சொல்லக் கூடாதவை. நானும்கூட இதில் அவமானப்பட்டது ஞாபகமிருக்கிறது. பலருக்கும் தெரிந்த ஒரு தொலைக்காட்சித் தொடரில் என்னை நானே அறிமுகம் செய்யுமாறு அதன் தயாரிப்பாளர் சமீபத்தில் என்னைக் கேட்டுக் கொண்டார். அதனால் போனேன். அவர் திருட்டுத்தனமாக என் அறைக்குள் நுழைந்து என்னைத் தொட்டு முத்தமிட்டு, தனது அதிகாரத்தைக் காட்டுகிற மாதிரி என் மார்பகங்களைப் பற்றினார். இப்படியொரு காரியத்தை இதே நிகழ்ச்சிக்காக வந்துள்ள ஆண்களிடம் இம்மாதிரி செய்திருக்கமாட்டார். அது முதல் அவரிடமிருந்து வேலை செய்ய வாய்ப்பு வந்தால் மறுத்துவிடுமாறு என் முகவருக்கு அறிவுறுத்தினேன். ஆனால் பெரும்பாலான இளம் பெண்களால் அந்தச் சந்தர்ப்பத்தில் அப்படி நடந்து கொண்டிருக்க இயலாது. தன் திறமையால் பிறரை மகிழ்விக்க முடியும் என்று ஓர் இளம்பெண் நினைக்கிற போது, இதனை முயற்சிப்பதைவிட வேறு வழி இல்லை. அவர்களில் பெரும்பாலோர், தாங்கள் 'ஓய்வெடுக்கிற'போது அவர்களைப் பின்னாலிருந்து பார்த்துக்கொள்ள ஒரு கணவனை அடைந்து விடுகிறார்கள்.

பொழுதுபோக்குத் தொழில், ஆரம்பத்திலிருந்தே விபச்சாரத் தொழிலோடு மிக நெருக்கமான உறவு பூண்டு வந்திருக்கிறது. முன்பு பொழுதுபோக்குத் தொழிலில் முன்னணியில் இருந்த டுருரி லேன், கொமெடி ஃபிராங்கேய்ஸ் (Drury Lane, the com'edie Francaise) சீமாட்டிகளே முன்னணிக் கணிகையராக இருந்தார்கள். ஒரு விபச்சாரி, தன்னை ஒரு வாடகைப் பெண் (call-girl) என்று கூறினாலும், விருந்தினரை உபசரிப்பவள் (hostess) என்றாலும், அல்லது ஒரு சாமானிய வேசி என்றாலும் அவள், ஆண்பாலின் பாலை (sex) சுரண்டு வதாகக் கற்பனை செய்கிறாள். அவள் தனது உணர்ச்சிப்பூர்வமான தற்சார்பினைத் தக்கவைத்துக் கொள்ளுகிறவரை அவள் அதில் நீடித்திருக்கிறாள் என்று கூறலாம். மேற்கத்திய சமுதாயத்தின் தலைமை விபச்சாரி ஹக் ஹெஃப்னர் (Hugh Hefner). இவரே விபச்சார விடுதிகளை உண்டாக்கியவர். இவ்விடுதிகளில் விபச்சாரிகளை மட்டுமே

காணலாம். இந்த விபச்சாரத் தொழிலை, பெண்பாலின் செவிலி வேலை, அல்லது வெளிவேலைக்காரர் வேலை, பரிசாரகர் வேலை ஆகியவற்றுக்கு மாற்றாகக் கருத இயலாது. உல்லாசம் ஊட்டுகிற பெண்பால், தனது கவர்ச்சித் தன்மையை ஒரு பாலியல் பொருளாகப் பயன்படுத்துவதால் அவளது நிலைமை மேற்படித் தொழில்களுக்கு இணையான ஒன்றாக இருக்கிறது. பாலியல் சுரண்டலிலிருந்து அவள் பாதுகாப்பு தேடும்போது, ஒரு 'பாஸை விட ஒரு ஆலோசகன் அவளை அதிகம் அச்சுறுத்தக் காணலாம். அவள் என்றுமில்லாதபடி மற்றொருவருக்கு மதிப்புமிக்க ஒரு சொத்தாகலாம். அதனால் அவளுடைய உண்மையான திறமை, பாலியல் பொருளின் விளம்பர ஓசையில் மங்கிவிடலாம். மர்லின் மன்றோ மாபெரும் நடிகை; அவள் இறந்ததை அறிந்த பெரும்பான்மை மக்கள் பெரிதும் வியந்தார்கள். அவள் மீது இரக்கப்பட்டார்கள். அவள் இறப்புக்கு இந்த பச்சாதாபம் ஒரு காரணம். இவ்விதமான சுரண்டல்களுக்கு மாற்றுக்கள் இருக்க வேண்டும்; இருக்கின்றன. நான் கல்வி வட்டத்தைச் சேர்ந்தவள் என்ற அளவில் அப்படி ஒன்றைக் கண்டுபிடித்துள்ளேன். எனக்குச் சம ஊதியம் கிடைக்கிறது. ஆண்பால் போட்டியில் முன்னுரிமை பெற்று நான் உத்தியோகம் பெற்றேன். இயல்பான நிகழ்ச்சிகளின் போக்கில் எனது பதவி உயர்வை எதனாலும் தடுக்க முடியவில்லை . தற்போது நான் பெற்றுள்ள கல்வி நிலையின் தனித்தகுதியைப் பெறுவதற்கு நான் கடுமையாக உழைக்கவில்லை என்பதைக் குற்றமுள்ள நெஞ்சோடு நான் ஒத்துக்கொள்ள வேண்டும். மாகாண மட்டத்தில் உள்ள பல்கலைக்கழகம் ஒன்றில் நான் பெண்பால் விரிவுரையாளராகப் பணிபுரிந்த காலத்தில் புலத்தில் பணிபுரிந்த மனைவிகளுடைய கோமாளித்தனங்களைத் தாங்கிக்கொள்ள வேண்டியதிருந்தது.

நான் பார்க்கிற தற்போதைய வேலையில் அமர்த்தப்படக்கூடிய ஓர் ஆணைவிட மிகவும் குறிப்பிடத்தக்க கல்வி வட்டாரத் தனித்தகுதிகளை நான் அடைய வேண்டியதிருந்தது. ஆனால் இதனை என்னால் நிரூபித்துக்காட்ட முடியவில்லை. ஒருவேளை ஓர் ஆணாக நான் இருந்திருக்கும் பட்சத்தில் கேம்பிரிட்ஜில் எனக்கு உதவித் தொகை வழங்கப்பட்டிருக்கும். பூப்பெய்திய சராசரி இளம் பெண், தனது கல்வியைப் பின் தொடருவதற்கு எதிரான விசயங்கள் நீண்டவை. ஏனெனில் பெண்பாலின் பூப்போடு, முயற்சி, சக்தி ஆகிய வற்றின் இழப்பு சேர்ந்து கொள்ளுகிறது. கோட்பாட்டில் இல்லை யென்றாலும், நடைமுறை அனுபவத்தில் கல்வி வட்டாரத்தைச் சேர்ந்த பெண்கள் நரம்புச் சிக்கலுக்கு ஆளாகிறார்கள் என்பது நியாயப்படுத்தப் படுகிறது. ஆயினும் ஒரு பெண்பால் தன்னால் செய்துகாட்ட முடியும் என்றுணர்ந்தால் அவளால் முடியாதென்பதற்கு எந்தவித முகாந்திரமும்

இல்லை. பிற நிறுவனங்களில் போதிக்கும் பணி, அறிவுமிக்க இளம் பெண்கள் இன்னமும் விரும்புகிற வேலையாக இருக்கிறது. ஆசிரியர்கள், சொல்லுவதில் வேகமானவர்களாயினும், அது பற்றி நடவடிக்கை எடுப்பதில் மெதுவானவர்கள் என்பதால், ஆசிரியத் தொழில் கடினமானது. வாழ்க்கைக்குப் பயனற்றது என்று கருதப் படுகிறது. பெண்கள் ஆதிக்கம் செய்கிற இந்தத் தொழிலைப் பின்பற்றுகிற ஆண்கள், இத்தொழிலின் நிலைமைகளும், சம்பளமும் தாங்கிக்கொள்ள முடியாதவையாக இருப்பதைக் காணுகிறார்கள். பெண்பால் உறுப்பினர்களை மிகுதியாகக் கொண்ட 'ஆசிரியர் தேசிய சங்கம்' செயல்படாமல் இருப்பதைக் கண்ட ஆண்கள், தங்கள் நிலைமையை அபிவிருத்தி செய்வதற்காகத் தீவிரமான செயல்களில் ஈடுபடுவதற்கு, 'பள்ளிக்கூட ஆசிரியர் தேசிய சபையை' ஏற்படுத்தினார்கள். 'ஆசிரியர் தேசிய சங்கம்' இறுதியில் அவர்களது தலைமையைத் தொடர்ந்து சம அந்தஸ்து என்னும் மோசடியை நிராகரித்தது. 1969-70 குளிர்காலத்தில் தொடர்ச்சியான வேலை நிறுத்தங்களைத் தொடங்கினார்கள். சங்கத்தின் முன்னணித் தலைவர்கள் எல்லோரும் ஆண்பால்கள் எனச் சொல்லத் தேவையில்லை. செயற்குழுவிலிருந்து 44 உறுப்பினர்களில் நான்குபேர் மட்டுமே பெண்கள்.

மருத்துவம் படிக்கிற ஒரு பெண் கடினமாக உழைத்தால் மருத்துவர் பட்டம் பெறுவாள் - ஆனால் பெண் நோயாளிகள் ஆண்பால் மருத்துவர்களையும், ஆண் நோயாளிகள் பெண்பால் மருத்துவர்களையும் ஏற்கத்தக்கவர்கள் எனக் கருதுகிறார்கள். கட்டிடக் கலைஞராகவோ, அல்லது பொறியியலாளராகவோ ஒரு பெண் பட்டம் பெறலாம். அவளது திறமையை மதிக்கிற வேலை வாய்ப்பளிப்போர் கிடைத்தால் அவள் நன்கு செயல்படலாம். மின்சாரப் பொறியியல், அல்லது 'ரேடியோ ஆபரேடிங்' கற்ற பெண்களால் வேலை பெறமுடியாது.[21]

பெண்பால் வேதியலாளர்களும் விஞ்ஞானிகளும் ஆய்வாளர் களாக இருந்தால் நோபல் பரிசை வெல்லமுடியும்; ஆனால் தொழில் ரீதியான ஆராய்ச்சி நிறுவனங்களின் தலைவர்களாவது சாத்தியமில்லை. இவ்விதமான எல்லாவித பாலியல் அற்ற கல்வி வட்டாரத் தகுதிகளை விரட்டிக் கொண்டிருக்கிற ஒரு பெண் தனது குடும்பம் என்கிற ஜெயிக்க முடியாத எதிரியை எதிர்கொள்ளுகிறாள். சின்னச் சின்ன சந்தோசங் களைத் தருகிற காதல், அழகிய ஆடைகள் ஆகியவற்றை அவள் இழக்க நேரிடுகிறது. அவள் திருமணம் செய்து கொண்டால் தான் பெற்ற பயிற்சியை எல்லாம் வீணடிப்பாள். வீட்டுக்கடமைகளின் அழுத்தத்தி லிருந்து அவளுக்கு ஓய்வு ஒழிச்சல் இல்லை. தொலைதூரப் பல்கலைக் கழகம் ஒன்றில் சேர்ந்து படிக்க அவள் சென்றாலொழிய

இது தீராது. அப்படிப் போக முடிவெடுத்தாலும் பெற்றோர் மறுக்கின்றனர். இதனால் அவளது கல்விவட்ட வாய்ப்புக்கள் குலைந்து போகலாம். இப்படிப் படிக்கின்ற பெண்களுக்கு உணர்ச்சி ரீதியான ஈடுபாட்டால் விளையும் விரயங்களைப் பல்கலைக்கழகத்தில் டியூட்டராக வேலை பார்த்தபோது நேரடியாக எனக்குத் தெரிந்தது. எப்படியும் எங்கேயும் ஆண்கள் தங்களுக்குரிய சந்தோசங்களைப் பெறலாம்; பெறாமலும் போகலாம். ஆண்பாலின் கவனிப்பின்றி, பெண்கள் புறக்கணிக்கப் பட்டவர்களாக உணர்கிறார்கள். பெண்கள் எப்போதாவது மிகுந்த புத்திசாலிகளாக இருக்கிறார்கள். ஆண்கள், மனம் சோர்ந்து போன பெரும்பான்மையினருள் உயர்ந்த சாதனைகளைப் பெறுகிறார்கள். ஆனால் தொழில் ரீதியான விசயங்களில் ஆண்களுடன் சமமான வாய்ப்பை ஒரு பெண் அனுபவிக்க விரும்பினால், அவர்களுக்கு இணையாக மட்டுமல்ல; அவர்களை விஞ்சவும் வேண்டும். இதற்குக் காரணம் அவளுக்கு எதிரான தொடக்க நிலை பாரபட்சமாகும். பெண்மையோடிருப்பதால் தனது பாலியல் அடையாளத்தை அவள் தக்கவைக்கவும் வேண்டும் என்றுணர்ந்தால் அவளது ஆசைகளின் முரண் தீவிரமான விளைவுகளைப் பெறும். இதுவரை பெண்களைப் பற்றி மனச்சோர்வு தரும் சித்திரத்தைக் காட்டிவந்தேன். இனி அவர்களைப் பற்றிய வெற்றிகரமான கதைகளைச் சொல்லும் நேரம் இது. ஆக்ஸ்போர்டில் அரசியல், தத்துவம், பொருளாதாரம் ஆகிய வற்றில் உயர்தகுதிகளோடு பட்டம் பெற்ற ஆஷா ராட்நொதி என்ற பெண்ணுக்கு ஆக்ஸ்போர்டின் வேலைவாய்ப்பு போர்டு வழக்கமாகப் பெண்களுக்குத் தரும் ஆசிரியப் பணியை வழங்கியது. இதனையும் ஐபிஎம் (IBM) தந்த வேலைகளையும், இதர மேலாளர் ஆலோசகர் தொழிலையும் மறுத்த ஆஷா ராட்நொதி, புரூடென்சியலில் முதலீட்டு ஆராய்ச்சித் துறையில் பகுப்பாய்வாளராக (analyst) சேர்ந்தாள். அங்கே பதினெட்டு மாதங்கள் பயிற்சி பெற்றுப் பின் ஒரு கனடியன் முதலீட்டு வங்கி நிறுவனத்தில் முதலீட்டு இயக்குநரின் உதவியாளராக வேலைக்குச் சேர்ந்தார். தற்போது கேஸில் பிரிட்டானியா யூனிட் டிரஸ்ட் குரூப்பின் இலாகா மேலாளராக இருக்கிறார். நான்கு மில்லியன் (40 லட்சம்) பவுண்டுகளுக்கு மேல் வரும் முதலீட்டுக்கு அன்றாடப் பொறுப்பு வகிப்பவளாக இருக்கிறாள்.

செல்வி. இஷ்பெல் வெப்ஸ்டர், தாவோ கிளினிக்கில் பன்னிரண்டு ஆண்டுகள் உரோமம் களைபவராகப் பணியாற்றி வந்தாள். பிறகு 'ஸ்ப்ரே அவே' (Spray Away) என்ற பெயரில் அவளே கண்டுபிடித்த உரோம நீக்கிக் கருவிக்கு உரிய தனது ஃபார்முலாவுக் குரிய உரிமையைப் பதிவு செய்தாள்.

ஜெனிஃபர் பிலிப்ஸ் 'எனக்கு மட்டும் கண் சிமிட்டு' (Wink to Me only) என்ற தனது நகைச்சுவைத் தொடரை விற்றாள். டூரி விடெரோ வணிக விமான சேவை ஒன்றால், வேலைக்கு அமர்த்தப்பட்ட முதல் பெண் விமான ஓட்டியாவாள். திருமதி. நோரா ரோதரோ என்பவள் காம்டென் டவுணில் ஒரு பணிப் பெண்ணாக வாழ்க்கையைத் தொடங்கினாள். பின்னர் பிரிட்டனின் மிகப் பெரிய தொழிற்சாலைத் துப்புரவு நிறுவனமான Acme நிறுவனத்தில் சேர்ந்தாள். துப்புரவு வேலையையும், தனது நிறுவனத்திற்கான உத்தேச வரவு செலவுக் கணக்கை மதிப்பிடும் வேலையையும் செய்து வந்தாள். பின்னர் அந்நிறுவனத்தின் ஓர் இயக்குநராகப் பதவி உயர்வு பெற்றாள். இறுதியில் 'மல்டி - ஆபிஸ் செர்விஸஸ் லிமிடெட்' நிறுவனத்தின் சேர்மனாக உயர்வடைந்தாள்.

திருமதி. மார்கட் நியூஸ்லாண்ட், என்பவள் 'தாமஸ் தெலா ரூயி இண்டர்நெஷனல்' நிறுவனத்தின் முதல் பெண் இயக்குநரானாள். மார்கெரி ஹஸ்ட் என்ற பெண்மணி ஒரு மில்லியனர்ஸ். இவள், பிரிட்டனின் மிகப் பெரிய செயலாளர் முகவரகமான 'புரூக் ஸ்ரீட் பீரோ' என்ற நிறுவனத்தின் இணைச் சேர்மன். வெரிட்டெ கோலின்ஸ் என்ற பெண்மணி, பிரிட்டிஷ் குட்ஸ் ஓவர்சீஸின் 'யூனியன் ஜில்ஸ்' நிறுவனத்திற்காக செய்ம்முறையாளர், விற்பனை செய்வோர் ஆகிய பெண்கள் அடங்கிய தமது வர்த்தக நிறுவனத்தை ஏற்படுத்தினாள். வர்த்தக கண்காட்சிகளுக்கு ஏற்பாடு செய்து கொடுக்கிற முகவரகங்கள், வர்த்தக நிறுவனங்கள் ஆகியவற்றுக்கு ஒரு கம்பெனி இயக்குநரானாள். ஆடை தயாரிப்புத் தொழிலில் புத்திசாலித்தனமும் படைப்பாற்றலும் மிக்க பல பெண்கள் தங்கள் திறமைகளை வெளிப்படுத்திப் புகழ் பெற்றுள்ளார்கள்.

பெண்கள் வெற்றி கண்ட மற்றொரு துறை இதழியல் துறையாகும். நமது காலத்தில் தனித்திறனை அடைந்து சாதனை படைத்த பெண்பால் இதழியலாளர்களும், நாவலாசிரியர்களுக்கும் நமக்கு நன்கு பரிச்சயமானவர்கள். தொலைக்காட்சித் துறையில் பெண்களுக்குரிய இடம் திருப்திகரமாக இருக்கிறது. திருமதி. பமீலா போர்ட்டர் சொந்தமாக கார் டிரான்ஸ் போர்ட்டர் வைத்திருக்கிறாள். ஒரு வாரத்தில் 1500 மைல்கள் கார் ஓட்டுகிறாள். தனது காரில் மூன்று ஸ்பானிய நாய்களை வைத்திருக்கிறாள். பெண்கள் தங்களை நிரூபிக்கிற பொறுப்பும், ஆண்களுக்கு இணையாக வரவேண்டும் என்பதோடு, அவர்களைத் தாண்டிச் செல்லுவதை நிரூபிக்கிற பொறுப்பும் அவர்களுக்கு இருக்கிறது.

அன்பு

# இலட்சியம்

அன்பு என்று அழைக்கப்படுகிற கடவுள், மாந்தரின் கற்பனையில் இருக்கிறார்; அவர் மாந்தரின் படைப்பு. அதுதான் கடவுளின் இருப்புக்குக் காரணம். தெய்வீகத்தன்மை கொண்ட அன்பு ஒன்றைப் பற்றிய காட்சியை மாந்தர் கொண்டிருந்தனர். எதார்த்தத்தில் இதற்கு உரிய ஒரு மாதிரிச் சட்டகத்தைக் காட்டுவது சாத்தியமில்லை. மனதில் வெறுப்பு மண்டிய சந்தர்ப்பங்களில் இந்த அன்பு (கடவுள்) ஒரு மந்திரம் போல உச்சாடனம் செய்யப்படுகிறது. ஏனென்றால் இந்த அன்பு வாழ்க்கையின் ஒரு சட்டம் போலத் தெரிகிறது. 'அன்பே தெய்வம்' அன்பில்லாமல் எவ்வுலகும் இருக்க முடியாது. எல்லாமே மரண பயமாக (thanatos) இருந்துவிட்டால், உயிர்ஆசை (eros) இல்லா திருந்தால் எதுவும் ஜீவிதத்திற்கு வந்திருக்க முடியாது. எல்லா இயக்கத்திற்கும் ஆசை காரணம், இயக்கம் எல்லாம் ஜீவிகளின் குணமாகும். பிரபஞ்சம் ஓர் இயக்கம், மாற்றமே இதன் முறை. இதனை நாம் ஹெராக்கிளிடிய நடனம் என்றோ அல்லது மண்டிலங்களின் சங்கீதம் என்றோ, அல்லது புரோட்டான், நியூட்ரான்களின் முடிவிலா நாட்டியம் (galliard) என்றோ அழைக்கலாம். ஆனால், ஆசையால் இயக்கப்படுகிற - மரணத்தாலும், வெப்ப இயக்க சாஸ்திரத்தின் (தெர்மோ டைனமிக்ஸ்) இரண்டாம் விதியாலும் (வெப்பம் - சக்தி) அமுக்கப்படுகிற - போய்வருகிற ஒரு படைப்பியக்கம் என்றொரு எண்ணத்தை எல்லாக் கலாச்சாரங்களிலும் நாம் பகிர்ந்து கொள்ளு கிறோம். சக்தி, படைப்பு, இயக்கம், ஒழுங்கமைவு, வளர்ச்சி ஆகிய எல்லாம் அன்பின் அரவணைப்பின் கீழ் நிகழ்கின்றன. உயிர் ஆசையின் (eros) ஆட்சிக்குள் நடக்கின்றன. மரணபயம் (thanatos), வீட்டை ஒழுங்குபடுத்தி, எல்லைகளை வரைந்து, ஆட்சிபுரிய ஏற்பாடு செய்தவாறு பின்னாலே சோர்ந்து நடந்து வருகிறது. மனிதர்கள் தங்கள் அன்பை வரையறை செய்யவும், பயன்படுத்தவும் தங்களுக்குள்ளே கட்டாயங்கள் இருந்தும்கூட ஓர் ஒழுங்கின்றி அன்பு செய்கிறார்கள். அவர்களுடைய அன்பு அவர்களை ஆணையிடத் தூண்டுகிறது. வீடுகளைக் கட்டுகிறது; இறுதியில் அவர்களது உணர்ச்சியை அவர்களது கடமையை நோக்கித் திருப்பி விடுகிறது.

மாயாவாதிகள் (mystics) 'அன்பே தெய்வம்' என்று கூறும் போது, அல்லது அலிஸ்டர் குரோலி, 'சட்டமே தெய்வம்' என்றுரைத்தபோது, பெண்களின் விதி இலக்காகிய அந்த அன்பைப் பற்றிப் பேசவில்லை.

பெண்களால் அன்பு செய்ய இயலாதென்றே பல பிளேட்டோனிய வாதிகள் உண்மையிலேயே நம்புகின்றார்கள். ஏனெனில் பௌதீக ரீதியிலும் சமூகரீதியிலும் அறிவிலும் உடல் அழகிலும் கூட அவர்கள் ஆண்களைவிடத் தரத்தில் குறைந்தவர்கள்; உயர்ந்தோர்க்கும் தாழ்ந்தோர்க்கும் இடையில் அன்பு சாத்தியமில்லை. ஏனெனில் தாழ்ந்தவர்கள் சுயநல ஆர்வத்திலிருந்து தங்கள் அன்பை விடுவிக்க இயலாது. தங்கள் அன்பைப் பாதுகாப்புக்கான ஆசையாகவோ, அல்லது சமூக ஆதாயத்திற்காகவோ அவர்களால் காட்ட இயலாது; முடியாது. இவர்கள் குறைவுபட்டவர்களாதலால், மேலோரிடம் காணத் தகும் அன்பு பாராட்டத்தக்க விசயங்களை கிரகிக்க முடியாது. இதற்கு மாறாகத் தன்னிலும் கீழான ஒருவனிடம் அன்பு பாராட்டுதலால் அது அவனது தகுதிக்குக் குறைந்து போவதாக இராது. அவனுடைய உணர்ச்சி (அன்பு) இரக்கங்காட்டுவதால் வண்ணம் பூசப்பட்டிருக்கும். அவ்வாறில்லாவிட்டால் வக்கிரமும், வேண்டுமென்று ஏற்படுத்திய ஒரு சுய - இழிவும் அதில் சேர்ந்துவிடும். அன்புக்கு ஏற்ற சரியான தன்னிலை (subject) அவருக்கு சமமானவராவார். அன்பின் சாரம் இருவர் ஊடானது. குறைவுள்ள ஒன்றால் தன்னிலும் பெரிதாக எதையும் உண்டாக்க இயலாது. தனது பிம்பத்தைக் காணுவதால் மனிதன் அதனை (கடவுளை?) அன்பு பாராட்டுகிறான். பொருத்தமான - நியாயப்படுத்தத்தக்க சுய - அன்பின் காரணமாக அன்பு பாராட்டு கிறான். இப்படிப்பட்ட அன்பு புரிதல், நம்பிக்கை, மக்கள் சமூகம் ஆகியவற்றை அடித்தளமாகக் கொண்டுள்ளது. அன்புதான் மிகச் சிறிய குழுக்கள் முதல் மிக உயர்ந்த குழுக்கள் வரையுள்ள சமூகங்களை உண்டாக்குகிறது (மறுமலர்ச்சிக் காலத்தில் அன்பு பற்றிய பிளேட்டோனிய கருத்தாக்கம் மக்கள் மத்தியில் எளிய கூற்றுக்களாக சர்வ சாதாரணமாக - பொதுப்புத்தி போலப் பரவியிருந்தன. இதில் சிசெரோ, புளூடார்க், ஹெராக்கிளிடஸ், அரிஸ்டாட்டில் ஆகியோருடைய கருத்துக்கள் கலவையாக இருந்தன. பேக்கன் எழுதிய 'நட்பு பற்றிய கட்டுரை' என்ற நூலில் இதன் கருத்துக்கள் நேர்த்தியாகக் கூறப்பட்டு உள்ளன). நிலையான சமூக அமைப்புக்களுக்கு உரிய ஒரே அஸ்திவாரம் இதுதான். ஏனெனில் இது, பொது நன்மையின் தெளிவான புலப்பாடாகும். சமுதாயம் அன்பின் மீது அமைக்கப் பட்டுள்ளது. ஆனால் அரசு அப்படியல்ல. ஏனென்றால் அரசு என்பது வெவ்வேறான, ஒன்றுக்கொன்று ஒத்துப்போக முடியாத, பொதுவான நன்மைகளைக் கொண்ட சிறுபான்மைகளின் ஒரு தொகுதியாகும். வெவ்வேறு வயதுகளையும் பால்களையும் கொண்ட குழந்தைகளை ஒரு தந்தை கட்டுப்படுத்துவதைப் போல, போராடும் குழுக்களுக்கு

மத்தியில் அரசு ஒத்திசைவைக் கொண்டு வரவேண்டும். இதனை அன்பின் வழியாகவன்றி, புறவயமான ஒழுங்கின் மூலமாகக் கொண்டு வரவேண்டும்.

தன்னிலிருந்து மிகவும் வேறுபட்ட ஒன்றுக்காக மனிதன் உணர்வதை வசீகரம், ஆர்வம் என்றழைக்கலாம். அந்த உணர்வுகளின் புதுமை மங்குகிறபோது அவையும் மங்குகின்றன. ஒத்துப்போக முடியாமை (incompatibility) தனது இருப்பை உணர்த்துகிறது. நமது சமுதாயத்தில் ஆண்களோடு கட்டுண்ட பெண்மைத் தன்மையுடைய பெண்கள் இந்த ஒத்துப்போக இயலாத நிலைமையில் உள்ளார்கள். அவர்கள் செயற்கையான விதத்தில் வித்தியாசமானவர்களாக உருவாக்கப்பட்டுள்ளார்கள். (அதனால்) அவர்கள் ஆண்களுக்கு வசீகரமானவர்களாக இருக்கிறார்கள். அவர்கள் வெறும் வித்தியாச மானவர்களாக - சலித்துப்போய் விரோதம் பாராட்டுகிற ஓர் உயிரியின் வீட்டில் தனிமைக்கு ஆளாகி முடிந்து போகிறார்கள்.

வாழ்க்கையில் தொடக்க கணங்களிலிருந்து மனித அன்பு சுய மோகத்தின் ஒரு வினையாக இருந்து வந்துள்ளது. தனது சுயத்தையும், புறஉலகத்தையும் ஒரே விசயமாக உணருகின்ற சிசு, தீயதற்கு அஞ்சுவதைக் கற்றறிகிற வரை அது எல்லாவற்றையும் நேசிக்கிறது.[1] தாயின் கர்ப்பப்பைக்குள் முதிர்ச்சி பெறும் முன் நீங்கள் அதனை (சிசு) கடலில் போட்டாலும் மிதப்பதைப் போன்று நீந்தி வரும். குழந்தை எதார்த்தத்தை ஏற்கிறது. ஏனெனில் அதற்கு ‘நான்’ கிடையாது.

> “எனது பிறப்பைக் கண்காணித்த சம்மனசு சொன்னது:
>
> ‘சின்ன சிருஷ்டியே, நீ சந்தோசத்தாலும் உல்லாசத்தாலும் உருவானாய். எதன் உதவியுமில்லாமல் உலகின் மேற்சென்று நேசிப்பாயாக’’[2]

குழந்தையின் ‘நான்’ உருவாகிக் கொண்டிருக்கும் போதும்கூட அது, பிறரோடு கொண்ட உறவுமுறைகளின் பார்வையில் தன்னைப் புரிந்திடக் கற்கவேண்டும். அதேபோலத் தன் நோக்கில் பிறரைப் புரிந்திடக் கற்கவேண்டும். எவ்வளவுக்கு அதிகமாக அதன் சுயமதிப்பு சிதைக்கப்படுகிறதோ அவ்வளவுக்கு அது தனது சகமாந்தர் பற்றிக் குறைவான அபிப்பிராயம் கொள்ளும். எவ்வளவுக்கு அதிகமாக அதன் சுய - மதிப்பு வீக்கமடைகிறதோ அவ்வளவுக்கு அது தன் நண்பர்களிட மிருந்து அதிகமாக எதிர்பார்க்கிறது. இந்த ஊடுறவைப் பற்றி எப்போதும் புரிந்திடலாம்; ஆனால், அதற்குரிய முக்கியத்துவம் எப்போதும் கொடுக்கப்படுவதில்லை. சிங்காரத் தோட்டத்தில் (Eden) ஏவாளைப்

பார்த்த போது ஆதாம் அவளை நேசித்தான். ஏனெனில் அவள் அவனாக இருந்தாள். அவனுடைய எலும்பின் எலும்பாக இருந்தாள். அவனது களிப்பிற்காகப் படைக்கப்பட்ட வேறு எந்த விலங்குகளைக் காட்டிலும் அவள் தன்னை ஒத்திருந்தாள். அவளை நோக்கிய அவனது ஆசையின் இயக்கமானது தனது சொந்த இனத்திற்கான ஓர் அன்புச் செயலாக இருந்தது. இத்தகைய ஊடுபரவிய சுயமோகம் என்பது, அன்பின் ஓர் அடிப்படை என்று எப்போதும் ஏற்கப்பட்டு வந்துள்ளது. ஆனால் ஆண்பால் - பெண்பால் உறவுமுறை இதற்கு விதிவிலக்கு. இந்த உறவு முறையில் பெண்ணிடம் வித்தியாசமாக என்ன இருக்கிறதோ அது ஆணைக் கொளுத்துவதாக அனுமானம் செய்யப்பட்டு வந்துள்ளது. மனிதர்கள் தங்கள் சூழலில் உள்ள பெண்களைத் தாண்டி, வெவ்வேறு இனங்களையும், மதங்களையும், நிறங்களையும் சேர்ந்த ஏனைய ஆண்களோடு அதிகமான பொதுத்தன்மை கொள்ளும்வரை ஆண் பெண் வித்தியாசங்கள் பெரிதுபடுத்தப்பட்டன. மனிதனின் சகோதரத்துவம் என்ற கொள்கை, சுயமோகத்தன்மை வாய்ந்த ஒன்றாகும். இந்த ஒட்டுமொத்த உலகெங்கும் நாம் எல்லோரும் ஒன்று என்ற அனுமானமே அன்பு.

வேற்று உயிரிகள் மனிதனின் கிட்டப் பார்வைக் கோளாற்றைச் சரி செய்கிறதாக உணருகிற போதுதான், மனிதனின் சகோதரத்துவம் ஓர் எதார்த்தமாக ஆகிறது. அப்போது அவன் X சூரிய குடும்பத்திலுள்ள அறிவார்ந்த உயிர்வடிவத்தோடு கொள்ளுவதை விட எஸ்கிமோக்க ளோடும், வங்காளப் பிச்சைக்காரர்களோடும், கறுப்புக் கிழங்களோடும் அதிகம் பொதுமைப் பண்பு கொண்டிருப்பதாக உணர்கிறான். கால்பந்தாட்டக்காரர்கள், இசைக்கலைஞர்கள் ஆகிய பொதுவான நலன்களைக் கொண்டவர்களுக்கு இடையிலுள்ள உறவுமுறைகளை அன்பு என்று நாம் அழைப்பதில்லை - குறிப்பாக, அவர்கள் ஒரே பாலைச் சேர்ந்தவர்களாக இருந்தால்... கிரிக்கெட் ஆடுகளத்தில் டெனிஸ் லா நோபி ஸ்டில்ஸைக் கட்டி அணைப்பதை அன்பு என்று நாம் கூறுவதில்லை. அதனால் அதை நம்மால் சகித்திட முடிகிறது. அரங்கத்தில், கென்னிபூரல், ஆல்பர்ட் கிங்கிற்கு ஒரு முத்தத்தைக் காற்றில் ஊதிவிட்டால் அதை எப்படி எடுத்துக்கொள்ள வேண்டும் என்பது நமக்குத் தெரியும். ஒவ்வொரு இரவும், உள்ளூர்ப் பெண்ணிடம் போய்வருகிற ஒரு கணவனுடைய மனைவி, அவன் தன்னைவிட அவனுடைய நண்பர்களை அதிகம் நேசிக்கிறதாகக் கருதுவதில்லை - தானே கணவனுக்குத் துரோகம் பண்ணுபவளாக இருந்தாலும் அவன் நடத்தைக்காக விசனப்படுகிறாள். மணப்பதற்கு உரியவர்களுக்கு இடையே எழுகிற ஒத்துப்போகும் தன்மை, இருபாலரின் அன்பு சம

நிலையில் இருக்கவேண்டும் என்ற கொள்கையிலிருந்து தோன்றுகிறது. ஆனால் பொழுது போக்கு அம்சங்கள், புத்தகங்கள், சினிமா ஆகிய விசயங்களில் ஒத்துப் போவது மிகவும் அரிதாக உள்ளது. இதன் பொருட்டாக இருவருக்கிடையில் பெரிய இடைவெளி ஏதும் ஏற்பட்டு விடுவதில்லை. தங்கள் ஆண் நண்பர்களுக்குப் பிடித்த பொழுது போக்குச் செயல்கள் (hobbies) மீது தங்களுக்கு ஆர்வம் இருப்பது போலக் காட்டி ஏமாற்றுமாறு பெண்களுக்கு யோசனைகள் கூறுவதைப் பார்க்க பயங்கரமாக உள்ளது. எப்படிப் பார்த்தாலும் ஆணுடைய உண்மை அன்பு அவனுக்கு இணையான ஆண்பாலை மையமாகக் கொண்டது. அவனுடைய பால் (Sex) அவனுடைய பெண்ணின் தனிப்பட்ட உரிமையாக இருக்கலாம். இணையான வர்களுக்கு இடையில் உண்டாகும் ஒத்திசைவு, அதாவது அன்பு எனும் எளிய கொள்கையால் ஆண்பால் இணைவினை விளக்கலாம். ஆனால் பெண்பால் அன்பு இவ்வாறாகக் காணப்படுவதில்லை. மாறாகப் பெண்ணின் உணர்ச்சிகள் அவளுடைய ஆண்பால் கூட்டாளி மீது குவிகிறது. அவள் தன்னை ஒத்த பெண்களோடு முரண்படுகிறாள். இதற்குக் காரணம் அவளது மலட்டுத்தனமாகும். இக்காரணங்களால் பெண்பால் நபும்சகம் விளைகின்றது. ஏனெனில் அவளது எல்லா அன்பும் பாதுகாப்பை நோக்கிய தேடலால் வழி நடத்தப்படுகிறது. தனது குழந்தைக்காகவும், பின்னர் முடமாகிப் போன தனது சுயத்திற்காகவும் தேவைப்படுகிற பாதுகாப்பினைத் தன்னையொத்த பெண்ணிடம் அவளால் எதிர்பார்க்க முடியாது. தன்னை ஒத்த பெண் பலவீனமானவள்; பொருத்தமற்றவள் என்பது அவளுக்குத் தெரியும். பெண்களால் நேசிக்க முடியாது. சுயமோகத்திலுள்ள ஒரு கோளாறு காரணமாக, தங்களை ஒத்த பெண்களைக் காண்பதில் அவர்கள் சந்தோசமடைவதில்லை. உண்மையில், பெண்பாலின் பாதுகாப்பு இன்மை என்ற உணர்வு அவளது மிக இயற்கையான, சரியான சுயமோகத்தைக் குழிதோண்டிப் பறித்து விடுகிறது. இதனை அந்தப் பெண்களுடைய ஒப்பனைகள், ஜாலங்கள், மாறு வேடங்கள் ஆகியவற்றில் காணலாம். இது பெண்களுக்கு நன்றாகத் தெரியும். தங்கள் பாலைச் சேர்ந்த பெண்களோடு கொண்ட அன்பை அளவுக் கதிகமாகக் காட்டுகிற பெண்கள் (லெஸ்பியன்களைத் தவிர) வழக்கமாக, அப்பெண்களோடு விநோதமான உறவுகளைக் கொண்டு உள்ளார்கள். அந்த உறவு எவ்வளவுதான் நெருக்கமாகவும் நீண்டகாலம் தொடர்வதாகவும் இருந்தாலும், அசாதாரணமான அளவுக்கு நெருக்க மானதாக இருப்பினும், அது விசுவாசமற்றதாகவும், நம்பமுடியாத தாகவும், பதட்டம் மிக்கதாகவும் உள்ளது.

ஆணின் சகோதரத்துவம் பற்றி நாம் பேசமுடியும். இதற்குள்ளே பெண்களின் சகோதரித்துவம் உள்ளடங்குவதாக நாம் பாசாங்கு செய்கிறோம். ஆனால் நாம் அப்படியில்லை என்பது நமக்குத் தெரியும். அச்சந்தர்ப்பத்தில் அவ்விடத்தில் இல்லாத தங்கள் குழுவைச் சேர்ந்த ஒருத்தியைப் பற்றி அவதூறு பேசுவதற்காகவே பெண்கள் ஒன்று கூடுகிறார்கள் என்று நாட்டுப் புறவியல் கூறுகிறது. தாங்கள் அவ்விடத்தில் இல்லாது போயிருந்தால் அதன் விளைவுகள் எப்படியிருக்கும் என்பதை அப்பெண்கள் நன்கு உணர்ந்திருப்பதால் தொடர்ந்து அவ்வாறு நடந்து கொள்ளுகிறார்கள். இதனை ஒரு விகடமான விசயமாகக் கருது கிறார்கள். ஆனால் மாமியார்கள் பற்றிய விகடங்களைப் போல இது கசப்பான உண்மையின் மீது அமைந்துள்ளது.

பெண்கள் உள்ளூரில் சில்லரைத்தனம் பண்ணுவது இல்லை: ‘பெண்களின் இரவுகள்’ எனும் கொண்டாட்டத்தின் போது பெண்கள் உறைந்து போன முகங்களோடு தங்கள் ஆண்களைக் கவனிக்கிறார்கள். அந்த ஆண்கள் ஒருவர் ஒருவரை அணைத்தபடி தாங்கள் எல்லோரும் மட்டுமீறி வளர்ந்த பையன்கள் என்ற அரட்டை அடித்துத் திரிவதைப் பார்க்கிறார்கள். அவர்களுக்குச் சகமனிதரை நேசிப்பது பற்றி எதுவும் தெரியாது. இவ்விதமாக எளிதாக - மனக்கரவின்றி - தன்னியல்பான விதத்தில் அவர்களால் அன்பு பாராட்ட முடியாது, ஏனென்றால் அவர்களை அவர்களால் நேசிக்க முடியாது. சுவற்றருகே மேசையின் பக்கமாக அமர்ந்து நாம் உண்மையில் பார்த்தவை வேறு. மாறுவேட மணிந்த சாமானியர் அடங்கிய ஒரு கும்பல் தாங்கள் யாரெனக் கண்டு பிடிக்க முடியாதவாறு அலங்கார ஆடைகளணிந்து, அங்கிகளைக் கழற்றி, வாசனை தடவி, மன இறுக்கத்தைத் தளர்த்துவது போல் பாசாங்கு செய்துவிட்டுக் கடைசியில் சோர்ந்து போகிறார்கள். அங்கே, அந்த ‘மாலைப் பொழுது ஒருத்திக்கு இப்படித்தான் இருக்கும். தன்னைச் சுற்றி நிகழும் காதல் விவகாரத்தைத் தன் கணவனின் ஊதாரித்தனமான கவனத்தைத் தன் மீது திருப்புவதால் அவள் கலைக்கலாம்; அல்லது வேறு யாராவது அவ்வாறு செய்யும்படி பார்த்துக் கொள்ளலாம். ஆண்கள் தங்கள் பெண்களைத் தங்களுடைய சமூகத்தில் கைவிட்டாலும், ஆணுக்கும் ஆணுக்கும் இடையில் நடக்கும் உரையாடல் ஒரு பெண்மைச் சர்ச்சையுடன் நிகழ்த்தப் படுகிறது. விகடங்கள் எல்லாம் ஆண்களுடைய விகடங்ளே, அது பற்றிய செயல்பாடும், நிகழ்ச்சிகளும் ஆண்களைச் சேர்ந்தவையாகும். அன்பு இல்லாமல் அவள் பாலுறவு கொள்ளுவதாகவும், பாலுறவு இல்லாமல் அவன் நேசிப்பதாகவும் யாரும் முறையிடவில்லை.

நம்பிக்கை ஒன்று மட்டுமே மனித இதயத்தில் என்றென்றும் ஊற்றெடுக்கிறதில்லை. அன்பும் அவ்வப்போது தோன்றுகிறது. பாதுகாப்பு, கடமை, புகழ்ச்சி ஆகியவற்றின் பொருட்டாக இல்லாமல், ஒருவருக்குத் தம்மைச் சேர்ந்தவர் மீது தன்னியல்பான தயை உணர்ச்சி எழுகிறது. 'பீப்பிள்' (People) இதழின் வாசகர் பகுதியில் இந்த அசாதாரணமான சுதந்திர அன்பு பிரசுரமாகியிருந்தது:

> "பதினெட்டு ஆண்டுகளுக்கு முன் நானும் என் கணவரும் எங்கள் முதலாவது வீட்டில் குடியேறினோம். இருவாரங்கள் கழித்து அடுத்த வீட்டில் யாரோ குடிபுகுந்தார்கள். அவர்கள் மிகவும் கர்வம் பிடித்தவர்கள் என்று நினைத்தோம். அவர்களும் எங்களோடு பழகுவதில் அப்படியொன்றும் ஆர்வமுடன் இல்லை."

ஆனால், சில வருடங்கழித்து அவர்கள் எங்கள் பக்கத்து வீட்டுக்குக் குடிவந்த தினத்தை ஆசிர்வதித்தோம். சந்தோசமான கணங்களை நாங்கள் பரிமாறிக் கொண்டோம். எங்கள் மகளுக்கு அவர்கள் ஞானத் தாய் தகப்பனாக இருந்தார்கள். எங்களுக்கு மோசமான துன்பங்கள் வந்தபோது அவர்கள் எப்போதும் எங்கட்கு உதவிக்கரம் நீட்டினார்கள்.

இப்போது அவர்கள் எப்போதும் இல்லாத அளவுக்கு எங்கள் மீது ஆசியைப் பொழிந்தார்கள். சமீபத்தில் என் கணவர் தமது வேலையை மாற்றியதால் இருந்த இடத்தை விட்டு இருநூறு மைல்கள் தொலைவுக்கு நாங்கள் போகவேண்டியதாயிற்று. இந்தப் பிரிவு மிகவும் அதிகம். எங்களுக்கு விடைகொடுப்பதற்குப் பதில் என் பக்கத்து வீட்டுச் சிநேகிதியின் கணவர் தமது வேலையை மாற்றிக் கொண்டு எங்களோடு புறப்பட்டு விட்டார்கள். இப்போது நாங்கள் பக்கத்து வீட்டார்கள் இல்லை என்றாலும் ஐந்து நிமிட தூரத்தில்தான் வசிக்கிறோம். எங்கள் நட்பு காலத்தால் மறையாமல் நிற்கிறது"[3]

இந்த நிகழ்வு குறிப்பிடத்தக்கது. மிக அரிதானது. இங்கே நிலவுவது குடும்ப உறவுமுறைகளின் மனப்பாங்காகத் தெரிகிறது. ஓர் அந்நியனுக்காக ஒருவன் தன் இதயத்தின் பாரத்தை இறக்கி வைக்கிற ஒவ்வொரு தடவையும், மனித இனத்தை இணைக்கின்ற அன்பை மீள் உறுதி செய்கிறான். சொற்களால் அவன் தனது இதயத்தைத் திறக்கின்றான் என்பது உறுதி. அதே வேளையில் அவன் தன்மீது ஆர்வத்தையும் அனுதாபத்தையும் எதிர்பார்க்கிறான். அதனைப் பெறுகிறான். அவனோடு உரையாடுகிறவன் தனது தரங்களை அவனது நம்பிக்கைக்கு உரியவனின் நடத்தை மீது திணிக்க இயலாமையை

உணர்கிறான். இன்னொரு மனிதன் எவ்வாறு உணர்கிறான் என்பதை ஒருமுறை தானே உணர்கிறான் என்பது இதற்குக் காரணமாகும். இந்த உறவின் வழியாக எப்போதும் துயரமும் துக்கமும் கடந்து போவதில்லை. ஆனால் சிலவேளைகளில் சந்தோசமும் பெருமையும் கடந்து போகின்றன. ஒரு டிரக் டிரைவர், தமது மனைவி எவ்வளவு கவர்ச்சியானவள், புத்திசாலி, அன்பானவள், அழகானவள் என்று என்னிடம் சொன்னது ஞாபகத்தில் இருக்கிறது. அவளது புகைப் படத்தை அவர் எனக்குக் காட்டினார். அதைப் பார்த்ததும் எனக்குச் சங்கடமாகிவிட்டது. ஏனென்றால் நான் எதிர்பார்த்ததற்கு மாறாக அந்தப் பெண் தடித்துத் தட்டையாக இருந்தாள். இதற்குப் பாதி காரணம் நாவல்களைப் படிப்பதும், நாடகம் சினிமா பார்ப்பதும்தான். நமக்குப் பிறரிடமிருந்து அனுதாபம் தேவை. நிஜமான சமூக இருத்தலின் கட்டுப்பாடுகளும், கட்டாயங்களும் சகமனிதன் மீது காட்டும் மனித அனுதாபத்தை மறைத்து விடுகின்றன. எப்போது நாம் கமில்லி மீது வெறுப்பும், ஜூலியட் மீது பொறாமையும் இல்லாமல் இருக்கிறோமோ அப்போது நம்மால் ராஜ கொலையை அல்லது தாயைப் புணர்பவனைக் கூடப் புரிந்து கொள்ளலாம். அதுதான் அன்பு.

சகமனிதர்கள் மீது காட்டுகிற அன்பானது, புரிதல் மீது, அதனால் உறவின் மீது அமைந்திருக்கிறது. அன்புதான் நமக்குப் பேசக் கற்றுக் கொடுத்தது. மரணம் தன் விரல்களை நமது உதடுகள் மீது வைத்தது. எவ்வளவு அவதூறானதாக இருந்தாலும், எல்லா இலக்கியமும் அன்பின் ஒரு செயல்பாடுதான்.

அடைய முடியா அன்பின் இலட்சியம் மாஸ்லோ விவரித்த உறவினை ஒத்ததாகும். அது சுய-உணர்வுடைய ஆளுமைகளுக்கு இடையே நிலவுகின்ற உறவாகும். அவர் விவரித்துள்ள இலட்சிய ஆளுமைகள் எதார்த்தம் பற்றிய சிறப்பான ஓர் உணர்வினைக் கொண்டுள்ளன. இதனை, ஹெர்பர்ட் ரீட் ஒரு மாசற்ற கண் என்றழைத்தார். அது குழந்தையின் கண் போன்றது. குழந்தை எதார்த்தத்தைப் புறக்கணிப்பதில்லை. நிகழ்வுகளின் உலகினைச் சுரண்டுவதற்கோ அல்லது அதனால் சுரண்டப்படுவதற்கோ, இலட்சிய ஆளுமைகளைத் தீர்மானிப்பதில்லை. மாறாக இந்த உலகை அவதானிக்கவும் புரிந்து கொள்ளவும் எழுகின்ற ஓர் ஆசையினால் அது நிகழுகிறது. அதன் மீது அவர்களுக்கு வெறுப்பில்லை. அறியப் படாதது அவர்களை அச்சுறுத்துவதில்லை. அவர்களிடம் தற்காப்புத் தன்மையோ போலித்தனமோ இல்லை. அவர்களுடைய வருத்தத்திற்குக் காரணங்கள்: சோம்பல், எரிந்து விழுதல், பிறரைப் புண்படுத்துதல், பாரபட்சம் காட்டுதல், பொறாமை, அழுக்காறு. அவர்களுடைய

நடத்தை தன்னியல்பானது. ஆனால், அது சுயாட்சியான ஒழுக்க வரைவோடு சம்பந்தம் கொண்டது. அவர்களுடைய சிந்தனை பிரச்சினையை மையமிட்டது. தானை (ego) மையங்கொண்டதன்று. அதனால் அது அவர்களது அன்றாடக் கவலைகளையும் கடந்து ஒரு கொள்கையோடு ஈடுபடுத்திய ஓர் உணர்வைக் கொண்டது. அவர்களுடைய செயல்கள் நிகழ்காலத்தை நோக்கியவை, கடந்தகாலம் பற்றிய ஏக்கமோ, எதிர்பார்ப்போ கொண்டதாக இல்லை. ஒரு குறிப்பிட்ட மதத்திடம், அச்சம் அல்லது குற்றம், அல்லது வேறு எந்தக் கட்டாயம் காரணமாகப் பணிபுரிவது கிடையாது. அவ்வாறிருந்தும், ஃபிராய்டு வார்த்தைகளில் கூறப்படுகிற 'பிரபஞ்சம் அளாவிய உணர்ச்சி' எனும் மதரீதியான அனுபவத்தை மரபான மத வாதிகளைவிட அவர்கள் எளிதாக அடைகிறார்கள்.

> ('அவருடைய வார்த்தை 'சுயநலம்' ஆசீர்வதிக்கப்பட்டது என்று உச்சரித்தது. அந்த முழுமையான, ஆரோக்கியமிக்க சுயநலம் ஆற்றல் வாய்ந்த ஓர் ஆன்மாவிலிருந்து ஊற்றெடுக்கிறது. ஓர் ஆற்றல்மிகுந்த ஆன்மாவைச் சேர்ந்தது உயர்ந்த உடல்; அந்த உடல் அழகானது, வெற்றிகரமானது, புத்துணர்ச்சியுடையது. இதனைச் சுற்றியுள்ள ஒவ்வொன்றும் ஒரு கண்ணாடியாகிறது - 'இணக்கமான, தூண்டக்கூடிய உடல் ஒரு நடனதாரி; இதன் நீதிக் கதையும், உரைப் பொழிப்பும் சுய-அனுபோக ஆன்மாவாகும்'
> - Nietzsche, 'Thus Spake Zarathustra')

சுய உணர்தல் என்பதன் இன்றியமையாத அம்சங்கள்: சுதந்திரம், கலாச்சாரமாக்குதல் ஆகியவற்றுக்கு எதிர்ப்பு. இதில் உள்ளார்ந்துள்ள அபாயம்: தேவைக்கும் அதிகமான சுதந்திரம் அல்லது கலப்பற்ற திடசித்தம் இல்லாமை. இருந்தபோதிலும் இத்தகைய மக்கள் அன்பு செலுத்துவதில் மிகுந்த இயல்புடையவர்கள். 'ஒருவரால் அச்சுறுத்தப் படாத அளவுக்கே அவரை நம்மால் நேசிக்க முடியும்' என்று அன்பு பற்றி ரோஜர்ஸ் கூறுவதை நாம் ஏற்றுக்கொண்டால் மேற்கூறிய விளக்கத்தை ஏற்கலாம். சுய - உணர்தலை உடைய நமது நபர், எவராலும் அச்சுறுத்தப்பட முடியாதவர் என்பதால், எல்லோரையும் அவரால் நேசிக்கமுடியும் என அவர் உரிமை கோரலாம். அவர் இவ்வாறு எல்லோரையும் நேசிக்கிற சாத்தியப்பாட்டினைச் சந்தர்ப்ப சூழல்கள் கட்டுப்படுத்தலாம்தான். ஆனால், இப்படி ஒருவர் முற்றிலுமாக ஒருதார மணவாழ்க்கையில் நீடிப்பது ஒரு குருட்டு அதிர்ஷ்டம்தான். ஏனெனில் ஆதிக்கம் செலுத்தப்பட அல்லது சுரண்டலுக்கு ஆட்பட அல்லது எவ்விதமான கட்டாயக் கூட்டு உயிர் வாழ்வை ஏற்படுத்த விரும்புகிற இத்தகையவர்கள் திருப்தியளிக்காத

ஒரு துணையாக இருப்பார்கள். இத்தகைய சுய-உணர்வு பெற்றோர் மிகவும் குறைவு. வழக்கமாக இத்தகைய ஆளுமைகள் பொருந்தாத இணைகளாக இருக்கிறார்கள். இந்தச் சுய - உணர்வுடைய ஆளுமைகளின் பாலியல் நடத்தை பற்றி மாஸ்லோ எதிர்பாராத கருத்தினைத் தருகிறார்.)

> "ஆரோக்கியமான மக்களிடம் காணத்தகும் அன்பானது, இரண்டு பால்களின் ஆளுமைகளுடைய வகிபாகங்களுக்கு இடையில் கூர்மையான வித்தியாசத்தைக் காண்பதில்லை. அதாவது பெண்பாலை அடங்கியது என்றும் ஆண்பாலைச் செயலூக்கமானது என்றும் அவர்கள் அனுமானிப்பதில்லை. அந்த உறவு பால் சம்பந்தப்பட்டதாகவோ அல்லது அன்பாகவோ அல்லது வேறு எதுவாகவோ இருந்தாலும் சரிதான். இவர்கள் தங்களது ஆண்பால் தன்மை அல்லது பெண்பால் தன்மை பற்றித் தெளிவாக இருக்கிறபடியால் எதிர்ப் பாலின் வகிபாகத்திற்கு உரிய சில அம்சங்களை மேற்கொள்ளத் தயங்குவதில்லை. அடங்கிய, செயலூக்கமான நேசர்களாக அவர்களால் இருக்கவியலும் என்பது குறிப்பிடத்தக்கது..."[4]

இங்கே மாஸ்லோ கூறுவது ஒரு குறிப்பிட்ட வகை ஆளுமை அமைப்புக்குச் சாதகமானதாகலாம். இதனை உயிர் ஆசைக்கும் (eros) நாகரிகத்துக்கும் இடையில் செய்து கொள்ளுகிற ஒருவித அனுசரிப்பு எனலாம். நாம் எல்லோரும் இத்தகைய சில அனுசரிப்புக்களில் ஈடுபட்டிருக்கிறோம். மாஸ்லோவின் கருத்துக்கள் குறைந்தபட்சம் நாம் பயணம் செய்யத்தக்க ஒரு திசையைச் சுட்டுகின்றன. ஆளுமை எப்படிப்பட்டது என்பது பற்றி உளப்பகுப்பாய்வியல் மாதிரி வெறும் கோட்பாட்டு விளக்கம் ஒன்றைத் தரவில்லை. 'நமது உடல்களுக்குள் நமது ஆன்மாக்களைத் திரும்பிவரச் செய்வது; நமக்குள்ளே நாம் திரும்பி வருவது, இவ்வாறு சுய-அந்நியமாதல் என்னும் மனித நிலையை வென்றெழுவது' என்பவற்றை நோக்கிக் காத்துக்கிடக்கின்ற உலகிற்கு முன் தன்னை நியாயப்படுத்திப் பிரகடனம் செய்யவில்லை.[5]

மாஸ்லோ, சுய - உணர்தல் பெற்ற ஆளுமைகளைப் பற்றிய தமது மாதிரிகையில் சில பெண்களைச் சேர்த்திருந்தது வியப்பாக இருந்த போதிலும் அது உண்மையே. பெண்கள் பற்றிய கலாச்சாரமாக்குதல் (enculturation) குறித்த எனது விவாதங்கள் சரியாக இருந்தாலும்கூட, மேற்குறித்த மாஸ்லோவின் செயல் எதிர்பாராத ஒன்றுதான். சில விதங்களில் பெண்மையின், ஒரேவகைமாதிரியின் செயல்பாடு மிக வெளிப்படையாக இருக்கிறபோது, பல பெண்களால் முழுமையாக

எட்டமுடியாததாக ஆகிறது. அப்போது அதனை எதிர்ப்பது மிக எளிதானதாக இருக்கும். சமுதாயம் வெகுமதியாக வழங்குகிற ஒரு பிம்பத்திற்குப் பதிலாக உங்களுடைய சொந்த பிம்பத்தை வடிவமைக்க முடிவு செய்வதற்கு மிகுந்த துணிச்சலும் சுதந்திரமும் வேண்டும். ஆனால் நீங்கள் உங்கள் வழியில் போகிறபோது, இது எளிய விசயமாகிறது. தனது சொந்த வழியில் போகத் தீர்மானிக்கிற ஒரு பெண், தன்னை நிர்ணயிக்கிற காரியத்தை அகற்றமுடியாது என்பதை அறிவாள். ஆனால், குறைந்தபட்சம் அதன் வினைபாட்டினை அவளால் அடையாளம் கண்டு அதற்குப் பதில் வினையாற்றிட முடியும். அதே சமயம், இதில், தான் மிக நுட்பமாக ஏமாற்றப்படுவதை ஓர் ஆண் அறியலாம். எந்தவித நிபந்தனைகளும் இன்றி ஒரு காதலியாக ஆக முடிவு செய்கிற ஒரு பெண், தனது உறவுமுறைகள் ஒப்பீட்டளவிற்கு எளிதாக உடைந்து போவதைக் கண்டறியலாம். ஏனெனில் அவளைச் 'சாதுவாக ஆக்கும்' முயற்சிகளுக்குக் காட்டுகிற அவளது 47திர்ப்பின் அளவும், அவளது நண்பர்களின் அபிப்பிராயமும் வழக்கமாக ஆணின் பக்கமே இருக்கும். தான் ஒரு கண்ணியமான விசயத்தைச் செய்யத் தயாராக இருப்பதாகவும், அவள் மீது அவன் அன்பு பூண்டிருந்த தாகவும்... என்று இப்படிப் பலவற்றைக் கூறுவான். அவளது நிரந்தரமான பாலியல் ஆசையின் விளைவாக அமைந்த அவளது ஒழுங்குமுறையற்ற ஒரு வாழ்க்கையும், மென்மையும், மக்கள் மீதுள்ள அவளது ஆர்வமும் கட்டாயமாக அவளை ஒழுங்குமுறையில்லாமையி லிருந்து அவளை வேறுபடுத்திப் பார்க்க விடா. அல்லது யாரிடமும் இல்லை என்று சொல்ல இயலாமையிலிருந்து வேறுபடுத்தி அவளைப் பார்க்க விடா. யார் மீது அவள் மிக மென்மையாக உணர்கிறாளோ அவர்களே அவளுடைய அன்பை மதிப்பிறக்கம் செய்கிறார்கள். அவளது சுய-கவுரவம் நேரடியான தாக்குதலுக்கு ஆளாகக்கூடும். இத்தகைய அழுத்தங்களின் விளைவு முற்றிலும் இல்லாமற் போகாது. அவற்றின் காரணமாகத் தனது நடத்தையை ஒரு பெண் வெளித் தெரியாதவாறு அடக்கவில்லை என்றாலும் கூட, அவள் வேறு சிலவிதங்களில் தனது எதிர்வினையைக் காண்பாள். தன்னியல்பாக இருக்கவேண்டும் என்ற அர்த்தத்தில் அவள் செய்வதை யெல்லாம், வேண்டுமென்றே திட்டமிட்டுச் செய்வதாகப் பிறர் எடுத்துக் கொள்ளுவார்கள். அவள் தன் இஷ்டப்படி வாழ்வதை ஆதரித்து எழுதுவதோடு அல்லது, பெண்களைப் பற்றி நூல்களை எழுதுவதோடு நிறுத்திக்கொள்ளலாம் (ஹூம்).

காதலின் பொருட்டுப் பெண்களுக்கு நமது சமுதாயத்தில் வழங்கப்படுகிற வகிபாகங்களை அவர்கள் நிராகரிக்க வேண்டும்.

மலடாக, பாதுகாப்பில்லாத, தாழ்ந்த உயிரிகளான அவர்களால் தாராளமான ஒரு விதத்தில் நேசிக்க இயலாது.

ஒருதலை ஏக்கக் காதலின் இலட்சியத்தை இப்பிரபஞ்சத்தின் உறுதிப்படுத்துகிற, படைப்பு ரீதியான, ஒன்றிணைக்கிற சக்தியாக, உயிர் ஆசை (Eros) யின் இலட்சியத்தை ஷேக்ஸ்பியரின் அருவமான கவிதையில் முழுமையாகக் காணலாம். அக்கவிதையின் பெயர் 'ஃபீனிக்ஸ் பறவையும் கடல் ஆமையும்' அவர்கள் -

'இருவராய்க் காதலித்தனர்
ஒருவராய்ச் சாராம்சம் கொண்டனர்
தனித்தனியாய் இருவர்; பிளவில்லை;
காதலில் எண் அழிவுற்றது
வெகுதொலைவில் இதயங்கள், ஆயின் பிளவில்லை;
தூரமும் வெளியும் காட்சியில் படவில்லை
ஆமைக்கும் அவன் ராணிக்கும் இடையில்;
ஆயின் அவர்களில் இது ஓர் அதிசயம்'

இக்கவிதை: ஃபீனிக்ஸ் பறவை, கடலாமை ஆகியவற்றின் ஈமச்சடங்குகளைப் பற்றி வருணித்தாலும், அது உடன்கட்டை ஏறுகிற வழக்கத்தைப் பற்றியன்று. ஒன்றிணைதலின் - ஒன்று கூடுவதின் - ஒன்றாய்க் கரைதலின் கருத்தியலைக் குறிப்பிட்டுக் கொண்டாடுகிறது. அது சடங்கு ரீதியாகவோ அல்லது தடயமின்றி அழிப்பதையோ பற்றியன்று. லாவோ- சே எழுத்துக்களிலிருந்து ஒய்ட் ஹெட் கற்றுக்கொண்ட கெடுதலற்ற ஞானத்தைப் பற்றிக் கூறுகிறது.

'உடைமை இவ்வாறு திடுக்குற்றது
சுயம் ஒன்றாயில்லை;
ஒற்றை இயற்கையின் இரட்டைப் பெயர்
இரண்டோ அன்றி ஒன்றோ அழைக்கப்படவில்லை.
அறிவு தனக்குள் குழம்பிற்று
பிளவு ஒன்றாய் இணைந்து வளரக் கண்டது;
அவர்களுக்குள்ளே, ஆனால் இதுவாகவோ அதுவாகவோ அல்ல
எளியன நன்றாய் இணைவன.'[6]

சாமானிய மக்களின் உத்வேகம் (spirit) இணையானவர்களுடைய காதலாகும். அழகு, உண்மை ஆகியவற்றின் ஒன்றிணைவாகும். ஃபீனிக்ஸ் பறவையும் கடலாமையும் ஒன்றாய்க் கூடிவாழத் தேவையில்லை, ஏனெனில் அவையே இரக்கத்தின் கொள்கையாகும். இது பழக்கத்தைச் சார்ந்ததன்று. ஃபீனிக்ஸ் பறவை தனது சாம்பல்களில்

இடைவிடாமல் தன்னைப் புதுப்பிக்கிறது - புரோடியஸ் கடவுள் தன் உருவத்தை மாற்றுவது போல. ஃபீனிக்ஸ் - கடலாமை ஆகியவை வாழ்நாள் முழுவதும் ஊடுறவான தம்பதிகளாகக் கட்டுண்டிருக்க வில்லை. ஆனால், எதனுடைய ஒரு பகுதியாக இருக்கின்றதோ அந்த உலகோடு, சுயமோக சுயம் (Naruissist Self) கொள்ளுகிற உறவு முறையில் காதல் மீள் உறுதி செய்யப்படுகிறது. பாலியல் ஆதிக்கத்தால் மற்றொரு சுயத்தின் அடையாளத்தோடு, ஒரு சுயத்தின் அடையாளம் அழித்து ஒழிக்கப்படுவது பற்றிய மாயப் புனைவாக இது இல்லை. ஏனெனில் இது மனோசக்தியின் ஓர் ஆன்மீக நிலையாகும்.

"ஆன்மீகத் தன்மை என நான் கருதுவது, வலிமைமிக்க ஒரு விழுமிய இயல்பின் பரிசுத்தமான நிலைமையாகும். அதிலிருந்து சோர்வற்ற புதிய ஆற்றல்கள் வளரவேண்டும் - அப்படிப்பட்ட ஆன்மீகத் தன்மை நமது தொடுவானத்தில் இன்னும் தோன்றவில்லை. ஆண் - பெண் ஆகியோருக்கு இடையிலான நலன்களின் வேறு பாட்டால் அவற்றின் விளைவால் அது இன்னும் தோன்றவில்லை. இவ் இருபால்களும் பெரும்பாலும் உணர்ச்சியின் கவர்ச்சியின் ஊடாக ஒன்று சேர்கின்றன. அது இல்லாதிருந்தால், அவை துருவங்களைப் போலத் தனித்தனியாகப் பிளவுபட்டு இருக்கும்."[7]

உண்மையில் ஆண்களும் பெண்களும் வித்தியாசமாகக் காதலிக் கிறார்கள். இந்த உறவின் நடத்தையைக் கருணை (benevolence) என்ற பதத்திலிருந்து வெகு அப்பாற்பட்டதாக விளக்குகின்றோம். அதனால் அப்படிப்பட்ட காதல் சமூக விரோதமானது. அது, காதலின் இன்றியமையாத இயல்புக்குக் குந்தகமானது. நமது வாழ்க்கை முறையில் உயிர் ஆசையை (Eros) விட, மரணபயம் (Thanatos) மிகுதியாக உள்ளது. நம்மிடம் காமியம், சுகிப்பு, தாராளம், இயல்பான தன்மை ஆகியவற்றைவிடத் தன்னலம், சுரண்டல், ஏமாற்று, வெறிமயக்கம், பழக்கத்துக்கு அடிமையாதல் (addiction) ஆகியவையே அதிகமாக இருக்கின்றன.

# பிறநலம்

"அன்பு தன்னையே மகிழ்விக்க விரும்புவதில்லை,
தன்மீது அக்கறை கொள்ளுவதில்லை.
தனது நிம்மதியைப் பிறருக்குத் தருகிறது,
நரகத்தின் துயரத்தில் சொர்க்கத்தைக் காட்டுகிறது"[1]

அன்பு எனப்படுவது, தன்னம்பிக்கையை சுயத்தில் நிலைநாட்டுவதென்று கூறி வந்தேன். அது, தன் இனத்தைச் சேர்ந்தவரை சுயமோகத்திற்குள் விரிவு செய்வதாகும். ஆனாலும், 'தன் நண்பனுக்காகத் தன் உயிரை விடுவதை விடப் பேரன்பு மனிதரிடம் வேறில்லை' என்று கற்றுக் கொடுக்கப்பட்டுள்ளோம். பள்ளிக்கூடத்தில் மற்றவர்க்குத் தருவதற்காக நம்மையே மறுப்பதற்கு ஊக்குவிக்கிறார்கள். பண்டம் வாங்கித் தின்னாமல் நம் காசுகளைச் சிவப்பு மஞ்சள் நிறப்பெட்டியில் காணிக்கையாக மிஷன்களுக்குப் போடுகிறோம். சுயத்தை விட்டு விடுவது, அதை மறுப்பது அன்பு என்று புரிந்துள்ளோம். இதே போலப் பணிவு காட்டுவதில் சுயத்தை மறப்பது, பொறுமை, சுய - மறுப்பு ஆகியனவும் அன்பெனக் கருதுகிறோம். இச்செயல்களின் நோக்கமெல்லாம் தேவனின் விழிகளின் கடாட்சத்தைப் பெறுவது என்பது நம்மில் பலருக்கும் தெரியும். இவ்வாறில்லாவிட்டால் சொர்க்க போக வைப்பின் நமது கணக்கில் அவை ஏற்றப்படமாட்டா. இது ஒரு ஏமாற்று. அது நமது பிறவதைத் தன்மை கொண்ட சினப்பாங்குகளைப் பற்றிப் பிடித்து, அழித்தொழிப்பின் மாயப் புனைவுகளோடு இணைக்கிறது. ஆபத்து வருகையில் குழந்தைக்குக் குறுக்காகத் தனது உடலைக் கொண்டு தாயை மறைக்கச் செய்வது இந்த அன்பு என்று நமக்குச் சொல்லிக் கொடுத்துள்ளார்கள். வேட்டைக்காரனிடம் போக்குக்காட்டித் தன் கூட்டைத் தந்திரமாகத் தாய் வாத்து மறைப்பதும் இந்த அன்பின் காரணமாகத்தான். அன்பெனப்படுவது சால்புமிக்கது (noble), இயல்பூக்கமானது (instinctive) பெண்மைத்தனம் கொண்டது; நமது தாய்மார்களிடம் அன்பு இருந்தது. இல்லாவிட்டால் வலிகளையும் நோய்களையும் தாங்கி நம்மை இந்த உலகிற்குக் கொண்டுவந்திருக்க மாட்டார்கள். தன் குழந்தைகளுக்காக ஒரு தாய் புரிந்துள்ள தியாகங்களின் பெருமை பற்றி யாராலும் விளக்கிக்கூற முடியாது. குறிப்பாக இலவசக் கல்விகூடப் பெறாத நம்மால் கூறமுடியாது, ஒவ்வொரு தாயும் ஒரு புனிதரே. ஆனால் 'பத்துக்

கட்டளைகளில் 'உன்னைப் போல் உன் பிறனையும் நேசிப்பாயாக' என்ற கட்டளை இருப்பது உண்மைதான் என்றாலும், தங்களைவிடத் தங்கள் பிறன்களை நேசித்தற்காக கன்னிகாஸ்திரீகள் மடத்தை விட்டுத் துரத்தப்பட்டார்கள்.

பிறநலம் பற்றிய இலட்சியம் மிக உயர்ந்தது. ஆனால் துரதிர்ஷ்ட வசமாக அதற்கு ஆதாரமில்லை. எதார்த்தமுமில்லை. நாம் தாய் வாத்துக்களாக, இயல்பூக்கப்படி வாழும் ஜீவராசிகளாக, உயிரினத்தின் சேவகர்களாக இல்லாத பட்சத்தில் நாம் நம்மிலிருந்து விடுதலை யடைய முடியாது. நமது சொந்த நோக்கங்களுக்கு எதிராக நம்மால் செயல்பட முடியாது. குழந்தைகளாகிய நாம் பெறுகின்ற முனையில் இருந்தோம். நம் மனங்களில் நமது தாய்மாரின் சுயதியாகம் பெரிதும் இருப்புக் கொண்டுள்ளது. நாம் அடைந்த இந்த உயர் பரிசுக்காக நன்றி யுள்ளவர்களாக இருக்கும்படி தொடர்ந்து நமக்கு அறிவுறுத்தினார்கள். இரட்சணியம் என்பதற்கு அடுத்தபடியாக, நாம் பெற்ற உயிர்ப் பரிசுக்காக நாம் நன்றிக்கடன் பட்டவர்களாக இருக்கவேண்டும். அந்த இரட்சணியத்திற்கு ஒருபோதும் போதிய அளவுக்கு நம்மால் நன்றியோடு இருக்க முடியாதென்று நம்புகிறோம். நமக்காகச் சாவதற்கு ஏன் ஒருவர் தேவைப்பட்டார் என்பது பற்றி நமக்கு மிகத் தெளிவான கருத்து இல்லை; என்றாலும் கூட நாம் அதற்காக நன்றிக் கடன் பட்டுள்ளோம். நம் பெற்றோர்களை நாம் நேசிக்கவேண்டும் என்ற கட்டளை, தேவனை நாம் நேசிக்கவேண்டும் என்ற கட்டளையை அடுத்துத் தொடர்கிறது. இதனை எடுத்துக்காட்டிய கன்னிகாஸ்திரீகள், பெற்றோர்களின் இடத்தில் தாங்கள் இருப்பதாலும், தாங்கள் கடவுளுக்காகவே வாழ்கிறதாலும், தங்களது பிறன்களாகிய நாமும் அதற்காக நன்றியுள்ளவர்களாக இருக்கக்கடவோம் என்று கூறினார்கள். ஆனால் குழந்தைகள் இயல்பானவர்கள். நம் தாய்மார்கள் நம்மைப் பெறாதிருந்தால் பெரிய இசை நாட்டிய நாடகத்தின் நட்சத்திரங் களாகவோ அல்லது சாதனை படைத்ததற்காக நகரத்தின் தலைமை விருந்தினராகவோ வந்திருப்பார்களோ இல்லையோ! இதுபற்றி நாம் அறியாதிருந்தும் கூட அத்தாய்மார்கள் தாங்கள் செய்த சுய-தியாகத்தைப் பற்றிச் சொல்லி நம்மைப் பயமுறுத்தியது நமக்கு நன்றாகவே தெரியும். அவர்களது இம்சை தாங்கமுடியாமல் நம்மை நாமே கட்டுப்படுத்த இயலாத கணங்களில் இந்த உலகில் பிறக்க வேண்டும் என்று நாங்கள் கேட்டதில்லையே என்று அவர்களுக்குச் சுட்டிக் காட்டினோம்; அதிகமாகச் செலவாகும் பள்ளிக்கூடத்திற்கு அனுப்பவேண்டும் என்று நாங்கள் கேட்டதில்லை என்று சொன்னோம்.

பெற்றோர்களுக்கு என்று சில நோக்கங்கள் இருந்திருக்க வேண்டும்; அதற்காகச் செய்தார்கள் - நமக்குச் செய்தார்கள் என்பது நமக்குத் தெரியும். நமது பெற்றோர்களின் சுய - தியாகம் நம்மை நன்றியால் நிரப்பவில்லை; அதற்கு மாறாகக் குழப்பத்தாலும் குற்றத்தாலும் நிரப்பியது. அவர்கள் மகிழ்ச்சியாக இருக்கவேண்டும் என்று விரும்பினோம். ஆனால் அவர்கள் சோகமாகவும், எதையோ பறிகொடுத்தவர்களைப் போலவும் இருந்தார்கள். அது நம் தவறு என்று கூறினார்கள். நமது தாய்மாரைத் துயரத்தில் ஆழ்த்திய செயலுக்காக வசைபட்டு அடிபட்டோம். எங்கள் பள்ளிக்கூட அறிக்கைகள் வசையையும் குற்றச்சாட்டையும் கொண்டுவந்தபோது யாருடைய திருப்திக்காக தியாகங்கள் செய்யப்பட்டன என்பதன் பொருள் விளங்கிற்று. உணர்ச்சிகரமான பரிமாற்றங்களில் நன்னம்பிக் கையின் பக்கம் இருக்க எங்களுக்கு எந்தச் சந்தர்ப்பமும் இருந்த துண்டா? கன்னிகாஸ்திரீகளைப் பொறுத்தவரை, தங்களது வாழ்க் கையைக் கடவுளுக்கும் எங்களுக்கும் அர்ப்பணிப்பதற்காக உலக வாழ்வை விட்டுவிடுவதால் உணர்ச்சிகரமாக விரும்பிய எதையும் அவர்கள் விட்டுவிடவில்லை. குறிப்பாக எங்களைப்பற்றி அறியாத அவர்கள் எங்களுக்காக எதையும் விட்டுவிட வில்லை. பையன்கள் ஒப்பீட்டளவில் தங்களுடைய பெற்றோர்களின் நோக்கத்தைப் பற்றிக் குறைகண்டு விலகியே இருக்கலாம்; சின்னஞ் சிறுமிகள் கடைசியில் பெற்றோரின் நோக்கங்களை ஞாபகத்திற்குக் கொண்டு வரலாம். சிறுமிகள் தங்களைப் பற்றிக் கொண்டுள்ள கருத்தாக்கங்கள் குழப்ப மானவை; செயற்கையாக வளர்த்துக்கொண்ட அவர்களுடைய பிறர் சார்புத்தனம் மிக்க வலிமையானது. அதனால் மிகத் தொடக்கத்தி லேயே அவர்கள் சுய - தியாகத்தைச் செய்யத் தொடங்குகிறார்கள். பெண்ணாய்ப் பிறந்த தங்களது பிரதான குற்றத்திற்காக இன்னும் பரிகாரம் செய்து கொண்டிருக்கிறார்கள். தங்களது மற்றெல்லா விதமான ஆர்வங்களைத் தைரியமாக விட்டு விட்டுத் தங்கள் ஆண்களுடைய மகிழ்ச்சிக்காகத் தங்களை ஈடுபடுத்துகிறார்கள். சுய - தியாகத்தின் உண்மையான நோக்கம் பற்றிய புரிதல், எப்படியோ அதன் அதிகாரபூர்வமான கருத்தியலோடு இணைந்து இருக்கிறது. மக்கள் தொடர்பு நிபுணர்கள் உலகிலேயே மிகவும் கொடுத்து வைத்த வேலை செவிலியர் வேலை என்று கூவி (இது மிகவும் கடினமான - மோசமான ஊதியம் தரும் வேலை) இளம்பெண்களைக் கவர்ந்து இழுக்க முனைகிறார்கள். நன்மை செய்கிறோம் என்ற மன உணர்வால் திருப்தி கிடைக்கிறது. வலியைப் போக்குவதால் மட்டுமின்றி, அதற்காக அவர்கள் பெறுகிற பரிசு மிகவும் கொஞ்சம் என்பதாலும் செவிலியர்

மன நிறைவடைகிறார்கள். பொது மருத்துவமனையிலுள்ள எந்த நோயாளியும், இந்தப் பெண்மைச் சுயவதையின் சுரண்டலைப் பற்றி எதார்த்தமான விதத்தில் உங்களுக்குக் கூற இயலும். பாலியல் உறவு முறைகளில் காதலோடு, பிறநலத்தைப் போட்டுக் குழப்புவது பெரும்பான்மையோரை வக்கிரமடையச் செய்கிறது. சுய - தியாகம் என்பது பெண்கள் விளையாடுகிற திருமண விளையாட்டுக்களின் தலையான நோக்கமாக இருக்கிறது. இது கரடுமுரடான வடிவத்தில் இருக்கலாம். (எ.டு: 'என் வாழ்க்கையின் மிகச் சிறந்த ஆண்டுகளை உனக்கு நான் வழங்கியுள்ளேன்'); அல்லது, மிக நாகரிகமான வடிவத்தில் இருக்கலாம் (எ.டு: அவன் உன்னை மேலே கொண்டு வருவான் என்பதற்காகத்தான் அவனோடு படுக்கப் போனேன்'). இவ்வளவு தூரம் தியாகம் செய்த சுயத்திற்கு எதிர்பார்த்த பரிசு பாதுகாப்பாகும். பிரதி உபகாரம் ஒன்றை எதிர்நோக்குவதால் இதனைச் சுய - தியாகம் என்று அழைப்பது பொருந்தாது. உண்மையில் இது ஒருவகை வாணிபம். இந்த வாணிபத்தில் எப்போதும் கடன் தருபவர் பெண்பால்தான். இந்நிலையை ஆண்களிடமும் காணலாம். தங்கள் மனைவி மக்களின் பொருட்டு, ஆபத்தான வேலைகளைத் தங்களால் செய்ய இயலாமை பற்றிக் கூறுகிறார்கள். ஆனால், இது ஒரு விதிவிலக்கான நிலைமை. பெண்பாலின் சுய- தியாகம் காணப்படாத ஆண்பால் - பெண்பால் உறவுமுறையை நினைத்துப் பார்க்கவே இயலாது. பெண்கள், ஆண்களின் துணையோடு, பிறர் பொருட்டு வாழவேண்டிய நிலையில் இருக்கிற வரை, அவர்கள் தங்களை அத்தியாவசியமானவர்கள் என்பதன் பொருட்டாகப் பாடுபட வேண்டும். இது அவர்களுடைய முழுநேர வேலை; இதையே பிற நலம் எனத் தவறாக அழைக்கிறார்கள். சரியாகச் சொன்னால், 'பிறநலம் என்பது ஓர் அபத்தம். இந்தத் தியாகம் ஒன்றைத்தவிர பிற எதையும் தருவதற்குப் பெண்களால் இயலவில்லை. இந்த இயலாமையோடு நேர்விகிதத்தில் அவளது சுய - தியாகம் அமைந்துள்ளது. ஒருபோதும் கொண்டிருக்காத ஒரு சுயத்தை அந்தப் பெண்கள் தியாகம் செய்கிறார்கள். "இந்தத் நிலைக்கு ஆளாவதற்கு நான் செய்ததென்ன?" என்ற கைவிடப்பட்ட பெண்ணின் அழுகை, அவள் பின்பற்றி வந்திருந்த பொய்யான உணர்ச்சிச் சிக்கனத்தை உடனடியாக வெளிப்படுத்துகின்றது. பெண்களோடு சண்டை போடுகிற போதுதான் பெரும்பாலான ஆண்கள் எந்த அளவிற்குக் கபடமாகவும், மனசின்றியும் தங்களுடைய பெண்கள் தங்களுக்குக் கீழ்ப்படிந்திருந்தார்கள் என்பதைக் கண்டறிகிறார்கள். போலித்தனமான பிறநலம் பெண்களின் ஏகபோகமல்ல; ஆனால் சார்ந்து வாழ்வதற்கு ஆண்கள் பெண்களுக்குத்

தேவைப்படுகிற வரை, அது பெண்மையின் நோக்கத்திற்கு ஆண்பாலை விட மிகவும் முக்கியமானதாக இருக்கும்.

நீங்கள் என்ன செய்கிறீர்களோ அதற்குரிய முழுப் பொறுப்பை நீங்களே ஏற்றுக்கொள்ள வேண்டும். ஒருவர் தனக்கான வழியை உண்மையாகத் தேர்ந்தெடுக்கிறபோது; அதற்குரிய பொறுப்பை மற்றொருவர் ஏற்பது சாத்தியமில்லை. பெண்களின் பிறநலம் என்பது நடத்தைவழி வெளிப்படும் பெண்மை நபரின் உண்மையற்ற தன்மையேயாகும். இது, பெண்பால் சுய-மோகத்திலுள்ள குறை பாட்டின் மற்றொரு வினைபாடாகும்.

# தன்னலம்
## (Egotism)

"ஆயின் சிற்றோடையின் ஒருசிறு கூழாங்கல்
யாப்பின் இன்னிசை எழுப்பிற்று:
"அன்பு சுயத்தையே மகிழ்விக்க முனையும்,
தான் மகிழப் பிறரைப் பிணிக்கும்,
அடுத்தவர் நிம்மதி இழப்பில் அகமகிழும்,
சொர்க்கத்தின் வன்மத்தில் ஒரு நரகத்தைக் கட்டும்"[1]

பிறநலம் ஒரு வீண்புனைவு (Chimeric) எனில், அதற்காக எல்லா அன்பு நடத்தைகளும் அடிப்படையில் தன்னலம் சார்ந்தவை என்று ஆகிவிடா. அன்பிற்குரிய அடிப்படை என்று நான் சுட்டிக்காட்டிய சுயமோகம் என்பது, 'தான்' (Ego) என்பதன் ஒருவிழைவன்று. 'தான்' என்பது ஆளுமையின் சுய- ஓர்மையான, ஓர்மையான பகுதி மட்டுமே; ஆனால் அதுவே முழு ஆளுமையின் ஒரு வினைபாடாகும். அன்பின் தன்னலம் என்பது தன் சொந்த வகையைச் சேர்ந்த மற்றொருவர் மீது ஒருவர் கொள்ளும் அன்பு அல்ல; மாறாக அது, இருவருக்கு இடையிலிருக்கிற ஓர் ஒன்றிணைவு பற்றிய அனுமானமாகும். இந்த ஒன்றிணைவினை, சமூகவயமாக்கும் சகல முயற்சிகளுக்கும் எதிராக இருந்து பாதுகாக்க வேண்டும். ஒருவர் மற்றொரு நபரை நேசித்தால், அது, அவரது சகமனிதர்களுக்குப் பாராமுகமாயிருந்தால், அவரது அன்பு அன்பல்ல, அது ஒன்றுக்கு மேற்பட்ட உயிர்கள் கூட்டாக வாழுகிற (symliosis) ஓர் இணைப்பாகும். அல்லது அது பெரிதாக்கப் பட்ட தன்னலமாகும்."[2] பாலியல் உணர்ச்சி அலாதியானதென அனுமானித்தார் ஃபிராய்டு. ஏனெனில் அதன் ஓர் அங்கமாகப் பொறாமை என்ற குணம் இருப்பதாகத் தோன்றுகிறது. தன் பெண்ணைக் குறித்து ஓர் ஆணுக்குள்ள பொறாமை, தன்னலம் சார்ந்தது என்பது வெளிப்படை. இது பெண்பால் பொறாமையிலிருந்து குறிப்பிடும் படியாக வேறுபடுகிறது. ஒரு பெண், ஓர் ஆணின் குதிரை அல்லது காரைப் போல, அவனது 'தான்' என்பதன் விரிவாக ஆகிறாள். அவளைத் திருடமுடியும் திருட்டுக் குற்றம் திருடன் மீதே சுமத்தப் படுகிறதேயன்றி, உடைமை மீது அன்று. தங்கள் மனைவிகளோடு நடனமாடிய அல்லது மனைவிகளைக் கடைக் கண்களால் பார்த்த ஆண்கள் (கணவர்கள்), பழுதாகிப் போன தங்கள் பிம்பத்தைச் சரி

செய்யப் பார்க்கிறார்கள். பெண்கள் வகை தொகையில்லாமல் சேர்பவர்கள் என்ற வழக்கமான அனுமானம் நமது சமுதாயத்தில் ஆண்பாலின் பொறாமையைத் தூண்டுகிறதில்லை, மாறாக, பாலியல் உறவுக்கு அவர்கள் இலகுவில் தடையின்றிச் சம்மதிக்கக் கூடியவர்கள் என்ற அனுமானம்தான் ஆண்பாலின் பொறாமையைத் தூண்டுகிறது. ஆண்கள் பெரும்பாலும் மற்ற ஆண்களுடைய பெண்களோடு சரசமாடு வதற்குக் காரணம் அந்தப் பெண்கள்மீது கொண்ட ஆசையல்ல; அந்த ஆண்கள் பக்கம் போகிற ஆசைதான் காரணம். இருபதாம் நூற்றாண்டு ஆங்கிலோ - சாக்ஸன் சமுதாயத்திலும் கூட அந்தச் சேவல் சண்டை மனக்கட்டு (syndrome) என்ற கேலிக்கூத்து பரவலாக இருக்கிறது. சிலருக்கு அன்பு உறவுமுறைகள் பொறாமை என்ற அளவில் விளக்கம் பெறுகின்றன. 'அவளுக்குப் பக்கத்தில் இருக்க மட்டுமே விரும்பு கிறேன். அவளோடு பெரிய உரையாடல் ஏதும் வைக்க விரும்ப வில்லை. வேறொருவரோடு அவள் இருப்பதைப் பார்க்க என்னால் சகிக்க முடியவில்லை"³ இவ்வித உணர்ச்சியின் அளவுகள் எல்லாம் எதிர்மறையானவை. 'உன்னைத் தவிர வேறு யாரையும் நான் ஒருபோதும் விரும்பவில்லை. நான் காதலித்ததெல்லாம் உன் ஒருத்தியை மட்டுமே' என்ற வசனம் உடைமைக்குரிய போதிய நியாயமாகக் கொள்ளப்படுகிறது. தன் அன்புக்கு உரியவள் இல்லாமல் காதலனால் வாழமுடியாதாகையால், அவள் தன் விருப்பத்திற்கு மாறாகக் கூட அவனோடு சேர்ந்திருக்க வேண்டும். இதைத்தான் பெரும்பாலும் காதல் என்று சொல்லுகிறார்கள். காதலி அவனோடு சேர்ந்திருக்கும் வரை அவள் வெகுதாராளமாக நடத்தப் படுவாள். ஆனால் எப்போது அவள் அவனைவிட்டுப் பிரிகிறாளோ அப்போது அவள் வெறுப்பிற்கும், தண்டனைக்கும் உரிய ஒரு பொருளாக ஆகலாம்.

இப்படியொரு கூட்டு உயிர்வாழ்க்கை (symbiosis) பற்றிய தாத்பரியத்தை இத்தாலிய செய்தித்தாளில் வெளிவந்த பயங்கரமான கதையொன்று சுருக்கமாகக் குறிப்பிடுகிறது. மியோ கேலரி என்பவன் மரியா தெரஸா நொவரா என்பவளை அஸ்தி நகரத்திலுள்ள அவளது பெற்றோர் வீட்டிலிருந்து கடத்தி வந்து யாருக்கும் தெரியாத ஒரு பாதாள அறையில் பூட்டிவைத்து வேளாவேளைக்கு உணவு தந்து வந்தான். இதற்கிடையில் அவள் நாட்குறிப்பு எழுதி வந்தாள். அதில் தன் காதலன் தன்னைத் தேடி வரும் நாட்களுக்காகக் காத்திருப்பதைக் குறித்து வைத்தாள். ஆனால், அவளைக் கடத்தி வந்தவன் ஒரு கார் விபத்தில் இறந்துவிடுகிறான். அவனுடைய காதல் கூடு எங்கே உள்ளது என்று யாருக்கும் தெரியாது. துரதிர்ஷ்டசாலியான அந்தப்

பிணையாளிப் பெண் மெதுவாக மூச்சுத் திணறியபடி அவனுடைய வருகைக்காக ஒடுங்கிய படுக்கை மீது கனமாகக் கிடந்தாள். உண்மைதான். அவன் இல்லாமல் அவளால் உயிர் வாழமுடியாது.[4]

“அவன் இல்லாமல் உன்னால் வாழமுடியாது என்று உணர்கிறாயா?”, “நாளைக்கே நீ அவனை இழந்து விட்டால் இனிமேல் வாழ்க்கைக்கு ஒரு அர்த்தமும் இல்லை என்றும், இதே அன்பை வேறு யாருடனும் நீ ஒருபோதும் உணரமாட்டாய் என்றும் நீ உணர்கிறாயா?'' என்ற கேள்விகளுக்கு ஆம் என்ற பதிலை ஊகித்த தற்கால மிகையுணர்ச்சிப் பாங்கான ஆலோசகர் ஒருவர், அதனை ஒரு பெண் உண்மையான காதலில் ஈடுபட்டுள்ளாள் என்பதற்கு ஆதாரமாகக் கொள்ளுகிறாள். ஆண்கள், பெண்களுடைய விசுவாசமான நடத்தையைத் தங்கள் ‘தான்’ (Ego) என்பதற்குத் தேவையான ஓர் ஆதாரமாகக் கருதினால் - சோரம் போகிற மனைவியோடு வாழ்வதை ஆழ்ந்த அவமானமாகக் கருதினால் (இங்கிலாந்திலும் இப்படித்தான் அவர்கள் கருதுகிறார்கள்), பெண்கள், ஆண்களுடைய நடத்தை கெட்டதனத்தைச் சகிக்கத் தயாராக இருக்கிறார்கள். ஏனென்றால் அவர்களுக்கு நிஜமான பாதுகாப்பு தேவைப்படுகிறது. மாறாக வெளித்தோற்றமான பாதுகாப்பு அல்ல. பெண்கள் பொறாமையின் சித்திரவதைகளை அனுபவிக்கிறார்கள்; ஏனெனில் அவர்கள் தங்கள் கணவர்களால் கைவிடப்படுகிற அச்சத்தால் பீடிக்கப்பட்டுள்ளார்கள். தான் சோரம்போன மனைவியோடு வாழ்ந்தவன், அல்லது கைவிடப் பட்டவன் என்பதற்குரிய சான்றாதாரத்தை எதிர்கொள்ளுகிற வரை எந்த ஆணும் கைவிடப்படுவதில்லை. ‘அசாதாரணமான பெண்கள்’ என்ற நூலில் காம்ப்டன் மக்கன்ஸி மேற்கொண்ட அவதானிப்பு குறிப்பிடத் தக்கது:

> “தன்னைத் தவிர மற்ற யாரோடும் கூடுவதற்குப் பெண் ஏன் விரும்புகிறாள் என்று எந்த ஆணும் கற்பனை செய்து பார்க்க முடியாது என்று வால்டேர் கூறியுள்ளார். ஆனால், குறிப்பிட்ட வயதிற்குப் பின் எந்த ஆணும் தன்னோடு பெண் கூடுவாள் என்று உறுதியாகச் சொல்ல முடியாது என்று வால்டேர் கூறியிருக்க முடியும் என்று நான் நினைக்கிறேன். ஆனால் ஓர் ஆணோடு கூடுகிற முதற்கணத்திலிருந்து அந்தப் பெண், அவன் மற்றொரு பெண்ணோடு கூடுவதற்கு விரும்பிக் கொண்டிருக் கிறான் என்று நினைக்கிறாள்”[5]

சுயகாதல் (amour propre) இருக்கிற காரணத்தால் ஆண் பொறாமை உள்ளவனாகவும், அது இல்லாத காரணத்தால் பெண் பொறாமை

உள்ளவளாகவும் இருக்கிறாள். ஒருசமயம் ஒரு பையன், தன்னோடு நான் வாழுமாறு ஆசைப்பட்டான். அவனிடம் நான் ஓர் உறுதி கேட்டேன். வேறு எந்த ஆணும் எனக்குத் தேவைப்படாதவாறு என்னைக் காதலிக்கும் அளவிற்கு அவன் என்னை உடைமை கொள்ளுவானா மாட்டானா என்பதுதான் அந்த உறுதிமொழி. இத்தகைய ஆணவம்தான் பெண்ணை விசுவாசத்தை மீறச் செய்கிறது. இதனை ஆண்களால் தாங்க முடியவில்லை. ஆண்களின் பாலியலைக் கட்டுப்படுத்தத் தங்களுக்கு வழியே இல்லை என்பது பெண்களின் கற்பனை. இதுவே பெண்மையின் பாதுகாப்பற்ற நிலைமைக்குக் காரணம். ஒரு பெண், தன் கணவனால்தான் ஓர் ஒரேவகைமாதிரிப் பொருளாகப் பாராட்டப்படுவதைப் பற்றி விழிப்புடன் இருக்கிறாள். இரவு விருந்திற்கு வந்த பெண் விருந்தாளியின் திறந்த மார்பகம், ஒரேவகைமாதிரியின் (stereotype) தரத்தின்படி தன்னிலும் வடிவத்தில் சிறப்பாக இருக்கிற பட்சத்தில், அவற்றைத் தனது கணவன் ஆசையாகப் பார்க்கக்கூடாது என்பதற்கு அந்தப் பெண்ணால் ஒரு காரணமும் காண இயலாது. உண்மையில், பல பெண்கள் தங்களுடைய ஆண்களின் பாலியல் தன்மையைத் தங்கள் கைக்குள் வைத்திருப்பதாக ஊகிக்கிறார்கள். இதற்குச் சுலபமான வழி, சில பழக்கத்திற்கு அவர்களை வக்கிரமடையச் செய்து அதற்கு அடிமையாக்கி விடுவதுதான். எனக்கும் இன்னொரு பெண்ணுக்கும் நண்பனான ஒருவன், தன்னிடம் மிகுந்த காதல் கொண்டிருப்பதாகவும், அதற்குப் படுக்கையில், தான் ஏதோ ஒரு விசயத்தை வைத்திருப்பதாகவும் சொல்லி டம்பமடித்தாள். கடைசியில் அவள் படுக்கையில் வைத்திருந்த விசயம் என்னவென்று கண்டறிந்தேன். படுக்கையில் அவனால் அடிபட்டு அவமானப்படுகிற ஆசைதான் அந்த விசயம். இந்த விவரம், எங்கள் இரண்டுபேருக்கும் நண்பனான அவன் யாரையும் நம்பாத மனப்பாங்குடையவன் என்பதை நினைவூட்டியது. தன்னியல்பான உறவால் உண்டாகும் சந்தோசத்தைவிடப் பழக்கத்திற்கு அடிமையாகிற இந்த விசயத்தைப் பெண்கள் தேர்வு செய்கிறார்கள். ஏனென்றால் இது ஆண்களைக் கட்டுப்படுத்துகிறது. இங்கிலாந்தில் இம்மாதிரி நூற்றுக்கணக்கான பேர்களைக் காணலாம். மனைவிகள் தோல் அல்லது ரப்பர் ஆடைகளை அணியச் சம்மதித்துத் தங்கள் கணவர் களை அடிக்கிறார்கள், அல்லது அவர்கள் மீது வெளிக்கிருக்கிறார்கள், அல்லது அவர்களுக்குத் தேவைப்படுகின்ற அனைத்தையும் செய் கிறார்கள். ஏனென்றால் அவர்களுடைய பாதுகாப்புக்கு இது கட்டாய மாகின்றது.

இந்தவித அவமானகரமான செய்கையைத் தனது பிறநலத்தின் மிகையான ஒரு வடிவம் எனப் பெண் நியாயப்படுத்தலாம். ஆனால்

பெண்மைப் பிறநலத்தின் பிறவடிவங்களைப் போல இதுவும் வேடம் போட்ட தன்னல வடிவமே. கைவிடப்பட்ட பெண்கள் தப்பி ஓடுகிற தங்கள் ஆண்பால்களைத் தொடர்ந்து கண்ணீர்க் கறைபடிந்த முகங்களோடு போகிறபோது "நீ இப்படிச் செய்யலாமா?" என்று கதறுகிறார்கள். இதுவரை தாராளமனம், பிறநலம் என்ற பெயரில் தாங்கள் செய்தவை எல்லாமே தாங்களாகவே ஊகித்துக்கொண்ட ஒரு கொடுக்கல் வாங்கலின் பகுதியைச் சேர்ந்தவை என்பது இங்கே வெளிப்படுகிறது. இதில் அவர்கள் ஒரு குறிப்பிட்ட தொகை கொடுத்துத் தீர்க்கத்தக்கவர்களாக இருக்கிறார்கள். இந்த அன்பு - தன்னலம் என்ற வெளிப்பாட்டின் இறுதி வடிவம்தான் தற்கொலை முயற்சி. இதனை இரண்டு பால்களும் செய்கின்றன. நமது சமுதாயம், இயல்பான சந்தோசத்திற்குப் பதிலாகப் பழக்கத்திற்கு அடிமையாவதை ஊக்குவிக்கிறது. குறிப்பாக ஆண்களின் அலைச்சல் (roving) மனப்பாங்குகளையும், நிலைநிறுத்தப்படாத பிறவடிவங்களையும் கட்டுப்படுத்துவதற்காக, சார்ந்திருக்கும் செயல்களை வளர்க்குமாறு பெண்களை ஊக்குவிக்கிறார்கள். ஆனால் பிரசித்தி பெற்ற ஒழுக்க வியல்வாதிகள், தன் கணவனின் துரோகங்களுக்கு மறைமுகமாக அனுசரித்துப் போகுமாறு ஒரு மனைவியை ஊக்கப்படுத்துகிறார்கள்; கணவனுடைய குற்ற உணர்வைப் பயன்படுத்தித் திருமணக் கூட்டு உயிர் வாழ்க்கையை வலுப்படுத்தச் சொல்லுகிறார்கள்; ஆனால் தன் மனைவியைப் பொறுத்தவரை அவளுடைய மிகச் சாதாரணமான செய்கைகள் மீது கூடக் கண்காணிக்கவும் கட்டுப்படுத்தவும் ஒரு கணவனுக்குக் குறிப்பிடத்தக்க அதிகாரத்தை அதே ஒழுக்கவியல் வாதிகள் அனுமதிக்கிறார்கள். எந்த ஒரு மகளிர் இதழை எடுத்துக் கொண்டாலும் இதற்கு உதாரணத்தைக் காணலாம். 'வுமன்' இதழில் 'ஈவ்லின் ஹோம்' என்பவருக்கு எழுதப்பட்ட கடிதம் ஒன்று இதற்கு ஓர் எடுத்துக்காட்டாகும்.

> 'ஒரு வருடத்திற்கு முன் நடந்த ஒரு விருந்து இன்னும் எனக்கும் என் மனைவிக்கும் இடையே ஓர் எரிமலையாக இருக்கிறது.
>
> அதற்கு ஒரு வாரங்கழித்து விருந்தில் என் மனைவியோடு நடனமாடிய என் ஆண்பால் விருந்தாளிகளில் ஒருவன் நான் வேலையாக இருந்தபோது அவளைப் பார்க்க வந்தான். சரியோ தவறோ அவனைப் பார்க்க அவன் வீட்டுக்குச் சென்றேன். அப்போது அவன் மனைவி தன் கணவன் (என் மனைவியோடு) வெறும் நட்புதான் கொண்டிருந்தான் என்று சொல்லிச் சிரித்தாள். என் மனைவி ஒரு புயலையே கிளப்பிவிட்டாள். 'ஒன்று நான் அவள்மீது நம்பிக்கை வைக்க வேண்டும்; இல்லாவிடில் மறுபடி தன்னைப் பார்க்க வருகிறவனோடு

படுக்கை மேல் குதித்து, என்னை உண்மையாக நோகடிக்கப் போவதாகச் சொன்னாள்.

ஒருமுறை மணமாகிவிட்டால் இரண்டு பேருக்கும் இப்படிப் பார்க்க வருகிறவர்கள் இருக்கக்கூடாது என்று நான் வலியுறுத்து கிறேன். இதன்படி நான் நடப்பதா அல்லது என் மனைவியின் நடத்தையைக் காப்பியடிக்கவா?'

ஓராண்டாக இந்தப் பாவப்பட்ட மனிதன் மேற்படி கேள்வியைப் பற்றிச் சிந்தித்தபடி இருந்தான். அவன் மனைவியைப் பகல் வேளையில் பார்ப்பதற்கு ஓர் ஆண் வந்து போவான். இதுபற்றி ஓராண்டாக மனசுக்குள் கிடந்து, அடைகாத்து வந்தான். உண்மையாகப் பார்த்தால் அவளைப் பற்றி அவன் அப்படியொன்றும் பெரிதாக அபிப்பிராயம் கொண்டிருக்கவில்லை. இல்லாவிட்டால் அந்த விசயத்தை அந்த ஆணுடைய மனைவியிடம் (ஈவ்லின் (ஹோம்) கொண்டு போவானா? அவள் கூட அவனைப் பார்த்துச் சிரித்தாள். அவனது பொய்ம்மை, பாதுகாப்பின்மை, முன்கூட்டியே அனுமானங்கள் ஆகியவற்றைப் பார்த்துச் சிரித்தாள். அவனுடைய மனைவி அவனிடம் பெரிதாக அன்பு கொள்ளவில்லை என்றாலும் அவனைப் பயமுறுத்தினாள், பிரச்சினையின் அடிப்படையைப் பற்றிப் பேசவில்லை. இதுதான் திருமணம், இதுதான் சமுதாயத்தின் அஸ்திவாரம்! ஆனால் ஈவ்லின் ஹோம் அவனது ஒழுக்கத்தைப் புறக்கணிக்கவில்லை. அவன் தனது மனைவியின் ஆண் நண்பர்களைப் பற்றிக் கொண்ட அடிப்படையான அனுமானங்களை ஊர்ஜிதப்படுத்திய ஈவ்லின் ஹோம் அந்த உறவுமுறையை அன்பு என்று பெயரிட்டு கவுரவப்படுத்துகிறாள்.

"நீ உன் மனைவியின் நடத்தை முறையைப் பாராட்டவில்லை யென்றால், அதைப் பின்பற்றாதே - ஆனால் அவள் ஏன் இன்னொரு ஆணின் கவனங்களுக்கு இடங்கொடுத்தாள் என்பதை உனக்குள்ளே கேட்டுப் பார். அந்த நபர் உன் மனைவியைப் பார்க்கப்போனது வெறும் சமூக சம்பிரதாயமானது தான் என்பதில் எனக்குச் சந்தேகமில்லை; ஆனால் அவனது வரவால் உன் மனைவி மிகவும் மனக்கிளர்ச்சி பெற்றது உண்மைதான்.

நீ அவளை நேசிக்கிறதாக அவளிடம் அடிக்கடி கூறுவாயா? இல்லையென்றால் இப்போதே அதைத் தொடங்கு; ஏனெனில் அவளுக்கு மிகுந்த ஆறுதல் தேவை. அவள் நடத்தும் வாழ்க்கை முறையைப் பற்றி யோசித்துப் பார். அவள் இடத்தில் நீ இருந்தால் உனக்கு எரிச்சலாக இருக்காதா? உனக்கு இன்னும்

கூடுதலான மனரீதியான செயல்பாடோ அல்லது ஆர்வங்களோ தேவைப்படாதா? உன் மனைவி உனக்கு விசுவாசமாக மனமகிழ்ச்சியோடு இருக்க வேண்டுமென்றால், ஒருவேளை அவளுக்கும் அவை தேவைப்படலாமல்லவா?''[6]

புத்தகங்களை வாங்குகிற மக்கள், இத்தகைய எண்ணங்களைப் படித்து விட்டுச் சிரிக்கலாம்; குறிப்பிட்ட ஒரு நாகரிகத்திற்கான வகை மாதிரி என அவற்றை ஒதுக்கலாம். 'ஈவ்லின் ஹோம்' போன்ற பெண்களுடைய ஒழுக்கவியல் மனப்பாங்குகள் பெண்பால் வாசகர்களில் பெரும்பான்மையினரால் ஒத்துக்கொள்ளத்தக்கவை என்பது கணினியால் ஐயத்திற்கிடமின்றி நிரூபிக்கத்தக்கதாகும்.

ஒருவர் காதல் வயப்படுவது முற்றிலும் அலாதியானது. இக்காதலின் பிறவகை அன்புகள் எல்லாம் - குழந்தைகள் மீது கொள்ளும் பாசம் உள்பட - பொறாமையை உண்டாக்கவல்லவை. இதனால்தான் மாமியார் மீது ஏற்படும் வெறுப்பு பழமொழி ரீதியில் நிலவுகிறது. பெரும் சமூகப் பின்னலிலிருந்து ஒற்றைத் - தம்பதிகள் உடைய குடும்பம் எவ்வாறு பிரிந்து போகிறது என்பதற்கு இது மற்றுமொரு உதாரணமாகும். இதுதான் (ஃபிராய்டு கூறியவாறு) இடிபஸ் சந்தர்ப்பத்தின் (சிசுப் பருவத்தில் தாய்மீது மகனுக்கு எழும் இன்ப நாட்டம்) மறித்து வரும் நிகழ்வாகும்; இது சிசுவிடம் இடிபஸ் சிக்கலை மறுஉற்பத்தி செய்கிறது. இதனால், ஏட்ரியஸ் குடும்பத்து யுத்தகளமாகக் குடும்பம் ஆகிறது; எல்லோரும் வலையில் மாட்டி, தயாராகக் காத்துக்கொண்டிருக்கும் சாவுக்குத் துண்டிக்கப்பட்டு, துண்டு துண்டாகப் போடப்படுகிறார்கள். (ஏட்ரியஸ் என்பவன் கிரேக்க புராணப்படி மைசீன் நகரத்து அரசன்; இவன் பெலாப்ஸ் ராஜாவின் மைந்தன்; அகமெம்னான், மெனலியஸ் எனும் புத்திரர்களுக்குத் தகப்பன்; தீஸ்டஸ் என்பவன் ஏட்ரியஸ் மனைவியை ஏமாற்றி, ஏட்ரியஸைக் கொல்லத் திட்டமிட்டான். ஏட்ரியஸ், தீஸ்டஸின் புதல்வர்களைக் கொன்று அவர்களுடைய இறைச்சியை அவனுக்கே விருந்தாகப் படைத்தான் - மொ. பெ) வெளி உலகத்திற்கு இறந்தவர்களாகக் காதலர்கள் ஒருவர் ஒருவருக்காக மட்டுமே வாழ்கிறார்கள். மாண்டுபோன ஒரு மனிதன் நல்ல உத்தியோகஸ்தனாக இருக்கிறான். மாண்டுபோன மனைவி எழுதி அழிக்கப்பட்டவளைப் போலத் தனது செங்கல்லால் கட்டப்பட்ட அழகிய கல்லறையில் அமர்ந்து தன் கணவனுக்காகக் காத்துக்கொண்டிருக்கிறாள். அவன் வந்தபின் கொலைச் சடங்கின் விளையாட்டைத் தொடர்ந்து விளையாடக் காத்துக்கொண்டிருக்கிறாள். அவர்கள் அதனைத் தழுவல்களாகவோ அல்லது அடி உதைகளாகவோ செய்தாலும் ஒன்றுதான். பெரிதாக

வித்தியாசமில்லை; ஏனென்றால் ஆஸ்கார் வைல்ட் தமக்கே உரிய பொறுப்பற்ற தன்மையோடு குறிப்பிட்ட மாதிரி, ஒவ்வொருவனும் தான் நேசிக்கின்றதைக் கொல்லுகிறான். இளம்குழந்தைகளை பொம்மைகளாகவும் முடங்களாகவும் ஆக்கப் பயன்படுத்தும் உத்திகள் மணவாழ்வின் காதல் சந்தர்ப்பத்தில் பிரயோகிக்கப்படுகின்றன. கணவனை மனைவி 'டாடி' அல்லது 'பொப்பா' என்றழைப்பது, மனைவியைக் கணவன் 'மொம்மா' அல்லது 'பேபி' என்றழைப்பது, ஒருவர் மற்றவரை 'பேபி' என்றழைப்பது - என்ற மாதிரியான மழலைப் பேச்சுக்கள் இச்சொல்லாடலை மூடத்தனமான தளத்தில் சரியாக வைக்கிறது.

இம்மாதிரி மழலைப் பேச்சுப் பேசக் கூச்சப்படுகிற காதலர்களுக் கிடையில் சேகரமாகிற மிகை உணர்ச்சிப் பாங்கான பொருட்களும் சடங்குகளும் இருவழிப்பட்ட தன்னலக் காதலின் ஒரு பகுதியாக உள்ளன. பொருட்கள், இடங்கள், நூதனமான வார்த்தைகள், விளையாட்டுக்கள், அன்பளிப்புக்கள் எல்லாம் வெளியுலகக் குறுக்கீட்டைத் துரத்துகின்ற வசிய மந்திரப் பொருட்களாக வீட்டில் தொங்குகின்றன. இவ்விசயத்தில் ஆண்களுடையதைவிடப் பெண்களின் தன்னலம் பரிபூரணமாகச் செயல்படுகிறது. ஏனெனில் பெண்கள் தங்களுடைய விளையாட்டுப் பொம்மைகளுக்கும் சடங்குகளுக்கும் மதிப்புக் கொடுக்காத செயலை மாபெரும் இதயமற்றதனமாக எடுத்துக் கொள்ளுகிறார்கள். அன்புக்குரிய ஒரு பொருளைக் கொடுப்பது அல்லது மற்றொருவரைச் செல்லப் பெயரிட்டு அழைப்பது அந்த விவகாரம் அத்தோடு முடிந்துவிட்டது என்பதைக் குறிக்கும். அதை மன்னிக்க முடியாது. இறுதியில் தன்னலக் காதலின் யுக்திகளில் பல காதலர்களிடையே பிரிவினை உண்டாக்குகின்றன; அங்கே கட்புலனாகாத முடிச்சுக்கள் உள்ளன. அவற்றில் எதுவும் கண்ணுக்குத் தெரியுமாறு அவிழ்க்கப்பட முடியாது. (உனது சகோதரத்துவத் திற்குரிய அடையாளத்தை நீ எனக்குக் கொடுக்காவிட்டால், அதை நான் உனக்குத் திருப்பி அனுப்ப முடியாது).

காதல் தன்னலத்தின் மிகக் குளிர்ச்சியான அம்சங்களில் ஒன்று, ஆண்பால்களும் பெண்பால்களும் தங்களது இணைப்பொருத்தம் பற்றி உணருகின்ற பெருமையாகும். மற்ற இளைஞர்களுக்கு முன் காட்சிப் பொருளாகக் காட்டப்படக்கூடிய, மற்ற ஆண்களால் விரும்பப்படுகிற பெண்பாலைப் பெரும்பாலான ஆண்கள் விரும்பு கிறார்கள். ஆனால், அவர்கள், தங்களைச் சொந்தம் பூண்டவர்களின் ஆசைக்கு மட்டுமே ஆட்படுவது வெளிப்படையாகத் தெரிந்ததே.

"அவளை அவளுடைய பெற்றோர்களிடம் திருப்பிக் கொடுப்பது எனக்கு அவமானம். அவளது தலைமுடியால் என் தலையை மூட ஒரு மறைப்புச் செய்வேன். அவள் எலும்புகளை உரலில் இட்டு அரைப்பேன். அவளைவிட மாட்டேன். ஆனால் மற்றொருத்தியை மணப்பேன்" - 'Disappointed groom', Battak, Sumatra)

தங்கள் மனைவிகள் மற்ற ஆண்களோடு சரசமாடுகிற போது ஆண்களுக்கு மிகக் கொடூரமான சினம் உண்டாகிறது. இதற்குக் காரணம், ஓர் அழகிய - ஆசைக்குரிய கணவன் என்ற கீர்த்தி சிதறுண்டு போவதுதான். அதோடு அவள் தன்னுடைய எஜமானனுடன் மகிழ்ச்சி யாகவும் திருப்தியுடனும் இல்லை என்ற விசயம் அவன் சினத்திற்கு மூலகாரணம். ஓர் ஆண் தனது கனவுக் கன்னியோடு உறவானவுடனே, அவளைத் தனது நண்பர்களுக்குக் காட்டுவது அவனுடைய அவசரமான ஆசைகளில் ஒன்றாக இருக்கும். பெண்களுக்கு இது குறித்து அவ்வளவு ஆர்வமில்லை. ஏனெனில் பெண்கள் எல்லோரும் தங்களுக்குத் தெரிந்தவர்களை ஒதுக்கிவிடத் தயாராக இருக்கிறார்கள்; தங்களது இணைகளோடு உறவாடத் தயாராகிறார்கள்.

பெண் ஒரு பெண்பால் குழுவில் அங்கம் வகிக்கிறபோது, அக்குழுவைச் சேர்ந்த பெண்கள் சில ஆண்களை எளிதில் காமக்கிளர்ச்சி அடைபவர்கள் என்றோ, சிலரை மிகவும் நளினமற்றவர்கள் என்றோ; மிகவும் தொடை நடுங்கிகள் என்றோ பிரகடனம் செய்வதைக் காணுகிறாள். இப்படிப்பட்ட ஆண்களோடு சேர்ந்து வெளியே போவது பிடிக்காது... வெற்றிகரமான ஆளுமைமிக்க ஓர் ஆணைத் தேர்ந்தெடுப்பதைக் கொண்டு ஒரு பெண், தன் மதிப்பினைத் தனது சகோதரிகளுக்குக் காட்டுகிறாள். இயற்கையின் தேர்வு என்ற இயக்கத்தின் ஒரு பகுதியாக இது இருக்கலாம். காதல் விளையாட்டின் ஆரம்பத்திலேயே இந்த இயக்கம் தொடங்குகிறது. இது ஓர் ஆரோக்கியமான தன்னலத்தின் இயக்கமாக உள்ளது. இதில் ஒருவர் மற்றவரை எடைபோடுவதில் மலினமான பதிலிகளோ, வணிக நோக்கமோ இல்லாத பட்சத்தில் இந்த ஆரோக்கியமான தன்னலம் ஒன்றாகச் செயல்படுகிறது எனலாம். பலருக்கும் நன்கு பழக்கமான ஓர் ஆண், தன் குடும்பத்தின் கேட்டினை நினைத்துப் பார்க்காமல், தனது அந்தரங்க உதவியாளரைக் கண்மூடித்தனமாகக் காதலிப்பது ஏன் என்று கேட்டபோது, தனது உதவியாளருக்குப் புகழ்பெற்ற காதலர்கள் இருந்ததைக் காரணமாகக் கூறினார். அவளுக்கு நீண்டகால்களும், நீண்ட பட்டுக் கூந்தலும், ஒரு நவநாகரிக நடையிலான உடல்வாகும் உண்டு. அவளை ஏன் அவன் காதலிக்கக் கூடாது? ஒரு பத்தாண்டு

களுக்கு முன் கைப்பற்றத்தக்க நாகரிக மங்கையாக இருந்த அவன் மனைவி தற்போது அப்படி இல்லை. (அவனை அவள் மணம் புரிந்தது ஒரு காரணம்) தற்போதைய நாகரிக செல்செறி எப்படியோ அதன்படி போவது ஒவ்வொருவருக்கும் நல்லதல்லவா? பெண்களும் கூடத் தாங்கள் தேர்ந்தெடுத்த ஆண்களின் புகழின் வெப்பத்தில் குளிர் காய்கிறார்கள். ஒரு கலைஞனின் படைப்புக்களை ரசிக்கத் தெரியாத பெண், புகழ்பெற்ற பெருங்கலைஞன் ஒருவனை மணம்புரிவது முட்டாள்தனம். ஒவ்வொருவரும் அங்கீகாரத்தையும் பாராட்டையும் விரும்புகிறார், ஆனால் சாதனையை வெவ்வேறு விதமாக மதிக்கத் தொடங்கினால், இவ்வுலகம் மேலும் சிறப்பான ஓர் உலகமாகும். இதேபோல், மக்களின் அன்பைக் கைப்பற்றுவது என்று நினைக்காமல், அவர்களை நேசிப்பது என்று இருந்தால் உலகம் நலமாகும். அன்பின் உறவுமுறைகளின் நோக்கில், 'அவனை நான் கைப்பற்றி விட்டேன் என்பது முட்டாள்தனம்; அதன் மற்றொரு முனை, 'அவனை நான் தொலைத்து விட்டேன்' என்றிருக்கும். கைப்பற்றுதல் என்ற பதத்தின்படி சிந்திப்பதை நிறுத்தினால், கைப்பற்றப்பட்டவர்களுடைய தளைகளைக் கழற்ற நாம் அஞ்சவேண்டியது இருக்காது.'

ஹெல்மன், டேஷியல் ஹாமற் என்பவனைத் தன் வாழ்நாள் முழுவதும் காதலித்தாள். அவன் இறந்த பிறகும் தொடர்ந்து நேசித்தாள். அவன் மீது அவள் கொண்ட காதல், மற்ற மக்கள் மீது அவள் கொண்ட சிநேகத்தைத் தடை செய்யவில்லை. அவன் அதை வரவேற்காத போது அவள் தன் காதலை அவன் மீது திணித்ததில்லை. அவனைச் சிறுமைப்படுத்தவோ அல்லது அழிக்கவோ இல்லை - பொய்யான புகழ்மொழிகளாலும் கூட அவள் அப்படிச் செய்ததில்லை. அவன் மரித்துக் கொண்டிருந்த போது அவனுக்கு உதவ அவள் அங்கிருந்தாள். அன்பு எத்தனை வகையான வடிவங்களை எடுக்கும் என்பதற்கு இது ஒரு உதாரணமாகும். செத்துக்கொண்டிருக்கின்ற நமது நுகர்வோர் கலாச்சாரத்தின் ஒரேவகைமாதிரிகளிலிருந்து இந்தக் காதலை விடுவிக்கும் கற்பனையும், நெடிய பார்வையும் நமக்கிருந்தால் நல்லது.

*(எனக்குப் பதினெட்டு வயது நடக்கும்போது புனைவுக் காதலின் இயல்பு பற்றிக் கொஞ்சம் தெரியவந்தது. தொடர்ச்சியான ஆர்வத்தின் ஆழமான சந்தோசம் எனக்குத் தெரியும். பிறர் இதைப் பற்றி என்ன நினைக்கிறார்கள், என்ன செய்வார்கள் அல்லது செய்யமாட்டார்கள் என்பது தெரியும். செய்த தந்திரங்கள் செய்யாது விட்ட தந்திரங்கள், கயிறுகளால் ஆண்டுக்கணக்காகச் செய்த வடம் பற்றி எனக்குத் தெரியும். என் வாழ்க்கையில் இறந்து பல காலங்கழித்து அது அங்கே பிரிந்து தொங்கிக் கொண்டிருக்கிறது.)*

இவ்வாறாக அவன் தனது இறுதி நான்கு ஆண்டுகள் என்னோடு வாழ்ந்தான். எல்லாக் காலமும் அப்படி வாழ்வது எளிதாக இல்லை; சில காலம் அது மிக மோசமாக இருந்தது. பல்லாண்டுகளுக்கு முன் இருவரும் சேர்ந்தது சொல்லமுடியாத ஒரு சுகமாயிருந்தது. அழிந்து மீண்டும் கொஞ்சம் சரிசெய்யப்பட்டது. நாங்கள் அதைத் தாங்கிக் கொண்டோம். சிலசமயங்களில் எங்களைப் பற்றிக் குறைத்துக் கூறியதை அல்லது எப்போதாவது கூறியதைப் பற்றிக் கோபித்துக் கொள்வேன். மரணம் வெகுதூரத்தில் இல்லை என்பதை ஊகித்துக் கொண்டேன். "நாம் சிறப்பாக வாழ்ந்தோம், இல்லையா?" என்று ஒருநாள் சொன்னேன். "சிறப்பாக என்பது என்னைப் பொறுத்தவரை மிகப் பெரிய வார்த்தை. நிறையப் பேரைவிட நாம் நன்றாக வாழ்ந்தோம் என்று நாம் ஏன் கூறக்கூடாது?'' என்றான் அவன்.[7]

"என் காதலன் என்னோடு இருப்பதை விடவும் அவன் சந்தோசமாக இருக்க விரும்புகிறேனா?" என்ற வினாவிற்குத் தரப்படுகிற எதிர்மறையான பதில்தான் தன்னல அன்பிற்கான பெரியதோர் அடையாளம் - அந்த அன்பு பிறநலம் பேணும் அன்பு என்று வேடம் போட்டாலும் கூட!

தன்னை அழகுபடுத்தப் பாடுபடுகிற, தன் கணவனுக்கு மிகவும் பிடித்தமான உணவுகளைச் சமைக்கப் பாடுபடுகிற, கணவன் தன்னைப் பற்றி வைத்துள்ள எதார்த்தமான உணர்வுக்கு மாறாக தன்னிடம் அவனது பெருமையையும் தன்னம்பிக்கையையும் வளர்க்கப் பாடுபடுகிற, அவனுக்கு மிக நெருங்கிய ஒரே நண்பனாக இருக்கப் பாடுபடுகிற, அவனைப் பற்றி நிலவுகிற பொது அபிப்பிராயத்தை விடுமாறு அவனை உற்சாகமூட்டி, தன்னுடைய கரங்களில்தான் அவனுக்கு நிம்மதி கிடைக்கும் என்று பாடுபடுகிற ஒவ்வொரு மனைவியும் தன் கணவனை எஃகு வளையல்களால் தன்னோடு இறுகிக்கட்டி மூச்சுத் திணறடிக்கிறாள். கணவன் பலமுறை கூறிய விகடத்திற்கு ஒவ்வொரு முறையும் செயற்கையாகச் சிரிக்கிற மனைவி அவனுக்கு நம்பிக்கைத் துரோகம் செய்கிறாள். ஓர் ஆண் தன் பெண்ணிடம், "நீ இல்லாமல் நானென்ன செய்வேன்?" என்று கேட்கிறபோது அவன் ஏற்கனவே அழிந்துவிட்டான் என்று அர்த்தம். அவனுடைய பெண்ணின் வெற்றி முழுமையடைந்து விட்டது - ஆனால் அந்த வெற்றி அதிக அழிவுகளைக் கொண்டதாக இருக்கும். ஒருவருக்கொருவர் சார்ந்துள்ள கூட்டு உயிர்வாழ்க்கையின் பொருட்டு, தொடக்கத்தில் தங்களை அன்புக்கு உரியவர்களாகச் செய்த பலவற்றையும் இருவரும் தியாகம் செய்தார்கள். ஆனால், தங்களுக்கு இடையில் ஒரு மனித ஜீவிதத்தை ஏற்படுத்த அவர்களால் இயலாமற் போய்விட்டது.

# மிகை மயக்கம்
## (Obsession)

வலி, அதிர்ச்சி, தொல்லை, அன்பு.

இவ்வாறு அன்பு என்பது ஒரு நிலை, தற்காலிகமான ஒரு நிலை, இயல்பிலிருந்து பிறழ்வான ஒன்று.

இந்நிலையின் புற அடையாளங்கள்: தூக்கமில்லாமை, கவனச் சிதைவு, பசியில்லாமை, சுபிட்சமும் சோர்வும் மாறி மாறி வருதல், வெளுத்த கண்கள், மனக்கொதிப்பு. கவனச்சிதைவு என்பது, உடைமை களை வைத்த இடத்தை மறப்பது குழப்பம், மறதி, பொறுப்பின்மை ஆகியவற்றுக்கு இட்டுச் செல்லும். நேசிக்கிற பொருள் (இலக்கு) மீது வைக்கும் கட்டுக்கடங்காத மிகைமயக்கம்தான் (வெறி) இதற்கான முதன்மையான விளக்கமாகும். இதனை, ஒருமுறை ஒரு தொலைவி லிருந்து மட்டும் நோக்கியிருக்கலாம். அந்த அன்புக்குரிய பொருள் உண்மையில் மிகமிகக் கொஞ்சமாக அறியப்பட்டிருந்தாலும், 'காதலில் வீழ்ந்ததாக' சம்பந்தப்பட்ட நபரின் எண்ணங்களில் எல்லா நேரத்திலும் இடம்பிடித்துள்ளது. அதன் மீது மிகைமயக்கமுற்றவர் நல்லவை என்று கருதிய எல்லாக் குணங்களையும் அந்த அன்புக்குரிய பொருள் கொண்டிருக்கிறதா, என்பது முக்கியமில்லை. அதன்மீது அந்த 'நல்ல குணங்களையெல்லாம் அவர் ஏற்றுகிறார், எந்த மனிதனாலும் நிறைவுபெற இயலாத எதிர்பார்ப்புக்கள் தூக்கி நிறுத்தப்படுகின்றன. இவ்வாறு தெரிவு செய்த அன்பிற்குரிய பொருள், அதன்மீது மிகை மயக்கமுற்றவருடைய 'தான்' என்பதோடு கொள்ளும் உறவில் ஒரு விசேசமான வகிபாகத்தை, ஆற்றுகிறது. அவர், அந்த அவனோ அல்லது அவளோ யாராயினும், அவரே தனக்குச் சரியான அல்லது ஒரேயொரு நபர் மட்டுமே எனத் தீர்மானிக்கிறார். ஆண்பாலைப் பொறுத்தவரை இந்த எண்ணம், அன்புக்குரிய பொருளைத் தொடர்வதில் அல்லது போட்டியை விரட்டுவதில் நேரடியான - ஆக்கிரமிப்பு வகையான நடத்தையை அவரிடம் ஏற்படுத்துகிறது. பெண்பாலைப் பொறுத்தவரை எவ்விதமான ஆக்கிரமிப்பு நடத்தையையும் மேற்கொள்ள இயலாது இதன் விளைவு: பெரும் பாலும் ஆழ்ந்த யோசனையாக காரணமற்ற மோசமான மனநிலையாக - அன்புக்குரிய பொருளைப் பற்றிப் பிற பெண்களிடம் வம்பு பேசுவதாக - தொலைபேசியைச் சார்ந்திருப்பதாக - அன்புக்குரிய

பொருளின் கவனத்திற்குத் தன்னைக் கொண்டு வருவதில் காட்டுகிற வெறுப்புச் செயல்களாகக் கூட இருக்கலாம். ஒருவர் முதன்முதலாக அன்புக்குரிய பொருளோடு கொள்ளும் தொடர்பிலிருந்து, இந்த நிலைமை அவரை வெகுவாகக் காயப்படுத்துவதாக முன்னர் நம்பினார்கள்.

> "முதல் பார்வையில் காதல்வயப்படாமல் யாரும்
> காதல் வயப்படார்"[1]

எனினும் அந்தக் காயத்தின் திடுமென்ற உக்கிரமான இயல்பானது, முறையற்ற வடிவத்தின் ஒரு குணவிசேசமாக இருப்பது போலத் தெரிகிறது. இந்த மிகைமயக்கம் திருமணத்திற்கு அடிப்படையாகக் கொள்ளப்படுகிறது. மிகைமயக்கமாகிய இந்த நோய்க்கு, அன்புக்குரிய பொருளின் கண்களிலிருந்து வெளிப்படும் நோய் செய்யும் பார்வையைக் காரணமாக அனுமானித்து வந்துள்ளார்கள். இதனைப் பொதுவாகக் காமனின் (Cupid) அம்பு பாய்ந்து குணப்படுத்த முடியாத காயத்தை ஒருவரிடம் ஏற்படுத்துவதாக உருவகமாகக் கூறுவதுண்டு. இன்னும் சற்று விபரீதமான சந்தர்ப்பங்களில், வீனஸ் (காதல் தேவதை, அணங்கு) தன்னை வதைப்பதாக பீட்ரா (Phaedra) நம்பினாள். (இவள் தனது வளர்ப்பு மகன் ஹிப்போலேடஸ் மீது காதல் வயப்பட்டாள். அவன் இதை நிராகரித்ததால் அவள் அவனைக் கொன்று விட்டுத் தற்கொலை செய்து கொண்டாள் - மொ.பெ) இத்தகைய கற்பனையில் எரிதல் பற்றிய பிம்பங்கள் மிகுதியாக இருக்கும். இத்தகு பிம்பங்கள் காமத்தின் வெம்மையையும், மன எரிச்சலின் குடைச்சலையும் உணர்த்துகின்றன. இந்நிலையில், இவற்றுக்குக் காரணமான அந்த அன்பின் பொருளைத் தவிர்ப்பதால் அல்லது உணர்ச்சிகளை திட சித்தத்தால் கட்டுப்படுத்த முனைவதால் இந்நிலையைக் கட்டுக்குள் கொண்டுவரலாம் எனக் கருதுவர். இதற்காக மேற்கொள்ளுகிற எந்த முயற்சியும், நெருப்பைச் சேமிக்கிற விளைவை ஏற்படுத்துகிறது. அதனை மேலும் அதிகரித்து, இறுதியில் முன் இருந்ததை விட மிகுந்த வன்முறையோடு அது வெடித்துக் கிளம்புகிறது என்று முரண்பாடாக அனுமானம் செய்துள்ளார்கள்.

> "அன்பு ஒரு திறப்பினைக் காணுகிறது, பூட்டுச்
> செய்பவரைப் பார்த்து அது சிரிக்கிறது"

இவ்வாறு, "காதலில் வீழ்வது ஒரு பயங்கரமான துரதிர்ஷ்டம், எந்தவிதமான நிலையான வீட்டு வாழ்வையும் அது உடைத்துவிடும், அபத்தமான எரிதழலில் தீக்குளிக்கும். காதலை விளக்குவதற்கு ரஸின் (Racine) பிரெஞ்சு மொழியில் தீமையையும் நோயையும் சேர்த்துக்

குறிக்கும். 'un mal' என்ற சொல்லைக் கையாண்டார். காதல் ஒரு நோய் அல்லது குறைந்தது ஒரு விபத்து. நோய் போலச் சேதப்படுத்தும் என்ற நம்பிக்கை காதல்நோய் என்று வெகுசன வழக்கில் குறிப்பிடுவர். இன்னும் நீண்டகாலம் வாழ்கிற வெகுசனப் பாடலின் சில அடிக் கருத்துக்கள் மரபான கற்பனையை நேரடியாகப் பயன்படுத்துகின்றன. முப்பது நாற்பதுகளில் பிரபலமான பாடல்களின் ராகங்களைவிடச் சொற்கள் அவ்வளவாகத் தெரியாது. அச்சொற்கள் மேற்கோளிட முடியாத அளவுக்கு அசிங்கமானவை. இந்தச் 'செவ்வியல்' பாடல்கள் நவநாகரிக உணவு விடுதிகளில் தேனீர் குடிப்பவர்களுக்குக் காதல் கிறுகிறுப்பை உண்டாக்குகின்றன. (தமிழில், 60, 70-களில் வந்த திரைப்படக் காதல் பாடல்கள் - மொ . பெ) - இதிலுள்ள உன்னதமான முரண், வீட்டில் எரிச்சலோடு இருக்கும்போது மனையுறை மனைவி தன்னை மறந்த நிலையில் இம்மாதிரி காதல் பாடல்களின் சொற்களை முணுமுணுப்பதுதான்! இவர்களில் எத்தனைபேர், 'காதலிப் போரெல்லாம் குருடரே' என்ற சொற்றொடர்களின் உண்மையான விளைவுகளைப் பற்றிச் சற்றாவது நிதானித்துப் பார்க்கிறார்களா? உங்கள் இதயம் (காதலால்) தீப்பற்றி எரியாதபோது, புகை கிளம்பாத போது, உங்களைச் சுற்றியுள்ள அற்பத்தனமான எதார்த்தங்களுக்கு உங்கள் கண்களை இரக்கத்தோடு குருடாக்காத போது என்ன மாதிரி பாடல்களை நீங்கள் பாடுகிறீர்கள் என்பது வியப்பாக இருக்கிறது.

பாடகன் ஒருவன் காதலிக்கிறான், ஏனென்றால் அவன் பெருமூச்சு விடுவதில்லை. வருந்துவதில்லை, தலைசுற்றுகிற மாதிரி வசியங்களை அடைவதில்லை என்பதை மற்றொரு பாடல் முரண்பாடாக மறுக்கிறது. தனக்குத் தெரியாத ஒரு பெண்ணைப் பற்றி, அதிலும் தன்னுடைய காதல் ஆர்வங்களுக்குச் சுத்தமாகச் செவிசாய்க்காத ஒரு பெண்ணைப் பற்றி ரோமியோ வருணித்த மரபுப்பாங்கான காதல் உணர்ச்சியிலிருந்து நாம் வெகுதூரம் வந்துவிட்டோமா?

"காதல் ஒரு புகை, அதனோடு எழுவது பெருமூச்சுக்களின் ஆவி, அது காதலர் கண்களில் மின்னிடும் நெருப்பைச் சுத்திகரிக்கும், துயரத்தால் காதலர் விடும் கண்ணீரால் ஒரு கடல் நிரம்பும்; வேறென்ன இது ? ரகசியமான ஒரு பித்தம், மூச்சடைக்கும் ஒரு கசப்பு, காக்கத் தகுந்த ஓர் இனிப்பு".[2]

இதில் கூறப்படுகின்ற பாலியல் துரோகமயமான உணர்ச்சிநிலை, கணவர் / மனைவியர்க்கு உரிய சரியான காதலின் கற்பனை நிலையாகக் காணப்படுகிறது. இன்னும் - இது இவ்வாறு முரண்பாடாகவே பராமரிக்கப்படுகிறது. காதலுக்குக் கண்ணில்லை; மன்மதனின் மலர்க் கணைகள் பாய்ந்தால் காதல் வரும் என்பவை இதற்குச் சான்று.

எனினும் இந்தக் காதல் - குருட்டுத்தனம் வழக்கமாகக் காதலன் தன் காதலியை எதார்த்தமான விதத்தில் காண மறுப்பதையும் அவளது குறைகளைப் புரிந்திட, ஏற்க மறுப்பதையும் மட்டுமே குறிப்பதாக எடுத்துக் கொள்ளுகிறார்கள்.

இந்தப் பித்துக்குளித்தனத்தைக் கையாளுவதில் உள்ள திட சித்தமும் பகுத்தறிவும் மலட்டுத்தனமாக உள்ளன. இதனை, 'பைத்தியமாக', 'வெறித்தனமாக', 'சித்தபிரமை பிடித்து', 'ஒற்றைக் காலில் நின்று' காதலிப்பதாகக் கூறும் சாதாரணமான சொற்றொடர்களில் அடையாளம் காணலாம். இதனை மென்மையான அல்லது அறிவார்ந்த காதல் என்பது முரண் அணிசார்ந்த உருவகமாகத்தான் இருக்கும். ஒரு வாழ்நாளில் உண்மைக் காதல் ஒரேயொரு தடவைதான் ஏற்படும் என்பர்; ஏனையோர், முதலாவது ஏற்படும் காதலே உண்மைக் காதல் என்பர். இன்னும் பிறர் தாங்கள் ஒவ்வொரு வாரமும் அல்லது ஒவ்வொரு நாளும் காதலில் வீழ்வதாகக் கூறுவர்.

"பால் (Sex) ஒரு கணநேர அரிப்பு
காதல் ஒருபோதும் உன்னை விடாது"[3]

இது குணப்படுத்த முடியாதது; இது நோயின் ஓர் அடிப்படையான பண்பாகும். இதனால் இளம்காதலர்களைப் பிரிக்கவேண்டியது அவசியமாகிறது. ஏனென்றால் அவர்கள் மிகவும் இளம் வயதினர். தாங்கள் காதலால் நோயுற்றதை மறுக்கிற அளவுக்கு இளம் வயதினர், அவர்களுக்கு ஏற்பட்டுள்ள காதலைப் பொய் என நிரூபிக்க வேண்டும்...

காதல் இருக்கிறதா என்பதை உண்மையில் பரிசோதனையில் எடுத்துக்காட்ட இயலாது. அதே போல அது உண்மையானது என்பதையும் எடுத்துக்காட்ட முடியாது. காதல் இருப்பதை மறுப்பதில் உள்ள சாதகம் அந்த மறுப்பினை இல்லை என நிறுவ முடியாததுதான்.

காதல் நோயின் மூலத்தை நாடியறிகிற முறைகள் வேறுபடுகின்றன. பார்வையாளர்களின் முறை வேறு. காதல் நோயால் துன்பப்படுகிற ஒருவன், தனது காதலுக்குரிய நபரை எதிர்பார்க்கிறபோது, அல்லது பார்க்கிறபோது, அல்லது எதிர்பார்த்துக் காத்திருந்ததற்கு மாறாக வராமலிருக்கும்போது, தனது எதிர்வினைகளின் உக்கிரத்தின் காரணமாக இந்த நோய் உற்றதாகத் தனது நோயின் மூலத்தை நாடியறியலாம். ஒருவன் தனது கனவுகளில், சாப்பிடும் நேரங்களில், சம்பந்தமில்லாத விவாதத்தில் முழுமையாக ஈடுபடும்போது அவனது காதலி பற்றிய ஒரு பிம்பம் சர்வவியாபகம் பெறுவதால் அவன் காதல் நோயுறுவான். அவனுடைய காதலுக்குச் சம்மதம் கிடைக்காதபோது,

அந்தக் காதல் நோயின் அறிகுறிகள் ஒன்று படிப்படியாக மங்கலாம், அல்லது ஒரு புதிய காதல் பொருளை நோக்கி இடம் பெயரலாம்; அல்லது தாங்க முடியாத வேதனையாக உக்கிரமடையலாம். சுய - வதையின் அளவும், ஒரு காதல் விவகாரத்தை நிஜத்தில் தொடர்ந்து பேணுவதற்கான ஆற்றலைப் பற்றிய உள்ளார்ந்த சந்தேகத்தின் அளவும் பெருகப் பெருக அவன் மென்மேலும் ஒதுங்குவான்; பயனற்ற துன்பத்தை அனுபவிப்பான். இதுகுறித்து ஓர்மையில்லாத அந்தக் காதல் - பொருளாகிய பெண், அவனாக ஏற்படுத்திக் கொண்ட நிலைமைக்குத் தானே பொறுப்பு என்ற தாக்குதலைத் தாங்கவேண்டிய வளாகிறாள். இதற்காக அவளை, ஒரு நல்ல மனிதனின் இதயத்தோடு விளையாடுகிறாள் அல்லது கொடூரமானவள் என்று குற்றஞ் சாட்டலாம். அந்தக் காதலன் தனது காதல் பொருளோடு ஆத்திரங் கொண்டு அதன் கொடுமைக்குப் பழிவாங்க முயலும்போது சட்டத்தின் காவலர்கள் தனது செயலைக் கரிசனத்தோடு நடத்துவதை அறிகிறான். அந்தக் காவலர்கள், 'காதலில் வீழ்ந்தவர்களுக்கு விசேசமான ஓர் அந்தஸ்தைத் தருகிறார்கள். குறிப்பாக, அந்தக் காதல் - பொருள் (பெண்) தகுதியற்றது எனக் கருதப்படுகிறபோது காதலன் மீது கரிசனம் காட்டுவார்கள். அவனுடைய உணர்ச்சிக்கு இந்தக் கரிசனமும் கவுரவமும் மறுக்கப்படுமானால், 'காதல்' என்ற உயர் அந்தஸ்தை மறுப்பதன் வழியாக காதலனின் கவுரவம் நியாயப்படுத்தப் படுகிறது. அந்தக் காதல், வெறும் பழிவாங்கும் எண்ணமுள்ள காமம் அல்லது இது போல் ஏதோ ஒன்றாகக் கருதி, தகுதி இறக்கம் செய்யப்படும்.

(ஓர் ஆணால் தூண்டப்படாத வரை) பொதுவாக இந்தவித வெறித்தனமான நிலைக்கு வராதிருப்பது பெண்களுக்குச் சரியானது என்று கருதுகிறார்கள். துரதிர்ஷ்ட வசமாக காதலுக்குள் இருக்கும் நிலை விரும்பத்தக்கது என்ற கருத்து நிலை ஏற்பட்டிருப்பதால் வளரிளம் பருவத்துச் சிறுமிகள் தங்கள் ஆண்பால் இணைகளைவிட அக்காதலின் வேதனையில் அதிக காலத்தைச் செலவழிப்பதாகத் தெரிகிறது. அச்சிறுமிகள் ஆண்பாலின் காதல் இழுப்பிற்கும், காதலின் தொற்றுதலுக்கும் ஈடுகொடுக்கிறார்கள் என்பது ஒரு சமூகக் கட்டுக்கதை. இது தொடர்ந்து பேணப்பட்டு வருகிறது. இந்தக் காதல் அனுபவத்தை நிரூபணம் செய்வது முத்தம் என்கிறார்கள். "இது என் முதல் முத்தம். இது என்னைக் காட்டுத்தனமாக இடித்து முழங்கும் பரவசத்தில் மூழ்கடித்தது. வெகுகாலமாக மாற்கு மீது எனக்குப் பைத்தியம் பிடித்திருந்தது. இப்போது எங்கள் முதல் முத்தத்தால் அவனும் கூட என்னைக் காதலிக்கிறான் என்பதைத் தெரிந்து கொண்டேன்"[4]

ஒருவனைப் பற்றிப் பைத்தியமாக இருப்பது காதல். உதட்டுக்கும் உதட்டுக்கும், நாவிற்கும் நாவிற்கும் இடையில் ஏற்படுகிற ஸ்பரிசத்தின் அசாதாரணமான விளைவுகள், வெறித்தனமாய் இடித்து முழங்கும் பரவசத்தை ஏற்படுத்துகின்றன. மேலே காட்டிய மேற்கோளில் வெளிப்படும் அறிகுறிகள் உண்மைக் காதலுக்குரியவற்றோடு ஒத்துள்ளன. ஆனால், அதில் புலப்படுகிற காதல் போலியானது. அப்போதுதான் பெட்ஸியை மாற்கு முத்தமிட்டான். அந்த மாற்கு, "பள்ளிக்கூடத்தில் சிறந்த ஓட்டப்பந்தய வீரன், நகரத்திலேயே பணக்காரப் பையன்! கோஷ், நான் அதிர்ஷ்டசாலி''; ஆனால் பெட்ஸிக்கு ஹக் என்றொரு சிறந்த நண்பன் இருக்கிறான். அவள் வீட்டுக்கு அடுத்த வீட்டில் வசிக்கிறான். அவன் அவளிடம் மாற்குடைய அவசரமான அகங்காரமான வழிமுறைகளைப் பற்றிச் சொல்லி எச்சரித்தான். இரண்டாவது முறை சந்தித்தபோது தைரியத்தை வரவழைத்துக் கொண்ட ஹக் தன் காதலைப் பிரகடனம் செய்தான். பெட்ஸியைத் தன் கைகளால் தூக்கினான். "அவன் தந்த முத்தம் என் இதயத்துடிப்பைத் தொடங்கி வைத்தது. என்னால் பெயரிட்டுக் கூறமுடியாத ஓர் உணர்ச்சி என்னைத் தழுவியது. அந்த உணர்ச்சி என் பாதங்களின் அடியில் மேகங்களின் விரிப்பைக் கொண்டு வந்தது...'' "இது உண்மையானதாக அல்லது அதைப் போன்றதாகத் தெரிகிறது. இதிலிருந்து நாம் பெறுகிற முடிவு: நான் ஒரு தவறு செய்துவிட்டேன், ஒப்பீடு செய்துவிட்டேன்! வெளியே தெரிவது போலக் காதல் எப்போதும் இருப்பதில்லை என்று தெரிகிறது. முத்தங்கள் பொய்யாகலாம்."[5]

இரண்டு முத்தங்களால் ஏற்பட்ட புலன் உணர்ச்சிகளைத் தனித் தனியாக அடையாளம் காண்பது சாத்தியமில்லை. அந்த இரண்டுவகை முத்தங்களின் அனுபவங்கள், போதை மருந்துக்கு ஆட்பட்ட உயிரினத்தின் அசாதாரணமான அனுபவங்களோடு பொருந்தக் கூடியதாக விவரிக்கப்படுகின்றன - இதயம் துடிப்பது, காதுகளில் பேரோசையிடுவது, கால்கள் பஞ்சாக மிதப்பது. காதல் என்பதுகூடப் போதை மருந்தாக வெகுசனப் புராணத்தில் பாலியல் தன்மையை ருசிமிக்கதாகச் செய்கின்றது. காதல் இல்லாத பால் நளினமற்ற ஒரு மிருகத்தின் கழிப்பாகக் கருதப்படுகிறது: காதல் உள்ள பாலில் அது பரவசமானதாக, கீழிருந்து உயர்வை நோக்கிக் கடந்துபோவதாக ஆகிறது (இயல்பூக்கத்தின் ஹார்மோன் தளத்திலிருந்து, கருத்தியல் தளத்தில் உயர்மதிப்பீட்டுக்குக் கடந்து போகிறது). பெட்ஸி அந்த இரண்டு முத்தங்களுக்கு இடையில் ஒருவிதமான அரசியல் புலத்தை இனங் காணுகிறாள். பெட்ஸிக்குத் தனது வர்க்கத்திலே மணம்புரிவது

விரும்பத்தக்கதாக இருக்கிறது. இந்தக் கொள்கையை வெளிப் படையாகக் கூறினால் அதனை யாரும் மறுக்கமாட்டார்கள். ஒரே வகையான இரண்டு முத்தங்களுக்கு இடையில் உள்ள ஒற்றுமை மீது மூடுமந்திரம் போடத் தேவையில்லை. இவ்விரு முத்தங்களில் சுட்டப்படுவது மன பிரமைதான். திருமணத்துக்குரிய நோக்கம் அல்ல. எல்லாம் தன்னலம் சார்ந்த எதிர்வினையே. இந்தக் குழப்பம் உண்மைக் காதல் பற்றிய எல்லா இலக்கியத்திலும் காணப்படுகிறது. ... உண்மைக் காதல், பொய்யான காதல் ஆகிய இரண்டும் காமம், மனமாயை ஆகியவற்றின் கூட்டுப் பொருள்களாகும். இதில் உண்மை அன்பு திருமணத்திற்கு இட்டுச் செல்லுகிறது. அதோடு இதில், மனக்கிளர்ச்சி மட்டத்தில் ஏற்படும் சரிவினைத் தம்பதிகள் சகித்துக் கொள்ளுகிறார்கள். ஆனால் ஏற்றுக்கொள்ளுவதில்லை. பாலியல் துரோகமும், திருமணத்திற்கு முந்தைய புணர்ச்சியும் திருமணத்தை விட இன்னும் அதிகம் கிளர்ச்சி கரமாக இருக்கின்றன. ஆனால் நமது கலாச்சாரம் இதனை ஏற்பதில்லை. இதற்கு எதிரான ஒழுக்கத்துக்குப் பொறுப்பாளியாக இருக்கிறது...

டெய்லர் கால்டுவெல் படைத்த 'காதல் கடைசியாக வருக' (Let Love come Last) என்பதற்கு வைத்த விளம்பரத் தட்டியில் 'காதலில் வீழ்வதற்குமுன் மணம் செய்வது பாவமா?' என்ற வாசகத்தை எழுதியிருந்தார்கள்.[6] காதல் என்பது திருமணத்தையும், திருட்டுத் தனமான கள்ளஉறவுகளையும் புனிதமாக்குவது ஓர் உள் முரண் பாடாகும். 'காதல் எல்லாவற்றையும் வெல்லுகிறது.' பெண்களைப் பற்றிய பரபரப்பான காதல் கதைகளில் காதலின் அபத்தமான தன்மை கொஞ்சலாகக் கொண்டாடப்படுகிறது. இக்கதைகளில் வருகிற பெண்கள், ஒரு கணவனுடைய தீவிரமான காதலின் வெம்மைக்காக வேலையையும், குறிக்கோளையும் விட்டுவிடுகிறார்கள். முன்னேற வேண்டும் என்று பணிபுரிகிற திறமைவாய்ந்த X பெண், மாதக் கணக்காக விலைக்கு வாங்க வந்த Y என்ற ஆணின் காதலைக் காத்திருக்கும்படி செய்கிறாள். அவன் வெறுப்படையும் வரை அல்லது அவள் பொறாமை கொள்ளுகிற வரை இது நீடிக்கிறது. அல்லது அவன் ஒரு விபத்தில் சிக்கி, அவனோடுகூட அவள் ஆம்புலன்சில் போகிறவரை இது நீடிக்கிறது. "காதல் அழைக்கிறபோது - யாரால் அதை உண்மையாக மறுக்க இயலும்?"[7]

இங்கே காதலை ஓர் அவசரமான மனித கர்மம் (பார்க்க: இயற்கை அழைக்கிறது!) என்றோ, அல்லது ஓர் இனிய கடமைக்காக அழைக்கப் பட்ட ஒரு நபர் என்றோ ஒப்பிடுகிறார்கள். எப்படியானாலும், இம்மாதிரி கதைகளின் உச்சக்கட்டங்கள், கதாநாயகி உண்மையில் காதல் வயப்பட்டிருந்தாள் என்பதை வெளிப்படுத்தும் நோக்கில்

உருவாக்கப்படுகின்றன. கடைசியில் அக்கதாநாயகி தான் காதலிப் பதை உணர்வது, மரத்துப்போன தன் பாதங்களில் ஒருவன் கொதிக்கும் நீரை ஊற்றுவதன் மூலமாகத்தான் ஒரு தொழுநோயாளி என்று அறிவதைப் போன்றதாகும். தாங்கள் நிஜமாகவே காதல்வயப்பட்டு விட்டோமோ என்று சந்தேகப்படுபவர்களுக்கு மேற்கூறிய மாதிரி சோதனைகளை அனுமதிக்கலாம்.'' எதார்த்தத்தில் சோதிக்கப்படுகிற வரை காதல் என்பது ஒருபோதும் நிஜமான காதலாக இல்லை.'' காதல் மிகைமயக்கம், காலத்தால் நின்று நிலைப்பதை நிரூபித்திட பிரிதல்கள் பயனுள்ளதாக இருக்கும். இந்தவிதமான ஹோமியோ பதியில் சில விற்பன்னர்கள் வினா நிரல்களை வடிவமைத்து உள்ளார்கள். அதனை (காதல்) நோயாளி தானே விண்ணப்பித்துப் பெறவேண்டும். இந்த முறையை (நம்பமுடியாது. அதிலுள்ள வினாக்கள், ''அவன் உன்னைவிட்டுப் பிரிந்தால் உன்னால் தொடர்ந்து வாழ இயலுமா?'' என்பது முதல், 'அவனுடைய மூச்சுக்காற்று வாடை யடிக்கிறதாக நீ உணர்கிறாயா?' என்பது வரை இருக்கும். காதலால் கசிந்து உருகுபவர்க்கு (இந்த வார்த்தைக்கு விசமமான ஓர் உள்பொருள் உள்ளது) அறிவுறுத்த ஒரு பொதுவான முறை இருக்கிறது. அந்த முறை: என்னவாகக் காதல் இல்லை, அது என்னவாக இருக்கிறது என்பதை அறிய வழிகாட்டுதல் இல்லை.

''காதல் என்பது வெறுமனே விறுவிறுப்பானதாக இல்லை. அது தற்காலிகமாக சந்தோஷமாக இல்லை. மன எரிச்சல் அல்லது தனிமையிலிருந்து தப்புவதாக அது இல்லை, நடைமுறை சௌகரியங்களுக்காக அல்லது ஊடுறவான ஆதாயத்திற்காகச் செய்யப்படும் ஒரு வசதியான அனுசரிப்பாக அது இல்லை அது ஒருவழி உணர்வு அன்று, விரும்புவதாலோ அல்லது ஆசிப்பதாலோ அதனை இரு வழி உணர்வாக ஆக்க இயலாது.'' வளரிளம் பருவத்தைச் சேர்ந்த காதலன் இந்த விதியைப் பின்பற்றுகிற போது சற்றுக் குழப்பமடைவதைக்கூட மன்னித்து விடலாம். ஆனால் பல கவிஞர்களும் பிறரும் ஒருதலைக் காதலில் எரிந்து போனதை உறுதியாகக் கூறலாம். காதலில் சமமான நிலை சாத்தியமில்லை. காதலால் ஏற்படும் சந்தோசம் முடிந்துவிடுவதற்கு முன்பே காதல் போய்க் கொண்டிருக்கிறதா என்பதை அறியச் சாத்தியமில்லை. காதல் என்பது தனிமையிலிருந்து, மன எரிச்சலிலிருந்து ஒரு தப்பித்தலாக இல்லை, அல்லது வசதியான ஊடுறவான ஏற்பாடுமில்லை என்று பேசுவதில் பயனும் இல்லை. அதனை, மனித ஆவலின் அடைய முடியாப் பொருள் என நிறுத்துவதிலும் அர்த்தமில்லை. இதே ஆசிரியர் காதலைப் பற்றிய வழங்கிய விவரிப்பு மேலும் அச்சமூட்டு வதாக இருக்கிறது.

“அன்பு பலவற்றைக் குறிப்பது, அது கவனிப்புக்கும் மென்மைக்கும் ஒரு சிறுகுழந்தை காட்டுகின்ற திருப்தியடைந்த எதிர்வினையாகும். அதுவே, பெரிய குழந்தையின் பாசமிகு விநோதமான ஆர்வம்; அது வளரிளம் பருவத்தினரின் விளையாட்டுத் தனம்; அவர்களது கற்பனைக் காதலின் ஓட்டம், முதிர்ச்சியான திருமணத்தின் நேர்மைமிகு முதிர்ந்த அர்ப்பணம்... அன்பு மெல்லியது; கைக்கு எளிதில் அகப்படாதது. எல்லாவற்றுக்கும் மேலாகத் தன்னியல்பானது. அது நேர்மையாலும், உண்மையாலும் உயிர் வாழ்கிறது. தொடக்கத்தில் அன்பு எப்படியோ ‘நிகழ்கிறது’, ஆனால் அது தொடர்ந்து நீடிக்க அதற்குத் திறந்த மனமும், ஆன்மாவின் முழு ஆற்றலும் தேவை”[8]

திருமணத்திற்கு அடிப்படை கண்டதும் காதலில் வீழ்வது என்பது ஆபத்தானது, இதற்கு எதிர்நிலை எடுப்பது மேலே கூறிய ஒரு மனிதனின் முயற்சியாகும். ஆனால் இது அவ்வளவு நம்பகமானதாக இல்லை. இத்தகைய தெளிவில்லாத - ஆயினும் தன்னை ஈடுபடுத்திக் கொண்ட இந்தப் பார்வையால் ஒரு காதல் கவிதைகூடக் கிளர்ந்தெழு வதில்லை. உள்ளம் சார்ந்த காதல் அனுபவத்தின் வசீகரம் இந்த உலகை எழிலார்ந்த இடமாக்குகிறது. உன் கண்களில் விண்மீன்களை வைக்கிறது; உன் பாதங்களைப் பறக்கவிடுகிறது; மன்மதனின் வில்லால் உன் இதயத்தைத் தட்டுகிறது. நமது கற்பனையில் இந்த வகையான மாந்திரீகப் பித்தம் ஓர் ஆற்றல்மிக்க சக்தியாக இன்னும் எஞ்சியிருக்கிறது.

“அவளிடம் அவன் மிகுந்த காதல் கொண்டிருந்தானா?'' என்று இரண்டாம் தாரம், இறந்து போன தன் ‘சக்களத்தி’ பற்றிக் கேட்கிறாள். “அவள் மீது அவனுக்குப் பைத்தியமே பிடித்திருந்தது” என்று விசுவாசம் இல்லாத தனது மனைவியைக் கொன்ற மனிதனைப் பற்றி அவர்கள் கூற, ஜூரி அவனுக்காகக் கருணை காட்டுமாறு கேட்டது. “அவன் ஒரு கொலைகாரன் என்பது தெரியும்; ஆனால் அவனை நான் காதலிக்கிறேன்'' என்று அவனை அடைத்த அறையில் வைத்து அவனை மணந்த பெண் (இரண்டாம் தாரம்) கூறினாள். காதல், காதல், காதல் - எல்லாம் பாழாய்ப் போன பாசாங்கு, முகமூடி போட்ட தன்னலம், காமம், சுயவதை, மிகை உணர்ச்சி கொண்ட ஒரு புராணத்தின் அடியிலுள்ள மனமாயை; சுயமாய்த் தூண்டப்பட்ட இன்பதுன்பங்களின் அளறு; அடிப்படையான ஆளுமைகளை உறைந்து போன காதல் சைகைகளினால் குருடாக்கி மூடி மறைப்பது. “ஒருவன் மற்றவரை உருவவழிபாடு செய்வதற்காகப் படைக்கப்பட வில்லை. ஆனால், காதல் கூட்டத்தில் நடப்பதெல்லாம் விக்கிரக

வழிபாட்டுக்குமேல் ஒன்றுமில்லை"[9] "பதினேழாம் நூற்றாண்டைச் சேர்ந்த பெண்ணியவாதி மேரி அஸ்டெல் கூறுவதைப்போல இளைஞர்கள் இன்னமும் விரிவான பணிவிடைகளோடு காதல் செய்வதாகத் தெரியவில்லை. ஆனால் காதலின் மாயப்பித்த நிலையானது அதேமாதிரியான போலியான ஒளிவட்டத்தை வழங்கி, அதேவிதமான எதிர்ப்பார்ப்புக்களைக் கட்டுகின்றது. புதிய மனைவி, 'தனது நிலைமையை அமைதியாக யோசித்துப் பார்க்கும் ஆற்றலை உடையவளாகிற உடனே அந்தப் பித்தநிலை சிதறிப் போகிறது. இருபதாம் நூற்றாண்டைச் சேர்ந்த பெண்ணியவாதி டி - கிரேஸ் அட்கின்ஸன் என்பவர் இதே கருத்தை மிகவும் முரட்டடியாகக் கூறுகிறார்.

"வன்புணர்ச்சியாளனுக்குப் பலியாகிறவரின்
எதிர்வினைதான் அன்பு"[10]

எல்லாக் காதலும் இம்மாதிரி விவரிப்புக்கு உட்படுவனவல்ல. ஆனால், பெரும் காதல் - விவகாரங்களின் கதாநாயகிகளின் நோய்த் தனமான மிகைமயக்கம் - அது மலிவான 'கற்பனைக் காதல்' விகடத் தாள்களாயினும் சரி, கெட்டி அட்டை போட்ட உணர்ச்சிகரமான காதல் நாவல்களாயினும் சரி, ஒரேமாதிரிதான் இருக்கிறது. பெண்கள், 'காதலில் இருப்பது' என்னும் மலிவான கருத்தியலை அடையாளங் காணவேண்டும். காதலில் குதிப்பது என்பது ஒரு பகுத்தறிவற்ற, சுய - அழிப்புத்தன்மை கொண்ட செயல் என்பதை உணரவேண்டும். இத்தகைய மிகைமயக்கத்திற்கும் காதலுக்கும் ஒரு சம்பந்தமும் இல்லை. ஏனென்றால் காதல் என்பது மயக்கமோ, உடைமை பூணுவதோ அல்லது பித்தமோ அல்ல, அது 'ஒரு யோசனைமிக்க செயல்; ஆளுமையின் உள்ளே இருக்கின்ற மையத்தைப் பற்றுகிற ஒரே வழியாகும்.'[11]

# கற்பனைக் காதல்

**(Romance)**

ஒவ்வொரு இளம்பெண்ணும் காதலில் இருப்பதாகக் கனவு காண்பது இனியும் ஒருக்கால் உண்மையாக இருக்காது. இதற்கு 'பாப்' புரட்சி ஒரு முக்கிய காரணம். 'பாப் இசைப்புரட்சி, மிகை உணர்ச்சி இருந்த இடத்தில் காமத்தை வைத்தது. இந்தப்புரட்சி, இளைஞர்கள் தங்களுக்காகப் படைத்துக்கொண்ட கலாச்சாரத்தில், கறுப்பின மக்களின் நகர்ப்புறத்து 'புளூஸ் வகை நாட்டுப்புறப் பாடலின் பாலியல் அம்சங்களைப் பலவந்தமாகக் கலக்கச் செய்தது. இது பாலியல் வழக்கங்களில் பாரதூரமான விளைவை உண்டாக்கியது. ('புளூஸ்' என்பது கறுப்பின மக்களின் ஒருவித நாட்டுப்புறப் பாடல் வகையாகும். இது குறைந்த ஒருங்கிணைவும் (harmony) ஜாஸ் தாளமும், சோகமான சொற்களும் உடைய பாடல்வகை என்பார்கள் மொ.பெ). ஒருவேளை, இளம்பெண்கள் தங்களுக்குப் பழக்கப்பட்டுப் போன கனவுப் பாங்கான மனமாயப் புனைவுகளை (fentacies) இடம்பெயர்க்க, நிஜமாகவே ஒரு பாலியல் யுத்தத்தை அனுமதித்து விட்டார்களோ என நினைக்கத் தோன்றுகிறது. இப்படிப்பட்ட கனவுப்பாங்கான மனமாயப் புனைவுகளின் எனது வளரிளம் பருவத்தில் நான் வீழ்ந்தேன் என்று நிச்சயமாகக் கூறமுடியும். ஆயினும் இது 'ஒருவேளை' என்றுதான் கூறலாம். ஷெஃப்பீல்டு பல்கலைக்கழகத்தில் டாக்டர். பீட்டர்மான் நடத்திய ஆய்வுகளிலிருந்து, இருபத்தைந்து முதல் நாற்பத்தைந்து வயது வரையுள்ள பெண்கள் கற்பனைக் காதல் பற்றிய புனைகதைகள் மீது பெரும் ரசனை கொண்டவர்கள் என்பது புலனாகிறது. இவர்களில் மனையுறை மனைவியரையும், பெண் அந்தரங்க உதவியாளர்களையும் குறிப்பிட்டுச் சொல்லலாம். ஓராண்டில் சில பெண்கள் எண்பது புத்தகங்கள் வரை வாங்குகிறார்கள். முன்பிருந்ததைவிட இதன் சந்தை பெரிதாகிவிட்டது.[1]

'அற்புத நவிற்சி (romance) இன்னும் வாழ்க! புனைகதையின் புகழுக்காக வாழ்க!' என்று ஆகஸ்டு 1969 வரைகூட 'பெண்ணின் வார சஞ்சிகை' (Woman's Weekly) சப்தமிட்டது.

> "புதிதாகத் தங்களுக்குச் சுதந்திரங்கள் வந்தாலும்
> இன்றைய இளம் மக்களில் பெரும்பாலானவர்கள்
> இன்னும் அதே கனவுகளைக் காணுகிறார்கள்;
> தங்கள் வாழ்க்கையை வீரசாகசம் மிக்கதாகக்
> காணுகிறார்கள். முந்தைய தலைமுறைகள் அவற்றின்

*மிகச் சிறப்புவாய்ந்த மதிப்பீடுகளைப் பாராட்டியது போலப் பாராட்டுகிறார்கள்."*

...விக்டோரிய காலத்தைச் சேர்ந்த ஒரு காதல் கதையின் படப்பிடிப்பிற்காக, அந்த மாலைப்பொழுதில் கேத்தி, பசும்புல் மைதானத்தில் 'மாடலிங்' செய்து கொண்டிருந்தாள். வளவளப்பான பொருளால் உருவாக்கப்பட்ட வெண்ணிற ஆடை அவளது கழுத்தில் தொடங்கி கீழே அவளது பளபளப்பான கறுப்புக் காலணிகள் வரை தாழ்ந்திருந்தது. தனது சிற்றிடை மீது ஒரு கறுப்பு வெல்வெட் ரிப்பனைக் கட்டியிருந்தாள். பழைய தங்கச்செயின் அணிந்திருந்தாள். அவளது கருங்கூந்தல் நேர்வகிடெடுத்துப் பிரிந்து கடந்தது. 'அவள் தனது முதலாவது பால் (Ball) நடனத்துக்குப் போய்க்கொண்டிருக்கிறாள் என்று அவள் தாய் என்னிடம் சொன்னாள். அவள் மிகவும் பரபரப்பாக இருக்கிறாள்.

...இப்படி ஒவ்வொரு பாவப்பட்ட மக்களும் இருளடைந்த தேனீர்க் கூடத்தில், பதிவு செய்த பாடல்களுக்கு நடனமாடுவதற்காக மரியுவானாவைப் புகைத்துப் புகையை ஊதுவது போல, ஆங்கே கேத்தியைப்போல ஆயிரக்கணக்கான பெண்கள் தாங்கள் முதல் முறையாக அணிந்த நடன ஆடையோடு மிகவும் பரபரப்பாகக் காணப்பட்டார்கள்"[2]

ஏறத்தாழ இதுதான் கற்பனாவாதம்மிக்க அற்புத நவிற்சியாகும் (romance). அவள் அணிந்திருந்த ஆடைக்கு அதை எழுதிய ஆண்பால் ஆசிரியர் அழுத்தம் தந்திருப்பது அற்புத நவிற்சிக்குப் பொருத்தமானது; அங்கே நடக்கின்ற நடனம் உயர்ந்த பூசை (high mass); அங்கே கேத்தி தன் மகிமை பொங்கத் தோன்றுவாள்; ரசிகர்கள் கண்டு வசப்பட, ஆராதிக்கக் காட்சி தருவாள். அவளது இளைஞன் அவளது வசியத்தால் கட்டுண்பான். மாலைநேர உடையில் தடுக்கியபடி அவன் அவள் பின்னே சென்று அவளது குளிர்ந்த கரத்தை அழுத்தி, அவளது சிறிய இடையைச் சுற்றிவந்து அவளைத் தரையில் சுழற்றுவான்; அவள் அழகைப் புகழ்வான். அவள் நடனத்தைப் பாராட்டி மறக்கமுடியாத அந்த மாலைப்பொழுதிற்காக அவளுக்கு நன்றி கூறுவான்.

புதுமுகமாக அறிமுகமாகிற பெண்கள் ஒவ்வொரு ஆண்டும் தங்களுடைய கன்னி வெண்ணிற ஆடையில் மகாராணி, மேயர், ஆயர் (பிஷப்) இப்படிப்பட்ட முக்கியமானவர்கள் முன்னே மரியாதை செலுத்தும் நடன அடியெடுத்து விழிகளைத் தாழ்த்தி நிதானமாக நடந்து வருகிறார்கள். தங்களோடு நடனமாட இளைஞர்கள் வந்தனத் தோடு கேட்கும்போது, பெண்கள் ஒயிலாக ஒத்துக்கொள்ளுகிறார்கள்.

அல்லது, இவர்களைவிட நேர்த்தியான வேறு ஆடவர் வருவர் என்ற நம்பிக்கையில் இவர்களை மறுப்பதற்குச் சாக்குப்போக்குகளைத் தேட முயல்கிறார்கள். ஒவ்வொரு பெண்ணும் மிகவும் கிளர்ச்சியூட்டக் கூடிய எதிர்பார்ப்பிற்கு மாறாக மிகவும் அற்புத நவிற்சித்தனமான வற்றை அடையும் நம்பிக்கையைக் கொண்டிருக்கிறாள். ஒருவேளை, அதிர்ச்சியூட்டக் கூடிய பேரழகன் ஒருவன் பிறரைவிடச் சற்று நெருங்கிவந்து தனது கூந்தலின் நறுமணத்தை நுகர்வான். ஒருவேளை, இரவு உணவு உண்டபின் வெட்டவெளியில் அவர்கள் உலாத்து கிறபோது, அவளது விசாலமான விழிகளின் பிரகாசத்தால் கண்கூசிய அவன் அப்படியே மூச்சு நின்றுவிட்டமாதிரி நிற்பான். அவள் இதயம் பலமாகத் துடிக்க, அவளது கன்னங்களில் சுவையான நாணங்கள் கவிந்திருக்கும். அவன் அதிசயமான விசயங்களைப் பேசுவான். மிக அயன்மையான (strange) மென்மையும் ஆழ்ந்த கவனமும் கொண்டிருப்பான். அவள் அவனது ஆண்மைமிக்க கரங்களில் தன்னை மறந்து சாய்வாள். ஆங்கே ஒரு முத்தம் தவிர வேறு பாலியல் இருக்காது; ஆபாசமான ஆரத்தழுவல்கள் இருக்காது; உலகின் நேர்த்தியற்றவையிலிருந்து அவளைப் பாதுகாக்கும் வலிமையான கரங்கள் மட்டும் அவள் மீதிருக்கும். அவனது வெம்மையான உதடுகள் அவள் உதடுகள் மேல் பட்டு அவளது முழுஉடல் வழியே அசாதாரணமான தூண்டல்களை அனுப்பிக்கொண்டிருக்கும்.

அற்புதப் புனைவுலகில் காதலுக்கு முன் முத்தங்கள் இடம் பெறா. மாசற்ற இளம் பெண்களைச் சிலகாலம் ஏமாற்றும் தீய ஆடவரே அவ்வாறு முத்தமிடுவர்; ஆனால் சர்வவல்லமை மிக்க உண்மைக் காதலன் விரைவில் அவர்களை, மீட்பான். இலட்சியரீதியில் முதல் முத்தம் மனநெருக்கத்தையும், இதயங்களின் பரிமாற்றத்தையும், உடனடியான திருமணத்தையும் அடையாளப்படுத்துகிறது. அவ்வாறு இல்லாவிட்டால், அது பொய் உரைக்கும் ஒரு முத்தமாகிறது. மிகவும் நளினமற்ற, மூடத்தனமான நூற்றுக்கணக்கான மகிழ்வூட்டும் கதைகள் எல்லாம் ‘இனிய இதயங்கள்’ ‘அற்புதப் புனைவான ரகசியங்கள்’ முதலிய பெயர்களைக் கொண்டவை. முத்தத்தால் தூண்டப்படும் மனநிலை, உண்மையில் சுயதூண்டலால் விளைந்ததாகும். இதில் சில உதடுகள் கொடுத்து வைத்தவை. அவற்றின் ஸ்பரிசத்தால் மின்சாரம் போன்று மனமயக்கமான சாத்தியப்பாடுகள் ஏற்படுகின்றன. பல இளைஞருள் ஒருவன் தன் காதலியிடம் தன் ஆற்றலைக் காட்ட முயலும் போது, அவளது மெய்ம்மறந்த நிலையையும், குதூகலத்தையும், கண்டு வியந்து, தனது முயற்சியெல்லாம் தேவையற்ற ஆழ்ந்த உறவாக, இடத்தை அடைத்துக்கொண்டு இருப்பதைக் காணுகிறான். இது கண்டிப்பாகப் பால் அற்றதாகும்.

அது நடக்கிறபோது ஆச்சரியமாக இருக்கும், மறக்கமுடியாத அழகிய அனுபவமாக இருக்கும். காதலர்கள் முதற்சந்திப்பில் ஆனந்த மாகப் பாடிக்கொண்டிருக்கலாம். ஒருவேளை உடனே அவர்கள் காதலில் வீழமாட்டார்கள். ஆனால், அந்த அதிசயமான முத்தம் ஒருநாள் நிகழும்வரை மென்மையான ஒருணர்ச்சி வளர்ந்து கொண்டிருக்கும். இதனால் ஆணுடைய மென்மையும் மதிப்பும், முகஸ்துதியும், எளிதில் பாதிக்கப்படும் தன்மையும், மாற்றங்களுக்கு உள்ளாகின்றன. இவற்றோடு காதலனின் வீரதீரங்களும், மிகையான பந்தாக்களும் தொடரும். அற்புதப் புனைவுக் காதலுக்கு வயப்படும் கதாநாயகனுக்குப் பெண்ணிடம் எவ்வாறு நடந்து கொள்ளுவது என்பது பற்றித் தெரியும். அவை: பூக்கள், சின்னச் சின்னப் பரிசுப் பொருட்கள், காதல் கடிதங்கள், நிலா முற்றத்தில் மெழுகுவர்த்தி பொருத்திய விருந்து, மிக மென்மையான (கிதார்) தந்திகளின் ஓசைகள். உடல்ரீதியாக ஒன்றும் அவசரமில்லை. சற்று கனத்த சுவாசம், சூடான உதடுகள் அவள் மார்க்கச்சுக்குள் இருக்கும் சின்ன வடிவத்தின் மீது அழுத்தும். அவளது ஆடம்பரமான கூந்தலில் பிரியங்கள் முணுமுணுக்கும். ‘சிறுதுளி பெருவெள்ளம் போல. அவளுக்குப் பிடித்தமான சாக்லெட்டுக்கள், அவளுக்கு அவன் வைத்த செல்லப் பெயர்கள், அவளது பிறந்த நாளை ஞாபகமூட்டுவது, வருடாந்திர நினைவுகள், சில்லரை விளையாட்டுக்கள். அப்புறம் அவளை அவனுக்கு நினைவூட்டுகிற பேதைத்தனமான விசயங்கள். அவள் பாவிக்கின்ற நறுமணப் பொருட்கள். தலையில் கட்டும் முக்காடு, சுருள் சுருளான அரை உள்ளாடைகள், அபத்தமான அவளது நாடாச் சிட்டங்கள் (lace blankies), அவள் மடிமீதிருக்கும் பூனைக்குட்டி. புதிர், மாந்திரீகம், சாம்பெய்ன், வைபவம், மென்மை, மனக்கிளர்ச்சி, ஆராதனை, மரியாதை - இவ்விதமாகப் பெண்கள் ஒருபோதும் போதுமென்று காணாத அளவுக்கு! பெரும்பாலான ஆண்களுக்கு இந்தப் பெண்பால் மனமாயை உலகுபற்றி ஏதும் தெரியாது. ஏனென்றால் அவர்களுக்கு இவ்விதமான இலக்கியமும், அற்புத நவிற்சி வியாபாரமும் பற்றி ஒன்றும் தெரியாது. அவை பற்றிய பரிச்சயம் இல்லை. இவ்வகையான அற்புத நவிற்சித்தனமான நடத்தையைக் கற்று, காமத்திற்காகவோ, அன்றிக் காதலுக்காகவோ அன்றிப் பேராசையின் பொருட்டாகவோ பெண்மணிகளின் ஆணாக ஆகிறவனைப் பிற ஆண்கள் பொதுவாக விரும்புவதில்லை. அவனை அவர்களுக்குப் பிடிக்காது. அவனைப் பெண் பேச்சுக்கு ஆடுபவன் அல்லது சந்தேகத்திற்குரியவன் என்று தூற்றுவார்கள். அழகுபடுத்துவோரும் சிகை அலங்காரம் பண்ணு வோரும் தங்களிடம் வருகிற (பெண்) வாடிக்கையாளர்களின் பலவீனங் களை அறிந்து வேண்டுமென்றே அவர்களிடம் சரசமாடுவார்கள்;

அவர்களைப் புகழ்ந்து பேசுவார்கள். வெறும் வீட்டுப் பெண்ணாவதை விட மேலான தகுதி பெற்றவர்கள் என்று பாராட்டுவார்கள்.

'இனிய இதயங்கள்' போல மனமயக்கமான காதல் படிமங்களைக் கொண்ட இதர பிரசுரங்களும் அமெரிக்கத் தயாரிப்புக்களாகும். ஆனால் துரதிர்ஷ்டவசமாக இவை இங்கிலாந்தில் பரவலாக விற்பனையா கின்றன. இவற்றில் 'மைரா - பெல்லி' (பிளம் மரப்பழங்கள்), 'வேலன்டைன்', 'ரோமியோ' ஆகிய குப்பை வாரப் பத்திரிகைகளும் அவற்றில் மிகப்பெரிய 'ஜேக்கி' வாரப்பத்திரிகையும் அடங்கும். பத்து முதல் பதினாறு வயதுக்குட்பட்ட வளர்ந்த சிறுமிகள் மத்தியில் இந்த வாரக்குப்பைகள் ஒரு மில்லியன் (10 லட்சம்) பிரதிகளுக்குமேல் விற்பனையாகின்றன. இவற்றில் பிரிட்டிஷ் அற்புத நவிற்சிக் காதலின் இலட்சியங்கள் முன்வைக்கப்படுகின்றன. இக்கதைகளின் காதலி களுக்கு நீண்ட கால்களும், வளைந்த மேனியும் குட்டைப் பாவாடை களும், காட்டுத்தனமாக வளர்ந்த கூந்தலும், புகையும் விழிகளும் உள்ளன. இவர்கள் மனக்கிறக்கம் தருகிற முத்தத்தின் மயக்கத்தைத் தவிர்த்து விடுகிறார்கள். ஆண்கள் மிகவும் கொடுமையான அழகு கொண்டவர்களாக இருக்கிறார்கள். எடுப்பானவர்களாக, அலட்டிக் கொள்ளாதவர்களாக, சலவைக்கல் - தாடை உள்ளவர்களாக உருகும் பெண்பால்களின் மின்னிடும் கண்கள் உடையவர்களாக இருக்கிறார்கள். இவ்விதமான கற்பனைக் காதல் கதைகள் பரிசோதனைப் பதிவு ஏடுகளிலும், புத்தகங்களிலும், அலங்கார பொம்மைகளிலும் விளம்பரமாகின்றன. மீ மெய்யியல் (surreal) போலத் தோன்றும் விளம்பரம் வருவதுண்டு. ஒன்றில் ஒரு பூங்கா - பெஞ்ச் ஓவியம் இருந்தது. இனிய இதயங்களான கேற்றும், ஹாரியும் பூங்கா பெஞ்சில் அமர்ந்து உரையாடுகிறார்கள்:

"ஓ கேற்! இவ்வுலகிலுள்ள எதையும்விட
உன்னை நான் மிகுதியாக நேசிக்கிறேன்" இந்த
"அன்பே இந்த பிரபஞ்சத்திலுள்ள எதையும்விட
உன்னை நான் மிகுதியாகக் காதலிக்கிறேன்"

அந்த பெஞ்ச் அவர்கள் காதலில் பெரிய அளவில் முக்கியத்துவம் பெற்றதாக ஆகின்றது. நகர கவுன்ஸில் அந்தப் பெஞ்சை அங்கிருந்து அகற்றத் தீர்மானித்த போது, டவுன்ஹாலில் உள்ள ஹாரியின் அலுவலகத்திற்கு விரைந்து சென்ற கேற், தாங்கள் இருவரும் அந்தப் பெஞ்சில் உட்காரவேண்டுமென்று அடம் பிடிக்கிறாள். ஹாரியும் அவ்வாறே பிடிவாதம் செய்கிறான். அவன் பிடிவாதமெல்லாம் 'இவ்வாறு பிடிவாதம் செய்தால் வேலையை இழக்க நேரிடும்' என்று அவனது மேலதிகாரி எச்சரிக்கும் வரை நீடிக்கிறது. பிறகு பெஞ்சில்

உட்காரவேண்டும் என்று வாதாடும் பணியை கேற்றிடம் விட்டுவிட்டு ஹாரி பின்வாங்குகிறான். இந்தச் செயலைக் கண்ட கேற், அவனது காதலின் ஆழமற்ற தன்மையை உணர்கிறாள். ஆனால், அந்தப் பெஞ்சை அகற்றும் வேலையில் ஈடுபட்டிருந்தவர்களில் ஒருவன் - நிச்சயமாக அவனுடைய பளிங்குத் தாடையும், பைரன் மாதிரி தலைமுடியும் அவனை ஒரு காதலன் என்று வெளிப்படுத்தின - ஹாரிக்குப் பதிலாக அவளருகில் வருகிறான். 'கடந்துபோன, இனி வருகிற காதலர் அனைவருக்காகவும் வேண்டி உனக்காக இந்தப் பெஞ்சை நாம் பாதுகாப்போம்'. கதையின் இறுதியில், நம் கதாநாயகி கண்ணீர் மல்கி மறைத்த கண்களின் ஊடாக அவனைக் குளிர்ச்சியாக உற்றுப் பார்க்கிறாள். அவளுடைய பேபி (காதலன்) தனது பாறை போன்ற முன்தள்ளிய தாடை மட்டத்திலிருந்து மயிரிழை அகலத்திற்கு உதடுகளைப் பிதுக்கியபடி நின்றுகொண்டிருக்கிறான்.

கேற் அந்தப் 'பலூனிடம்' (புதுக்காதலன்) ஒரு பிரயோஜனமுமில்லாமல் நீ உன் வேலையை இழக்கப் போகிறாய். அவர்களை நம்மால் தோற்கடிக்க முடியும் என்று நீ நிஜமாகவே நினைக்கிறாயா? என்று கேட்கிறாள். அதற்கு அந்த 'பலூன்' 'நம்மால் அவர்களை ஜெயிக்க முடியும்' என்று ஒத்து ஊதுகிறான். 'மக்கள் கடுமையாக முயன்றால், நன்கு காதல் புரிந்தால், எதையும் செய்யமுடியும். "நாம் முயற்சி செய்வோம்..."[3] முற்றும்.

அற்புத நவிற்சியான - காதல் கதையின் காதலன் தலைமையானவன். அவன் வழக்கமாகத் தன் காதலியைவிடப் பல அம்சங்களில் உயர்ந்தவன் என்றாலும் குறைந்தபட்சம் ஓர் அம்சத்திலாவது உயர்ந்தவனாக இருப்பான். வயதிலோ அல்லது உயர் சமூக வரிசையிலோ உயர்ந்தவன். அதிக அறிவுள்ளவன், உயர்தகுதி ஈட்டியவன், நிபுணன், அதிகாரம் உடையவன்; ஆனால் நன் காதலி மீது ஆழ்ந்த அக்கறை கொண்டவன். பெற்றோரைப் போன்று அவளுக்கு வழிகாட்டுபவன். அவனால் கண்டிப்பு மிக்கவனாக, பின்வாங்கிச் செல்பவனாக, நெருங்க முடியாதவனாகக் கூட இருக்கமுடியும். ஆனால் அற்புத நவிற்சிக் கதையின் காதலிகள் தங்களது நாணத்தாலும் அழகாலும், தங்கள் ஆடைகளின் கவர்ந்திழுக்கும் சக்தியாலும் காதலரைக் கரைத்து விடுவார்கள். அற்புத நவிற்சிக் காதல் கதைகளின் வரலாற்றுப் பூர்வமான பாத்திரங்களாக ரோசெஸ்டர், ஹீத் கிளிஃப், திரு.டார்சி, பைரன் பிரபு ஆகியோரைக் குறிப்பிடலாம். ஆயினும் பெண்பாத்திரங்களைப் பொறுத்தவரை ஜேன் ஆஸ்டின், எமிலி பிரான்டி ஆகியோரை கரோலின் லாம்ப் சீமாட்டி விஞ்சிவிடுகிறார். ஜார்ஜெட் ஹேயர் (Georgette Heyer), பைரன் படைத்த கதாநாயகனின்

பாலியல் வெற்றி பற்றிக் குறிப்பிடுகையில், வளைந்து கொடுக்கத்தக்க இந்த யுகத்தின் தொல்வகைமாதிரி கதாநாயகனை பைரன் ஓர்மையோடு படைத்ததாகக் கூறிவிட்டு, அவன், ரீஜன்ஸி பக் எனப்படும் வொர்த் பிரபு என்றார். இந்த வொர்த் பிரபு அற்புதநவிற்சிக் காதல் கதையின் ஒரேவகைமாதிரியான (stereotype) கதாநாயகனுக்குச் சிறந்த உதாரணம். இந்தத் தொல்வகைமாதிரியை, அற்புத நவிற்சிக் காதல் கதைகளின் ஏராளமான கதாநாயகர்கள் பெரிதும் ஒத்துள்ளார்கள்...

டி.எச். லாரன்ஸ் எழுத்தில் உண்மையான பாலியல் அனுபவம் கூறப்படுகிறது. அவருடைய கதாநாயகன் உண்மையில் என்ன செய்து கொண்டிருக்கிறான் என்பது பற்றிய தயக்கமும், பிரஞ்சம் அளாவிய இன்ப உச்சம் பற்றிய ஊதிப் பெருக்கிய பிம்பமும் இணைந்து அவர் எழுத்துக்களில் காணப்படுகின்றன. காதலர்கள் வாய்முத்தம் தந்து கொண்டிருக்கும்போது மேகங்களுக்கு மேலே நிற்பது போல் உணர்வதில் லாரன்ஸ் தெய்வீகத்தன்மையைக் காணுகின்றார். காதலர் இருவரும் இணைந்து கூடுவதில் அவர்கள் அடைகிற சுகத்தினை, 'அற்புதமான உடனடி திருப்தியின் முழுமை' என்றும், 'மிக ஆழமான உயிர்விசையின் மூலாதாரத்திலிருந்து நிரம்பி வழிகிற பிரளயம்' என்றும், 'மனித உடலில் இடுப்பிற்குக் கீழும், பின்புறத்திலும் உள்ள இருண்ட ஆழமான அயன்மையான உயிர் 'ஆதாரத்திலிருந்து பிரளயமாய்க் கொட்டுவது' என்றும் வருணித்துள்ளார்.[4] அமெரிக்க எழுத்தாளர்களால் பால் பற்றித் தெளிவாகவும் உற்சாகமாகவும் பேசமுடிகிறது என்றாலும் அவர்கள் வரிசையில் ஹெமிங்வேயைச் சேர்க்க முடியாது. வெற்றிகரமான இன்பஉச்சம் 'உலகம் நகருவது போன்றது' என்று பழைய மரபை ஒட்டிக் கூறியவர் அவர்.

மிகையான தன்னடக்கம், மனக்கிளர்ச்சி, 'கவிதை ஆகியவை, லாரன்ஸ், ஹெமிங்வே ஆகியோரின் எழுத்துக்களின் அம்சம் என்பர். இவற்றின் காரணமாக இவர்களைப் பாலியல் அற்புத நவிற்சிக் காதல் மரபைச் சேர்ந்தவர்கள் எனலாம். (இவர்களுடைய சரக்குகள் மிகவும் தரமான வாசகர் வட்டத்தில் விலைபோனாலும்கூட!) கார்ட்லாண்ட் போன்ற அற்புதநவிற்சிக் காதல் கதாசிரியரைவிட மேற்கூறிய இரு ஆசிரியர்களின் சொற்களஞ்சியம் விரிவானது. ஆனால் கிளுகிளுப்பு ஊட்டுகிற விசயங்கள் எல்லாம் அதேதான்- (கதையின் முடிவு முத்தமாக இல்லாமல் புணர்ச்சியாக இருக்கிறபட்சத்தில்) அவர்களுடைய எழுத்துக்கள் பாலியல் வாழ்க்கை நடையின் அறிகுறிகள் என்ற அளவில் அவை தவறாக இட்டுச்செல்லுபவை. பெண்பாலின் வகிபாகம் இன்னமும் புதிராக, கடந்துபோகிற ஒன்றாக இருக்கிறது. நடுங்கும் பேரானந்தத்தை அடைய ஒரு நிலையிலிருந்து அடுத்த

நிலைக்குக் காலம் தாழ்த்திக் கடந்து போவதாக இருக்கிறது. லாரன்ஸும், ஹெமிங்வேயும் மலடர்கள் என்று குற்றஞ்சாட்டப் பட்டிருப்பதைக் கவனத்தில் கொள்ளுவது பொருந்தும்.

பெண்கள் பாலின்பத்தை அனுபவிக்குமாறு எதிர்பார்க்கிறார்கள்; ஆனால், பூர்ஷ்வா (வியாபாரி) கோவிலுக்குள் சிறைப்பட்டிருப் பதிலிருந்து அவர்கள் (பெண்கள்) வெளியே வருமாறு எதிர்பார்க்க வில்லை. இதற்கு மாறாக, ஒரு சடங்கு இருத்தலின் ஒரு பகுதியாக, ஒரு மாய அனுபவமாக அந்தப் பால் சுகத்தை பூர்ஷ்வா கோவிலுக்குள் கொண்டு வந்துள்ளார்கள். இது அவிலாவைச் சேர்ந்த தெரசாவுக்குக் கடவுள் பரவசத்தை வழங்கிய மாதிரி, ஆண்கள் பெண்களுக்கு வழங்கும் கடாட்சமாகியுள்ளது.

காதலுக்குள் ஈர்க்கப்படுகிறபோது அனுபவிக்கிற சந்தோஷத்தை ஒரு பெண் ஒருபோதும் அனுபவிப்பதில்லை. அதன்பின்னர் அவள் பார்வையில் படுகிறவற்றுக்கெல்லாம் அவள் எஜமானியாகிறாள். எல்லா வழிகளையும் கவருகிற மையமாகிறாள். இறுதியாகத் தனது தந்தையின் ஆண்மைக் கரத்திலிருந்து அவளுடைய புதிய பதிலி - தந்தையிடம் ஒப்படைக்கப்படுகிறாள். அவள் புத்திசாலியாக இருந்தால், அவளுடைய கணவனுக்கு நேரமும் வசதியும் இருந்தால், தன் வாழ்நாள் முழுவதும் அவன் தன்னைக் காதலிப்பதை வலியுறுத்துவாள். ஆனால், திருமணம் பெரும்பாலும் அற்புத நவிற்சித் தனமான காதலாக இல்லை என்பதை விரைவில் கண்டறிவாள். இப்போது கணவர்கள் மனைவிகளின் பிறந்த நாட்களையும், ஆண்டு நினைவு வைபவங்களையும் மறந்து போகிறார்கள்; எப்போதாவது மனைவியரைப் புகழ்ந்து பாராட்டுகிறார்கள்; பாராட்டினாலும் கடமைக்குச் செய்கிறார்கள். அவளை யாரும் முகத்துக்கு முன் பாராட்டுவதில்லை. ஆசைக்குரியவளாகத் தன்னை அவள் உணருமாறு செய்வதில்லை. தன் கணவனுக்கு ஏற்பட்ட பாதிப்பானது நபர் சார்ந்ததாக இருப்பதைவிடப் பால் சார்ந்ததாக இருப்பதை அவள் உணர்கிறாள். அல்லது அப்படி இருப்பதாக உணர்கிறாள். முன்னர் நாணமுள்ள மணமகளாக அவள் உண்டாக்கிய சடங்குகள் மீது அவனுக்கு இப்போது அக்கறை எழவில்லை. காதலிக்கும் போது அவளது உறவுமுறை எல்லாம் கவர்ச்சியாக இருந்தது. ஏனெனில் அவளை வெளியே கூட்டிப்போகும்போது மட்டுமே அவனை அவள் கண்டாள். அவனோடு சாப்பிட்டாள், பொழுது போக்கினாள்; அழகாகத் தெரிந்தாள்; தன்னைப் பற்றியும் தன் காதலைப் பற்றியும் மட்டும் பேசினாள். அவை இப்போது இல்லை. அற்புத நவிற்சித் தனமான காதல் ஒன்றே அவளுக்கு ஒரு சாகசமாக இருந்தது. இப்போது

அது முடிந்துவிட்டது. திருமணம்தான் காதல் கதையின் முடிவு. தனது திருமண வாழ்க்கையை விட்டு அற்புதநவிற்சிக் காதல் செத்து விடாதவாறு பார்க்கும்படி, மகளிர் இதழ்கள் அவளை எச்சரிக்கின்றன. அந்தக் காதல் தன்னைவிட்டுப் போகாதவாறு அவள் முயற்சி செய்கிறாள். தன்னை இளமையாகவும், அழகாகவும் இருக்குமாறு பார்த்துக் கொள்ளுகிறாள். ஒவ்வொரு நாளும் கணவன் தன்னை நேசிக்கிறானா என்று கேளாதிருக்க முயலுகிறாள். நாள் முழுக்கத் தன்னைத் தனிமையில் வீட்டில் இருக்குமாறு விட்டுவிட்டுக் காலையில் அவன் புறப்படும்போது காலை முத்தம் தந்து வாழ்த்தி அனுப்புகிறாள். இவற்றை இந்த அளவுக்கு எந்திரத்தனமாக அவள் செய்வதில்லை. ஆனால், வெகுசீக்கிரம் அவன் தனது காதல் ஓர் ஏமாற்றென்று உணர்கிறாள். அதற்காக வேண்டித் தன் கணவனை அவள் பழிக்கலாம். ஆனால் உண்மையில் அந்த ஏமாற்றத்தை அவளேதான் திட்டமிட்டுச் செய்தாள்! அவளது தலைக்குள்ளே காதல் என்றால் மின்சார உதடுகள், படுக்கையில் அவனைப் பற்றிப் பகற்கனவு காண்பது என்று இருந்தது. ஆனால் ஒருபோதும் எதார்த்தம் அப்படி இல்லை. அப்போது, புத்தியில்லாத ஓர் அற்புத நவிற்சித்தனமான பெண்ணாகத்தான் இருந்ததை இப்போது உணர்கிறாள். திருமணம் என்பது ஒரு கடினமான வேலை என்பது இப்போது புரிகிறது. தனது அற்புத நவிற்சிக் காதல் எல்லாம் வெறும் தப்பித்தல் ஆகிவிட்டது. நறுமணப் பொருட்களைக் கொண்டு தன்னைப் பராமரிப்பதை அவள் கணவன் கவனிப்பதுகூட இல்லை. அற்புத நவிற்சிக் காதல் இப்போது அவளது அந்தரங்கமான (Private) கனவாக ஆகிவிட்டது. இப்போதெல்லாம் தன்னைத்தானே அவள் பாராட்டிக் கொள்ள வேண்டும். சந்தையானது அவளை ஒப்பனைப் பொருட்களைக் காட்டிக் கூவி அழைக்கிறது. இவற்றைக்கொண்டு அவள் தன்னைத் தானே அழகுபடுத்த இயலும்.

“கிராம்பு வாசனை கமழும் ஜான்ஸிபாரிலிருந்து... அதிகாலைப் பனித்துளி வீழும் பர்மா வரை... உலகெங்கிலும் மற்ற சோப்பைவிட மகளிர் பலர் பாவிக்கிற சோப்பு லக்ஸ் சோப்பே. எழில்வண்ணமிகு அழகுப் பெண்கள் பாவிப்பது. நீங்களே பாருங்கள், லக்ஸ் நுரை, இயற்கையான எண்ணெய்களின் கிரீமால் விசேசமாக போஷாக்கு ஊட்டப்பட்டது... உங்களுடைய சருமத்தை மிருதுவாகவும் மென்மையாகவும் வைத்திருக்க சுகமாகத் தயாரிக்கப்பட்டது - இயற்கையான வழியில். எனவே, உலகின் மிக எழிலான மங்கையரோடு நீங்களும் சேருங்கள்...’’

கூந்தலின் சாயத்திற்காக. வருகிற விளம்பரம் எப்போதும் பெண்களின் தப்பித்தலைக் குறிவைத்தே செய்யப்படுகிறது. ஒரு புதிய

கவர்ச்சியை நீங்கள் பெறுவீர்கள், புதிய சாத்தியப்பாடுகள் திறக்கும். உங்களது நீராடல்கூட ஓர் அற்புத நவிற்சிகரமான சடங்காக மாற முடியும்.

“புதிய பனித்துளி உங்கள் குளியலுக்கு ஆல்ப்ஸ் மலையின் மாந்திரீகத்தைக் கொண்டு வருகிறது. பனித்துளியால் புதிதாக விழித்தெழும் ஒரு மலரைப் போலப் புத்துணர்ச்சி, இனிமை இந்த நாளை வாழ்த்துவதற்கு. ஒவ்வொரு தடவையும் ‘புதிய பனித்துளி’ யில் நீங்கள் குளிக்கிறபோது இப்படி உணர்வீர்கள். உங்களுக்குத் தேவை வெறும் இரண்டு கப்புகள் நிறைய இந்த மணமான பச்சை எஸன்ஸ் மட்டுமே. உங்களை மெல்ல மெல்ல இயற்கையின் மலர்களும், புத்துணர்ச்சியும் மிகுந்த உலகிற்கு இட்டுச் செல்லும்”[5]

ஆனால், உன்னதமான சாகசமாக, இன்னும் நீடித்திருப்பது காதலில் வீழ்வதாகும். இதிலுள்ள மனக்கிளர்ச்சி வார்த்தையில் அடங்காது. காலம் கடந்து போனாலும் பெண்கள் அதை மீண்டும் வாழ்வதற்கே விரும்புகிறார்கள். மணமாகி ஒருசில மாதங்களான ஓர் இளம் மனைவியைத் தன் கணவனோடு வெனிஸில் ஒரு வேபோரெட்டோ (vaporetto) வில் இருக்கக் கண்டேன். அவள் ஒரு நாவலை மிக உன்னிப்பாகப் படித்துக்கொண்டிருக்க, அவளோடு பேசுவதற்கு அவள் கணவன் வீணாக முயன்று கொண்டிருந்தான். அவளுக்கு அந்த மனமாயை, எதார்த்தத்திலும் பார்க்கப் பெரிதும் ஈர்ப்புடையதாக இருந்தது. மகளிர் இதழ்கள் ஒரே கதையை, சூழலை மாற்றிச் சந்தர்ப்பங்களின் விசித்திரமான சேர்க்கையோடு திரும்பத் திரும்ப வெளியிடுகின்றன. கதைப்பின்னல் மாறினாலும் காதலில் வீழ்வது, முத்தம், காதல் பிரகடனம், திருமணம் எல்லாம் மாறாமல் அப்படியே உள்ளன. இதுதவிர, ஏனைய கதைகள், பாலியல் துரோகம், மாயை, ஏமாற்றம், கடந்தகால வாழ்க்கை பற்றிய ஏக்கம் ஆகிய கிளை அடிக்கருத்துக்களைப் பயன்படுத்துகின்றன. ஆயினும் பெண்மைக் கலாச்சாரத்தின் மையப் பகுதியாக எப்போதும் அற்புத நவிற்சிக் காதலின் தொன்மமே நீடிக்கின்றது.

பாலியல் மதம் உன்னதமான இல்லறத்தின் போதை (அபின்) ஆகும். மகளிர் இதழ் ஒன்றுக்கு வந்த கடமில்லாத ஒரு மடல் இதனைத் தெளிவுபடுத்துகிறது.

“அற்புதநவிற்சிக் காதலை எத்தனை நவீன கண்டுபிடிப்புகள் அழித்துக் கொண்டிருக்கின்றன என்பதை நீங்கள் எப்போதாவது நினைத்துப் பார்த்ததுண்டா? அவனுடைய கிழிந்துபோன நைலான் காலுறைகளை அவள் ஒட்டுப்போடத் தேவையில்லை அல்லது

அவனது சட்டையை இஸ்திரி போட அவசியமில்லை. எந்த ஆணாவது கீழே தவறி விழுந்த பேப்பர் பையைப் பொறுக்குவானா? அல்லது அளவுக்குமேல் பாரம் ஏற்றிய தள்ளுவண்டிக் கூடையைத் தள்ளிச் செல்லுவானா? குட்டைப் பாவாடை போட்ட ஒரு சிறுமி பஸ்ஸில் ஏறுவதற்கு யாருடைய உதவியும் தேவை இல்லை; அவளது சிகரெட் லைட்டர் எப்போதும் வேலை செய்யும்"⁶

அற்புதநவிற்சிக் காதல், தேவையற்ற கடின வேலையையும், உடல்ரீதியான ஆற்றாமையையும், விபசாரத்தையும் அங்கீகரிக்கிறது. (ஏனெனில் சிகரெட் லைட்டர் சந்தர்ப்ப சூழல், மற்றவரைவிடத் தெருவில் நடந்து போகிறவருக்குத் தொல்லைதர ஏதுவாகவுள்ளது) பெண்பால் ஆடைகள் கடுமையாக இருந்த அந்தக் காலங்களைவிட இன்று மிக அதிகமாக அற்புதநவிற்சித்தனமாக உள்ளன; குட்டைப் பாவாடைகள் பெண்களுடைய இயக்கத்தைத் துரிதப்படுத்தியுள்ள தென்றால், சவரி முடியும், கண் இமை முடிகளும், பொய்யான நாணமும் அதனை மீண்டும் தடை செய்துள்ளது...

பெண்பால் விடுதலை நடக்கவேண்டுமானால், உண்மையான பெண்பால் காதலைச் சாத்தியமாக்க வேண்டுமானால் மலட்டுத் தனமான சுய - ஏமாற்று தடுத்து நிறுத்தப்படவேண்டும். பெண்பால் சந்தையில் அற்புத நவிற்சிக் குப்பையை விற்பனையில் விஞ்ச வேண்டுமானால், அதற்கான ஒரே இலக்கிய வடிவம் படு ஆபாசமான பாலியல் ஆபாச இலக்கியமாகும்...

# ஆண்பால் மாயப் புனைவின் இலக்கு

இருபால்களைச் சேர்ந்த சிறுகுழந்தைகள் சாகசக் கதைகளை வாசிக்கிறார்கள். மிகவும் சிறுகுழந்தைகள் கதாநாயகன், நாயகிகளைக் கொண்ட ஒருபால் (ஆண்/ பெண்) சாகசக் கதைகளை வாசிக்கிறார்கள். முதிர்ந்த குழந்தைகள் முற்றிலும் சிறுமிகள் அல்லது முற்றிலும் பையன்கள் பங்கு பெறுகிற கதைகளை வாசிக்கிறார்கள். சிறுமிகளுக்கான கதைகளை எழுதும் எழுத்தாளர்கள் ஆண்பால் பாத்திரங்களைத் தள்ள இயலாது. ஆனால், பூப்புக்கு முந்தைய பருவத்தைச் சேர்ந்த வாசகிகளுக்காகக் கதைகளை எழுதுவோர் சகலவிதமான பாலியல் அல்லது காதல் விருப்பங்களை அகற்றிவிடுகிறார்கள். பாலை அகற்றிவிடுதல் என்றால் பையன்களைப் பொறுத்தவரை எல்லாப் பெண்பால் பாத்திரங்களையும் விலக்குதல் என்பதாகும். இளம் பெண்ணின் இதயம் கவர்ந்த மாயப் புனைவுகளுக்கு (Fantasy) பூப்பு முற்றுப்புள்ளி வைக்கிறது. எடுத்துக்காட்டாக, ஒரு கதையின் கதாநாயகி போனி, கலோனல் பஃப்வலோ பில் கோடியைக் காப்பாற்றுவதற்காக, அவரைக் குறி வைத்த ஒரு செவ்விந்திய வில்வீரனின் உச்சந்தலை மீது ஒரு கல்லைத் தள்ளிவிடுகிறாள். இரண்டு ஃபிரேம்கள் கழித்து, அதே வில்வீரனை முதலைகளின் தாடைகளிலிருந்து விடுவிக்கிறாள்.[1] அதேசமயம் குழந்தைமயமான இந்த அற்புத நவிற்சிக் கதாநாயகி, வாசகியை அடங்கிய கிளர்ச்சிக்குள் இட்டுச் செல்லுகிறாள். முதன்முதலாக ஆண்நிலையை எட்டிக்கொண்டிருக்கிற பையன்களுக்கு, சாகசத்தின் ஆதிக்க மாயப்புனைவு பெண்களைச் சுரண்டுவதாக விரிவடைகிறது. பால், புதிய, ஒருவித பலமாக அல்லது ஆபத்தாக ஏற்கப்படுகிறது. புதுமை என்பது சாகசத்திற்கு இன்றியமையாத பண்பாகையால், பால் ஆர்வம் மேலோட்டமாக இனரீதியாக, பௌதீக ரீதியாக ஒருவேளை சமூக ரீதியாகப் பிரிவுற்றிருப்பதை நாம் எதிர்பார்க்கலாம். எவ்வாறானாலும் நிறைவாக அனுபவித்தலின் வடிவமைப்புக்கள் எளிதானவை. அவை இரண்டு வகைகளாகப் பிரிவதாகத் தோன்றுகிறது. ஒன்று, மாபெரும் பெட்டை நாய், மற்றது விஷக்கன்னி.

மாபெரும் பெட்டை நாய் என்பது அதிபயங்கரமான பெண்பாலாகும். சர்வவல்லமை மிகுந்த கதாநாயகன் தனது அதிகாரங்களைப் பயன்படுத்துவதற்குத் தகுந்த எதிராளி அவள். ஆசை, பேராசை, தந்திரம், அயோக்கியத்தனம் கொண்டவள் அவள். எப்போதும் அவள்

இரண்டு எட்டு முன்னால் இருப்பாள். கதாநாயகன் அவளை, சிங்கத்தைப் பழக்குபவனைப்போல ஒன்று தன்பக்கமாக வைத்திருக் கலாம்; அல்லது தன் உயிரைக் காப்பாற்ற அவளோடு யுத்தம் புரிய நேரிடலாம்.

"...(எதிரி) நிபந்தனையற்ற சரண் அடைதலே அவளுக்கு உரிய பச்சை இறைச்சி; ஆண் தப்பித்துப் போனால் பெட்டை நாய்க்குக் கணக்குப் பண்ணிப் பார்க்க இழப்புக்கள் இருக்கும். அவளது சரீர சுகத்தைப் பெறுவதற்குத் தைரியமாக முயலும் எவரையும் அந்த மாபெரும் பெட்டை நாய் முற்றிலும் அழித்து விடும்"[2]

நார்மன் மெய்லர், டெபோரா பாத்திரத்தை, ஒரே தோற்றத்தில் உள்ளடங்குமாறு சாத்தியமான அளவுக்குப் பல அம்சங்களைக் கொண்ட வகையாக கவனமாகக் கட்டுமானம் செய்துள்ளார். அவளை விவரிக்கும்போது அவரால் முற்றிலும் சார்பின்றி இருக்க இயல வில்லை. அவர் படைத்த கதை எடுத்துரைப்பாளன் கனத்த அமெரிக்கக் கனவை முணுமுணுப்பதை விடவில்லை. அறுவை சிகிச்சை செய்பவனுக்கும், அவனுடைய காயத்திற்கும் இடையில் உள்ள இந்தப் பதட்டத்திலிருந்தே நூல் ஆற்றலைப் பெறுகிறது...

டெபோரா பற்றிய மிகவும் முக்கியமான விசயம் முதலில் குறிப்பிட்டதுதான்: ஸிபல்லன், ஃபிளமிங் ஆகியோர் படைத்த பெண்கள் எல்லோரும் அதிகம் செலவாளிகள், முதல்தரமானவர்கள், செல்வந்தர்கள், பெரிதும் கவனிக்கப்படுபவர்கள். இந்தப் பெண் பாத்திரங்கள் எல்லாமே மெய்லரின் நம்பமுடியாத உயர்வு நவிற்சியால் மங்கிவிடுகின்றன. கேட் மில்லட் என்ற பெண்ணிய வாதி, மெய்லரை வளர்ச்சி பெறாத ஒரு குள்ளன் என்று விடாமல் அனுமானம் செய்கிறார்.[3]

'நவம்பர் 1946-இல் நான் ஜேக் கென்னடியைச் சந்தித்தேன், நாங்கள் இருவரும் யுத்தக் கதாநாயகர்கள். இரண்டுபேரும் அப்போதுதான் காங்கிரசுக்குத் தேர்ந்தெடுக்கப்பட்டிருந்தோம். ஒருநாள் இரவில் நாங்கள் இருவரும் வெளியே போனோம். எனக்கு அது ஒரு நல்ல மாலைப்பொழுதாகியது. ரிட்ஸ் அளவுக்குப் பெரிதான ஒரு வைரத்தால் எரிச்சலடைந்து கொண்டிருந்த ஒரு இளம்பெண்ணை ஏமாற்றினேன்.'[4]

இங்கே போர், பால் ஆகியவற்றின் பிம்பம் பிரிக்கமுடியாதபடி குழம்பியுள்ளன. எதிரி, இடுப்பிற்குக் கீழே வெடித்துச் சிதைக்கப்பட வேண்டிய பெண் வேசதாரி (Faggot), வலி என்பது தெளிவான வலி,

நல்லவலி, சுத்தமான அழிப்புக்குச் சான்று; அழுகல் இல்லை; ஏனெனில் அழுகலிலிருந்து உயிர் பிறக்கிறது. கர்ப்பப்பை அழுகல் நாற்றமடிக்கிறது. ஏனெனில் மலட்டு ரோஜாக் (கதைப்பாத்திரம்- மொ. பெ.) போன்ற ஆணுக்கு வாழ்வின் மூலாதாரம் நம்பிக்கையின்மை, அவனது மனமே ஓர் ஆயுதச்சாலை. டெபோரா யுத்தம் மட்டுமில்லை, அவள் விளையாட்டு, பந்தயம்.

> "...அவளுடைய காலத்தில் பேர் போனவள், பூக்களின் காட்சி அறையிலிருந்து, முதல்தரமான அரசியல்வாதிகள், பந்தயக் காரோட்டிகள், மாபெரும் வர்த்தகப் பெருச்சாளிகள், மேற்குலகின் உல்லாசப் பிரியர்கள் போன்றோரைத் தேர்ந்தெடுத்துக் கொண்டாள்..."[5]

இந்த ஜந்துவின் உடலமைப்புக்கள் எல்லாம் பரபரப்பு இலக்கியத்தில் வரும் பணக்காரப் பெண் புலியின் உடலை ஒத்தவையாகும். அந்தக் கால அற்புத நவிற்சிக் காதல் கதாசிரியர்களான பார்பரா கார்ட்லேண்ட், ஜியார் ஜெட் ஹேயர் ஆகியோர், இக்காலக் கதாசிரியர்கள் படைத்துள்ள வளைந்து கொடுக்கிற - முழு மார்பகங்களையுடைய - மிக உயரமான - அதிசயமான கூந்தலை உடைய முரடுகளில் வெறும் மின்னல் பார்வையால் வீரபுருசர்களை வெடிக்கும்படி செய்கிற பெண் பாத்திரங்களை அடையாளம் காணமாட்டார்கள். மெய்லருடைய வருணனை இந்த அளவிற்கு இல்லாவிடினும், அவர் தருகிற பெண் உடலின் அம்சங்கள் வகை மாதிரியானவை:

> "டெபோரா ஓர் அழகிய பெண்; திடகாத்திரமானவள். உயர்ந்த குதிகால் காலணி அணிந்து என்னைவிட ஓரங்குலம் உயரமாக நின்றாள். பெருங்கருங் கூந்தலும் பச்சை விழிகளும் கொண்டவள். பெரிய ஐரிஷ் மூக்கும், பல வடிவங்களை எடுக்கும் அகன்ற வாயும் கொண்டவள், இருந்தாலும் அவளது அழகே தோல் வண்ணம்தான். தோல் பாலாடை நிறம்; கன்னங்கள் நேர்த்தியான ரோஜாப்பூ நிறம்..."[6]

பரபரப்பான காதல் கதையில் வரும் அசாதாரணமான பெண் களுக்குச் சமீபமாகத்தான் நாம் இருக்கிறோம். அந்தப் பெண்கள் பாய்ந்து பற்றுகிறார்கள். இக்கதைகளில், சாய்வான கண்களையும் மேகங்கள் போலச் சுழன்று சுருளும் கூந்தலையும் உடைய அந்தப் பெண்கள், பதுங்கிப் பாய்கிறார்கள். இருந்த இடத்திலிருந்து சுழன்று திடீரெனக் கதைத் தலைவன் மீது பாய்ந்து கொல்லுவதற்குப் பட்டாக்கத்தியை உறையிலிருந்து உருவுகிறார்கள். அவர்களது வாய்கள்

பெரியவை; பட்டாக்கத்திகளைப் போல வளைந்து ஒளிர்கின்றன. நம்பமுடியாத அளவுக்கு அவர்களுடைய தோள்களும் தொடைகளும் சதைப்பிடிப்பானவை; அவர்களது மார்பகங்கள் கையெறி குண்டு களைப் போன்றவை. அவர்கள் கிரீட் தீவின் காளை நடனக்காரர்களைப் போல எஃகு கச்சுக்களால் சுற்றிக் கட்டப்பட்ட குறுகிய இடைகளைக் கொண்டவர்கள்.”[7]

ஐயான் ஃபிளமிங் (ஜேம்ஸ்பாண்ட் துப்பறியும் கதைகள்) தமது கதைகளில் பெண்களை நன்றாகக் கார் ஓட்டுபவர்களாக அல்லது புத்திசாலித்தனமான குதிரை ஓட்டிகளாக அல்லது குறிபார்த்துச் சுடுபவர்களாக வடிவமைக்கிறார்.[8] மெய்லர், டெபோரவை மிகக் கிளர்ச்சி தரவல்ல பெண்பால் கொலைகாரியாகப் படைத்துள்ளார்.[9]

“...அவள் விதிவிலக்கான ஒரு வேட்டைக்காரி. தனது முதல் கணவனோடு வேட்டையாடச் சென்ற அவள், தன் தொண்டையி லிருந்து பத்தடி தூரத்திலிருந்து பாய்ந்த காயம்பட்ட சிங்கத்தைக் கொன்றாள். இரண்டு குண்டுகளால் அலாஸ்கா கரடியின் நெஞ்சில் சுட்டுச் சாய்த்தாள். டெபோரா போன்ற ஆழ்ந்த நெஞ்சும், முழுமை யான மார்பகமும், ஒல்லியான இடையும், நடனமாதின் கால்களும் உடைய எதிர்க்கதாநாயகிகளின் கதி என்னவாயிற்று? குறைந்த சுயஓர்மையுடைய புராணத்தில் (Myth), இந்தமாதிரி நாயகிகள் கதாநாயகனின் இரும்பு ஆண்குறிக்குத் தங்களை ஒப்படைத்து விடுகிறார்கள். அவனுடைய வீரியத்தால் பனித்துளியின் மென்மையாகத் தகர்க்கப்படுகிறார்கள். புஸ்ஸி கேலோர் போன்ற ஆண் - வெறுப்பாளி களும்கூட இவ்வாறு ஆக்கப்படுகிறார்கள். சோனியா உட்கோ என்ற பெண்ணை அடிபணிய வைக்கும் டைகர்மான் இவன்தான்.

‘அவளது வாய் சூடான - ஈரமான பொருள்; அது வெடியைப் பற்றவைக்கும் திரி. அது அடிக்கடி வெடிக்கும்படி பற்றவைத்தது. அவளது வாய் என்னுடையதற்கு எதிராகக் கரைந்தது. அது ஒரு தீப்பந்தம் போன்றது. அதனை அணைக்காவிட்டால் கூச்சலிடும். அவளது முழு உடம்பும் உணர்ச்சியின் ஓர் ஆக்டோபஸ்; அது இன்னும் வேண்டும் வேண்டும் என்று விடாமல் கோருகிறது. அது அடங்கி ஓய்ந்து இளைப்பாறி மரணத்தைப்போல் கிடக்கிறது.

ஆனால், அந்த இளைப்பாறலை நான் அவளுக்குத் தர மாட்டேன். அவள் கேட்டாள்; அவள் அடைந்தாள். புலி எப்படி யிருக்கும் என்று காண விரும்பினாள். அதை இப்போது அறிவாள். கோரைப் பற்களின் ஆழத்தை அவள் அறிவாள். முற்றிலும் உள்ளிழுக்கப்படும் உணர்வு அவளுக்குத் தெரியும். ஏனென்றால்

அவளுக்கு பயங்கரப் பசி எடுக்கும் காமம் உள்ளது. அச்சந்தரும் அந்தச் சூரிய வெளிச்சத்தில் அது எப்படியிருந்தது என்பதை முதன்முறையாக அவள் அறிந்தாள்.''[10]

சாகசப் பால் என்பது வாணவேடிக்கை, வெடிமருந்துகள், காட்டு விலங்குகள், ஆழ்கடல் நீச்சல், கரடுமுரடான ஓட்டம் ஆகியவை சம்பந்தபட்டது. இலட்சிய பாலியல் கூட்டாளியாகிய பெண், சண்டைபிடிக்க உறுதி அளிக்கிறாள். எவ்வளவுக்கு அதிகமாக அவள் வன்மம் பாராட்டுகின்றாளோ அவ்வளவுக்கு அது சிறப்பானது. ஸ்பில்லேன் தருகிற படிமத்தைப் பார்த்தால், மாபெரும் பெட்டை நாய்க்கு மரணம்தான் பொருத்தமான முடிவாக இருக்கிறது. அந்த மரணம் உருவகரீதியான மரணமாகவோ (இன்ப உச்ச ஆவேசம்) அல்லது நிஜமான மரணமாகவோ இருக்கலாம். மெய்லரின் கதைத் தலைவன், தனது மூர்க்கத்தனமான மனைவியின் கழுத்தை நெரித்து அம்மரணத்தைத் தருகிறாள். அவள் கேட்டாள்; அவள் அடைந்தாள்.

“ஒரு பால்காரியைப் போல புன்முறுவல் பூத்து மிதந்து போய் விட்டாள். கீழைதேயத்துப் பரந்த நிலப்பரப்பின் நடுவில் அவள் விரலின் இறுதி ஸ்பரிசத்தை என் தோள்மீது உணர்ந்தேன். என் கண்களைத் திறந்தேன். மிகவும் கவுரவமான களைப்பால் நான் சோர்ந்து போனேன். எனது தசை புதிதாய் ஆனது போலத் தெரிந்தது. எனது பன்னிரெண்டாவது வயதிலிருந்து இவ்வளவு நேர்த்தியாக நான் உணர்ந்ததில்லை. இக்கணத்தில் வாழ்க்கையில் எதுவும் நம்மை சந்தோஷப்படுத்தக் கூடும் என்பதை என்னால் புரிந்து கொள்ள முடியும் போலத் தெரிகிறது''[11]

உனக்குரிய பெண்ணைக் கொல்லுவது ஒரு கரடியைக் கொல்லுவது போலாகும் அல்லது ஒரு பௌராணிக ராட்சசனைக் கொல்லுவது போலாகும். ஆண்நிலை (manhood), பால் ஆதிக்கத்தின் அடியிலிருந்து யாருக்கும் தெரியாமல் நழுவுகிறது, பழக்கத்திற்கு ஆட்படும் அடிமைத்தனத்திலிருந்து தப்புகிறது. அது மீண்டும் ஒருமுறை ஆணின் உலகமாகிறது. ஸ்பார்ட்டனிய (Sparta) கிரேக்க அரசாட்சியில், ஆண்கள் சமூகத்திலிருந்து பிரிக்கப்பட்டு உழைப்பு கல்வி உடற்பயிற்சி சுத்தம் ஆகியவற்றில் பயிற்றுவிக்கப்பட்டார்கள். இத்தகைய தேசத்தின் கலாச்சாரத்தில் இந்த அம்சம் சுட்டாயம் பிரதிபலிக்கப்படும். ஆனால், சாதாரணமான, எழுதப்படாத, அன்றாட வாழ்க்கையில் பால்களுக்கு இடையிலான பரிமாற்றங்களின் எதிர்விளைவுகளை நினைத்தால் அச்சமாக இருக்கிறது.

மைக் ஹேமர் படைத்த வெல்டா என்ற பெட்டை நாய் தன் எஜமானனுக்காகக் கொலைசெய்து, இரையை வீட்டிலுள்ள அவன்

பாதங்கள் முன் போடுகிறாள். அவளிடமிருந்து விலகிய ஹேமரின் பாலியல் உபவாசமே அவளுக்குக் கிடைக்கும் பரிசு. இவ்வாறு அவள் பேணப்படுவது எதிர்காலத்தில் தரத்தக்க ஒரு விருதுக்காக என்பது போலத் தெரிகிறது. ஆனால் உண்மையில் வெல்டாவுடன் கொள்ளும் உடல் உறவு அவளது அழிவு என்று அர்த்தப்படும். இக்கதைகளில் ஆண்குறி ஓர் ஆயுதமாகிவிட்டது.

ஆண்குறி - ஆயுதம், மாபெரும் பெட்டை நாய்மீது ஆக்ரோஷமாகப் பாய்கிறது. விஷக்கன்னியின் விசயத்தில் இது தற்காப்பிற்காகப் பயன்படுகிறது. 'ஓர் அமெரிக்கக் கனவில்' வருகிற விஷக்கன்னி செர்ரி என்று பொருத்தமாக அழைக்கப்படுகிறாள். அவளது பெயர் உணர்த்துவது போல அவள் தூய்மையான கன்னிகையாக இருக்கிறாள்:

> "உன்னோடு ஒரு முறை இன்பஉச்சம் அடைந்தேன், இதற்கு முன் ஒருபோதும் நான் அதை... ஒருபோதும் முன்னர்... மற்றெல்லாம் ஆமாம். ஆனால் ஸ்டீபன், ஒருபோதும் ஓர் ஆண் எனக்குள், ஓர் ஆண் சரியாக எனக்குள்ளே இருந்ததில்லை"[12]

விஷக்கன்னியோடு சாதித்த முதல் காதல், ஆபத்து மிகுந்த முற்றுகையாக இருக்கிறது. செர்ரியைச் சுற்றிலும் எச்சரிக்கிற ஜீவராசிகள் வளைக்கின்றன. அந்த ஜீவராசிகளில் இரவு விடுதிக்கு வரும் கறுப்பினக் குண்டர்கள், மட்டமான பேரெடுத்த பந்தயப் பரிசுச் சண்டைக்காரர்கள், துப்பறிவோர், வாத்தியக்காரர்கள் ஆகியோர் அடங்குவார்கள். ரோஜாக் சுட்ட ரவைகளுக்கு இரையாகிறார்கள். அவள் வசிக்கிற விடுதி அறையில் அவளது சகோதரி வாழ்ந்து வந்தாள். அவள் ஷகோ (!) மார்டின் என்ற கொடூரமான அதி ஆண்பால் காரணமாகக் கொல்லப்பட்டாள். அவளோடு ரோஜாக் கழித்த அருமையான கணங்கள் அந்தக் கறுப்புப் பாடகனின் வரவால் அச்சுறுத்தப்பட்டன. அவன், பார்ப்பதற்கு ஒரு பாடகன், ஆனால் என்ன ஒரு பாடகன்!

இவளது வீட்டுக்கு மற்ற இரவுகளில் வந்தவர்கள் ஓடி விட்டார்கள். ரோஜாக் மட்டுமே நிலைநிற்பவன். பித்துப்பிடித்த ஒரு கறுப்பினப் பெண்ணுக்கு எதிராக அவனது வலுவான ஆண்குறி மட்டுமே நிற்கமுடிந்தது. இறுதியில் அவன்தான் வெல்லுகிறான். விஷக்கன்னி அவனால் கர்ப்பமாகிறாள். தெய்வீகக் கூட்டமாகிய தாய் வகைக்குள் நுழையத் தயாராக இருக்கிறாள். ஆனால் ஒரேயொரு கடைசி எதிரி அவளைத் தடியால் அடித்தே கொல்லுகிறான். ஆண்பால் அற்புத நவிற்சியியலின் அறுதியான தீர்வு. ஒவ்வொரு ஆணும் தான் காதலிக்கின்ற பொருளைக் கொல்லுவதுதான். கதாநாயகனின் காதலனனின் அந்தஸ்தை யாராலும் சவாலிட முடியவில்லை. இதன் வடிவமைப்பு சாமானியமானதுதான்.

கதாநாயகன் திருமணம் செய்யமுடியாது. பாலியல் சாகசம் வெற்றி கொள்ளப்பட வேண்டும். கூடிவாழ்வதும், ஊடுறவான சகிப்புத் தன்மையும் கிடையாது.

ஜான் ஃபிலிப் லுண்டிண் படைத்த 'பெண்கள்' என்ற நூல் ஒருவிதத்தில் சுயசரிதையாக இருக்கிறது. இதனை இந்நூலுக்கு முன்னுரை வழங்கிய ஆர்.இ.எல். மாஸ்டர்ஸ் உறுதிப்படுத்தியுள்ளார். இதன் முதலாவது அதிகாரம் பிடித்தமான ஓர் ஆண்பால் மனமாயப் புனைவு விவரிக்கின்றது. அதோடு பெண்பால் கவர்ச்சிகளுடைய பணமதிப்பு பற்றிக் கூறுகின்றது. அப்பெண்கள் பணக்காரர்களை மணந்திருந்தாலும் சரி, உயர்தர கிளப்புகளில் பணிப்பெண்களாக வேலை பார்த்தாலும் சரி, 'மாடல்களாகவோ அல்லது தெருவில் போகிறவர்களாகவோ இருந்தாலும் சரி, எல்லா நேரங்களிலும் அவர்கள் பணம் சம்பாதிப்பவர்களாக நம்பப்படுகிறார்கள். இந்தப் பெண்களை மற்ற ஆண்கள் மிகவும் பிரயாசைப்பட்டு அல்லது சகாய மாக வாங்குவது பற்றி லுண்டிண் எழுதுகிறார். ஒரு விபச்சாரியிடம் பெறும் சுகத்திற்காக ஆண் இத்தனை பிரயாசைப்பட வேண்டிய தில்லை. அவன் ஒரு காதலன். கணவர்கள் வாடிக்கையாளர்களுக்குப் பணம் கொடுக்கிறார்கள்; அல்லது சுருங்கச் சொன்னால் எளிதில் ஏமாறுபவர்களுக்கு (Suckers) பணம் தருகிறார்கள். ஓசியிலேயே வேலை எடுக்கிற லுண்டிண் எப்போதும் ஆபத்தில் இருக்கிறான். அவனுடைய பெண்கள் எல்லோருமே விஷக்கன்னியினுடைய மனக்கிளர்ச்சியை அடைகிறார்கள். அவர்கள், மாபெரும் பெட்டையின் பந்தய வலிமையைக் கொண்டுள்ளார்கள். தனது மேலதிகாரியின் மனைவி ஃபிளாரன்ஸ் என்பவளோடு லுண்டிணுக்கு மிகப்பெரும் திருட்டு உறவு உண்டாகிறது. அவள் அவென் ரகத்தைச் சேர்ந்தவள். இந்த உறவு பாலியல் சாகசம் பற்றிய செவ்வியல் வடிவத்தைப் பின்பற்றிச் செல்லுகிறது. இவ்இருவருக்கும் இடையில் முதல் பார்வையில் ஏற்படுகிற மின்னலைப் போன்ற திடீர் ஒளியும், அதை ஒட்டிய அறிகுறிகளும் வகைமாதிரியானவை.

> "மின்சாரம் கசியும் இடத்தில் மாட்டியபோது என்னைத் தாக்காத அதிர்ச்சியை, ஃபிளாரன்ஸைப் பார்த்தபோது உணர்ந்தேன். இம்மாதிரி எப்போதும் எந்த மின்சாரத் தீப்பொறியும் என்னைத் தாக்கியதில்லை. என் இதயம் படபடவென அடித்தது. ஜன்னி கண்டவனைப்போல என் உடலின் இரத்த நாளங்களில் இரத்தம் வேகமாக ஓடியது. என் மூச்சுக் குழாய்க்கும் பிரதான தமனிக்கும் (aorta) இடையே ஒரு கட்டி கிடந்து அழுத்தியதுபோல இருந்தது. செங்குத்தாக

இறங்கும் தானியங்கியில் போவது போல் என் வயிறு கீழே போய்க் கொண்டிருந்தது. ஏதோ என் உயிருக்கு பயந்துபோய் நான் ஓடுகிற மாதிரி இருந்தது. என் விதைக் கொட்டைகளில் உண்டான கிளர்ச்சியை நான் உணர்ந்தேன். இந்தப் பெண், தன்னைத் தானாகவே செயல்பாட்டுக்கு ஆட்டிவிடுவாள் போல எனக்குத் தெரிந்தது."[13]

திருட்டுத்தனமான பாலியல் துரோகத்தின் ஆபத்துக்கள் ஃபிளாரன்ஸுடைய அசாதாரணமான பாலியல் வெப்பத்தால் ருசிகரமாக மிகைப்படுத்திக் கூறப்படுகின்றன. அவளுடைய கணவனுடைய முக்கியமான ஆட்கள் அவருடைய நலன்களைப் பாதுகாக்கிறார்கள். கடைசியில் அவள் காதலன் லுண்டிண் துரத்தப் படுகிறான். ஏனென்றால் ஃபிளாரன்ஸ் மீது எல்லோருக்கும் ஆசை. மற்ற பல ஆண்களும் அவளைக் காதலிக்கிறார்கள். இந்த அம்சம் ஆண்பால் மனமாயையின் பிரதான அம்சமாகும். இந்தப் பாலியல் சாகசத்தைப் பிற ஆண்கள் பாராட்ட வேண்டும். ஃபிளாரன்ஸ் தன் கணவனின் ஆட்களின் உதவியால் லுண்டிணைச் சந்திக்கிறாள். காரின் பின் இருக்கையில் அவர்கள் இருவரும் மீண்டும் உணர்ச்சிகரமாகக் கூடுகிறார்கள். அந்த ஆட்கள் இதை வைத்தே அவளை மிரட்டி இது போன்ற சகாயங்களைப் பெற முயன்றபோது அவள் மெக்ஸிகோவுக்குப் பறந்து போகிறாள். அங்கே ஏமாளியான மற்றொரு பணக்காரனைத் திருமணம் செய்கிறாள்.

*('காதல் என்பது, நமது காலத்து ஆண்களில் பலருக்கு ஏமாற்றும் வசீகரமுடைய ஒரு பெண்ணோடு படுப்பதாகத் தெரிகிறது. அந்தப் பெண்ணுக்குச் சரியான உடல் வளைவுகளும், வசதிகளும் உடலில் பரவியிருக்க வேண்டும். அதோடு திருமணம் என்ற நிறுவனத்தின் வழியாக அவளிடம் நிரந்தரமான சொத்துரிமையை ஈட்டுவதாக இருக்கிறது.* - Ashley Montagu, 'The Natural superiority of Women' 1954, p.54*)*

அந்தப் பணக்காரனையும் விட்டுவிட்டு மற்றொரு இரட்சகியான ராட்சசத் தாயிடம் பறந்து போகிறாள். அவள் லுண்டிணுடைய ஒரே காதலி என்பது, அவளுக்குப் புற்றுநோய் வரும்போது தெரிகிறது. அதன் பிறகு அவள் தனது முதல் கணவனிடம் மீண்டும் போகிறாள். 'அவள் செத்துவிட்டாள் என்பதை எப்படியோ நான் அறியும் வரை அவளின்றி என் வாழ்க்கை ஒருபோதும் நிறைவடையாது என்பதை நானறிவேன்'[14]

முழு வாழ்க்கை பற்றிய ஆண்பாலின் கருத்து, ஆண்பால் காதலில் விழுவது பற்றிய எண்ணத்திற்கு இன்றியமையாதது. ஆண்கள் ஒரு மகளைக் காணத் தயாராக இல்லை; அதேபோலப் பெண்கள் ஒரு புதிய தந்தையையோ அல்லது தாயையோ காணத் தயாராக இல்லை. 'எல்லாவற்றுக்கும் பதில் கூறக்கூடிய ஒரு பெண்ணைக் காணத் தயாராக இருக்கிறார்கள். அந்தப் பெண் 'என் புரிந்துணர்வு, தோழமை, மன எழுச்சி ஆகிய தேவைகளை நிரப்பக் கூடியவள்.' இந்த வேண்டு தலுக்கான் அடிப்படையாக இருப்பது வருங்கால ஆணைப் பற்றிய மிதமிஞ்சிய எண்ணமாகும். மன எழுச்சி, தோழமை, புரிந்துணர்வு ஆகிய தேவைகளை நிறைவேற்றத்தக்க அவனுடைய ஆற்றலைப் பற்றி ஏற்படுத்திக் கொண்ட மிகையான எண்ணமாகும். ஆணுக்கு ஏற்றவை: அவனது சகி, அவனுக்கு இணையாக இருக்கவேண்டும், அல்லது அனுசரித்துப் போகிறவளாக இருக்கவேண்டும்; ஆணின் மனமாயைக்கு உரிய கிளர்ச்சி தரும் பெண், அவளைப் பார்த்ததும் ஆசையை உண்டாக்குபவள்; அறையிலுள்ள அத்தனை பேரும் அவளைப் பார்த்ததும் வாய் பிளக்கவேண்டும். இந்த ஆண்பால் மனமாயையின் ஓர் அம்சம்: மற்ற ஆண்கள் ஆசைப்படுகிற பெண்ணோடு சேர்த்துத் தன்னைப் பிறர் பார்க்க வேண்டும்.

## காதல், திருமணம் பற்றிய நடுத்தரவர்க்கத் தொன்மம்

நமது கலாச்சாரத்தில் காதலற்ற கலியாணம் ஒரு சாபக்கேடு, அன்பில்லா வாழ்க்கையை நினைத்துப்பார்க்க இயலாது. மணமாகா திருக்கிற பெண், தனது வாய்ப்பை இழந்து போயிருக்க வேண்டும், போரில் தனது ஆணை இழந்திருக்க வேண்டும். மணமான தம்பதிகள் எல்லோரும் ஒருவர் மீது மற்றவர் காதல் கொண்டவர்கள் என்று கூறுவது சத்தியப் பிரமாணம் போன்றது. ராஜாராணி போன்றவர்கள் மீது பலசமயங்களில் அனுதாபப்படுகிறார்கள். அவர்களை மன்மதனின் அம்புகள் தைக்கமுடியாது. அவர்கள் காதலால் சேரவில்லை. ஆனாலும் அவர்களையும் காதலில் வீழ்ந்தவர்களாக அனுமானம் செய்கிறார்கள். கன்னிகாஸ்திரீகள் எல்லோரும் காதலில் ஏமாற்றமடைந்தவர்கள் என்பது பொதுவான கற்பனை. இதனை ஈடுகட்டுவதற்கு உத்தியோக வளர்ச்சியை மேற்கொண்டு மனித வர்க்கத்தின் கண்ணீர்ப் பள்ளத்தாக்கில் கிடைக்கக்கூடிய சந்தோசத்தைக் காண முனைகிறார்கள்.

('ஆண்களை நிர்வாகம் பண்ணுகிற கலையைப் பிறப்பு முதல் கற்க வேண்டியதிருக்கிறது. நீங்கள் அனுபவம் பெறப்பெற இது சுலபமாகிறது. சில பெண்களுக்கு இதில் ஓரளவு இயல்பூக்கச் சாயல் இருக்கிறது. ஆனால் பெரும்பாலானோர் தப்பும் தவறும் செய்து தடுக்கிவிழுந்து கடினமாகக் கற்றறிய வேண்டிய திருக்கிறது. சிலர் ஏமாற்றத்தில் இறக்கிறார்கள். இந்தக் கலை, ஒரு பெண்ணுடைய உடல் வளைவுகளையும் வளர்ச்சி பெற்ற இயல்பூக்கத்தையும், கலப்படமற்ற பூனைத் தந்திரத்தையும் பொறுத்ததாகும்' - Mary Hyde, 'How to Manage Men,' 1955,p.6)

ஆனால் விசயம் இப்படித்தான் எப்போதும் இருந்து வந்துள்ளது என்று கருத இயலாது. காதல் குறித்து முன்னர் வித்தியாசமான ஒரு கருத்தாக்கம் இருந்து வந்திருப்பதைக் காமன் அம்பு பற்றிய தொன்மம் உணர்த்துகிறது. காதல் பற்றிய காமன் அம்பு கருத்தாக்கம் திருமணத்திற்கு முந்தைய காதலிலிருந்து வேறுபட்டது மட்டுமின்றி, திருமணத்திற்கே அது விரோதமானதாகவும் இருந்துள்ளது. குறுகிய காலத்துக்கு உயிரோடிருக்கிற திருமணக் காதல் பற்றிய கருத்தாக்கம் கூட அதே கருத்தை எப்போதும் கொண்டிருக்கவில்லை. 16-ஆம் நூற்றாண்டில் காதலுக்காகக் கலியாணம் என்ற கருத்தை

ஆதரித்தவர்கள், தங்களுடைய கருத்து இப்போது எந்த அளவிற்கு அற்புத நவிற்சியியலாலும் பாலியல் உணர்ச்சியாலும் அலங்கரிக்கப் பட்டுள்ளது என்பதை அறிய முடியுமானால் திகிலடைவார்கள்.

('எனக்கு வயது 39, கலியாணமாகிக் கடந்த 15 ஆண்டுகளாக என் கணவனின் கடுங்காவல் தண்டனைக்கு ஆளாகி வந்திருக் கிறேன். இந்தத் தண்டனையை இயல்பான ஒரு நிகழ்ச்சியாக நாங்கள் நடத்தி வந்திருக்கிறோம். சமீபகாலமாக ஃபாரம் ' (Forum = மேடை) என்பதில் வருகிற சில கடிதங்களை நாங்கள் படித்துப் பார்த்த போது தங்கள் சகிகளைக் கைகளால் அடித்ததால் உண்டான குற்ற உணர்வுடையவர்கள் இருக்கிறார்கள் என்பதை உணர்ந்தோம். எங்கள் கருத்துக்கள் எளியவை. திருமணத்தில் கணவனே அதிகாரம் செய்யும் தலைவன் என்ற நம்பிக்கை யுடையவராக என் கணவர் அமைந்து விட்டார். அதை நான் ஏற்கிறேன். தவறுகள் தண்டிக்கப்பட வேண்டியதை நானும் ஒப்புகிறேன். ஓர் ஆண் தனது பெண் புரிந்த தவறுகளுக்காக அவளைக் கையால் அறைவது அல்லது சவுக்கால் அடிப்பது (ரொம்பக் கடுமையாக அல்ல; நிச்சயம் காட்டுமிராண்டித் தனமாக அல்ல), மிக எளிய மிகவும் சௌகரியமான, மிகச் சரியான, மிக்க இயல்பான வழிமுறை என்பதாக நாங்கள் இருவரும் நினைக்கிறோம்' Letter in 'Forum', vo 12, No.3

காதலில் வீழ்வது - திருமணம் புரிவது என்ற தொன்மத்தின் வளர்ச்சியின் தடயங்களை அடிப்படை அனுமானத்தில் ஏற்பட்ட மெது மெதுவான மாற்றங்கள் மறைத்துவிட்டன. இதன் ஆரம்பக் கட்டங் களைப் பற்றிய தகவலை அறிவது கடினம். இம்மாதிரியான அநேக நிச்சயமின்மைகளைத் தாழ்மையோடு ஒத்துக்கொண்டு ஓர் அனுமான ரீதியான தேடலைத் தொடங்கலாம்.

நிலப்பிரபுத்துவ இலக்கியத்தில் அற்புத நவிற்சிக் காதல் இன்றி யமையாதபடி சமூகத்திற்கு எதிரானதாக, பாலியல் துரோகத்தனமாக இருந்தது என்பதை இப்போது எடுத்துக்காட்டுவது சர்வ சாதாரண விசயமாக இருக்கிறது. 'பண்பட்ட காதல்' (courtly love) என்ற தொடர் வரலாற்றியல் விமர்சனத்தில் தேய்ந்துபோன தொடராகும். கினிவர் (Guinevere) பழங்கதைகள் ஆளும் வர்க்கத்தின் சிறுபான்மைக் கலாச்சாரத்தின் உற்பத்தியாக இருந்தன. அந்த நாட்டுப்புறக் கதைகளிலும் பாடல்களிலும் தங்களைப் பற்றிப் பேசப்படுவதைக் கேட்டுப் பண்ணையாட்களும் சிறுவிவசாயிகளும் அதிசயித்திருக்க வேண்டும். அவர்கள் நிலப்பிரபுத்துவச் சூழலின் உற்பத்தியாவார்கள்.

அவ்விதச் சமுதாய அமைப்பில் பிரபுத்துவ மனைவி ஒருத்தி, அவளது போர்வீரனான கணவன், வீட்டில் இருக்கும் காலத்தில் அவனுடைய மனைவியாக இருப்பாள். அப்படி அல்லாத காலத்தில் அவள் இளமையும் காமமும் மிக்க ஓர் ஆடவர் சமூகத்தை ஆட்சி செய்தாள். அந்த ஆண்கள் அடைய முடியாத - தங்களால் தங்கள் எண்ணத்தைக் கூறவும் முடியாத அவளைப் பற்றிய மனமாயைகளில் மகிழ்ச்சி கண்டார்கள். அந்த ஆண்களில் அடிமைத்தனத்தை அவள் பயன் படுத்தினாள், இதுவே, பின்னர் தோன்றிய பெண்ணை மீட்கும் வீரசாகச வகை இலக்கியத்தின் தொடக்கம் (Chivalry). இதில் பெண் தன் கணவனுக்கு அடங்கியவளாக, அவனது பண்ணைக்காரனைப் (fief) போலத் தனது உடலை அவனுக்கு ஒப்படைத்தாள். 'கன்னிப் பருவம் வாழ்க!' போன்ற துண்டுப்பிரசுரங்களில் எழுதப்பட்ட திருமணக்காதல் பற்றிய விவரிப்பைக் கண்ட விக்டோரிய காலத்து அறிஞர்கள் திகிலடைந்தார்கள்.[1] மாட்டுத் தொழுவத்தில் புதிய காற்றை சுவாசிக்கச் செய்த திருமணக் கோட்பாட்டை முதன் முதலாகக் கொண்டுவந்த புராட்டஸ்டண்ட் சீர்திருத்தக்காரர்களை மகிழ்ச்சியோடு பாராட்டினார்கள்.[2] 'கன்னிப் பருவம் வாழ்க' என்ற 14-ஆம் நூற்றாண்டைச் சேர்ந்த துண்டு வியாசத்தின் சந்நியாசித்தனமான ஆசிரியர் தாம் உரையாற்றிய கன்னிப் பெண்களிடம், அவர்கள் உண்மையாக இலத்தீன் வாசிக்க விரும்பினால், ஒளியூட்டும் கையெழுத்துப் பிரதிகளை, சித்திரப் பின்னல் பிரதிகளை வாசிக்க விரும்பினால் (இந்த அரிய அங்கிகளும், மாந்திரீக அலங்காரத் தொங்கு சீலைகளும் இன்றைய ஐரோப்பிய அருங்காட்சிக் கூடங்களின் மிக நேர்த்திவாய்ந்த கலைப் பொக்கிசங்களில் சேர்க்கப்பட்டுள்ளன). கவிதை எழுதவும் இசை கற்கவும் தெரிந்து கொண்டால் பெண் பால்கள் மட்டும் அடங்கிய ஒரு கன்னியர் மடத்தின் சமூகத்தில் சிறப்பெய்தலாம் என்றார். அந்த மடத்தில் படைவீடுகளிலுள்ள வீரர்களின் சந்தடியிலிருந்தும், கொடூரத்திலிருந்தும் விலகிப் பாதுகாப்பாக இருக்கலாம். ஆபத்து நிறைந்த பேறுகாலம், மற்றும் கணவனின் முரட்டுத் தழுவல்களிலிருந்து விலகியிருக்கலாம். நாத்திக கைதிகளையும், இராணுவ வேசிகளையும் கைப்பற்றி அவர்களோடு பழகிய வீரர்கள் அவர்களுடைய உணர்ச்சிகரமான பாலியல் தேவை களைப் பற்றி நன்கு அறிந்தவர்கள் யாரும் நெருங்காத மடங்களில் வாழலாம் என்று உபதேசம் செய்தார். அவர் வெளிப்படையாகச் சொல்லா விட்டாலும் மடத்தின் எழுத்தர்கள் - கன்னிகாஸ்திரீகளின் காதல்களைப் பற்றி நம்மால் ஊகிக்க முடியும். வீரர்களின், இளம் பணியாட்களின் மோகமயக்கத்தையும் நிறைவேறாத ஆசையின் முடிவில்லாத எரிச்சலையும் விட எழுத்தர்களோடு கன்னிகாஸ்திரீகள் கொண்ட காதல் அவர்களுக்கு மிகவும் திருப்தி தருவதாக இருந்தது

என்பதை ஊகிக்கலாம். சிற்றரசுகளின் இசைப்பாணர் பாடல்களின் உந்துசக்தியாக நிறைவேறாத மோகமயக்கங்களின் ஆசைகள் அமைந்தன. ஃபிராங்கோ ரெபெலெ (Francois Rebelais) (ஃபிரெஞ்சு அங்கத எழுத்தாளர் *1494 - 1553.* மொ.பெ) தமது மதச் சார்பில்லாத சந்நியாசி மடத்தில் பாலியல் அறிவு சார்ந்த மனிதாபிமான மனமாயையின் மத்தியகாலக் கூறுகளை ஒன்றிணைத்தார்.[3]

மத்தியகால நாகரிகத்தின் குணத்தின் மீது பெண்களின் தாக்கம் மிகப் பெரிது.[4] அற்ப ஆயுள் பெறாத எல்லாக் கலாச்சாரங்களையும் நாம் கருத்தில் கொள்ளும் போது, அவை மிகச் சிறிய ஒரு சிறு பான்மையின் கலாச்சாரமாக இருந்ததால் இத்தாக்கத்தின் அளவைப் பெரிதாக்குகிறது. மத்தியகால கலாச்சாரத்திற்கு மதிப்புமிகு அளிப்பினைச் செய்த பெண்களில் பலரும் சமயம் சார்ந்தவர்களாகவோ அல்லது மணவாழ்வில் அல்லது அதன்பிறகு பிரமச்சரியம் காத்த பெண்களாகவோ இருந்தது குறிப்பிடத்தக்கது. எ.டு: ஹில்டா, எடித் ராணி, புனித மார்கரட், அவளது புதல்விகளான மடில்டா, மேரி, மார்கரட் பூபர் சீமாட்டி ஆகியோராவர். நிலப்பிரபுத்துவ கோட்டையில் வாழ்ந்த காமவசப்பட்ட பாத்திரம் வீரனின் (knight) இளம்பணியாளன் ஆவான். *21* வயது வரும் வரை அவன் வீரனுடைய சேவைக்குத் தகுதி இல்லாதவன். அவனது தாடி மயிரில்லாத இளமையும், வனப்பும் அவனைப் பெண் சுபாவம் உடையவன் என்று கூறும்படி அமைந்தன. இதோடு, நீண்ட கூந்தலும், சித்திரப் பின்னலாடையும், குரலாலும் கருவியாலும் இசை வழங்கியமையும், நடனமும், கவிதை இயற்றுவதும் அவனைப் பெண் சுபாவம் மிக்கவனாகப் பேசும்படி செய்தன. முதலில் கோட்டை எஜமானர்களின் எடுபிடியாகவும், பிறகு வீரனின் பணியாளாகவும் பணியாற்றுவதற்காகத் தனது தாயின் மார்பிலிருந்து பறித்து வரப்பட்ட ஒரு பையன், தனது எஜமான-பிரபுவின் மனையாட்டியின் பாசத்திற்காக ஏங்கிக்கொண்டிருந்தது தவிர்க்கமுடியாததாகும். வளரிளம் பருவத்துச் சதையின் அவசரங்கள், அவன் பாலியல் வலிகளாலும் துன்புறுவதை உறுதிப்படுத்தின. அவன் இயல்பாகவே அவற்றைத் தனது ஆசைக்குரிய சீமாட்டி பிம்பத்தோடு இணைத்துக் கொண்டான். அவனது நிலை பணிவுள்ள, கண்ணீர் ததும்புகிற அடிமை நிலையாக இருந்தது. உரிய வயதை எட்டிய போது போர்க்களத்தோடு தொடர்புடைய சமூகத்தை அறிய நேர்கிறான்.

வரவர அவன் முழு ஆண்மையுள்ளவனாக, பெண்மைச் சுபாவம் குறைந்தவனாக, பாலியல் ரீதியில் அதிக வெறியில்லாதவனாக ஆகிறபோது, இந்த உணர்வு உடனடியானதாக இல்லாமல் மிக்க அறிவுப்பூர்வமானதாக ஆகிறது. இந்தச் சந்தர்ப்ப சூழல், மிகுந்த

ஆபத்துக்கள் நிரம்பியது. பிரபுவின் மனைவி தனது பணியாளனோடு வயதிலும், தனிப்பட்ட மனப்பாங்கிலும் எப்போதும் நெருக்கமானவளாயிருக்கிறாள். அவளது அந்நியனான முரட்டுக் கணவனை விட நிச்சயமாக இவன் உடலளவில் மிகுந்த கவர்ச்சிகரமாக இருக்கிறான். அவள் தனது கௌரவத்திலிருந்து வீழ்ந்து, தனது வாரிசுகளுடைய சட்டரீதியான தகுதியில் சமரசம் செய்தால் அதன் விளைவு பேரழிவாக மட்டுமே இருக்கும். விவாகரத்து சாத்தியமில்லை. பாலியல் துரோகம் மரணதண்டனைக்குரிய குற்றம். (அது கணவனின் தீர்ப்பாகவோ அல்லது சட்டத்தின் தீர்ப்பாகவோ இருக்கலாம்). அந்தச் சமூகம் இந்த ஆழ்ந்த அச்சத்தின் பிடியிலிருந்து விலகுவதற்கு அதனைப் புறவயமாக்கியது. துரதிர்ஷ்டமான உணர்ச்சிகளைப் பற்றிய கதைகள் எச்சரிக்கும் நாட்டுப்புறப் பழங்கதைகளாக வெளிப்பட்டன. காதல் ஒரு சாபக்கேடு, ஒரு புண், மரணம், தொற்றுநோய். பால் (Sex) சட்ட விரோதமாக்கப்பட்டது. விதிவிலக்காக மகப்பேற்று ஆசைக்காக அதைப் பயன்படுத்தலாம். இப்படிப்பட்ட மிக அழுத்தமாய்க் கட்டுண்ட ஒரு சமூகச் சூழலை நினைவூட்டுவனவாக அக்காலக் கற்புக்கவசக் கச்சும், அதைச் சேர்ந்த பயங்கரங்களும் உள்ளன. உடல் - ஆன்மா என்ற பிளவு மத்தியகால (ஐரோப்பிய) சிந்தனையை அடையாளப்படுத்தி, அக்கால சமூக அமைப்பை மாறாமல் அவ்வாறே இருக்குமாறு பாதுகாத்தது. வேலைக்காரப் பெண்களும், நாட்டுப்புறப் 'பூசணிப் பழங்களும்' இரக்கமின்றி காமத்திற்கு இரையானார்கள். ஆனால் எஜமானரின் சீமாட்டி மீது பிற ஆணுக்கெழுந்த காமம் பகுதி சமய ஏக்கமாக மேன்மைப்படுத்தப்பட்டது. அன்றைய பாலியல் துரோகம் சார்ந்த காமம் பற்றிய இலக்கியம், இன்றுள்ள வெறி, பாலியல் விக்கிரக வழிபாடு, வக்கிரம் பற்றிய நவீன கதைகளை ஒத்திருந்தது. ஒரு பைத்தியம் மட்டுமே பார்க்கத் துணிகிற ஆபத்துக்கள் மிகுந்த ஒரு பகுதிக்குள் ஆசையாக எட்டிப்பார்க்கிற ஒரு தொடராக அது அமைந்தது. ஒவ்வொரு இளம் எழுத்தனும், காதல் என்றால் என்ன என்பதைத் தனது எசமானர்களிடமிருந்து கற்றுக் கொண்டான்.

'காதலிப்பது நன்றன்று, அது ஒரு பித்தனின் விசயம், அதனை நினைந்து அழுவது, உடல் மெலிவது, மேனி வெளுப்பது, அவளைப் பொய்யாகப் புகழ்வது, நாற்றமிகு வேசைக்கு நாணமின்றி ஆட்படுவது, அந்த அழுகிய அசிங்கத்தின் அறையின் சாளரத்தின் அருகில் இரவெலாம் வாய்பிளந்து பாடுவது, அவளது ஒரு விரல் ஆட்டத்திற்கு அடிபணிவது, அவள் தலையை அசைத்தாலன்றி ஏதும் செய்யத் துணியாதிருப்பது, ஒரு மூடப்பெண்ணின் அதிகாரத்திற்குக் கீழ்ப்

படிந்து அல்லல் உறுவது; அவள் பொருட்டு ஒருவர் ஒருவரோடு மோதுவது, வன்முறையான நோக்கில் அணுகுவது, ஒரு ராணிவசம் உன்னையே நீ மனமுவந்து ஒப்புவிப்பது, அவள் உன்னைப் பழிக்கவும், அடிக்கவும், கிழிக்கவும், நாசம் செய்யவும் விட்டு விடுவது. இவற்றுக்கு இடையில் மனிதன் ஒருவனுடைய பெயரைக் காப்பது எங்கே? உன் விழுமிய மனம் எங்கே? மிக அழகான, மகத்தான விசயங்களைப் படைத்த அந்த மனம் எங்கே?"[5]

தனது எஜமானர் கூறியபடி போதனைகளைக் கேட்டு, எவ்வளவு தூரம் அவன் காதலை வெறுக்கின்றானோ அவ்வளவு தூரத்திற்கு அவனையும் அறியாமல் மற்றொருவனுடைய கற்புள்ள மனைவியின் பிரகாசமான பார்வையால் தாக்கி வீழ்த்தப்படலாம். இதுதான் ஒரு மோசமான நாளில் ஃபிரான்ஸெஸ்கோ பீட்ரார்க்காவுக்கு நடந்தது. இதன் தாக்கம் ஐந்நூறு ஆண்டுகளாக ஐரோப்பிய எழுத்துக்களில் நீடித்தது. பீட்ரார்க் ஒரு மேதை; மிகக் கூர்ந்த மதிநுட்பம் வாய்ந்தவர். தமது காமஉணர்வின் இயல்பு பற்றி மிகத் தெளிவாகப் புரிந்து கொண்டவர். அதனைத் தமது ஒட்டுமொத்த தத்துவ அமைப்பினுள் ஒன்றிணைக்கும் முயற்சியில் வெற்றி கண்டார். அதனை முற்றிலும் ஓர்மையான - எச்சரிக்கை மிகுந்த இயக்கத்தால் விழுமியதாக்கினார். (மடைமாற்று - sublimation).

கடவுள் உண்டாக்கிய எல்லா ஞானத்தையும், எல்லாக் சாதலையும் லாரா சந்து செய்வித்தாள். இவளது மரணம் இயக்கத்தை எளிதாக்கியது. லாராவின் காதல், வெற்றி வாகையின் சீமாட்டி, கோமேதகம், வெண்கீரி (இதன் உரோமம் உயர்நீதிபதிகள் தலையில் அணிகிற செயற்கை முடியாகப் பயன்படுகிறது - மொ.பெ), வெண்மான், மாதரசி மடோனா பீட்ரார்க்கின் (Petrarch) மாபெரும் சிலுவை, மாபெரும் ஆசீர்வாதம். அவர் அதனைத் தமது வாழ்நாள் முழுவதும் மனச்சாட்சிப்படி தாங்கி, அதனைத் தமது இரட்சணியமாக ஆக்கினார். ஏறத்தாழ தமது ஒவ்வொரு ஸானற்றிலும் (Sonnet) பீட்ரார்க் தமது சந்தோசத்திற்கும் வலிக்கும் இடையில் ஓர் ஒத்துழைப்பினைச் சாதித்தார். ஆனால் கணக்கிலடங்காத அவரது ஆதரவாளர்கள் அந்த அளவிற்கு அறிவோ அல்லது அதிர்ஷ்டமோ வாய்த்தவர்களாக இல்லை. அநேகமாக இதேபோன்ற சக்திவாய்ந்த சமனிலையை தாந்தே மட்டும் தமது பீட்டிரிஸ் என்ற பெண்மணி யோடு சாதித்தார். இதனை அவருடைய 'விண்ணோர்பாட்டு' (Devine Comedy) என்ற மகா காவியத்தின் 'கழுவாய்க் குன்றம்' (Purgatorio) 'மன்னுலகு' (Paradiso) ஆகிய பாகங்களில் பிரக்ஞைபூர்வமாக வெளிப்படுத்தினார். அவள் விர்ஜிலிலிருந்து விடுவித்து தாந்தேயை

மகிழ்ச்சிகரமான காட்சிக்கு வழி நடத்துகிறாள் என்பதை இந்தப் பாகங்களில் அவர் சித்திரித்துள்ளார். சராசரிக்கும் கீழான மாந்தர்க்கு பீட்ராார்க்கியம், பாலியல் துரோக உணர்வுக்கு மெருகு ஊட்டிய ஒன்றாக ஆகியது. நிலப்பிரபுத்துவச் சமூகச் சூழலில் பீட்ரார்க் வாழ்ந்து கொண்டிருக்க வில்லை என்பது பீட்ராார்க்கியம் எஞ்சி நிற்பதன் காரணங்களில் ஒன்றாகும். லாரா, அவரது பிரபுவின் மனைவியல்ல, தமக்குச் சமமான ஒரு சீமானின் மனைவி. அவன் ஒரு நகர அரசின் குடிமகன். இந்தத் தகுதி அதிகாரவர்க்கத்தைச் சுட்டியதேயன்றி, ஏறுவரிசைக்கிரம அமைப்பைச் சுட்டியதன்று. அவர் தன்னந் தனியனாகக் கோட்டையிலிருந்த பண்பட்ட காதலை நகர்ப்புறச் சமூகத்திற்கு இடமாற்றம் செய்தார். அச்சமூகத்திற்கு அவர் இடம்பெயர்ந்த பண்பட்ட காதலின் வடிவம், வாணிக வர்க்க சமூகம் மையப்படுத்தப்பட்ட அரசாங்கமும் வளர்ச்சி பெற்றபோது, அவ்விதப் பண்பட்ட காதல் அழியாதிருக்க வகை செய்தது.

நிலப்பிரபுத்துவ அமைப்பின் வீழ்ச்சியோடு ஏறு வரிசை முறையிலான - வறட்டுச் சித்தாந்த மயமான மதம் அரிப்புக்கு உள்ளாகியது. மத்தியகால கத்தோலிக்கம் (catholicism = பிரபஞ்சம் அனைத்தையும் உள்ளடக்கிய மதம்) பிரமச்சரிய குருமார்களின் பெற்றோர் - பிள்ளை பாசத்தின் வாழ்க்கை நிலையின் மீது தனது அதிகாரத்தைக் கட்டியிருந்தது. குருமார்களுக்கு மட்டுமின்றி, மணமானவர்களுக்குக் கூடப் பாலியலில் மிதமான கட்டுப்பாட்டை, ஆதரித்த திருச்சபை பிரமச்சரியத்தை இடைவிடாமல் ஊக்குவித்துச் சட்டங்கள் வழியாக ஆணையிட்டு வந்தது. திருமணவாழ்க்கைக் குள்ளே உடலுறவு சம்பந்தமாகத் திருச்சபை விதித்த விலக்குகளைப் பற்றி விவரித்தால் ஆயாசமாக இருக்கும். திருப்பலி பூசையில் நன்மை வாங்குவதற்கு முன், ஏசுநாதரின் வருகை, தவக்காலம் புனித வார நாட்கள், மரித்தபின் மூன்றாம் நாளில் ஏசுநாதர் உடலோடு விண்ணகம் எழுந்து சென்றபின் வரும் நாட்கள், உபவாச நாட்கள், ஒரு சந்தி நாட்கள், காமத் தினவெடுக்குமாறு பாவசங்கீர்த்தனத்தின் போது குருமார்கள் விசாரிக்கிற நாட்கள் ஆகிய நாட்களில் திருமண வாழ்வில் உடல் உறவு கொள்ளுவது விலக்கப்பட்டது. திருமணம் என்னும் வாழ்க்கை நிலை, பிரமச்சரிய வார்த்தைப் பாட்டுக்குக் கீழானது. அதே போலக் குழந்தைமைப் பருவத்து கன்னிமைக்குக் கீழ்ப்பட்டது. விதவையரின் கைம்மை நோன்புக்கும் கீழ்ப்பட்டது. கத்தோலிக்க கிறிஸ்தவ மதச்சடங்குகளில் இரண்டாம் திருமணம் ஆசீர்வதிக்கப் பட்டதாகக் கருதப்படுவதில்லை. ஒரு குருவானவர்க்கு ஒரு மனைவியை விட நூறு வேசிகளை வைத்துக் கொள்ளுவது சிறந்ததாகக் கருதப்

பட்டது. தவசிகளும் புனிதர்களும் தங்கள் வாழ்க்கை நிலைக்காகத் திருமணம் செய்யுமாறு கட்டாயப்படுத்தப்பட்டார்கள் (எ.டு. எட்வர்ட் -confessor), திருமண வாழ்வில் பிரமச்சரிய வார்த்தைப்பாட்டை எடுத்து விட்டார்கள். கத்தோலிக்கத்திற்குள் எழுந்த சீர்திருத்த இயக்கத்தின் போது திருமணத்திற்குக் கொடுக்கப்பட்ட இரண்டாந்தர அந்தஸ்து தலையான பிரச்சினைகளில் ஒன்றானது. அகஸ்தீன் சபையைச் சேர்ந்த சந்நியாசி மார்டின் லூதர் திருமணம் செய்தபோது விட்டன்பர்க்கிலிருந்த திருச்சபைக்கு தொண்ணூற்று ஐந்து விளக்கங்களைத் தபால் செய்தார்.

கத்தோலிக்க மதத்தில் ஏற்பட்ட சீர்திருத்தத்தைப் புரிந்து கொள்ள, வடக்கு ஐரோப்பிய நாடுகளில் நிகழ்ந்த நிலப்பிரபுத்துவ அமைப்பின் சரிவோடு அதனை இணைத்துக் காணவேண்டும். இங்கிலாந்தில் இந்தச் சீர்திருத்தத்தின் போக்கு, மேல் வர்க்க கலாச்சாரத்தின் மீது கீழ்வர்க்க மதிப்பீடுகளின் தாக்கத்தைத் தெளிவாகப் பிரதிபலிக்கிறதாகத் தெரிகிறது. ஏழைகள் வம்சாவழிக் காரணங்களுக்காகத் திருமணம் செய்வதில்லை. தங்களுடைய பிரபுக்களோடு கூட்டுச்சேர்ந்து தங்கள் சமூகத்திற்கு வெளியே மணப்பதில்லை. கோட்டைக்குள் நடப்பவை எவையும் குடிசையின் நடப்பை ஒட்டி நடப்பவை அல்ல. எப்போதாவது ஒரு பிரபு ஓர் உயர் வீட்டு வேலைக்காரியைச் சேர்த்துக்கொள்ளும்போது அது சாத்தியமாகியது. பொக்கேஸியோ 13-ஆம் நூற்றாண்டில் கூறிய ‘பொறுமைமிக்க கிரிஸெல்டா’ கதையில் இது நடந்தது. இதனைப் பின்னர் மறுமலர்ச்சியானது பெரிய அளவில் கையில் எடுத்துச் சென்றது. (இந்தக் கதை ‘டெக்க மெரான்’ தொகுப்பில் உள்ளது. இதன் அடிக்கருத்தை பீட்ரார்க் உடனடியாக மேற்கொண்டு அது குறித்து இலத்தீனில் ஒரு வியாசம் எழுதினார். அதன்பின் இக்கதை குறித்த அநேக ஃபிரெஞ்சு ஆக்கங்கள் 16-ஆம் நூற்றாண்டில் பெருமளவில் வெளிவந்தன. அவை கதைப் பாடல்களாகவும் கவிதைகளாகவும் நாடகங்களாகவும் அமைந்தன). ஒரு பிரபு குடியானவப் பெண் ஒருத்தியை மணந்து கொண்டது பற்றிய இந்தக் கதை ஐரோப்பா முழுவதிலும் பரவிய மறுமலர்ச்சிக் காலத்தில் வசீகரமாக இருந்தது. அதிகாரப்பூர்வமாக அல்லாமல், சிந்தனை யில்லாமல் நடந்து கொண்டிருந்த திருமணம் குறித்த மறுசிந்தனையின் அறிகுறியாக இது இருந்தது. குடிசையிலிருந்து பெறப்பட்ட கிரிஸெல்டா அவளுடைய பிரபுவின் அடக்கமான, குறைகூறாத மனைவியானாள். அந்த பிரபு ஒரு புதிய இளமையான, பிரபுவம்சப் பெண்ணை மணந்தாலும் கிரிஸெல்டா தன் சேவையிலிருந்து விலகவில்லை. அவளே அந்தப் பிரபுத்துவ இளம் மணமகளை

வரவேற்றுத் திருமணத்திற்காக அவளை அலங்காரம் செய்கிறாள். இதன் விளைவாக அவளை மீண்டும் அந்த பிரபு சேர்த்துக் கொள்ளு கிறான். உண்மையில் அவளைச் சோதனை செய்து பார்த்ததாகப் பிரபு கூறுகிறான். ஆளும் வர்க்கத்தின் குறைந்த மதிப்பீடு கொண்ட - நரம்புச் சிக்கல் வாய்ந்த பாலியல் தன்மை மீது கீழ்த்தட்டு வர்க்கத்தின் பழக்கவழக்கங்களின் தாக்கம் ஏற்படுத்துகிற விளைவுகளைத் திரித்துக்காட்டும் கண்ணாடியின் பிம்பமாக இக்கதை பிரதிபலிக்கிறது. ஆதாம் குழிதோண்டியபோதும், ஏவாள் நூல் நூற்றபோதும் அங்கே பெண் - வழிபாடு பற்றிக் கூற ஏதும் இருந்ததில்லை . மெர்ரி இங்கிலாந்தில் (Merrie England) திருமணம் பற்றி கடந்தகால ஏக்கம் கலந்த, தொன்மை வகை விளக்கங்கள், நன்கு பிணைக்கப்பட்ட விவசாய சமூகத்தின் அருகருகே வேலை செய்து வளர்ந்த இளம் நாட்டுப்புற மக்களைப் பற்றி ஒருமனதாகப் புகழுகின்றன. ஒரு பையன் தனது சொந்த கிராமத்தில் தனது முறைப் பொண்ணுகளிலிருந்து ஒருத்தியைத் தேர்ந்தெடுத்தான். அவ்விருவருடைய பெற்றோர்கள் அவர்களை அன்புடன் வழி நடத்தினார்கள். அனுமதிக்கப்பட்ட களியாட்டங்களின் போதும், மே நாள் விழாக் கொண்டாட்டங் களுக்காகப் பூக்களைச் சேகரிக்கிறபோதும், கொட்டைகளைச் சேகரிக்கிறபோதும் பொறுப்போடு கவனித்தார்கள். அந்தப் பையனும் பொண்ணும் பரிசுகளைப் பரிமாறுதல், திருட்டுத்தனமாக முத்தங்கள் இடுதல் என்று ஒரு நீண்ட காலக் காதல் வாழ்க்கையை நடத்தினார்கள். இது, பையன் வீட்டில் அவனது மனைவிக்கு உரிய இடம் தயாராகும் வரை நீடித்தது. வெண்ணெய், நெய் தயாரிப்பதில், பால் கறத்தலில், மது தயாரித்தலில், ஆட்டுக்குட்டிகளையும் கோழிகளையும் பராமரிப் பதிலும் தறியிலும் நூல் நூற்கிற சக்கரத்திலும் புதிதாக ஒருவர் தேவைப்படுகிற வரை அந்தக் காதல் நீடித்தது. வீட்டு நிர்வாகம் பற்றிய நூல்களில் கணவன் மனைவியிடம் காணத்தக்க குணங்கள் கூறப்பட்டுள்ளன. அவை: உடல் நலம், உடல்வலிமை, கருவுறு செழிப்பு, நல்லெண்ணம், நல்ல மனநிலை, வீட்டு வேலைகளில் திறமை.[6]

அவன் அவளைத் தன் தோழியாக மதித்தான். இருவரும் உடல் ஆரோக்கியமாகவும் வலிமையாகவும் இருக்கும்பட்சத்தில் ஒருவரை யொருவர் விரும்பினர். இங்கே அற்புத நவிற்சியின் கற்பனைக் காதல் பற்றிய மிகைமயக்கத்திற்கு அர்த்தமில்லை. அவர்கள் வயதிலும், சமூக அந்தஸ்திலும் ஒத்திருக்கும் பட்சத்தில் (மனைவிக்குச் சேரவேண்டிய சொத்தின் பாகம் உத்திரவாதமான நிலைமையில்) அவர்களுக்கு மணவாழ்வில் எந்தத் தடையுமில்லை. மணமக்களின் உறவுமுறைக்கு

எதிராக கத்தோலிக்க திருச்சபை மாறிமாறி விதிக்கின்ற சட்டங்களைத் தவிர வேறு தடையில்லை. திருச்சபை விதிக்கும் சட்டத்திற்கு விதி விலக்கான உறவுமுறைகளை அங்கீகரிப்பதற்குத் திருச்சபையிடம் இலஞ்சம் கொடுக்க வேண்டியதிருந்தது. 16-ஆம் நூற்றாண்டில் திருச்சபைக்காரர்கள், ஒரு கிராமத்தைச் சேர்ந்த எல்லா உறுப்பினர்களின் திருமணங்களைத் தகுதிநீக்கம் செய்தார்கள். அவர்களுடைய இரத்த உறவுமுறை அல்லது ஆன்மீக உறவுமுறை சம்பந்தப்படுகிற ஞானஸ்நான ஞானத் தாய் தகப்பன் நடத்தை பற்றிய கற்பனையான வதந்திகள் இதற்கான காரணங்களாக இருந்தன.

16-ஆம் நூற்றாண்டில் நிலவிய இந்த அமைதியான குடும்பச் சித்திரம், இன்றும் கூட்டுக்குடும்பக் குருதி உறவுமுறை அமைப்புக்கள் நிலவுகிற கலபிரிய, சிசிலி போன்ற நிலப்பிரபுத்துவச் சமூகங்களில் காணப் படுகின்றன. ஆனால் இந்தச் சித்திரமானது ஆக்கிரமிப்புக்களாலும், திருச்சபை விதித்த கட்டாய வரிகளின் அதிகரிப்பாலும், நகர்ப்புற மையங்களின் எழுச்சியாலும் தகர்க்கப்பட்டது. குறிப்பாக இளம் ஆண்களின் இயக்கத்தின் அதிகரிப்பால் தங்கள் சமூகத்திற்கு வெளியே திருமணம் செய்யும் போக்கு அதிகரித்தது. நிலச்சொத்துடைமைக் காலத்தில் ஏற்பட்ட மாற்றங்களால், ஓர் இளைஞன் தன் பெற்றோர்க்குப் பிறகு தனக்கெனச் சொந்தமாக சிறுசொத்துக்கு உடைமையாளனாக ஆனபின்பே அவனால் திருமணம் செய்ய இயலும் என்ற நிலை மையில் மாற்றம் ஏற்பட்டது. 17-ஆம் நூற்றாண்டில் இங்கிலாந்தில் திருமணம் பற்றிய ஒரு புதிய வடிவமைப்பு நிறுவப்பட்டது. காலதாமதமான திருமணமும் அதற்கான நிச்சயதார்த்தமும், குடும்ப வாழ்க்கையும் வழக்கத்திற்கு வந்தன. கத்தோலிக்க கிறிஸ்தவ மறைமாவட்ட நிர்வாகத்தின் கீழ்வரும் பங்குகளின் பதிவேடுகளில் திருமணங்களைத் தொடர்ந்து கிறிஸ்தவத்தில் சேர்ப்பதற்காகப் பெயரிடும் வழக்கம் தொடரவில்லை என்பதும், வாழ்நாளின் சராசரி காலத்தைப் பொறுத்துத் திருமண வயது முப்பதாக்கப்பட்டதும் தெரிவதாகவும் பீட்டர் லஸ்லெட் கண்டு கூறியுள்ளார்.[7] திருச்சபை தனது பங்குகள் (Parish) மீது கொண்டிருந்த கட்டுப்பாட்டை இழந்து விட்டது. திருமணத்திற்கு உரிய குருதி உறவுமுறை பற்றிய அதன் எதார்த்தப் பார்வையற்ற சட்டங்களின் விளைவுகளைக் கையாள் வதற்குத் திருச்சபையின் சொந்த நீதிமன்றங்கள் போதுமானவையாக இல்லை. திறமையான குருவானவர்கள் இல்லாததால் அநேக பங்குகள் கைவிடப்பட்டன. திருமணம் பற்றிய பொதுச்சட்டம் பரவலான வரவேற்பைப் பெறத் தொடங்கிற்று. சமய சீர்திருத்தவாதிகள்

திருமணம் பற்றிய ஒரு புதிய கருத்தியலைப் புகுத்தத் தொடங்கினார்கள். திருமணம் பொதுவான விசயம்; அது பரிசுத்தமானது; அது சொர்க்கத்தில் கடவுளால் முதலில் கொண்டாடப்பட்டு வருவது என்றார்கள். அதனை அவர்கள் வாழ்க்கையின் மிக உயர்ந்த நிலையாகப் பாராட்டி அதுவே குடியுரிமையையும் ஆண்நிலை என்ற தகுதியையும் அடைவதற்குரிய நிபந்தனை என்றார்கள். எழுத்தறிவு வளர்ச்சியும், அச்சு எந்திர வருகையும் இந்தக் கோட்பாட்டிற்கும், இலக்கிய வகை உதாரணத்திற்கும் ஒரு புதிய வீச்சினைத் தந்தன. காதல், திருமணம் பற்றிய முதலாவது பழங்கதைகள் எழுத்து வடிவம் பெற்றன. அதற்கு, அரைகுறையாக எழுத - படிக்கத் தெரிந்த புதிய வாசகர் வட்டம் ஏற்பட்டது. இவற்றில் பலவும் நீதி போதனைகளாக, திருமணம் பற்றியவையாக அமைந்தன. அவற்றில் சில எச்சரிக்கைகளாக, சில தப்பித்தல்களாக, சில நேரடியான சர்ச்சைகளாக இருந்தன. பின்னர் கதைப்பாடல்கள் அச்சேறின. அவற்றில் மணமாகத்தக்க பெண்களின் உதாரணங்கள் இருந்தன. ஒருவேளை அவை பழைய காதல் பாடல்களை அடியொற்றியவையாக இருக்கலாம்.

இலட்சணமான, ஆரோக்கியமான, நல்ல இயல்புடைய எந்தப் பெண்ணும் மனமாரக் காதலிக்கத் தக்கவளாக இருந்தாள். ஆனால் காதல் என்பது, உறுதியான பொருத்தப்பாடு, ஆதாயத்தன்மை ஆகிய உறுதியான நோக்கங்களுக்கு உட்பட்டிருந்தது. ஒரு பெண்ணின் கணவன் வயோதிகனாகவோ, அங்கஹீனமானவனாகவோ, கொடியவனாகவோ, வேசை நாயகனாகவோ இருக்கமுடியாது. பணத்திற்காக இழிவான முறையில் பெண்ணைத் திருமணம் செய்து கொடுக்கவில்லை. கதைப்பாடல்களில் வரும் நாயகர்களும் அவர்களுடைய ரசிகர்களும் தங்கள் குழந்தைகளைப் பொலி ஆடுமாடுகளைப் போலக் கழித்துவிடும் பிரபுத்துவ வழக்கத்தைக் கடுமையாகக் கண்டனம் செய்தார்கள். இதற்கு மாறாக, ஒரு பொருத்தமான மணமகன் பொருத்தமான முறையில் தன்னை அறிமுகப்படுத்தும் வரைக்கும் ஒரு பெண் திருமணமாகிப் பிறந்தகத்தை விட்டு வெளியே போக இயலாது. அவனைச் சரியாகக் கவனிக்க, அவனை மதிக்க, அவனுடைய விருப்பத்திற்கு ஏற்பப் படுக்கையில் மகிழ்ச்சியோடு இருக்க அவள் சம்மதித்தாள். காதலால் தனது வாழ்க்கையை உருமாற்றம் செய்யலாம் என்று எதிர்பார்த்தாள் என்பதற்கான அறிகுறி இல்லை. மற்றவர்கள் நினைத்த மாதிரி அவள் அவனோடு புணர்வதற்குத் தயாராகவுள்ள ஒரு பாலியல் ஜீவராசியாகத் தன்னைக் கருதினாள். அவள் கணவனும் இதே மாதிரி தெரிவு செய்யப்பட்டவன் போலத் தெரிகிறது.

அவளது திருமண நாளில் அவளை அவளது மணப் பெண் வீரர்களும், சேடிமார்களும் எழுப்பிவிடுவார்கள். மிகச் சிறந்த கவுனை அவளுக்கு அணிவித்து ரோஸ்மேரி மலர்களை அதில் செருகி, (ஒரு வேளை) கோதுமைக் கதிர்களால் முடிசூட்டிச் செல்வார்கள். அங்கே அவள் கணவன் தரும் பாதுகாப்புக்கு உத்திரவாதம் அளிக்கப்படும். அவனுடைய சொத்துக்களில் ஒருபகுதியைப் பெறுவதற்கான உறுதி மேற்கொள்ளப்படும். நாள் முழுவதும் விருந்து நிகழும். மணமக்கள் தனிமையில் வைக்கப்படுவார்கள். திருமணங்கள் அக்காலத்தில் கோடையின் நடுப்பகுதியில் நடத்தப்பட்டன. அந்தப் பருவத்தில் (இரவு) பதினொன்று மணிவரை பொழுது சாயாது; பின்னர் அவர்களைப் பாதுகாப்பாக அழைத்துச்சென்று படுக்கையில் தனிமையில் இருக்கவிடுவார்கள்.

16-ஆம் நூற்றாண்டைச் சேர்ந்த நாட்டுப்புறவியலாளர்களின் கருத்துக்களின்படி இப்படித்தான் அன்று திருமணங்கள் நடைபெற்றன. அடிக்கடி இது நடைபெறவில்லை. இதன் அடிப்படையில் தனக்கு மட்டுமே 'உண்மைக் காதலின்' ரகசியங்கள் தெரியும் என்று நாட்டுப் புறம் தனது ஜம்பத்தை நியாயப்படுத்தியது. நல்ல அறிமுகமும் பெற்றோர் கட்டுப்பாடும் உண்மைக் காதலின் அடித்தளம் என்று கூறியது.[8] ஆனால் பீட்ரார்க்கிய காம உணர்ச்சியின் பாரம்பரியம், அச்சு எந்திரத்தின் கண்டுபிடிப்பால் வரவர அது பலருக்கும் கிட்டியது. இந்த உணர்ச்சி பற்றிய கருத்து இளம் நாட்டுப்புற மக்களின் அறிவுணர்ச்சி மீது எதிர்வினை புரிந்தது. காலதாமதமாகச் செய்கிற திருமணம் என்ற முறையால் ஏற்பட்டிருந்த பாலியல் உபவாசம் அவர்களுடைய மூளைகளை ஏற்கனவே சூடு பண்ணியிருந்தது. பள்ளி ஆசிரியர்களும் போதகர்களும் சீர்திருத்தவாதிகளும், காமதூரமான புஸ்தகங்களும் நாடகங்களும் பரவலாகி விட்டதைக் கண்டு சினந்தார்கள்; அழுதார்கள். இவை பெண்களைக் காக்கும் வீரசாகசத்தை (Chivalry) இழிவாக ஆக்கி, வசன நடையில் கதைகளைப் படைத்தன. கவிதைகள், பாலியல் துரோகம், பாலியல் கிளுகிளுப்பு ஆகிய வற்றைப் பாடின. நாடகங்கள் வளரிளம் பருவத்துக் காம மயக்கம் பற்றியும் திருட்டுத்தனமான திருமணம் பற்றியும் பிம்பங்களை முன் மொழிந்தன. 16-ஆம் நூற்றாண்டின் தொடக்கத்தில் ஐரோப்பாவில் பரவிய பாலியல் நோயின் காரணமாகப் பல விசயங்கள் சிக்கலடைந்தன. இளைஞர்கள் இதனால், கலங்கல் அற்ற பெண்களைத் தேடி நாட்டுப்புறப் பக்கம் பயணம் செய்தார்கள். ஸெராஃபினோ, மாரினோ, அனாக்கிரியான் ஆகிய செவ்வியல் படைப்பாளிகளின் படைப்புக்களி லிருந்து சில கவிதைத் துண்டு துணுக்குகளைக் காட்டி அந்தப்

பெண்களைக் கவர்ந்திழுக்க முனைந்தார்கள். இதனை மகா பீட்ரார்க்கின் பெயரால் நியாயப்படுத்தினார்கள். (பீட்ரார்க்கை வாசித்த ஆங்கிலேயர்கள் மிகச் சிலரே).[9] எலிசபெத் காலப் பத்திரிகைகள் புத்தியில்லாத நாட்டுப்புறப் பெண்களை ஏமாற்ற முயன்ற துன்மார்க்கர் களைத் தண்டிக்கும்படி எச்சரிக்கைகளை இடியோசை போல விடுத்தன. மகாராணிகளான எலிசபெத்தும், மேரியும் நாட்டுப்புறப் பெண்களை வசியப்படுத்திய இளைஞர்களுக்கு எதிராக மிகக் கடுமையான சட்டங்களைக் கொண்டு வந்தார்கள். இளைஞர்கள் அப் பெண்களிடம் திருமண - ஆசைகாட்டி அவர்களுடைய சீதனங்களை வீணடித்ததற்காக மேற்படிச் சட்டங்கள் வந்தன. திருமணத்திற்கு முன்மொழியப்படுகிற இருதரப்பாரும் மணம் புரிந்திட யாதொரு விக்கினமும் உண்டா இல்லையா என்ற அவரவர் பங்குகளில் திருமணத்திற்கு முந்திய மூன்று ஞாயிற்றுக் கிழமைகளில் கட்டாயமாக ஓலை (banns) வாசிக்க வேண்டுமென்று திருச்சபையின் அதிகாரிகள் வலியுறுத்தினார்கள். ஆனால் அந்த ஓலைகள் தவறான இடங்களில் வாசிக்கப்பட்டன அல்லது பெரும்பாலும் அவை வாசிக்கப்பட்டதே இல்லை. இந்தக் குழப்பத்தோடு மதத்தகராறும் சேர்ந்து கொண்டது. குருவானவர்கள் கைவிட்ட பங்குகளிலிருந்த மக்கள் தங்கள் குழந்தைகளைச் சட்டபூர்வமானவர்களாகப் பதிவு செய்வதற்குக் குருவானவராக ஆவதற்குரிய கல்வி முழுவதையும் கற்காத சின்னக் குருமார்களை (hedge - priests) சார்ந்திருந்தார்கள். திருமணத்தை ரத்து செய்யக்கூடிய கிளைகிளையாய் கிளைத்த கேடுகெட்ட சட்டங்களைக் காட்டிக் கிளப்பிவிடக்கூடிய விவரமான நபர்கள் அரங்கத்தில் வரும் வரை அவை பற்றி யாருக்கும் தெரியாமலிருந்தது. இந்தத் திருச் சபையின் ஆட்சி அமைப்பின் சட்டம் திருமணம், சொத்தில் பாரம்பரிய உரிமை சம்பந்தமான சகல பிரச்சினைகளையும் 16-ஆம் நூற்றாண்டின் அதிகாரபூர்வமான மாற்றங்களையும் கையாண்டது. இந்தச் சட்டத்தைப் பற்றி ஏற்பட்ட குழப்பத்தின் காரணமாக எவ்வளவு மக்கள் துன்புற்றார்கள் என்பதைப் பற்றி ஒருக்கால் நாம் ஒருபோதும் அறியப்போவதில்லை. மேரி மகாராணியார் சீர்திருத்தம் செய்த குருமார்களைத் தண்டித்தார். எலிஸபெத் மகாராணியார் குருமார் நடத்திய திருமணத்தை அங்கீகாரம் செய்ய மறுத்துவிட்டார்...

16-ஆம் நூற்றாண்டின் இறுதியில் காதலும் திருமணமும் இலக்கியத்தில் ஒரு முக்கியமான அடிக்கருத்தாக நிறுவப்பட்டது. நகர்ப்புறத்தில் தனிக்குடும்ப வாழ்க்கை வகைமாதிரிக் குடும்ப அமைப்பாக இருந்தது. மொத்த மக்கள்தொகையின் ஒரு பெரும் பகுதி இப்போது நகரங்களில் வாழ்ந்தது, ஆனால், விவசாய வேலை புரிந்த பெரும்பான்மையினரும் கூட மூன்று பேர் அடங்கிய தனிக்குடும்ப

அமைப்பைப் பின்பற்றிக் கொண்டிருந்தனர். நாட்டுப்புறத்தில் கோடையை விடப் பனிக்காலம் நீண்டது; செல்வத்தைவிட இல்லாமை அதிகமாக இருந்தது. வீட்டிலுள்ள ஓரிரண்டு அறைகளுக்குள் சகிப்புத்தன்மையோடும், விட்டுக் கொடுக்கும் நிலையோடும் அனுசரித்துப் போகவேண்டிய நிலைமையில் திருமணம் செய்து கொண்டார்கள். இந்த அம்சத்தை (நகர்ப்புறம் நாட்டுப்புற வாழ்க்கையிலிருந்து எடுத்துக்கொண்டது. ஆயினும் திருமணமே வாழ்க்கையின் இறுதி என்பதும், அதன்பின் 'என்றும் சந்தோசமாக வாழ்வது' என்ற அனுமானமும் சமுதாயத்தின் இலக்காக ஆகிவிடவில்லை. திருமணம் மனித இரட்சணியத்திற்குரிய ஒரு வாழ்க்கை வழி என்ற சித்தாந்தத்தை முன்வைத்தவர்களில் முக்கியமானவர் ஷேக்ஸ்பியர். அவர் தமது புதிய பாணி இன்பியல் நாடகங்களில் அற்புதநவிற்சிக் குப்பையையும், சடங்கையும், வக்கிரத்தையும், மிகைமயக்கத்தையும் விலக்கிவிட்டு ஓர் இன்பகரமான முடிவை எட்டுவதில் அக்கறை கொண்டிருந்தார். அவருடைய நாடகங்களில் காணப்படும் பிரச்சினைகள் பலவற்றையும் இந்தக் கொள்கையின் செயல்பாடு தீர்த்துவைப்பதைக் காணலாம். மாற்றுப்பால் வேடம் இடுவது ஷேக்ஸ்பியரியத்தின் உத்தி என்று அடிக்கடி விவாதிக்கிறார்கள். இந்த உத்தி சிக்கலை விடுவிக்கின்றது... ஜுலியாவும் ('Two Gentlemen of Verona') வயோலாவும் (Twelfth Night) ஆண்வேடம் போடுகிற கதாநாயகிகள். பார்வையாளர்க்கு நெருக்கமானவர்கள். சில்வியாவும், ஒலிவியாவும் பீட்ரார்க்கிய உயிருள்ள விக்கிரகங்களாக கதாநாயகிகளோடு முரண்படுகிறார்கள். சடங்குசார்ந்த வைபவம் (ceremony) படிமம் (imagery) ஆகிய மற்றொரு தளத்தில் வாழ்கிறார்கள். மேற்கூறிய இரண்டு நாடகங்களின் போக்கில் இந்த தேவதைகள் தங்கள் மிகையான மனிதச் செயல்களால் சரிகிறார்கள். சில்வியா வன்புணர்ச்சிக்கு முயற்சிக்கப்படுகிற அளவுக்குச் சரிகிறாள். ஆண்கள் உடையில் உள்ள பெண்கள் மிகக் கடினமான வழிமுறைகளில் தாங்கள் காதலிக்கிற ஆண்களை வெல்லுகிறார்கள். ஏனென்றால் அவர்களால் முகத்திரை போடமுடியாது; குலுக்கி மினுக்கவும் முடியாது. சேவையை அவர்கள் வழங்கவேண்டுமேயன்றிப் பிறரிடமிருந்து அதைப் பெறக்கூடாது. சேவகர்கள் என்ற அளவில் அவர்கள் தங்கள் காதல்களைக் குறைந்தபட்சம் வீர இலட்சணம் கொண்டதாகப் பார்க்கவேண்டும். "நீவிர் விரும்பிய வண்மை'' (As you like It) நாடகத்திலும் சரி, 'ரோமியோவும் ஜூலியட்டும்' நாடகத்திலும் சரி, பொதுவாகவே, ஷேக்ஸ்பியரியக் காதல் எப்போதும் சமூகவயமானது. அது ஒருபோதும் அற்புத நவிற்சித் தன்மை வாய்ந்ததாக இல்லை. அது சமுதாயத்திலிருந்தும், குடும்பத்திலிருந்தும், அதிகாரத்திலிருந்தும் தன்னைத் தனிமைப்படுத்துவது

இல்லை. ‘ஒரு நடுக்கோடை இரவின் கனவு’ ('A Midsummer Night's Dream') என்ற நாடகம் காதல் மிகைமயக்கத்தை ஒரு மனபிரமை யாகவும், ஒரு பித்தமாகவும் காட்டுகிறது. அவை சமூகரீதியாக சடங்கால் விரட்டப்படுவதைச் சித்திரிக்கிறது. ‘வெனிஸ் நகர வாணிகன் (The Merchant of Venice) நாடகத்தின் நாயகி போர்ஸியா, தான் வைத்துள்ள பெட்டியின் உண்மையான தகுதியை பஸ்ஸானியோ உணரும்படி செய்கிறாள். தனது கணவனின் நண்பனும், இரக்க சிந்தையுள்ளவனுமான அந்தோணியோவுக்காக வழக்காட ஏற்பாடு செய்கிறாள். அவளுடைய காதல் ஆண்பால் சமுதாயத்தை, ஒன்று சேர்க்க முனைகிறது. அதனைக் கிழித்தெறிய முயலவில்லை. ஷேக்ஸ்பியரின் அனுதாபம் மிதமிஞ்சிய பெண்மையைவிட முரட்டுப் பெண்ணிடமே நிலை கொள்ளுகிறது. அவரது துன்பியல் நாடகத்தில் வருகிற பெண்கள் எல்லோரும் பெண்மையுள்ளவர்கள் - மேக்பத் சீமாட்டி உட்பட (இவளைப் பெரும்பாலோர் ஒரு சிடுமூஞ்சி எனத் தவறாகக் குறிப்பிடுவார்கள்.) குறிப்பாக, ஜெர்ட்ரூட், ஒபிலியா, கொனெரில் - ரீகன் சகோதரிகள், கார்டிலியா, டெஸ்டிமோனோ, கிளியோபாட்ரா ஆகியோரை எடுத்துக் காட்டலாம். இவர்களில் கிளியோபாட்ராவை மட்டுமே பெண்பால் கதாநாயகன் (female hero) என்ற அந்தஸ்துக்குத் தகுதியானவள் என்று கூறலாம்.

திருமணம் குறித்த ஷேக்ஸ்பியரின் பார்வையில் அற்புத நவிற்சித்தனம் இல்லை. அதனை அவர், வாழ்க்கையின் ஒரு கடினமான நிலை என்று ஏற்றுக்கொண்டார். திருமணத்திற்கு ஒழுங்கு கட்டுப்பாடு பாலியல் சக்தி ஊடுறவான மரியாதை பொறுமை ஆகியவை தேவை என்றும், திருமண வாழ்க்கையின் பிரச்சினை களுக்கு எளிய விடைகள் இல்லை என்றும் அவர் அறிந்திருந்தார். இல்லற வாழ்க்கையின் தொடர்ச்சிக்குக் காம மயக்க உணர்ச்சி ஆதாரமாக இல்லை என்பது அவருக்குத் தெரிந்திருந்தது. பழைய நிலையின் அழிவுக்கும் புதியதன் வளர்ச்சிக்கும் இடையில் அவரது வாழ்நாள் ஊசலாடி வந்தது. அவர், கத்தோலிக்கத்தின் சிதைவுக்கும், ஆங்கிலேய புராட்டஸ்டண்டியத்தின் வளர்ச்சிக்கும் இடையில் வாழ்ந்தவர். ஆங்கிலேய மறுமலர்ச்சி என்று நாம் அழைக்கின்ற யுகத்தில் ஏற்பட்ட கருத்தாக்க மாற்றங்களால் தாக்கம் பெற்றவர். அத்தகைய மாற்றங்களில் சில பிரபஞ்சத்தின் இயல்பு, அறம், அறிவியல், கலை ஆகியவற்றில் ஏற்பட்டன. அவருடைய பெரும் பாலான எழுத்துக்கள் வெளிப்படையாக இம்மாற்றங்களையும் அவற்றின் அர்த்தங்களையும் பற்றி அமைந்தன. சட்ட உரிமையையும் சட்டத்தையும், கூட்டுறவு - தன்னியல்பு - ஒழுக்கவியல் கடமை

ஆகியவற்றோடு வைத்துச் சீர்தூக்கிக் காணும் பண்பு அவர் எழுத்துக்களில் இருந்தது. இதேபோல, இயற்கைக்கும், இரக்கத்திற்கும் - அதிகாரத்துவத்திற்கும் பழிவாங்கலுக்கும் இடையில் இதே பண்பினைக் காணலாம்.

திருமணத்தின் புதிய கருத்தியலுக்கு அதனுடைய தொன்மவியல் ஒன்று தேவைப்பட்டது. அதை ஷேக்ஸ்பியர் வழங்கினார். புராட்டஸ்டண்ட் ஒழுக்கவியலாளர்கள், திருமணத்தைக் கொச்சையாகப் பார்ப்பதிலிருந்து மீட்க, அதன் பாலியல் அம்சத்தை மட்டுப்படுத்தினார்கள். கணவனை மனைவியின் நண்பன் என்றழைத்தார்கள்.[10] பெற்றோருடைய சம்மதமில்லாமல் குழந்தைகள் திருமணம் செய்வதை அவர்களால் நினைத்துப்பார்க்க முடியவில்லை. அதேபோல, சமூகநிலை செல்வம் பருவம் ஆகியவற்றில் ஒத்த தகுதியும், நோய் நொடி அல்லது குற்றத்தன்மை ஆகியவை அற்ற தகுதியும் கொண்ட இணைகளின் திருமணத்தைத் தாங்கள் எதிர்ப்பதை அவர்களால் நினைத்துப்பார்க்க முடியவில்லை. இப்போது திருமணத்தில் கொடுத்து அனுப்புகிற சொத்து பங்கிடத்தக்கதாகவும், எளிதில் எடுத்துச்செல்லத்தக்கதாகவும் ஆனது. பெண்கள் தங்களுக்கு ஏற்றவரைத் தெரிவு செய்திட மிகுந்த சுதந்திரம் கொண்டவர்களாக இருந்திருக்கலாம்; ஆனால் பழைய பாதுகாப்புக்கள் இல்லாமற்போய் விட்டன. மணமகனின் பின்புலம் பற்றி அறியும் உரிமையை வலியுறுத்தினார்கள். அந்நிய புருசனோடு மணம் செய்ய அஞ்சினார்கள். அவன் இரண்டாந்தாரமாக மணம் செய்பவனாகவோ அல்லது ஒரு அன்னக் காவடியாகவோ இருக்கலாம் என்பதே அந்த அச்சத்திற்குக் காரணம். மணம் புரிபவர்களுக்கு இடையிலிருந்த வித்தியாசங்களைக் காட்டிய நாட்டுப்புறம் அதற்காக நகரத்தை இன்னமும் பரிகாசம் பண்ணியது. ஆனால், வேளாண்மை அமைப்பின் பலவீனத்தால் நகர்ப்புறச் சமூகம் வளர்ந்து கொண்டிருந்தது. கிராமப்புறச் சமூகம் தனது ஒட்டுறவாடும் பண்பை இழந்துகொண்டிருந்தது.

உணவு உற்பத்தியில் செயலூக்கமாக ஈடுபட்டு, விதைத்து அறுவடை செய்வதில் உதவிபுரிந்து, பெண்களுடைய வேலைகளைக் கவனித்து வாழ்கின்ற மனைவி, அந்தச் சமூகத்திலுள்ள குடும்பத்தில், ஒழிந்தவேளைகளில் தலையான நுகர்வோராக இருக்கமாட்டாள். அவள் தனது கவர்ச்சிகரமான தோற்றத்திற்காக மனைவியாக ஆகியிருக்கமாட்டாள். அக்கவர்ச்சியைக் கொண்டு பிறரைத் தனது காரியங்களுக்காக அவள் பயன்படுத்தமாட்டாள். வீணாக ஊர் சுற்றித்திரிய அவளுக்குச் சந்தர்ப்பம் இருக்காது. நன்றாக உடுத்தி வம்பு செய்ய நேரம் இருக்காது.

திருமணம், திருமண வாழ்க்கையில் சோரம் போவது பற்றி எழுந்த பிரபலமான கிண்டல் கதைகள் வேலை வெட்டியில்லாத நகர்ப்புற மனைவிகளைப் பற்றியனவாகும். இவர்கள் கணவனுடைய காரியங்களில் உதவிகரமாக இல்லை. நாள்பூராவும் வெட்டிப்பேச்சு, சரசம், குடி, புதிய நாகரிகப் பகட்டு, வதந்தியைப் பரப்புதல் அல்லது குருவானவரை குஷிப்படுத்துவது என்று அலைவார்கள். அண்டோய்ன் தி லா ஸேல் என்பவர் படைத்த இத்தகைய கதை ஒன்று (Les Quinze de Marriage') பல நூற்றாண்டுகளாகப் பிரபலமாக இருந்தது. அதனை டெக்கர் என்பவர் ஆங்கிலத்தில் மொழி பெயர்த்து 16-ஆம் நூற்றாண்டின் இறுதியில் படைப்பாக்கம் செய்தார்.[11] இது பெண்ணை வெறுக்கும் ஒருவரால் எழுதப்பட்டது என்று மட்டும் கருத முடியாது. தன் வாழ்நாள் முழுவதிலும் பெண்களால் பலி வாங்கப்பட்டதாகக் கருதிய ஓர் ஆணின் மனமார்ந்த கதறல் இது. பட்டணத்திலுள்ள பெரும் சமூகத்தில் மிகுந்த பாலியல் போட்டி நிலவியது. தங்களுடைய வாய்ப்புக்களை அதிகரிக்க ஆரம்பத்திலேயே பெண்கள் கற்றுக்கொண்டார்கள். இதற்காக ஒப்பனைப் பொருட்களைப் பயன்படுத்தினார்கள். மார்பகங்களை முன்னால் தள்ளுதல், புட்டங்களைப் பெரிதாக்கிக் காட்டுதல் முதலிய பாலியல் பகட்டு வடிவங்களைப் பயன்படுத்தினார்கள். அவர்களுடைய தாய்மார்கள் இவ்விசயத்தை மேற்பார்வையிட்டார்கள். அவர்களுக்குப் பாலியல் பேரம் பேசும் கலைகளைச் சொல்லிக் கொடுத்தார்கள். மகள், இளம்காமக்கிடாயோடு திரிந்து திருமணத்தைக் கெடுக்கிறமாதிரி கர்ப்பமாகிவிட்டால் தாய் அந்தக் கருவைக் கலைக்க ஏற்பாடு செய்தாள்; அல்லது அவசர அவசரமாக மூடிமறைத்து ஏமாந்த பணக்கார சோணகிரி ஒருவனுக்கு அவசரத் திருமணம் செய்ய ஏற்பாடு செய்தாள். ஒப்பந்தப் பணியாளர்கள் தங்களது நீண்ட ஒப்பந்தங்கள் முடிகிற வரை திருமணம் செய்யக்கூடாதென்று அன்றைய சட்டங்கள் தடை செய்திருந்தன. இது மேலும் பதட்டத்தை அதிகரித்தது. பெண்ணை மணந்துகொள்ளும் சுதந்திரம் உள்ள ஒரு தலைமைக் கைவினைஞன். இனிக்கும் இளம்பெண்ணைத் தேர்ந்தெடுக்கிறான். கடைசியில் அவள், சில படைவீரர்கள் அல்லது ஒப்பந்தப் பணியாளர்கள் கழித்துவிட்ட மிச்சம் மீதி என்பதை அறிகிறான். நகர்ப்புற மனைவிகளில் பெரும் பாலோர் சோம்பேறித் தனமானவர்கள், ஆனால் நகர்ப்புறக் குடியேற்றம் முன்கூட்டியே தொடங்கிவிட்ட மற்ற நாடுகளிலுள்ள பெண்களைப்போல் அல்லாமல், இந்தப் பெண்கள் மேற்பார்வைக்கும் கண்காணிப்புக்கும் இற்செறிப்புக்கும் உள்ளாக்கப்படவில்லை. சுதந்திரமாக நடமாடவும் தங்களுக்கு அறிமுகமானவர்களுக்கு வந்தனம்

சொல்லவும் அனுமதிக்கப்பட்டார்கள். அவிசாரி போகிற மனைவியோடு வாழுகிற புத்திகெட்ட கணவனே பிரெஞ்சு, ஆங்கிலக் கிண்டல் கதைகளின் மாறாத கச்சாப்பொருளாக இருந்தான். அவன் ஓர் ஏமாளி, பெண்டாட்டிதாசன், கடும் உழைப்பாளி, அவன் மனைவி வீட்டைப் பராமரிக்க மாட்டாள், அவனுக்குச் சமைத்துப்போடவும் மாட்டாள்.[12] பரிதாபத்திற்குரிய அந்தக் கணவன் தன் மனைவியின் காமம் தன்னைத்தவிர அவள் காணுகிற ஒவ்வொரு ஆணையும் தீயாய்ப்பற்றுவதாக நினைத்துப் பார்த்தான். அவள் ஓயாமல் சண்டை பிடித்தாள்; அந்நியரைக் கவர்வதற்கு நேர்த்தியான ஆடைகள் வேண்டி அவனிடம் நயந்து பேசினாள். முதல் கர்ப்பத்தோடு அவள் உடல் ஆரோக்கியம் சரிகிறது; நிரந்தரமான நோயாளி என்ற அனுமானம் எழுந்தது. உற்சாகமளிக்காத இத்தகைய காட்சிகள் மிகைதான். ஆனால் நடுத்தர வர்க்கத்தின் குணவிசேசங்கள் ஏற்கனவே வந்துவிட்டதை இதில் காணலாம். மனைவி பிரதானமான நுகர்வோர், கணவனுடைய செல்வத்தின் காட்சிப்பொருள்; சோம்பேறித்தனம், வருவாயின்மை, சுயமோகத்தனம், தெரியாதது போன்ற நடிப்பு ஆகிய குணங்களை உடையவள் இவள். பிறரைவிட இவளே சிறந்த ஒரு பாலியல் பண்டம் என்று தேர்ந்தெடுக்கப்பட்டவள், அவள் விசயத்தில் (பாலியல்) மிகைமயக்கம் என்ற படிமம் மிகவும் பொருத்தமானதாக உள்ளது. இந்த நடுத்தர வர்க்கம், திருமணம் பற்றிய பிரபலமான வெகுசன இலக்கியத்திற்குரிய சமூகத்தளமாக இருந்தது. இவ்வித இலக்கிய வகை, உயர்வர்க்கத்தின் கலப்படமான அற்புத நவிற்சித் தனமான இலக்கியத்திற்கும், குடியானவர், திருமணம் பற்றிய எளிமையான கதைகளுக்கும் இடையில் ஏற்பட்ட மோதலால் வளர்ச்சிபெற்றது. திருமணத்தின் அடிப்படைப் பண்பினை இலக்கியம் தன்பார்வையில் வைத்துள்ள வரை காதல் திருமணம் பற்றிய கதைகள் துடிப்புமிக்கவையாக, பன்மைக்குணம் மிக்கதாக அறிவார்ந்ததாக நீடித்தன. ஆனால் உண்மைக்காதல் என்ற தொடர், விரைவில் கவர்ச்சியான ஒரு கோஷமாக ஆகியது. நாட்டுப்புறத்தில் அது அம் மக்களின் கரவற்ற பண்பைச் சுட்டியது; அவர்களுடைய கடினமான வாழ்வின் கூட்டு முயற்சியைக் குறித்தது. சமய சீர்திருத்தவாதிகள் இதோடு வேதாகமத்திலிருந்து தோண்டி எடுத்த ‘உனது இளமைக்கு ஏற்ற மனைவியோடு நீ ஆனந்தமாக இருப்பாயாக! அவளது ஸ்தனங்கள் உன்னை எப்போதும் பரவசப்படுத்துவதாக’ என்னும் எண்ணத்தைச் சேர்த்தார்கள். திருமணத்தின் வரம்புக்கு உட்பட்ட பாலியல் சுகம் பரிசுத்தமானது; இருந்தாலும் தீய ஒழுக்கத்திற்கு ஒரு அருமருந்தாகவும் திருமணம் கருதப்பட்டது. திருமணவாழ்வில் நல்ல மனைவி தனது கணவனுடைய காம உணர்ச்சியை நல்வழிப்படுத்தி, நாணத்தையும்

கட்டுப்பாட்டையும் (குறிப்பாக இனவிருத்தியின் போது) கடைப்பிடித்தாள். சுயகட்டுப்பாடில்லாத காமம் களிப்பானது, நோய், மலட்டுத்தன்மை, வெறுப்பு, அங்கீனமான மகப்பேறு ஆகியவற்றுக்கு இட்டுச்செல்லுவதாக எண்ணினார்கள். இக்காரணத்தால் ஒரு பெண்ணைத் தனது தீர்மானத்திற்கு எதிராக மணம் செய்விப்பது கொடூரமானது என்று கருதினார்கள்."[13] ஆழமாய்க் காதலித்த ஒரு பெண்ணை மணப்பது தவறு எனத் தொடக்க நிலையில் கருதிய வழக்கம் இருந்தது. அத்தகைய காதலியின் பாதங்களில் ஊர்ந்து போய் அழுது, அவளைப் பற்றிப் புகழ்ச்சிக் கவிதைகளும் பாடல்களும் எழுதிய ஒருவன் அவளை மணப்பது ஆகாது என்று நம்பினார்கள். தேவதையைப் போலிருந்த காதலி மனைவியாகிச் சிலமணி நேரங்களிலே கௌரவமான வேலைக்காரியானதை ஷேக்ஸ்பியர் தமது 'தவறுகளின் இன்பியல் (The comedy of Errors) நாடகத்தில் சித்திரித்தார்.

மத சீர்திருத்தவாதிகளிடமிருந்து பெரிய அளவுக்கு எதிர்ப்பு வந்தும், அறிவார்ந்த கவிகளும் நாடக ஆசிரியர்களும், மற்றும் திருமண நடத்தையைத் தங்கள் கட்டுப்பாட்டுக்குள் தக்கவைக்க முயன்ற சொத்துள்ள பெற்றார்களின் தளராத ஆர்வமும் காரணமாகக் காதலும் திருமணமும் கலைப் பாசாங்கு பண்ணிய வெகுசன இலக்கியத்தில் போய் முடிந்தது. இதற்கான ஒருபகுதி விளக்கத்தை புராட்டஸ்டண்ட் இங்கிலாந்தில் பீட்ரார்க்கியத்திற்கு என்ன நடந்தது என்ற கதையில் காண இயலும். 1590களில் ஆங்கில ஸானெற் கவிதை வகை, ஸர். ஃபிலிப் சிட்னியிடம் முற்றிலும் கலப்படமாகவும், டேனியலிடம் பெம்புரோக் இளவரசி மீது கொண்ட செயற்கையான உணர்ச்சியாகவும் வெளிப்பட்டது. வையட் (Wyatt) என்பவர் பீட்ரார்க் படைப்புக்களை ஆங்கிலத்தில் நாடக பாணியாகவும், பேச்சு வழக்கிலும் மொழிபெயர்த்தார். அவ்வாறு செய்த மொழி பெயர்ப்புக்களில் உண்மையான உடல்ரீதியான பதட்டம் பற்றிய குறிப்பைக் கொண்டுவர அவரால் இயலவில்லை. ஆனால் சம்பந்தமில்லாத இந்தப் புலன் உணர்வோடு புரிந்த போராட்டத்தை அவர் கைவிடவில்லை. சிட்னி இத்தகைய முயற்சியை மேற்கொள்ளவில்லை. பெனலோப் ரிச் இளவரசியுடன் அவர் கொண்ட பாலியல் வெற்றிகள் கவிதையில் பதிவாகியுள்ளன.

திருமணம் பரிசுத்தமான நிலைமை என்று போராடிக் கொண்டிருந்த ஒரு சமுதாயத்தில், பிரபுத்துவ சமூகத்தின் நடவடிக்கையில் இருந்த முரணான வித்தியாசங்களைப் பற்றியும்- அரைநூற்றாண்டாக அச்சமூக ஒழுக்கத்தில் வெளிப்பட்ட அவதூறுகளைப் பற்றியும் ஆழ்ந்த ஓர்மை கொண்டிருந்த ஒரு சமுதாயத்தில், மேற்கூறிய கவிஞர்கள் ஒழுக்க விசயத்தில் எடுத்துக்கொண்ட அதிகப்படியான சுதந்திரத்திற்கு

எதிராக அதே (இலக்கிய தளத்தில் எதிர்ப்புக் கிளம்பியது. தூய்மை வாதிகள் (Puritans) திருமணத்திற்கு முன் நடக்கிற உடல்உறவுக்கு மிகக் கடுமையான தண்டனைகள் தரவேண்டுமென்று தேவாலயக் கதவின் முன் நின்று கொண்டு கிளர்ச்சி செய்தார்கள். தொண்ணூறுகளின் *(1590கள்)* கண்ணியமிகு இலக்கியத்தில் (courtly literature) காணப்பட்ட கலப்படமான இழிந்த அம்சங்களுக்கு எழுந்த எதிர்ப்பைக் காணலாம். மணமக்களை வாழ்த்தும் பாடல்கள் (epithalamia), திருமணங் குறித்த மக்கள் தொடர்புப் படைப்புப் போல் இருந்தன. இவற்றுள் மிகவும் சிறந்தவை ஸ்பென்ஸரின் படைப்புக்களாகும். இவரே இவ்வகைக்கு முதல்வர். இதன் முற்கூறுகளில் முக்கியமாக ஃ பெஸனைன் - லாட்டினேற் (Fescennine and Latinate) வகைப்பட்டதாகும். (ஃபெஸனைன் என்றால் இத்தாலியில் ஃபெஸன்னியா மற்றும் ரோம் நகரங்களில் திருமண வைபவத்தில் பாடப்பட்டவை; இவை அத்து மீறிய இழிந்த பாலியல் குறிப்புடையவை; லாட்டினேற் என்பது லத்தீன் மொழியிலிருந்து படைக்கப்பட்டவை - மொ.பெ). ஸ்பென்ஸர் தமது மணமக்கள் விழா பற்றிய பாடல்களில் மணமக்களைக் கொண்டாடும் கிராமப்புறப் பாடல்களைப் பற்றிய நினைவுகளை, அறிவுசால் அழகின் ஆராதனை பற்றிய ‘பாடல்களின் பாடலி’லிருந்து பெற்ற படிமத்தோடும், பிளேட்டோனிய அழகு பற்றிய பார்வையோடும் இணைத்தார். இதன் விளைவு ஒரு கவித்துவ வெற்றி... திருமணம் அற்புதநவிற்சிக் காதலைவிட அதிகம் தாண்டியதில்லை என்பதைக் கூறியதில் கவிஞர்களைவிட நாடக ஆசிரியர்கள் சிறப்பான வெற்றியைச் சாதித்தார்கள். ஆனால் திருமணமாகி - இன்பமாக - என்றென்றும் வாழ்தல் என்ற தொன்மத்தின் சரியான மூலாதாரம் அற்புத நவிற்சிக் காதல் நாவலாகும் (Romantic Novel). இது ஓய்வு நேரத்தை ஓட்டுவதற்குச் சோம்பேறி மனைவிகளுக்காகப் புதிதாக உருவாக்கப்பட்ட கலை வடிவமாகும். எல்லாவற்றுக்கும் மூலம் ரிச்சர்ட்ஸனின் ‘பமீலா’ நாவலாகும். ஆயினும் இதன் இருத்தலுக்குப் பல்வேறு ஊற்றுக்கள் இருந்தன. அச்சு எந்திரத்தின் கண்டுபிடிப்பு, இலக்கியத்தை பிரபுத்துவத்தின் தனிப்பட்ட உரிமை என்றிருந்து வந்த நிலைமையை மாற்றியது. டூடோர் அரச வம்சத்தின் ஆட்சிக் காலத்தில் *(1484-1603)*, இங்கிலாந்தில் ஏற்பட்ட கல்வி வளர்ச்சியும், இதனை ஆதரித்த புராட்டஸ்டண்ட் சீர்திருத்தவாதிகளின் நிலைபாடும், (இவர்களுக்கு பைபிளை எல்லோரும் வாசிக்கத் தெரிய வேண்டும் என்ற பதட்டம் ஒரு காரணம்) சகலவிதமான தப்பித்தல் (escapist) இலக்கியத்திற்கான ஒரு சந்தை ஏற்படக் காரணமாயின. இந்தவித இலக்கியத்தில் பலவும் திருமணத்தை ஒரு சாகசமாகப் பாவித்தன. வளர்ந்து வரும் நகரத்தார்களுடைய

(burghers) மகள்கள் எந்த மூலாதாரங்களிலிருந்து கத்திகளையும் முள்கரண்டிகளையும் பாவிக்கக் கற்றார்களோ அவற்றிலிருந்தே அற்புத நவிற்சியைக் (காதலை) கற்றார்கள். (burghers என்போர் இங்கிலாந்தில் கோட்டை சூழ்ந்த நகரங்களில் அரச சாசன உரிமைப்படி சுய-அரசாங்கங்கள் நடத்தி வந்தார்கள் 1832 -ஆம் ஆண்டு வரை இவர்கள் ஆண்ட பரோவில் (முனிசிபல் நிர்வாகமுள்ள நகரம்) சுயாட்சி நடத்தி வந்தார்கள். இங்கிலாந்து பாராளுமன்றத்துக்குப் பிரதிநிதிகளை அனுப்பும் உரிமையை பர்கர்களுடைய குடும்பங்களே தங்கள் கட்டுப்பாட்டில் வைத்திருந்தன. மொ.பெ).

திருமணத்தைச் சுயலாபத்திற்காகப் பயன்படுத்தும் எண்ணம், ஷூ தைப்பவர்களுக்குச் சொல்லப்பட்ட கதைகளிலும் அடித்தளத்தைச் சேர்ந்த செருப்புத் தைப்பவர்கள் இளவரசியைக் கடத்திப்போவது பற்றிய கதைகளிலும் முதன்முதலாக வெளிப்பட்டது.[14] கொஞ்சம் கொஞ்சமாக 'ஃபிரஸ்ஸிங் ஃபீல்டு அழகு கன்னி' போன்ற கதைகள் உருவாயின. இம்மாதிரி கதைகளில் நல்லவனான சாமானியன் பிரபுத்துவப் பெண்ணின் காதலை வெல்லும் உள்ளடக்கம் இடம்பிடித்தது. இது, இதைப்போன்று வந்த கதைகளுக்குத் தொல்வகை மாதிரியாக வளர்ந்தது. நாஷ் (Nashe), டேனியல் டிஃபோ (Defoe) மற்றும் பிற எழுத்தாளர்களுடைய சண்டியர்களின் முரட்டுச் சாகசம் பற்றிய நாவல்கள் சீமாட்டிகள் படிப்பதற்கு உகந்தவை அல்ல என்று ஒதுக்கப்பட்டன. மோல் ஃபிளாண்டர்ஸ் ஃபேனி ஹில் (Fanny Hill) ஆகியோர் மென்மையான பெண்பால்களுக்குப் பொருத்தமான கதாநாயகிகள் இல்லை என்று கூறினார்கள். 'பமீலா' நாவலில் காணப் படுகிற சோதனைகளின் வடிவமைப்பு 'தங்கப் புராணம்' (Golden Legend) என்பதன் வடிவமைப்பை ஒத்துள்ளது. இந்தப் புராணத்தின் கதை வருமாறு: பேயும் அதன் பூலோக முகவர்களும் பரலோகத்திலுள்ள கிறிஸ்து நாதரின் மாசற்ற மனைவிகள் என்று தங்களைத் தாங்களே காட்டுவதற்காகச் செய்கிற எல்லாச் சதித்திட்டங்களையும் கன்னிமை குன்றாத புனிதர்கள் எதிர்த்துப் போராடி அழிக்கிறார்கள்.[15] பமீலாவின் தெய்வீகப் புருசன் ஸ்திரீகளின் காப்பாளன், வீரனின் பணியாளன்; அந்த மோட்சம் ஓராண்டுக்கு அநேக பவுண்டுகள் மதிப்புடையது. ரிச்சர்ட்ஸன் கதையைத் தொடர்ந்து எழுதும்போது, அந்தக் கதை யானது, பாலியல் மன மாயப்புனைவின் அமைப்பிற்குத் தொடர்பு உடையதாக இருந்தால் திருமண வாழ்க்கையும் கற்பனைக்கு எட்டாத ஆனந்தமும் அதன் பொருத்தமான முடிவாக இருக்கும். ரிச்சர்ட்ஸனது பின்பற்றாளர்கள் விளக்கப்பட முடியாததை விளக்க முற்படவில்லை. நாவல் தொழிலின் பெரும்பகுதியை நம் காலம் வரை வாடகை

நூலகங்களே பராமரித்து வந்துள்ளன. அத்தகைய நூலகங்கள் அற்புத நவிற்சி நாவல் வகையைப் பெரிதும் சார்ந்துள்ளன. இத்தகைய நாவல்களோடு மனையுறை மனைவியர் விழுந்து விழுந்து படிக்கிற காதல், திருமணம் பற்றிய தப்பித்தல் வகை இலக்கியத்தையும் சேர்த்துக்கொள்ள வேண்டும். தற்போது அந்தச் சந்தையில் மலிவான தாள் அட்டை போட்ட கதைப் புத்தகங்களும், சினிமாவும், மகளிர் இதழ்களும், காதல் காமிக்ஸ்களும், ஃபோட்டோ ரொமான்ஸ்களும் (potoromance) போட்டியிடுகின்றன. மகளிர் இதழ் ஒன்றில் (சம்பளத்துக்கு) எழுதுமாறு கில்லியன் ஃபிரீமேனைக் கேட்டுக் கொண்டது. மேலும் அந்த ஆசிரியை கதைகளில் பயன்படுத்த வேண்டிய கதைப் பின்னலைப் பின்வருமாறு அமைக்குமாறும் கேட்டுக்கொண்டது.

> “கதையில் இடம் பெறும் இளம்பெண் ஒரு அந்தரங்க உதவியாளராக இருக்கவேண்டும். அவளுடைய காதலன் அவளைவிடச் சமூக அந்தஸ்தில் உயர்ந்திருக்க வேண்டும் - கம்பெனியின் பாஸுடைய மகனாக இருக்கலாம். அல்லது ஒரு விளம்பர நிறுவனத்தின் முடிவுகளைத் தீர்மானிக்கிற அதிகாரியின் மகனாக இருக்கலாம். அல்லது ஒரு மாணவனாக அல்லது ஒரு சேவைப் பணியாளனாக.... அல்லது ஒரு இளம் டாக்டராக இருக்கலாம். கதை இன்பகரமாக முடிய வேண்டும். கதையில் வருகிறவர்களின் மதம் இனம் பற்றிய பிரஸ்தாபம் இருக்கக்கூடாது. காதலிக்கிற செயல்பாடு ஒரு முத்தத்தோடு வரையறுக்கப்பட வேண்டும்.”[16]

இதனுள் தாராளமான தன்மை அதிகமாகப் புகுந்துவிட்டதாகச் சப்தமாக விவாதித்தாலும்கூட, எப்போதும் இருந்தபடி தொன்மம் பரவலாக அப்படியே இன்னமும் இருக்கிறது. பெரும்பாலான விசயங்களில் எதார்த்தத்தில் என்ன நடக்கிறதோ அதோடு அந்தத் தொன்மம் கொண்ட உறவை எடுத்துக்காட்ட முடியாதுதான். அதுவே நிஜம். ஆனால் இந்த நிஜம் தொன்மத்தின் மீது எதையும் பிரதி பலிக்கிறதில்லை. அந்தத் தொன்மம் செல்வம் அழகு இனிமை அன்பு மரியாதை ஆகியவற்றையுடைய இலட்சத்தில் ஒருவனைச் சார்ந்துள்ளது.

தங்களது காதலன் லட்சத்தில் ஒருவன் என்று தம்பட்டம் அடிக்கப் போதுமான பெண்கள் தயாராக இருக்கிறார்கள். தங்களைப் போல மற்றப் பெண்கள் செல்வமும் அழகும் திறனும் அன்பும் மரியாதையும் உடைய ஒருவனை அடையத் தவறிவிட்டார்கள் என்று உசுப்பிவிடுகிறார்கள். இதற்குக் காரணம், அவர்களால் தங்களைப்போல ஆண்களைக் கவர முடியாமையே என்கிறார்கள்.

இந்நாட்டில் மனையுறை மனைவியரில் பாதிக்கு மேற்பட்டவர்கள் வீட்டிற்கு வெளியிலும் உள்ளேயும் வேலை செய்கிறார்கள். ஏனென்றால் தங்கள் கணவர்கள் தங்களையும் தங்கள் குழந்தைகளையும் கௌரவமான, தரமான வாழ்க்கை வாழப் போதுமான அளவு பணம் சம்பாதிப்பதில்லை. பல பெண்களுக்குத் தங்கள் கணவர்கள் தொப்பையர், குட்டையர், உடல் வலிமையற்றவர், குறட்டை விடுபவர் அல்லது வாடையடிப்பவர் அல்லது தங்கள் துணிமணிகளை அப்படி அப்படியே போடுபவர் என்பது தெரியும். பெரும்பான்மைச் சதவிகிதத்தினர் மணவாழ்க்கையின் அணைப்பில் இன்பம் காண்பதில்லை. பலரும் தங்கள் கணவர்களுக்கு சின்னச் சின்ன, மிகவும் முக்கியமான விசயங்கள் மறந்துவிடுகிறதென்று குறைகூறுகின்றனர். ஆயினும் தொன்மம், ஒரு தொன்மம் இல்லை என்று ஊர்ஜிதமாக வில்லை! ஒருவர் புரிகிற பிழைகளுக்கான பொறுப்பைத் தட்டிக் கழிப்பதற்கான சந்தர்ப்ப சூழல் எப்போதும் இருக்கிறது. அரசாங்கம் அல்லது அதிக வரிச்சுமை அல்லது ஒரேமாதிரிவேலை அல்லது நோய் அல்லது ஒரு சின்னப் பிழை அல்லது தனிநபரின் தோல்வி ஆகிய வற்றில் ஏதாவது ஒன்றைத் தொன்மத்தின் விதியிலிருந்து விலகிய தற்கான விளக்கமாக எடுத்துக்காட்ட முடியும். தொன்மம் சுட்டிய திசையில் பின்பற்றிச் சென்ற பெரும்பாலான பெண்கள் அன்றாடம் அனுபவிக்கிற வேதனைகளுக்கு மத்தியிலும் அவர்கள் மகிழ்ச்சியாக இருக்கிறார்கள். அதனை ஒரு நம்பிக்கையாக மேற்கொள்ளுகிறார்கள். இதைவிடாமல் தூக்கிப்பிடிக்கிறார்கள். உண்மை நிலவரம் இதற்கு முரண்பாடாக இருந்தாலும் விட்டுக்கொடுப்பதில்லை. ஏமாற்றம் அடைந்ததை ஒத்துக்கொண்டால் தோல்வியை ஏற்பதாக ஆகிவிடும். தங்களது வேதனைக்கான காரணத்தை இந்தத் தொன்மத்திலேயே தேடலாம் என்பது அவர்கட்குத் தோன்றுவதே இல்லை.

அடித்தள வர்க்கங்களைச் சேர்ந்த பெண்கள் வேலையாட்களாக, ஆலை எடுபிடிகளாக அல்லது தையல்காரர்களாக அல்லது தங்கள் வீடுகளில் வேலைக்காரிகளாக எப்போதும் உழைக்கிறார்கள். நடுத்தர வர்க்கத்தின் தொன்மம் இவர்கள் மனங்களில் அத்தனை வலிமையாக வழக்கத்தில் இல்லை என்பதை நாம் எதிர்பார்க்கலாம். ஆனால் பெரும்பாலான உழைக்கும் வர்க்கத்தைச் சேர்ந்த குடும்பங்கள், நடுத்தர வர்க்கத்தின் வரிசைகளுக்குள் முன்னேறும் ஒரே மாதிரிகையைப் பின்பற்றுவது ஒரு சோகமான விசயம். பல எடுத்துக்காட்டுக்களில் மனைவியின் உழைப்பு ஓர் இடைக்கால ஏற்பாடாகக் கருதப்படுகிறது. அந்த உழைப்பு ஒரு வீட்டை வாங்க அல்லது புழக்கத்துக்குரிய சாமான்களை வாங்கப் பயன்படுத்துவதாக உள்ளது. சர்வவல்லமைமிக்க

கணவன் அந்த வீட்டில் மனைவி தங்கி வாழ்ந்து குழந்தைகளைப் பெறும் நாளை எதிர்நோக்கியிருக்கிறான். தங்களால் சமாளிக்க முடியாவிட்டாலும் தந்தைக்கும் குழந்தைகளுக்கும் சவுகரியமாக இருக்குமாறு அம்மா வீட்டில் இருக்கவேண்டும் என்று அவர்கள்கூட நினைக்கிறார்கள். இன்னும் சில வீடுகளில் தன் மனைவி தரையைச் சுரண்டிச் சுத்தம் செய்வது தனது ஆண்பால் அற்புதநவிற்சியியத்திற்கு நேரும் பகிரங்க அவமானமாக நினைத்து அதை அவன் தடுக்கலாம். அவனுடைய மனைவியின் வேலை நடுத்தரவர்க்கத்தில் தாங்கள் ஒரேயடியாகச் சேர்வதற்குத் தேவையான அடமானத்தை அல்லது சொத்தை மட்டும் வழங்குவதாக இருக்கிறது. அதற்குப் பிறகு அந்தத் தொன்மம் பயமின்றிப் பாதுகாப்பாகப் பதுங்குகின்றது.

திருமணம்தான் நடுத்தர வர்க்கத் தொன்மவியலின் தலையான சடங்கு சார்ந்த வைபவமாகும். கணவனும் மனைவியும் நடுத்தர வர்க்க அந்தஸ்துக்கு அதிகாரபூர்வமாக நுழைவதை இது குறிக்கிறது, திருமணமான இளம் தம்பதிகள் வசதியான வாழ்க்கை பற்றிய ஒரு பிம்பத்தை ஏற்படுத்தப் போராடுகிறார்கள். திருமண வைபவத்திற்கு ஆகும் செலவு பற்றிய முடிவுகளைவிட, வாங்கும் சாமான்கள் பற்றிய பட்டியலை எந்தக் கடையில் கொடுப்பது என்ற தேர்வு மிகவும் முக்கியமானது. பரிசுப் பொருட்களாக ஷவர்கள், தேயிலை போன்றவற்றை வருகிற விருந்தாளிகளிடமிருந்து 'பறிப்பதன்' மூலமாகக் குடும்பங்கள் உயர்ந்த வர்க்கத்தைச் சேர்ந்தவையாகப் பாசாங்கு பண்ணமுடியும். அதிகச் செலவு பிடிக்கும் அங்காடிக் கடையில் வாங்குவதற்காக வைக்கப்படும் சாமான்கள் பட்டியலி லிருந்து, அந்தத் தம்பதிகளும் அவர்களோடு சம்பந்தமுடைய குடும்பங்களும் தரமான நுகர்வோர் என்று முத்திரையிடப் படுகிறார்கள். இதன் விளைவு: பெருத்த வியாபாரமும் ஊடுறவான திருப்தியும். 'மணமகனைத் தெரிவியுங்கள், மற்றதை நாங்கள் பார்த்துக் கொள்ளுவோம்' என்று மணமகளுக்கு ஹராட்ஸ் (Harrods) அங்காடிக் கடை உறுதியளிக்கின்றது.

சில அங்காடிக் கடைகள் செய்திப்பத்திரிகைகளில் நிச்சயதார்த்த நிகழ்ச்சியின் பத்திரிகை வெளிவரக் கண்டவுடனே அந்தப் பெண் களிடம் தங்கள் கடையில் சாமான் பட்டியல்களை வைக்குமாறு துளைத்தெடுக்கின்றன. லண்டனில் உள்ள ஓர் அங்காடிக் கடை இந்த வியாபாரத்தில் குறிப்பாக மணமகளின் தாயாரிடம் திறமையாகப் பேசி ஆண்டுக்கு இரண்டு அல்லது மூன்று மில்லியன் (இருபது / முப்பது லட்சம்) பவுண்டுகளுக்கு மேல் தொழில் பண்ணுகின்றன.[17] மணமகள் தான் இந்தப் பிரம்மாண்டமான நுகர்வினைத் தொடங்கிவைத்து

ஆட்டிவைக்கிறாள். மணமகளின் கவுனும் நகைகளும் பெண்பால் விருந்தினர்களின் உடையும் அந்த மொத்த கூட்டத்தாரின் நவநாகரிக நிலையை நிலைநாட்டும்.

அதிகமாக வேலை செய்து களைத்துப்போன ஒரு பெண்பால், 'ஸன்டே டைம்ஸ்' இதழில் 'ஒரு மில்லியனருடைய மனைவி' பகுதியை வாசிக்கிறபோது அவளது கனவு விரியும். அந்த மனைவிக்கு 'மூன்று குழந்தைகள், ஒரு சமையல்காரர் / வீட்டைப் பராமரிப்பவர், ஒரு நானி (செவிலி) இரண்டு துப்புரவு செய்வோர், இரண்டு தோட்டக் காரர்கள், ஒரு ரோல்ஸ் - ராய்ஸ் கார், ஒரு ஃபியட் கார், ஒரு பணியாளர் கார், ஒரு ஹெலிகாப்டர், செஷயரில் நாட்டுப்புற வீடு ஒன்று, பெல்கிரேவியாவில் அடுக்குமாடிக் கட்டிடத்தில் ஒரு வீடு (flat)'...

> "குச்சி (Gucci) கம்பெனியின் சங்கிலி போட்ட அழகிய ஒரு சின்னஞ்சிறிய முதலை மார்க் கைப்பை வாங்கித் தந்தார் என் கணவர். அதன் விலை தெரியாது. மாக்ஸ்வெல் கிராஃப்ட் (Maxwell Croft) கம்பெனியின் கறும் பழுப்பு வண்ண உரோமக் கோட்டு ஒன்று தந்தார். அதில் ஒருவர் குடியிருக்கலாம்.... நான் பயன்படுத்திவிட்டுக் கழிப்பவை, இரவில் அணிகிற கவுன்கள் எல்லாமே ஃபோர்ட்னம் கம்பெனி தயாரிப்புக்களே. அவற்றின் விலைகூட எனக்குத் தெரியாது. சிலசமயங்களில் என் கணவர் அவற்றை எனக்குத் தருவார், அப்போது எனக்கு ரொம்ப ஆனந்தமாகயிருக்கும்.... என் கணவர் மிகப் பயங்கரமான நல்லவர், எனக்கு நகைகள் வாங்கித் தருவார்"[18]

அந்த மில்லினியர் தொழிலதிபருடைய அந்தரங்கச் செயலாளர் அவரிடம் அவரது வருடாந்திர நாளைக் குறிப்பிட்டு, காசோலை பெற்று, மதிய உணவு இடைவேளையில் நழுவிச் சென்று நகைக்கடை மானேஜரின் விற்பனை மானேஜர் தெரிவு செய்து தந்த நகைகளை எடுத்துப்போகின்ற காட்சி, 'ஸண்டே டைம்ஸ்' வாசிக்கின்ற அந்த எளிய பெண்ணுக்கு முன் காட்சி கொடுத்தால் எல்லாமே வீணாகிப் போகும்! கஸ்டத்தில் காதல் மடிவதாகத் தெரிகிறது அல்லது ஒளிந்து கொள்ளுவதாகத் தெரிகிறது. எனவே அந்தத் துணிச்சலான மனைவி, "அவர் என்னை நேசிக்கிறார் என்பதை நான் அறிகிறேன். அவர் அதிகம் பேசுவதில்லை, அற்ப விசயங்களையெல்லாம் தாண்டி வந்து விட்டோம். ஆனால் எனக்கோ அல்லது குழந்தைகளுக்கோ எந்தக் கஸ்டமும் கொடுத்ததில்லை'' என்று கூறுகிறாள். காதல் ஒரு குடிசையில் உயிரோடிருக்கிறது என்று கற்பனை செய்வது சுலபம்;

அல்லது செஷயரிலுள்ள ஒரு வீட்டில் ஒரு சமையலாள் / வீடு பராமரிப்பவன், ஒரு நானி, இரண்டு தோட்டக்காரர்கள், துப்புரவு செய்வோர் இருவர் ஆகியோர் புடைசூழ அந்த வீட்டின் சீமாட்டி எப்போதும் செண்ட் அடித்து அழகாக ஃபோர்ட்னம் கம்பெனி கவுன் அணிந்து வெற்றிகரமான தன் கணவனுடைய அன்புக்கரங்களில் மகிழ்ச்சியோடு ஓய்வு கொள்ளுகிறாள்.

ஆனால் அது உண்மையில்லை, அது ஒருபோதும் அப்படி இருந்ததில்லை. இப்போது உறுதியாகச் சொல்லமுடியும், அது ஒருபோதும் அப்படி இருக்கப்போவதில்லை.

## குடும்பம்

அம்மா வாத்து, அப்பா வாத்து, குட்டிக் குழந்தை வாத்துக்கள். தந்தை குடும்பத்திற்குக் கொடுத்து அதனை ஆட்சி செய்தான். தாய் அதனை ஊட்டி வளர்த்தாள். இது இயற்கை ஒழுங்கில் உள்ளார்ந்து உள்ளதாக நமக்குத் தெரிகிறது. மொம்மா கொரில்லா கருவுற்று, குட்டியை வளர்க்கிறபோது, பொப்பா கொரில்லா காட்டின் அபாயங்களிலிருந்து அவளைப் பாதுகாத்து நிற்கிறது. ஆதாம் குழிதோண்டி விவசாயம் செய்தான், ஏவாள் நூல் நூற்றாள், பிதாவாகிய தந்தை அவர்களுடைய டாடி; அவர்கள் நல்லவர்களாக இருந்த போது அந்திப்பொழுதில் அவர்களோடு நடந்து சென்றார்; அவர்கள் கெட்டவர்களானபோது அவர்களைச் சிங்காரத் தோட்டத்திலிருந்து விரட்டியடித்தார். அவர்கள் தங்களுக்கென ஒரு குடும்பத்தைத் தொடங்கினார்கள். அவர்கள் புதல்வர்கள் பங்காளிகளாகச் சண்டை போட்டார்கள். அன்றுமுதல் உலகில் கொலைக்குற்றம் உண்டானது. ஒதுக்கப்பட்ட பைபிள் (Apocrypha) பகுதியில் லிலித் என்ற அழிக்கும் பெண், காதலையும் வரம்புகடந்த காமியத்தையும் தந்து குடும்ப அமைப்பை அழித்திட பயமுறுத்தினாள். ஆதாமின் பேரப்புதல்வர்கள் ஒரே மாமிசத்தைச் சேர்ந்தவர்களுடைய புதல்விகளைக் கிரீடித்தார்கள். பழைய ஏற்பாட்டில் தந்தைவழிக் குடும்பத்தின் தோற்றம் பற்றிய தொன்மம் குழப்பமாக இருக்கிறது. தந்தை பழிக்குப் பழி வாங்குபவர், தாய் அவருடைய அடிமை (vassal). சகோதரர்கள் புராதனமான குற்றத்தைச் செய்கிறார்கள் - தந்தை மீது கொண்ட அன்பிற்காகக் கொலை செய்கிறார்கள். பரத்தை, வீட்டு வாழ்க்கையின் சிறைக்கு வெளியிலிருந்து கைச்சாடை காட்டி அழைக்கிறாள். ஆனால் இந்த மூலாதாரத்திலிருந்து நவீனகால கிறிஸ்தவம் தனிக்குடும்பத்திற்கான மாதிரிச் சட்டகம் ஒன்றை வளர்த்தெடுத்தது. அதுவே இயற்கையின் சட்டத்தைப் பிரதிபலிப்பதாகக் கருதியது. அரசின் அமைப்பு பல குடும்பங்களின் தொகுப்பேயன்றி அதற்குமேல் இல்லை என்று குழந்தைத்தனமாகக் கருதியது, இது இயற்கைக் கொள்கையைப் பிரதிபலிக்கிறது: அரசன் / தலைவன் என்பவன் ஒரு பெரிய குடும்பத்தின் கிருபை நிறைந்த - நியாயமான தந்தை. திருச்சபையும் கடவுள் பேரால் ஒரு தலைவரை (locum tenes) அங்கீகாரம் செய்தது. ஆண்தான் ஆன்மா, பெண் என்பவள் உடல்; ஆண்தான் மனம், பெண் என்பவள் இதயம், ஆண்தான் சித்தம், பெண் என்பவள் உணர்ச்சிகள்.

தந்தையிடமிருந்து பையன்கள் தங்கள் ஆண்பால் வகிபாகத்தையும், தாயிடமிருந்து சிறுமிகள் தங்கள் பெண்பால் வகிபாகத்தையும் கற்றார்கள். இது தெளிவானது, எளிதானது, மாறாதது என்று தோன்றுகிறது. தன்னைச் சார்ந்தவர்களுக்குத் தந்தையே பொறுப்பு; அவனே சொத்துடையவன். அதனைத் தனது நாமத்தோடு தன் தலைமகனுக்கு இடம் மாற்றினான். ஆதிக்கச் சங்கிலித் தொடர் மூத்தோரிலிருந்து ('பெரியோர்' - மொ.பெ.) தொடங்கி, ஏழ்மைமிக்க அடிமைகளில் வந்து நிறைவடைந்தது.

ஆனால் இவ்விதச் சித்திரம் எதேச்சையானதாக, தற்செயலாக ஏற்படும் நிகழ்வாகத் தெரிகிறது. இதில் நிச்சயத்தன்மை இருப்பதாகத் தெரியவில்லை. சரியான தகப்பன்வழிப் பிறந்த ஆண்களுக்குச் சுதந்திரமாக வழங்கப்படும் பெண் கொடை மீது தந்தை வம்சாவழிக் குடும்பம் சார்ந்துள்ளது. தந்தைவழிப் பிறப்பு ஒன்றும் இயற்கையான உறவுமுறையன்று. எதிர்மறையாகவன்றி இதனை நிரூபிக்க முடியாது. மிகக் கறாரான விழிப்பு நிலைமையாலும்கூட எந்த ஓர் ஆணும் தன் மகனுக்குத் தந்தை என்பதை ஐயத்திற்கு இடமின்றி உறுதிப்படுத்த இயலாது.

> *('நவீன தனிமனிதக் குடும்பம் மனைவியின் அடிமைமுறை மீது வெளிப்படையாகவோ அல்லது மறைமுகமாகவோ நிறுவப்பட்டுள்ளது. குடும்பத்திற்குள்ளே அவன் நடுத்தரவர்க்க வியாபாரி (பூர்ஷ்வா ), அவன் மனைவி பாட்டாளி வர்க்கத்தைப் பிரதி செய்கிறாள்'*- Friedrich Engels, 'The origin of the Family' 1943, p.79)

'ஆண்கள் எல்லோரும் தகப்பன் பெயர் தெரியாதவர்களாக இருப்பதைவிட வேறெந்த வழியுமில்லையா? பெண்கள் அரை-வேலையாட்களாக இருக்கவேண்டுமா?'[1]

விட்டு விட்டுச் செல்லுவதற்குச் சொத்து இருந்தாலோ, வாரிசு உரிமையைத் தூக்கி நிறுத்த வேண்டியதிருந்தாலோ பெண்களைச் சுற்றிக் காவல் போடவும், ஓரிடத்தில் அவர்களை இருக்க வைக்கவும், அவர்களுடைய இயற்கையான ஆர்வத்தையும், இயங்குவதற்கான உந்துதலையும் வெளிப்பாட்டையும் சாத்தியமான அளவுக்கு வளரவிடாமல் பார்த்துக் கொள்ளவும் கட்டாயம் ஏற்பட்டது. சில நிலவுடைமையாளர்களான வீரர்கள் (Warrior barons) போருக்குப் போனபோது தங்கள் மனைவிகளுடைய இடுப்பைச் சுற்றிக் கற்புக்கவசம் (Chastity belt) கட்டிப் பூட்டினார்கள். இது பெண்களின் கற்பை ஆண்கள் பாதுகாப்பதில் இருந்த பயன் இன்மையின்

வெளிப்பாடாகும். போருக்குப் பிரிந்து போகும் நாட்களில் தங்களை நம்பவேண்டும் என்றார்கள் பெண்கள். கணவன் பாதுகாக்க வேண்டும். உணவும் வீடும் தந்து பேண வேண்டும். அதற்குப் பதிலாகத் தகப்பன்வழிப் பிறப்புக்குத் தங்கள் உத்திரவாதத்தைச் தரச் சம்மதித்தார்கள். சட்டப்படியான வாரிசுக்கு உறுதியளிக்கிறார்கள்.

ஓர் இளைஞன் தன் இளம் மனைவியோடு ஒரு வீட்டில் குடியேறும் போது குடும்பம் ஏற்படுகிறது. இந்த ஏற்பாட்டால் தந்தைவழிப் பிறப்பை உறுதிப்படுத்த இயலாது. ஒரு நாளில் மனைவி, பெரும்பகுதி நேரம் யாருடைய பாதுகாப்பின்றித் தனியாக இருக்கிறாள். அவள் மீது கணவன் வைக்கும் நம்பிக்கையின் அளவு பெரியது. நவீன இல்லறத்தில் கணவனுடைய நலனைப் பாதுகாக்க வேலைக்காரர்களோ அல்லது உறவினர்களோ இல்லை. ஆயினும் அவ்வாறு மனைவி மீது நம்பிக்கை வைப்பது முன்பு நிலவிய தந்தை வழி வடிவங்களில் இருந்த மாதிரி இயற்கையானதாகவும், பொருத்தமானதாகவும் தோன்றுகிறது. இதுவரை உருவான குடும்ப அமைப்பில் தனிக்குடும்பம் (nuclear family) என்று மானிடவியலாளர்களும் சமூகவியலாளர்களும் அழைக்கின்ற ஒற்றைத் திருமணக் குடும்பமே அற்ப ஆயுள் கொண்டதாக இருக்கிறது. நிலப்பிரபுத்துவ காலங்களில் கிளைக் குடும்பம் என்ற வகையான கூட்டுக்குடும்பம் இருந்தது . இதன் தலைமையிடம் மிக மூத்த ஆண்பால் பெற்றோர்க்குரியது. இவர்கள் தங்களுடைய ஏராளமான மகன்களையும் அவர்களுடைய மனைவி மக்களையும் ஆட்சிபுரிந்தார்கள். இல்லறத்தின் வேலை குடும்பத்திலுள்ள பெண்பாலின் அந்தஸ்துக்குத் தக்கவாறு பிரித்தளிக்கப்பட்டது. மணமாகாத புதல்விகள் துணி துவைப்பது, நூல் நூற்பது, நெசவு நெய்வது போன்ற வேலைகளைக் கவனித்தார்கள். மனைவிகள் குழந்தைகளைப் பெற்றார்கள், மூத்த மனைவிகள் குழந்தைகளை வளர்த்து ஒழுங்குபடுத்தினார்கள்; சமையலைப் பார்வையிட்டார்கள், மிக வயதான மனைவி ஒட்டுமொத்த வீட்டு வேலைகள் சீராக இயங்குமாறு மேற்பார்வையிட்டாள். நரம்புச்சிக்கல் வாய்ந்தது போல, தனித்தனியாக அமைந்த, செங்கல்லால் கட்டப் பட்ட வீடு ஏதும் அப்போது கிடையாது. அங்கே உரசல் இருந்தது; ஆனால் அது நேருக்கு நேராக மோதுகிற முரண்பாடாக வளர வாய்ப் பில்லை. குடும்பப் பிரச்சினைகள் வெளிப்படையாகக் குடும்பத்தார் முன்வைக்கப்பட்டன. மூத்தோருடைய முடிவுகள் மதிக்கப்பட்டன. ஆண் பெண் கூட்டத்திற்கு அற்புத நவிற்சிக் காதல் தனது இல்லத்திற்குப் பொருந்தக்கூடிய ஒருத்தியோடு சேர்ந்து இனவிருத்தி செய்யும் ஆசை அந்த ஆணுக்கு இருந்தால் போதும். ஏமாற்றம், மனக்கசப்பு,

பொழுதுபோகாத எரிச்சல் ஆகியவற்றுக்கு அங்கே அதிகம் இடமில்லை. இந்த ஏற்பாட்டால் குழந்தைகள் பயனெய்தினார்கள். (கிரீஸ், ஸ்பெயின், தெற்கு இத்தாலி ஆகிய நாடுகளைச் சேர்ந்த சில பகுதிகளில் இவ்விதக் குடும்ப அமைப்பு இன்றும் நிலவுகிறது). (2011? - மொ.பெ.) கேட்ட கேள்விகளுக்குப் பதில்கூற, கதைகள் சொல்ல, புதிய திறன்களைப் போதிக்க, மீன்பிடிக்கக் கூட்டிச்செல்ல அங்கே தாத்தாவோ அல்லது மணமாகாத பெரியப்பாவோ, சிற்றப்பாவோ அல்லது பெரியம்மாவோ, சின்னம்மாவோ யாராவது சிலர் அங்கே இருந்தார்கள். குழந்தைகள் தாங்களாகவே நன்கு நடக்க முடிந்தபோது அவர்களுக்குக் குறைவான பொறுப்பே இருந்தது. கோழிகளை அல்லது புறாக்கூட்டை, ஆட்டுக்குட்டியை அல்லது ஒரு குட்டிப் பாப்பாவைக் கவனிக்கிற பொறுப்பு இருந்தது. மூத்தவர்கள் சமையற்கூடத்தில் பேசிக்கொண்டிருந்தபோது, குழந்தைகள் ஓர் இருட்டறையில் படுத்துறங்க அனுப்பப்பட்டதில்லை. மாறாக யாராவது ஒருவர் கரங்களில் தூங்கும்வரை, பெரியவர்களோடு இருந்து அவர்களைக் கவனித்துக் கற்றுக்கொள்ள அனுமதிக்கப் பட்டார்கள். பிறகு அவர்களை எழுப்பாமல் சந்தடியில்லாமல் அவர்களது ஆடைகளைக் களைந்து படுக்கை மீது கிடத்தினார்கள். அங்கே தலைமுறை இடைவெளி இருக்க இயலாது. ஏனெனில் அந்தக் கூட்டுக்குடும்பம் எல்லா வயதைச் சேர்ந்த குழுக்களைப் பிரதிநிதித்துவம் செய்தது.

தெற்கு இத்தாலியில் ஒரு சின்னக் குடிசையில் நான் வாழ்ந்த போது மிகக் கோரமான வறுமையிலும் ஒரு தைரியமிக்க குடும்பம் உருக்குலையாமல் வாழ்ந்ததைப் பார்த்தேன். அங்கே பெரும்பாலான ஆண்கள் ஜெர்மன் தேசத்தில் வேலை செய்து கொண்டிருந்தாலும் இங்கே அவர்கள் குழந்தைகள் மிக மகிழ்ச்சியாக இருந்தார்கள். அண்டையிலிருந்த குடும்பங்கள் உறவினராக இருந்ததால் அந்தச் சமூகம் நன்றாகக் கூடி வாழ்ந்தது. இத்தகைய குழு வாழ்க்கையின் தேவைகள் நிமித்தமாக வலுவான மரியாதைக்குரிய சீலங்கள் உண்டாக்கப்பட்டு அவற்றை எப்போதும் அவர்கள் கவுரவமாகக் கருதினார்கள். வெளிச்சந்தையில் மிக பயங்கரமான விலைவாசி ஏற்றம் இருந்ததால் எங்களால் அங்கே உணவுப்பொருட்களை வாங்கிச் சாப்பிட முடியவில்லை. அந்த உறவுமுறைக் குடும்பங்கள் கூடுதலாக வைத்திருந்த உணவை எங்களுக்குத் தந்திராவிட்டால் நாங்கள் பட்டினி கிடந்திருப்போம்.

இந்தக் கிளைக் குடும்பத்தின் ஒட்டுணர்வு அரச கட்டுப் பாட்டுக்குக் குந்தகமானது. அந்த வகைக் குடும்பங்கள் தங்களுக்குள் வலுவான விசுவாசமுடையவை. நிறுவனப்படுத்தப்பட்ட அதிகாரத்துக்கு

அடங்காமல் இந்தக் கொள்கை வெளிப்படுகிறபோது அது வெறுக்கத்தக்க 'மாபியா'வாக மாறும். குடும்ப மானத்தின் சடங்குகள் பழிதீர்க்கும் சமூக விரோத வெளிப்பாடுகளோடு சம்பந்தப் பட்டிருந்தன. ஆனால், அந்தக் குடும்ப ரீதியான பிராந்தியக் குழுவை அரசியல் அதிகாரத்துவம் நெருக்கடிக்கு உள்ளாக்காத வரை இவை பெரிய விசயங்களாக இருப்பதில்லை. சிசிலியில் இருந்த மாபியாவின் அமைப்பு ரீதியான முக்கியத்துவத்தை அமெரிக்க விடுதலையாளர்கள் வெகு சீக்கிரத்தில் கண்டார்கள். அவர்கள் தங்களுக்கு ஆதாயமாகப் பயன்படுத்த முயன்ற அக்குடும்பங்களின் உள்ளார்ந்த பிணைப்பானது ஏற்கனவே காலம் கடந்துவிட்டதாகவும், பொருளாதார ரீதியில் சாதகமில்லாததாகவும் ஆகிவிட்டதை அவர்கள் காணவில்லை.

குடியிருப்பின் வடிவமைப்பிலும், உழைப்பை ஒரு முகமாகத் திரட்டும் தேவையிலும், தொழில்மயமாதல், நகரமயமாதல் ஆகிய பெரும் நிகழ்வுகளின் தாக்கங்கள் கூட்டுக்குடும்பத்தின் அழிவினைத் துரிதப்படுத்தின. ஐரோப்பாவில் 16-ஆம் நூற்றாண்டுக்குச் சில காலத்துக்கு முன்பு கூட்டுக்குடும்ப அமைப்பு வீழ்ச்சியடைந்தது. நில அனுபோகத்தில் ஏற்பட்ட மாற்றங்களும், பிராந்திய அதிகாரத்தின் அழிவும், அரசாங்கத்தை மையப்படுத்தும் செயலும், வாடகையாகப் பணம் பெறும் முறையின் வளர்ச்சியும், நிலக்கிழான் நேரடியாக விவசாயம் பார்க்காத (Absentee landlordism) முறையும் தனிக் குடும்பத்தின் வளர்ச்சியில் பெரும் பங்காற்றின. சமீபத்தில்தான் தனிக் குடும்ப முறையானது குழுவாழ்வின் அடிக்கட்டையாகத் தேய்ந்து விட்டது.

வேலை செய்யும் குழுவின் பெரும்பகுதி பெரிய வீடுகளில் பணி செய்தபோது, மணமாகாப் பெண்களும் ஆண்களும் வீட்டில் வாழ்ந்த போது, மற்ற வீடுகளில் வேலை செய்ய மகன்களும் மகள்களும் அடிக்கடி வெளியே அனுப்பப்பட்டபோது, குடும்பம் உயிரோட்டமாக நீடித்தது; வெளியிலிருந்து வந்த தாக்கங்களுக்குத் திறந்திருந்தது. கணவர்களும் மனைவிகளும் தங்கள் உறவுமுறை பற்றி அதிகப் படியாகப் பேசமுடியாது; விவாகரத்துக்கு எதிரான சட்டங்கள் உறுதியாக அமலிலிருந்தன. இதற்குச் சாதகமான பொதுமக்கள் அபிப்பிராயமும், கட்டுக்கடங்காத அளவில் குடும்பங்களும் இருந்தன. வயதான பெற்றோர்களை வீட்டில் வைத்துப் பராமரித்தனர். ஆனால் அங்கே குடும்பத் தொழில் ஒன்றுமில்லை. நகர்ப்புறச் சமூகத்தின் அடர்த்தியின் காரணமாக உடனடியாக அண்டை அயலில் வாழ்ந்தவர் களிடமிருந்து அந்நியமாவதாலும், வேலை தேடும் அவசியத்தாலும், குடும்பத்தின் உடனடிக் கண்காணிப்புக்கு அப்பால் மகன்கள்

சென்றதாலும், கல்வியின் விளைவாகவும் குடும்பங்கள் மேலும் மேலும் அந்நியமாயின. குறிப்பாகக் கட்டாயக் கல்விமுறை வந்தபோது, தங்கள் பெற்றோரைவிட அதிகம் படித்தறிந்த ஒரு தலைமுறை உருவானது. இது தலைமுறைகள் தோறும் நீடித்தது.

இப்ஸனும், ஸ்டிரிண்ட்பெர்க்கும் குடும்பம் சார்ந்த துன்பியல் நாடகங்களை எழுதிக்கொண்டிருந்த இந்தச் சமயத்தில் குடும்பம் ஒரு சிறைச்சாலையாக மாறியிருந்தது. இளைஞர்கள் பழைமையின் இறந்து போன கரங்களிலிருந்து தப்பித்து ஓடப் போராடினார்கள். குடும்பத்திற்கு வெளியிலிருந்த சமூகத்தில் போலீஸ்காரர்களும் டாக்டர்களும் வேதபோதகர்களும் மட்டுமே அங்கம் வகித்தார்கள். இவர்களுடைய வேலையாட்கள் அந்நியர்களாகவும் வர்க்க எதிரி களாகவும் இருந்தார்கள். தூய்மைவாதத்தின் ஒழுக்கவியல் வேடதாரித் தனத்திலும் மனஏமாற்றத்திலும் ஆபாசப் பாலியலிலும் சென்று தேய்ந்தது. கணவனும் மனைவியும் பகல்நேரக் கொலையின் ஆட்டத்தை ஆடினார்கள். தந்தை - பாதுகாவலர் எதிலும் மேன்மையும் தைரியமும் உடையவராக, தார்மீக நடுவராகத் தம்மை நிலைநாட்ட இயலாதவராக - அந்த வகிபாகத்திற்குப் பொருந்தாதவராக ஆனார். மனைவி, வடிவமைக்கப்பட்ட பொம்மையானாள். தன் கணவனைப் பற்றிக்கொண்டிருந்த மாயையை விட்டவளாக, குழப்பத்தில் ஆழ்ந்த வளாக, தனது சோம்பேறித்தனத்தால் கசப்புற்றவளாக, எவ்வித முக்கியத்துவமும் இல்லாதவளாக ஆனாள். பிறர் பொருட்டாகப் பெறுகிற ஓய்வு என்னும் அறிகுறி ஒரு முழுமையான சுற்றுக்கு வந்து விட்டது. இது பற்றி வெப்லன் விவரித்துள்ளார். முன்னைக் காட்டிலும் பெண்பால் வேலைகள் அர்த்தமற்றவையாகிவிட்டன. திருமணக் கூட்டாளிகளின் கசப்புணர்ச்சி வெளிப்படையாக அழிப்புத்தன்மை யுடையதாக ஆகிவிட்டது. பெரும்பாலான மேற்கத்திய நாடுகளில் விவாகரத்தை வரவேற்கும் சட்டங்கள் இயற்றப்பட்டன. வீட்டிற்கு வெளியே வேலை செய்ய உரிமை கேட்டு உரத்துக் கூக்குரல் தொடங்கியது. விரிவடைந்து கொண்டிருந்த தொழில்துறைக்கு இவர்கள் தேவைப்பட்டார்கள். குறிப்பாக மனிதசக்தி மீது முதல் உலகப்போர் நிகழ்த்திய கொள்ளை, இந்தத் தேவையை அதிகரித்தது. மணமாகாப் பெண்களின் எண்ணிக்கை பெருகியது. இருபதாம் நூற்றாண்டில் ஆரம்பம் தொட்டு இருந்து வந்த ஒரு பிரச்சினையை இது அதிகரித்துக் கொண்டிருந்தது. விக்டோரிய காலத்து வீடுகள் படிப்படியாகச் சின்னச் சின்ன அலகுகளாகப் பிரிக்கப்பட்டன. புதிய இடநெருக்கடி காரணமாக அடுக்குமாடி வீடுகள் பெருகின. பெரிய வீடுகளின் பணிகள் அரசுக்குப் பாரமாயின. எ.டு: முதியோர்

பராமரிப்பு, நோயாளிகள் பராமரிப்பு, மனரீதியில் ஊனமுற்றோர் - பின்னடைந்தோர் பராமரிப்பு.

1960-களின் குடும்பம் சிறியது, அனைத்தும் உள்ளடங்கியது, சுய வளர்ச்சியை மையமாகக் கொண்டது. குறுகிய ஆயுள் கொண்டது. இளம் ஆண்கள் தங்களால் எவ்வளவு விரைவில் முடியுமோ அந்த அளவுக்குத் தங்கள் பெற்றோரை விட்டு வெளியே வேலையையும் பயிற்சியையும் தேடிக் கிளம்புகிறார்கள்.

*('கண்டிப்பான ஒருதாரமணம் தான் எல்லா அறங்களிலும் தலைசிறந்தது என்றால் வெற்றிவாகை நாடாப் புழுவுக்கே போக வேண்டும். அது தனது 50 முதல் 200 எண்ணிக்கை கொண்ட உடற்கூறுகளில் ஒவ்வொன்றிலும் (Proglottides) ஆண் பெண்பால்களின் முழுமையான பாலியல் உறுப்புக்களைக் கொண்டிருக்கிறது. அது தன் வாழ்நாள் முழுவதிலும் தனக்குள்ளே தனது எல்லா உடற்பகுதிகளிலும் கலவி செய்து கொண்டே இருக்கிறது* - Friedrich English, 'The origin of the Family', 1943, p.31)

குழந்தைகள் பள்ளிக்கூடங்களில் தங்கள் வாழ்க்கையைக் கழிக்கின்றன. தந்தைமார் வேலையில் கழிக்கிறார்கள். தாய், குடும்பத்தின் மாண்டுபோன இதயமாக இருக்கிறாள். அவள், தந்தையின் வருமானத்தை, அவர் உண்ணுகிற உறங்குகிற தொலைக் காட்சி பார்க்கிற சூழலை அபிவிருத்தி செய்வதற்காக நுகர்வோர் பொருட்களில் செலவழித்துக் கொண்டிருக்கிறாள். உலகப்போருக்குப் பின், குழந்தைகள் தங்களது முக்கிய குழுக்களைத் தங்களுக்குள்ளே உண்டாக்கும் போக்கில் இருக்கிறார்கள். இந்தப் போக்கில், இனக் குழுவின் குணவிசேசங்களையுடைய ஆடைகளை அணிவதையும், சடங்குரீதியான நடத்தையையும் காணலாம். இளம் பெண்கள்கூட வேலைக்குச் சென்று பிற பெண்களோடு சேர்ந்து பெரும் நகரங்களில் குடிபெயரும் போக்கினில் இருக்கிறார்கள். ஒரு பெண், மனைவி என்ற அளவில் குழந்தைகளைச் சுமந்து பெற்று ஆளாக்குவதில் முக்கியத் துவம் பெறுகிறாள். ஆனால் இந்தச் செயல்பாட்டில் அவளுக்கு விதிக்கப்படுகிற நிபந்தனைகளும், செயல்படுவதற்கான வழிமுறைகளும் அவளை அவளது சமூகத்திலிருந்து தனிமைப்படுத்துகின்றன.

வேலை பார்க்கிற பெண் திருமணம் ஆனபிறகு, ஒரு குறிப்பிட்ட காலத்துக்கு வேலை செய்கிறாள்; பிறகு குழந்தை பெற்று வளர்ப் பதற்காக ஓய்வு பெறுகிறாள். இவள் தனிக்குடும்ப அமைப்பின் தனிமைக்குத் தயார் நிலையில் இல்லை. அவள் தான் பார்த்து வந்த

தட்டச்சு வேலை, (அல்லது) விற்பனை வேலை (அ) பரிசாரக வேலை (அ) எழுத்தர் வேலை ஆகிய அடிநிலை வேலையை அவள் அனுபவித்தாளோ இல்லையோ குறைந்தபட்சம் சுயமாக இயங்குவதற்கான சுதந்திரத்தை ஓரளவிற்கேனும் பெற்றிருந்தாள் என்று கூறலாம். அவளுடைய இயக்கத்தின் அடிவானம் வீடாக, பொருள் வாங்கும் மையமாக, தொலைக்காட்சிப் பெட்டியாகச் சுருங்குகிறது. அவள் தன் குழந்தையை நன்கு பராமரிக்கிறாள். பகல்வேளையில் கவனமாகப் பேணுகிறாள். வேலை முடிந்து கணவன் வீடு திரும்புகிறபோது தந்தை ஓய்வாக இருக்கும் பொருட்டுக் குழந்தையைப் பெரியவர்களின் உலகத்திலிருந்து அதன் படுக்கைக்கு விரைவாக பிரஷ்டம் செய்கிறார்கள். ஃபிராய்டு கூறிய இடிபஸ் சந்தர்ப்பம் திருமணத்துள் எப்போதும் நகல் செய்யப்படுகிறது. அது இப்போது ஃபிராய்டையே திடுக்கிட வைக்கக்கூடிய அளவுக்குத் தீவிரமாகிறது. இப்போது தந்தை எனப்படுபவர் நிஜமாகவே ஒரு போட்டியாளர்; ஓர் அந்நியர். பகல் பொழுதில் செல்லமாக நடத்தப்படுவது போலக் கொடுமையாகவும் நடத்தப்படலாம். ஒன்று உறுதி: எந்த நபர் குழந்தையின் கையாளு தலுக்கு முழுமையாக ஆளாக்கப்படுகிறாரோ அவரிடமிருந்து அளவுக்கு அதிகமான கவனிப்பைக் குழந்தை பெறுகிறது. தாய்க்கும் குழந்தைக்கும் இடையிலுள்ள நெருக்கம் தாக்குப்பிடிக்கத்தக்கதாகவும் ஆரோக்கியமானதாகவும் இல்லை.

*(ஃபிராய்டிய சிந்தனைப் பள்ளியின் இடிபஸ் சிக்கல் தந்தைவழிப் பாரம்பரியமுள்ள நமது ஆரிய குடும்பத்திற்குப் பொருத்தமாக உள்ளது.... உரோமச் சட்டங்களாலும் கிறிஸ்தவ ஒழுக்கங்களாலும் வலுப்படுத்தப்பட்டுள்ளது. வசதியான பூர்ஷ்வாவுடைய நவீன, பொருளாதார நிலைமைகளால் வளர்ச்சி பெற்றுள்ளது'*- Bronislaw Malinowski, 'Sex and Repression in Savage Society', 1927, p.5)

தன் தாயின் நெருக்கத்தைப் பயன்படுத்திட குழந்தை கற்றுக் கொள்ளுகிறது. அவளைக் கேள்விகள் கேட்டுத் தொந்தரவு செய்கிறது. அநாவசியமாக அவளை அது வேண்டும் இது வேண்டும் என்று படுத்துகிறது. பொது இடங்களில் அவளைத் தர்ம சங்கடத்தில் மாட்டி விடுகிறது. இனிப்புக்களை வாங்கு என்றும் ஆக்கிவை என்றும் மிரட்டுகிறது. சார்ந்திருத்தல் என்பதற்கு அன்பு என்று பொருளில்லை. ஐந்தாண்டுகளாகத் தாயோடு குழந்தை வைத்திருந்த வலுக் கட்டாயமான நெருக்கமும் ஐந்தாண்டுகளுக்குப் பிறகு போகிற பள்ளிக்கூடம் பற்றிய மனப்பான்மையும் அந்தக் குழந்தையிடம் தாய் பற்றிய மாறுபாடான உணர்வுகளை ஏற்படுத்துகின்றன. அது ஒருவித

தப்பித்தல் என்றால் வரவேற்கத் தக்கதுதான். ஆனால் அதுவே அதனை ஆட்டிவைப்பதாக ஆகிறபோது, அந்தக் குழந்தை தாயையும் பள்ளிக் கூடத்தையும் ஒருவர்க்கெதிராக மற்றதை வைத்து விளையாடமுடியும் என்பதைக் கண்டுகொள்ளுகிறது. பள்ளிக்கூடம் பற்றித் தாய்மார்கள் கொள்ளும் பொறாமையும் தாய்க்கு மாறாக, குழந்தை மீது பள்ளிக் கூடம் தனது கட்டுப்பாட்டை நிறுவுவதற்கு மேற்கொள்ளும் முயற்சியும் பெரும் சுமையான சந்தர்ப்ப சூழல்களை - நிலைமைகளை உண்டாக்கும். ஒழுங்கு கட்டுப்பாடு பற்றிக் கவனம் செலுத்துகிற பள்ளி ஆசிரியர்களுக்கு இந்தத் தாய் - குழந்தை உறவு முறையின் சமூக விரோத இயல்பு தெளிவாகத் தெரிகிறது.²

துரதிர்ஷ்டசாலியான மனைவி - தாய் பிற வழிகளிலும் தன்னைச் சமூக - விரோதியாக அறிகின்றாள். வீடு அவளது பிரதேசம். அங்கு அவள் ஒற்றையாள். தன்னோடு தன் குடும்ப நேரத்தைச் செலவிட அவள் விரும்புகிறாள். தன் குழந்தைகளிடம் கட்டுப்பாடுகளைச் சுமத்தி, அவர்களுக்காகக் காத்திருந்து, அவர்களுடைய விசயங்களில் துருவித் தலையிட்டு அந்தத் தாய் குழந்தைகளைத் தன்னோடு பற்றிக் கொள்ளப் போராடுகிறாள். தொடர்பு கொள்ள இயலாத நிலைக்குக் குழந்தைகள் மென்மேலும் ஒதுங்கிப் போகிறார்கள். திரைமூடியது போல் இலேசான வெறுப்பு உண்டாகியது. பையன்களோடு வெளியே போகவேண்டாமென்று அவள் தன் கணவனிடம் கெஞ்சுகிறாள். கால்பந்தாட்டத்தில் அவனால் கொட்டும் மழையிலும் திடமாய் நிற்கமுடியுமென்று பெருமை கொள்ளுகிறாள். குழந்தைகள் எப்படி யிருக்கின்றன என்பதைப் பற்றிக் கணவனுக்குக் கவலை கிடையா தென்று மேலும் மேலும் வருந்துகிறாள். அவர்களை ஓர் ஒழுங்கிற்குள் கொண்டு வருவதெல்லாம் தன்னிடமே விடப்படுகிறது; யாரும் தன்னோடு பேசுகிறதில்லை, தான் ஒரு முட்டாள்; தன் வாழ்நாளின் மிகச் சிறந்த ஆண்டுகளை நன்றிகெட்ட இந்தப் போக்கிரிகளுக்காகக் கொடுத்து விட்டேன். அரசியல் என்பது ஒரு புதிர்; எரிச்சலான ஒன்று! விளையாட்டு தோல்வியில் முடியும். எங்கே விட்டுவிட்டு வந்தாளோ அந்த வேலைக்கு மீண்டும் போவது ஒன்றே அவளுக்கு உகந்ததாகிறது. அந்த வேளையில் பதவி உயர்வோ, குறிப்பிடும்படியான வருவாயோ கிடையாது. அவளது வாழ்வின் அடிவானம் விரிவடைவதில்லை. வீட்டுக்குத் தேவையானவற்றை அவள் சந்தித்தே ஆகவேண்டும். எல்லாவிதமான வேலையும் மயக்கத்தில் உறையவைப்பதாக உள்ளது. அவள் சுத்தம் பண்ணுகிறாள்; ஆடை பின்னுகிறாள், சித்திரத் தையல் போடுகிறாள். மற்றும் முதலானவை.

தனிக்குடும்ப வாழ்க்கை தங்களைச் சமூகத் தொடர்புகளிலிருந்து தனிமைப்படுத்துவதாகக் கருதி அப்போக்கினை மறுத்துப் பெண்கள்

செயல்பட முயற்சிக்கிறார்கள். அதனால் விசித்திரமான தொல்லை களை அடைகிறார்கள். மணமான ஓர் இளம் பெண்ணுடன் 'ஸண்டே மிரர்' இதழில் நடத்திய உரையாடலில் ஆன் ஆலன் இதனைப் பதிவு செய்துள்ளார்.

"இதோ பாருங்கள்" என்று அவள் சொன்னாள். "நாங்கள் ஒரு பன்னிரண்டு பேர் நல்ல நண்பர்கள். என் குடும்பத்தில் உள்ள எவரையும்விட இவர்களோடு நான் நெருக்கமாக இருக்கிறேன். ஆனால் என்ன நடக்கிறது? நாங்கள் அனைவரும் சந்தித்துக் கொள்ள நாங்களே ஏற்பாடு செய்ய வேண்டியதிருக்கிறது."

"குழந்தையைப் பார்த்துக்கொள்ள யாரையாவது பார்க்க வேண்டியதிருக்கிறது. மற்ற தம்பதிகள் எங்களுக்கு நல்லதொரு இரவு உணவைத் தயாரிப்பதைத் தங்கள் கடமை என்று உணர்கிறார்கள்.

"குழந்தைக்கு உடம்பு சரியில்லை அல்லது வீட்டில் யாராவது ஒருவருக்குக் களைப்பாக இருக்கிறதென்றால் அதற்கு நீங்கள் பொறுப்பில்லை. நல்லவேளை என்று நினைக்கிறீர்கள். அல்லது இது மிகவும் சோகமானது - எல்லாம் இவ்வளவு சீக்கிரத்தில் முடிந்து விட்டதே என்று நாம் எல்லோரும் நமக்கு நாமே மகிழ்ச்சியாக அனுபவிக்கிறோம்..

"மிக நெருக்கமான நண்பர் குழு ஒன்று ஒரு கட்டிடத்தில் அல்லது ஒரு தெருவில் வாழ்ந்தால் எப்படியிருக்கும் என்று சற்று நினைத்துப் பாருங்கள். அது நடக்கமுடியும்.

"விசேஷமாகத் திட்டமிடப்பட்ட ஒன்றிரண்டு கட்டிடங்களில் கட்டிடக் கலைஞர்கள் வேலை செய்து கொண்டிருக்கிறார்கள். அங்கே ஒவ்வொருவருக்கும் சொந்தமான ஒரு சிறு பகுதியும், சமூகப் பயன்பாட்டுக்கு ஒரு பெரிய பரப்பும் இருக்கின்றன.

"தனிப்பட்ட முறையில் பாலியல் ரீதியாகப் பகிர்ந்து கொள்ளுவதை என்னால் ஏற்க இயலாது, சமையல் கூடத்தைப் பகிர்ந்து கொள்ளுவதில் என் அம்மாவைப் போல நான் மோச மானவள். என்னுடைய அந்தரங்கத்தை நான் மிக அதிகமாக மதிக்கிறேன்.

"பகல் நேரத்தில் யாராவது ஒருவர் என்னோடு பேச வேண்டு மென்று பலதடவை நான் ஏங்கியதுண்டு. அல்லது என் கணவர் இரவு முழுவதும் வெளியில் வேலை செய்தால் நான் தனிமையில் இருக்கிறேன். அல்லது அவரும் நானும் விவாதித்துக் கொண்டிருக்கிறபோது ஒரு மணி நேரம் நான் வெளியே போக விரும்புகிறேன்.

"என் - கணவரோடும், எனக்கு மிக நெருக்கமான நண்பர் களோடும் வாழ்வதைத்தவிர வேறெந்த வழியையும் என்னால் சற்றும் நினைத்துப்பார்க்க முடியாது. எப்படியோ ஆயிரக்கணக்கான மக்கள் தங்கள் அண்டை அயலாரோடு நெருக்கமான நண்பர்களாகிறார்கள். நாங்கள் இதனைச் சற்று மாற்றிப் போடுவோம்''[3]

ஒரு காலத்தில் ஒவ்வொருவரும் பெரிய சமூக வாழ்வுக்கு உரிய இடத்தை உடைய, நண்பர்கள் நிறைந்த ஒரு வீட்டில் வாழ்ந்து வந்தார்கள். அங்கே தெருக்கள் நிரம்ப நண்பர்கள் இருந்தார்கள். ஏனெனில் அங்கு நிலைத்து வாழ்ந்த சமூகத்தைச் சேர்ந்தவர்கள் ஒருவர் மற்றவரையும், அவர்களுடைய குடும்ப வரலாற்றையும் அறிந்திருந் தார்கள். அந்த அமைப்பில் குறைபாடு இருந்தது. சமூக நியதிக்கு ஒத்துப்போகாதிருப்பது சகித்திட முடியாததாக இருந்தது. முழுச் சமூகத்தின் தொடர்ச்சியான கவனம், தனிநபர்களின் செயல்கள் மீது குவிந்திருப்பது சாதகமானதாக இல்லை. இத்தகைய ஒரு சமூகத்தில் உடைந்த இடுப்புடன் ஒரு வயதான பெண் தனது படிக்கட்டின் கீழ் நான்கு நாட்களாகக் கிடக்கமுடியாது. ஒரு பெண் தடைசெய்யப்பட்ட தனது காதல் விவகாரத்தை மேற்கொள்ளவும் முடியாது. முன்பைவிட இன்று மக்கள் நெருக்கமாக (இடஅளவில்) வாழ்கிறார்கள், ஆனால் அது மிதமிஞ்சிய கூட்டத்தின் தனிமையாக (isolation) இருக்கிறது. அடுக்குமாடிக் கட்டிடப் பிரிவுகளில் டஜன் கணக்கில் சின்னச் சின்ன குடும்பங்கள் வசிக்கின்றன. அவற்றினிடையே அதிக அளவில் பொதுத் தன்மை இருக்கிறது. ஆனால், அங்கு வாழ்கிறவர்கள் ஒருவருக் கொருவர் அந்நியர்களாக இருக்கிறார்கள். அவர்களுடைய முன்வாசற் கதவுகள், உள்ளே வாழுகின்ற அந்தரங்க உலகை மூடுகின்றன. லிப்டு களையும், ஆள் அரவமற்ற வராண்டாக்களையும் தாண்டி அது யாரோடும் தொடர்பு கொள்ளாது (ஒருவர் மற்றவர் வீட்டுச் சப்தம் பற்றி முறையிடுவதைத் தவிர). சமூகப் பொது இடத்தில் விளையாடுகிற தங்கள் குழந்தைகளைக் கவனித்துக்கொண்டிருக்கிற பெண்கள் அங்கே ஏதாவது ஓர் அக்கிரமம் நடந்து பெற்றார்களுடைய தலையீடு தேவைப் படுகிறபோது மட்டும் மற்றக் குழந்தைகளுடைய பெற்றோர்களைப் பற்றி அறிகிறார்கள். போட்டி போடுதல் என்பது பெரிதும் ஒவ்வொரு குடும்பமும் தனது உயர்வு பற்றிய ஒரு மாயப்புனைவைப் (fantasy) பிடித்துத் தொங்குவதாக அர்த்தம். அந்த மாயப் புனைவு, இனம் - ஒழுக்கம் - மதம் - பொருளாதாரம் அல்லது வர்க்க மேன்மை பற்றியதாக இருக்கும். அடுக்குமாடி கட்டும் அமைப்பாளர்கள், அங்குக் குடியிருப்பவர்கள் தங்களது சமூகப் பொது இடங்களைச் சுத்தமாகவும் இனியதாகவும் வைப்பதில்லை என்று வருத்தப்படுகிறார்கள்.

இம்மாதிரியான வீட்டுவசதி பெற்றவர்கள், அடுக்குமாடி வீடுகளின் உயரமும், பெட்டிக்குள் மாட்டிக்கொண்ட உணர்வும் தங்களிடம் மனப்பதட்டங்களை ஏற்படுத்துவதாக முறையிடுகிறார்கள். லிப்டுகளில் மேலும் கீழும் போய் வருவதால் அவர்கள் ஒருவரையொருவர் ஒருபோதும் பார்க்கிறதில்லை. ஒருவர் மற்றவர் ஜன்னல்களைப் பார்க்க முடியாது. அல்லது வாசல்படி மேடையைச் சுத்தம் செய்கிறபோது தங்கள் தங்கள் வாசல்படிகளில் யார் மீதாவது குற்றம் கண்டு பிடிக்கிறார்கள். தன்னியல்பாக இன்றித் தங்களுக்கு இடையே நெருக்கத்தைத் தூண்டும் முயற்சிகள் பயனளிக்கவில்லை. பெண்கள் தங்களது குடும்பத்தின் அலாதியான தன்மையைப் பராமரிப்பதில் பேராசை படைத்தவர்கள். அந்நியர்கள் வந்து பழகினால் தங்கள் குழந்தைகளுக்கு வரக்கூடிய கற்பனையான தீய விசயங்களைக் குறித்து அஞ்சுகிறார்கள். ஆன் ஆலனின் மனையுறை மனைவியால் பாலியல் பகிர்வின் சாத்தியப்பாட்டை ஏற்க இயலவில்லை. ஆனால், குறைந்த பட்சமாவது அவள் அதனை வெளிப்படையாகக் கருதிப் பார்க்கிறாள். குருதி உறவுள்ள சமூகம் தனது பாலியல் உறவுமுறையைத் தகாப் பால் வரையறைகளால் பாதுகாக்கின்றது. ஆனால், இந்த வரையறை களுக்கு அஞ்சி ஆரம்பகட்ட நியாயப்பாடு கூட வழங்கப்படவில்லை.

தனிக்குடும்பத்திற்கான கட்டிடக் கலையின் விளைவுகள் எல்லா இடங்களிலும் நாசகரமாகி விட்டன. ஏக்கர் கணக்கான இடப்பரப்புக் களில் பரவிய சின்னப்பெட்டிகளைப் போன்ற தனித்தனிச் செங்கல் வீடுகள் நமது நகரங்களின் தோற்றத்தை அழித்துவிட்டன. இத்தகைய இடப்பரப்புக்களைப் பராமரிப்பது பெரிதும் செலவு பிடிக்கிற விசயமாக உள்ளது. சேவைகள் கிடைக்குமாறு ஏற்பாடு செய்வது கடினமாக உள்ளது.

'தம்பதிகள்' என்ற சொல், சொற்பொருள் மட்டத்தில் ஆண்பால் - பெண்பால் என்று மூடப்பட்டு விட்ட அலகினை அர்த்தப் படுத்துகிறது. இதில் குடும்பம் பற்றிய பேச்சில்லை. இந்த அளவிற்கு வந்து விட்டது தனிக்குடும்பம்! மகளிர் இதழ்கள், தனிக்குடும்பத்தில் குழந்தைகளால் திருமண வாழ்வின் உறவுமுறை பாதிக்கப்படும் என்று வருந்துகின்றன. அடடா! ஒரு குடும்பம் தனது குழந்தைகளால் பயமுறுத்தப்படுகிறது! கருத்தடை முறை தம்பதிகளின் தன்னலத்தை அதிகரித்துள்ளது. குறுகிய தனிக் குடும்பத்தில் பெற்றோர்கள் முதல்வர்கள்; குழந்தைகள் அவர்களுடையவை. அக்குடும்பங்களில் தலைமுறை இடைவெளி தீவிரமாக உள்ளது. இக்குடும்பங்களில் குழந்தைகள் தங்கள் பெற்றோர்க்குத் தொந்தரவு கொடுக்கக்கூடாது. இக்குடும்பங்களில் அவரவர்களுக்கென்று விசேசமான வாழும்

பகுதிகள் பகல் பொழுதில் தரப்படுகின்றன. தங்கள் சொந்த அறை களுக்குள் அடங்குகிறார்கள்; வாழ்கிறார்கள். தன்னால் கட்டுப்படுத்த இயலாத அளவுக்குத் தாய்க்கு அதிகமான குழந்தைகள் இருக்கக் கூடாது. கட்டுப்படுத்தல் என்றால் நாளின் பெரும்பகுதி நேரமும் முழுக்கவனத்தில் இருப்பது, அதன்பிறகு தனிமையில் கிடப்பது என்று அர்த்தம். அதனால் குழந்தையைப் பார்த்துக்கொள்ளுவதற்கு ஒருவர் வீட்டுக்குள் கமுக்கமாக நுழைக்கப்பட வேண்டும். ஏனென்றால் தன் பெற்றோர்கள் வெளியே போகிறார்கள் என்பதை அறிந்து விட்டால் ஜூனியர் சத்தம் போட்டு அழுவார். கல பிரியாவில் நானிருந்தபோது பார்த்த அசிங்கமான இரண்டு அறைகளுடைய வீடு வித்தியாசமாக இருந்தது. அங்கே இப்படிப்பட்ட வீடுகளுக்கு சனங்கள் சுதந்திரமாக வந்து போனார்கள். அங்கே வலியாலன்றி வேறு எதற்காகவும் ஒரு குழந்தை கிரீச்சிட்டு அழுவதைக் கேட்டதில்லை. அங்கே பன்னிரண்டு வயதுப் பெரியம்மா கிணற்றடியில் துணி துவைக்கும்போது பாடிக் கொண்டிருந்தாள்; வயதான தந்தை கையில் தனது பேரக் குழந்தை யோடு ஆலிவ் தோட்டத்தில் நடந்து போனார். இங்கே ஆங்கிலேயக் குழந்தைகள் தங்கள் மாசற்ற தன்மையை இழந்து விட்டன. ஏனெனில் தங்களது வயது வந்த அடிமையைச் சுரண்டுவது அவர்களது முதல் பாடமாக இருந்து வருகிறது. கருத்தடை செய்து கொண்ட ஒரு தகப்பன் (parent) தனது குழந்தைகளின் பண்ணையில் ஒரு நபும்சகமாக இருக்கிறான். சரியான கருத்தடை பாலியல் சுகத்திற்கு அவசியம் என்பதை நான் ஒத்துக்கொள்ளுகிறேன். பாலியல் சுகம் அவசிய மானது, ஆனால் பொருளாதார காரணங்களுக்காகக் கருத்தடை செய்வது வேறு விசயம். 'எங்களுக்கு இரண்டு குழந்தைகளே முடியும்' என்பது ஓர் இழிவான வாதம். ஆனால், 'எங்களுக்குக் குழந்தைகளே பிடிக்காது' என்பதைவிட இது நம் சமுதாயத்தில் ஏற்கத்தக்கதே. 'எங்களுக்கு இரண்டு குழந்தைகளே முடியும்' என்பதற்கு உண்மை யான அர்த்தம் 'எங்களுக்குச் சுத்தமான, நன்கு பண்பட்ட நடுத்தர வர்க்கக் குழந்தைகளே போதும்; அவர்கள் பள்ளிக்கூடங் களுக்குச் சென்று, வளர்ந்து டாக்டர் பொறியாளர் போலத் தொழில் செய்பவர்களாக வளர்வார்கள்'

கருத்தடை செய்து கொண்ட தகப்பன் இறுதியில் வீட்டு விலங்காகிறான். ஆண்மைக் கலாச்சாரத்தில் வீட்டுவசமாவதற்கு எதிரான ஒரு வலுவான மனோபாவம் இருக்கிறது. ஆனாலும் ஆண்களுக்கு அது பற்றி அனுபவம் இல்லை. வீட்டுவயமாதலை ஆண்களிடம் பெண்கள் பயிற்சித்துப் பார்த்திருக்கிறார்கள். குடும்பம் என்றால் என்ன பொருள் என்பது பற்றி வளருகிற ஒரு பையனுக்கு

உள்ள ஓர்மையோடு, மிகச் சரியான இணை (Partner) பற்றிய மாயப் புனைவு ஒன்றுகூடவே இருக்கிறது.

'திருமணம் என்ற ஒன்று மட்டும் நிஜமாகவே என்னை பயமுறுத்துகிறது. சரியான பெண்ணுடன் என்றால் பரவா யில்லை. ஆனால் எனக்கொரு வீடு, ஒரு மனைவி என்பதை என்னால் கற்பனை செய்யமுடியவில்லை. சுதந்திரமாக எங்கேயும் போக, கவலைப்படாதிருக்க விரும்புகிறேன். ஒரு சிநேகிதி இல்லாமலிருப்பது நல்ல விசயம்; அப்போதுதான் பசங்களோடு வெளியே போய் அனுபவிக்க முடியும். சிநேகிதியிருந்தால், அவள் உன்னைக் கட்டிப்போடுவாள். ஒரு பெண்ணோடு சேர்ந்து நீ வெளியே போகப்போக (dating) அவளோடு மேலும் மேலும் சம்பந்தப்பட்டு விடுகிறாய். ஒருத்தியோடு நிச்சயம் செய்ய எனக்கு அச்சமாக இருக்கிறது. அதோடு நான் தொலைந்தேன் - ஏனென்றால் நிச்சயதார்த்த ஒப்பந்தத்தை நான் ஒருபோதும் மீறமாட்டேன். மீறுவது பெண்ணுக்குச் செய்கிற அவமானம். ஏராளமான வளரிளம் பருவத்தினர். திருமணத்திற்கு அவசரப்படுகிறார்கள்.

அடுத்தமுறை நான் பார்க்கிற பெண்ணிடம் ஆரம்பத்திலிருந்தே தெளிவாக்கிவிட வேண்டும். ஒவ்வொரு வாரமும் பசங்களோடு இரவில் நான் சுதந்திரமாகச் சுற்றுவேன். உங்கள் நண்பர்கள் எல்லோரும் இல்லாது போய்விட்டால் அப்புறம் ஒரு பெண்ணோடு ஒட்டுவீர்கள். அதன்பிறகு சரியாகிவிடும்."[4]

இக்குழந்தைகளுடைய தெளிவான காட்சி, முதலாளிய சமுதாயத்தில் தந்தை வழிக் குடும்பத்தின் வினைபாட்டைப் புலப்படுத்துகிறது. இது உழைப்பாளியை இயங்கவிடாமல் கட்டிப் போடுகிறது. அவனைத் தவறு செய்யக்கூடியவனாக ஆக்குகிறது. அதன் காரணமாக பாதுகாப்பு என்ற காட்சியைக் காட்டி அவனை மோசம் போக வைக்கிறது. அவனை நுகருகிற வடிவமைப்பு ஒன்றோடு கட்டுப்படச் செய்கிறது. அவன் தனது சிறிய குடும்பத்திற்கும், அவனது முதலாளிக்கும் கட்டுப்பட்டவனாக இருக்கிறான்; தனது சமூகத்திற்கு அன்று. உழைப்பாளி வேலை நிறுத்தம் செய்யக் காரணம் குடும்பத்தின் மீது அவனுக்குள்ள பொறுப்பாகும். அந்த வேலை நிறுத்தத்திற்குப் பணியாமல் முதலாளி காலம் கடத்துவதற்குக் காரணம் அதே குடும்ப நெருக்கடிதான். அது அவனை வேலைக்கு இட்டு வந்துவிடும். மனைவிகள் தங்கள் கணவர்களின் ஓய்வினை நம்புவதில்லை. கணவன் கொஞ்சமாகச் சம்பாதித்து வந்தாலும் போதும், வேலை வெட்டி யில்லாமல் வீதிகளில் சுற்றுவதைவிட இது தேவலை என்று

நினைக்கிறாள். தொழில்மய சமுதாயத்தில் மனைவிகள், போராடும் தங்கள் கணவர்களுக்கு (சுரங்கத் தொழிலாளிகள்) வேலையின்றிச் சம்பளம் தருவதாக ஏற்பட்ட தீர்வை எதிர்த்தார்கள். இதனால் வேலையில்லாத தங்கள் கணவர்கள் ஏதும் செய்யாமல் வீட்டைச் சுற்றி வருவார்கள், அல்லது மற்றவர்களோடு பிரச்சினை பண்ணு வார்கள் என்று கருதினார்கள். பல இளம்பெண்கள் தங்களது சமூக - விரோத வினைபாடுகளை மிக முன்பே ஆரம்பித்து விடுகிறார்கள். தங்கள் காதலர்கள் அவர்களுடைய சகாக்களோடு சேர்வதைக் கறாராகக் கட்டுப்படுத்துகிறார்கள். அப்படி அவர்கள் சேராதிருந்தால் பாலியல் ரீதியாகச் சலுகை தருவதாகக் கூறி அவர்களைத் தங்கள் வசப்படுத்த முயற்சிக்கிறார்கள். இதற்குப் பெண்களின் தன்னலம் என்று ஒரேயடியாகக் குற்றஞ்சாட்ட முடியாது. ஏனென்றால் அவளது காதலனின் ஆண்பால் கூட்டாளிகள் குறிப்பிட்ட சந்தர்ப்பங்களில் ஒரு விசேசமான தகுதியில் தவிர மற்றப்படி அவளைத் தங்கள் கூட்டத்தில் அனுமதிப்பதில்லை. குறி பார்த்து எறியும் விளையாட்டுக்கள், பீர் குடித்தல், கால்பந்தை உதைத்தல் ஆகியவற்றில் அவளைச் சேர்த்துக் கொள்ளுவது கிடையாது. தனது காதலன் அவனது கூட்டாளிகளோடு பிற பெண்களைச் சேர்த்துக் கொண்டு சரசமாடுவதாக அவள் நினைப்பது காரணமில்லை. அவன் தன் கூட்டாளிகளோடு அனுபவிக்க அவர்களைச் சார்ந்திருப்பதும், சந்தோசமாக இருப்பதற்குத் தன்னைச் சாராமலும் இருப்பதும் அவளுக்குப் பிடிக்கவில்லை. அவனுடைய பாலியல் விசயத்துக்காக அவன் மீது அவள் பொறாமை உறுவதில்லை. மாறாக அவனது பாலியல் உணர்ச்சியின் பாரபட்சத்தின்மீது பொறாமை, தனது ஆண்பால் கூட்டாளிகளோடு அதிக அளவில் சேர்ந்து கொண்டு அவன் அனுபவிக்கக் கூடியவற்றின் மீது பொறாமை.

ஒவ்வொரு மனைவியும், தனக்கு வீடு குடும்பம் தவிர வேறு எதுவும் கிடையாது என்ற ஞானத்தோடு வாழவேண்டும். அவளது வீடு களைத்துப்போன போர்வீரன் - வேட்டைக்காரன் (கணவன்) பின்வாங்குவதற்குரிய ஓர் இலட்சிய பாசறையாகும். அவன் தனது மிக மட்டமான பாவனைகளை (Manners) வெளிப்படுத்த, சுவாரஸ்யமற்ற தனது உரையாடலை வெளிப்படுத்த வீடு நல்லதொரு பாசறை. அவன் தனது காயங்களை நக்கிக்கொடுக்கிற போது, நம் உடை, நித்தியகர்மங்கள், மதிய உணவுடப்பா முதலியவற்றோடு மற்றொரு போருக்குத் தயாராகிறான்.

வாழ்க்கையை அனுபவிக்கவும், தனது உள்ளார்ந்த ஆற்றலை வெளிப்படுத்தவும் மிக எளிய புரிதல் முறையில் தன்னை விடுதலை செய்ய நினைக்கின்ற எந்தப் பெண்ணாலும் இத்தகைய வகிபாகத்தை

ஏற்க இயலாது. திருமணம் என்பது பெற்றோர் - பிள்ளை பாசத்தின் மீது அமைகிறது. திருமணத்துக்குப் பிறகு மனைவி தனது கணவனுடைய பெயரை ஏற்கிறாள்; கணவனுக்குச் சொந்தமான வீட்டில் வாழ்கிறாள். தன் விரலில் அவன் மாட்டிய மோதிரத்தை எல்லா நேரங்களிலும் அணிகிறாள். பொது இடத்தில் அவனது துணையோடு போகிறாள்.

> *(...ஒரு திருமண ஒப்பந்தத்தில் கையொப்பமிடுவதுதான் மிக முக்கியமான தொழில் தொடர்புச் செயல்பாடாகும். இதில் நீங்கள் உங்களை எப்போதும் ஈடுபடுத்துவீர்கள். இரண்டு முதலாளிகளில் ஒருவர் நிர்வாக இயக்குநராகப் பணியாற்ற வேண்டும் - அவர் பெரும்பாலும் கணவராக இருப்பார். இதற்கு அவனுக்கு வேண்டிய ஒரே தகுதி மிருகவலிமை... பிறக்கின்ற குழந்தைகள் நிறுவனம் மேற்கொள்ளுகிற புதிய முதலீடு களாவார்கள். முதலீடு செய்யப்பட்ட அசல்களுக்கு உரிய நல்ல வருவாய் கிடைக்குமாறு இயக்குநர்கள் பார்த்துக்கொள்ள வேண்டும்'* - Cyrus Fullerton, 'Happiness and Health in Womanhood', 1937, pp.40-41*)*

தானும் ஒரு மோதிரத்தை அணிய ஒத்துக்கொள்ளலாம். இருவரும் கூட்டாக வங்கிக் கணக்கு வைத்திருக்கலாம்; வீடு இருவர் பேரிலும் இருக்கலாம். இவற்றால் எல்லாம் ஒரு மனைவியின் தனித்த தேவைகளில் எவ்விதமான முக்கிய சலுகைகளும் வந்துவிடாது. எப்படியும் கடைசியில் நிறுவனத்தின் இன்றியமையாத குணம் தன்னை நிலைநிறுத்தும். இவ்விதமான சலுகைகளுக்கு ஒரு மனைவி உரிமை கோரா முடியாது என்ற எதார்த்த நிலைமைக்கு விசேசமான விளைவுகள் உள்ளன. அவை: மனைவி நன்றிக்கடன்படுதலும், தானே முன்வந்து இன்னும் கூடுதலாக சேவை செய்தலும் ஆகும். மேலும் பெண் ஒருத்திக்குக் குழந்தைகள் பிறக்கவேண்டும் என்றால், மனிதகுலம் நீடிக்கவேண்டும் என்றால், இதற்கு மாற்றாக என்ன இருக்க இயலும்?

மனிதகுலம் நீடிக்கவேண்டும் என்கிற பிரச்சினை எதிர்காலத் தலைமுறைகளின் பிறப்பை உறுதி செய்யும் விசயமாக இல்லை. மாறாக அதனைக் கட்டுப்படுத்துவதுதான். மனித குலத்திற்கு உள்ள உடனடி யான ஆபத்து என்னவென்றால் அது ஓரிரு தலைமுறைகளுக்குள் அழிந்து ஒழிந்து விடுவதுதான்; மனித இனத்தின் இனவிருத்தியின் தோல்விதான் அந்த உடனடி ஆபத்து என்பது இல்லை. மாற்று வாழ்க்கைமுறையைத் தேடுகிற ஒரு பெண், இயற்கைக்குத் தனது

கடனைச் செலுத்துவதற்குத் தார்மீக ரீதியாகக் கட்டுப்பட்டவள் இல்லை. தங்களையே இரண்டு குழந்தைகளாக இடம் பெயர்க்கிற பெற்றோர்கள் உள்ள குடும்பங்களில் அந்தக் குழந்தைகளுக்கு அவர்களோடு வளர்வதற்குப் பெரும் ஆசை கிடையாது. ஏனென்றால் அந்தக் குழந்தைகளால் தங்களையொத்த சமமான, சகோதர சகோதரிகள் அடங்கிய குழுவோடு பிரச்சினைகளை அனுசரித்துப் போவது போலப் பெற்றோர்களுடன் போக முடிவதில்லை. பெற்றோர்கள் அவர்களோடு கொண்ட உறவு, மிகுந்த ஆதிக்க உறவாக இருப்பதால் இதில் ஏற்படுகிற இடிபஸ் சந்தர்ப்ப சூழலிலிருந்து விளைகிற நரம்புச் சிக்கல்கள் மிக மோசமாக இருக்கின்றன.

குழந்தைகளைப் பெற்றுக்கொள்ளாத பெண்பால்கள் தங்கள் பொறுப்பைத் தட்டிக்கழிக்கிறார்கள் என்று கூறுவதற்கு தார்மீக பாரபட்சமே (moral prejudice) யன்றி வேறு காரணம் இல்லை. இவ்வாறு இருக்கையில் எல்லாப் பெண்களும் இனவிருத்தி செய்யும் கடமையுள்ளவர்கள் என்று ஏன் கருதவேண்டும்? ஒரு குழந்தையை யடைய ஒரு பெண் அதனைத் தானேதான் வளர்க்க வேண்டும் என்பது கட்டாயமில்லை. அரசுக் கடமைகள் உடைய பெண்கள், தங்கள் குழந்தைகளை வளர்க்கச் செவிலியரை அமர்த்துவதைப் பல சமுதாயங்களில் காணலாம். செவிலியிடம் குழந்தையை விட்டு வளர்க்கும் பழக்கத்தால் மனநோயுற்ற ஓர் இனம் வந்து விடவில்லை. ஒரு குழந்தைக்குக் கவனிப்பும் பராமரிப்பும் வேண்டும். ஆனால் அவை, நிரந்தரமாகக் கூடவே இருந்து கொண்டிருக்கிற ஓர், ஒற்றைத் தனி நபரிடமிருந்து வெளிப்பட வேண்டிய அவசியமில்லை. குழந்தைகள் தங்களைச் சுற்றியுள்ள நபர்களின் மாற்றத்தால் பாதிக்கப் படுவதைவிட அதிகமாக இடமாற்றங்களால்தான் பாதிக்கப்படு கிறார்கள், பரிச்சயமின்மையால் அதிகம் துயரமடைவதைவிடத் தங்களுடைய சுற்றுச்சூழலில் பெரியவர்களுக்கு இடையில் உள்ள மனஉரசல், தீய எண்ணம் ஆகியவற்றால் மிகவும் துயரடைகிறார்கள். கட்டாயத்தின் பேரிலும், எரிச்சலிலும் குழந்தைகளைப் பயமுறுத்தி அவர்களிடையே பிளவை ஏற்படுத்துகிற ஓர் ஒற்றை மனுசியை விடத் தாமாகவே முன்வரும் ஒன்று அல்லது இரண்டு பெண்களால் குழந்தைகளின் ஒரு கூட்டத்தை வெற்றிகரமாக நாகரிகப்படுத்திவிட இயலும். இதற்கு மாற்றுவழி, பெற்றோர் பணிகளை அதிகாரவர்க்க வடிவம் போன்ற வடிவமாக நிறுவனமயமாக்குதலாகக் கருத வேண்டியதில்லை; ஒரு குழந்தைப் பண்ணையாகவும் கருத வேண்டாம். அது உயிரோட்டமான ஒரு குடும்பமாக இருக்கும். அங்கே அந்தக் குழந்தைச் சமுதாயம் அன்பு, தனிப்பட்ட ஆர்வம் ஆகியவற்றால் பெரியவர் சமுதாயம் ஒன்றோடு கலந்து வாழ இயலும்.

குடும்பத்தை ஓர் அவசியமான சூழல் என்று பார்க்காது, அதனை அடையத்தக்க ஓர் இலக்காக, படைப்புத்தன்மை மிகு சாதனையாகப் புரிந்து கொள்ள வேண்டும்.

குடும்பம் ஒன்றை அமைக்கும் உரிமையால் ஓர் ஆண் பாடுபடுகிறான். அதைப்போலக் குழந்தை பெறுவதைப் பெண்கள் கவுரமானதாகக் கருத இயலும். அதை ஒரு கடமை என்றோ அல்லது தப்பமுடியாத தலையெழுத்து என்றோ கருதத் தேவை இல்லை. அப்போதுதான் குழந்தைகள் நன்றிக்கடன் என்ற சுமையோடு வளரமாட்டார்கள். இவ்வுலகத்தில் வாழ்கின்ற கொடையை அக்குழந்தைகள் ஒருபோதும் கேட்டதில்லை. அதனால் எதற்காகவும் அவர்கள் நன்றிக்கடன் படவுமில்லை. அறிவுக்கூர்மை மிகுந்த பெண்கள் தம்மைத் தாமே மறுஉற்பத்தி செய்து கொண்டிருக்கிற தில்லை. ஏனெனில் குழந்தை பெறுவது ஒரு முழுநேர வேலை என்று மதிக்கப்படுகிறது. மரபணுவியல் (genetics) ரீதியில் இது, குழந்தை உண்டாகிப் பிரசவமாவது என்று கருதப்படுகிறது. ஓர் இல்வாழ்வில் ஒரு பெண், குழந்தை சுமந்து பெற்றுத்தருகிற காரியத்திற்காக அவளுடைய நேரத்தில் பாதி செலவாகி எஞ்சிய நேரத்தை அவளுக்கு உகந்த வேறு காரியங்களில் அவள் ஈடுபடலாம் என்ற ஒரு சூழல் இருக்குமானால் அறிவுக்கூர்மையுள்ள பெண்கள் இனவிருத்தி செய்வதில் அதிக நாட்டம் கொள்ளுவார்கள். எனது நரம்புச் சிக்கல்களிலிருந்தும், ஒரு கணவனிடம் அனுசரித்துப் போகக்கூடிய தொல்லைகளிலிருந்தும், வீட்டு வாழ்க்கையின் பிடுங்கல்களிலிருந்தும் துயரம் ஏற்படாதவாறு ஒரு குழந்தையைப் பெறும் பிரச்சினை பற்றிச் சிலகாலமாக நான் யோசித்து வந்திருக்கிறேன். ஒருவகைக் கனவாக மாறிய ஒரு திட்டம் பரிணாமம் பெற்றது. ஒரு நகரத்தின் அடுக்குமாடிக் குடியிருப்பிற்குள் மாட்டிக்கொண்டதாக மனதில் படியும் அச்சத்தோடு ஒரு குழந்தையை வளர்க்கலாகாது என்பது என் அபிப்பிராயம். அந்த அடுக்குமாடிக் கூண்டுக்குள், குழந்தையின் கை கால்களுக்கும் நுரையீரல்களுக்கும் பயிற்சி கொடுக்க வாய்ப்பு மிகமிகக் கொஞ்சம் தான். என் வேலைக்கு உரிய கருவிகளும் அதற்குரிய சந்தையும் எளிதில் கிடைக்கிற ஒரு நகரத்தில் நான் வேலை செய்யவேண்டும். மனத்துயரத்தோடு இருக்கிற ஓர் ஒற்றைப் பெண்ணோடு எந்தக் குழந்தையையும் தனியாக வளர்க்கக்கூடாது. அந்த ஒற்றைப் பெண் தனக்கும், தன் குழந்தைக்கும் எனக் கடுமையாக வேலையில் போராடிக் கொண்டிருக்கிறாள். கலபிரியாவில் நானறிந்த குழந்தை களை மறுபடியும் நினைத்துப் பார்த்தேன். அதன்பின் என்னைப்போல் பிரச்சினைகளை உடைய எனது சில நண்பர்களின் துணையோடு இத்தாலியில் ஒரு பண்ணை வீட்டை வாங்கத் திட்டமிட்டேன்.

சந்தர்ப்ப சூழல்கள் அனுமதித்தால் அங்கேயே தங்கியிருந்து குழந்தை பெற்று வளர்க்க நினைத்தோம். அந்தக் குழந்தைகளின் தந்தைகளும் மற்றவர்களும் அடிக்கடி அந்தப் பண்ணை வீட்டிற்குச் சென்று தங்கி குழந்தைகளோடு மகிழ்ச்சியாக இருந்து ஒருசில வேலைகளைக்கூடச் செய்யலாம். எங்களில் சிலர் நாங்கள் விரும்புகிறவரை அங்கே சற்று நீண்டகாலங்கூட வாழலாம் என நினைத்தோம். அந்தப் பண்ணை வீட்டையும் தோட்டத்தையும் அங்கே குடியிருந்த ஓர் உள்ளூர்க் குடும்பம் கவனித்துக்கொள்ளும். அங்கே எங்கள் எல்லோரிடமிருந்து வித்தியாசமான திறன்களைக் கற்கவும், அங்கிருந்த ஒரு வெளியில் புதிதாகக் கண்டு அறியவும், அந்த வெளியை ஆதிக்கம் புரியவும் குழந்தைகளுக்கு வாய்ப்பு இருக்கும். அது சொர்க்கம் போலிருக்காது. ஆனால் அங்கே ஒரு சின்னஞ்சிறு சமூகம் வளர்வதற்கு ஒரு வாய்ப்பு இருக்கும். இருபால்களையும் சேர்ந்த பெற்றோர்களிடமிருந்து பன்மடங்கான வகிபாகங்களைத் தெரிவு செய்ய வாய்ப்பு இருக்கும். அங்கே கூட்டுப்பண்ணையின் மிக மோசமான வாழ்க்கைமுறை அகற்றப்படும். குறிப்பாக, குழந்தைகள் தங்களையொத்த குழந்தைகளோடு பாலியல் பரிசோதனை செய்து பார்க்கக் கூடாதென்று விலக்கப்படமாட்டார்கள். கூட்டுப்பண்ணை போன்ற குழந்தைகள் வளர்ப்பு முறையில் (kibbutzin = ஹீப்ரு சொல், யூத இனத்தாரின் கூட்டுக் குடியிருப்பு வாழ்க்கைமுறை, குறிப்பாக மனிதர்கள் வாழும் ஒருவிதக் கூட்டுப்பண்ணை முறை - மொ. பெ) இப்படியொரு இயற்கைக்கு மாறான கட்டுப்பாடு அந்தக் குழந்தைகளிடம் மோசமான பின்விளைவுகளை உண்டாக்கி விட்டது. என் குழந்தையோடும், அதனுடைய நண்பர்களோடும் சேர்ந்திருப்பது ஓர் இனிய சலுகை; மனமகிழ்ச்சியோடு அதற்காக நான் பணிபுரிவேன். தேவைப்பட்டால் அந்தக் குழந்தையைச் சுமந்த தாய் நான் என்பது கூடத் தெரியத் தேவையில்லை. பிற குழந்தைகளோடு என்னால் உறவு பாராட்ட முடியும்தானே. என் குழந்தைக்கு லண்டன், நியூயார்க் போகவேண்டும் அல்லது முறைசார்ந்த பள்ளிக்கூடம் போகவேண்டும் என்று ஆசை ஏற்பட்டால் அதில் நாம் நம்மைக் கட்டாயமாக ஈடுபடுத்திக் கொள்ளாமல் அதனை முயற்சி செய்து பார்க்க இயலும்.

ஒரு பெண் வடிவமைக்கிற எந்தப் புதிய ஏற்பாடும் விநோதமானது - விபரீதமானது என்ற பின்னடைவைப் பெற்று விடும். ஒரே வயதைச் சேர்ந்த பிறகுழந்தைகளைப் போல இக்குழந்தைகள் வளர்க்கப்பட்டிருக்க மாட்டார்கள். சட்ட பூர்வமான வாரிசு உரிமை, நாட்டுக் குடிமகன்/ள், குறித்த சிக்கல்கள் இருக்கின்றன. நம்முடைய சமுதாயம் 'உடைக்கப்பட்ட வீடு' என்ற தொன்மத்தை உண்டாக்கி யுள்ளது. இத்தொன்மம் பல தீமைகளுக்கு மூலாதாரமாக இருக்கிறது.

சமுதாயத்தோடு ஒன்றிணைதல் என்ற எண்ணம் தன்னிலே பிழையானது; ஏனெனில் இந்தச் சமுதாயம் நாமாக நினைத்துக் கொண்டிருப்பது போல முழுமையான ஒத்திசைவும் சமனிலையும் கொண்டதாக இருப்பதில்லை. என் குழந்தைகள், புனைவான பெரும்பான்மைக்கு உள்ளே இருக்கிற பிற சிறுபான்மைக் குழு எதிலிருந்தும் தனித்து வாழ்பவர்களாக இல்லை என்று அவர்கள் உணர்வதற்காக அங்கே, போதிய அளவுக்கு விநோதமானவர்கள், குழந்தைகளுக்கு வெவ்வேறு வாழ்க்கை நடைகளைச் செதுக்கிக் கொண்டிருக்கிறார்கள். இந்தக் கணினி யுகத்தில் சமூகத்தோடு ஒத்திசைந்து போவதைவிட, ஒத்திசையாமற் கலைந்து போதல் ஓர் உயர்ந்த மதிப்பீடாகத் தோன்றலாம்...

(‘ஓர் ஆண்பாலும் பெண்பாலும் தொடர்ந்து சேர்ந்து வாழ்வது பற்றி உயிரியல் ரீதியில் கூறுவதாயின் அது மிகவும் இயற்கையல்லாத நிலைமை என்றுதான் கூறவேண்டும்’ - Robert Briffault, 'Sin and Sex', 1931, p. 140)

உயிரோட்டமான ஒரு குடும்பம் என்றால் குழந்தைகளைத் தங்கள் பெற்றோர்களுடைய விரிவாக்கம் (extention) என்னும் குறைபாடுகளிலிருந்து விடுவிப்பதாகும். அதனால் அவர்கள் முதலில் தங்களைச் சேர்ந்தவர்களாக முடியும். அவர்களுக்காக அவர்களுடைய பெரியவர்கள் ஆற்றுகிற சேவைகளை, தாங்கள் அவர்களையே சேர்ந்த வர்கள் என்ற நிலைமை வராதவாறு இயற்கையாக ஏற்றுக் கொள்ளலாம். குழந்தைகள் தங்களது சொந்தச் செயல்பாடுகளைச் செய்வதற்கான முன்முயற்சிக்கு உரிய வீச்சு அவர்களிடம் இருக்க வேண்டும். தங்களுடைய தனித்து ஒதுங்கிய தன்மை குறித்துக் குழந்தைகளுக்குக் கோபம் வரலாம், ஆனால், மற்ற சந்தர்ப்ப சூழல்களில் தாங்களும் மற்றவர்களைப்போலச் சாதாரண இயல்பு உடையவர்களே என்பதற்காகக் கோபப்படலாம். இத்தகைய அனுசரிப்புத் தொல்லைகளை எதிர்கொண்ட குழந்தைகள் தாங்கள் தப்பித்துக் கொள்ளுவதற்குரிய பலிகிடாக்களாகத் தங்கள் பெற்றோர் களையும், அவர்கள் தங்களை வளர்த்த விதத்தையும் பிடித்துக் கொள்ளுகிறார்கள். பெற்றோர்கள், சுரண்டல் பாரபட்சம் காட்டுதல் என்ற வட்டத்தைத் தவிர்க்க விரும்பினால் தங்கள் குழந்தைகளை மகிழ்விப்பதைத் தவிர அவர்களுக்கு வேறு வழி கிடையாது.

தாமாகவே ஒழுங்குபடுத்திக்கொள்ளுகிற உயிரோட்டமான குடும்பங்கள் எனும் நிறுவனம் குழப்பத்தை நோக்கித் திரும்பிச் செல்லுவதாகத் தோன்றலாம். ஊடுறவான அழிவு வேலை செய்கின்ற

ஒன்றுக்கொன்று முரண்பட்டுக் கொண்டிருக்கிற அமைப்புக்களின் குழப்பத்தைக் காட்டிலும் உண்மையான குழப்பம் அதிகம் பயனுள்ளது. பாரம்பரியம் மக்கிப்போக அதிகாரவர்க்க முறைதான் சட்டம் என்று ஆகிவிட்டால் சம்பாதிக்கத்தக்க செல்வங்களாக, அதிகாரமும் இயக்கமும் தாமேயன்றி வேறில்லை. தந்தை வம்சாவழிச் சமூக வடிவமைப்பில் குடும்பம் நீடித்து நிலைத்திருக்க வேண்டும் என்பது அபத்தமானது. முன்பு என்றுமில்லாதவாறு மக்கள் மிகவும் நெருக்கியடித்துக்கொண்டு வாழவேண்டும் என்பது அபத்தமானது. அவர்கள் ஒரு தோட்டத்தோடு கூடிய ஒரு குடிசையில் இன்னும் வாழ்வதாகப் பாசாங்கு பண்ணிக் கொண்டிருக்கிறார்கள். விவாகரத்துக்கு எப்போதும் சாத்தியம் இருக்கிறபோது வாழ்நாள் முழுவதும் இருவரும் சேர்ந்தே வாழ்வது என்று மக்கள் சத்தியம் செய்ய வேண்டும் என்று நினைப்பது அபத்தம். குழந்தைகளோடு பெற்றோர்கள் கூடவேயிருந்து வாழ்வதும், அவர்களுக்கு ஒருமைல் தொலைவில் இருந்து வாழ்வதும் அக்குழந்தைகளின் வளர்ப்பில் முற்றிலும் வித்தியாசமான நிலைமையை உண்டாக்குகிறபோது பெற்றோர் நிலையின் (Parent hood) வினைபாடு பற்றியும் அதன் அர்த்தம் பற்றியும் குழப்பமான நிலைமை காணப்படுகிறது. இந்நிலையில் குடும்பங்கள் தாங்கள் இயல்பானதாக (normality) இருக்கிறதாக உரிமை பாராட்டுவது அபத்தமே.

குழந்தைகளுக்குத் தாய்ப்பால் கொடுப்பதா வேண்டாமா? எப்போது, எந்த அளவுக்கு அவர்களை மலஜல சுகாதாரப் பயிற்சிக்கு உட்படுத்துவது? தண்டிப்பதா? பாராட்டுவதா? குழந்தைகள் தங்களுக்கு நெருங்கிய அறிமுகமான குடும்பத்திற்கு வெளியிலுள்ள பெரியவர்களைக் கண்டு பயப்படவேண்டும் என்பது அபத்தமானது. தங்களது இருத்தல் ஏற்றுக்கொள்ளப்படாத சூழல்களில் பெருமளவில் குழந்தைகள் வளரவேண்டும் என்பது அபத்தமானது. X தலைமுறை, தலைமுறை இடைவெளி, மோட்ஸ் (Mods) ராக்கர்ஸ் (Rockers), ஹிப்பிகள், யிப்பிகள், வழுக்கை மண்டைகள் (Skin heads), மாவோ யிஸ்டுகள், ஐரோப்பிய இளம் ஃபாஸிஸ்டுகள், ஒரு காரணமுமில்லாத கலகக்காரர்கள் ஆகியோருடைய பெற்றோர் தலைமுறையினர் என்னென்ன பெயர்களில் இவர்களுக்கு ஊக்கமளித்தாலும், இந்த இளம் தலைமுறையினர், தங்களது பெரியவர்கள், தங்களது குழப்பத்தை மறைப்பதற்காக அதிகாரத்துவம் பற்றிய பொய்யான அனுமானத்தைக் கொண்டிருப்பதாகக் குற்றம் சாட்டிக் கொண்டிருக்கிறார்கள். கலைப் பொக்கிஷங்களை அழிப்பது, எஃகு - குல்லா வைத்த பூட்ஸ்களை அணிவது, போதைப் பொருள் உபயோகம்,

கால்பந்தாட்டக் கலவரங்கள் ஆகியவை பெருங் குழப்பங்கள். இவற்றைக் கையாளுவதற்கு நிறுவனப் படுத்தப்பட்ட அதிகாரத்துவம் மேற்கொள்ளுகிற முயற்சிகள் மேலும் குழப்பமாக இருக்கின்றன. வளரிளம் பருவத்தைச் சேர்ந்த 'குற்றவாளி' இந்த அமைப்பை எதிர்க்கிறான். அல்லது அமைப்புக்கள் ஒன்று தன்னோடு அனுசரிக்குமாறு எதிர்க்கிறான். அது எப்போதும் தோல்வியடைகின்றது. தற்போதுள்ள நிலைமை ஒழுங்கின்மை, அதுவே ஒழுங்கு எனப் பவனி வந்து கொண்டிருக்கிறது. சடங்குரீதியாகவும், சீருடைகளிலும் நமது குழந்தைகள் ஓர் உயிரோட்டமான சமூகமாக ஒன்று கூடுகிறார்கள். இது, அரசு அதிகாரத்தை முட்டாளாக்க முடியும். 'நரகத்தின் சம்மனசுகள்' (Hell's Angels) என்ற இளைஞர் அமைப்பினர் விசயத்தில் கலிபோர்னிய காவல்துறை தலையிடத் துணிவதில்லை. இந்த 'சம்மனசுகள்' தண்டனைச் சட்டத்தைக் கேலிக்கூத்தாக்குகிறார்கள். இவர்களது பெற்றோர்களுக்கு ஆற்றல் இருந்திருந்தால் செய்திருக்கக் கூடிய காரியங்களைச் செய்ய மறுப்பதன் மூலமாக இவர்கள் சட்டத்தைக் கேலி செய்கிறார்கள். இதேபோல 'கறுஞ்சிறுத்தைகள் (Black Panthers) கேலிக் கூத்தடிக்கிறார்கள். குடும்பம் ஏற்கனவே உடைந்து சிதைந்துவிட்டது. பழைமைவாதத்தைத் தொழில்நுட்பம் விஞ்சிவிட்டது. கட்டுப்படுத்த முடியாத குழந்தைகளைக் கையாளுவதற்கு அரச - தந்தையிடமுள்ள ஒரேவழி அவர்களைத் தெருவில் விட்டு அடித்துத் துப்பாக்கியால் சுடுவது, அல்லது யுத்தத்திற்கு அனுப்புவது. அதுவே இறுதியான ஒழுங்கற்ற குழப்பம்.

இத்தகைய அதிகாரமயமான குடும்பத்தை, இந்த அதிகார மயமான அரசு, அதிகாரமயமான சமுதாயம் ஆகியவற்றிலிருந்து பிரிக்க முடியாத அங்கம் என்றும், அதேசமயம் அவற்றுக்கான முன்தேவை என்றும் ரீச் விளக்கினார்.⁵ குடும்பம் போலவே அரசு தன்னுடைய ஒழுங்குக் குலைவையும் தாராளத்தன்மையையும் மூடிமறைத்து வேடம் போடுகிறது. ஆனால் கடைசியில் தனது ஒழுங்கற்ற அதிகாரத்தைக் காட்டுவதற்குத் தலையிடுகிறது. இங்கிலாந்தில் இளைஞர்களுடைய 'அத்துமீறல்கள்' பொறுத்துக் கொள்ளப் படுகின்றன; அவை அனுமதிக்கப்படுகின்றன. ஒரு கட்டத்தில் கட்டுக்குள் கொண்டுவரப்படுகின்றன. அல்லது மிகுந்த எச்சரிக்கை யோடு தண்டிக்கப்படுகின்றன. அமைதியாக இருக்கிற இளைஞர் தொகையைத் தேவையின்றி ஆத்திரமூட்டாதபடி இது செய்யப் படுகிறது. இதன் விளைவு அரசியல், சமூகச் சீர்குலைவு. 'பாலியல் காட்டுத்தனம்.' இல்லறம் பற்றிய என் கனவுக்கு வடிவமில்லை, அது சட்டரீதியானதாக இருக்கவில்லை. எனது கனவு இல்வாழ்க்கையானது

முரண்படுகிற விசுவாசங்களின் சீர்குலை விற்கு எதிராகப் பாதுகாப்புத் தருகிறது. இதேபோல முரண்படுகிற தீர்வுகள், கல்வி, எந்திரங்கள் ஆகியவற்றின் சீர்குலைவிற்கு எதிராகப் பாதுகாப்புத் தருகிறது. என் குழந்தையை யாரும் வழிநடத்தப் போவதில்லை. ஏனெனில் அவனை வழிகாட்டுகிற இச்சமுதாயம் ஏககாலத்தில் பின்னோக்கியும் முன்னோக்கியும் பக்கங்களை நோக்கியும் அவனை வழிநடத்த முனைகிறது. இந்த ஜீவிதத்தில் அமைதியையும் மகிழ்ச்சியையும் நாம் மீட்டெடுக்க வேண்டுமென்றால், நம் குழந்தைகள் தங்கள் வழியில் நமக்குச் சொல்லுவதை நாம் செவிசாய்த்துக் கேட்க வேண்டும். நமது பைத்தியக்காரத்தனமான குடும்பங்களில் குழந்தைகள் மீது நமது சின்னா பின்னமான பிம்பத்தைச் சுமத்தக்கூடாது.

## பாதுகாப்பு

பாதுகாப்பு என்று ஒரு விசயம் கிடையாது; இதற்கு முன்பும் கிடையாது. இருந்தாலும் பாதுகாப்பு என்பதை மக்களுடைய உரிமை போலப் பேசுகிறோம். பாதுகாப்பின்மையின் விளைவுகளாக நரம்புச் சிக்கல், உளவியல் சிக்கல் ஆகியவை பற்றி நாம் விவரிக்கின்றோம். இயற்கையின் வர்த்தமானங்களில் பாதுகாப்பு என்று ஒன்று இல்லை. இருந்தாலும் காப்பீடு, உத்திரவாதம், சமூகப் பாதுகாப்பு ஆகிய உபாயங்களைப் புத்திசாலித்தனமாக நாம் கண்டுபிடித்துள்ளோம். காவல் சேவைகளையும் சேவைக் காவலர்களையும் வேலைக்கு அமர்த்துகிறோம். எனினும் நாம் சற்றும் எதிர்பாராத பேரழிவிற்கான ஆற்றல்களை இந்தப் பிரபஞ்சம் கொண்டிருக்கிறது என்பது நமக்குத் தெரியும். நவீன பணப் புழக்கத்தின் ஏற்ற இறக்கங்களுக்கு எதிரான நம்பிக்கைகளாக ஓய்வூதியத் திட்டங்கள் இல்லை என்பதை நாமறிவோம். இழந்துபோன ஒரு காலையோ, ஒருவாழ்நாளின் தலைவலிகளையோ அல்லது வடுப்பட்ட அழகையோ பணத்தால் திருப்பித்தர முடியாது என்பதை நாமறிவோம். ஆனாலும் அவ்வாறு முடியும் என்பதற்காக நாம் முயற்சிக்கின்றோம். வங்கியிலும், நம் வீட்டிலும், முதலீடுகளிலும் உள்ள பணங்கள் நம்மைச் சேதப்படுத்தக் கூடிய பகுதிகளின் விரிவாக்கங்களாகும். ஓய்வுபெறும் காலத்தில் ஒருவர் பெறுகிற தொகை அதிகம் என்றால் அதே அளவுக்கு அதன் இழப்பும் அதிகம். ஒரு மனிதனை நோய், வறுமை முதலியவற்றி லிருந்து பாதுகாக்க நடவடிக்கை எடுக்கிற அரசுக்கு பொதுநலனை முன்னிட்டு, அவனைப் பலியிடவும், அவன் வீட்டைத் தகர்க்கவும், அவனது விலங்குகளைக் கொல்லவும், அவனது குழந்தைகளை மருத்துவமனையிலோ அல்லது அங்கீகரிக்கப்பட்ட இல்லங்களிலோ சேர்க்கவும் அதற்கு உரிமை இருக்கிறது. அரசாங்கப் படிவங்களில் அவன் பெயர் அதிகமாக இடம் பெறுவதைப் போல, அந்த அளவுக்கு உயர்ந்த இடங்களில் அவனை அவமானப்படுத்தும் வாய்ப்புக்களும் அதிகமாக இருக்கின்றன. ஜான் கிரீன்வே என்பவர் திருமணம் வங்கிச் சேமிப்பு வீடு - வேலை - சம்பாத்தியம் - கார் - தோட்டம் - ஆயுள் காப்பீடு ஆகியவற்றில் பாதுகாப்பை உணர்கிறார். ஆப்பிரிக்காவில் பட்டினி கிடப்போரைப் பற்றி வருந்துவதற்கு நேரமில்லை என்று கூறிய அவர் கடைசியில், பாதுகாப்பு என்பது கொலை செய்ய வல்லது, அது உங்கள், "மனதையும் ஆன்மாவையும் அரிக்கவல்லது" என்றார்.[1]

ஒரு மனிதன் உண்மையில் பாதுகாப்பாக உணரக்கூடிய ஒரே இடம் ஒருவேளை உச்சபட்சமான பாதுகாப்புடைய சிறைச் சாலை யாகலாம். விடுதலை செய்யப்படலாம் என்பதும் அவனுக்குப் பாதுகாப்பானதல்ல. பாதுகாப்பு என்பது வாழ்க்கையை மறுப்பது. மனித உயிரிகள் பேரழிவுகளையும் தொல்லைகளையும் தாக்குப் பிடிக்கின்ற அளவுக்கு நன்கு ஆயத்தமாயிருக்கிறார்கள். மாறுதலற்ற பாதுகாப்பை அவர்களால் அந்த அளவுக்குச் சமாளிக்க இயலவில்லை. ஆங்கிலேயர்கள் யுத்த காலத்தில் அபாரமாகச் சமாளித்தார்கள் என்பது எல்லோராலும் ஒத்துக்கொள்ளப்பட்ட விசயம். அவர்கள் மிகவும் கலகலப்பானவர்கள், முயற்சியாளர்கள், அன்றாடம் விழுகிற குண்டுவீச்சின் அச்சுறுத்தலோடு நட்பாகப் பழகிக் கொண்டவர்கள். சமாதான காலத்தில் இருப்பதை விடப் போர்க்காலத்தில் சுமுகமாக இருப்பார்கள். அமைதியான காலத்தில் ஆப்பிரிக்காவில் எத்தனை மக்கள் பட்டினி கிடக்கிறார்கள் என்பதைப் பற்றி நாம் கவலைப் படுவதில்லை, நைஜீரியாவில் மேற்கொள்ளப்படுகிற பிரிட்டிஷ் அரசின் கொள்கையை நம்மால் சகிக்கமுடிகிறது. ஜான் கிரீன்வே, தமது பாதுகாப்புக் கொத்தளங்கள் அச்சுறுத்துவதற்குரிய வாய்ப்புக்களைத் தரும் என்பதை உணரவில்லை. இந்நிகழ்வை, எலிஸபெத் காலத்தவர்கள், 'உறுதியற்ற தன்மை' உடையது என்றார்கள் கிரீன்வே பாதுகாப்பு என்றொரு விசம் உண்டென நம்புகிறார். ஒருவனை வேலைக்கு அமர்த்தியவர் அவனுக்குக் குறைவான சம்பளம் தரலாம், ஆனால் அவனுக்கு ஒரு பாதுகாப்பான சம்பாத்தியம் வாழ்க்கைக்கு உத்திரவாதம் தருகிறார். அவன் அதே வீட்டில் வாழ்வும் சாகவும் அச்சம்பளத்தால் அனுமதிக்கப்படுகிறாள். ஒதுக்கப்பட்டு, தனிமையில் வாழ்வதற்கு எதிராக உத்தரவாதமாக வாழ அவன் ஒரு மனைவி, குடும்பம் என்று பிணைத்துக் கொள்ளலாம்.

இருபதாம் நூற்றாண்டில் பாதுகாப்பு பற்றிய மனப்பிரமை ஏற்பட்டது. இந்தப் பாதுகாப்பு, பெரும் அச்சுறுத்தல் நிரம்பிய காலத்தில் போலியாகப் புகுத்தப்பட்டது விசித்திரமானது, அணு யுகத்திற்கு முன், பேரழிவும் கட்டுக்கு அடங்காததுமான ஒரு முழுமை யான யுத்தம் பற்றி மனிதர்கள் கனவு கண்டிருக்கு மாட்டார்கள். மாந்தர் ஒருவகையான அச்சுறுத்தலைத் தணிக்கின்றனர். உடனே அவ்விடத்தில் மற்றொரு அச்சம் இடம்பிடிக்கிறது. நோய்கள் மிகவும் சிக்கலடைகின்றன. போப்பாண்டவர் கிரகோரியின் காட்டுத்தனமான கனவுகளில் வந்த ஆக்கிரமிப்பு, அழிவு ஆகியவற்றை விடவும் அதிக அளவில் அவற்றுக்கான சாத்தியப் பாடுகள் காணப்படுகின்றன. நச்சுப்புகையைப் போரில் பயன்படுத்தக்கூடாதென்று தடை செய்யும் சர்வதேச உடன்படிக்கை கிருமிகளைப் பயன்படுத்தக் கூடாதென்று

தடை செய்யவேண்டும். பாதுகாப்பின்மை மனிதவாழ்வில் ஒரு நிரந்தரமான விசயம். அதனை இல்லாமற் செய்வதற்கான முயற்சிகளை மேற்கொள்ளுவதும் ஒரு நிரந்தரமான விசயம் என்பது என் அபிப்பிராயம். கிரீன்வே, வாழ்விற்கான பாதுகாப்பையும், உடைமை களையும் உணர்ச்சிகரமான பாதுகாப்போடு இணைக்கிறார். இவ்வாறு இல்லாத நிலையில் அவர் உணர்ச்சிகரமான பாதுகாப்பை எவ்வாறு காண்பார் என்பது கடினம். குறிப்பாகப் பெண்களுக்குப் பாதுகாப்பு உணர்வு தேவை; அதற்கு அன்பும் வீட்டின் வசதிகளும் உறுதுணை புரியும். மணம் செய்ய மறுக்கும் பெண்கள் பாதுகாப்பின்மையை எதிர் கொள்ளுகிறார்கள். நிராதரவான வயோதிகம் அவர்களுக்காகக் காத்துக் கொண்டிருக்கிறது. வறுமையும் சீரழிவும் தவிர்க்க முடியாதவை. ஆனால் கணவர்கள் இறக்கிறார்கள், பற்றாக் குறையான ஓய்வூதியங்கள், குழந்தைகள் வளர்ந்து ஆளாகிப் பிரிந்து போகிறார்கள். அம்மாக்கள் மாமியார்களாகிறார்கள். மணமான அல்லது மணமாகாத பெண்கள் யாராயினும், அவர்களது வேலை, கீழ்மட்டத்தில் உள்ளது, குறைந்த ஊதியம் தருகிறது. சொத்தினை உடைமை கொள்ளும் மகளிர் உரிமை குறைக்கப்படுகிறது. மணமாகியிருந்தால் அதிகரிக்கிறது. திருமணம் எவ்வாறு பாதுகாப்பை வழங்கும்? எப்படியானாலும் கணவன் ஓர் உடைமை, அதனை இழக்கலாம் அல்லது திருடலாம், கைவிடப்பட்ட முப்பது சொச்சம் வயதுள்ள மனைவி இரண்டு குழந்தைகளோடு அநாதரவாகவும் பாதுகாப்பின்றியும் இருக்கிறாள். இவளைவிட, குழந்தைகளை உடைய அல்லது இல்லாத மணமாகாப் பெண் பரவாயில்லை எனலாம். சட்டங்கள் விவாகரத்தினை இலகுவாக்கி விட்டதால் ஒரு மனைவியின் பாதுகாப்பின்மை அதிகரித்துள்ளது.

திருமணம் பாதுகாப்பிற்கு உத்திரவாதமானது: மத நம்பிக்கை யாளர்களுக்கு இது ஒரு ‘மெய் விவாகம்’ என்னும் தெய்வீக அடையாளமாக உள்ளது. மோட்சத்தில் கணவனும் மனைவியும் ஒரே மாம்சமாக இருக்கிற பாதுகாப்பு வழங்கப்படுகிறது. ஓர் ஆண்மகனால் வாழ்நாள் முழுவதும் தனிப்பட்ட மேல் ஆளுகைக்கு உள்பட்டவளாக, இப்படியொரு ஒப்பந்தமாக அதனைப் பெண் புரிந்து கொள்ளுகிறாள். இத்தகைய ஒப்பந்தம் வெளிப்படையாக திருப்திதராத ஓர் ஆவணமாக இருக்கிறது. சகலவிதமான தற்காப்புக்களும் இழப்புஈடுகளும் ஆரம்பத்திலேயே எழுதப்பட்டிருக்க வேண்டும். இவை மேலாளுகை ஒப்பந்தங்களாகையால் குறைந்தபட்சம் இது ஒரு தொழில் சம்பந்தப் பட்ட ஆவணத்தின் மதிப்பையாவது கொண்டிருக்க வேண்டும். நாத்திக உலகத்தில் தெய்வீக அடையாளத்திற்கு எவ்வித மதிப்பும் கிடையாது. சம்பந்தப்பட்ட எல்லோருக்கும் உரிய ஒப்பந்தமாக இது தெளிவு செய்யப்பட்டால் நல்லது.

திருமணம் எனப்படுவது பாதுகாப்புக்களும் இழப்புஈடுகளும் கொண்ட ஓர் ஒப்பந்தம் என்றாலும் அது உணர்வுப்பூர்வமான பாதுகாப்பினை வழங்காது. நிரந்தரமில்லாத ஒரு சந்தர்ப்ப சூழலைப் பெண்கள் சார்ந்திருக்க மாட்டார்கள். கணவனுடைய வீட்டில் மனையுறை மனைவி சம்பளமில்லாத உழைப்பாளியாக இருக்கிறாள். இதற்குப் பதிலாக ஒரு நிரந்தரமான வேலையாள் என்ற பாதுகாப்பினைப் பெறுகிறாள். தனது பணி நிரந்தரத்திற்காகக் குறைவான ஊதியத்தை ஒத்துக்கொள்ளுகிற ஒரு வேலையாளைப் போன்ற நிலைதான் மனைவிக்கும். ஆனால் குறைந்த ஊதியம் பெறும் வேலையாட்களை வேலையை விட்டு நீக்கமுடியும், நீக்கப்படுகிறார்கள். அதேபோலத் தான் மனைவிகளும். அவர்களுக்குச் சேமிப்புகளோ திறன்களோ இல்லை; இருந்தால் இவற்றைக் கொண்டு வேறு வேலைகளுக்குப் பேரம் பேச இயலும். அதனால் வேலையை விட்டு நீக்கப்பட்டவர்கள் என்ற கறையை அவர்கள் சுமக்க வேண்டும். பாதுகாப்பென்னும் தூண்டில் இரையால் ஏமாற மறுத்த வெளிப்படையாகப் பேரம் பேசுவது ஒன்றே வேலையாளுக்கும் மனைவிக்குமுள்ள மாற்றுச் செயல்பாடாகும். இதைச் செய்யவேண்டுமானால் ஒரு பெண்ணுக்கு வித்தியாசமான பாதுகாப்பு வேண்டும். பாதுகாப்பின்மையைச் சுதந்திரம் என்று அவளைக் கருத வைக்கின்ற தனித்ததோர் பாதுகாப்பு வேண்டும்.

பெண்களுக்குத் தனித்த பாதுகாப்பு என்பது இல்லையென்றாலும், அதன் சீரிய பண்பினைச் செயல்படுத்துமாறு அவர்களைக் கேட் கிறார்கள். திருமணத்திற்குள், கோட்பாட்டு ரீதியில் சுய - சார்பு என்பது அவசியமாகிறது. தர்க்கரீதியாகப் பார்த்தால் ஒரு பாதுகாப்பினை ஏற்பதற்கான எவ்விதமான காரணமும் இருப்பதாகத் தெரியவில்லை.

“திருமணம், ஒரு வீடு, ஒரு மனைவி, குழந்தைகள் ஆகியோர் வாழ்க்கையில் ஒரு மிக முக்கிய இடம் வகிக்கிறார்கள். இவர்களின்றி ஒரு மனிதன் முழுமையடைய இயலாது. பெரும்பாலானவர்கள் அவர் களால் முடிந்த அளவுக்கு மிகச் சிறந்த வேலையில் அமர்கிறார்கள், பதவி உயர்வு பெறுகிறார்கள், அவர்கள் போதுமான அளவுக்குப் பணம் சம்பாதிக்கிறபோது ஒரு பெண்ணைச் சந்தித்துக் காதலித்து அவளை மணந்து கொள்ளுகிறார்கள். அதன்பின் ஒரு வீட்டையும் ஒரு காரையும் நீங்கள் வாங்க வேண்டியதிருக்கிறது. அதோடு சரி. நீங்கள் உங்களது எஞ்சிய வாழ்க்கை முழுவதும் கட்டிப்போடப்பட்டு விடுகிறீர்கள். உங்களுக்கு முப்பத்தைந்து வயதாகிறபோது உங்களால் பாதுகாப்புக் கருதி புதிய எதையும் முயற்சிக்க அஞ்சுகிறீர்கள். பிறகு, நீங்கள் செய்ய விரும்பியவற்றைச் செய்யமுடியாத துயரங்களோடு வாழ்வதாக அர்த்தமாகிறது”[2]

# வெறுப்பு

# வெறுப்பும் அருவெறுப்பும்
(Loathing and Disgust)

எத்தனை ஆண்கள், தங்களை வெறுக்கிறார்கள் என்பது பற்றிப் பெண்களுக்கு அதிகம் தெரியாது. ஆங்கிலேயத் தொழில் நகரம் ஒன்றில் பிறந்து வளர்ந்த எந்தப் பையனுக்கும் இது தெரியும். அந்த மாதிரி பையன்கள் உள்ளூர் நடன மண்டபங்களுக்கு வெளியே இரவெல்லாம் காத்திருந்து, மண்டபத்திலிருந்து வெளியே வரும் வளரிளம் பருவச் சிறுமிகளைக் 'குஞ்சியடிப்பது' (score a chick) பற்றி விரிவாகச் சொல்லுவான். இதைச் செய்வது அவர்களுக்கு மிகவும் சுலபம். அந்தச் சிறுமிகளை அவர்கள் வெறுத்தார்கள். அந்தச் சிறுமிகளைத் தங்களுடைய இழிவான பாலியல் விடுவிப்பு என்ற குற்றச்செயலோடு அடையாளப்படுத்தி வெறுத்தார்கள். அந்தச் சிறுமிகளை அவர்கள் தனித்தனியாகப் பிரித்து அவர்களால் எவ்வித மறுப்பும் கூற இயலாதபடி உதவியற்று நிற்க, அவர்களில் அசட்டுத் துணிச்சல் மிக்க சிறுமிகளைச் சுவற்றின் மேல் சார்த்தி நிற்கவைத்த (நிலையிலோ, அல்லது (உல்வொர்த்துடைய பைக் ஷெட்களில்) தோல் கோட்டின் மேல் படுக்க வைத்தோ பையன்கள் புணர்கிறார்கள். அந்த அற்பமான சாகசத்திலிருந்து பெரிதாக எந்தத் திருப்தியும் கிடைப்பதில்லை. அதன்பிறகு திடுதிடுப்பென்று சிறுமிகளை பஸ் நிறுத்தத்திற்கு விரட்டுகிறார்கள். தங்களது வெற்றியைப் பற்றி மற்ற பையன்களுக்குச் சொல்லுகிற திருப்தி மட்டுமே அவர்களிடம் மிஞ்சுகிறது. தங்களது விந்து வெளியேறிய பின் உடனடியான சில கணங்களில் பையன்கள் கொலைகாரத் தனமான அருவெறுப்பை உணர்கிறார்கள். 'அது காலியானவுடனே நானும் காலி. என் படுக்கையில் அவளைப் போட்டுக் கழுத்தை நெரிக்க விரும்பினேன். அதன்பிறகு தூங்க நினைத்தேன்.[1] அவர்கள் தங்கள் பெற்றோர்களோடு தங்கி வீட்டில் வாழ்கின்ற பையன்கள். நிரந்தரமாக உடைந்து போனவர்கள். ஒரு சிறுமியோடு நிதானமாக ஓர் உறவைக் கொண்டாலும் கூட அது ஒரு சிடுசிடுப்பான விவகாரமாகவே இருக்கிறது. அது மிகவும் கொடுமையான சடங்காக, விடாப்பிடியான தொண தொணப்பும் புலம்பலுமாக இருக்கிறது. மற்றப் பையன்களோடு தங்களை மறந்து சுயேச்சையாகச் சண்டை போடுவதில் அவர்களுக்கு விடுவிப்பு (release) கிடைக்கிறது. தயார் நிலையில் இல்லாத எதிரிப் பையன்கள் மீது நாய்களைப்போலத் தாவிக் காட்டுமிராண்டித்தனமாக, அவர்களது

முகம் கழுத்து பகுதிகளைக் கடித்துவிட்டு அந்தப் பையன்கள் திருப்பித் தாக்குவதற்கு முன்பே இவர்கள் ஓடிவிடுகிறார்கள்.

இப்படிப்பட்ட கசப்பு ஏறிய குழந்தைகளுக்கு ஆர்வமுள்ள பெண்கள் எல்லோரும் எளிதில் மாட்டுகிற பெண்களேயாவார்கள், கிடைக்க இயலாத சிறுமிகளைப் பற்றி அவர்கள் உயர்வாக ஒன்றும் நினைப்பதில்லை. அவர்களுக்கு எளிதில் கிடைப்பவர்கள் பெட்டை நாய்ச் சிறுக்கிகள்; மற்றவர்கள் கசடுகள். இந்த இரண்டு வகைப் பெண்களில் ஒன்றோடு இறுதியில் ஓர் ஆண் மாட்டுகிறான். திருமணம் விதிவாதத்தோடு சேர்த்து எண்ணப்படுகிறது. இப்போதோ அல்லது பிறகோ இந்த அமைப்பினுள் நிச்சயமாக நீங்கள் நிரந்தரமாக மாட்டத்தான் போகிறீர்கள். தப்பமுடியாத ஒரு வேலையில் மாட்டி, மங்கிக்கொண்டிருக்கிற ஒரு மனைவியையும் கூச்சலிடும் அவள் குழந்தைகளையும் பற்றாக் குறைவான வீட்டில் வைத்து உங்கள் வாழ்நாள் முழுவதும் உழைத்துப் பராமரிக்கப் போகிறீர்கள். விரைவில் போராடுவதற்குரிய சக்திகூட வடிந்துவிடும். அப்போது அந்தக் கணத்துக்கான ஒரே தப்பித்தல்: ஒன்றிரண்டு மணிநேரம் பொழுது போக்கும் இடத்திற்கு போய் நேரத்தைக் கழிப்பதாகும். அதுவும்கூட அவனது 'மிஸஸ்' அனுமதிக்கிற அளவுதான் இருக்கும். தங்களைக் கழற்றிவிடும் ஒன்றாகத்தான் பாலை (sex) அவர்கள் பார்க்கிறார்கள். ஆணுக்கும் பெண்ணுக்கும் அந்த வாழ்க்கை அடிமை வாழ்க்கையாக அமைகிறது. இவற்றை எனக்கு விவரித்த அந்த ஆண்,

> *'பபூன்களில் (apes) ஆண்பால்களும் பெண்பால்களும் சுதந்திரமாக இருக்கிறபோது அவற்றுக்கு இடையில் நடக்கும் போர்கள் ஆண்பால்களுக்கும் பெண்பால்களுக்கும் அத்தனை கொடூரமாகவும் நாசகரமாகவும் இருக்கின்றனவா என்பது பற்றிச் சந்தேகம் கொள்ள ஒருவருக்கு உரிமை இருக்கிறது'* - Paul schilder, 'Goals and Desires of Man', 1942, p.41).

புணர்ந்து முடிந்ததும் அது, ஆண்கள் அனைவருக்கும் அருவெறுப் பூட்டுகிறது என்று தாம் அனுமானித்ததைச் சொன்னார். இப்படி உடலுறவுக்குப்பின் எழுகிற வெறுப்புக்குக் காரணம் குமட்டல் (repulsion) என்று அவன் உறுதியாக நம்புகிறான். ஒரு பெண்ணையும் தவிர அருவெறுப்பற்ற உடல் உறவு கொண்டது அவனுக்கு ஞாபகத்தில் இல்லை. இச்செயலை, இவ்வாறான தனித்துவமான - விசேசமான - எளிதில் திரும்பியடையாத விசயம் என்று முடிவு செய்வது எளிது. இது மனித கண்ணியத்தின் இழப்புத்தான். மன எரிச்சல், கட்டுப்பாடு ஆகியவற்றால் உண்டாகும் பாலியல் சாகசங்களிலுள்ள அழகியல் தன்மையற்ற அம்சங்கள் குறைந்தால் இந்த அருவெறுப்பு உணர்ச்சி

குறையலாம். ஆனால் பால் என்பது திருட்டுத்தனமாக அனுபவிப்பது. அசுத்தமானது என்ற மாறுபட்ட மனப்போக்கு உள்ளவரை, அது வெறுப்பிற்குரியதாகவே நீடிக்கவேண்டும். மிகையான சில எடுத்துக்காட்டுக்களில், திருமணத்தில், இது மலட்டுத்தன்மைக்குக் காரணமாகலாம். ஏனெனில் மணமான பின் ஒரு பெண்ணை, ஒரு மனைவி என்ற நிலையில் தரம் குறைந்தவளாக நடத்தமுடியாது.

ஃபிரீவீலின் ஃபிராங்க் என்வர் மைக்கேல் மக்லூரவிடம் 1967-இல் கூறியபோது தாம் எஸ்டிஎஸ் போதை மருந்து எடுக்கிறதால் பெண்களை, ‘அசுத்தமானவர்கள் அல்லது ஈனத்தனமானவர்கள்’ என்று நினைப்பதில்லை என்றார். அவர் கூற்று முழு உண்மை கிடையாது. அமெரிக்காவின் ‘நரகத்துச் சம்மனசுகள்’ பாரம்பரியமான அழகியல் மதிப்பீடுகளைப் பின் முன்னாகத் திருப்பிப் போட்டுவிட்டார்கள். அருவெறுப்பின் கொண்டாட்டமாக, அவர்கள் குமட்டுகிற பாலியல் சடங்குகளை அவர்கள் தங்கள் மீது திணித்தார்கள்.

“கேட்போரை முகஞ்சுழிக்கச் செய்வதற்கு எவ்வளவு முடியுமோ அவ்வளவு சப்தமாக - அசிங்கமாக - ஆபாசமாக நாங்கள் பெண் குறியைச் சாப்பிடுவது பற்றிப் பேசுகிறோம். சம்மனசு மாமாக்கள் (mama: அம்மா) எல்லோரும் ‘நிம்போமேனியாக்கள்’ (அடக்க முடியாத பாலியல் இச்சைவசப்பட்ட பெண்கள்). பால் சம்பந்தமாக எதையும் செய்வார்கள். மாதவிடாயாகிற நாட்களில் அவர்கள் நிஜமாகவே ரத்தக்களறியாக இருக்கிறார்கள்...’[2]

ஸான் குயின்டினை விட்டு வந்தபோது எல்ட்ரிட்ஜ் கிளீவர் ஒரு வன்புணர்ச்சியாளனானான். ‘ஓர்மையோடு, வேண்டுமென்று சித்தசுயாதீனத்தோடு, திட்டமிட்டு’ செயல்படும் வன்புணர்ச்சி யாளனானான்.

‘நீக்ரோ இன ஆண்பால் வெள்ளைக் கனவுக்கன்னி மீதுற்ற காமமும் ஆசையும் சுத்தமான ஓர் அழகியல் கவர்ச்சி என வெள்ளை யினத்தார் பலர் தங்களைப் பீத்துகிறார்கள்; இது உண்மைக்கு மாறானது. அந்த நீக்ரோ ஆண்பாலின் குறிக்கோள் வெறியும், வெறுப்பும், கசப்பும், கொடுஞ்சினமும் கொண்டது. வெள்ளையர்கள் நினைப்பதுபோல அது பாராட்டல்ல’[3]

வன்புணர்ச்சி என்பது கட்டுப்படுத்த முடியாத இச்சையின் வெளிப்பாடு. அது தாங்கமுடியாத கவர்ச்சியின் காரணமாக எழுகிற ஒருவிதமான கட்டாயம் என்று கூறுவதெல்லாம் வீண் மனமயக்க மாகும் (delusion). அடித்து வன்புணர்ச்சிக்கு உள்ளான எந்தப் பெண்ணும் அது எத்தனை கேலிக்கூத்தானது என்று சொல்ல முடியும்.

இப்படி ஒரு காரியத்தை அவன் செய்வதற்கு என்ன காரணம் என்று அவள் கெஞ்சிக் கேட்கும் போது, அவன் 'ஏனென்றால் உன்னை நான் காதலிக்கிறேன்' அல்லது 'நீ ரொம்ப அழகாயிருக்கிறாய்' என்று இது போன்ற கேணத்தனமான காரணங்களைச் சொல்லுகிறான்! அந்த வன்புணர்ச்சிச் செயல் கொலைகார ஆக்கிரமிப்புச் செயலாகும், இது சுய வெறுப்பில் தோன்றி வெறுக்கின்ற பிறர் மீது அரங்கேற்றப் படுகிறது. ஆண்களுக்குத் தங்களின் வெறுப்பின் ஆழம் தெரியாது. இந்த வெறுப்பு பத்திரிகைகளில் வரும் காரசாரமான கட்டுரைகளில் வெளியிடப்படுகிறது. இந்த ரகமான பத்திரிகைகள் வீரியம் தொடர்பான பிரச்சினைகள் உள்ள மட்டிகளுக்காக வடிவமைக்கப் பட்டு, காபி கடைகளில் விற்பனைக்கு வைக்கப்படுகின்றன. அலெக்ஸ் ஆஸ்டின் என்பவர் 'ஆண்பால்' இதழில் 'தயாராகவுள்ள பெண் பால்கள்: அவர்கள் எவ்வாறு தங்களை வெளிக்காட்டுகிறார்கள்' என்ற கட்டுரையில், பெண்கள் தங்கள் சம்மதத்தைக் குறிப்பாகத் தெரிவிக்கின்ற பல தனித்துவமான நடத்தைகளைப் பற்றி விவரிக் கிறார். எ.டு. ஒரு ஷூவை நழுவவிடுவது, கடுமையாகப் பசிக்கிறது என்று சைகையால் காட்டுவது (இது பெண்களிடம் மறைக்கப் பட்டுள்ள காமப் பசியைச் சுட்டுகிறது.)[4]

'Stage' என்ற இதழில் பாரி ஜேமிஸன் எழுதிய 'முன்வந்து ஏமாற்றுபவன். உங்கள் மனைவியின் மிகச் சிறந்த நண்பன்' என்ற கட்டுரை, பெண்களின் மறைவான உத்திகளைப் பற்றி விவரிக்கின்றது.[5] இந்த விதமான கட்டுரைகள் எல்லாமே, இந்த உலகம் மெல்லிய வேடங்களை அணிந்த குடிகாரக் கூத்திகளால் (sluts) நிரம்பியுள்ளதாக உணர்த்த வருகின்றன. இந்த ரகமான பெண்கள் கீழ்த்தரமான சரசங்களை வரவேற்பார்கள். அவர்கள் காட்டும் மறுப்புக்கள் எல்லாமே மிகையான அடக்கமாகும். இம்மாதிரி பெண்கள் எப் போதும் கிடைக்கக்கூடியவர்கள், எளிதானவர்கள், மலிவானவர்கள். அவர்கள் என்னென்ன பெறுகிறார்களோ அதற்கு அவர்கள் இலாயக் கானவர்கள். இத்தகைய கற்பிதங்களை உண்மையென்று நம்புகின்ற ஒரு ரகமான ஆண்கள், தெருவில் போகிற பெண்களிடம் ஆபாசமான சொற்களை முணுமுணுக்கிறார்கள். அதைக் கேட்ட அந்தப் பெண்கள் படுகிற அவமானத்தையும் குழப்பத்தையும் கண்டு சிரிக்கிறார்கள். அவ்வாறு அவர்கள் காட்டுகிற எதிர்வினைகள், அவர்களுடைய ரகசியமான மிருக இச்சைகளால் ஏற்படும் குற்றத்திற்குச் சான்றாகப் பொருள் கொள்ளுகிறார்கள். பெரும்பாலும் முனங்கலாகச் சொல்லிய செய்தியைப் பெண்கள் அறிவதில்லை. ஆனால் சொல்லிய குரலின் ஒலிப்பும் காமக்குறிப்பும் விசயத்தைத் தவறாமல் உணர்த்துகின்றன.

பஸ்களிலும் சுரங்கப்பாதைகளிலும் ஆண்கள் பெண்களை வெறித்துப் பார்க்கும் பார்வைகளால் எடை போடுகிறார்கள். தங்கள் சட்டைப் பையிலுள்ள சில்லறைகளைக் குலுக்கிக் காட்டி அந்த ஓசை வழியாக அதே வெறுப்பு மண்டிய சாடைக் குறிப்பைக் காட்டுகிறார்கள். இதைப் பற்றித் தெரியாத பெண்களை நகர வீதிகளில் ஆண்கள் பின்தொடர்ந்து போகிறார்கள். குணக்கேடான பெண்களுடைய காமம். குற்றவுணர் வற்ற சொறியை ஒத்தது. அது பெண்பால் இழுப்புக்கு எளிதில் வசப் படுகிற ஆண்பாலின் ஆரம்பகட்ட எதிர்வினைக்குப் பிறகு, அருவெறுக்கத்தக்கதாக ஆகிறது.

மூத்திரம் பெய்வது, வெளிக்கிருப்பது ஆகிய கழிவு வெளியேற்ற வினைபாடுகள் தம்மளவில் மிகவும் அருவெறுக்கத் தக்கதாகக் கருதப்படுவதைப்போல ஆண்களின் விந்து வெளியேற்ற வினைபாடு கூட இவ்வாறு கருதப்படுகிறது. இரவில் தூக்கத்தின் போது அனிச்சையாக விந்து வெளியேறுவதை இராக்காலத் தீட்டு என்று அழைக்கிறார்கள். அந்த விந்து பிசுபிசுப்பாகவும், கெட்டித் திரவ மாகவும், வெள்ளையாகவும் அருவெறுப்பூட்டுகிற மூக்குச் சளி போலவும் (மூக்குச்சளி அருவெறுக்கத்தக்கது என்று நீங்கள் கருதுவீர் களானால்) இருக்கிறது. மனிதர்கள் தங்களது நிலைமையை மறந்து, தப்பிக்கிற அசாதாரணமான வழிகளைக் கையாளுகிறார்கள். எடுத்துக் காட்டாக, தொடர்வண்டியில் அமர்ந்துள்ள ஒரு கனவான் ஞாபகப் பிசகாகத் தன் மூக்கில் நோண்டியெடுத்து வாயில் போடுகிறார். அவரை அவருடைய ஓர்மை நிலைக்குக் கொண்டுவந்து காட்டினால் ஆழ்ந்த சங்கடத்தையும் அவமானத்தையும் அசிங்கத்தையும் அருவெறுப்பையும் சுய வெறுப்பையும் அடைவதைக் காணலாம். இது போன்று அடைகிற அனுபவங்களுக்குப் பாலியலில் பெண்பாலைக் காரணமாக்குவதைக் காணலாம்.

‘பெண் என்னைச் சோதித்தாள், நான் சாப்பிட்டேன்.’ சுயமைதுனம் செய்ய வெட்கப்பட்ட ஓர் ஆண், அதைச் செய்வதற்குப் பதிலாக ஒரு பெண்ணுக்காகக் காத்திருக்கிறான் - பாலியல் விடுவிப்பைக் காண் பதற்காக! தனது கையால் செய்ய வேண்டிய சுயமைதுனத்தை ஒரு பெண்ணின் உறுப்பின் உராய்வு செய்கிறது. விந்து வெளியே சிந்து வதற்குப் பதிலாகப் பெண் குறியில் விழுகிறது. பெண்குறி, ஆணின் விந்துவைத் தாங்குகிற ஓர் எச்சில் பாத்திரமாக அவனுக்குப்படுகிறது. தனது கையால் செய்கிற சுயமைதுனச் செயலுக்காக வெட்கப் படுகின்றான். அவமானமாக நினைக்கிறான். அதே காரியத்தைப் பெண்ணின் குறியால் செய்கின்ற போது அது பெண்ணுக்குரிய அவமானம் எனக் கருதுகிறான். ஆண், தனது பாலியல் தன்மை பற்றிக்

கொண்டுள்ள தெளிவின்மை தொடரும் வரை, பெண்ணை வெறும் பாலியல் உயிரியாக மட்டுமே அவன் பார்க்கிற வரை, அவன் அவளை வெறுப்பான் - குறைந்தது சிலவேளைகளிலாவது, பால் பற்றிய வெறுப்பு ஜன்னி போல அதிகரிக்க அதிகரிக்கக் கடும் வெறுப்பு பற்றிய வெளிப்பாடும் அதிகரிக்கும். மத்திய காலத்தில் அருட்சாதனங்களைப் (sacrements) பெறவும், தேவாலயத்திற்குள் நுழைவதற்கு அனுமதி பெறவும் பெண்களுக்கு விதிக்கப்பட்டிருந்த கட்டுப்பாடுகளைப் பற்றிய மேற்கோள்களைத் தரத் தேவையில்லை இருப்பினும் இதற்குரிய எடுத்துக்காட்டுக்கள் அசாத்தியமான மதிப்பீடு கொண்டுள்ளன. மறுமலர்ச்சிக் காலத்தில் காமத்தின் தாக்கங்கள் பற்றியும் உணர்ச்சியைப் புரிந்து கொள்ளவும் முயற்சிகள் மேற்கொள்ளப்பட்டன.

“...காமம் முரண்பட்டது. கொலைகாரத் தன்மை உடையது, வெறித்தனமானது, குற்றங்கள் நிரம்பியது. காட்டுத்தனமானது, பாரதூரமானது. முரட்டுத்தனமானது, குரூரமானது, நம்பமுடியாதது; அனுபவித்தவுடனே வெறுக்கப்படுவது, அறிவு இகந்து வேட்டையாடப்படுவது. கிடைத்ததும் அறிவு இகந்து வெறுக்கப்படுவது - தூண்டில் முள்ளை விழுங்கிய மாதிரி! திட்டமிட்டுப் போடப்படுவது. அதில் மாட்டியவன் பித்தனாவான். பின்தொடர்வதிலும், அதை உடைமை பூணுவதிலும் பைத்தியம் பிடிக்கிறது. அதனைப் பெற்ற போதும், பெற்றுவைத்திருக்கிறபோதும், இனிப் பெறுவதற்காக அலைகிறபோதும் பைத்தியம் பிடிக்கிறது. அது ஓர் உறுதியான இன்பமும், நிரூபிக்கப்பட்ட பகையும் ஆகும்.

ஒரு கனவுக்குப் பின்னிருந்து ஒரு ஆனந்தம் முள் மொழியப் படுகிறது.

உலகம் இதையெல்லாம் நன்கு அறிகிறது; ஆயினும் அதை நன்றாக அறியவில்லை. சொர்க்கத்தைத் தவிர்க்க அது ஆண்களை நரகத்திற்கு நடத்திச் செல்லுகிறது”[6]

காம ஓட்டத்தின் வலிமையையும் அதைத் தொடர்ந்து அருவெறுப்பின் தீவிரத்தையும் ஷேக்ஸ்பியர் சமன்படுத்தியது சரியானது. ஐரோப்பாவில் ‘ஸிஃபிலிஸ்’ (siphilis) பால்வினை நோயின் முதலாவது பிரவேசம், தற்போதையதை விட மிகவும் பிரமாண்டமாக இருந்தது. அந்த நோய் எவ்வாறு தொற்றுகிறது என்பது பற்றிய அறியாமை, பால் குறித்த மனப்பான்மைகளை நிறமிட்டுக் காட்ட உதவியது. இடைக்காலத்தைச் சேர்ந்த மனிதாபிமானிகளுக்கு மகிழ்ச்சி என்பதே ஐயத்திற்குரியதாக ஆகியது. பாலியல் பொருளைத் துரத்திச் செல்லுவது மனமயக்கம், மாயை எனப்பட்டது. அந்தச் சீமாட்டி தயார்

என்றாலும் அவளோடு கொள்ளும் சுகம், காமத்தால் கிளரப்பட்ட மூளையின் மாயப் புனைவுகளுக்கு இணையானதாக இல்லை எனக் கருதினார்கள். ஆனால் நவ - பிளேட்டோனியவாதிகள், பால், புலன், புலன் சார்ந்த தகவல் ஆகியவற்றை மதிப்பற்றதாகச் செய்ய முயன்றார்கள். இதனால் அனுபவவாதம் செழிப்புற்றது. இன்னும் கூடுதலான - திரிபுற்ற - மடைமாற்றுச் செய்யப்பட்ட அல்லது பிறழ்ச்சியான பாலியல் ஆசை அரிதான வெளிப்பாடுகளில் வெடித்துக் கிளம்பின. (ஷேக்ஸ்பியரின் ஸானற்றின் இறுதிப்பகுதிகூட காமத்தின் தொடர்ச்சியான ஆற்றலைப் பற்றிக் கூறுகிறது. நோயும், இலட்சியவாதமும், அருவெறுப்பும் எலிஸபெத் காலத்தவர்களுடைய பாலியல் சக்தியை (libidinous) ஒளிக்க முடியவில்லை.

அற்புத நவிற்சியியலாளர்கள் (romanticists) பாலியல் சுகம் என்பது, காமம் பற்றிய சூடான கற்பனைகளுக்குக் கீழானது என்றார்கள். (இது காமிய எழுத்துக்களில் எப்போதும் இருந்து வந்ததுதான்). இவர்கள் படைத்த பெரும் காதல் கதைகள் மரணத்தால் வெட்டுண்டன; அல்லது வேறு ஏதாவது தடையால் அனுபவிக்கப் படாமலே போயின. மனம் - உடல் என்று அவர்கள் பாகுபடுத்தியது பிளேட்டோவிலிருந்து பெற்றதுதான். இது ஐரோப்பியரின் மனதில் நன்கு நிறுவப்பட்டது. தெகார்தெ இதனை நியாயப்படுத்தினார். குற்றுயிரான கதாநாயகி மீது புனையப்பட்ட அற்புதநவிற்சித்தனமான ரசனை, தன்னளவில் பாலியல் அருவெறுப்பு, பெண் வெறுப்பு ஆகியவற்றின் ஒரு புலப்பாடாகும். ஒரு பெண்பால் இறந்து கொண்டிருப்பதாகக் கற்பனை செய்வது அவளைக் கொல்லுவதற்குச் சமமானது. சாவின் பீடத்தின் மேல் அவளைப் பலியிட்டு, அச்சம் மிகுந்த ஓர் ஆன்மீக பரவசத்தோடு அவளை அனுபவிக்க இயலும். பைரன் படைத்த பெரும் காதலனது மூளையைப் படுத்தியது, விலக்கப் பட்ட ஒரு காதல். அந்தக் காதலின் அச்சம் தரும் நெருப்புக்களால் அவன் வீணானான். அவன் தனது உதட்டைச் சுருட்டி, தன் விழியில் மங்கிய தீக் கங்குகளை ஊட்டி, ஒரு கனவில் எல்லா நிஜமான நிகழ்வுகளின் இன்பங்களையும் பாழாக்கி விட்டான். அனுபவிக்கப் படாததை முடிவில்லாமல் ஆராதிக்கும் செயல், அனுபவிக்கப் படாததை ஒதுக்குவதாகவே இருக்கும். டைலன் (Dylan) போன்ற கவி கூடத் தமது கற்பனையில் இரண்டு ரகமான பெண்பால் பாத்திரங் களைக் கொண்டுள்ளார் - ஒன்று: தாழ்நிலப் பகுதிகளைச் சேர்ந்த சோகமான கண்களையுடைய சீமாட்டி; மற்றொன்று: வடதேசப் பகுதியைச் சேர்ந்த இளம் பெண். ஒன்று மாசுபடியக் கூடாத, மீறப்படாத பாத்திரம், மற்றது மனிதம் சார்ந்தது. குழப்பமானது,

வெறுக்கத்தக்கது. அற்புத நவிற்சியியத்தின் இந்தக் கரடுமுரடான பார்வை, நமது சமூகத்தில் ஏறத்தாழ முழுவதும் அளாவியபடி காணத்தக்க இரண்டுவிதமான பெண்களைச் சுட்டுகின்றது. முதல் முறையாக ஓர் ஆணுடன் கூடுகிற எந்தப் பெண்ணுக்கும் தான் வெறுப்புடன் நடத்தப்படப் போகிற ஆபத்தை அறிவாள். அவன் தேர்ந் தெடுத்தது முடிந்ததும் போய் விடலாம்; அல்லது தனது இன்பஉச்சம் முடிந்ததும் அவளுக்குத் தன் முதுகைக் காட்டியவாறு அவன் திரும்பிப் படுக்கலாம்; அல்லது உறங்குகிற மாதிரி பம்மாத்துப் பண்ணலாம். மறுநாள் காலையில் அவள் கொஞ்சமாகப் பேசலாம் அல்லது வெடுக்கென்று பேசலாம் மீண்டும் அவன் வராமற் போகலாம்.

உயர்ந்த நாகரிகம் பெற்ற ஆண்கள் இந்த அருவெறுப்பு: அவமானத்தின் நீட்சி என்பதை உணர்ந்து அதனை வெளியிட மாட்டார்கள். ஆனால் அவர்கள் இந்த அருவெறுப்பு, கடும் வெறுப்பு ஆகியவற்றின் பலிகிடாக்களாக இவ்வுயர் நாகரிகத்தால் உருவாக்கப் பட்டவர்கள். அதனால் அவர்கள் இன்னும் வலிகளை உணர்கிறார்கள். பெண்ணை விஷத்தனமாய் அவமரியாதை செய்வதற்கு அவர்கள் இன்னும் 'உன்னைப் போட்டு...' என்று கூறுகிறார்கள். அகராதியில் இல்லாத வசை வார்த்தையான 'கூ' என்பதைப் பயன்படுத்துகிறார்கள். கேட்போரை வெறித்தனமாகக் கோபப்பட வைக்கிற வசைச் சொற்களான 'பு... நக்கு', 'தாயோளி' 'சு... ஊம்பு' ஆகியவற்றைப் பயன்படுத்துகிறார்கள். பாலியல் உடலுறவில் ஒரு பெண் என்கிற வகிபாகத்தை வகிக்குமாறு பலவந்தப்படுத்துவது மிக ஆழமான இழிவாகும். இந்தச் செயலை அந்த ஆண் ரசிப்பதை உணர்ந்தால் இழிவு இன்னும் கூடுதலாகும். நம்மைப் போன்ற ஒரு நாகரிக சமூகத்தில் இவ்வுணர்வின் அளவைக் கணக்கிட வழியில்லை.

> *(தனிப்பட்ட முறையில் பெண்களிடம் மிகவும் மரியாதையாக நடக்கிற அதே ஆண்கள், அவர்களைச் சம்மனசுகள் என்றெல்லாம் அழைக்கின்ற அவர்கள் ரகசியமாக அவர்கள் மீது பெரும் வெறுப்பினைக் கொண்டிருக்கிறார்கள்'* - J. McGrigor Allen, 'The Intellectual Serverance of Men and Women' 1860, p.23)

ஆனால் விவஸ்தையின்றிப் புணரும் புணர்ச்சி மீது (Promiscuity) எழுகிற அருவெறுப்பைப் பற்றி யாரும் சங்கடப்படுவதில்லை. பால் எனப்படுகிற விசயம் அடிக்கடி செய்தால் அல்லது வெவ்வேறு நபர்களோடு செய்தால் அது அருவெறுக்கத்தக்கதாக இருக்காது என்று விவாதம் செய்யலாம். விவஸ்தையற்ற புணர்ச்சி, பால் தன்னை மதிப்பிறக்கம் செய்கிறது. அதனைச் சாமானிய விசயமாக்குகிறது.

தற்சார்பு அற்றதாக ஆக்குகிறது... என்றவாறு நாகரிகமான விவாதம் முன்வைக்கப்படுகிறது. ஆனால் சந்தர்ப்பவசமாக, ஏறத்தாழ விவஸ்தையற்ற பால் உறவில் தள்ளப்பட்ட ஆண்கள் அனுபவிக்கிற மன அழுத்தமானது அதே பழைய அருவெறுப்பாகவே இருக்கிறது. எதிர்பாராத வகையில் பால் உறவு கொண்ட வெகுசில ஆண்களால் அதற்கு இணங்கிய பெண்களோடு மனிதத்தன்மையோடு உரையாட முடிகிறது.

தனது அரிதான பாலியல் உத்திகளும், தனது சகாவின் பன்மை உருவமுடைய தேவைகளைப் பற்றிய தனது மெல்லிய அச்சங்களும் தனது பாலியல் தயாளமும் தனது காதலனிடம் திடீர் உணர்ச்சி மாற்றத்தையும், அந்நியத் தன்மையையும் உண்டாக்கிவிட்டதைப் பல பெண்கள் சோகத்தோடு நினைவு கூர்கிறார்கள். மணந்து கொள்ளத் தகுந்த நல்லதொரு பெண்ணிடம் தங்களுக்கு உள்ள கூச்சங்களை ஆண்களால் களைய முடியாமையில் உள்ள அவர்களுடைய பாலியல் கொடுமைக்கும், கொலைக்கும் காரணத்தை அறியலாம். நாகரிகம் அடைந்த ஆண்களுக்குத் தங்களது பாலியல் விடுவிப்பிற்குத் தேவையாகக் கருதுகிற மிருகத்தனமான சடங்குகளை விலைமகள் மேற்கொள்ள வேண்டும் என்பது விபச்சாரத்தின் மோசமான அம்சமாகும். இதனைத் தங்களுடைய சமூக வினைபாடாகப் பல விபச்சாரிகளும் உரிமை கொண்டாடுகிறார்கள். துரதிர்ஷ்டசாலிகளான இந்தப் பெண்கள் தங்களுடைய முழுக் காலுறைகளால் கழுத்து நெரிக்கப்பட்டும், பாட்டில்களால் வன்புணர்ச்சிக்கு ஆளாக்கப்பட்டும் மடிகிறார்கள். ஆண்பாலின் பாலியல் விக்கிரக வழிபாட்டுக்கும், சுயவெறுப்புக்கும் இவ்வாறு பலிகடாவாகிறார்கள். ஆனாலும் எந்தப் பெண்ணும் தனது பால் மீது ஏவப்பட்ட இத்தகைய அத்து மீறலுக்காக எப்போதும் கூக்குரலிட்டதில்லை - ('ஏன் எங்களை இப்படி வெறுக்கிறீர்கள்? என்று)...

நமது சமுதாயத்தில் நிலவுகிற 'கூ... வெறுப்பிற்கு ஆதாரமாக 'லாஸ்ட் எக்ஸிட் டு புரூக்லின்' (Last Exit to Brooklyn) புத்தகத்தில் டிரலலா மீது நடத்தப்பட்ட காட்டுமிராண்டித்தனத்தை எடுத்துக் காட்டலாம். இது வாசகர்களிடம் அதிர்ச்சியையும், எச்சரிக்கை யுணர்ச்சியையும் ஏற்படுத்தியது.

'...மேலும் நாற்பது, ஐம்பது பேர்கள் இருக்கலாம். காருக்குள் சென்ற அவர்கள் அவளை வரிசையாகப் புணர்ந்து சென்று பீர் குடித்துக் கூச்சலிட்டார்கள். சிரித்தார்கள். கார் சீற்றை வெளியே போட்டு அதன் மேல் டிரலலாவை நிர்வாணமாகக் கிடத்தினார்கள். யாரோ சிலர்

அவள் வாயில் பீரை ஊற்றிச் சிரித்தனர். டிரலலா சபித்தாள்; உடைந்த பல்லில் ஒரு துண்டைத் துப்பினாள். அவள் மீது மீண்டும் ஒருவன் பீரை ஊற்றினான். அடுத்து ஒருவன் அவள் மீது ஏற, அவளது உதடுகள் கிழிந்தன. இரத்தம் கீழ்த்தாடை நுனிவரை கொட்டியது... அவளுக்கு இன்னொரு குவளை பீரைக் கொடுக்க அதைக் குடித்துவிட்டுக் கூச்சல் போட்டாள்; அவளது மற்றொரு பல் உடைக்கப்பட்டது. அவளும் சிரித்தாள்; மேலும் மேலும் குடித்தாள். விரைவில் மயக்கமடைந்தாள். அவளை ஓரிரு தடவை அறைந்து பார்த்தார்கள். அவளைச் சுயநினைவுக்குக் கொண்டுவர முடியவில்லை. அந்த நிலையில் தொடர்ந்து அவளைப் புணர்ந்தார்கள். செத்த பிணமாகக் கிடந்த வளைப் புணர்ந்து புணர்ந்து விரைவில் களைத்துப் போனார்கள். பிறகு அந்த இடத்தைவிட்டுப் போனார்கள். இதனைக் கவனித்தபடி காத்துக்கிடந்த சில பொடியன்கள், டிரலலாவின் ஆடைகளைத் துண்டு துண்டாகக் கிழித்தெறிந்தார்கள். சில சிகரெட்டுக்களை அவளுடைய காம்புகள் மேல் வைத்து அவள் மீது மூத்திரம் பெய்தார்கள். பிறகு அவளை விட்டுவிட்டுச் சென்றார்கள். அவளை இரத்தமும் மூத்திரமும் விந்தும் மூடியிருந்தன. தொடைகள் சேருமிடத்திலிருந்து இரத்தம் மெதுவாக வடிந்து..."[7]

தண்டித்தார்கள், தண்டித்தார்கள் வெறுப்புக்கும் பயத்துக்கும் அருவெறுப்புக்கும் உரிய பொருளாக, அவளது மந்திரப் பொந்துகளான குறி, வாய் வழியாகத் தண்டித்தார்கள், பாவம் டிரலலா. பாலியல் வெறுப்பு சார்ந்த குற்றங்களுக்குப் பெண்கள் ஒருபோதும் கருவியாக இருந்ததில்லை. இந்த வர்த்தமானங்களின் விளைவுகளைப் பற்றிப் பெண்பால் விடுதலை இயக்கம் புரிந்து கொள்ள வேண்டும்.

பெண்குறி - வெறுப்பு, நமது நாகரிகத்தில் ஏராளமான சின்னச் சின்ன புலப்பாடுகளாக இருந்து வந்துள்ளது. இப்புலப்பாடுகளின் பெரும்பாலானவற்றை இதற்குக் காரணமானவர்கள் பிடிவாதமாக மறுப்பார்கள். புறத்தில் தெரிகிற பெண்குறியிலிருந்து கர்ப்பப்பை வரை நீளுகின்ற குழலில் (vagina) உள்ள சுரப்பிகள் நாட்டுப்புறவியலின் ஓர் உள்ளடக்கம். பெண்குறியின் வெளிப்புறப் பரப்பிற்கான வாசனைப் பொருட்களுக்குச் செய்யப்படுகிற பெரும் விளம்பரங்கள், அப்பரப்பின் இயற்கையான மணம், ருசி ஆகியவற்றை ஏற்பதில் பெண்பாலில் காணப்படுகிற தவறான அபிப்பிராயங்களைப் பற்றித் திட்டமிட்டுப் பிரச்சாரம் செய்கின்றன. யோனி வாசல் வரையுள்ள குழலுக்குரிய ஒரு வாசனைப் பொருள் பெப்பர்மின்ட் மணம் ஊட்டப்பட்டுள்ளதாக விளம்பரம் செய்கிறார்கள். அந்தப் பெண்குறியின் உட்புறமுள்ள குழலை (vagina) நெருக்கமாக உறவாடுவதன் நேர்த்தியைத் தடுக்கின்ற

ஒரு பிரச்சினையாகக் கூறுகிறார்கள். அளவுக்கதிகமாக உபயோகிக்கப் படுகிற ரசாயனப் பொருட்கள் குழல் உறுப்பில் வாழுகின்ற உயிர்ப் பொருட்களின் இயற்கையான சமன்பாட்டுக்குக் குந்தகமாக உள்ளன. ஆனால் எந்த டாக்டரும் வெளிப்படையாக இதனைக் கண்டிக்கத் துணிந்ததில்லை. பெண்குறியின் புறப்பகுதியில் தோன்றும் சொறிகளும், வீக்கங்களும் பெண்பால் உறுப்புக்கள் மீதான அருவெறுப்புக்குக் காரணங்களாக இருக்கின்றன. இதனைப் பெரிதும் முறையாக ஆய்வதில்லை. பல பெண்கள் இந்தச் சொறிகளும் வீக்கங்களும் மறையப் பல காலம் பிடிக்கும்; அவை நரம்புக் கோளாறு அல்லது ஒழுக்கவியல் சம்பந்தமானது எனத் தவறாக நினைத்துத் தாங்களாகவே சிகிச்சை செய்கிறார்கள். அவர்களால் அது இயலாது. குணப்படுத்த முடியாத 'டிரைகோ மோனல்' தாக்கம் எல்லாம் அச்சம், மூட நம்பிக்கை, டாக்டரின் கவனக்குறைவு ஆகியவற்றின் கலவை யால் ஏற்படுகின்றன. ஆண்குறியில் ஏற்படும் நோய்கள் ஓர் ஓட்டப் பந்தய வீரனின் பாதத்தில் உள்ளது போல அற்பமானது, நகைப்பிற் குரியது. அதேபோலப் பெண்குறிக் குழலில் தோன்றும் பிரச்சினையும் இருக்கமுடியும். ஒவ்வொரு விசயத்திலும் - பரிசோதனை நடத்த வேண்டும். சற்று வீங்கிய பெண்குறியின் உட்புறக் குழலுக்கும், அளவுக்கும் அதிகமான பாலியல் இச்சைக்கும் இடையில் சம்பந்தம் இருப்பதாகப் புனைந்து கூறுவார்கள். புத்தம் புதிய - ஒழுக்கமான பெண் ஒருத்திக்குப் பெண்குறி வெளிர் சிவப்பு நிறமாகவும் மிருது வாகவும் இருக்கும் என்பார்கள். அவளது கிளிடோரிஸ் வெளியே அவ்வளவாகத் துருத்திக் கொண்டிருக்காது. பெண்குறியின் புற இதழின் சவ்வு மெல்லியதாகவும், மெதுவானதாகவும் இருக்கும் என்பார்கள். அழுத்தமான நிறமுடைய பெண்களின் ஊதாவும் சிவப்பு நிறமும் கலந்த பெண்குறியின் புற இதழ் சவ்வு சந்தேகத்திற்குரிய தென்பர்.

கட்டுக்கடங்காத காம இச்சை கொண்டதாகக் கருதப்படுகிற சில பெண்களின் சுயமைதுனம் பற்றித் தான்தோன்றித்தனமான அனுமானங்களை மேற்கொண்ட அமெரிக்க டாக்டர்கள் இருபதாம் நூற்றாண்டுத் தொடக்கத்தில் அத்தகைய பெண்களுக்கு கிளிடோரிஸ் அறுவை சிகிச்சை செய்தார்கள்.[8] இப்படியொரு மருத்துவத்தை ஆண்பால் சுயமைதுனத்திற்கு யாரும் சொன்னதில்லை. ஆனாலும் பெண்களுக்கு மேற்படியாக, காயடிப்புச் செய்யப்பட்டது, முரட்டுத் தனமான உடற்கூற்றுச் செயல்பாட்டியலின் பார்வையில் கூட இந்த மாதிரி நடைமுறையை மன்னிக்க முடியாது. ஏனென்றால் கிளிடோரிசுக்குச் செல்லுகிற நரம்புகளே குதம் - பெண்குறிக் குழல்

பகுதிகளுக்கும், சுயமைதுனப் பகுதிக்கும் செல்லுகின்றன. எனவே டாக்டர்கள் பரிந்துரைத்த மேற்படி அறுவை சிகிச்சை முறைக்குப் பெண்குறி வெறுப்பைத் தவிர வேறு நோக்கம் இருக்க இயலாது என்று தெரிகிறது.

பெண்பால் உறுப்பு பற்றிய ஒட்டு மொத்தமான கவுரவம் குறைவான மதிப்பு, பெண்களின் சுயமதிப்பில் ஓர் ஊனமாக ஆகியுள்ளது. பெண்கள் தங்கள் உறுப்புக்களைப் பற்றிக் கமுக்கமாக, கபடத்தனமாக இருக்கிறார்கள். இதில், பெண் தன்னைத் தானே அசிங்கப்படுத்துவது மிகவும் கொடுமையான விசயம்.

ஒரு பணக்காரப் பெண் குடிபோதையில் தனது கார் டிரைவரோடு கூடிக்களிப்பது பற்றிய ஓர் இத்தாலிய படத்தின் கதை, குறிப்பிடத் தக்கது. பெண்களுக்கு ஆண்கள் செய்கிற அநேக குரூரங்களும் தீமைகளும் பெண்களின் தூண்டுதல்களால் செய்யப்படுகின்றன. பெண்கள் தாமே தங்கள் பெண்குறிக் குழலுக்குள்ளும், மூத்திரக் குழாயுள்ளும் அபாயகரமான பொருட்களை நுழைக்கிற காரியம் பெண் குறி - வெறுப்பின் மிக மோசமான வெளிப்பாடாகும்.[9] மிகத் தொடக்கால மகப்பேறு வைத்தியத்தில் பார்த்தால், பெண்கள் தங்கள் சிறுநீர்ப் பையுள் ஊசிகளையும் கொண்டை ஊசிகளையும் புகுத்தித் தற்கொலை செய்தது தெரிகிறது. மாதவிடாயின் கோளாறுகள் பலவும் பெண் நிலையையும் அதன் தொடர்பான நிகழ்வுகளையும் ஏற்க இயலாமையால் எப்ஸம் உப்பையும் ஜின்னையும் விழுங்கி வெந்நீரில் குளித்துத் தங்களை வேக வைப்பதைக் கருக்கலைப்பைத் தாங்கு வதற்கு என்று சொல்லுவதை விட, தங்கள் பெண்பால் பாலியல் தன்மையைத் தாமே தண்டிப்பதாகவே எடுத்துக்கொள்ள முடியும். கடுங்காமக் கடுப்பு நோய்க்கு சுய - வெறுப்பு ஒரு முக்கிய காரணம். அது வழக்கமாகக் கட்டாயமான சுய - அவமானம் அல்லது வெட்கம் காரணமாக வருகிறது. வெகுசன உளவியல் இதனைக் கீழான ஒரு சுய - பிம்பம் என்று வார்த்தைப் பந்தலிடுகிறது." பெண்கள் தங்கள் உடல் பிம்பம் குறித்து மிகவும் மூளைச் சலவை செய்யப்பட்டு உள்ளார்கள். வெகுசனக் கதைகள் கூறுவதைப்போல அவர்கள் குதூகலத்தோடு தங்கள் ஆடைகளைக் களைவதில்லை. தங்கள் உடல்களைப் பற்றி அவர்கள் எப்போதும் குறை கூறுகிறார்கள். ஊடகம் இலட்சியப்படுத்துகிற இச்சைக்குரிய (பெண்) ஜடப்பொருளோடு ஒப்பிட்டுப் பெண்கள் தங்கள் உடலைப் பற்றி ஓயாமல் குறை கூறுகிறார்கள். தங்களுடைய மார்பகங்களும், இடுப்புக்குக் கீழ்ப் பகுதிகளும் எப்போதும் ரொம்பப் பெரிதாகவோ அல்லது ரொம்பச் சிறியதாகவோ தடிப்பான வடிவத்திலோ அல்லது ரொம்ப

மிருதுவாகவோ படுகின்றன. தங்களுடைய கைகள் அதிகம் உரோமம் படர்ந்தோ அல்லது அதிகம் தசைபிடித்தோ அல்லது ஒல்லிக் குச்சியாகவோ தெரிகின்றன. கால்கள் குட்டையாகவோ அல்லது ரொம்ப நெட்டையாகவோ... இப்படிப்படுகின்றன. இவ்வாறு அவர்கள் தங்கள் உடலைப் பற்றிக் குறைகூறுவது பிறருடைய பாராட்டைப் பெறுவதற்கான உத்தியாகப் பெரிதும் இருப்பதில்லை. அவர்கள் நிஜமாகவே பச்சாதாபப்படுகிறார்கள். தனது பின்புறம் தொங்குவதாக முறையிடுகிற பெண், 'அதுபற்றி எனக்குக் கவலை யில்லை, ஏனென்றால் நான் உன்னைக் காதலிக்கிறேன்' என்று சொல்லப்படுகிற ஆணின் ஆறுதலை விரும்ப மாட்டாள். மாறாக, 'அட முட்டாள் பெண்ணே! அது நல்ல வடிவாகத்தானே இருக்கிறது; உன்னால் என்னைப்போல உன் பின்னாலிருந்து அதைப் பார்க்க முடியாது' என்பதைத்தான் எதிர்பார்க்கிறாள். பெண்கள் தங்கள் கூந்தல் முடி சுருண்டிருந்தால் சுருளை எடுத்து நீளமாக ஆக்க முயற்சி செய்வார்கள்; நீளமாயிருந்தால் சுருட்டி விடுவார்கள். மார்பகங்கள் பெரிதாக இருந்தால் அவற்றை நெருக்கி இறுக்குவார்கள்; அவை சிறியதாக இருந்தால் பஞ்சுப் பட்டையை வைப்பார்கள், கூந்தல் வெளுப்பாயிருந்தால் அழுத்தமான சாயம் பூசுவார்கள், அழுத்தமான வண்ணத்தில் இருந்தால் வெளுப்பாக ஆக்குவார்கள். இவற்றைச் சர்வ சாதாரணமாகக் காணலாம். இவற்றில் எல்லாமே நவநாகரிக நடையின் (fashion) காரணமாகச் செய்வதில்லை. உடல் மீது கொண்ட அதிருப்தி யின் பிரதிபலிப்புக்களே இவை. இவை இயற்கையாக இல்லாமல், சாமர்த்தியமாக - செயற்கையாக வடிவமைக்கப்பட்டவையாக இருக்க வேண்டும் என்கிற பெண்களின் ஆசை குறிப்பிடத்தக்கது. இதற்காகப் பெண்கள் மேற்கொள்ளுகிற உத்திகள் பலவும் ஒப்பனைக்காகவோ அல்லது அலங்காரங் கருதியோ செய்யப்படுவதில்லை. மாறாக உண்மை பற்றிய வேடமே இங்கு முக்கியம். இது, அச்சம், ருசி யில்லாமை ஆகியவற்றிலிருந்து எழுகிறது. மெல்லிய ஒளி அமைப்பு, சுருக்கம் சுருக்கமான உள் அரை ஆடை, குடி, இசை ஆகியவை சேர்ந்து, பெண் உடலுக்கு மலிவான விலை விதிக்கப்பட்டதைத் தவிர்க்கின்றன. மிகவும் காட்டமான ஒளியில் முழு நிர்வாணமாக நிற்கும் பெண் உடல் மிக எளிதில் அருவெறுப்பை உண்டாக்கி விடும். பெண்மை பற்றிய ஒரேவகைமாதிரி, பேரளவிற்குப் பேரளாவிய வரவேற்பைப் பெற்றிருப்பதற்கு மிக முக்கியமான ஒரேயொரு காரணம் பெண் - வெறுப்பே. இது ஆண்பாலுக்கும் பெண்பாலுக்கும் பொதுவானது. பெண் என்ற அளவில், பெண் பற்றிய இந்த உயிரற்ற ஆவியை ஒரேவகைமாதிரி - (stereotype) அவள் தன்னிலிருந்தும், தன்

ஆணின் கற்பனையிலிருந்தும் துரத்தியடிக்கிற வரை, - அவள் பச்சாதாபப்படுவதைத் தொடர்வாள். மாறுவேடம் போடுவாள், தன்னுடைய ஆண்பாலுடைய பானை - வயிற்றையும், தொங்கு சதைகளையும், கெட்ட மூச்சுக்காற்றையும், குசுவையும், சவரம் செய்த மயிர்க் கட்டைகளையும், வழுக்கைத் தன்மையையும், பிற அசிங்கங் களையும் புகார் கூறாமல் சகிக்க வேண்டும். தான் எப்படியிருக் கிறானோ அப்படியே காதலிக்க வேண்டும் என்று ஆண் ஆணவத் தோடு கோருகிறான். அவனுடைய காதலியின் அழகியல் புலன் உணர்வுகளைப் பாதிக்கிற மாதிரி அவன் உடலில் ஏற்படுகிற திரிபுகளின் வளர்ச்சியைத் தடுக்க மறுக்கிறான். இதற்கு மாறாக உடல் ஆரோக்கியத்தோடும், துடிப்போடும் பெண் நிறைவு கண்டுவிடக் கூடாது. தன்னை அழகாக வைத்துக் கொள்ள அதிக அளவு முயற்சி களை மேற்கொள்ள வேண்டும். அதிமனித அழகினை, மனிதனுக்கும் கீழான ஓர் அசிங்கமான சகாவின் தழுவல்களுக்கு என அவனிடம் ஒப்படைக்குமாறு அவளைக் கேட்பது அதிகப்படியாகப்பட வில்லையா? பெண்கள் ஒருபோதும் அருவெறுப்பு அடைபவர்கள் அல்லர். ஆனால் இதில் சோகமான உண்மை என்னவென்றால் அவர்கள் எப்போதும் அருவெறுப்படைவதுதான். ஆண்கள் மீது அல்ல, ஆண்களின் தலைமையைப் பின்பற்றித் தங்கள் மீதே பெரிதும் அருவெறுப்புக் கொள்ளுகிறார்கள்.

## துயரம்

மனவலி, அல்லது மனஉளைச்சல் ஆகியவற்றைவிடத் துயரம் என்ற சொல் விசயத்தை இலகுவில் உணர்த்திவிடுகிறது. ஒரு மிருகம் போன்றவனை, ஒரு குடிகாரனை அல்லது ஒரு வக்கிரம் பிடித்தவனை மணம் செய்த பெண் மீது உலகம் அனுதாபங் கொள்ளுகிறது. அதோடு கூட சுயவதைத்தனமான திருப்தியும் கொள்ளுகிறது. சுயவிளம்பரம் செய்கிற கைவிடப்பட்ட பெண்ணின் துயரம், போதைவஸ்து, குடி, அயலாருடன் பாலுறவு ஆகியவற்றை அவள் சார்ந்திருப்பதை நியாயப் படுத்துகிறது. இத்தகைய துயரத்தின் அடையாளத்தை வயதாகிக் கொண்டிருக்கிற எந்தப் பெண்பாலின் முகத்திலும் காணவியலும். பெண்களை உருக்குலைக்கின்ற சுருக்கங்கள் யாவும், நோவு, மன அழுத்தம் ஆகியவற்றின் கோடுகளாகும். கலகம் செய்வது, முறை யிடுவது ஆகியவை கூடாது என்ற உணர்ச்சி மணமான பெண்களிடம் வலுவாக இருக்கிறது. தங்களது மனஎரிச்சலையோ அல்லது அதிருப்தியையோ வெளியே சொல்லுவது நன்றி கெட்டத்தனம், ஒழுங்கீனம், விசுவாசங் கெட்ட செயல் என்ற உணர்வு ஆழமாக உள்ளது. திருமணம் என்பது மிகவும் கடினமான வேலை; அதற்கு இடைவிடாத அனுசரிப்பு ('கொடுத்து வாங்குவது') தேவை. இது ஏற்றுக்கொள்ளப்பட்ட நியதி. ஆனால் கணவன் - வழங்குபவன் என்பது மாறாதது; மனைவி மாறத்தக்கவள் என்ற நியதி மட்டும் ஏற்கப்படுவதில்லை.

"பகல் நேரங்கள் பரவாயில்லை; வேலைகளில் மறந்துவிடும். ஆனால் சாயங்காலம் எட்டு முதல் நள்ளிரவு வரை பின்னுதல், தொலைக்காட்சி ஆகியவற்றோடு நான் என்னையே ஒரு சிறைக் கைதியாக உணர்கிறேன். ஒரு விசயத்தை நாம் பார்க்கலாம். பன்னிரண்டு வருசங்களுக்குப் பிறகு உன் புருஷன் மாறப் போவதில்லை. தனது நடத்தையில் தீங்கு எதையும் அவரால் காணமுடியாது. நீ அவரிடம் புகார் கூறக்கூற உன் வசவுகளிலிருந்து தப்பிக்க அவர் பாருக்கு ஓடிவிடுவார்.

முடிந்தால் நீ உன்னையே மாற்றமுடியும். முதலில் உன் ஆணுடைய நற்குணங்களை யோசித்துப் பார், அவரோடு இருந்த பல சந்தோசகரமான நேரங்களை நினைத்துப் பார்.

இறுதியாக உனது சமூக வாழ்க்கையை மறுஒழுங்கு செய்து பார். உன் நண்பர்கள் உன் புருசனைப்போல ஆகமாட்டார்கள். அவர்கள்

அவரை விட்டு விலகுமாறு உன் மனசைக் கலைப்பார்கள். உன் கணவன் வீட்டில் இல்லாதது பற்றி நீ அதிகம் கண்டு கொள்ளவில்லை என்பதை உணர்ந்தால் ஒருவேளை வீட்டில் தங்குவதற்கு அவர் தயாராக இருக்கலாம்''[1]

தன் கணவனைச் சந்தோஷப்படுத்துவது ஒன்றே ஒரு மனைவிக்குத் தகுதிவாய்ந்த சாதனையாகவுள்ளது. அவளை அவன் சந்தோசப்படுத்து வதை விடவும் வேறு பல முக்கியமான காரியங்களை அவன் ஆற்ற வேண்டியதிருக்கிறது என்பதை இதிலிருந்து புரிந்து கொள்ளலாம். அவளுடைய அதிருப்தி அவனுக்கு அசௌகரியம் கொடுக்கிறபோது, அவளோடு அவன் இன்னும் அதிகம் பேசவேண்டும், வெளியே அடிக்கடி கூட்டிச் செல்லவேண்டும், சாக்லெட்டுகளும் ரோஜாக்களும் வாங்கித் தரவேண்டும் அல்லது அவ்வப்போது அவளைப் புகழ வேண்டும் என்பதை அவன் உணர்கிறான். இது ஒன்றும் பெரிய விசயமில்லை. மனையுறை மனைவியரின் மனவியல் நோய்க்கு அவள் ஏற்கனவே ஆளாகியிருந்தால் அவளால் உரையாட இயலாது, வெளியே போகமுடியாதபடி களைப்பாக இருப்பாள்...

> ('நான் நன்கு வேலை செய்வதால் என்னைப் பாராட்டுகிறார்; சமைக்கிறேன், தைக்கிறேன், பின்னுகிறேன், பேசுகிறேன், வேலை செய்கிறேன், நல்லபடியாகக் காதல் செய்கிறேன். அதனால் நான் விலையுயர்ந்த பண்டம். நானின்றி அவர் துன்புறுவார். அவரோடு நான் தனிமையில் இருக்கிறேன். காலா காலத்துக்கும் நான் உறைந்து போன பாலாடை போல் ஒற்றையாக, சிலசமயம் முட்டாளாக இருக்கிறேன். ஹா ஹா ஹா! யோசிக்காதே! எல்லா பில்களையும் செலுத்திவிட்டதாக நடி - Christine Billson,'You can Touch Me' 1961, p.9)

தொண தொணப்பு, அதிகம் சதை போடுவது சீக்கிரமாக முதுமை அடைவது ஆகியனவெல்லாம் துயரத்தின் வெளியரங்கமான அறிகுறிகளாகும். இவையெல்லாம் நமது சமுதாயத்தில் உள்ள பெண்களிடையே பரவலாக இருப்பதால் அவை பற்றிப் பெரிதாக ஏதும் பேசப்படுவதில்லை. இவை பற்றிப் பெண்கள் குற்றமாக உணர்கிறார்கள். 'நிஜமான மனையுறை மனைவியர்' நோயால் துன்புறுகின்ற மனையுறை மனைவியர் எண்ணிக்கை, தங்கள் நோயின் அறிகுறிகள் வெளியே தெரியாமலிருக்கிற மனைவியரை விடவும் குறைவுதான்'.[2] உயிரோட்டமான (Organic) காரணங்கள் இல்லாமல், ஏற்படுகிற தங்களது அடிவயிற்றுக் கோளாறுக்காக அறுவை சிகிச்சை குறித்த புள்ளிவிவரம் பயங்கரமாக உள்ளது. உங்களை 'ஓய்வாக,

தன்னம்பிக்கை உடையவர்களாக', 'உங்களை மீண்டும் உங்களுடைய உண்மையான சுயத்திற்குக் கொண்டுசெல்ல உதவும்', 'வாழ்வை அனுபவிக்க உதவுவன' என்ற விளம்பரங்களோடு 'சக்தி', 'ஊக்கம்', 'தகுதிப்பாடு', 'சந்தோசம்', 'உள்ஒளி' ஆகிய பெயர்களில் விற்பனை செய்கிற நிறுவனங்களைப் பற்றிய சந்தை ஆய்வுக் கண்டுபிடிப்புக் களைக் கைவசம் வைத்திருந்தால் உண்மையான புள்ளிவிவரத்தைப் பற்றி ஊகிக்கலாம். இவ்வாறு விளம்பரம் செய்யப்படும் உற்பத்திப் பொருட்கள் பழக்கத்திற்கு அடிமையாக்கும் போதைப் பொருள்களாக இல்லாதிருக்கலாம். மிகவும் மறைமுகமாகப் பெண்களுக்கு மனநல சிகிச்சை வடிவில் தரப்படுகிற இந்த வலி நிவாரணிகள் மனஅழுத்தம், எரிச்சல், வலி ஆகியவற்றைக் குணப்படுத்தும் நோக்கத்தில் செயல் பட்டாலும், இவை மிகவும் ஆபத்தானவை. பகிரங்கமாக இந்நாட்டில் விற்கப்படுவதால் ஆஸ்பிரின், கோடின் (Codeine) பழக்கத்திற்கு அடிமையாவோர் பற்றிய புள்ளிவிவரம் இல்லை. வலியைப் போக்க எடுத்துக்கொள்ளப்படுகிற ஸலிசிலேட்டுகளின் (Salicylates) ஆபத்துப் பற்றிப் பெண்களை எச்சரிக்கிற பொதுநலப் பிரச்சாரம் ஏதும் இல்லை.[3] எப்போதாவது மகளிர் இதழ்களில் தொழில்சார்ந்த ஆலோசனைப் பகுதிகளில் ஒருவகைமாதிரி (typical) மனையுறை மனைவியரின் மனவியல் நோய்க் கட்டுமானம் பற்றி வெளியாகிறது. இதனைப் பற்றி விளக்க ஈவ்லின் ஹோம் வரவழைக்கப்பட்டார். "டாக்டர் மெரிடித் என்னுடையது உங்களுக்கு ஒரு பெரும் பிரச்சினையாக இருக்கலாம். ஆனால் எப்போதும் நான் படு களைப்பாக இருக்கிறேன். அதனால் படுசோம்பேறியாக இருக்கிறேன். ஐந்து குழந்தைகளை வைத்துக் கொண்டு (மூன்று குழந்தைகள் பள்ளிக்கூடம் போகிறார்கள்) நான் எவ்வளவு வேலை செய்யவேண்டும் என்று நீங்களே ஊகித்துக் கொள்ளுங்கள்.

காலையில் எழும்போது ஒரே களைப்பு; எப்படிச் சமாளிக்கப் போகிறேனோ தெரியாது; மிகவும் கொஞ்சமாகத்தான் வீட்டு வேலை செய்கிறேன். சிலசமயங்களில் மாலையில் என் கணவர் வீடு திரும்பி வருகிற வரைகூட என் கடைசிக் குழந்தைக்கு உடுத்திவிட முடிய வில்லை. அதற்காக அவருடைய விமர்சனத்திற்கு ஆளாகிறேன். அவர் என்னைத் திட்டுகிறார்.

காலை ஆறுமணிக்கு எழுந்து எல்லா வேலைகளையும் செய்து வெற்றிக்கொடி நாட்டுகிற பெண்கள் மேல் எனக்குப் பொறாமையாக இருக்கிறது. அவர்கள் செய்வதில் பாதியாவது செய்யவேண்டும் என்றுதான் ஆசைப்படுகிறேன். சமீபகாலமாக எனது எண்ணங்கள் என்னைப் பயமுறுத்துகின்றன. என் குழந்தைகளை நினைத்து அவற்றை

அடக்கிக் கொள்ளுகிறேன். எனது அன்பை வெளிக்காட்டா விட்டாலும் நான் அவர்களை நேசிக்கிறேன்'

மேலே காட்டிய பேச்சில் எல்லாமே இருக்கின்றன. அந்தக் குற்றவுணர்வு தெளிவாக வெளிப்பட்டுள்ளது. அவளுடைய ஆற்றாமை நோயாக மாறுகிறது. கணவனோடு விசித்திரமான உறவு கொண்டிருக் கிறாள். குழந்தைகள் மீது அவள் கொண்ட உணர்ச்சிகளைப் பற்றிய ஒரு நிச்சயமின்மை புலப்படுகிறது. 'நான் அவர்களை நேசிக்கிறேன்' என்பதை 'ஆனால் அதை நான் உணரவில்லை' என்றுதான் வாசிக்க வேண்டும்.

"நீங்கள் கூறுவது மிகவும் சரி. இது ஒரு டாக்டர் கவனிக்கிற விசயம். அது நிச்சயம். உங்கள் டாக்டரிடம் சென்று சோர்வு, மன அழுத்தம், அக்கறையின்மை பற்றி விளக்குங்கள். அவர் உதவுவார். உற்சாகமாக இருங்கள். உங்களைப் போலப் பல பெண்கள் ஐந்து குழந்தைகள் இல்லாமல், நறுக்கென்று பேசுகிற மாதிரி கணவன் இல்லாமல், உங்களைவிட மிகமோசமாக உணர்கிறார்கள். குறைவாகச் செய்கிறார்கள். நீங்கள் நோயுற்றவர்கள் என்பதைத் தவிர மற்றப்படி நன்றாக இருக்கிறீர்கள் (!) முதலில் உங்கள் ஆரோக்கியத்தைக் கவனியுங்கள். அப்புறம் உங்கள் தொல்லைகள் எல்லாம் போய்விடும்"[4]

சரிதான். எல்லாமே டாக்டரைச் சார்ந்துள்ளன. ஒருவேளை அவள் காளைமாதிரி வலிமையாக இருந்தால் அல்லது இரும்புச் சத்து குறையாமல் இருந்தால்? டானிக்குகளையும், வைட்ட மின்களையும் அவள் எடுத்தால்? அந்த டாக்டர் அவளிடம் துக்கப்படுவதை நிறுத்தி விட்டு அதற்குப் பழக்கப்படுத்திக் கொள்ளச் சொன்னால்? ஒருமுறை விடுமுறை போட்டுச் சந்தோசமாக இருக்கச்சொன்னால்? (அது அவளால் இயலாது) மந்திரத்தால் மாம்பழம் கிடைக்காது. ஒருவேளை அவள் டானிக், ஒயின் ஒன்றிரண்டு கிளாஸ் முயற்சி செய்து பார்க்கலாம். போதிய அளவுக்கு நச்சரித்ததால் அவளுடைய ஜி.பி. (General Practitioner) சந்தோச மாத்திரை ஒன்றைச் சிபாரிசு செய்வார். அது ஒரு மன அழுத்த நிவாரணியாக, ஆம்ஃபிடாமினாக, தூண்டுதல் மாத்திரையாக இருக்கலாம். மனையுறை மனைவியர் மத்தியில் மனஊக்கிகளுக்கும், வலி நீக்கி மாத்திரைகளுக்கும் அடிமையாகும் வழக்கம் அதிகரிப்பதாக ஆங்கிலப் பத்திரிகைகள் அறிக்கைகளை வெளியிடுகின்றன.

சமீபத்தில் ஒளிபரப்பான ஒரு தொலைக்காட்சி நிகழ்ச்சி, பிரிட்டனில் இன்று பத்து லட்சம் பெண்களுக்கு மேல் மயக்க

மருந்துகளுக்கு அடிமையாக இருப்பதாக மதிப்பிட்டது. இந்த மருந்துகளை ஒரு போதும் எடுக்காதவர்களுக்கு இது அபாய அறிவிப்பாக இருந்தது. கீழே வரும் கடிதம் திருமதி ஜே.எஸ். என்பவர் 'Forum' - இல் எழுதியது. விவரம் தெரியாமல் மன அழுத்தத்திற்காக இரண்டு தவணைகளாக மாத்திரை எடுத்ததும் அதன் அறிகுறிகள் மறைந்ததைக் கண்டுபிடித்ததாக எழுதுகிறார்.

'புதிய தவணையாக மாத்திரை எடுத்து முடிந்ததும் அவை இல்லாமல் இருக்க முடிவு செய்தேன். முதல் நாளில் சற்று ஆடிப் போனேன். ஆனால் மாலையில் இரண்டு சுற்று மது அருந்தியபின் என் நரம்புகள் அமைதியடைந்தன. மறுநாள் மோசமடைந்தது. என் கணவனோடும் பிள்ளைகளோடும் பயங்கரமாக எரிந்து விழுந்தேன். இதயத்துடிப்பு அதிகரித்தது. உள்ளங்கைகள் வேர்த்து ஈரமாயின. நாட்கள் செல்லச் செல்ல மாத்திரைகளுக்கு நான் அடிமையாகியிருந்தது தெரிய வந்தது. இன்னும் அதிகமாக மாத்திரைகள் எடுக்கவேண்டி யதை உணர்ந்தேன்.' அந்தப் பெண்மணி, மற்றொரு டாக்டரிடம் இந்த அடிமைப் பழக்கத்தைக் குணப்படுத்தச் சென்றாள். அவர் அவளுக்கு மேலும் அதிக மாத்திரைகளைக் கொடுத்தார். அவளுடைய தாங்க முடியாத சந்தர்ப்ப சூழலைவிட அந்த அடிமைப்பழக்கம் மேலும் சிக்கலை ஏற்படுத்தியது. அவளது கதைக்கு முடிவில்லை.

'என் கவலைகளை நிறுத்துவதற்காக நான் தொடர்ந்து வலி மாத்திரைகளை எடுக்கவேண்டியதாகியது. இன்று மாத்திரை களில்லாமல் வாழ்க்கையைப் பற்றி என்னால் கற்பனை செய்ய இயலவில்லை. குடிகாரியைப் போலானேன். மனநல மருத்துவரிடம் சென்றுகொண்டிருந்த ஒரு நண்பரிடம் சென்றவாரம் நான் பேசிக் கொண்டிருந்தேன். அவள் தனது டாக்டர் தனக்கு எவ்வளவு உதவி செய்கிறார் என்பதைப் பற்றி எனக்குச் சொல்லிக் கொண்டிருந்தாள். அவளோடு வெகுசில மணிநேரம் பேசிக்கொண்டிருந்தேன். அப்போது அவள் இரண்டு தடவை தனது கைப்பையைத் திறந்து ஒரு சிறிய மாத்திரையை எடுத்ததைக் கவனித்தேன். நிச்சயமாக அது என் மாத்திரையைப் போன்றதுதான். அவை சின்ன அற்புதத்தைச் செய்பவை என நினைக்கிறாள். அவற்றின் கேடு பற்றி அவளிடம் நான் விளக்க முற்படவில்லை.[5]

பிரிமிங்காம் 'ஆல் - செயின்ட்ஸ் ஆஸ்பத்திரியின் போதை - அடிமை யூனிட்டில் பணியாற்றும் திரு. மைக்கின் ரைமன் என்றொரு மனநல மருத்துவப் பணியாளர், கடந்த பதினோரு ஆண்டுகளாக வலிநீக்கி, மயக்க மருந்து, மனஊக்கி மாத்திரைகளின் பிடியிலிருந்து விடுபடுவதற்கு சிகிச்சைக் கூடத்திற்கு அதிக அளவில் மனையுறை மகளிரின் வரவு அதிகரித்து வந்துள்ளதாகத் தகவல் கூறினார்.

*('ஹாலிவுட் தயாரிப்பாளர் - இயக்குநர் ரிச்சர்டு புரூக்ஸ் என்பவருடைய மனைவியான செல்வி சிம்மன்ஸ் இப்படி விவரித்தாள். 'ரிச்சர்டு தனது சினிமாப் படப்பிடிப்புக்குச் சென்ற பிறகு நான் பயங்கர தனிமையில் விடப்பட்டேன். சினிமாத் திரையில், பார்ப்பது போல இருந்தது. தொலைக்காட்சியிலும் மதுவிலும் மாட்டிக் கொண்டேன். இந்தச் சேர்க்கை பேரழிவில்தான் முடியும். படுக்கையில் குழந்தைகளோடு நானும் அமர்ந்து தொலைக்காட்சியைப் பார்த்தபடி குடித்துக் கொண்டிருந்தேன். இரவு தோறும் இப்படித்தான்.*

*குழந்தைகளோடு இருப்பது சந்தோசம். டிரேசிக்கு இப்போது வயது பதிமூன்று; கேற்றுக்கு எட்டு வயது. அவர்களுக்கென்று நண்பர்கள் இருக்கிறார்கள். இரவு நேரங்களில் ஒரு பெரிய வீட்டில் தனியாக உட்கார்ந்திருப்பது மிகவும் தனிமையானது. இப்படித்தான் குடி எனது பெரும் பிரச்சினையாகிறது'* - News of the World', 5 April 1970*)*

இதில் குணமானவர் சதவீதம் மிகவும் குறைவு என்று ரைமன் ஒப்புக்கொண்டார். தொழில் ரீதியாக அவர் கூறுவது அவரது ஒழுக்கவியல்படி சரியானது. 'தங்களால் தூங்க முடியவில்லை அல்லது பிடிவாதமான கணவனின் பாலியல் தொல்லைகளைச் சந்திக்க முடியவில்லை' என்பதால் பெண்கள் தூக்க மாத்திரைகளைப் பயன் படுத்துவதாகக் கூறினார். அவர்கள், 'மிகச்சிறிய வீட்டுப் பிரச்சினை கூடச் சமாளிக்க மயக்க மருந்து மாத்திரைகளைப் பாவிக்கிறார்கள். மாத்திரைகளால் உயிர் வாழ்கிறார்கள்'' 'சுவாரஸ்யமில்லாத சுவையற்ற நாட்களைப் போக்கிட மனஅழுத்த நீக்கிக் குடுவைகளை (Capsules) விழுங்குகிறார்கள்' 'இப்படி அடிமையானவர்கள், அவிக்கிற உருளைக்கிழங்கு உலர்ந்து காய்தல், எரிகிற குமிழ் விளக்கு அணைதல், வாராந்திர துணி துவைக்க தாமதமாதல் போன்ற சின்னச் சின்ன விசயங்களுக்கெல்லாம் மாத்திரை பாட்டிலை நோக்கி விரைகிறார்கள்' என்றார். பெண்களுக்கு ஏன் இப்படி அற்பமான விசயங்களைக்கூடத் தாங்க முடியவில்லை என்பது பற்றி அவர் கருதிப் பார்க்கிறதில்லை.[6] "பெண்களை இந்த அளவுக்கே ஆய்வு செய்தபடியால் அவர் இதில் மிகச் சொற்பமான வெற்றியை அடைந்திருப்பதில் வியப்பில்லை."[7] குழந்தை வதைத் தடுப்பிற்கான ராயல் ஸ்காட்டிஷ் சபையின் கிளாஸ்கோ கமிட்டி, 'எதார்த்தத்திலிருந்து தப்புவதற்காக' போதை மருந்துகள் எடுக்கும் கிளாஸ்கோ நகரத்துத் தாய்மார்களின் எண்ணிக்கை அதிகரிப்பதாக ஓர் அறிக்கையில் தெரிவித்தது.[8]

மனையுறை மனைவியர் வாழ்க்கை எதார்த்தமானதல்ல, அது காலப்பிழையானது, தடை செய்வது, பெண்கள் நான்கு சுவர்களுக்குள் திரும்பிச் செல்லுவதற்குக் காரணம் இருக்கிறது. வாழ்க்கையின் ஏராளமான பிற விசயங்கள் அவர்களுக்கு முன் திறந்துவிடப்பட்டு உள்ளன. இவற்றை வாழ்க்கையின் பரிசாக ஏற்க மறுப்பது எதார்த்தத்தை ஏற்க மறுப்பதாகப் பொருளில்லை. 'நரம்புகள்' என்று பெண்கள் அழைக்கின்ற களைப்பு, பலவீனம் ஆகிய அறிகுறிகள் எல்லாம் நரம்புச்சிக்கல் வகையான கோளாறுகளின் கலவையாகும். இவை உளச் சிக்கலால் தோன்றுகிற உடல் உபாதைகளின் சிக்கலில் தோன்றுகின்றன. நேரடியான மருத்துவம் எதனாலும் இதனைச் சரிவரக் குணப்படுத்த இயலாது. மனையுறை மனைவி ஒருத்தியின் பணிக்கு எந்த விளைவுகளும் இல்லை. அதனை அவள் மீண்டும் மீண்டும் செய்யவேண்டியதுதான். குழந்தைகளை வளர்ப்பது ஓர் உண்மையான பணி இல்லை. ஏனெனில் குழந்தைகள் வளர்க்கப்படுகிறார்களோ இல்லையோ அவர்கள் அப்படியேதான் வளர்கிறார்கள். குழந்தை வளர்ப்பில் தாய்க்கு வழிகாட்டுதல் இல்லை; இருந்தும் அவள் மீது பொறுப்பு சுமத்தப்பட்டுள்ளது.

தாங்கள் வசதியாக இருந்தால் இந்த அளவுக்குத் துயரப்பட மாட்டோம் என்று பெண்கள் அடிக்கடி கற்பனை செய்கிறார்கள். ஒருவேளை அவர்களுக்குக் குழந்தையைப் பார்த்துக்கொள்ள ஓர் ஆளோ (நானி) அல்லது ஒரு பணிப்பெண்ணோ அல்லது நீண்ட விடுமுறை நாட்களோ அல்லது நிதி நிலை குறித்த குறைவான கவலைகளோ தேவை. மேற்கத்திய கலாச்சாரத்தில் இறுதி வெற்றி - வடிவம் விண்வெளி வீரன். ஒரு விண்வெளி வீரரின் மனைவியால் பணத்திலும் புகழிலும் குளிர்காய முடியும். விண்வெளி வீரர் அமெரிக்கச் சீமானாக இருக்கிறார். குடியரசுத் தலைவர்கள் அவரிடம் பறந்து போகிறார்கள். அவர் நாட்டுக்காக நிலா மேல் நின்றுகொண்டு பிரார்த்தனை செய்கிறார். உலகிலேயே மிகச் சுறுசுறுப்பாக விவாகரத்து நடக்கும் இடம் கேப் கென்னடி என்று 'நாஸா' மனநல மருத்துவர் ஒருவர் குறிப்பிட்டார். நிச்சயமாக, அங்கே தேசிய சராசரியில் இரட்டிப்பு மடங்காக விவாகரத்துக்கள் நடைபெறுகின்றன. மனையுறை மனைவியரின் குடிப்பழக்கம் வாஷிங்டனைத் தவிர்த்து அமெரிக்காவின் எங்கிலும், வேறெங்கேயும் விட கேப் கென்னடியில் அதிகமாக இருக்கிறது. விண்வெளித் தொழில் ஆண்களுடைய உணர்ச்சிகளைத் திருடுவதாகத் தோன்றுகிறது. விண்வெளி வீரர் களைத் திட்டமிட்டு உணர்ச்சித் தூண்டுதலுக்கு மந்தமானவர்களாக ஆக்குவதில் பிரச்சினைகள் இருக்கின்றன. அவர்கள் நிலவில்

பிரகாசமாக நிற்கலாம், இதேபோலத் தங்கள் மனைவியர் படுக்கைகள் உள்ளிட்ட எல்லா இடங்களிலும் பிரகாசமாகத் தோன்றலாம்; கேப் கென்னடியில் பாலியல் செயல்பாட்டின் அளவு மிகவும் குறைவு என்பது ஒத்துக்கொள்ளப்பட்ட விசயம்.[9] வளர்ந்து வரும் நமது ஒருங்கமைக்கப்பட்ட குழப்பத்தின் தர்க்கரீதியான வளர்ச்சியாக கேப் கென்னடியில் உள்ள கணினி சமுதாயத்தை எடுத்துக் கொள்ளலாம். இங்கிலாந்தில் கூட பின்னடைந்த ஏழ்மையான மக்கள் விவாகரத்துக்கு முன்வர வசதியற்றவர்களாக இருக்கிறார்கள். ஒரு விண்வெளி வீரரின் மனைவி தடியாகவும் நற்குணமற்றவளாகவும் இருக்கமாட்டாள். எனவே அவள் தனது துயரத்தைக் குடியிலும், தன்னிஷ்டம் போலப் புணருவதிலும், அதிகமாகச் செலவு பிடிக்கும் பழக்கத்திலும் வீழ்கிறாள். இங்கிலாந்தில் 'மறுக்கப்பட்ட', 'ஒடுக்கப்பட்ட', 'எரிச்சல் உற்ற', 'தனிமையான' மனையுறை மனைவி அதிகமாகச் சாப்பிடுவாள்; அதிகமாக உதவாதவள்; வீண், இங்கிலாந்தில் சாக்லெட் பார்களும், பிஸ்கற்களும் சமீபத்தில், 'தப்பித்தல் இயல்புடையோரின் உணவாகக் கருதப்பட்டு வருகிறது. இவற்றை (எந்திரங்கள் உற்பத்தி செய்தவை) உண்டால், 'ருசி புலன் உணர்ச்சி' 'மனக்கிளர்ச்சி', தொலைதூர இடங்களைப் பற்றிய மனக்காட்சிகள் உண்டாகும் என்று கூறுகிறார்கள். இவற்றை உண்டால் மனமாயைக் காட்சிகளும் இன்பஉச்சங்களும் உறுதி என்ற விளம்பரங்கள் சத்தியம் செய்கின்றன. ஒரு விவாகத்திற்கு ஆகிற செலவைவிட 'மார்ஸ் பார்' சாக்லெட்டிற்கு விலை அதிகம்!

பெண்பால் கலகம் விநோதமான, வதைமிக்க வடிவங்களை எடுக்கின்றது. இதற்குப் பெரிதும் பலியாகிறவர்கள் பெண்களே. பெண் தனது கணவனை விரட்டுகிறாள். தன்னிடம் அவன் வருகிற போது சண்டை போடுகிறாள். ஏனென்றால் எப்படியோ எல்லாமே தப்பாகத் தெரிகிறது. வேண்டா வெறுப்பு இன்னமும் ஒரு பெரும் பிரச்சினையாக இருக்கிறது. இன்பஉச்சங்களைப் பற்றிய தொழில்நுட்ப அறிவு இருந்தாலும் பெண்பாலின் அமைப்பு, இதனை மாற்றவில்லை. பாலியல் எதார்த்தம், இன்ப உச்சம் ஆகியவற்றை ஏற்றிடப் பெண்கள் சரியானபடி தக அமைவு பெறவில்லை. திருமணமான புதிதில் பால் இன்பத்தை அனுபவித்த மாதிரி தோன்றுகின்ற மனைவியர்க்கு, இதில் வேண்டா வெறுப்பு உருவாகிறதாகக் கணவர்கள் முறையிடுகிறார்கள். பாலியல் அன்பு என்பது, இன்பஉச்சம் அல்லது அற்புதநவிற்சித்தனம் பற்றிய விவகாரமில்லை. இரண்டு எதிர் எதிர் துருவங்களிலிருந்து ஒருவரையொருவர் நெருங்கி வருகின்ற கணவர்களும் மனைவிகளும் இருட்டில் தடுமாறி தங்கள் மனதின் கற்பனையான தோற்றங்களை (phantorns)ப் பற்றுகிறார்கள்.

கருத்தடை முறை, பெண்பாலின் பாலியல் தன்மையைப் பலி கொள்ளுகிறது. இங்கிலாந்தில் ஆண் உறைதான் மிகவும் பிரபலமான கருத்தடைச் சாதனம் என்பது திடுக்கிடச் செய்கிறது. ஐந்தில் ஒரு பிரிட்டிஷ் தம்பதிகள் இன்னும் புணர்ச்சி நிறைவுக்கு முன்பே விந்தினை வெளியே விடுகிற வழக்கத்தைக் கொண்டிருக்கிறார்கள்.

ஒன்றே முக்கால் மில்லியன் *(10.75 லட்சம்)* ஆங்கிலேயப் பெண்கள் கருத்தடை மாத்திரையைப் பாவிக்கிறார்கள். இதில் எட்டில் ஒரு பங்கு கூட மனையுறை மனைவியர் தொகை இல்லை. அப்படியே அவர்கள் மாத்திரைகளைப் பாவித்தாலும் கூட எல்லாப் பிரச்சினைகளும் தீர்வதில்லை. ஒவ்வொரு வாரமும் பத்திரிகைச் சிறப்புப் பகுதிகளில் மாத்திரையின் பயங்கரம் பற்றி மற்றுமொரு சிறப்புச் செய்தி இடம்பெறுகிறது. மணமான சில வாரங்களில் ஒரு மணமகள்,

> *('என் கணவன் அடிக்கடி என்னோடு காதல் செய்ய விரும்பவில்லை. எனக்கு அது விசனமாக இருக்கிறது. எப்போதாவது காதல் செய்தால் எனக்கு இன்னும் விசனம் கூடுகிறது. அவன் மேல் மரத்துக் கிடப்பேன், ஏனென்றால் அவன் சும்மா நடிக்கிறான் என்பது தெரிகிறது. எங்களுக்குள் இன்னமும் ஏதோ இருக்கிற மாதிரியும், இன்னொருத்தியிடம் தான் போகவில்லை என்று கூறுகிற மாதிரியும் அவனது செயல்பாடு இருக்கிறது. (அவனுக்குச் சில நண்பிகள் உண்டு என்பது உறுதி). இதுபற்றி அடிக்கடி சண்டை பிடிப்போம். சிலசமயம் இதை அவன் மறுக்கிறான், சிலசமயங்களில் நான் அவனிடம் அன்பில்லாமல் இருப்பதால் பிற பெண்களிடம் அவனை நான் விரட்டுவதாகவும் கூறுகிறான். எவ்விதமான அற்புத நவிற்சித்தனமான (romantic) காரியத்தையோ, பேச்சையோ வெளிப்படுத்தாத ஒருவனிடம் நான் எப்படி அன்பாக இருக்கமுடியும்?'* - (Ms) C.T., 'Forum', Vol.2, No.2)

'துரோம் போஸிஸ்' (இரத்தக் குழாயில் இரத்தம் உறைதல்) நோய் காரணமாக இறந்து விட்டாள். இது பற்றி 'நியூஸ் ஆஃப் தி வோர்ல்ட்' - இல் வந்த அறிக்கை: குடும்பக் கட்டுப்பாட்டுச் சங்கம் வழங்கிய கருத்தடை மாத்திரைகளை வாங்கிய நான்கு லட்சம் பெண்கள் ஐம்பது பின்விளைவுகளால் துன்புறுகிறார்கள்.[10]

படிங்டன், செயின்ட் மேரிஸ் மருத்துவமனையின் பேராசிரியர் விக்டர் வைன், கருத்தடை மாத்திரைகளை உட்கொள்ளுவதால் இரத்த உறைவு, ஈரல் நோய்கள், உடல் குண்டாவது, மனஅழுத்தம் ஆகியவை ஏற்படுவதாகக் கூறுகிறார்.[11] அவர் இதைக் கூறுகிற போது நாம் அதை

நம்பத் தொடங்கலாம். இந்த மாத்திரைகளை எடுத்ததால் தனக்குக் கட்டி வந்துவிட்டது உணர்ச்சியற்ற தன்மை வந்துவிட்டது என்று முறையிடுகிறபோது அதெல்லாம் எனது ஜி.பி.யின் பந்தா எனத் தெரிகிறது. இந்தக் கருத்தடை மாத்திரையின் ஹார்மோன், நல்ல ஆரோக்கியத்திற்கும், மனநிலைக் கட்டுப்பாட்டுக்கும் சம்பந்தமான 'டிரிப்டோபன்' எனும் வேதிப்பொருளின் சுரத்தலைத் தடுக்கிறது.[12] சந்தையில் புழங்கிய பதினாறு கம்பெனி மாத்திரைகளைத் திரும்பப் பெற்றும் கூடப் பெண்களுக்கு அதனால் பெரிய முன்னேற்றம் ஏற்பட வில்லை. கருத்தடை வளையம் ஒரு துன்பகரமான தோல்வி. இதைப் பயன்படுத்தியவர்களுக்குத் தன்னிச்சையாகக் கருச்சிதைவு ஏற்பட்டது.[13] 'டய பிரம்' (diaphragm) எனும் கருத்தடை வலை ஒரு தொந்தரவுமிக்க கருவி. அது உள்ளே இருந்து கொண்டிருப்பது பெண்ணுக்குத் தெரியும். அவள் கருவுறவேண்டும் எனக் கணவன் பிடிவாதம் பண்ணினால் அக்கருவியை அவன் வெளியே எடுத்திட முடியும். இவ்வாறு பெண்கள் ஒவ்வொரு நாளும் கருத்தடை பற்றி நினைக்கிற வரை, மாத்திரைகள், உறைகள், இப்படிப் பல வகையான உத்திகளைப் பற்றிக் கவலைப்படுகிற வரை, மாதவிடாய் வரப்போகிற ஒவ்வொரு தடவையும் கவலைப்படுகிற வரை, அவளுடைய நடத்தையில் பகுத்தறிவுக்குப் புறம்பான போக்குகள் மிகுதியாகத் தோன்றும். இன்றைய பெண்களுக்கு மாதவிடாய்ப் பதட்டம் என்பது பேரளாவிய பிரச்சினையாக இருக்கிறது. அது அதிகரித்துள்ளது. இதோடு மனச்சிக்கல் தோற்றுவிக்கிற உடல் வலியும் சேர்ந்து பிரச்சினையைத் தீவிரப்படுத்தியுள்ளது. துயரம், துயரம், துயரம்.

ஆண்களை விட அதிகமாகப் பெண்கள் தற்கொலை முயற்சி செய்கிறார்கள். அதிகம் பேர் மனநல மருத்துவமனைகளில் இருக்கிறார்கள்.[14] பிரசவமான பிறகு ஏற்படும் இரத்தப்போக்கு ஒரு நோய்க்கூறாக ஆகியுள்ளது. குழந்தை பிறந்து ஒரு வருடமாகியும் சில பெண்கள் இதன் காரணமாக துயரம் எய்தியுள்ளார்கள். குழந்தையைக் கொல்லும் மிகமிகத் துளியளவு சிறுபான்மையினரான தாய்மார் களையும், கணவனைக் கொல்லும் மனைவியரையும் பற்றிய பத்திரிகைச் செய்தி வருகின்றன. பெரும்பான்மையான பெண்கள் உணர்ச்சியற்ற மங்கிய வெளிச்சத்தில், தாங்கள் சரியாகச் செயல் படுவதாக நம்பிக் கொண்டு என்றாவது ஒருநாள் பலன் கிடைக்கும் என்ற தெளிவு இல்லாமல் எதிர்பார்த்துக் கொண்டிருக்கிறார்கள். வேலை செய்கிற மனைவி, தன் குழந்தைகள் பெரியவர்களாக வளர்ந்த பின், தனது கடினமான வேலைக்கு நியாயம் கற்பிக்கக் காத்திருக் கின்றாள். அக்குழந்தைகள் தங்கள் இஷ்டப்படி நடந்து, விலகிச்

சென்று, விநோத பழக்கங்களுக்கு ஆளாகி, தங்கள் பெற்றோர்களை நிராகரிப்பதை அவள் பார்க்கிறாள். சோம்பேறியான மனைவி தனது நடுவயசு இடுப்புப் பகுதியைக் கச்சினால் இறுகக்கட்டி பள்ளிக்கூடம் போகிறாள். அங்கே கல்வி வட்டார ஒழுங்குகளில் அநாவசியமாகக் குறுக்கிட்டு, (தவறான காரணங்களுக்காக), தவறான வழியில் பெரிதும் கல்வியறிவு பெறுகிறாள், என்னுடைய அம்மா தனது மூத்த குழந்தை, வீட்டை விட்டு ஓடுமாறு தொண தொணப்புச் செய்துவிட்டு பாலே நடனப் பயிற்சி எடுத்தாள். வரவு செலவு கணக்கைக் கற்றாள். வருடா வருடம் தேர்வுகளில் பிடிவாதமாகத் தோல்வியடைந்தாள்.... கடைசியாக இத்தாலி மொழியைக் கற்றாள். அவளுக்குக் கவனக் குவிப்புச் சக்தி எப்போதோ போய் விட்டது. ஒவ்வொரு செயல்பாடும் ஒரு வெறித்தனமான பிடிவாதமாகவே இருந்தது. அந்த வெறி ஒரு மாதங்கூட நீடிக்காது. இது மாதிரி எத்தனையோ பட்டியலிடலாம்...

தனியாக வாழும் பெண்கள் பெண்பால் துயரத்திலிருந்து தப்பித்து விடுவதாக அர்த்தமில்லை. பெண்மையின் வெற்றிக்கு ஓர் அளவு கோலாக அவள் திருமணம் செய்து கொள்ளுவது என்ற பயங்கர அழுத்தம் இதற்குக் காரணமாகவுள்ளது. எதிர்காலம் இல்லாத தங்களுடைய வேலைகளில் அவர்கள் காலத்தை விரயமாக்கு கிறார்கள், கனவு காண்கிறார்கள். நேரடியாகத் துயரங்களை அனுபவிக் கிறார்கள். தனியாக வாழுகிற பெண்கள் வயதான தங்கள் பெற்றோர் களைப் பராமரிக்கிறார்கள். இந்த அம்சத்தை ஆண்பாலிடம் காண வியலாது. மணமாகாப் பெண்களும், கடுகடுப்பான முகம் கொண்ட பெண்களும் கேலிக்கு உள்ளாகிறார்கள். இவர்களுடைய வாழ்வும் துயரமானதே.

திருமணம், வாழ்வதற்கான ஒரு வழி என்பது கடினமான வழி. மணமாகாக் கன்னியின் வாழ்வும் கடினமானதே. எனவே பெண் களுக்கு சந்தோசம் என்பதை ஒரு - நேர்மறையான சாதனையாகப் பார்க்க வேண்டும். ஒரு பெண் தான் வாழும் சமூகத்திற்குச் செய்யக் கூடிய மாபெரும் சேவை அவள் சந்தோசமாக இருப்பதுதான். கலகமும், பொறுப்பின்மையும் தாம் அவள் சந்தோசம் பெறத்தக்க ஒரேவழி என்றால் தொடர்ந்து அவள் ஒரு பெண்ணாகக்கூட இருப்பதற்கு உள்ள நிலைமைகள் மாறவேண்டும்.

# மனக்கசப்பு

மனக்கசப்பின்றித் துயரம் வராது. பால்களுக்கு இடையே ஒரு யுத்தம் தொடர்ந்து நடைபெற்றுக் கொண்டிருக்கிறது. இது பொது வாக ஒத்துக்கொண்ட விசயம்தான். நாம் நேரடியாக யோசித்துப் பார்க்கத் துணியாத மற்றப் பெரும்பாலான விசயங்களைப்போல இது மிகச் சாதாரணமாக வேடிக்கையான விசயமாக எடுத்துக் கொள்ளப் படுகிறது. பெண் விடுதலை இயக்கங்கள் ஆண்பால் ஆதிக்க நிறுவனத்தோடு புரிகின்ற சின்னச் சின்ன ‘கைகலப்புக்களைப் போல் அல்லாமல் பால்களுக்கிடையிலான இந்த யுத்தம் பேரளாவியதாக உள்ளது. அதிகமான ஆபத்துக்கள் நிறைந்தது. அந்த யுத்தம் வீட்டிலோ அல்லது தொலைதூரத்திலோ நடந்தாலும் அது எப்போதும் விதிகளோ அல்லது மரபுகளோ இல்லாத உள்போராட்டமாக இருக்கிறது. அதன் முடிவு மரணம்தான். இதனை நாம் எல்லா நேரங்களிலும் அவதானிக் கின்றோம். ஆனால் அதனை அடையாளம் காணுவதில்லை. நாமே அந்த நேரடியான போராட்டத்தில் ஈடுபட்டிருந்தாலும் அதனை அடையாளம் காண்பதில்லை. இந்தப் போர்க்களத்தில் ஆண்கள் கை ஓங்கியிருப்பதால் அவர்கள் வழக்கமாகப் பெண்களைவிட மிகுந்த தயையோடு நடந்துகொள்ளுகிறார்கள். தாங்கள் சாகும் வரையிலான ஒரு போராட்டத்தில் ஈடுபட்டுள்ளதை ஆண்கள் உணர்கிறதில்லை. அந்தப் போராட்டத்தில் அவர்கள் தோற்று விவாகரத்துக் கோரி நீதிமன்றத்திற்கு வரும்வரை அதை உணர்கிறதில்லை. தங்கள் தரப்பு நியாயங்களைப் புறக்கணித்த தங்களுடைய முட்டாள்தனத்தால் ஏற்பட்ட பெரும் ஏமாற்றத்தால், இந்த உலகத்தை இரக்கமற்ற - கொன்றுண்ணிகளான பெண்களின் நலனுக்காக நடத்துகிறார்கள் என்று பெருங்கூச்சலிடுகிறார்கள். வெற்றி காணுகிற பெண், தன்னுடைய வெற்றியானது, பெரும் இழப்புக்களால் பெற்றதென்று அறிகிறாள்.

பெண்பாலின் மனக்கசப்பு வியக்கும் விதத்தில் பொது இடங்களில் விரிவாக வெளிப்படுகிறது. குறிப்பாகக் கூறுவதென்றால் இது, விருந்து உபசார வைபவங்களில் மிகவும் நுட்பமாக வெளிப் படுகிறது. நம்முடைய சமுதாயத்தில் விருந்தயர்தல் என்பது மிகவும் அரிதான நிகழ்ச்சி. அது தன்னியல்பான ஒரு கொண்டாட்டம் குறிப்பிட்ட ஒரு நோக்கத்திற்காகவே விருந்தயர்தல்கள் (Parties) ஏற்பாடு செய்யப்படுகின்றன. ஒருவருக்கொருவர் பரிச்சயமாதல், ஒரு நிகழ்ச்சியின் முக்கியத்துவத்தை வலியுறுத்துதல், புதிதாக வருகை

புரியும் ஒரு குழுவை அறிமுகம் செய்தல். இப்படிப் பல நோக்கங்களுக்காக ஏற்பாடு செய்யப்படுகின்றன. இது மனிதர்களை அங்கீகரிக்கின்ற சந்தர்ப்பம். ஆண்கள் தங்கள் பெண்களை அழைத்து வருகிறார்கள். எனவே தொடக்கம் முதற்கொண்டே பெண்கள் சாதகமற்ற நிலையில் இருக்கிறார்கள். விருந்து அயர்தலுக்கு வந்த குழுவின் இணைப்பு ஆண்களின் உறவுமுறைகளிலிருந்து பெறப் படுகிறது. இந்தக் குழுவின் ஒழுங்கமைவு, வந்திருப்போரின் சமூக - பொருளாதார நுண் தகுதிகளை அங்கீகரிப்பதன் வழியாகத் தக்கவைக்கப்படுகிறது. இந்த நுண் தகுதிகளைக் கண்டுணர்ந்து தங்கள் தங்கள் ஆண்களின் பிரதிநிதித்துவத்தைக் குழுவோடு நுட்பமான முறையில் வலுப்பெறச் செய்வது பெண்களின் சாதுரியம். ஒவ்வொரு பெண்ணுக்கும் தனது வகிபாகம் என்னவென்று தெரியும். என்றாலும் வழக்கமாக அவள் மயக்கம் தருகிற பல்வேறு உத்திகளால் சமூக சந்தர்ப்பத்தைக் கீழறுத்து அழிக்கின்றாள். ஏறத்தாழ மிக நுட்பமான சரசத்தால் வழக்கமாகப் பெண்கள் ஆண்பால்களுக்கிடையே போட்டியைத் தூண்டி விடுகிறாள். இந்த உத்தியை அவள் ஓர்மையற்ற விகிதத்தில் நிகழ்த்துவது போலத் தெரியலாம். இக்காரியம் மிக அரிதாக அவளுடைய முழுக்கட்டுப்பாட்டிற்குள் இல்லை. இருந்த போதிலும் இது மிகவும் நன்றாக வேலை செய்கிறது. இப்படி இந்த விளையாட்டை ஆடுவதன் மூலமாக ஆண்மைக் குழுவிற்கு ஏற்கனவே இருந்து கொண்டிருக்கிற பதட்டங்களைச் சாதகமாக எடுத்துக்கொண்டு அவற்றை இன்னும் உக்கிரமடையச் செய்கிறாள். ஆண்பால் ஆதிக்கத்தைப் பயன்படுத்திக் கொள்ளுவது அவளுக்குரிய பந்தய இலக்காக உள்ளது. ஓர் ஆணை ஒரு பட்டிக்காட்டானாக நுட்பமான விதத்தில் அவள் சுட்டிக்காட்டலாம். (தனது கிளாஸ் பல மணி நேரமாகக் காலியாக இருக்கிறது என்று கூறுவது). அவன் நேசத்திற் குரிய இனியன் (அதாவது schmuck) என்று கூறுவது அவனைக் கேலி செய்வது போன்ற துணுக்குகளைப் பேசுவது அல்லது அவனுடைய நண்பன் ஒருவனைத் தெரிவு செய்து இவளை முகத்திற்கு நேராக ஒதுக்குவது ஆகிய உத்திகளை அவள் செய்யலாம். அந்த நண்பன் இவனுடைய உயிருக்குயிரான நண்பனாகவோ அல்லது மிகவும் வெற்றிகரமான போட்டியாளனாகவோ இருக்கலாம்.

விகடம் (Joke) சொல்லுவது ஒரு முக்கியமான உத்தி. கணவன், மனைவியிடம் விகடம் பேசிச் சிரிக்க வைக்க முனைவது மிகவும் ஆபத்தானது. ஏனெனில் அதைக் கேட்டதும் அவன் மனைவி பெருமூச்சுவிடுவாள்; அல்லது இந்த ‘ஜோக்ஸ்’ எல்லாம் தாங்கள் ஏற்கனவே கேட்டதுதான் என்று ஒவ்வொருவரிடமும் சொல்லுவாள். அல்லது, அந்த மாக்ஸ் பைகிரேவ்ஸ் இதைவிடச் சிறப்பாக விகடம்

சொன்னார் என்பாள்; அல்லது எதற்குமே அவள் சிரிக்காமல் இருப்பாள். தனது கணவனே அந்த விருந்தயர்தல் வைபவத்திற்கு உயிர் போன்றவன் என்றால் சோர்ந்து போவாள். தன்னை வீட்டுக்கு இட்டுச்செல்லுமாறு சிடுசிடுப்பாள். அல்லது தன்னையே அந்தக் கூட்டத்தில் ஒரு காட்சிப் பொருளாக்கும் அளவுக்கு மிகவேகமாக மது அருந்துவாள். அவன் சில்லறைத் தனங்களில் ஈடுபட்டால், அதிகமாகக் குடித்து விட்டான் என்றும் தன்னைத்தானே ஒரு முட்டாளாக்கிக் கொண்டிருக்கிறான் என்றும் அவன் காதில் குசுகுசுப்பாள். அல்லது வீடுதிரும்பிப் போகிறபோது அவனே காரை ஓட்டவேண்டும் என்பதை அவனுக்கு நினைவூட்டுவாள். தன்னோடு அவன் எப்போதும் ஒட்டிக்கொண்டிருந்தால், அந்த அறையிலுள்ள கவர்ச்சிகரமான ஒவ்வொரு பெண்ணையும் அவன் வாய் பிளந்து பார்ப்பதாகக் குற்றஞ்சாட்டுவாள். இம்மாதிரி அவள் செய்கிற அழிப்புக் காரியங்கள் எல்லாம் அவள் தன் கணவனுடைய பின் ஒட்டு மட்டுமே என்ற தனது பயம் கலந்த கவலையின் வெளிப்பாடுகளாகும். அவள் இந்தச் சமுதாயச் சூழலோடு சுமுகமாக இல்லை. இப்படி ஒட்டுதலாக இல்லாதபோது, மிகவும் யுக்தியாக ஓர் ஒட்டுதலை உண்டாக்குவதற்கே அவள் தயாராக இருக்கிறாள். இப்போது அவளது விவேகம் முற்றிலும் தீர்ந்துபோயிற்று. உரையாடல் ஓய்ந்து போனது. தன்னை அவள் ஒரு முட்டாள் எனக் கருதுகிறாள். தன்னை அவலட்சணமானவளாக உணர்கிறாள். தான் பிறருடைய போட்டிக்கும், முகஸ்துதிக்கும் உரிய பொருளாக இருந்த சமயம் தவிர மற்ற நேரங்களில் அவள் எதையும் அனுபவித்ததில்லை. அது எப்படி என்பது அவளுக்குத் தெரியாது. தனது சகா அங்கே அரட்டையடித்து விளையாடிக் கொண்டிருப்பது அவளுடைய வெறுப்பைக் கிளறி விடுகிறது. தான் அவ்விடம் இல்லா விட்டால் அவன் இன்னும் அதிகம் சந்தோசமாக அனுபவிப்பான் என்பது அவளுக்கு உறுதியாகத் தெரிகிறது. இந்த அவமானத்திற்கு ஆதாரமில்லாமல் இல்லை. ஏதாவது போலியான விதத்தில் அவள் திருப்பித் தாக்கவில்லை என்றால் அவளது சக்திக்குச் சூத்தமாக எந்தவித வடிகாலும் இல்லாமற் போய்விடும். அவள் துடைத்து எறியப் படுவாள். ஒதுக்கப்படுவாள். அவளது பழைய நண்பிகள், தான் மணமான நாள் முதலாக எப்படியெல்லாம் ஒடுக்கப்பட்டாள் என்று தங்களுக்குள்ளே முணுமுணுப்பார்கள்.

இந்த விருந்தயர்வினைப் புரட்டிப் போட்டு, இறுதியாகப் பழி தீர்த்துக் கணவனை மிரட்டும் கடைசி முயற்சியைச் செய்வாள். ஒன்றுமே பேசாமல் வெறுமனே அமர்ந்திருக்கும் அவள் கணவனை அங்கே விட்டுவிட்டுக் கமுக்கமாக வீட்டுக்குக் கிளம்பிப் போய்

விடுவாள். தனக்கு என்ன ஆகிவிட்டது என்று கணவன் திகைத்துக் கொண்டிருக்கும்படி செய்வாள்.

இதைவிடப் பிரம்மாண்டமான உத்திகளை இம்மாதிரி விருந்தயர்வுக் கொண்டாட்டங்களில் பெண்கள் பயன்படுத்துவதைப் பார்த்திருக்கிறேன்... எனக்குத் தெரிந்த ஒரு பெண்பால், அதற்குமேல் தன்னால் எதுவும் செய்ய இயலாத சந்தர்ப்பத்தில் ஒப்பனை அறைக்குள் புகுந்து விடுவாள். ஆங்கே அவள் தனது கண்ணாடியைப் போட்டு உடைத்துக் கண்ணாடித் துண்டுகள் மேல் உருண்டு புரண்டு கூச்சல் போடுவாள். யாராவது வலுவான ஆண்மகன் கதவை உடைத்து நுழைந்து அவளை வெளியே தூக்கிப் போகும் வரை கூச்சலிடுவாள். மற்றொரு இளம்பெண் சந்தேகப்படும்படியாக வேகவேகமாக மதுவை அருந்தி விட்டு தனது ஆடைகளைக் கிழித்தெறிவது வழக்கம். அப்போது அவளுடைய சகா அவளைச் சாந்தப்படுத்துவான். விருந்துக்கு வந்த மற்றவர்களோ எதுவுமே நடக்காத மாதிரி, எதையுமே பார்க்காத மாதிரி பாவனை செய்வார்கள். தனது சீமாட்டியின் வேகத்திற்கு ஈடு கொடுக்கமுடியாத வயோதிக ஆணின் வீரியத்தை மறைமுகமாக அம்பலப்படுத்தும் பெரியதொரு உபாயத்தின் ஒரு பகுதியாக இது இருக்கும்.

பெரும்பாலான பெண்களின் அறியாமையும், தனிமையும் தங்களால் உரையாட இயலவில்லை என்பதன் வெளிப்பாடுகளே. அதிகாரப் போராட்டத்தின் தொடர்ச்சியாக அவர்கள் தங்களது கணவர்களோடு கொள்ளும் பெரும்பாலான தொடர்பு காணப் படுகிறது. இதன் விளைவு: விருந்துக்குப் பிறகு மனைவிகள் அங்கே உண்மையான பிரச்சினைகளைப் பற்றிய நாகரிகமான உரையாடலைத் தனிநபர்களுக்கிடையே நடக்கும் சச்சரவுகளாகப் பிறழ வைப்பார்கள்.

இந்த மாதிரி யுத்தத்தில் ஆண்கள் வேறுவிதமான உத்திகளைக் கையாளுவார்கள்: பெண்கள் மீது பரிவுகாட்டுவது, தந்தை மாதிரி காபந்து செய்வது, உரையாடுகிற போது பெண்ணின் பேச்சு மீது இரக்கம் காட்டுவது, அவளுடைய கருத்துக்களைச் சட்டை செய்யா திருப்பது, மற்றப் பெண்களிடம் மிகையாக மரியாதை காட்டுவது, அவர்களுடைய சமையலை உயர்வு நவிற்சியாகப் பாராட்டுவது (ஏதோ அதுவரை தங்கள் வீடுகளில் தொடர்ந்து பட்டினி கிடந்தமாதிரி அல்லது விஷம் சாப்பிட்டு வந்த மாதிரி) சின்னப் பெண்களைப் பற்றிய நையாண்டிப் பேச்சை விரும்பிக் கேட்பது... ஆண்கள் வெற்றி பெறுகிற தங்களது இடத்தின் காரணமாக, அவர்களது உத்திகள் கர்ண கொடூரமாகவோ அல்லது ஆபாசமாகவோ அல்லது சமூகத்திற்கு

எதிரானவையாகவோ தெரிவதில்லை. இந்த ஒரு விசயமே ஒரு பெண்ணைப் பைத்தியம் பிடித்தவளாகவும், நேரடித் தாக்குதலில் இறங்குபவளாகவும் ஆக்கிடப் போதுமானதாகும். எனக்குத் தெரிந்த என் மாணவிகளில் ஒருத்தி பல்கலைக்கழக யூனியன் கூட்டத்தில் ஆண்களுடைய இரக்கப்போக்கைக் கண்டு வெறுப்படைந்து சேர்மன் மீது தன் கசப்பினைக் கொட்டித் தீர்த்தது ஞாபகத்தில் இருக்கிறது.

சமூக சந்தர்ப்பங்களில் நடத்தப்படுகிற இந்த அக்கிரமங்கள் ஒருபுறமிருக்க பால் யுத்தத்தின் உண்மையான அரங்கம் வீட்டு அடுப்பங்கரையாக இருக்கிறது. அங்கே அந்த யுத்தம் ஓய்வதில்லை. அடுப்பங்கரையின் ஒரு பக்கச் சார்பான சூழலின் காரணமாகவும், பெரிதாகப் பேசப்படக்கூடிய செயலுக்கான சாத்தியமில்லாமையின் காரணமாகவும், பெண் தனது இதயத்தைத் திறந்து சொற்களைக் கொட்டவேண்டிய நிலை இருக்கிறது. ஒரு பரத்தையைப் போல - ஒரு வேலைக்காரியைப்போல வாய்க்கு வந்தபடி சபிக்கிறாள்.... வார்த்தை வகையான இந்த ஆக்கிரமிப்பு (ஃபிராய்டு கருதிய மாதிரி) ஆண்குறி மீது அவள் கொண்ட அழுக்காற்றின் பிரதிபலிப்பாக இல்லை. மாறாக கிளப்பி விடப்பட்ட மலட்டுத்தனத்தின் தவிர்க்க இயலாத விளைவாக உள்ளது. அவளுக்குத் தனது உண்மையான துயரங்களைப் பற்றித் தெரியாது. அதனால் அதே கண்டனங்களையும், போலித்தனமான புகார்களையும் முடிவே இல்லாமல் மீண்டும் மீண்டும் சொல்லிக் கொண்டிருப்பதால் பயன் ஒன்றும் ஏற்படுவ தில்லை. இதற்கு மாறாக அவள் என்ன பேசிக் கொண்டிருக்கிறாளோ அதன் உண்மையான அர்த்தத்தின் மீது ஒருவிதமான அலட்சியத்தை உண்டாக்குகிறது. அவளது தாக்குதல்கள் மேலும் மேலும் அழிவையும், மன்னிக்க முடியாத நிலையையும் எட்டுகின்றன. அவள் தன் வீட்டைத் தன் கரங்களால் கிழித்து எறிவதை அவள் உணருகிறவரை இது தொடரும். அவ்வாறு அவள் உணரும் போது தனது சுற்றுச்சூழல் மிருகத்தனமாகிக் கொண்டிருப்பதை நிறுத்த இயலாதவாறு சக்தியை இழந்துவிடுகிறாள். தான் கூறுபவை பெரும்பாலும் அநியாயமாகவும், சம்பந்தா சம்பந்தமின்றியும் இருப்பதை உணருகிறாள். மிகத் தப்பான எதுவோ நடந்து விட்டது. ஆனால் அது என்ன என்று அவளால் கூறமுடியும்? அவளது குற்றவுணர்வு அதிகரிக்கிறது. வயோதிகமும், அடையாளம் தெரியாதபடி தான் மாறிக் கொண்டிருப்பதும் அவளுக்குத் தெரிகிறது. ஆனால், இந்தவித சந்தர்ப்பத்திலிருந்து உடைத்துக் கொள்ளுகிற ஆற்றல் ஒவ்வொரு நாளும் மங்கிக்கொண்டே வருகிறது. சிலசமயங்களில் அவள் மனம் உடைந்து தன்னிடம் என்ன கோளாறு என்று தெரியவில்லை என மனம் திறந்து பேசுகிறாள். அவள்

கணவன் ஒரு மாத்திரையை விழுங்குமாறு அவளிடம் ஆலோசனை கூறுகிறான். உடனே கசப்பான அந்தச் சண்டை மீண்டும் தொடங்கி விடும். அவனது முட்டாள்தனத்தையும் இதயமற்ற தன்மையையும் சொல்லி வசைபாடுகிறாள். தன்னுடைய இந்தப் பரிதாபகரமான நிலைமைக்கு அவனும் பாதி பொறுப்பு ஏற்க மறுப்பதற்காக அவள் அவனை நிந்திக்கிறாள்...

குடும்ப வாழ்க்கையில், பிறருக்காக வாழுகின்ற தனது பங்கினை ஏற்கும் மனையுறை மனைவி, தனது கணவனுடைய விழுமிய முன் முயற்சிகளுக்குத் தான் ஒரு ஆதாரமாகவும், இழுத்துக்கட்டும் பாய்மரக் கயிறாகவும் இருக்கப்போவதாகக் கற்பனை செய்கிறாள். ஆனாலும், கணவன், தனது ஆசைகள் துயரங்கள் ஆகியவற்றை எடுத்துக்கூறுவதை ஆதரித்துப் பாராட்டவிடாதபடி அந்த மனைவிக்குள்ளே ரகசியமாக வளருகிற - அவளால் ஒத்துக் கொள்ள முடியாத - அந்தப் பொறாமை தடுக்கிறது. அவனை அவள் குறைத்து மதிப்பிட்டுப் பாதி தெரிந்த அளவில் அவனுடைய கடினமான முடிவுகளைக் குறித்து தகராறு செய்கிறாள். தான் தோற்று விடுவோமோ என்ற அவனது அச்சங்களைக் குறித்துக் கேலி செய்கிறாள். அலுவலகத்தில் அவன் வேலை பார்ப்பது பற்றிய அவனது கேள்விகள் ஒரு சம்பிரதாயமாகின்றன. தன் கேள்விகளுக்கு அவன் கூறும் பதில்களை அவள் கவனிக்கிறதில்லை. ஆகக் கடைசியில் விவாதம் சுத்தமாக நின்று விடுகிறது. கலந்து பேசுவதற்கு எதுவும் தகுதியானதாக இல்லை. அவளது மன எரிச்சலைப் புரிந்து கொள்ள அவனுக்கு யாதொரு வழியுமில்லை - அவள் வாழ்க்கை மிகவும் எளிதானதாகத் தோன்றுகிறது. தன்னுடைய நாட்கள் தனக்கு எவ்வளவு மோசமாக இருக்கின்றன என்பதை அவனால் அறியமுடியாதென்று அவள் உணர்கிறாள். இப்போது உரையாடலானது வெறும் ஓர் அதிகாரப் போராட்டமாகிறது. பழக்கத்தின் காரணமாக அவள் அவனை எதிர்க்கிறாள். எப்படி அவன் எப்போதும் சரியாக இருக்கமுடியும்? இம்மாதிரி சந்தர்ப்பத்தில் ஆண்கள் ஏமாந்து விடுகிறார்கள். ஏனென்றால் ஒன்று மற்றொரு வகை மோதலுக்கு ஒரு சாக்குப் போக்காக இருப்பதை அவர்களால் நம்பமுடியவில்லை. என் பெற்றோர்க்கிடையில் வெடித்த ஒரு சர்ச்சை எனக்கு ஞாபகம் வருகிறது. விசயம் இதுதான். எங்கள் வீட்டிற்கு வெளியே ஓரமாக வளர்வதற்குப் போராடிக் கொண்டிருந்த ஒரு பெரிய மரத்தின் குறை நிறைகளைப் பற்றிய சர்ச்சை அது. சாதக பாதகங்களை என் தந்தை மிகக் கவனமாக எடைபோட்டுப் பார்த்த பிறகு வீடு கட்டப்பட்டதால் ஏற்பட்ட அதிர்ச்சியின் காரணமாக மரத்தின் வளர்ச்சி பாதிக்கப்பட்டிருப்பதாக முடிவு செய்தார். வருகிற பருவத்தில் அது

மேலும் சிறப்பாக வளரக்கூடும் என்று நினைத்து அதை வெட்டாமல் விட்டுவிட்டார். என் தாய் விடவில்லை. என் தந்தை மரத்தை வெட்டக் கூடாது என்ற உறுதி செய்தபின்னர் என் தாய் அவ்விசயம் பற்றி விவாதிக்க மறுத்துவிட்டாள். மறுநாள் அம்மரத்தில் வளையமாகப் பட்டையை உரித்துவிட்டாள். நிச்சயம் அதன்பிறகு மரம் செத்துவிடும். எனவே மரத்தை வெட்ட வேண்டியதாயிற்று. இதனை என் தந்தையால் தாங்கமுடியவில்லை. வரவர வெளியே கிளப்பில் அதிக நேரத்தைச் செலவிட்டார். தூங்குவதற்கு மட்டுமே வீடு வந்தார். இதனை என் தாய் மறுக்கவில்லை. குழந்தைகளை அடக்கி ஒடுக்கி அவர்களை அவர்களுடைய தந்தையிடமிருந்து முழுவதுமாகப் பிரித்திட இது அவளுக்கு வாய்ப்பாக அமைந்தது.

ஆனால், பல மனைவிகள் வெறும் பொறாமையால் தங்கள் கணவர்களின் பொழுதுபோக்கிற்குக் கடுமையான கட்டுப்பாடுகளைத் திணிக்கிறார்கள். இப்படி மறுப்பதற்குப் பல சமாதானங்களைக் கூறுவார்கள்: செலவாகிறது, தனிமை (பலசமயங்களில் இது உண்மை), அந்நியரின் பிரவேசம் பற்றிய பயம், வீட்டைப் பராமரிக்க உதவி தேவை. உழைக்கும் வர்க்கத்தைச் சேர்ந்த மனைவிகள் தங்களுடைய கணவர்களின் பொழுதுபோக்குகளைக் கடுமையாக வரையறுக்கிறார்கள். சம்பளம் வாங்கி வரும் அந்த நாள் இரவில் மனைவி தனது கணவன் பையிலிருக்கும் பணத்தை எடுத்து, பொழுதுபோக்கிற்கு ஆகும் தொகையைப் பிரித்துக் கொடுத்தபின் மீதிப் பணத்தைக் கைப்பற்றி விடுகிறார்கள். சூதாட்டம், குடிபோதை ஆகியவற்றை மனைவிகள் எதிர்க்கிறார்கள். குடிக்கிற ஆண்கள் தங்கள் பெண்கள் மீது காட்டுகிற வன்முறைக்கு அந்தப் பெண்கள் வார்த்தைகளால் அல்லது வார்த்தைகள் இன்றித் தெரிவிக்கிற வசைகள் காரணமாகின்றன. தங்கள் கணவர்களுடைய உடல் உள்ளச் சோர்வு களுக்குப் பல்வேறு வடிவங்களில் வடிகால்கள் தேவை என்பதை மனைவிகள் ஏற்பதில்லை. ஏனெனில், எவ்வளவுதான் தங்கள் கணவர் களுடைய நிலைமை மோசமாக இருந்தாலும், தங்களுடையதைப் போல அவ்வளவு மோசமில்லை என்றும், தாங்கள் அதற்காக வடிகால் தேடுவதில்லை (வெளிப்படையாக இல்லை) என்றும் நினைக் கிறார்கள்.

இந்தக் குடும்பச் சண்டையில் குழந்தைகளை ஆயுத தளவாட மாகவும் போர்க்களமாகவும் பாவிப்பதுதான் மிகவும் கொடுமை. என்னுடைய தாயைப்போல எல்லாப் பெண்களும் அவ்வளவு நம்பிக்கை இழந்தவர்களாக இல்லை. என் தந்தையை 'தளர்ந்து போன ஒரு கிழட்டு ஆடு' என்று என்னிடம் முணுமுணுப்பாள். வழக்கமாகக்

குழந்தைகளை ஆயுதங்களாகவும், சண்டைக்குக் காரணங்களாகவும் பயன்படுத்துவது சாதுரியமானது. இது, குழந்தைகளைத் தங்கள் கூடவே வைக்கும் ஆதாயம் கருதிப் பெண்களால் செய்யப்படுகிறது. வளர்ந்த பின் குழந்தைகள் தங்களைக் கைவிட்டு விடக்கூடாது என்பது இதற்கான உள் காரணமாகும். தாய், தன் குழந்தையிடம் அதன் தந்தையைப் பற்றிக் கேலி செய்கிறாள். குழந்தைக்கு என்ன தேவை என்பது அவனுக்குத் தெரியாது என்கிறாள். கால்பந்தாட்டப் பந்தயம் பார்க்க குழந்தைகளை மழையில் அவன் அழைத்துப் போகிறபோது கூச்சலிடுகிறாள். தந்தைக்கு எதிராக மகனை ஓர் அணியில் சேர்க்கிறாள். இது பொதுவாக ஏழைக் குடும்பங்களில் சாதாரணமாக நடக்கும். அங்கே தந்தையின் குறைபாடுகளைப் பிள்ளைகளுக்கு எடுத்துக் காட்டுவார்கள். அவனுடைய மிருகத்தனமான தந்தையின் கைகளால் தான் அடைந்த துயரங்களை அவள் கூற மகன் கேட்கிறான். அப்படியே ஏற்கிறான். தன் தந்தையை அவனது வீட்டிற்குள்ளே இடம் பெயர்க்கிறான். (குறைந்த வீரியமுள்ள இடிபஸ் சந்தர்ப்பத்தில்) தனது தந்தையை அடைவதற்குத் தாய் தன்னைப் போட்டு அடிப்பதை மகன் உணருகிறான். ஒருமுறை என் தந்தைக்கு முன் என் சிறிய தம்பியின் மார்மீது மண்டி போட்டு என் தாய் தனது முஷ்டிகளால் அவனது முகத்தில் அறைந்தாள். இதனைக் கண்ட தந்தை இக்காரியத்துக்காகத் தன்னிடமிருந்து வன்முறையான பதிலை அவள் சந்திக்க வேண்டிய திருக்கும் என்று தாயை எச்சரித்தார். என் தம்பிக்கு அப்போது மூன்று வயது. எனக்கு நினைவு தெரிந்தவரை இந்த ஒருதடவைதான் என் தந்தை அவளிடம் இப்படிப் பேசியதாக ஞாபகம்.

மனைவியுடைய வெறுப்பு, ஒரு சந்தோசத்தைத் தண்டனையாக மாற்றுகிற வடிவத்தை எடுக்க வல்லது. இதனை யாரும் ஒத்துக் கொள்ளுவதில்லை. இதேபோல தன் உடல்நிலை குறித்துக் கற்பனையாக மனஅழுத்தம் கொள்ளுவது, பதட்டப்படுவது, மிகையாகக் கற்பனை செய்வது ஆகியவை மனைவிமார்களின் உத்திகளாக உள்ளன. இந்த மனநிலை தொடர்ச்சியான வசையால் உண்டாவதேயன்றி உடல் அளவில் ஏற்படுவது கிடையாது. இதன் கமுக்கமான வடிவம் ஒன்றுண்டு. பெண், தான் உற்ற நோயின் ஏற்ற இறக்கங்களின் ஊடாக, அவளைப் பார்க்கிற ஒவ்வொருவருக்கும் குற்ற உணர்வை உண்டாக்குவது அந்த வடிவமாகும். அவன் தனது பச்சையான சுயதியாகத்தைக் கண்டு பிறர் எரிச்சல் அடைகிற மாதிரி அவள் அவர்களுக்கு முன் காட்சி தருவதாக இது அமைகிறது. பெண், ஆண்பால் மீது கொண்ட கசப்புணர்வின் வெளிப்பாடாக இன்னொன்று காணப்படுகிறது. பாலியல் ஒத்துழைப்பை அளந்து தருவது அல்லது

மறுப்பது மனைவியின் முக்கியமான ஆயுதமாகும். ஆங்கிலேய சமுதாயத்தின் மேல் அடுக்கிலும் கூட (என்னோடு பணியாற்றுபவர்களுடைய மனைவிகள்) கணவனுக்குப் பால் சுகம் அவன் சாதனைக்குரிய பரிசாகவோ அல்லது அவனுக்கு ஏற்பட்ட பின்னடைவிற்கு ஆறுதலாகவோ வழங்கப்படுகிறது. இதில் மிரட்டிச் சாதிப்பதற்கு அவளுக்கு ஒன்றுமில்லை. அவள் தன்னைத் தன் கணவனுக்குப் பயன்படுத்தத் தருகிறபோது, அவன் சிற்றின்பத்தையும், நன்றி பாராட்டு தலையும் உணர்கிறான். இந்நாட்களில் கருத்தடை நாடகம் என்ற போர்வையில் இவ்விதமான சமரசப் பேச்சுவார்த்தை அடிக்கடி நடத்திக் காட்டப்படுகிறது. இந்நாடகத்தில், கருத்தடைச் சாதனத்தைத் தாங்க இயலவில்லை; பிள்ளை பெறச் சாத்தியம் இல்லாத பட்சத்தில் உடலுறவில் தனக்கொரு சுகமும் இல்லை என்று கூட மனைவி பேசுகிறாள்; அல்லது உறவின்போது இடையிலே கழற்றிக் கொள்ளும் துன்பத்தைக் கணவன் மீது பலவந்தமாகத் திணிக்கிறாள். இந்த நாடகம் இறுதியில் தோற்கிறபோது அவன் சுயநலமிக்க ஒரு மிருகம்; அதனால் அவன் தன்னை ஏமாற்றிவிட்டான் என்று மனைவி தன்னை நியாயப்படுத்துகிறாள். இந்த அடிக்கருத்தில் அநேக மாறுபாடுகள் உள்ளன. ஒவ்வொரு விசயத்திலும் பெண்ணும் இழப்புக்கு உள்ளாகிறாள். அவளுக்கு வேறுவிதமான மனப்பாங்கு இல்லை. அவனைப் பிடித்து விட அவள் அந்த விதத்திலேயே முயற்சி செய்கிறாள்.

ஜோன்ஸ் (Joneses) தம்பதிகளைப் பற்றி ஜார்ஜ் எலியட் கூறியிருப்பது கவனத்திற்குரியது. ஜோன்ஸ் தம்பதிகள் தங்களுடைய வற்றை ஒப்பிடத் தொடங்கும்போது பிரச்சினை தோன்றுகிறது. அதன் மூலம், அவள் கணவனின் போதாமையை வலியுறுத்திக் கூறுகிறாள். இப்படிப்பட்ட ஒரு மனைவி தன் கணவனுக்கு மாரடைப்பு ஏற்படும் அளவுக்கு தாற்றுக்கோலால் குத்துவது போல அவனைக் குடைந்தெடுக்கிறாள். அதன்பின் நெடிய விதவை நிலை; இதனை அவள் எதிர்பார்க்கவில்லை. ஏனெனில் தன் கணவனை மரணத்தை நோக்கித் துரிதப்படுத்திய தனது நோக்கங்களைப் புரிந்து கொள்ள அந்த மனைவிக்கு ஒருபோதும் ஒரு வாய்ப்பு கொடுக்கப்பட்டதில்லை. வீட்டுக்கு வெளியே ஓர் ஆணுக்குக் கிட்டுகிற வாழ்க்கை பற்றி எழுகின்ற பொறாமையின் மற்றொரு அம்சம் இது. இது சில சமயங்களில் ஒரு மனைவியைக் கிளப்பி விடுகிறது. கணவன் விருப்பத்தோடு செய்கிற அந்த வேலையை விட்டுவிடுமாறு அவள் தொந்தரவு கொடுக்கிறாள். ஜார்ஜ் எலியட். ஆணைப் பற்றிப் பெண் கொள்ளுகிற பொறாமையை முக்கியப் பிரச்சினையாக விவரித்துள்ளார். இவ்வாறு பொறாமை கொள்ளும் மனைவி, 'என்னை நீ நேசிப்பதைவிட

அந்தச் சிறுக்கியை அதிகம் நேசிக்கிறாய்'... என்பது போன்ற உரையாடல் இதனால் தோன்றுகிறது.[1] அவளது பொறாமையின் மிக அற்பத்தனமான வடிவம்: தான் திருமணம் செய்திருக்கக்கூடிய ஏராளமான வெற்றிகரமான ஆண்களை அவள் பட்டியல் போட்டுக் காட்டுவது. அல்லது, 'என் வாழ்க்கையின் மிகச் சிறப்பான வருடங்களை உனக்கு நான் வழங்கியிருக்கிறேன்' என்ற மூடிப்போர்த்திய வசை. பெண்கள் இவ்வாறு ஆண்களைக் கிளப்பி வசைபாடும் நடத்தைக்கு அந்தப் பெண்களின் உடைமை கொள்ளும் நோக்கம்தான் காரணம் என்று ஆண்கள் பெரிதும் நம்புகிறார்கள். ('ஏம் புருசன்தான் எனக்கு மட்டும்தான்' - மொ. பெ). பார்க்கப் போனால் இதற்குக் காரணம் மனக்கசப்பாக இருக்கும். இதன் காரணமாகக் கணவன் போதாதவன் அல்லது ஒழுக்கத்தில் கீழானவன் அல்லது இரண்டும் சேர்ந்தவன் என்று நிரூபிக்கும் தேவை அவளிடம் தூண்டிவிடப் படுகிறது. இந்தச் சண்டையில் எவ்விதமான நபரும் கூட்டாளியாகப் பயன்படுத்தப்படுவார். டாக்டர்கள், ஆய்வாளர்கள், பெண் தோழிகள், அந்தரங்கச் செயலாளர்கள் அல்லது 'பாஸ்' கூட அந்த நபராக இருக்கலாம்; குழந்தைகளாக இருக்கலாம். கணவனை வேட்டையாட யாரையும் அவள் தனது பட்டியலில் சேர்த்துக் கொள்ளுவாள். இந்த விவகாரத்தின் முடிவு ஒரு பெண்பாலின் வெற்றியாகப் பொருள் கொள்ளப்படாது. மாறாக இனம்காண முடியாத வஞ்சத்தின் கசப்பான கனிகளாகப் பொருள் கொள்ளப்படும்.

பெண் இனத்தின் பரிதாபத்திற்குரிய இந்த அழிப்புக் காரியம் பற்றிய சிறப்பான விவரிப்பை சார்லஸ் எம். ஷீல்ட்ஸ், தமது 'வேர்க்கடலைகள்' (Peanuts) படைப்பில் உள்ள லூஸி வான் பெல்ட் என்ற பெண்பாத்திரப் படைப்பில் தந்துள்ளார். லூஸியின் இடைவிடாத தொண தொணப்புப் பதட்டம், தன் துயரத்தைத் தவிர பிற எல்லாருடைய துயரங்களாலும் பாதிக்கப்படாமை, சார்லி பிரௌனுடைய (லூசியின் கணவன்?) போதாமை குறித்த அவனது அச்சங்களைக் கொஞ்சமும் தயவுதாட்சணியம் இன்றி அதிகரிக்கச் செய்வது, பிறரைவிடத் தானே மிகச் சரியானவள் என்ற நினைப்பு, லினுஸுடைய சால்வை மீது கொண்ட பொறாமை, ஷ்ரூடருடைய இசையை ரசிக்கமுடியாத அவளது ஞான சூனியம்; அவரை மயக்குவதற்காக அவள் மேற்கொள்ளுகிற விகாரமான முயற்சிகள், குறுக்கிட்டுப் போகும் மனப்பாங்கு, எதற்கெடுத்தாலும் அலுத்துக் கொள்ளுவது, முரட்டடியான வீட்டுப் பராமரிப்பு, குரோதம் பாராட்டுகிற போது தவிர மற்ற நேரங்களில் புன்னகை செய்ய இயலாத அவளது இயலாமை... இவை எல்லாமே எல்லாப் பெண்களுக்கும் புரியும். இத்தகைய மகிழ்ச்சியற்ற அவளது

சின்ன முகத்தில் அவளை அடையாளம் காணமுடியாத பெண் யாராவது இருந்தால், அவளால் லூஸி வாழுகின்ற நிலைமையின் கனத்தைப் புரிந்து கொள்ள முடியவில்லை என்றுதான் கூறமுடியும். இருந்தபோதிலும் போருக்கு அணிவகுத்திடும் பெண்பால் பற்றி ஷுல்ட்ஸ் தந்த சித்திரம் முழுமையற்றதாக உள்ளது. லூசியின் அழிப்புச் செயலின் தன்மையை முழுமையாகக் காணவேண்டுமானால் 'மரணத்தின் நடனம்' (The Dance of Death) என்ற படைப்பில் பால்களுக்கு இடையில் மூளுகின்ற கொடூரமான யுத்தம் பற்றி ஸ்டிரிண்ட் பெர்க் தருகிற விளக்கத்தையும் 'ஹெட்டா கேப்ளர்', 'எ டால்ஸ் ஹவுஸ்' நாடகங்களில் இப்ஸன் மறைமுகமாகக் கூறும் கருத்துக்களையும் காணவேண்டும்.

நாம் கொள்ளுகிற பெரும்பாலான உறவுகள் எல்லாமே ஒருவரையொருவர் பயன்படுகின்ற பெரும் ராட்சச வலைப் பின்னல்களாக இருக்கின்றன. குறிப்பாகப் பால்களுக்கு இடையிலான பெரும்பான்மை உறவுகள் எல்லாமே, கணவன் - மனைவி, தாய் - மகன், தந்தை - மகள் ஆகியன எல்லாமே பலவகையான விளையாட்டுக்கள் என்பார் எரிக் பெர்ன் ('The Games People Play'). "மிகவும் அலைக்கழிக்கப்பட்டவர்கள் மிக உக்கிரமாகப் பல விளையாட்டுக்களை விளையாடுகிறார்கள், பொதுவாகச் சொன்னால், எவ்வளவு தூரத்திற்கு அவர்கள் தொந்தரவுக்கு ஆளாகிறார்களோ அவ்வளவு தூரத்திற்கு மிகவும் கடுமையாக அவர்கள் விளையாடு கிறார்கள்" என்றார் பெர்ன். இப்போது - இப்படிப்பட்ட விளையாட்டுக் களை விளையாடுவதை விடுத்து, இதற்கு மாற்றாக தற்காப்பு நடவடிக்கையாகிய போர் விளையாட்டை, தனக்குரிய தன்னாட்சியை ஒவ்வொரு பெண்ணும் தேடி அடையவேண்டும்.

கொடுத்துவைத்த சிலருக்கு விழிப்புணர்ச்சி இருக்கிறது. இது தன்னியல்பானது. இறந்தகாலத்தின் நிகழ்ச்சி நிரலிடும் போக்கிலிருந்து மேல் எழுகின்றது. இது விளையாட்டை விட ஆதாயமானது. அதுதான் மனநெருக்கம். ஆனால் ஏற்கத் தயார் நிலையில் இல்லாதார்க்கு இவை மூன்றும் அச்சமூட்டலாம், ஆபத்தாகக்கூடப் படலாம். ஒருவேளை அப்படி அஞ்சுபவர்களுக்கு சனரஞ்சக உத்திகளாகிய 'சேர்ந்து இருத்தல்' போன்றவை தீர்வை தரலாம். இதன் பொருள் என்ன? மனித இனத்தின் மீட்சிக்குரிய நம்பிக்கை இல்லை; ஆனால், அந்த இனத்தைச் சேர்ந்த தனிப்பட்ட அங்கத்தவர்க்கு நம்பிக்கை இருக்கிறது.[2]

## கிளர்ச்சி

சமுதாயத்தில் தாங்கள் வகிக்கிற வகிபாகத்திற்கு எதிராகக் கிளர்ந்தெழுந்த பெண்கள் எப்போதும் இருந்து வந்துள்ளார்கள். இவர்களில் மிகவும் 'பேர் போனவர்கள் சூனியக்காரிகள். இந்தப் பெண்கள் 'இயல்பான' மனித உறவாடலிலிருந்து ஒதுங்கித் தங்களுடைய செல்லச் சீவன்களோடு கூட வாழ்ந்து வந்தார்கள். மூலிகை மருத்துவம் பற்றிய தங்கள் ஞானத்தாலும், எளிய குடியானவர்களுடைய 'மூட நம்பிக்கையைப் பயன்படுத்தியும் சீவனம் பண்ணினார்கள். அவர்கள் ஒருக்கால், கறுப்பு, வெள்ளை மாந்திரீகம், சாத்தானியம் (குறளி) ஆகியவற்றில் ஈடுபட்டும் வாழ்ந்திருக்கலாம். சூனியக்காரிகளை விசாரித்துத் தண்டிப்பது பற்றி அக்காலத்திய வாய்மொழிப் பாடல்களைக் கவனமாக வாசித்தால், கிராமவாசிகளைக் கீழறுப்புச் செயலுக்கோ அல்லது வெளிப்படையான கலவரத்திற்கோ தூண்டி விட்ட சில பெண்களை சூனியக்காரிகளைத் தண்டிப்பது போலக் கொடூரமான முறைகளில் அதிகாரம் தண்டித்த வழக்கத்தைக் காணலாம். குற்றவாளியை ஸ்டூல் அல்லது ஒரு நாற்காலியில் அமர்த்தியவாறு கட்டி, குளத்து நீருக்குள் மூழ்கடிப்பது ('ducking stool) அந்தத் தண்டனைகளில் ஒன்றாகும். இன்று கட்டுக்கடங்காமல் பிடிவாதம் பிடிக்கிற மனநலமற்ற பெண்களுக்கு அளிக்கப்படுகிற அதிர்ச்சி வைத்திய முறைக்கு இணையான புராதனமான மனநல மருத்துவ சிகிச்சை முறையாக அது இருந்தது.

'துணிச்சலுக்குப் பேர் போன பெண் ஒருத்தி இருந்தாள். அவளைத் திட்டாதவர்கள் அந்த ஊரில் இல்லை; ஒருசமயம் பெரியவர்களை எதிர்த்துப் பேசினாள். அவர்கள் அவளைக் கட்டிச் சிறையில் பூட்டினார்கள். விசாரணை நாள் வந்தது. மரியாதைக்குரிய பெரியவர்கள் முன்வந்து நின்றாள். அதுவே அவளது சாபக்கேடு. அவளை அவளது மேற்பார்வையாளர் முன் தலைகாதுகளைக் கட்டி ஓர் ஆழமான குளத்தில் மூழ்கடிக்க உத்திரவானது. மூன்று முறை அவளைத் தண்ணீருக்குள் ஆழ்த்தினார்கள். ஆனாலும் அவள் மூர்ச்சையடையவில்லை. யாருக்கும் அவள் அசரவில்லை. தண்ணீருக்குள் அவளை மூழ்கடித்த போது தனது தலைக்கு மேலே இரண்டு கைகளையும் சேர்த்துத் தட்டினாள். அவளால் பேசமுடியவில்லை என்பதை அவ்வாறு உணர்த்தினாள். இருந்தாலும் இப்போதும் கூட அவளால் தன் கைகளால் நடக்கமுடியும். அவளிடம் சக்தி

> இல்லை, ஆனாலும் திடசித்தம் இருந்தது. அவளால் முடியுமானால் இன்னும் கூடத் திட்டியிருப்பாள். ஏனெனில் அவளை அவர்கள் வெளியே தூக்கியபோது மிக ஆக்ரோஷமாக அவர்களை நிந்தித்தாள். சில பெண்களுக்கு அறிவே கிடையாது என்பது இதிலிருந்து நிரூபணமாயிற்று. அவர்களுக்குப் புத்தியிருந்தால் சீக்கிரமாக அடங்கிப் போயிருப்பார்கள்'[1]

இந்த நாட்டுப்புறக் கதைக்குரிய முடிவு ஆண்பாலின் ஆணவத்தின் வகைமாதிரியாக, பொருத்தமில்லாமல் இருக்கிறது. அந்தப் பெண்ணின் துயரத்தின் உள்ளடக்கத்தைக் கருத்தில் கொள்ள மறுக்கிறது. இது, பெண்கள் தங்களது நிலைமையில் மாறுதலைக் கொண்டுவரும் நம்பிக்கையோடு தாங்களாகவே மேற்கொள்ளும் நடவடிக்கைகளைப் பற்றிய பழைமைவாத விளக்கங்களின் பண்பாக இன்றும் தொடர்கிறது. இந்தக் கதையின் பெயரில்லா ஆசிரியன் தனது கதைத் தலைவிக்குப் பகுத்துணரும் புத்தி இல்லை என்று பாவனை செய்கிற அனுமானத்தை விட, இன்று பெண்மீது குற்றச்சாட்டாகக் கூறப்படுகிற ஆண்குறி அழுக்காறு அல்லது மன எரிச்சல் அல்லது மனப்பிறழ்ச்சி என்பது கூடுதல் கௌரவமானதாக இல்லை. சூனியக்காரிகளை எரிப்பது போன்ற பெண் தண்டனைகளைப் பற்றிய நிகழ்வுகளைப் பற்றிய பதிவுகளின் வரிகளுக்கு இடையில் வாசிக்க நாம் கற்கிற போது பெண்ணிய வரலாறு பற்றி அதிக அளவில் நம்மால் அறிய இயலும். 'அன்புக் குடும்பத்தை'ச் சேர்ந்த உறுப்பினர்களைப் போல அநேகம் பெண்பால் பதிதர்கள் (heretics) இந்த அமைப்பில் சேர்ந்ததற்குப் பெண்பாலின் சுய-தீர்மானித்தல் என்னும் புதிய வீச்சினை அது வழங்கியது காரணமாகும். ('அன்புக் குடும்பம்' என்ற ஆங்கிலேய அமைப்பு ஹாலந்தில் ஹென்டிரிக் நிக்லீஸ் என்பவரின் தலைமையில் தோற்றம் கொண்டது). பிற பால் போல உடையணிகிற வகையைச் சேர்ந்த லெஸ்பியனியத்தின் பெரும் பகுதியை, வரையறுக்கப்பட்ட பெண்பால் வகிபாகத்தின் அடக்கம், வேடதாரித்தனம், மறைமுகமான செயல்பாடு ஆகியவற்றுக்கு எதிரான கிளர்ச்சியாகப் புரிந்து கொள்ளலாம். அதோடு, ஆண்பாலின் பாலியல் உணர்ச்சியின் மிருகத்தனத்தையும் எந்திரத்தனத்தையும் ஒதுக்குவதாகவும் இதனைப் புரிந்திடலாம். லெஸ்பியனியத்தின் சகலவடிவங்களும் ஒரு மாற்று வாழ்க்கையோடு தங்களை ஈடுபடுத்துகின்றன. இந்த வாழ்க்கை வகையில் ஆண்பால் - பெண்பால் துருவநிலை நீடிக்கிறது. அதாவது லெஸ்பியனியத்தில், ஆண்மைத் தோற்றம் மிக்க பெண் - பாலியல் வெறி கொண்ட பெட்டை நாய் என்ற அளவுக்கு அந்தத் துருவநிலை நீடிக்கிறது. ஆண் தோற்றமுடைய லெஸ்பியன்கள் எந்திர ஆண்குறி களை (டில்டோக்கள்) பயன்படுத்துவதில்லை. லெஸ்பியப் பெண் களின் காமக்கூட்ட முறையாக 'tribadism' என்பது பரவலாகக் காணப்

படுகிறது. இதனால் உறவுமுறையில் ஆண்மை மாயப்புனைவுக்கு அவ்வளவு முக்கியத்துவம் தரப்படவில்லை என்பது தெரிகிறது. எனினும் இந்த மாதிரி விலகலான பாலியலை (லெஸ்பிய உறவு), மற்றவர்கள் மிகையான பாலியல் சுகம் சம்பந்தப்பட்டதாக வினோதமான ஆர்வத்தோடு நோக்குகிறார்கள். லெஸ்பியன்கள் மீது வன்முறையான அவமரியாதை தூற்றப்படுகிறது. இடைவிடாது எழுகிற குற்றவுணர்வு, அவமானம் ஆகியவற்றின் செயல்பாடுகள் லெஸ்பியன் பெண்ணைத் தனது நிலைமையை மூடிமறைக்குமாறு தூண்டுகின்றன. தனது நிலைக்குக் காரணம், பிறப்பால் ஏற்படுகிற நோயென்றோ அல்லது தனது பெற்றோர்களுடைய தவறுகள் என்றோ அவளே பிழைபடக் கூறுகிறாள். இச்சமுதாயம் ஏற்றுக் கொண்ட வகிபாகத்தை அவளால் ஏற்றுச் செயல்பட முடியவில்லை என்று அவள் கூறுவது உண்மை. இது ஒரு தோல்வியின் விளைவாகக் கூட இருக்கலாம். இதில் அவமானமோ தாழ்வு மனப்பான்மை உணர்வு களோ இல்லை. வாழ்க்கையில் பின்பற்றிச் செல்லத் தனக்குப் பிற வழிமுறை கிடையாது என்று இதனைப் பின்பற்றிச் செல்லலாம். ஆனால் துரதிர்ஷ்டவசமாக அவளுடைய விமர்சகர்களைப் போல, லெஸ்பியனிய வாழ்க்கை இயல்பானது என்ற போலியான எண்ணங்களால் அவளது விழிகள் மறைக்கப்படுகின்றன.

பெண்களைப் பாதிக்கிற தடங்கல்களைப் பற்றி மிகுந்த ஓர்மை கொண்ட பெண்கள் ஆண்களைப் போல நன்கு கற்று அவர்களைப் போல முன்னேற வேண்டும் என்று கோருகிறார்கள். உயர்கல்வி நிறுவனங்களில் பயிலும் பெண்கள் தனியாக ஒதுக்கப்படுகிறார்கள். அவர்கள் மத்தியில் இறுக்கமான கிளர்ச்சியின் அடையாளத்தைக் காணலாம். அங்கே கடமையாற்றுகிற பெரும்பாலான ஆசிரியைகள் மணமாகாதவர்கள், பிற பாலுடன் குறிப்பிடும்படியாக உறவு கொள்ளாதவர்கள். அவர்களுடைய மாணவர்கள் சிலசமயங்களில் அந்த ஆசிரியைகள் ஒருவர் ஒருவரோடு பாலியல் உறவு கொண்டு உள்ளதாக சந்தேகப்படுகிறார்கள். மேலும் அங்கே அவர்களுடைய அந்தரங்கமான உறவுமுறைகளில் ஓர் ஆழம் தெரிகிறது. இது ஓரளவிற்குப் பிறருடைய கவனத்தை ஈர்த்திருக்கலாம்.

ஓராண்டு காலமாக நான் ஒரு மகளிர் கல்லூரியில் மாட்டிக் கொண்டேன். அப்போது மாணவிகள் தங்கள் குறைபாடுகளைப் பற்றி விநயமின்றி ஒரு பட்டியலை எழுதிக் கல்லூரி முதல்வியிடம் தந்தார்கள். அந்தப் பெண் முதல்வரும் அவளது கிழட்டு ஆட்டு மந்தையும், அவளுடைய ஹாலிவுட் உள் அலங்காரமான அறைக்குள் சென்று கதவை அடைத்துக் கொண்டார்கள். மாணவிகளின் பிரச்சினையைத் தீர்க்க மறுத்து விட்டார்கள். மாணவிகள் நன்றாகவும்

சந்தோசமாகவும் இருக்கத் தாங்கள் விரும்பியதாகவும், அவர்களைப் போய் மாணவிகள் புண்படுத்திவிட்டதாகவும் முதல்வரும் அவளது மந்தையும் புகார் சொன்னார்கள். இது ஒருவிதப் பெண்பால் கிளர்ச்சி. இதில் ஒப்பனையும் கவர்ச்சியும் தவிர்க்கப்பட்டுள்ளன. இந்த நிறுவனத்தைச் சேர்ந்த சில கலகக்காரிகள் மரியாதைக்குரிய அலங்கோலத்தை மனங்கவரும் விதத்தில் வளர்த்தார்கள். இத்தகைய கலகக்காரிகளில் ஒருத்தி இருந்தாள். பிரசித்தி பெற்ற இந்தப் பெண்மணி அணிந்த சிவப்புக் குளியல் ஆடையில் உப்பித் தோன்றும் உருவம், ஓர் ஆண்பால் நிறுவனத் தலைவரின் கன்னங்களின் நிறத்தை நீக்கி வெளுக்க வைத்துவிடும் என்று கூறுவார்கள். சாப்பிடும் போது வாந்தி எடுப்பதில் பேர் பெற்றவள் அவள். ஒருமுறை அவளே தட்டின் அடிப்பாகத்திலிட்டுத் தயாரித்த முட்டையின் வெள்ளைக் கருவை எதைப் பற்றியும் பொருட்படுத்தாமல் சாப்பிட்டதைப் பார்த்தேன். இப்படிப்பட்ட திறமைவாய்ந்த இப்பெண்களின் இந்த நடத்தைக்கு ஒருவிதமான மரபணு சார்ந்த சமனிலைக் குலைவு காரணம் என்று கூறுவார்கள். ஆனால் விசயம் அதுவன்று. அப்பெண்களின் கனைப்புக் குரல்களும் அதிரச்செய்கிற நடைகளும் பெண்ணிய முணுமுணுப்புக்கும் பூனை போன்ற பாசாங்கு நடைக்கும் எதிராக, வேண்டுமென்றே காட்டப்படும் எதிர்வினைகள் என்றே நான் பார்க்கிறேன். இளம்பெண்களில் ஒரு சிறு பகுதியினர் மட்டுமே இவர்களை இவ்விசயத்தில் விஞ்சப் பார்க்கிறார்கள். மற்றப்படி, பெரும்பான்மையான பெண்கள் மாதவிடாயின் இறுதிக் கட்டங்களைச் சேர்ந்தவர்களாக இருக்கிறார்கள்.

இப்படி ஓர்மையில்லாக் கிளர்ச்சி வடிவங்கள் எல்லாம் பழையவை. இவை பெண்மை வகிபாகத்திற்கு எதிரானவையாக இல்லை. வேலைக்கு ஆகாதவை. உயர்கல்வி நிறுவனங்களில் பயிலும் ஆண்பால்கள் மத்தியில் தன்பால் சேர்க்கையும், ஓய்ந்துபோன பாலியல் குணமும், இருபால் குணங்களின் இருப்பும் இருக்கக் காணலாம். இவற்றை ஒப்பிட்டுப் பார்த்தால், அங்கே, ஆண்பால் ஒரேவகை மாதிரிக்கு (சதைபலமும் உணர்ச்சியற்ற தன்மையும் உடையதாக ஆண்பால் ஒரேவகைமாதிரி - Male stereotype - என்றழைக்கப்படும்) எதிராக நம்பகமான ஓர் எதிர்வினை இருப்பதைப் பகுத்தறிந்து பார்க்கலாம். ஆனால் நிலைமை பகுத்தறிவு சாராததாய் இருக்கிற வரை அதற்கொரு முக்கியத்துவமும் கிடையாது. (அதனை ஒரு தனிப்பட்ட நபரின் நோக்கம் அல்லது மனச்சிக்கலிலுள்ள பாதி உண்மை என்றே கருதலாம்) பகுத்தறிவு மயமாதல் என்ற நிகழ்வு தோன்றிவிட்டது. இந்த வர்க்கத்தைச் சேர்ந்த பெண்கள் இதனை முதன் முறையாக நடைமுறைக்குக் கொண்டுவந்தார்கள். பெண்பாலில் இவர்களே மிகவும் சலுகை பெற்ற நிலையில் இருந்தார்கள். பெண் வாக்குரிமை

கோரிய பெண் இயக்கத்தின் வரலாறும், நமது காலகட்டம் வரை அது நீடித்திருப்பதும் பற்றிக் கூறுவது இந்நூலின் வரையறைக்கு அப்பாற்பட்டது. ஆனாலும், அது மிகவும் மதிப்பு வாய்ந்த வரலாறு. இன்றைய போர்க்குணம் மிக்க பெண்களில் எத்தனை பேரால், அன்று அசாதாரணமான சில வயதான பெண்மணிகள் தங்கள் காலப் பெண்களின் மனங்களில் கிளர்ச்சியின் வித்துக்களை விதைக்கப் (வீணாக) பாடுபட்டார்கள் என்பதை நினைத்துப்பார்க்க முடியுமா? அவ்வப்போது தொலைக்காட்சியில் வியக்கத்தக்க பிரகாசமான முதிய பெண்கள் தோன்றுகிறார்கள், அல்லது அவர்களைப் பற்றிய இரங்கல் செய்திகள் 'தி டைம்ஸ்' பத்திரிகையில் வெளிவருகின்றன. இவை நமக்கு இயக்கத்தின் தொடர்ச்சியை மட்டும் நினைவூட்டுவதில்லை. மாறாக, ஒரு முழுவாழ்க்கைக் காலத்துக்கு முன் வாழ்ந்த பெட்டிகோட் அணிந்த, இடுப்பைச் சுருக்கிய கச்சணிந்த, தொப்பி போட்ட சீமாட்டி களுடைய மகிழ்ச்சிகரமான துணிச்சலையும், புத்திசாலித்தனமான பேச்சுக்களையும் நினைவூட்டுகின்றன.

அவர்கள் காலத்துக்குப் பின் நடந்த முன்னேற்றங்கள் சமச்சீரானதாக இல்லை. பெண்களின் ஆடைகள் பலதரப்பட்டவையாக மாறி மாறி அமைந்தன. மிகவும் தொளதொளப்பானதாகக் கட்டுப்படுத்தப் படாததாக - அளவுக்கு அதிகமானதாக - மிகவும் இறுக்கமானதாக - குறு நாவலின் கதாநாயகி போல தைரியமிக்கதாக - நல்ல இயல்புடை யதாக - மீண்டும் பால் கவர்ச்சி மிக்கதாக - ஏக்கம் தருவதாக அமைந்தன.

இரண்டாம் பெண்ணிய அலையின் தொடக்கமாக (இக்காலத்தின் ஓரங்கமாக எனது இந்த நூலைக் கருதவேண்டும்) உலகப் போருக்குப் பிந்திய காலத்தின் பாலியல் விற்பனை பற்றிப் பெற்றி ஃபிரைடனுடைய ஆய்வு அமைந்தது. இரண்டாம் உலகப் போருக்குப் பின் அமெரிக்கப் பெண்கள் ஆலைகளிலிருந்து தங்கள் வீடுகளுக்குத் திரும்பி வந்தார்கள். திருமதி. ஃபிரைடன் புகழ்பெற்ற பட்டதாரியாக ஸ்மித் கல்லூரியில் கற்று வெளியே வந்தார். பெர்க்லியில் உளவியலில் ஆராய்ச்சி செய்ய உதவித் தொகை பெற்றார். புகழும் திறனும் வாய்ந்த குறிப்பிடத்தக்க ஒரு உயர்தொழில் நிபுணத்துவப் (professional) பெண்ணாகத் திகழ்ந்தார். அவர் ஐந்தாண்டுகளாகத் தமது நூலை எழுதியபோது கண்டறிந்த கருத்துக்கள் அமெரிக்காவில் பெண்கள் குழுக்களிடையே பெரும் தாக்கத்தைச் செய்தன. குறிப்பாக பெண்களின் தேசிய அமைப்பு' (National Organization of Women - Now) முக்கிய பெண்ணிய அமைப்பாகியது. அதற்கு இப்போது மூவாயிரத்திற்கும் அதிகமான அங்கத்தினர்கள் இருக்கிறார்கள். பல நகரங்களில் பல கிளைகள் இருக்கின்றன. வழியில் எங்கேயோ விட்டு விட்ட தமது கணவருக்குத்

தம் நூலை அர்ப்பணம் செய்தார். இவருடைய இயக்கம் ஒன்றுதான் அரசியல் நிறுவனத்திடமிருந்து குறிப்பிட்டுக் கூறும்படியாக அங்கீகாரம் பெற்றுள்ளது. NOW அமைப்பு உண்டானபோது அமெரிக்க காங்கிரஸ் ஆவணத்தில் பதிவு செய்யப்பட்டது. தற்போது காங்கிரஸின் வெவ்வேறு அமைப்புக்களில் இடம்பெற்றுள்ள பல்வேறு பெண்கள் குழுக்களுக்கும் கமிட்டிகளுக்கும் தேவையான தூண்டுதலையும், ஆட்களையும் NOW தான் வழங்குகிறது. திருமதி. ஃபிரைடன் முன்மொழிகின்றவை நிச்சயமாக தீவிரமானவை அல்ல. அவருடைய ஒட்டுமொத்த விவாதம் எல்லாமே படித்த பெண் துயரப்படுகிற மன எரிச்சல் பற்றி அமைந்துள்ளன. உடல் கூற்றியல்தான் (anatomy) பெண்ணின் தலையெழுத்து என்ற ஃபிராய்டிய எண்ணத்தில் பெண் விழுந்து கிடந்தாள். திருமதி ஃபிரைடனைப் பொறுத்தவரை பாலியல் தன்மை என்பது தாய் நிலையைக்(Motherhood) குறிப்பதாகத் தெரிகிறது. பிற பெண்ணியக் குழுக்கள் இதே கருத்தால் தவறாக வழிநடத்தப் பட்டமை தெரிகிறது. அந்தப் பெண்ணியக் குழுக்கள், பெண்களின் தரவகைப்பட்ட (normative) பால் வகிபாகத்தை நிராகரிக்கின்ற போது, ஒரு பெண்ணின் பாலியல் சக்தியை (libido) பலிகொடுத்து, அவளது இலக்கினுடைய பால்சாராத அம்சங்களுக்கு அழுத்தம் கொடுக்கும் நிலைக்குத் தள்ளப்பட்டன. இது ஒரு தவறு. இதற்குக் கடுத்தமான பின்விளைவுகள் ஏற்பட்டன. ஃபிரைடன், அமெரிக்க நடுத்தரவர்க்கப் பெண்நிலையில் (woman hood) மேனிலை வகிப்பவர்களைப் பிரதிநிதித்துவம் செய்கிறார். இருக்கின்ற சமூக அமைப்பிற்குள்ளே மேற்படி வர்க்கப் பெண்களுக்குச் சமமான வாய்ப்பு வேண்டும் என்பதே ஃபிரைடனின் விருப்பம். 1923-இல் தொடங்கப்பட்ட ‘சம உரிமைகள் திருத்தம்’ நிறைவேறுவதற்காக அவர் தொடர்ந்து பிரச்சாரம் செய்தார். மிக நுட்பமான காரணங்களை முன்வைத்துக் கருக்கலைப்புச் சட்டங்களை ரத்துச் செய்வதற்காகப் பிரச்சாரம் செய்தார். அச்சட்டங்கள் அரசியலமைப்புச் சட்டப்படியானவையாக இல்லை; அந்தரங்கத்தில் தலையிடுவதாக உள்ளன; பேச்சுச் சுதந்திரத்தைக் கட்டுப்படுத்துவன என்ற ரீதியில் பிரச்சாரம் செய்தார். மனையுறை மனைவியரைச் சமூக வயப்படுத்தினால், அவர்களைச் சமையலறையிலிருந்து சமூகத்தைப் பார்க்குமாறு ஊக்குவித்தால் அவர்களுடைய நரம்புச்சிக்கல் பிரச்சினையைத் தீர்க்கலாம் என்றுணர்ந்தார்.[2] பெண்கள் பெருமளவில் வேலைகளுக்கு மனுப்போடத் தொடங்கிய போது பிரச்சினை எழுந்தது. அதிகத் தகுதி பெற்ற பெண்கள் வேலைகளுக்கு விண்ணப்பித்து, வேலை கிடைக்காமல் மறுக்கப்பட்டுத் தங்கள் நேரத்தை வீணடித்தார்கள். வேலை தருகின்ற பெண்பால்கள் கூட ஆண்பால் வேலையாட்களுக்கு முன்னுரிமை கொடுக்கும் செயல் நடக்கும் வரை, மாதிரிகையான இச்சீர்திருத்தங்கள் எதிர்மறையான

விளைவுகளை உண்டாக்கும். வேலைவாய்ப்பில் பாரபட்சமாக நடந்து கொள்ளுவதாக, கோல்கேட் - பாமோலில் நிறுவனத்தின் பொருட் களை வாங்கக் கூடாது என்று NOW அமைப்பு பகிஷ்காரம் செய்தது. ஆனால் அந்த அமைப்பு, ஒட்டுமொத்தமான அபத்தமான ஒப்பனைப் பொருள் தொழிலகத்திற்கு எதிராக ஒருபோதும் தாக்குதலை நடத்தவில்லை. விரைவிலேயே NOW அமைப்பைச் சேர்ந்த அறிவார்ந்த உறுப்பினர்கள் தங்களுடைய நோக்கங்கள் மிகவும் குறுக்கப்பட்டவை என்றும், தங்களுடைய போராட்ட உத்திமுறைகள் மிகவும் மென்மையானவை என்றும் உணர்ந்தார்கள். இந்த இயக்கத்திலிருந்து உருவாகி மேற்கிளம்பிவந்த மிகச் சிறப்பான பெண்களில் ஒருவர் டி - கிரேஸ் அட்கின்ஸன் (Ti - Grace Atkinson). இவர் மிகவும் தீவிரமான மிகவும் அறிவாளர்களான பெண்களின் குழுவிற்குத் தலைவராக இருந்தார். இந்தக் குழு (மூடப்பட்ட - Closed) பிரச்சாரகர்கள் அடங்கிய குழுவாகும். பெண்ணிய வாதிகள் பால் வகிபாகங்களை அழித் தொழிப்பதற்காக ஏற்படுத்திய ஓர் அரசியல் அமைப்பு - என்று இது அழைக்கப்பட்டது. புற உலகிலிருந்து தனித்தியங்கிய இக்குழுவினர் தலைவரற்ற சமுதாயத்தை உருவாக்கும் முயற்சியில் இறங்கினார்கள். இந்தவித சமுதாயத்தில் காதல் எனும் சம்பிரதாயம், திருமணத்தில் உள்ள சொத்துடைமை சம்பந்தமான உறவு, கருப்பைக் கர்ப்பம் ஆகியவை இனிமேல் இருக்காது என்றார்கள். அவர்களுடைய பிரகடனங்கள் அறிவுச் செறிவாகவும் வேகமாகவும் அமைந்தன. குழம்பிப்போன சராசரி பெண்பாலுக்கு அவை பயங்கரமானவையாகத் தோன்றியிருக்க வேண்டும். ஆண்களை அவர்கள் எதிரியாகப் படைத்துக் காட்டினார்கள். ஆண்களும் பெண்களும் தங்களுடைய வகிபாகங்களைத் தவறாகப் புரிந்து, அதனை அவ்வாறே தொடர்ந்து வகித்து வருகிற வரை, அந்தப் பெண்ணிய வாதிகள் கூறியது மிகவும் சரியானதாகும். இருந்த போதிலும், ஒரு புரட்சியை நடத்த உங்களுக்கு ஒரு புரட்சிகரமான கோட்பாடு தேவை என்பது உண்மையல்ல. இந்த அமைப்பால் நோயுற்ற மனங்கள் வடிவமைத்த ஒரு கோட்பாட்டை அவர்கள் காணலாம். அது மாறுகிற சூழலில் தாக்குப்பிடிக்காது. பால் தன்னை ஒரு புரட்சிகரமான செயல் உத்தியாகத் தவிர்ப்பது ஆபத்தானது. ஏனெனில் இப்போது சாத்தியமாகிற பொருளில் அது நம்பகமானதல்ல. அது அடிமைப்படுத்துகிறது. பால் என்பது பிரதான முரண்பாடாக இருக்கிறபோது, அதில் புதிய மதிப்பீடுகளைச் செய்து பார்க்க இயலும். ஆண்களை எதிரிகள் என்று கூறுவது, சீருடையணிந்த யாரோ ஒரு பைத்தியம் பிடித்த பையனை, அவனைப் போலச் சீருடையணிந்த மற்றொருவனுக்கு எதிரி எனக் கூறுவதை ஒத்ததாகும். அந்தச் சீருடைகளைக் கழற்றிவிட முயற்சிப்பது சாத்தியமான ஒரு செயல் உத்தியாகும்.

"பல்கலைக்கழகத்தின் இடதுசாரி, பெரும்பாலான இளம் பெண்களடங்கிய விடுதலைக் குழுக்களுடைய வலுவான வீடாக விளங்கியது. 'நியூ லெஃப்ட் ரிவியூ' 1966, நவம்பர் - டிசம்பர் பிரசுரங்களில் ஜூலியட் மிச்சல் சோசலிச பெண்ணிய நிலைபாடு பற்றி மிகவும் ஒத்திசைவான அறிக்கையை வெளியிட்டார். இது வெவ்வேறு வடிவங்களில் மறுபிரசுரமாகியது. இதுவே பெண்ணியம் பற்றிய சோசலிச கோட்பாட்டாக்கத்திற்கு அடிப்படையாக இருக்கிறது. இருந்தாலும் செயல் உத்தியைப் பொறுத்தவரை அது போதாமை மிக்கதாக உள்ளது. 'பெண்கள் - மிக நீண்ட புரட்சி' என்ற அவரது அறிக்கை கார்ல் மார்க்ஸ், பெபெல், ஏங்கல்ஸ் ஆகியோருடைய கொள்கைகள் மீது வெளிப்படையாக அடித்தளம் கொண்டுள்ளது. ஏனைய கோட்பாட்டாளர்களைப் போல இவர் ஏங்கல்ஸ் உடைய ஐயத்திற்குரிய மானிடவியல் பக்கம் சாய்ந்து விடவில்லை. ஆனால் செயல்படுத்திக் காட்டத்தக்க உண்மைகளை மிகக் கடுமையான பரிசோதனைக்கு உட்படுத்துகிறார்.[3] பெண்ணை, உற்பத்திப் பணியிலிருந்து விலக்குவது பெண்களுடைய பௌதீக பலவீனம் இல்லை. இவ்விசயங்களில் அவளுடைய சமூக பலவீனமே நேரடியாக அவளைப் பெரும் அடிமையாக்குகிறது'[4] எனவே அதிகரித்து வருகிற தொழில்மயமாதல், பெண்களுக்கு உற்பத்திப் பணியில் ஓரிடத்தை உத்திரவாதம் செய்வதில்லை. ஏனென்றால் சதை சம்பந்தமான முயற்சியின் இயலாமை அவளை அந்தப் பணியிலிருந்து வெளியே நிறுத்தி வைக்கவில்லை. மாறாகத் தனியார் சொத்து, உற்பத்தி சாதனங்களில் தனியார் உடைமை முறை ஆகியவற்றின் வளர்ச்சியும், பிறரது ஓய்வு நேரத்து உல்லாசத்திற்காக வினையாற்றுகிற உன்னதமான வேலையாட்களின் தகுதிக்குப் பெண்களின் நிலை தாழ்த்தி ஒதுக்கப் பட்டதும் இதற்கான காரணங்களாகும். பெண்ணின் இந்த வகிபாகம் பதிலுக்கு (அனுமானித்துக் கொள்ளப்பட்ட) குடும்பம் என்ற அமைப்பால் தீர்மானிக்கப்படுகிறது. இந்த அமைப்பு (நிச்சயமாக) அத்தியாவசியமாக தந்தையாட்சி சமூகத்தின் அமைப்பாகும். இப்போதைய பெண்ணின் வகிபாகம் தந்தையாட்சி சமூகத்தைச் சேர்ந்ததாகும். தந்தையாட்சி சமுதாய அமைப்பில், இன உற்பத்தி, பொருள் உற்பத்தியின் ஒரு பகடியாகத் திரிக்கப்பட்டுள்ளது. பாலியல் தன்மை, பிறவதைமிக்க சுரண்டலாகத் திரிக்கப்பட்டுள்ளது. குழந்தையைச் சமூகவயமாக்கும் பணி பெண்ணுக்கே உரிய (வெகுகாலமாக நீளுகிற) பொறுப்பாகத் திரிக்கப்பட்டுள்ளது. பெரும் மாற்றம் ஏதும் ஏற்பட வேண்டுமானால், பொருள் உற்பத்தி, இன உற்பத்தி, பாலியல் தன்மை, சமூகவயமாக்குதல் என்ற இந்த நான்கு அமைப்புக்களையும் மீள்புரிதலுக்கு உட்படுத்த வேண்டும். நடந்து கொண்டிருக்கிற சோசலிச இயக்கங்களில் பெண்பால் செயல்பாட்டின்

வளர்ச்சியைக் கொண்டு மிச்சல், வருங்காலத்தில் பாட்டாளி வர்க்கப் புரட்சியோடு பெண்ணிய இயக்கமானது ஒன்றிணைந்துவிடும் என்று முடிவுகட்ட நினைத்தார். தற்போது நிலவுகிற பெண்ணியக் குழுக்களின் அமைப்பிலும், அல்லது தற்போதுள்ள சோசலிச ஆட்சி நடைபெறும் இடங்களிலும் இதற்குரிய அறிகுறி ஏதும் இல்லை என்று மிச்சல் தெரிந்திருந்தாலும் அப்படி ஒரு முடிவை எடுக்க முயன்றார்.

'...சோசலிசம் என்றால் குடும்பம் இல்லாமற் போவதாகப் பொருளில்லை. மாறாக, இன்று அதனுள் வன்மையாகவும் இறுக்க மாகவும் அழுத்தப்பட்டுள்ள சமூகரீதியில் அங்கீகரிக்கப்பட்ட, உறவு முறைகளைப் பல்வேறு விதங்களாக்குவதை அது குறிக்கின்றது. நிறுவனங்களின் பன்முகப்பட்ட ஒரு பரப்பு (range) என்பதை இது குறிக்கும். அவற்றில் ஒன்று குடும்பம். எனவே அது இல்லாமற் போவதால் ஒருவித விளைவுமில்லை. சேர்ந்து வாழுகிற தம்பதிகள் அல்லது சேர்ந்து வாழாத தம்பதிகள், குழந்தைகளோடு நீண்ட காலமாகச் சேர்ந்து வாழுதல், குழந்தைகளை ஒற்றைப் (single) பெற்றோர் வளர்த்தல், உயிரியல் சார்ந்த பெற்றோர் இன்றி, மரபானரீதி யில் குழந்தைகளைச் சமூகவயமாக்குதல், கூட்டுக்குடும்பக் குருதி உறவுக் குழுக்கள் முதலான இவை எல்லாவற்றையுமே ஒரே பரப்பான நிறுவனங்களுக்குள் செறித்து அடைக்க இயலும். இவை சுதந்திரமான புத்தாக்கத்தோடும் வகை வகையான ஆண்கள் பெண்கள் ஆகியோரோடும் இவை பொருந்துவனவாகும்.

இந்நிறுவனங்கள் இவை இவை என்று குறிப்பிட்டுக் கூற முயற்சிப்பது மாயையாகும். எதிர்காலம் பற்றிய சந்தர்ப்பவயமான விளக்கங்கள் இலட்சிய வாதங்களாகும். இவை இயங்காதத்தன்மை கொண்டவையாகிவிடும். சோசலிசம் என்பது மாற்றத்தின் ஓர் இயக்கம். வேறு ஒன்றிற்கான இயக்கம். எதிர்காலம் பற்றிய மாறாத பிம்பத்தை - மிக மோசமான பொருளில் - வரலாறு அற்றதென்று கூறலாம். சோசலிசம் என்ன வடிவத்தை மேற்கொள்ளும் என்பது இதற்கு முன்னாலிருந்து முதலாளியத்தையும் அதன் வீழ்ச்சியின் இயல்பையும் பொறுத்ததாகும். சோசலிசத்தின் கீழ் பெண்களின் விடுதலை, 'அறிவார்ந்த'தாக இன்றி, ஒரு மானிட சாதனையாக இருக்கும். இயற்கையிலிருந்து கலாச்சாரத்திற்குக் கடந்து வந்த நெடிய வழியானது வரலாறு, சமுதாயம் ஆகியவை பற்றிய வரைவிலக்கணமாக உள்ளது''[5] *1954*-ஆம் ஆண்டிலேயே, சோசலிச உழைப்பாளர் கட்சியின் அக்டோபர் மாத விவாத அறிக்கையில் எவ்லின் ரீட், அடக்குமுறைக்கு எதிரான பெண்கள் போராட்டத்தை வர்க்கப் போராட்டத்தின் ஓரங்கமாக நிரூபிக்க குழந்தைத்தனமாக முயற்சி செய்தார். இந்த விதத்தில் இவர் விவாதித்தபோது, பால் போட்டியும், பெண்களைப்

பாலியல் பொருட்களாக நோக்கியதும் முற்றிலும் பூர்ஷ்வா முதலாளியத்தின் விளைவுகளே என்று நிறுவ முயற்சி செய்தார்(ள்). புராதனமான சமூகம், எவ்விதமான பால் சுரண்டல் அல்லது சொத்து அல்லது போட்டி ஆகியவற்றிலிருந்து விடுபட்டிருந்தது என்ற கருத்தைத் தூக்கிப்பிடித்தார். அந்தவிதச் சமுதாயத்தில் ஒப்பனைகள் எல்லாம் வெறும் அடையாளத்தின் சாதனங்களாக இருந்தன; பெண்மை பற்றிய பிரச்சார எந்திரமானது 19 - ஆம் நூற்றாண்டில் பணப் பசியெடுத்த முதலாளிகளின் திட்டமிட்ட கபட நாடகம் என்று வருணித்தார். இது இருபதாம் நூற்றாண்டில் ராட்சச ரூபங்களில் விரிவடைந்தது என்றார். இந்த விவாதத்தின் அடிப்படையான செல்நெறி ஒருவேளை சரியானதாக இருக்கலாம். ஆனால் அவர் தமது நம்பிக்கைகளிலிருந்து தமது ஆதாரத்தை நோக்கிச் சௌகரியமாக விவாதிக்கிறார். அவர் மேற்கோளிடுகிற எதற்கும் சான்றாதாரம் இல்லை. 1969-இல் பெண் பிரச்சினை பற்றி அவர் வழங்கியவை யெல்லாம் 'பெண்களின் விடுதலை பற்றிய சிக்கல்கள்; ஒரு மார்க்சிய அணுகுமுறை என்னும் சிறுபிரசுரமாக வெளிவந்தன. அவருடைய விவாதங்கள் எல்லாம் வகைமாதிரியான மார்க்சிய சித்தாந்த வார்த்தை களில் பொதிந்திருந்தன. அவற்றுக்குச் சாரமற்ற மானிடவியலும், மோசமான கல்வியறிவும் ஆதாரமாக இருந்தன. இப்பிரசுரத்தின் முன் அட்டையில் ஒரு அட்டிக்சாடியின் உருவம் வரையப்பட்டிருந்தது. அதனை 'தாய் ஆட்சிச் சமூகத்தின் தேவதையின் குறியீடு' என்று தவறாக அடையாளமிட்டிருந்தார். ஆனால் உண்மையில் அது, கைகளில் தைர்ஸஸ் கிளையையும், இறந்த காட்டுப் பூனையையும் ஏந்திய அழகிய பக்கான்டி (Bacchante) யின் ஓவியமாகும். தம்முடைய படைப்பு, ஹிப்பியக் குறியீட்டாலும், போதைக் கலாச்சாரத்தாலும் (விரிந்து பறக்கும் தலைமுடி, பாம்பு மகுடம்...) அலங்கரிக்கப் பட்டிருப்பதை ஈவ்லின் ரீட் மட்டும் உணர்ந்திருந்தால் பயங்கரமாக ஆகியிருப்பார்! மார்க்ஸை விட மார்க்யுஸிடம் பெண்களுக்கான நம்பிக்கை அதிகமாக - நிச்சயமாக இருக்கிறது. ஈவ்லின் ரீட் உடைய சிறுபிரசுரம்[6] மிகவும் பரவலாக விநியோகமாகியது. தாக்கத்தை ஏற்படுத்தவும் கூடும். ஆயினும் தகுதிவாய்ந்த முடிவுகள் அதில் இல்லை என்பதால் அவற்றை விவாதிப்பதில் காலம் விரயமாகும். ஜூலியட் மிச்சலின் கட்டுரை மிகவும் சிறப்பாக, கவனமாக விவாதித்துள்ளது.

சோசலிச குழுக்களுக்குள்ளே செயல்பட்ட பெண்களுக்கு, பாட்டாளி வர்க்கங்களின் விடுதலை, தங்களுடைய விடுதலையாக இருக்கும் என்று உத்தரவாதம் தரப்படவில்லை. தொடக்க காலத்தில் சோவியத் சட்டம் தன்னியல்பான மணமுறிவையும், சுதந்திரமான

கருக்கலைப்பையும் அனுமதித்தது. ஆனால், ஜோசப் ஸ்டாலின் ஆட்சியில் இவை ரத்து செய்யப்பட்டன. தாய்மைக்குப் பரிசளிக்கும் நிறுவனத்தை உண்டாக்கினார். இவை மிகத் தெளிவான துரோகச் செயல்களாகும்.[7] "சோவியத்தில் பெண்பால் மருத்துவர்களின் எண்ணிக்கை அதிகரித்தது. இது சேவை செய்யும் பெண்பால் வகிபாகத்தின் மெருகூட்டப்பட்ட ஒரு நடவடிக்கையாகவே இருந்தது.[8] ரஷ்யாவில் பெண்பால் கட்டுமானத் தொழிலாளர்களுக்குத் திறன் களைச் சொல்லிக் கொடுக்கவில்லை, கருவிகளும் வழங்கப்பட வில்லை.[9] சீனாவில் பெண்கள் இராணுவமயமாக்கப்பட்டார்கள். ஒப்பனைச் சாமான்களும், கவர்ச்சிகரமான உடைகளும் தடை செய்யப்பட்டன. ஆனால் இவை, குடும்பத்தில் சேவகம் செய்பவள் என்ற பெண்ணின் வகிபாகத்தில் எவ்விதமான சீர்திருத்தத்தையும் ஏற்படுத்தவில்லை. மற்றப்படி மிகவும் வெளியரங்கமாக நடந்த பரத்தைமையின் தீமைகள் அகற்றப்பட்டன.

1967-இல் கோடைகாலத்தில் எஸ்.டி.எஸ். அமைப்பின் தேசிய மாநாட்டில் மகளிர் செயற்குழு, எஸ்.டி.எஸ். அமர்வு ஒன்றில் தங்களது உணர்வுகளை வலிமையாக வெளியிட்டு ஒரு பிரகடனத்தை வெளியிட முயற்சித்தது. இந்த அமர்வைப் பற்றி சூசான் சுர்தீம், 'தேசிய கார்டியனில்' விவரித்தார். அதில் அவர், ஆண்பால் விடுதலைக் குழுக்கள், பெண்பால் குழுக்களோடு ஒன்றுகூடும் கருத்தை ஆதரித்து எழுதும்போது பிரச்சினை என்பது பாலியல் வகிபாகங்களின் குறைபாடுகளோடு மட்டும் சம்பந்தப்பட்டதாக அனுமானித்துக் கொண்டு, பெண்கள் கூட்டங்களுக்கு ஆண்களை அழைக்க வேண்டும் என்று எழுதினார். அவர்கள் தயாரித்த பிரகடனம் இவரைப் போன்ற கருத்துடைய பெண்களின் எண்ணங்களைப் பிரதிபலித்தது. கீழ்வரும் தீர்மானங்களை அது முன்மொழிந்தது.

1. .....எஸ்.டி.எஸ்-இல் உள்ள நமது சகோதரர்கள் தங்களது தனித்த சமூக அரசியல் உறவுகளில் வைத்து ஆணாதிக்க வெறி குறித்த தங்கள் பிரச்சினைகளைச் சரி செய்வதை அங்கீகரிக்க வேண்டும்.

2. எஸ்.டி.எஸ். கூட்டத்திலிருந்து பெண்களின் ஆற்றல்களையும் உள்ளார்ந்த பங்களிப்புக்களையும் குறித்த முழுமையான கொடுப்பினையை எடுத்தாளவில்லை என்பது வெளிப் படையாகத் தெரிகிறது. தபால் தலைகளை எச்சிலால் நக்குவதிலிருந்து தலைமை இடங்களை ஏற்கின்ற வரையுள்ள இயக்கத்தின் எல்லா அம்சங்களிலும் முழுப்பொறுப் பேற்றிடப் பெண்களை அழைக்கிறோம்

3. தலைமை இடங்களில் உள்ளவர்கள் தலைமையைப் படைப்பதற்கான இயங்குவிசை (dynamics) பற்றிக் கவனமோடிருக்க வேண்டும். அவர்களுக்கே இயக்கத்திற்குக் கிடைக்கிற பெண்பால் ஆதாரங்கள் அனைத்தையும் வளர்த்தெடுக்கும் பொறுப்புள்ளது.

4. எல்லாப் பல்கலைக்கழகங்களின் நிர்வாகங்களும் பல்கலைக்கழக வளாக ஒழுங்குமுறைகள் பெண்களுக்கு எதிராக, பாரபட்சமாக நடக்காதவாறு ஒழுங்கு நடவடிக்கைகளை மேற்கொண்டு அந்தப் பெண்களின் உரிமைகளைப் பாதுகாக்க வேண்டும்...

சகல மாந்த சீவிகளின் விடுதலையை நாங்கள் நாடுகிறோம். பெண்களின் விடுதலைப் போராட்டம் முழுமையான சுதந்திரத்திற்குரிய பெரும் போராட்டத்தின் பகுதியாக இருக்க வேண்டும். ஆணாதிக்க வெறியை அகற்றும் முயற்சி எங்கள் சகோதரர்களுக்கு மிகவும் கடினமாக இருக்கும் என்பதை நாங்கள் ஒத்துக் கொள்ளுகிறோம். அந்த முரண்பாட்டைச் சரி செய்யப்பட்ட பெண்கள் என்ற அளவில் எங்கள் பொறுப்பினை நாங்கள் ஏற்கிறோம். இப்போதே சுதந்திரம்! உன்னை நாங்கள் நேசிக்கிறோம்![10]

இதனைக் கேலிக்கு உள்ளாக்குவது போல் அடுத்த மாதம் வெளியான 'நியூ லெப்ஃட் நோட்ஸ்' இல் கியூபா மகளிர் கூட்டமைப்பிற்கு அதிபர் ஃபிடல் காட்ஸ்ரோ ஆற்றிய உரை பிரசுரமாகியது. புரட்சிக்கான போராட்டத்தில் மகளிர் பங்களிப்பினை அங்கீகரித்த பிறகு, அவர்கள் ஆண்களோடு இணையாக ஆயுதம் ஏந்திப் போராடியதற்கு நன்றி தெரிவித்துக் கொண்டார். அதன்பிறகு, மகளிரைப் பார்த்து, இனி, அவர்கள் தங்களது முந்தைய பணிவிடை வகிபாகங்களுக்குத் திரும்பிப் போகுமாறு கேட்டுக் கொண்டார்:

"குழந்தைகளுக்கு இனி யார் சமைப்பது? மழலையர் பள்ளிகளில் படிக்கிற குழந்தைகளையும் சிசுக்களையும் யார் பராமரிப்பது? வேலை முடிந்து வீடு வருகிற ஆணுக்கு யார் சமைப்பது? யார் துணி துவைப்பது? சுத்தம் பண்ணுவது?"[11]

1967, இலையுதிர் காலத்தில் பெண்கள் தங்களது நிலைபாட்டை முழுமையாகச் சிந்தித்துக் கொண்டிருந்தார்கள். 'சமாதான செயல்பாட்டுக்குரிய மாணவர் யூனியன்' கனடாவின் முன்னோடி புதிய இடதுசாரி அமைப்பாகச் செயல்பட்டு வந்தது. இந்தப் பேரவையிலிருந்த நான்கு இளம் பெண் உறுப்பினர்கள் 'சகோதரிகள் சகோதரர்கள், காதலர்கள் கவனிக்க' என்ற ஆய்வுக் கட்டுரை ஒன்றைத் தயாரித்தார்கள்.

இதனை, 'பெண்பாலின் சமூக நிலையைக் கொண்டு ஒரு சமுதாய முன்னேற்றத்தை அளக்க இயலும்' என்ற மார்க்ஸின் விமர்சனத்தை அடியொற்றி உருவாக்கினார்கள். அக்கட்டுரையில் பால்களுக்கு இடையிலுள்ள எதார்த்தமான வித்தியாசம் பற்றி கொஞ்சம் தயக்கம் காணப்பட்டது. பெண்களுக்கு மரபணு ரீதியில் குறைபாடு உள்ளதோ இல்லையோ ஆனால், முன்னேற்றம் என்பது இத்தகைய உள்ளார்ந்து பொறிக்கப்பட்டுள்ள தனித்துவத்தை வெற்றி காண்பதாகும்; நிஜமான சமூக வினையாற்றலுக்கும் முக்கியத்துவத் திற்கும் இத்தகைய தனித்துவம் தேவையில்லாததாகும் என்ற மார்க்ஸிய கருத்தினை ஏற்றுச் செயல்படலாம் என நம்பினார்கள்.

அவர்கள் ஜூலியட் மிச்சலின் நான்கு அம்ச விவாதத்தை (பொருள் உற்பத்தி, இன உற்பத்தி, பாலியல் தன்மை, சமூக வயமாதல்) மீண்டும் வலியுறுத்தினார்கள். பெண்களின் வகிபாகம் கலாச்சார ரீதியில் தீர்மானிக்கப்படுவதைக் கோட்பாட்டுச் செயலாக்கிய மிச்சலின் முயற்சியை வலியுறுத்தினார்கள்.

தீவிர இயக்கங்களில் பெண்களின் வகிபாகம் பற்றிய கசப்பான விளக்கத்தை மறுபடியும் நாம் சந்திக்கிறோம். இதனைப் பெரிது படுத்திக் கூறியவர் ஸ்டோக்லி கார்மைக்கேல். "எஸ் என்.சி.சி.யில் பெண்களுக்கான ஒரே இடம். அடிபணிந்து குப்புற வீழ்ந்து கிடப்பதாகும்'' என்று அறிவித்தார்:

"சில இயக்கங்களில் பெண்கள் புரட்சிக்குத் தயாராக இருக்கிறார்கள். நாம் நமக்காகவே சிந்தித்துக் கொண்டிருக்கிறோம். தேவையான அளவுக்கு நாம் படிக்கிறோம், எழுதுகிறோம், உரையாடுகிறோம். மாபெரும் செயலுக்கான கோட்பாட்டையும் பகுப்பாய்வையும் காண்பதற்கு இவற்றைச் செய்கிறோம். இதைச் செய்வதற்குரிய அனுபவத்தின் பின்புலம் நமக்கு இருக்கிறது. இதிலிருந்து விலக்கி வைக்கப்பட்ட மனஎரிச்சலில் இருக்கிறோம்..."[12]

அவர்களைப் பொறுத்தவரை, தீவிரவாதமயமாவது என்றால் அது ஒரு கல்வி வட்டார (academic) நடவடிக்கை என்ற மனப்பதிவு இருப்பது தெரிகிறது. அது படிப்பு சம்பந்தமானதாக அறிவு சார்ந்ததாக இருந்தது. பல்கலைக்கழகத்தில் பயிலும் பெண்கள் இயக்கத்தை அணுகிப் பார்க்கிறபோது, பெரும்பாலான பெண்கள் கருத்துக்களை உட்செறிக்கிற மனப்பாங்கினை அடையாதவர்களாக இருப்பதைக் காணமுடிந்தது. அப்பெண்களுக்கு விவாதத்தால் எந்தப் பயனும் இல்லை என்பதை அறிகிறபோது அது வியப்பாக இல்லை. ஏனெனில் இதை அவர்களால் புரிந்து கொள்ளவோ அல்லது செயல்படுத்தவோ இயலாது. இத்தகைய முறைகள் அவர்களுக்கு அநாவசியமானவை.

கல்வி வட்டாரத்தைச் சேர்ந்த விடுதலைப் போராடிகள் தங்களை, முணுமுணுக்கின்ற ஒரு பெரிய பாட்டாளி வர்க்கப் பெண்பாலின் தலைவர்களாக அனுமானம் செய்கிறார்கள். அவர்கள் ஆண்பாலுக்கு உரியதாக இருந்த குழுக்கள், அமைப்புக்கள் முதலிய வடிவங்களை ஏற்றிருப்பதால் அவற்றுக்குள் ஏனைய பெண்களால் எளிதில் தக அமைந்து போக இயலவில்லை. ஆண்பால் - பெண்பால் துருவ நிலையின் முழுவீச்சினைப் பற்றி அவர்களுடைய கோட்பாட்டு ஆக்கங்களில் உணர்ந்துள்ளார்களா என்பதற்கான அறிகுறி இல்லை. அவர்கள் 'சோவியத் வீக்லி'யைப் படித்திருக்கிறார்கள். ஆசிரியத் தொழிலில் பெண்பால் ஆதிக்கம் நிலவுவதன் காரணமாக, ஆண்பால் அதிகாரத்துவத்திற்கு வேண்டிய உணர்வு குறைந்தவர்களாக அது பையன்களை உற்பத்தி செய்து கொண்டிருப்பதால் அறிவியல் கற்பிக்கும் அரசு நிறுவனத்தின் உறுப்பினர்கள் மிகவும் கவலைப் படுவதாக 'சோவியத் வீக்லி' வழியாக அறிந்துள்ளார்கள்.[13]

இப்பெண்களிடம் தென்படுகிற கல்வி வட்டாரத் தாக்கம் பல்கலைக்கழகங்களிலுள்ள பெரும்பாலான மகளிர் விடுதலைக் குழுக்களிடம் பரவியுள்ளது. அறிவாளர் குழுவாகிய 'பெண்ணிய வாதிகள்' என்பதன் நிறுவக உறுப்பினர் டி -கிரேஸ் அட்கின்ஸன். இவர், வரலாறு, பெண் நிலையின் நிலைமை ஆகியவற்றுக்கு ஆராய்ச்சித்திட்ட ஒதுக்கீடுகளை வழங்கும் 'பெண்களின் மனித உரிமைகள்' என்ற ஒரு அமைப்பிற்காகவும் பணிபுரிகிறார். இத்தகு மகளிர் மனித உரிமைகள் அமைப்பு தோன்றுவதற்கு மிக முன்பாக காலம் சென்ற பெண் வாக்குரிமைப் போராடிகள், இம்மாதிரி திட்ட ஒதுக்கீடுகளுக்கு நிதி வழங்கியதை நினைத்துப் பார்க்கலாம். அந்தப் போராடிகள் பெண்பால் பொறியியலாளர்களுக்கு உதவ அறக் கட்டளை அமைத்திருந்தார்கள். பெரும்பாலான மகளிர் கல்லூரிகள் இம்மாதிரியான மானிய சாசனங்களை நிறுவியிருந்தன. இத்தகைய கடந்தகாலப் பெண்கள், பெண்பால் விடுதலைக்கு வழங்கிய நிதி உதவிக் கொடைகளை இப்போது யாரும் ஒரு பொருட்டாகக் கருதுவதில்லை.

1967 பிரகடனத்தை (தீவிரவாதப் பல்கலைக்கழக மாணவர்கள்) எதிர்த்த முதலாவது தாக்குதல், ஓர் ஆண்பாலின் மொட்டைக் கடிதத்தின் வடிவில் வந்தது. 'நியூ லெஃப்ட் நோட்ஸ்' டிசம்பர் மாத பிரசுரத்தில் அக்கடிதம் பிரசுரமாகியிருந்தது. அக்கடிதத்தில் அந்த ஆண், வளர்ச்சி குறைந்த பெண்ணைத் தலைமையிடத்தில் வைப்பது ஆபத்தானது, ஏனென்றால் அவள் நிச்சயமாகத் தோல்வியடைவாள், அவளது தாழ்வு மனப்பான்மை மேலும் கூர்மையடையும் என்று எழுதியிருந்தான்.[14] மேலும், ஆண்களிடமிருந்து பெண்கள் தங்களைப்

பிரிக்கமுடியாது. ஏனென்றால் அவர்களுக்கு ஆண்கள் தேவை, பெண்களின் வகிபாகம் அடக்கமானது; ஆண்களைவிட அனுசரித்துப் போவது; கருணைமிக்கது என்று எழுதியிருந்தான். இன்னும், பெண்கள் முதலாவதாகத் தங்கள் இயக்கத்தின் தலைமையைச் சவாலிடுவதற்குத் தங்களைப் பயிற்றுவிக்க வேண்டும்; அவர்கள் திருமணம் செய்கிறபோது தங்களது கன்னிப்பருவத்துப் பெயர்களை விடாமல் வைத்துக் கொள்ள வேண்டும் என்று அந்த அநாமதேய ஆண்மகன் கருதினான். மிகவும் பணிவான எஸ்டிஎஸ் பெண்கள் முனங்கத் தொடங்கினார்கள். அடுத்த எஸ்டிஎஸ் தேசிய மாநாடு தொடங்குவதற்குள் முனங்கல் ஓர் உறுமலாக மாறியது. ‘நியூ லெஃப்ட் நோட்ஸ்’ ஜூன் 10, 1968 பிரசுரத்தில் மரிலின் வெப், எஸ்டிஎஸ் அமைப்பின் மகளிர் உறுப்பினர்களின் பங்கினைப் பற்றிக் கடுமையாக எழுதினார். இந்த விமர்சனம் ஒவ்வொரு தீவிரவாத இளம்பெண்ணையும் உசுப்பிவிட்டது. புதிய மனக்கசப்பை அவர்களிடம் ஏற்படுத்தியது. ஆயினும் ஆணாதிக்கம் செய்கிற இயக்கத்தை விட்டுப் பிரிந்து போகுமாறு பெண்களுக்கு அவர் யோசனை கூறவில்லை.[15]

1968 மாநாட்டில் பெண்கள் ஒழுங்கீனமாக நடந்து கொண்டார்கள்; ஆண்களின் கோபத்தைக் கிளறிவிட்டு அதன் விளைவைச் சந்தித் தார்கள். பிறருடைய யுத்தங்களுக்காகப் போராடிக் கொண்டிருந்தால் தங்களது விடுதலையைச் சாதிக்க முடியாது எனப் பெண்கள் உணரத் தொடங்கினார்கள். வழக்கமாகக் கூறப்படுகிற விவாதங்களை ஆண்கள் ஆதிக்கம் புரிகிற பெண்களுக்கு எதிராக முன்வைத்தார்கள். ஆண் - பெண் துருவநிலையின் கபடத்தை உணர்ந்த பெண்கள் காத்திரமான செயல்பாட்டைச் செய்யவேண்டுமென்று தீர்மானித்தார்கள். புதிய உத்தியை வடிவமைத்தார்கள்.

அச்சமயத்தில் தீவிரவாத - பல்கலைக்கழக இயக்கத்தைச் சேர்ந்த இரண்டு பழைய உறுப்பினர்கள் இத்தகைய செயல் உத்தியை நோக்கிய முதலாவது அறிக்கையொன்றைத் தயாரித்துக் கொண்டிருந்தார்கள். ‘பெண்கள் விடுதலை இயக்கத்தின் குரல்’ என்ற செய்தித்தாளும், ‘பெண்கள் விடுதலை இயக்கத்தை நோக்கி’ என்ற பிரகடனமும் தோற்றுவிக்கப்பட்டன. கரோல் தாமஸ் இரண்டாம் முறையாகக் கைது செய்யப்பட்டு நீண்டகாலச் சிறைத்தண்டனை வழங்கப்பட்ட செயல் இவ்விசயத்தில் ஓர் அவசரத்தையும் கடுமையையும் ஏற்படுத்தியது.

முதலில் அவர்கள் பெண்களின் பிரகடனத்தைத் தாக்கினார்கள். அதன் குறைபாடுகளை எடுத்துக்காட்டினார்கள். கறுப்பர்களை எப்படி நடத்துவது என்பது பற்றி நகர கவுன்ஸில்கள் முன்வைத்த

வாதங்களோடு பெண்கள் பிரகடனத்தின் அபத்தமான விடுதலைச் சீர்திருத்தத்தை ஒப்பிட்டுத் தாக்கினார்கள். கறுப்பர் அதிகாரத்தின் வளர்ச்சியோடு ஒப்பிடுவதன் வழியாகத் தந்தை ஆதிக்க சட்டத்தின் வடிவமைப்பின் மீது முதல் தாக்குதலைத் தொகுத்தார்கள்.

பெண்களில் ஒருசாரர் பெண்களின் அதிகார இயக்கத்திற்காக விவாதித்தார்கள்; அதிகார இயக்கத்தின் முதலாவது நடவடிக்கை அதிகாரத்தை வளர்த்தெடுப்பதாக இருக்கும். தன்னம்பிக்கையையும், நம்பகமான உறுதியான பெண்பால் போர் உத்தியையும் உருவாக்குவதாக இருக்கும்.

எஸ்டிஎஸ் உறுப்பினர்களான மாணவிகள் தனித்த குணமுடையவர்கள்; பெண்கள் எளிதாக - சுதந்திரமாகச் செயல்படாதவாறு தடுக்கின்ற தடைகளைப் பற்றி எவ்விதத் தெளிவான கருத்தையும் இன்னும் உருவாக்கவில்லை என்று பெவெர்லி ஜோன்ஸ் எடுத்துக் காட்டினார். பிரச்சினைகள் என்ன என்பதை அறிய, அந்தப் பெண்கள் தங்களுடைய சொந்த யுத்தங்களை நடத்தும் தேவையை ஜோன்ஸ் வலியுறுத்தினார். எஸ்.டி. எஸ் வடிவமைப்பில் 'மோதுதல் என்பது அரசியல் விழிப்புணர்வாகும்' என்றார். ஆண்பால் ஆதிக்கம் உள்ள இயக்கத்தில் வெற்றிகரமாக இயங்கிய பெண்கள், ஆண்பாலின் மதிப்பீடுகளுக்கு அனுசரித்து, திருப்தி செய்து, தங்களது விசேச நிலையால், பயன்படுத்தி வந்தார்கள். இந்நிலையில் ஹார்லெம் (Harlem) என்ற பகுதிக்கு (இது நியூயார்க்கில் உள்ள ஒரு பகுதி. இங்கு கறுப்பின மக்கள்தொகை அதிகம் - மொ.பெ) கறுப்பினத் தொழிலதிபர்களால் எவ்வாறு பிரதிநிதியாக இருக்கமுடியாதோ அவ்வாறு தங்கள் சகோதரிகளுக்காக அந்தப் பெண்களால் இயக்கத்தில் வாதாட இயலாது. ஜோன்ஸ், இளம் பெண்களின் விடுதலைக் குழுக்களின் அடிப்படையாக ஒன்பது அம்சக் கொள்கையை அறிமுகப்படுத்தினார்:

1. தங்களுக்குச் சம்பந்தமில்லாத பிற இயக்க வேலைகளில் தங்களை ஈடுபடுத்தலாகாது. அப்படி நெருக்கடி வந்தால் அதற்குத் தாக்குப்பிடிக்க வேண்டும். பால்களுக்கு இடைப்பட்ட உறவுகளை மறுசீரமைப்புச் செய்தாலொழிய இச்சமூகத்தின் மறுசீரமைப்பு நடக்க இயலாது. ஆண்களால் எந்த விதமான பயங்கரச் செயலையும் செய்ய இயலும்; அல்லது தங்கள் ஆன்மாக்களின் ஊனத்தால் கோழைத்தனமாகத் துயர் எய்த இயலும். அதன்பின் வீட்டில் அவர்களை மரியாதையாகவும் அன்பாகவும் நடத்துவார்கள். ஆண்கள் தங்களது உண்மையான அடையாளத்தை அல்லது தங்களது உண்மையான பிரச்சினையை ஒருபோதும் எதிர்கொள்ள மாட்டார்கள்...

2. பேரளவிற்குப் பெண்கள் பௌதீக பலத்தின் மீது கொண்ட அச்சம் காரணமாக ஆண்கள் அவர்களை ஆள்கிறார்கள். அதனால் முதலில் பெண்கள் தங்களைத் தாங்களே பாதுகாக்கக் கற்றறிய வேண்டும்...

3. எதார்த்த நிலைமைகளைக் காணுமாறு நாம் ஊடகத்தை நெருக்கடி செய்யவேண்டும்.

4. பெண்கள் தங்களைப் புரிந்து, அடையாளப்படுத்தி, வீட்டிற்கு உள்ளேயும் வெளியேயும் உள்ள மேலாதிக்கத்தின் பல உளவியல் உத்திகளைப் பற்றி வெளிப்படையாக அறிவிக்க வேண்டும். அதுவரை அவர்கள் ஒருவர்க்கொருவர் தங்கள் அனுபவங்களைப் பகிர்ந்து கொள்ள வேண்டும். அவை பொதுவான அறிவாக ஆகின்ற வரையில், அவற்றை அறிக்கைகளாகப் பிரசுரித்து விரிந்த அளவில் விநியோகம் செய்யவேண்டும். தனது கணவனோடு நடத்துகிற ஒரு வாக்குவாதத்தில் எந்தப் பெண்ணும் துணையற்றவளாகவும், மனம் பேதலித்தவளாகவும் உணரக்கூடாது....

5. சிறு குழுக்களை வடிவமைக்க யாராவது முனைந்தாக வேண்டும். அக்குழுக்களில் உள்ள பெண்களின் சுமைகளி லிருந்து அவர்களை விடுவிக்க இயலும்.

6. பெண்கள் தங்கள் சொந்த வரலாற்றைக் கற்றறிய வேண்டும். ஏனென்றால் தாங்கள் பெருமைப்படவும், தங்கள் புதல்வி களுக்குப் பெருமை சேர்க்கவும் ஒரு வரலாறு அவர்களுக்கு உள்ளது. தைரியமிக்க பெண்கள் நம்மை முழுமையான அடிமைத்தனத்திலிருந்து தற்போதைய முன்னேறிய நிலைமைக்கு இட்டுவந்தார்கள். நாம் அவர்களை உதறிவிடக் கூடாது. அவர்களிடமிருந்து கற்று, விடுதலைச் செயல் பாட்டில் மீண்டும் அவர்களோடு சேர்ந்து வேலை செய்ய வேண்டும். பெண்ணிய இலக்கியம், வரலாறு, இன்ன பிறவற்றுக்காகச் சந்தை தயாராக இருக்கிறது. அதற்கு நாம் வழங்கவேண்டும்.

7. அறிவியல் மனச்சாய்வுள்ள பெண்கள் பால்களுக்கு இடையிலுள்ள மனம், அறிவுப் புரிதல் ஆகியவற்றில் காணப்படும் வேறுபாடுகளைப் பற்றி ஆய்வு செய்யத் தொடங்கவேண்டும்.

8. சம வேலைக்குச் சம ஊதியம் என்ற ஒரு திட்டத்தைத் தீவிரவாதப் பெண்கள் 'பூ' என்று ஒதுக்கிவிட்டார்கள். ஏனெனில், இது அடிமைத்தனத்தின் ஒரு கருவியாகும்....

9. கருக்கலைப்புச் சட்டங்கள் பற்றி நான் குறிப்பிட்டே ஆக வேண்டும்.[16]

மேற்கண்டவற்றில் 7-வது அம்சத்தைப் பற்றி எளிதில் குறை கூறிவிடலாம், அது இப்போது அவசியமில்லை. அல்லது 8-வது அம்சத்தை, அதன் வாக்கியப் பொருத்தம் இன்மைக்காக விட்டு விடலாம். 2-வது அம்சம் தன்னைத்தான் பாதுகாப்பதற்காகக் கற்பது பற்றியது. இது ஒன்றும் கடினமான காரியமில்லை. ஆயுதங்கள் எளிதில் கிடைக்கின்றன. பள்ளிப் பாடத்திட்டப் படிப்பில் கராத்தே பாடங்கள் உள்ளன. இதில் கடினமான விசயம்: பௌதீக வன்முறையை அநாவசியமானதாக்குவதாகும். இதுதான் எந்த மனித உயிரிக்கும் உரிய ஒரே நம்பிக்கை. ஆயின் இதற்காக இதுவரை எந்தப் பெண்ணியக் குழுக்களும் ஒரு போராட்ட உத்தியோடு மேற்கிளம்பி வரவில்லை. 'பெண்களின் விடுதலை இயக்கத்தை நோக்கி' என்ற நூலின் இரண்டாம் பகுதியை யூடித் பிரெளன் எழுதினார். இவர் ஃபுளோரிடா பல்கலைக்கழகத்தில் மனநல சிகிச்சைப் பிரிவில் துணை ஆய்வாளராகக் கடமை ஆற்றினார். இவரும் எஸ்.டி.எஸ் - இல் உள்ள தீவிர நடுத்தர வர்க்கப் பெண்களின் நிலையை விளக்கினார். கறுப்பர்க்கு ஒருமைப் பாடு என்னவோ அவ்வாறே பெண்களுக்குத் திருமணம் உள்ளதாகக் கருதினார். பெண்ணியப் பிரச்சினை பற்றிய கலந்துரையாடல்களில் கறுப்பர்/ பெண்பால் ஒப்புமையைக் கையாண்டார். இவ்வாறு ஒப்பிடும் முறை பிரபலமாகவும் தவறாக வழிநடத்துவதாகவும் இருந்தது. தீவிரவாதப் பெண்களுக்காகப் பெண்பால் மட்டுமே வாழுகிற குழுக்களைப் பற்றி பிரெளன் ஆலோசனை கூறினார். ஆனால் இத்தகைய பெண்பால் குழு என்பது மத்தியகாலக் கன்னியர் மடத்திலிருந்து எவ்விதத்திலும் வித்தியாசமானதாக இல்லை என்பதை அவர் காணவில்லை. தங்களுடைய சமூக, உயிரியல் வகிபாகங்களுக்கு எதிராகக் கிளர்ந்தெழுந்த கன்னியர் மடத்துப் பெண்களால் அறிவுரீதியாகவும் தார்மீகரீதியாகவும் நிறைவு காண முடிந்தது; அதிலிருந்து தங்களது மாறாத இருப்பினை மாற்றுதற்கான நெருக்குதல் எதையும் செய்யவில்லை. பாலியல் துறவினை பிரெளன் ஒரு செயல் உத்தியாகக் கருதியது தெரிகிறது. அவர் ஒருமைப்பாட்டுக்கு மாற்றுக்களாக லெஸ்பியனியத்தையும் சுயமைதுனத்தையும் கருதினார்.

மாஸ்டர்ஸ், ஜான்ஸன் ஆகியோரின் படைப்பான 'மனிதப் பாலியல் எதிர்வினை' (Human Sexual Respone - 1966) என்ற நூலின் வருகையோடு பெண்பால் நடத்தி வந்த சுய-அறிவின் தேடலானது திடீரென்று ஒரு புதிய (அறிவு) ஆயுதக்கிடங்கினைக் கண்டுபிடித்தது. மெட் ஈல்ஜெர்ஸன் (Mette Eiljerson) பெண்பால் விடுதலையின் உட்பொருள்களை முதன் முதலாக - அரக்கத் தனமாகக் கோடிட்டுக்

காட்டினார். அதன்பின் ஆன்கூட் (Anne Koedt) என்னும் பெண்ணிய வாதி அதன் மூல டானிஷ் மொழியில் கற்றார். செல்வி. கூட் 'பெண்குறியின் இன்ப உச்சம் பற்றிய தொன்மம்' என்ற தமது கட்டுரையில் தமது வாதங்களை வைத்தார்.

இன்ப உச்சத்தின் ஆற்றல் (ஃபிராய்டு, ரீச் ஆகியோர் தம் உடற்கூற்றியல் பற்றிய அறியாமையின் ஊடாக) என்பது, பெண்ணால் அடையமுடியாத இலக்கு என்று கூறுவதும், இதுவே அவளது பாலியல் நடத்தையின் பெருத்தை அவமானத்திற்கும் நம்பகமற்ற தன்மைக்கும் காரணம் என்று கூறுவதும் சந்தேகத்திற்கிடமின்றி சரியானதே. இதற்காகக் கூறப்படுகிற அனுமானங்கள்: பெண் பாலியல் சுகத்திற்கு 'வஜைனா' என்ற பெண்குறிக் குழல் பாகம் தேவையற்றது, இந்தக் குழல் பகுதி, ஓர் ஆண்குறி இருக்கத்தக்க சுகமான இடம் என்பதால் (இவ்விடத்தில் பெண்பால் ஆதிக்க வெறியின் ஒரு முத்திரையைக் காண்க!) இதனுள் தங்கள் குறிகளைச் செலுத்திட ஆண்கள் அடம்பிடிக்கிறார்கள். இந்த அனுமானங்கள் ஆணாதிக்க வெறியின் திட்டமிட்ட விளைவுகளே. இவை தவறானவை. ஐயத்திற் குரியவை 'கிளிடோரிஸ் உறுப்பு பெண்களின் சுகத்தின் ஆதார இடமாக வஜைனாவால் இடம் பெயர்க்கப்பட்டால் ஆண்கள் பாலியல் ரீதியில் தாங்கள் பயன்படுத்தத் தக்கவர்களாக ஆகிவிடுவோமோ என்று பயப்படுகிறார்கள்...[17]

செல்வி கூட் யாரோடு உறவு கொள்ளப் போயுள்ளார் என்று ஒருவர் வியக்கின்றார் (வியக்கக்கூடும்). பெரும்பாலான ஆண்களுக்கு கிளிடோரிஸ் பற்றிய கவனம் இருக்கிறது. தங்களை வெறும் பாலியல் பொருளாக ஆசிக்கப்படுவதற்கு உண்மையில் ஆண்கள் அஞ்சுகிறார்கள். எல்லாச் சமயத்திலும் விரைத்த நிலையில் ஓர் ஆணின் குறி இருக்குமாறு எதிர்பார்க்கலாகாது, அப்படி எதிர்பார்ப்பது, இப்படிப்பட்ட ஓர் ஆண்குறியின் முதல் குத்திலேயே ஒரு பெண்ணின் வஜைனா வெடித்து விடும் என்று அனுமானிப்பதற்கு ஒப்பானதாகும். பெண்களைப் போலவே ஆண்களும் தங்களுடைய பாலியல் உறுப்புக்கள் உடற்கூற்றியல் ரீதியில் சாத்தியமில்லாத வினைகளை ஆற்றவல்லவை என மூளைச் சலவை செய்யப்பட்டுள்ளார்கள். செல்வி கூட் கூறும் கடைசி அம்சம் மிக விநோதமாகவுள்ளது.

"லெஸ்பியனிசம் - தங்கள் உடல்கூற்றியல் காரணங்கட்கு அப்பால் ஏன் பெண்கள் பெண் காதலர்களைத் தேடவேண்டும்; இது பற்றி ஆண்கள் பெரிதும் அஞ்சுகிறார்கள். பெண்கள் முழுமையாக - மனித அடிப்படையில் மற்றப் பெண்களுடைய சேர்க்கையைத் தேடுவார்கள் என்று அஞ்சுகிறார்கள். கிளிடோரிய இன்பஉச்சம் ஓர் உண்மை என்று நிறுவப்படுகிறபோது அது மாற்றுப் பாலியல்

நிறுவனத்தை அச்சுறுத்தும். ஒடுக்குவோர் எப்போதும் ஒடுக்கப்படுவோரின் ஒற்றுமையைக் கண்டு அஞ்சுவர். தற்போது ஆண்கள் பராமரித்து வரும் உளவியல் பிடிமானத்திலிருந்து பெண்கள் தப்பித்து விடுவார்கள் என்பதற்காக ஆண்கள் பயப்படுகிறார்கள். வருங்காலத்தில் தனிமனிதர்களுக்கு இடையில் சுதந்திரமான ஓர் உறவு ஏற்படுவதைக் கற்பனை செய்வதற்கு மாறாக, பெண்கள் பழிவாங்குவார்களோ என்பது குறித்த சந்தேக நோயின் அச்சத்தோடு எதிர்வினையாற்றும் போக்கில் இருக்கிறார்கள்'[18] (V.ஸோலானஸ் சம்பவங்களில் கண்ட மாதிரி).

இங்கே யார் யாரைச் சுடுகிறார்கள் என்பது வியப்பாக உள்ளது. பெரும்பாலான சந்தர்ப்பங்களில், ஒரு குழுவிலுள்ள ஆண்பால் உறுப்பினர்களுக்கு இடையில் தோன்றும் எவ்விதமான பாலியல் உறவும் சட்டத்திற்கு விரோதமானதாக ஆக்கப்பட்டு, அதன் மூலமாக ஆண்பால் ஒருமைப்பாடு காப்பாற்றப்படுகிறது. பால் என்பது வெறும் ஒட்டவைக்கும் ஒரு சக்தி அல்ல. சமுதாயத்தில் இருக்கிற தன்பால் புணர்ச்சிக் குழுக்கள் ஒற்றுமைக்கோ அல்லது கூட்டுறவுக்கோ பெயர் பெற்றவை அல்ல. கூட் எழுதிய இக்கட்டுரையின் பின்னால் காணப்படுகிற அனுமானங்களில் மிகவும் நுட்பமானது, தற்போது இருக்கிற நிலைமைகளை மாறாமல் பேணுவதாக இருக்கின்றது. இந்த விசயத்தில் கூட் கூறும் அனுமானம், 1960-களின் நடுத்தர வர்க்கத்தைச் சேர்ந்த அமெரிக்கக் காதலர்களுடைய பெண்குறியின் குழலின் (வஜைனா) புலன் உணர்வினைப் பேணுவதாக அமைகிறது...

ஆயினும் காலியாயுள்ள பெண்குறிக் குழலில் ஏற்படுகிற ஒரு கிளிடோரிய இன்ப உச்சத்தை விட ஆண்குறியால் நிரம்பிய ஒரு முழுமையான பெண்குறிக் குழலில் உண்டாகிற ஒரு கிளிடோரிய இன்பஉச்சம் நேர்த்தியானது என்று எனக்குத் தெரிந்தவரை கூற இயலும். மேலும், ஓர் ஆண் என்பவன், ஒரு டில்டோ எந்திரத்தை விட மேலானவன். நான்சி மான், செல்வி கூட்டின் கட்டுரைக்கு திருத்தம் ஒன்றை 'நியூ இங்கிலாந்து ஃபிரீ பிரஸ்' பிரசுரமாக வெளியிட்டார். பெண்பால், இன்பஉச்சத்தை எட்டத் தவறுவதற்கு ஒரு புதிய விளக்கத்தை அளிக்க முயலுகிறார். இதற்குரிய காரணம்: பெரிதும் நாம் அதைச் சரியாகச் செய்கிறதில்லை. அனுபவத்தின் ஆதாரமான இயல்பின் பக்கமாக நாம் திரும்புவதில்லை. நான்சியின் தீர்வு பெண்களுக்கு நம்பிக்கை தருகிறது. குறிப்பாக, சுயமைதுனம் செய்யவோ அல்லது லெஸ்பியனியத்தை அறியவோ விரும்பாத பெண்களுக்கு இது நம்பிக்கையூட்டுவதாக இருக்கிறது. அவர் எழுதுகிறார்:

"இந்த நாட்டில் ஏராளமான மக்கள் பால் பற்றித் தவறான கருத்து கொண்டிருக்கிறார்கள். இது தற்செயலான விசயம் அல்ல. இலாபம் ஈட்டும் நோக்கத்தினால் மனித சுகங்களுக்கு மதிப்புக் கொடுக்கத் தவறியதே இதற்குக் காரணம். பொதுவாக மக்கள் தாங்கள் பால்ரீதியில் செய்கிற செயல்களுக்குப் பொறுப் பேற்கிறார்கள். அவற்றைத் தங்கள் ஆளுகைக்குள் வைத்திருக் கிறார்கள். ஆனால் இதற்கு மாறாகப் பெண்கள் எல்லா வற்றுக்கும் ஆண்கள் பேரில் பழிதூற்றுவது (அல்லது, ஆண்கள் பெண்கள் மீது பழிதூற்றுவது) மோசமான அரசியலாகும். பால், வேலை, காதல், ஒழுக்கம், சமூகம் பற்றிய உணர்வு - ஆகியவை நம்மைத் திருப்தி செய்வதற்குரிய மாபெரும் ஆற்றலைக் கொண்டிருக்கின்றன. இவற்றை நம்முடைய சமுதாய அமைப்பு, மதிப்பிறக்கம் செய்து சுரண்டுகிறது. இதை எதிர்த்தே நாம் போராட வேண்டும்.

உன் காதலனோடு மகிழ்ச்சியாகக் கூடிவாழ முடியவில்லை யென்றால் படுக்கையைவிட்டு உன்னால் எழுந்து போக முடியும். ஆனால் உன்னுடைய நாடே உன்னை ஓத்... கொண்டிருக்கிற போது நீ என்ன செய்கிறாய்?"[19]

ஆண்குறியை (அரங்கிலிருந்து) நீக்கியதில் ஆனி கூட் அடைந்த கடும் திருப்தியை மென்மைப்படுத்திய நான்ஸி மானை, மட்டமான பத்திரிகையில் பத்தி எழுதும் பெண்கள் இலேசில் விட்டுவிடவில்லை. 'நியூயார்க்' பத்திரிகையில் இதுகுறித்து வசைபாடி எழுதிய கட்டுரையில் ஜூலி பூம்கோல்டு, செல்வி மானுடைய குடும்பப் பெயர் (நான்ஸி) யூத இனப் பெயரைப் போன்றது என்றும், அது பெண்ணாதிக்க வெறிக்கும், ஆண்குறி அழுக்காற்றுக்கும் சான்றாக இருக்கிறதென்று குறிப்பிட்டார்.[20]

அச்சு ஊடகத்தின் பரிகாசத்துக்கு மத்தியிலும் ஊடகத்தின் பெரும்பகுதி பெண்பால் விடுதலை இயக்கங்கள் பற்றியதாகவே இருந்தது. புதுமை மீது செய்தித்தாள்களுக்கு இருந்த ராட்சச பசியின் காரணமாக பெண்மையின் ஒரேவகைமாதிரியை விளம்பரம் செய்யும் பகுதிகளுக்கு அருகே, பெண்விடுதலை பற்றிய, ஒழுங்கீனம் பற்றிய கதைகளைப் பிரசுரித்தன. பெண் விடுதலை இயக்கங்கள் செய்திப் பத்திரிகைக் கதைகளுக்கு வாய்ப்பாக விளங்கின. இதற்குக் காரணம். இயக்கங்களில் நிலவிய பிறழ்ச்சியான சூழ்நிலை, பெண்பால் சீரழிவு, பரபரப்பு பவித்திரமான அபத்தம்.

1968, கோடை காலத்தில் பெண்கள், புதிய இடதுசாரி அணியில் ஒரு குழுவாக மேற்கிளம்பினார்கள். இது பெண்களின் இயக்கத்துக்கு

உத்வேகம் தந்தது. அப்போது வெலரி ஸோலானஸ், ஆண்டி வார்ஹோல் என்பவரைச் சுட்ட நிகழ்ச்சி இந்த வேகத்தோடு சேர்ந்து கொண்டது. திடீரென்று SCUM (Society for Cutting UP Men) பெரிய செய்தியாகியது. பாபி கென்னடியின் கொலை முதல் பக்கத்தைப் பிடித்தது. செல்வி ஸோலானஸ் தவிர்த்து, SCUM அமைப்பு இதில் செயல்பட்டதற்கு ஆதாரம் இல்லை. ஸோலானஸ் நரம்புச்சிக்கல் உடையவள், பிறழ்ச்சியான காட்சிப் பொருளாகத் தன்னைக் காட்டுபவள் என்று அடையாளம் இடத்தக்க பெண்ணாக இருந்தாள். வேறெந்த மாணவியரை விடவும் இவள் ஆண் - பெண் துருவ நிலையைக் கையில் எடுத்துக் கொண்டாள். இருபால்களையும் எதிர் எதிர் பக்கங்களில் நிறுத்தினாள். அவளது அதிர்ச்சியூட்டும் போர் உத்தி: ஆண்களை அழித்து ஒழிப்பது. இந்தச் செயலால் டி - கிரேஸ் அட்கின்ஸன் NOW அமைப்பை விட்டுவிலகித் தீவிரவாதியானார்(ள்). அவரும் அவரைச் சேர்ந்தவர்களும் 'WITCH' (Women's International Terrorist Conspiracy from Hell) என்ற அமைப்பை ஏற்படுத்தினார்கள். இந்தத் தீவிரவாத அமைப்பு அடிப்படையில் ஊடகத்துடன் பரிசோதனை செய்வதாகச் செயலாற்றியது. அது, பொது இடங்களில் மார்க் கச்சுகளை எரிப்பது, சேஸ் மன்ஹாட்டன், வங்கியை வசியப்படுத்துவது (hexing), மாடிஸன் சதுக்கத் தோட்டத்தில் நடக்கும் வருடாந்திர மணமகள் கண்காட்சிக்குள் சூனியக்காரிகளைப் போல உடையணிந்து விளக்குமாறுகளை ஏந்தி அத்துமீறிப் போவது போன்ற பரபரப்பான செயல்களைச் செய்தது. ஆனால் இன்று, விளம்பரப் பரபரப்பான இந்த இயக்கம் போலீஸ் நடவடிக்கை, நிறுவனங்களின் பதில் நடிவடிக்கை காரணமாக அநாமதேயமாக, தலைமறைவு இயக்கமாக இயங்கிவருகிறது.

பரிகாசமான விளம்பரம் தேடிய பெண்களின் விடுதலை இயக்கமானது இந்த முதல் வேகத்திற்குப் பிறகு பத்திரிகையோடு ஒத்துழைக்காத, சந்தேகப்படும் படியான மனப்பான்மையை மேற்கொண்டது. இந்தச் செயல் உத்தியானது அப்பெண்களின் பொது பிம்பத்தை எந்தவிதத்திலும் முன்னேற்றவில்லை, அல்லது ஞாயிறு மலர்களிலும், சிலுசிலுப்பான சஞ்சிகைகளில் பெரிய அளவிலும் இடம்பிடிக்கத் தவறவும் இல்லை. பார்க்கப் போனால், எந்த விளம்பரமும் இன்னமும் மோசமான விளம்பரமாக இல்லை. - குறிப்பாக, வாழ்நாள் முழுவதும் பெண்கள் அக்கறையின்றி வாசிக்கிற பழக்கத்தில் கட்டப்பட்டுள்ளபோது விளம்பரம் அவசியம். ஒவ்வொரு முறையும் விடுதலை கோரும் ஒரு பெண்ணின் அறிக்கை செய்திப் பத்திரிகைகளுக்கு வந்து சேர்ந்த பிறகு, அது ஏராளமானவர்களின் எதிர்வினையைக் கிளப்பிவிட்டு, அதுபற்றிய சர்ச்சை அடுத்தடுத்த வெளியீடுகளில் விவாதிக்கப்படும்.

அமெரிக்காவில் தற்போது பெண்களின் விடுதலை இயக்கங்கள் பல செயல்பட்டுக் கொண்டிருக்கின்றன. இங்கிலாந்தில் கல்வி கற்ற மனையுறை மனைவியர் வாழும் புறநகர்ப் பகுதிகளிலும் பல்கலைக் கழகங்களிலும் 'பெண்கள் விடுதலைப் பயிலகங்கள் தோன்றிக் கொண்டிருக்கின்றன. இந்தப் பெண்மணிகள், உலக அழகிப் போட்டி நடைபெறும் இடத்திற்கு 'நாங்கள் பாலியல் பொருட்கள் அல்ல' என்ற வாசகம் எழுதப்பட்ட அட்டைகளோடு வந்தபோது, அங்கே வார்விக் பல்கலைக்கழக இயக்கத்தைச் சேர்ந்த இளம் பெண்கள் போலீசை சூழ்ந்து கோஷமிட்டு ஆடிப்பாடிக் கொண்டிருந்ததைப் பார்த்து அதிர்ச்சியடைந்தார்கள். இது பெண்ணுக்கு ஆகாது, இது அவர்களுடைய பிம்பத்தைக் கெடுக்கும் எனக்கூறிக் கைவிடுமாறு கெஞ்சினார்கள். 'ஷ்ரூ' (Shrew) என்ற இதழில், இந்த விநோதமான மனையுறை மனைவியின் செயல்பாட்டுக்கு அதிகாரபூர்வமான கவலை தெரிவித்து எழுதப்பட்டது.

இப்படிக் குழப்பங்களும் தவறான புரிதல்களும் இருந்தாலும், புதிய பெண்ணியம் முன்னேற்றம் கண்டது. அமைப்பின் உதவியால் உருவான 'சிவப்புக்கால் உறைகள்' என்ற மகளிர் அரங்கம், நியூயார்க், வில்லேஜ் கேட்டில் நிரம்பி வழிந்தது. ஒருசில பெண்கள் ஆண்பால் வன்முறையை ஒரு புரட்சிகரமான செயல் உத்தியாக தவறாகக் கருதினாலும், அல்லது பாலியல் துறவை மேற்கொண்டாலும், மனைவியரும், தாய்மாரும் ஹட்ஸன் வீதியில் தங்களுக்கு ஜீவனாம்சம் தேவையில்லை என்று எழுதிய தட்டிகளை ஏந்தி அணிவகுத்துச் சென்றார்கள். சரியான இயக்கம் விரிவாக, ஆழமாகப் பரவியது. திருமதி ஃபிரைடன் ஏற்படுத்திய பெண்பால் நிறுவனத்தை விட விரிவாகப் பரவியது. தலைமறைவு இயக்கத்தை விட முன்னேறியது. கிளர்ச்சி வலுவடைந்து கொண்டிருந்தது. அது புரட்சியாக மாறலாம்.

# புரட்சி

எதிர்வினை புரிவது புரட்சி அல்ல. ஒடுக்கப்பட்டவர்கள் தங்களை ஒடுக்கியவர்களுடைய நடத்தைகளை மேற்கொள்ளுவதும், அவர்கள் சார்பாக ஒடுக்குமுறையைக் கையாள்வதும் புரட்சியின் அறிகுறிகள் அல்ல. பெண்கள் ஆண்களைப்போலச் செய்வதும், ஆண்கள் பெண்களைப்போலச் செய்வதும், அல்லது தன்பால் சேர்க்கைக்கு எதிராகச் சட்டங்கள் இயற்றுவதும், சில வகையான ஆடைகள், நடத்தைகள் ஆகியவற்றின் பாலியல் உள்ளர்த்தத்தின் குணம் குறைக்கப்படுவதும் புரட்சிக்கான அறிகுறி அல்ல. சட்டத்தில் ஆண் - பெண் துருவ நிலையின் கடுமையைத் தளர்த்துகின்ற முயற்சியானது, எதார்த்தமான மக்களின் இதயங்களில் ஆண்பால் - பெண்பால் துருவ நிலை பற்றிய எண்ணங்களில் எவ்விதத் தாக்கத்தையும் ஏற்படுத்துவதில்லை. வில்ஸனுடைய (அமெரிக்க சனாதிபதி 1913 - 1921 மொ.பெ) ஆட்சியில் இடம்பெற்ற பார்பாரா கேஸில் என்ற பெண்ணின் இழுத்துத் தைத்த முகத்தின் கவர்ச்சியற்ற தோற்றத்தின் காரணமாகப் பெரும்பாலான பெண்கள் தங்களுடைய மலட்டுத்தனமான பெண்மையைப் பிடித்துத் தொங்குகிறார்கள். வில்ஸன் ஆட்சியில் தொல்லை கொடுத்து வந்த இத்தகைய பெண்கள் அதிகாரத்திற்கு வந்துவிட்டால் தங்களது பாலைச் சேர்ந்தவர்களுக்காகக் குரல் கொடுப்பதில்லை. அவர்கள் வேலை தருபவர்களாக இருந்தால் தங்களையொத்த பாலைச் சேர்ந்தவர்களை வேலைக்கு அமர்த்துவதில்லை. அவர்கள் ஆண்களோடு சகஜமாகி விடுகிறார்கள். ஏனெனில் அவர்கள் தம் வாழ்நாள் மட்டும் ஆண்களின் மறைவான ஆசைகள், குற்றங்கள் உணர்வுகள் ஆகியவற்றைக் கையாண்டு வந்துள்ளார்கள். இத்தகைய பெண்கள் வெள்ளை மனிதனின் கறுப்பர்கள். உயர்தொழில் புரிகின்ற நீக்ரோ ஆவார்கள். அவர்கள் கட்டாயமான பெண்கள், விதி விலக்கான ஜந்துக்கள். அவர்களிடம் ஆண்கள் சரணடைகிறார்கள்.

பெண்கள் போராடுகின்ற ஒரு சக்தியாகப் பயிற்சி மேற்கொண்டு புரட்சி செய்யவேண்டும் என்று நினைப்பது, கிளர்ச்சியை, எதிர் வினையைப் புரட்சியோடு போட்டுக் குழப்புவதாகும். இப்போது தொழிற்சாலை போல, போர்முறையானது மிக உயர்வான பௌதீக ஆற்றலாக இருக்கவில்லை. மனிதத்திற்குள் நுழைய பெண்கள் நடத்துகிற போராட்டத்தில் யுத்தம் முக்கிய இடம் பெறுவதில்லை. நமது காலத்தில் வன்முறையானது மனிதத்தனமற்ற பாலியலற்ற

காரியமாக ஆகியுள்ளது. இது செல்வத்தோடும், நவநாகரிகமான ஆயுத தளவாட உற்பத்தியோடும் சம்பந்தப்படுகிறது. எல்லா வகையான போலிஸ் படைகளைக் கட்டி அமைப்பதோடு சம்பந்தப்படுவது. இவற்றின் இருப்பு ஒன்றே யுத்தத்தின் குழப்பத்தை உண்டாக்கிவிடும். முரண்பட்டுக் கொண்டிருக்கின்ற நலன்களுக்கு முன், போர் என்பது தோல்வியின் ஒப்புதலாகும். போரின் வழியாக, பிரச்சினை தற்செயல் நிகழ்வுக்கு விடப்படுகிறது. மிகச் சிறந்த மனிதன் வெற்றி பெறுவான் என்று அனைவரும் ஏற்கிற அனுமானத்தை இங்கே நியாயப்படுத்த முடியாது. இதனால், மிகமட்டமான மிகமோசமான கபடமான மனிதன் வெல்வான் என்று வாதிக்கலாம். அப்படிப்பட்டவனையே மிகச் சிறந்த மனிதனாகக் கண்டு போற்றும் தனது அபத்தமான விளையாட்டை வரலாறு தொடர்ந்து செய்யும். போர்களில் வெற்றி காண முடியாது. இதனைக் குற்றமுள்ள நாஜி ஐரோப்பா உணர்ந்துள்ளது. விடுதலைக்குரிய தேடலில் யுத்தத்தின் மனப் பான்மைகளை மேற்கொள்ளுகிற பெண்கள் தங்களைத் தாங்களே சபித்துக் கொள்ளுகிறார்கள். அது ஆண்மையின் முடிவாகிய தற்கொலைக்கே இட்டுச் செல்லும்.

போஸ்டன் பெண் விடுதலை இயக்கம், பெண்கள் உடல் வகையான ஆக்கிரமிப்பால் அச்சுறுத்தப்படுகிறார்கள் என்ற காரணத்திற்காக கராத்தே கற்பதில் ஆர்வம் காட்டுகிறது. இந்தவித உடல் வன்முறை அச்சத்திலிருந்து பெண்கள் விடுபட்டால், அவர்கள் உறுதியோடு செயல்படுவார்கள் என்று நியாயப்படுத்துகிறது. தொண தொணக்கும் மனைவிகள் வாயை மூடுவதற்காக ஆண்கள் உடல் வன்முறையை மிகையாகக் காட்டி எச்சரிப்பது வழக்கம்.

வன்முறை பெரும்பாலான பெண்களுக்கு ஒரு கவர்ச்சி, வசீகரம். அவர்கள் சண்டைகளின் பார்வையாளர்களாகப் பங்கு வகிக்கிறார்கள்; சினிமாவில் வரும் ரத்தக்களறியான வன்முறைக் காட்சிகளில் ஆழ்ந்து போகிறார்கள். பொது உணவு விடுதிகளிலும், நடன மண்டபங்களிலும் நடக்கும் வன்முறைக் காட்சிகளில் பெண்கள் எப்போதும் உறைந்து போகிறார்கள். பெண்கள் ஆண்களைக் கிண்டிவிடுவதற்கு உண்மையான காரணம்; வன்முறையின் சிலிர்ப்பின் அவசியம் கருதியே. பெரும் பாலான வீட்டுச் சண்டைகள் கேவலமானவை, குழப்பமான விசயம் சார்ந்தவை. பெரும்பாலான ஆண்கள் தாங்கள் குறிவைக்கின்றவற்றைத் தாக்குவதில்லை. அந்தச் சண்டைகளில் ஆண்கள் தங்களது குழப்பமான சுயவதைச் சுகத்தால் தாக்குகிறார்கள். உண்மையிலேயே வன்முறை மிக்க மனிதன் கராத்தேயுடன் விளையாட மாட்டான் - உடைந்த ஒரு பாட்டிலோ ஒரு டயர் நெம்புகோலோ அவனுக்குப் போதும். அல்லது

ஒரு கோடாலி போதும். முழுச்சண்டையும் போடமாட்டான், அவனால் எவ்வளவு விரைவாக எவ்வளவு அதிகமாகச் சேதப்படுத்த முடியுமோ அவ்வளவு செய்ய முயலுவான்; சீக்கிரமாகச் சண்டையை முடித்துவிடுவான்.

வன்முறை மிக்க மோதல்களில் வெற்றி பெறுகிறவர்களைப் பாராட்டுவதைப் பெண்கள் உடனடியாக நிறுத்தினாலே அது உண்மையான புரட்சியாகும். மிருகத்தனமான மனித பிம்பத்தை ஏன் அவர்கள் பாராட்ட வேண்டும்? ஒரு மனிதனைச் சீர்குலைத்து வீழ்த்துகிற மாமிச 'பலத்திற்கும் தைரியத்திற்கும் ஊடாகப் பெண்களால் பார்க்க முடிந்தால் அதனைப் பாராட்ட மாட்டார்கள். வலிமை மிக்க மனிதனை, போர்வீரனாக, மல்யுத்த வீரனாக, கால்பந்தாட்ட வீரனாக அல்லது ஆண் மாடலாக வழிபடுவதை ஏன் அவர்களால் புரிந்துகொள்ள முடியவில்லை? அந்த 'வீரனுடைய விதியும் தங்களுடைய விதியுடன் நெருக்கமாக இருப்பதை ஏன் உணரமுடிய வில்லை? ஓயாத இந்த வன்முறைச் சுழற்சிக்கு ஒரு மாற்றினைப் பெண்களால் மட்டுமே வழங்கக்கூடும் என்றால், குறைந்த வலியோடு சற்று நீண்டகாலம் இந்த உலகத்தில் சுவாசிக்கலாம். மல்யுத்தப் பந்தயங்களைப் பெண்கள் புறக்கணித்தால் அந்தத் தொழிலே விழுந்து விடும். வலியக் கொடுக்கின்ற சுகங்களைப் பெண்கள் நிறுத்தினால் போரிடுவதிலுள்ள கவர்ச்சி படுத்துவிடும். நாம் கந்தர்வ கன்னிகள் அல்ல, யுத்த வீரர்களுக்கு நாம் பரிசுப் பொருள்கள் அல்ல; ஆனால், வியட்நாமில் போரிடப் புறப்படுகிற பையன்களுக்கு அமெரிக்க நகரங்களின் பரத்தைகள் எவ்வாறு தங்களை இலவசமாக அனுபவிக்கக் கொடுக்கிறார்கள் என்பதை ஆண்கள் சஞ்சிகைகளில் படிக்கிறோம்.

ஆண்பால் வன்முறைப் பிறழ்ச்சி, பெண்களின் சீரழிவுக்கு ஓர் இன்றியமையாத நிபந்தனையாக இருக்கிறது. அவர்கள் ஆண்குறியை ஓர் ஆயுதமாகக் கருதுகிறார்கள். பெண்கள் மீது புரியும் அதன் செயல்பாட்டை அழிப்புச் செயலாகவும், துன்புறுத்தும் காரியமாகவும் எப்படியோ புரிந்து கொண்டிருக்கிறார்கள். அது ஒரு துப்பாக்கியாகி விட்டது. கூடலின் போது பெண்கள் தங்களது ஆளை விந்தினை விடுமாறு கொச்சை ஆங்கிலத்தில் "சுடு, என்னைச் சுடு'' என்று கதறுகிறார்கள்.

('பெண்ணின் யுத்தம்')

தாய்மண்ணின் மார்மீது அவள் மென்மையாய் அரிதுயில் கொள்ளலாம்,

பூமியின் மறுபிறப்புக்கு அவளே மேன்மையாய் உழைத்தாள்.

*பெண்ணின் இதயத்தில் எல்லா வலியையும் குணமாக்கும் ஓர் ஆசை குடி கொண்டுள்ளது.*

*ஒவ்வொரு சங்கிலியையும் அகற்ற ஆணுக்கு உதவ அவள் கற்றுக் கொள்ளட்டும்.*

*பெண்ணே, ஓ பெண்ணே உன் தளைகளை இறந்தகாலத்தில் விட்டு விட்டு வா,*

*எழுந்திரு, உன் பிறப்புரிமையைக் கொண்டாடு; சுதந்திரம் பெறு*

*தாய், மனைவி, கன்னி என்று உன் கைகளில் பெரும் வலிமைகள் உள்ளன;*

*எல்லோர்க்கும் சுதந்திரம், வலிமை, தியாகம் கொடு,*

*மலையுச்சிக்கு வெகுதூரத்தில் வருகை புரிகிற அந்த நாளின் ஒளி உதயமாகிறது.*

*அதுவரை யுத்தம் காத்துக்கொண்டிருக்கிறது.*

*அதன்பின் எழுக, செல்க'* - I.W.W.Songs)

ஒரு துப்பாக்கியால் பெண்கள் தங்கள் மலட்டுத் தனத்திலிருந்து விடுதலை பெறமுடியாது - ஆண்களைப் போல அவர்களால் சுட முடியும் என்றாலும், ஒவ்வொரு முறையும் ஒரு குறிப்பிட்ட போராட்ட கால அளவுக்குப் பெண்களுக்கு ஒரு துப்பாக்கி வழங்கப் பட்டிருக்கிறது. அதன்பின் அது திரும்பப் பெறப்பட்டு, முன்னிலும் அதிகம் மலட்டுத்தனம் மிக்கவர்களாகப் பெண்கள் தங்களை உணர்ந்துள்ளார்கள். இங்கே பின்பற்றத்தக்க போக்கு நேர் எதிரானது. பெண்கள் ஆண்குறியை மனிதமயமாக்க வேண்டும். அதிலிருந்து எஃகினை அகற்றிவிட்டு மீண்டும் அதைத் தசையாக்க வேண்டும். 'விடுதலையடைந்த' அநேகம் பெண்கள் தங்களைத் தவறாகப் பிரதி நிதித்துவம் செய்ததன் பேரில் அந்த ஆண்குறியை மட்டம் தட்டு கிறார்கள், தங்களது வீரியம் பற்றி மிகையாக மதிப்பீடு செய்ததற்காக ஆண்களைப் பரிகசிக்கிறார்கள். இவ்வாறு இல்லாமல் இந்தத் தவறு எப்படித் தோன்றியது. அது அவர்கள் மீது என்ன விளைவுகளை ஏற்படுத்துகிறது என்பதைப் பெண்கள் காண்பதில்லை. பால் மீது கொண்டிருந்த சகலவிதமான பொறுப்பின் காரணமாக ஆண்கள் களைத்து விட்டார்கள். அவர்களுக்கு இதிலிருந்து ஓய்வு தரவேண்டிய தருணம் இது. இதற்காகப் பெருமளவில் லெஸ்பியனிசம் (பெண்பால் ஓரினச் சேர்க்கை) மேற்கொள்ள வேண்டும் என்று பொருள் இல்லை. மாறாக, ஆண்பாலின் பால் உறுப்புத் தன்மைக்குத் தரப்பட்ட அழுத்தம்

பெயர்க்கப்பட்டு அந்த இடத்தில் மனிதப் பாலியல் தன்மையை வைக்க வேண்டும். அவ்வளவுதான். பெண்குறி தனக்கான இடத்துக்கு வரவேண்டும். வன்முறை மீது பெண்பாலின் மனப்பான்மை என்ற பிரச்சினை, இந்தச் சிக்கலிலிருந்து பிரிக்க முடியாததாக உள்ளது. பெண்கள் வன்முறையை உண்மையாக வெறுக்கவேண்டும். வன்முறையான போராட்டத்தில் வெற்றி பெறுபவனுக்குப் பரிசளிப்பதைக் குறைந்தபட்சம் மறுக்கவாவது வேண்டும். ஆண்பால் போட்டியின் பார்வையாளராக இருப்பதை அவர்கள் விலக்கிக் கொண்டால் அந்தப் போட்டி போராட்டங்களுக்கான ஆர்வமும் நோக்கமும் மறையும்.

வன்முறை மிகுந்த போராட்டங்களில் வெற்றி பெறுபவர்களிடம் பெண்கள் கட்டாயமாக ஈர்க்கப்படுவதில்லை. ஆனால் தோல்வியுற்ற வீரரை அரவணைக்க விரும்பினாலும் விரிந்த சமூக அர்த்தத்தில் அவர்கள் எல்லோரும் வெற்றி பெறுபவரையே விரும்புகிறார்கள்.

வடக்குப் பல்கலைக்கழகம் ஒன்றில் வயது வந்தோர் கல்விக் குழுவில் உரையாற்றும் போது புலமை பெற்ற ஒரு பெண் பேராசிரியர் ஒரே நிறுவனத்தைச் சேர்ந்த கல்வி கற்ற ஆண்கள், தங்களுக்கு இணையாகக் கல்வித்தகுதி பெற்ற பெண்களைக் காதலிப்பதில்லை என்றும், இவ்வாறு காதலிக்கவிடாமல் அவர்களைத் தடுப்பது ஆண் ஆதிக்க வெறி என்றும் பேசினார். அத்தகைய பெண்கள், தங்களிலும் குறைந்த கல்வித்தகுதி பெற்ற ஆண்களோடு கூடிப் பழகுவார்கள் என்று எதிர்பார்க்க இயலாது. எனவே அவர்கள் பழகுவதற்கு அங்கே ஆண்கள் இல்லை. ஆனால் ஆண்கள், தங்கள் ஓய்வு நேரத்தில் தங்களைவிடக் கல்வி அறிவில் குறைந்த பெண்களோடு கழிப்பதில் திருப்தி காணுகிறார்கள். அவ்வாறு பெண்களால் ஏன் காண இயலாது? ஆண்களில் ஒன்பதுக்கு ஐந்து பேர் அறிவாளிகளாக இருக்கிறார்கள். தங்களுடைய சூடு தணிந்ததும் அமைதி பெறமுடிகிறது. அவர்கள் ஒரு முட்டாளிடம் அரட்டையடிக்க இயலும்.

அதேசமயம் பெண்பால் அறிவாளிகளில் பலர் ஆணவமும் ஆக்கிரமிப்பும் கொண்டிருப்பது உண்மைதான். அவர்கள் தங்களது கல்விச் சாதனைகள் மீது மிக உயர்வான மதிப்பீட்டை வைத்து உள்ளார்கள். தங்களுடைய உயர்மதிப்பீட்டோடு ஓர் ஆண்பாலின் சாதனைகள் சேர்ந்தால் மேலும் உயரும், போதாமைமிக்க தங்களது 'தான்' என்பதை இடம்பெயர்க்கும் என்று அம்மாதிரியான ஆண் பாலைத் தேடுகிறார்கள். ஆண்களில் பலர் முட்டாள் பெண்களால் விரைவில் களைத்து விடுகிறார்கள். ஆனால் அறிவாளிப் பெண்களால் மிக ஆழமாகத் தள்ளப்படுகிறார்கள். பெண்களால், தங்களைவிடத்

'தாழ்ந்த' ஆண்களின் துணையோடு மகிழ்ச்சியாக இருக்க ஏன் சாத்தியமில்லை? அவர்கள் ஓர் ஆணை 'ஆராதிக்கும்' தேவையை உதறிவிட்டு அவனை நேசிக்கிற மென்மையான வகிபாகத்தை ஏற்க வேண்டும். கற்றறிந்த ஒரு பெண் தனது அறிவார்ந்த போட்டியாளனைக் காயடிக்கிற மாதிரி, ஒரு டிரக் - டிரைவரைக் காயடிக்க முடியாது. ஏனெனில் இவனிடம், அவளது புத்தகத்தனமான ஆற்றல்களுக்கு மிகைப்படுத்தப்பட்ட மரியாதை கிடையாது. மரபான கல்விக்கு மடமை மாற்றாகாது. புத்திசாலியான ஒரு பெண்ணுக்கு ஓர் எளிய ஆன்மாவின் உண்மையான ஞானம் தேவைப்படுகிறது. உழைக்கும் வர்க்கத்தைச் சேர்ந்த குடும்பங்களில் நடுத்தர வர்க்க வீடுகளில் உள்ளது போல தந்தையின் தந்தை வழி வகிபாகம் அத்தனை பலமாக இல்லை. ஏனெனில் உழைக்கும் வர்க்கப் பெண்கள் விரைவான விவேகம் மிக்கவர்கள். தங்கள் கணவன்மார்களைவிட அதிகாரிகளைப் பயன்படுத்துவதில் நிபுணர்கள்.[1] பாடுபடுகிற ஒரு கணவனுக்கு 'சிந்திக்கும் ஒரு மனைவி பெருமையாக இருக்க இயலும். திருமணத்திற்குப் பிறகு, குடும்பத்தின் நிதி நிலைமையோடு ஒப்பிட்டால் வரிப் பிடித்தம் போக அவளுடைய வருமானம் அவ்வளவு பெரிதாக இருக்காது. இந்நாட்டில் உயர்தொழில் மூலம் வரும் வருமானம் மிகவும் குறைவு. ஆனால் வேலை நேரமோ மிகவும் அதிகம். எனவே மனைவி என்னதான் அதிகம் கல்வித்தகுதி பெற்றிருந்தாலும் எந்த ஆணும் தன் மனைவியின் வருவாயை விடத் தனது வருவாய் ஆற்றல் குறைந்தது என்று உணரத் தேவையில்லை. தங்களது வர்க்கத்துக்கு அப்பால் உயரே காதலில் வெற்றி பெறுகிறார்கள் என்பதை அளவுகோலாக வைத்தே வழக்கமாகப் பெண்களின் சாதனையைக் கணிக்கிறார்கள். ஓர்மையில் ஏற்படுகின்ற ஒரு புரட்சி, இந்த எண்ணத்தை மாற்றிவிடலாம்.

பெண்கள் தங்களது நிலையில் குறிப்பிடத்தக்கபடி முன்னேற்றத்தை எட்ட வேண்டுமானால் அவர்கள் திருமணம் செய்ய மறுக்கவேண்டும் என்று தோன்றுகிறது. எந்தத் தொழிலாளியும் வாழ்நாள் முழுவதற்கும் வேலை செய்ய எழுதிக் கையெழுத்து இடத் தேவை இல்லை. அவ்வாறு அவன் எழுதிக் கொடுத்தால் சிறந்த சம்பளத்திற்காகவும், வாழ்க்கை நிலைமைகளுக்காகவும் அவன் மேற்கொள்ளுகிற எல்லா முயற்சிகளையும் அவனுக்கு வேலை கொடுத்தவன் ஏற்கமாட்டான். வேலை கொடுப்பவனுக்கு ஏகபோகம் உள்ள இடங்களில் இந் நிலைமையை அவதானிக்க இயலும். வேலை போட்டுத் தருபவர் தமது இதயத்தின் நல்லதன்மை காரணமாகத் தொழிலாளிகளுக்கு முன்னேற்றங்களை வழங்குவதாக இருக்கக்கூடாது. பேரம் பேசுகின்ற தங்களுடைய அதிகாரத்தைத் தாங்களே தக்கவைத்துக் கொள்ளுவதன்

வழியாகத் தொழிலாளர்கள் தங்களுடைய பெருமையைத் தக்க வைக்க வேண்டும். விவாகரத்து எப்போதும் சாத்தியம் என்பதால், பெண்கள் தங்கள் வாழ்நாள் முழுவதுக்குமாக திருமண ஒப்பந்தத்தில் கையெழுத்துப் போட்டுக் கொடுக்கவில்லை என்று வாதிடலாம். ஆனால் தற்போதைய நிலைமைப்படி, ஆண்பால் நலனுக்கு ஆதரவாகவே விவாகரத்து வினைபுரிகிறது. இது ஆண்களால் வடிவமைத்து நிறுவப்பட்டது என்பது இதற்குக் காரணம் அல்ல. மாறாகப் பணத்தையும் சுய வருமானத்தையும் விவாகரத்து சார்ந்துள்ளதுதான் காரணம். மணமான பெண்களுக்கும் இவ்விரண்டும் இருப்பது அரிது. தங்களை ஜீவனாம்ச சட்டங்கள் முடக்கிவிடும் என்று ஆண்கள் வாதிடுகிறார்கள். இது உண்மைதான், ஆனால் இதற்காக அவர்கள் தங்களைத்தான் குற்றங்கூற வேண்டும். ஏனென்றால் தாயின் பாதுகாப்பில் குழந்தைகள் விடப்படுகிற காரணத்தால் ஜீவனாம்சம் வழங்குவது பெரிதும் அவசியமாகிறது. இப்படி ஜீவனாம்சம் வாங்கும் மனைவி, தகப்பன் இல்லாமல் குழந்தைகளை வளர்த்து வருவதால் எப்போதையும்விட இப்போது அதிக சுதந்திரமாக இருக்கவில்லை , இருக்க இயலாது. வாழ்நாள் முழுவதுக்குமாகச் செய்து கொள்ளுகிற ஒப்பந்தத்தை வேலை கொடுப்பவரால் மட்டுமே ரத்து செய்ய முடிகிறது. இது அர்த்தமற்றது. இன்னும் இதில் கசப்பான உண்மை என்னவென்றால் வேலை செய்கிற மனைவியின் வருமானத்தை அவளது கணவனுடைய வருமானத்தின் ஒரு பகுதியாகக் கணக்கிடு வதாகும். பதிலுக்கு அவன் சம்பாதிப்பது எவ்வளவு என்பதை அவளுக்குச் சொல்ல அவன் கடமைப்பட்டவன் அல்லன். எனவே சுதந்திரத்திற்குத் தற்சார்பு நிலை அவசியமான ஒரு நிலைமை என்றால், பெண்கள் திருமணம் செய்யக்கூடாது.

சராசரியான இளம் பெண் எதற்காகத் திருமணம் செய்கிறாள்? பெரும்பாலும் இதற்குரிய பதில் 'காதல்' என்று வரும். காதல் என்பது, திருமணத்துக்கு வெளியே இருக்கமுடியும். உண்மையில் நீண்ட காலமாக அது எப்போதும் அப்படித்தான் இருப்பதாக அனுமானம். காதல் பல வடிவங்களை எடுக்கும். அது ஏன் 'பாதுகாப்பு' என்ற ஒன்றை மட்டும் சுட்டவேண்டும்? பாதுகாப்பு என்பது ஒரு மாயை. குறிப்பாகத் திருமணமாகிற சமயத்தில் சந்தோசமாக இருவரும் சேர்ந்திருக்கிற நிலைமையைக் குறிப்பதற்கு 'பாதுகாப்பு' என்பதை ஊகிக்கிறார்கள். பாலியல் துரோகம் அல்லது பிரிவு போன்று பலருக்கும் தெரிந்த விசயங்கள் நடக்காவிட்டாலும் கூடத் திருமண மானவர்கள் மாறுகிறார்கள். கடைசியாகப் பார்த்தால் பெற்றோர்களில் யாரும் தொடக்கத்தில் ஒரு குடும்பத்தின் திருமணம் செய்து கொண்ட நபராக இருக்கப்போவதில்லை.

வேலை செய்வதற்கு வெறுப்பாக உள்ளது என்ற காரணத்திற்காக ஒரு பெண் திருமணம் செய்தால், அவள் கேட்டதெல்லாம் அவளுக்குக் கிடைக்கிறது. வேலைக்கான வாய்ப்புக்கள் விருத்தி பெறவேண்டுமே யன்றி அதனை விட்டு விடலாகாது. குழந்தைகள் வேண்டும் என்று விரும்பி ஒரு பெண் திருமணம் செய்தால், அவள் ஒன்றை யோசித்துப் பார்க்கலாம். சராசரியான குடும்பம், குழந்தைகளைப் பெற்று வளர்க்கத்தக்க இடம் என்று நிரூபிக்கப்படவில்லை. அவள் குழந்தைகளைப் பெற்று சனத் தொகையை அதிகரிக்க வேண்டும் என்று இந்த உலகம் அவசரப்படவில்லை. இதைவிட அவள் வேறு சிறந்த காரியம் செய்யலாம். கருத்தடைக்குச் சாத்தியம் இருக்கிறது. மேலும் பொருத்தமான வீட்டுவசதி கிடைக்கும் வரை பொறுத்திருக்கலாம். அடமானத்திற்கு வீடு கிடைக்காத, ஒற்றைப்பெண் விரும்பத்தகாத வாடகைதாரராகக் கருதப்படுகிறாள். இந்நிலைமையைக் கோழைத் தனமான திருமணம் எவ்விதத்திலும் மாற்றாது. சட்ட ரீதியல்லாத குழந்தையை வளர்ப்பதில் அதிகப் பிரச்சினைகள் இருக்கின்றன. அதற்காக நட்புரீதியாக ஒருவரோடு சேர்ந்து வாழ்வதை பழைமை வாதக் குடிமக்கள் அறவே மறுத்து ஒதுக்கிச் சட்ட நடவடிக்கை வரை செல்வார்கள் என்பதற்காக, இந்தத் தொந்தரவுகளைத் தவிர்க்கத் திருமணம் பண்ணுவது அர்த்தமற்றது.

விடுதலையைத் தேடுகிற ஒரு பெண் திருமணம் செய்யக் கூடாது என்று ஒரேயடியாகக் கூறுவது நன்றாகத்தான் இருக்கிறது. ஆனால் மணமான பெண்கள் முடிந்து போனவர்கள் என்பதை இது உணர்த்துமானால், பெருமளவிலான பெண்பால் விடுதலை நிச்சய மாகத் தள்ளிப் போடப்பட்டுவிடும். குழந்தைகள் இல்லாத மணமான பெண், ஒதுக்கப்பட்டுவிடும் ஆபத்து இல்லாத காரணத்தால் பேரம் பேசுகின்ற அதிகாரத்தைத் தக்கவைத்திட இயலும். பொதுவாக மணமானவர்களுக்கிடையில் பேரம் பேசுதல் என்பது சமச்சீரற்றதாக நடைபெறுகிறது. இறுதியில் மனைவி தனது வாழ்க்கை தீவிரமாக மாறிவிட்டதாக அறிகிறாள். ஆனால் அவள் கணவனின் வாழ்க்கை அப்படி மாறவில்லை...

மற்றப் பெண்களைவிடத் தாய்மார்களின் நிலைமை மேலும் பரிதாபத்திற்குரியதாக இருக்கிறது. குழந்தைகள் அதிகமாக இருந்தால் நிலைமை நம்பிக்கையிழப்பதாகத் தோன்றுகிறது. இருந்தாலும் குழந்தைகளை உடைய பெண்கள் சுதந்திரமாகப் பிரிகிறார்கள். (குழந்தைகளோடோ அல்லது குழந்தைகள் இன்றியோ) டெஸ்ஸா ஃபுதர்கில், தன் இரு குழந்தைகளோடு கணவனை விட்டுப் பிரிந்தாள், தனக்குச் சொந்தமாக ஒரு அடுக்குமாடி வீட்டுக்கும் ஒரு

வேலைக்கும் போராடத் தொடங்கினாள். இறுதியில் தன்னைப் போன்ற பிரச்சினைகள் உடைய பெண்களுக்காக ஓர் அமைப்பை உண்டாக்க முடிவு செய்தாள். அதற்கு 'ஜிஞ்சர் பிரட்' என்று பெயரிட்டாள். இதேபோல 'மதர்ஸ் இன் - ஆக்ஸன்' என்றொரு அமைப்பு ஏற்கெனவே செயல்பட்டு வந்தது.[2] இதனைத் தொடர்ந்து ஒரு மகளிர் செய்தித்தாள் தொடங்கப்படும். இதில் இத்தகைய குழுக்கள் தங்களது அமைப்பு பற்றி அறிவிப்பு செய்து தங்களையொத்த பெண்கள் கூடுமாறு பிரச்சாரம் செய்யும். அநேக பெண்கள், குழந்தைகளைச் சமூக வயமாக்குபவர்கள், சுமப்பவர்கள் என்கிற தங்கள் வகிபாகத்தின் முக்கியத்துவம் குறித்துப் பெரிதாக அனுமானங்கள் செய்திருப்பதால், கணவனையும் குழந்தைகளையும் விட்டுப் பிரிகிற எண்ணத்தை அறிந்தாலே மனம் கூசுவார்கள். ஆனால் இந்த விசயத்தில் திடமான மறுசிந்தனை மேற்கொள்ளப்பட வேண்டும். முதலாவதாக, குழந்தைகள் அவளுடையவை அல்ல; அவர்கள் அவளது சொத்தல்ல; துன்பமான சூழலில் குழந்தைகள் வளருவது மிகவும் கெடுதலானது. இதை விட மாறிய ஒரு ஆளுகைக்கு அவர்கள் தக அமைவது மேலானது.

தன் கணவனைவிட்டு விலகினால் தரித்திரத்தில்தான் தன் குழந்தைகளை வளர்க்கமுடியும் என்பது ஒரு மனைவிக்குத் தெரியும். அவள் தன்னைப் பார்த்துக் கொள்ள முடியும்தான். புத்திசாலித்தனமான ஒரு முடிவை அவள் எடுக்க வேண்டும். ஓடிப்போன மனைவி என்ற வசை பற்றி அவள் கவலைப்படாமல் அதனை ஒதுக்கவேண்டும். பல சந்தர்ப்பங்களில் குழந்தைகளைத் தன்னிடம் விட்டுச் செல்லுவதால் கணவன் ஆறுதல் அடைகிறான். அவனால் அவர்களை நன்றாக வளர்த்து ஆளாக்க முடியும். ஒரு பெண்ணைவிட அவனால் ஒரு வீட்டுச் சொந்தக்காரருக்கோ அல்லது ஒரு தாதிக்கோ (நானி) பணம் செலுத்த இயலும். விவாகரத்தான பெண் தன் குழந்தைகளை வளர்க்கப் போராடுவதற்குப் பின்னால், 'குழந்தைகளைப் பராமரித்தல்' என்ற அபாயம் எப்போதும் பயமுறுத்துகிறது. இது மிக மோசமான மாற்று வழியாகும்.

மணமான பெண்ணின் விடுதலைக்குரிய இன்றியமையாத விசயம், ஒன்று இருக்கிறது. அவள் தனது நிலைமையை நன்கு உணர்ந்து கொண்டு புரிதலை மேம்படுத்த வேண்டும். சாத்தியமில்லாத ஒரு அமைப்பில் அடைந்த தோல்வியின் மன உறுத்தலை அவள் வெல்ல வேண்டும். அந்த அமைப்பை அவள் பரிசோதிக்க வேண்டும். தனது ஆரோக்கியம், ஒழுக்கம், பாலியல் தன்மை பற்றிய விவரிப்புக்களை அவள் பொருட்படுத்தக் கூடாது. தானே அவற்றை மதிப்பீடு செய்ய வேண்டும். டாக்டர்கள், மனநல சிகிச்சையாளர்கள்,

சமூகப் பணியாளர்கள், திருமண ஆலோசகர்கள், குருக்கள், உடல்நலம் விசாரிப்பவர்கள், வெகுசன ஒழுக்கவியலாளர்கள் முதலிய எதிரிகளை அவள் அறிந்து கொள்ள வேண்டும். கடைகளில் தான் வாங்கும் பழக்கங்களை அவள் ஆய்வு செய்யவேண்டும். தனது அன்றாட நழுவல்கள், நேர்மையற்ற நடத்தைகள், தன் துயரங்கள், தன் குழந்தைகள் மீது கடந்த காலத்திலும் எதிர்காலத்திலும் அவள் கொண்டுள்ள உண்மையான உணர்ச்சிகள் ஆகியவற்றை ஆய்வு செய்யவேண்டும். இதில் அவளுக்கு உதவக்கூடிய சிறந்த உதவி யாளர்கள் அவளது சகோதரிகளே. அவள் இன்றியமையாதபடி தனது திடசித்தத்தை மீண்டும் தன் கையகப்படுத்த வேண்டும், தனது இலக்குகளையும், சக்தியையும் மீட்டெடுக்க வேண்டும்...

ஆண்கள் இனவிருத்தியின் உயிரியல் ரீதியான புதிரை விடுவித்ததால், பெண்பாலை அடிமைத்தனத்திற்கு உட்படுத்தியமைக் குரிய விளக்கம் கிடைத்துவிட்டதாக அர்த்தமில்லை. உண்மையில் ஆண்கள் புதிரை விடுவிக்கவில்லை; தந்தைப் புதிரைத் தீர்க்கவும் இல்லை. இனவிருத்திக்கு ஒரு தந்தை அவசியம் என்பது தெரிகிறது. எதிர்மறையாக அன்றி, மற்றப்படி எப்படி அவரை அடையாளப் படுத்துவது என்பது தெரியவில்லை. இதனைப் பெண்களால் தீர்க்க முடியும். இதற்கு அவளது பாலியல்

> *('நாளைக்குத் திருமணம் பற்றிய எல்லாச் சட்டங்களும் ரத்தாகி விட்டால், இன்றைக்கு நிலவுகின்ற எல்லா நல்லவையும் தகுதி வாய்ந்தவையும் தொடர்ந்து நீடிக்கும்... யாரை வேண்டு மானாலும் நான் காதலிக்க, எவ்வளவு குறுகிய அல்லது நீண்டகாலமாக என்னால் முடியுமோ அவ்வளவு காலத்திற்குக் காதலிக்க, நான் விரும்பினால் ஒவ்வொரு நாளும் காதலை மாற்றுவதற்கு எனக்கு மாற்றப்பட முடியாத அரசியல் சாசன உரிமை இருக்கிறது. இயற்கையான உரிமை இருக்கிறது!'*
>
> - Victoria Claflin Woodhull, 20 Novembar 1871)

விசுவாசத்தால் உத்திரவாதம் தரவேண்டும். ஆனால் மனைவி களை நான்கு சுவர்களுக்குள் அடைத்து உண்மையை, உத்திரவாதத்தை வரவழைப்பது சாத்தியமில்லை. எனவே எல்லா ஆண்களும் எல்லாக் குழந்தைகளுக்கும் தந்தைமார்கள் என்று மொத்த குழுவினுடைய தந்தை அடையாளத்தை வலியுறுத்துவதன் மூலமாக, தந்தைவழிக் குடும்பம் என்பது சாத்தியமற்ற ஒன்று என்று ஆக்கலாம். இவ்வாறு தந்தை அடையாளத்துக்கான உத்திரவாதத்தைக் திரும்பப் பெறுவதற்கு, விவஸ்தையற்ற சேர்க்கை அவசியம் என்று அர்த்தமில்லை. ஒரு வேளை இதன் ஆரம்ப கட்டங்களில் இம்மாதிரி சேர்க்கை தோன்றலாம். தற்காலிக அந்தரங்கச் செயலாளர்கள் தங்களது

வேலையைத் தேர்ந்தெடுப்பதற்கு மேற்கொள்ளும் வகைதொகையற்ற சேர்க்கை ஒரு புரட்சிகரமான நடவடிக்கையாக வினையாற்ற முடியும்; நிறுவனத்துக்கும் அதன் பணிக்கும் தங்களது கொடைகளை அங்கீகரிக்க வலியுறுத்துவதாக இருக்கும். இதேபோல, சுத்தமான ஒருதார மணத்திற்கும், நாய் போன்ற அர்ப்பணிப்பிற்கும் தங்களை ஈடுபடுத்தத் தயாராக இல்லாத பெண்களின் தீர்மானத்தை, நிஜமான 'வகைதொகையற்ற சேர்க்கை' வலுப்படுத்தலாம்.

முதலாளிய அரசின் பிரதான நுகர்வோர் என்ற தங்களின் வகிபாகத்தைப் பெண்கள் புறக்கணிக்கவும் வேண்டும். இது ஒரு பிற்போக்கான நடவடிக்கை போலத் தோன்றினாலும் தொழிற்சாலைகளுக்கு இது ஒரு பலமான அடியாகலாம். பெண்கள் மூன்று குடும்பங்களுக்கு ஒரு துவைக்கும் எந்திரம் போதும் என்று பகிர்ந்து கொள்ளுவது, அண்மையில் வந்த மாடலை வாங்கி வைப்பது கௌரவம், வெற்றி ஆகியவற்றுக்கு அளவுகோல் என்பதை மதிக்காதிருப்பது அவசியமாகும். வீட்டு உபயோகப் பொருள்களுக்கு என அவர்கள் கூட்டுறவுக் கடைகளை உண்டாக்கலாம்; தங்கள் வேலையைப் பகிர்ந்து ஒருவர் மற்றவரை நாட்கணக்கில் விடுதலை செய்யலாம். குழந்தைகள் பொம்மைகளை வாங்கியவுடன் விளையாடி வெகுவிரைவில் அவற்றைத் தூக்கிப்போட்டு விடுவார்கள். இந்தப் பொம்மைகளுக்காக அவர்களுடைய குழந்தைகள் சண்டை பிடித்துக் கொள்ளுவதற்குப் பதிலாக அவற்றைத் தங்களுக்குள் பகிர்ந்து விளையாடுமாறு உற்சாகப்படுத்தலாம். பெற்றோர் நினைப்பதுபோல, குழந்தைகளுக்கு இது ஒன்றும் அருவெறுப்பான விசயமாகப்படாது. நான் நாலு வயசுக் குழந்தையாக இருந்தபோது, எனது பொம்மைகளை எல்லாம் பிற குழந்தைகளுக்குக் கொடுத்ததற்காக அடிவாங்கியது எனக்கு நினைவிலிருக்கிறது. உண்மையில் எனக்கு இனி அந்தப் பொம்மைகள் தேவைப்படவில்லை. குழந்தைகளுக்கு விலை உயர்ந்த பொம்மைகள் தேவைப்படுவதில்லை; ஒவ்வொரு கிறிஸ்துமஸிலும் தங்களிடமிருந்து லட்சக்கணக்கான பவுண்டுகளை வாரிக் கொண்டு போவதற்கு செய்யப்படுகிற விளம்பரத்தைப் பெண்கள் புறக்கணிக்கலாம். சில வகையான சோப்பு பவுடர்களையும் அவை போன்றவற்றையும் தவிர்ப்பதற்கு மொத்தமாக கம்பெனி குறிப்பிடாத பொருட்களை வாங்கலாம். 'பேக்கேஜ்' என்ற கவர்ச்சிகரமான மாயைக்கு மயங்கத் தேவையில்லை. இதேபோல் நேரடியாகக் கொடுப்பவர்களிடமிருந்து உணவுப்பொருட்களை வாங்கலாம்; பெண்கள் கூடி இடைத்தரகர்களை ஏமாற்றக் கருதினால் அவர்களுக்கு அதில் நல்ல வாய்ப்பு இருக்கிறது.

ஏற்கனவே பயன்படுத்தி விற்பனைக்கு வரும் ஆடைகளையும் பொருள் களையும் வாங்குவதில் தொற்றியுள்ள பொய்யான பெருமையைக் கைவிடவேண்டும்.

பெரும்பாலான பெண்கள் ஆடைகளிலும், ஒப்பனைப் பொருட்களிலும் வைத்துள்ள ஆர்வத்தைக் கைவிடுவது முடியாதது என்று கருதுகிறார்கள்.

கட்டாயத்தின் பேரில், கடமை எனச் செய்கின்ற காரியங்களை இன்பக் கொள்கையால் இடம்பெயர்ப்பது பெண்களை விடுதலை பெறச் செய்வதில் பிரதான வழியாகும். சமையல், ஆடைகள், அழகு, வீட்டு பராமரிப்பு ஆகியன எல்லாம் கட்டாயமாகச் செய்கிற செயல்பாடுகள். இதில், பெண்களின் சந்தோசம் அல்லது சாதனையின் ஈவு (quotient) தன்னை, பதட்டத்தின் ஈவு இடம் பெயர்த்து வெகுகாலமாகி விட்டது. கேளிக்கைக்காக (fun) சமைப்பது, ஆடைகள் துவைப்பது, ஒப்பனைக் கருவிகள் பாவிப்பது, வீட்டுப் பராமரிப்பு ஆகியவை சாத்தியமே. சந்தோசத்தின் சாராம்சம் தன்னியல்பானது. இந்தச் சந்தர்ப்பத்தில் தன்னியல்பு என்றால் ஒருவர் எப்படி வாழ்வது என்பதற்காக முன்வைத்த தரம், முறை ஆகியவற்றை நிராகரிப்பதாகப் பொருள்படும்...

அடிமைத்தனத்தைக் கைவிடுவது என்பது பாதுகாப்பு பற்றிய பயங்கர கற்பிதத்தை ஒழிப்பது என்றும் பொருள்படும். ஒரே இரவில் இந்த உலகம் மாறாது. பிரஷ்டம் செய்யப்பட்டவர்கள், விட்டேற்றிகள், பிறழ்ச்சியானவர்கள் இன்னும் அதிகாரங்கள் என்னவெல்லாம் பெயர் சொல்லி அழைக்க விரும்புகின்றனவோ அவற்றையெல்லாம் தனிப்பட்ட பெண்கள் ஒத்துக்கொண்டாலொழிய விடுதலை என்பது நடக்காது. கடந்த காலத்தில் நம்மைவிட தைரியம் வாய்ந்த பெண்கள் இருந்தார்கள். அவர்கள் எல்லோரும் பாடுபட்டார்கள், கொஞ்சம் பலன் பெற்றார்கள். ஆனால் அவர்கள் எப்படியோ நெடிது வாழ்ந்தார்கள். வெற்றுக் கூச்சலிடுகிற பெண்கள் பத்திரிகை ஊடகங்களில் இடம் பிடித்தார்கள்; அதற்கான கனத்த தொகையைப் பெற்றார்கள்..

இச்சந்தர்ப்பத்தில் ஒரு புதிய பாலியல் ஆளுகை என்னவாக இருக்கும் என்று அபிப்பிராயம் கூறுவது கடினம். வாழ்வதற்கு நமக்கு ஒரு வாழ்க்கை இருக்கிறது. முதலாவது நோக்கம், இந்த நமது நாகரிகத்தின் சேவையின் பொருட்டாக ஏற்கனவே சக்தி இழந்துள்ள நமது வாழ்க்கையை மீட்பதற்கான ஒரு வழியைக் காண்பதாகும். பரிசோதனை வழியாக மட்டுமே புதிய சாத்தியங்களை நம்மால் திறக்கமுடியும். பெண்களின் புரட்சி சந்தர்ப்பத்தைச் சார்ந்ததாக இருக்கத் தேவையில்லை. சோசலிச வாதிகள் தனிச்சொத்தினை அகற்றி,

உற்பத்திச் சாதனங்களைப் பொது உடைமையாக்குவதில் வெற்றி பெறும்போது எல்லாம் சரியாகிவிடும் என்று நாம் விவாதிக்க முடியாது. அது வரை நீண்டகாலம் காத்திருக்க முடியாது. பெண்களின் விடுதலை, தந்தைவழிச் சமூகத்தை அழித்தொழித்தால் சர்வாதிகார அரசுக்குத் தேவைப்படுகிற அடிக்கட்டுமானத்தை அகற்றிவிடும். அந்த வித அரசு உதிர்ந்தால் கார்ல் மார்க்ஸ் கூறியது நிஜமாகும். எனவே இந்த வழியில் நாம் போகலாம்...

பெண்கள் மிகவும் ஒடுக்கப்பட்ட வர்க்கத்தை பிரதிநிதித்துவம் செய்கிறார்கள்; வாழ்நாள் முழுமைக்கும் ஊதியம் பெறாத உழைப்பாளி களாக ஒப்பந்தம் செய்யப்பட்டுள்ளார்கள். எஞ்சியுள்ள ஒரே உண்மையான பாட்டாளி வர்க்கம் இவர்களே. மக்கள் தொகையில் பெரும்பான்மை என்று சொல்லத்தக்கவர்கள். எனவே எது அவர்களைத் தடுத்துக் கொண்டிருக்கிறது? இதற்குப் பதில் தந்தாக வேண்டும். அவர்கள் ஒரு திடமான குழுவாய் இணைந்து தங்கள் எஜமானர்களைச் சவாலிடுவதற்குக் குறுக்கே தடையாக இருப்பது அவர்கள் மீது உள்ள ஒடுக்குமுறையாகும். ஆனால் ஆண் ஒரு மோசமான தவறு செய்தான். அத்தனை தெளிவில்லாத சீர்திருத்த, மனிதாபிமான கிளர்ச்சிக்குப் பதில் கூறும் விதமாக அவன் பெண்களை அரசியலிலும், உயர்தொழில்களிலும் அனுமதித்தான். பழைமை வாதிகள் இந்நடவடிக்கை நமது நாகரிகத்தைத் தாழ்த்திவிடும்; இது அரசு, திருமணம் ஆகியவற்றின் இறுதி என்று சரியாகக் கண்டார்கள். யுத்தத்தைத் தொடங்குவதற்கு நாம் யாரையும் சவாலிடத் தேவை யில்லை. நம்மை ஒடுக்குகிற ஒரு அமைப்பின் கட்டுமானத்துக்கு நமது ஒத்துழைப்பை மறுப்பதே மிக வலுவான அணுகுமுறையாகும். நமது உழைப்பைத் திரும்பப் பெறுகிறோம்.

அனுபவம் என்பது ரொம்பச் செலவு பிடிக்கும் ஓர் ஆசான். சூழலை ஆராய்வதற்காக நாம் எல்லோரும் திருமணம் செய்ய முடியாது. முதிய சகோதரிகள் அவர்கள் என்ன கண்டறிந்தார்கள் என்பதை நமக்குப் போதிக்க வேண்டும். ஒருவர் மற்றவரது அனுபவத்திலிருந்து நாம் கற்கவேண்டும். அவசரப்பட்டு முடிவு செய்யக்கூடாது. ஒரு பெண்ணிய மேட்டிமைக் குழு உருவாகும் போக்கினை எதிர்த்து நாம் போராட வேண்டும். நமது அரசியல் அமைப்புக்களில் ஒரு ஆண்மை - வகை அதிகார ஏறு வரிசை வராத வாறு போராட வேண்டும். கூட்டுறவை அமலாக்கவும், நட்பின் தாய்வழிக் கொள்கையை நடைமுறைப்படுத்தவும் போராட வேண்டும். தாய்வழிச் சமூகம் என்பது வரலாற்றுக்கு முந்தியதொரு சமூகம் என்பதைப் பெண்ணிய வாதிகள் நிரூபிக்க அவசியம் கிடையாது. நமது கொள்கைகளை நியாயப்படுத்த தந்தைவழிச்

சமூகத்தை முதலாளித்துவ பிறழ்ச்சி என்றும் நிரூபிக்கத் தேவை யில்லை. ஏனெனில் நாம் எதிர்நோக்குகிற வாழ்க்கையின் வடிவம் எவ்வளவு புராதனமானதோ அவ்வளவு முழுமையாகப் புதியதாகவும் இருக்கும். நம்மை விளக்குவதற்கு சந்தேகம் கலந்த மானிடவியலை நாம் சார்ந்திருக்கத் தேவையில்லை. சில பெண்கள், நாம் கூறுவதைக் கவனிக்கத் தயாராக இருக்கிறபோது நமது நேரம் வந்து விட்டது என்பது புரியும். அவர்களது எண்ணிக்கை வளர்ந்து கொண்டிருக்கிறது. அந்தப் பெண்கள் பேசவேண்டிய நேரமும் வந்து விட்டது. பெண்கள் எடுக்கிற பாதையின் சரியான திசைவழிக்கு உறுதியான வழிகாட்டியாக இருப்பது போராட்டத்தில் பெண்கள் காணுகிற மகிழ்ச்சியாகும். ஒடுக்கப்பட்டோரின் திருவிழா புரட்சி, நோக்கம், ஒற்றுமை ஆகிய வற்றைப் பற்றி அவர்கள் பெறுகிற புதிய உணர்வைத் தவிர, பெண் களுக்கு நீண்டகாலமாக கட்புலனாகத்தக்க சன்மானம் ஏதும் கிடைக்காமற் போகலாம். மகிழ்ச்சி என்பது, கட்டுக்கடங்காத களிப்பு என்று பொருள் அல்ல; மாறாக சுயமாய்த் தெரிவு செய்த ஒரு முயற்சியில் திட்டவட்டமான நோக்கத்தில் சக்தியை நிலை நிறுத்து வதாகும். அதுவே பெருமை, நம்பிக்கை, மகிழ்ச்சியின் அடியொற்றிப் பிறரோடு ஏற்படுத்துகிற தொடர்பு, கூட்டுறவு. இந்த பூமியின் மேல் சுதந்திரமாக நடப்பது உனது பிறப்புரிமை. ஊனத்தை மறுத்து, உன் உடலையும் மகிமையையும் அதன் ஆற்றலோடு உடமை கொள்ளுவது, அழகு பற்றிய அதற்கேயான சட்டங்களை ஏற்பது உன் உரிமை. ஒன்றை ஆசிப்பது, ஒன்றைச் செய்வது, ஒன்றைச் சாதிப்பது, இறுதியில் உண்மையான ஒன்றை வழங்குவது உன் பிறப்புரிமை. குற்ற உணர்வி லிருந்தும், அவமானத்திலிருந்தும், பெண்களின் சளைக்காத சுய - ஒழுங்கிலிருந்தும் சுதந்திரம் பெறுவது உன் பிறப்புரிமை. நடிப்பதையும், பாசாங்கு செய்வதையும், இச்சகம் பேசுவதையும் திறமையாகச் சரிக்கட்டுவதையும் நிறுத்தி விட்டு, இரக்கம் கொள்ளுவதும், கட்டுப்படுத்துவதும் உனது பிறப்புரிமை. ஆண்மைப் பண்புகளான பெருந்தன்மைக்கும் உபகார குணத்திற்கும் தைரியத் திற்கும் உரிமை பாராட்டுவது உன் பிறப்புரிமை. சமவேலைக்குச் சம ஊதியம் என்பதைக் கடந்து வெகுதூரம் போவது இது. ஏனெனில் வேலையின் நிலைமைகளை முழுவதுமாகப் புரட்சிகரமாக்க வேண்டும். 'சமவாய்ப்பு' என்ற தொடர் இதற்குப் புரியாது, ஏனெனில் வாய்ப்புக்கள் முற்றிலுமாக மாற்றியமைக்கப்பட வேண்டும். இதனால் பெண்களின் ஆன்மாக்கள் மாறும்; வாய்ப்புக்களை அவர்கள் விரும்புவார்கள், அவற்றிலிருந்து சுருங்க மாட்டார்கள். பெண்பால் பாதை வழியே சுதந்திரத்தை நோக்கி நாம் பயணம் செய்கிறபோது ஆண்கள் சுதந்திரமாக இல்லை என்ற முதலாவது குறிப்பிடத்தகுந்த கண்டுபிடிப்பினை நாம் செய்வோம்.

*(உண்மையை நிலைநாட்டுவது, பொய்யைத் தொடர்ந்து அழிப்பதைச் சார்ந்துள்ளது.*
*"ஓ அல்பியன் பகுத்தறிவாளர்களே!*
*கன்னித்தன்மை மீது அல்ல; விருத்தசேதனத்தின் மீது அது சார்ந்துள்ளது'* - Blake, 'Jerusalem', p.55. pl.65.6)

அவர்கள் இதனை ஓர் விவாதமாக எடுத்துக் கொண்டு ஏன் ஒருவரும் சுதந்திரமாக இல்லை என்பார்கள். இதற்கு நாம் கூறக்கூடிய ஒரே பதில்: அடிமைகள் தங்கள் எஜமானர்களை அடிமையாக்கு கிறார்கள், அடிமைத்தனத்திலிருந்து நமது விடுதலையை எட்டியதும், பின்பற்றி வரவேண்டிய பாதையை நாம் ஆண்களுக்குக் காட்டலாம்.

*('...என் வாழ்வின் அரை நூற்றாண்டுக் காலத்தில் மதத்தை நம்பாதவர்கள் மத்தியில், ஆண்பால்களுக்கும் பெண்பால் களுக்கும் சம உரிமைகள் பற்றிய சித்தாந்தத்துக்கு ஓர் எதிரியைக் கூட நான் கண்டதில்லை* - Long, 'Eve', 1875, p.112)

சகாயம் பெற்றுள்ள பெண்கள் உங்கள் கரங்களைப் பற்றியபடி சீர்திருத்தங்களுக்குப் போராடுமாறு உங்களைக் கேட்பார்கள். ஆனால் சீர்திருத்தங்கள் பிற்போக்கானவை. பழைய இயக்கம் உடைத்தெறியப் பட வேண்டும். அது புத்தாக்கம் பெறக்கூடாது. கலைந்து போன பெண்கள் உங்களைக் கிளர்ச்சிக்கு அழைப்பார்கள். ஆனால், நீங்கள் செய்யவேண்டியவை அதிகம். நீங்கள் என்ன செய்யப்போகிறீர்கள்

## அடிக்குறிப்புக்கள்

### பண்பாட்டுப்பால்

1. H.H. Ploss and M. and P. Bartels.
2. F.A.E. Crew, 'Sex Determination' (London, 1954) p. 54
3. Ashly Montagu, 'The Natural Superiority of Women' (London, 1954), pp. 76-81)
4. Robert Stoller, 'Stoller, 'Sex and Gender' (London, 1968) passim *(நூல் எங்கும்)*

### எலும்புகள்

1. Jane Fraser, 'Stay a Girl' (London, 1963), p.3.
2. W.I Thomas, 'Sex and siciety' (London, 1907) pp.18,51. Ashley Montagu (op. cit, pp. 70-71)
3. Grays' 'Anatomy' (op.cit), pp-402 - 7)

### வளைவுகள்

1. Sophie Lazarsfield, 'The Rhythm of Life' (London, 1934), p.158
2. Pauline Reage, 'The Story of O' (Traveller's Companion, Paris, 1965), p.18 and passim.
3. Ploss and Bartels (op.cit, p-86)

### முடி

1. இந்த அனுமானம் உலகெங்கும் நிலவுகிறது. (Bichat op.cit, Vol. II, p. 446) பெண்கள் உடலில் அநேக பகுதிகளில் உள்ள குறைபாடுகளை இயற்கை இவ்வாறு நீண்ட கூந்தல் தந்து இழப்பீடு செய்துள்ளது என்று கூறும் அளவுக்கு இது போய்விட்டது. cf. 'The Works of Aristotle the Famous Philosopher' (London, p. 374.) தலையில் வழுக்கை விழுவது பாலுடன் தொடர்பு உடைய பண்பாக இருந்தாலும், பெண்களுக்கு வழுக்கை விழுவதில்லை என்று அடித்துக் கூறுவது பொருந்தாது.

### பால்

1. Samcel Uollins, 'Systema Anatomicum' (London, 1685), p. 566.
2. 'A Pleasant new Ballade Being a merry Discouse between a Country Lass and a Young Taylor,' c. 1670.
3. cf.

4. Samuel Collins, 'Systema Anatomicum' (London 1685) p. 566.

5. Theodore Faithful answering correspondence in 'International Times' No. 48, 17-30, January, 1969.

6. A.H. kegal, 'Letter to the Editor', 'Journal of the American Medical Association', Vol. 153, 1953, pp. 1303-4.

7. Mette Eiljersen, 'I Accuse!' (London, 1969), p. 45.

8. Hebert Maucuse, "Eros and Civitization" (London, 1969), pp. 52-3

9. Jackie Collins, "The World is Full of Married Men" (London, 1969), pp. 152-3.

## கொடிய கர்ப்பப்பை

1. H.R. Hays, 'The Dangerous Sex: The Myth of Feminine Evil' (London, 1966)

2. 'Bisshof's Observations and Practices Relating to Women in Travel etc' (London, 1676), p. 76

3. 'குளோரோஸிஸ்' என்று வருணிக்கப்பட்ட நோய், 'இளம் பெண்கள், சிறுமிகள் ஆகியோரிடம் காணப்பட்ட ஒவ்வாமை' என்றும், அது இறுக்கமான உள்ளாடைக் கவசங்களை அணிவதாலும், மலச்சிக்கலாலும், அடிக்கடி கருவுறுதலாலும், சுகாதாரக் குறைவான உணவுப் பழக்கத்தாலும் ஏற்படுவது' என்று கூறினார்கள்.

   'The British Medical Dictionary', ed.Sir. Arthur Salusbury Mevalty, London, 1961

   இந்த நோய் நாட்டு வைத்தியத்தின்படி கன்னிப்பெண் புணர்ந்து குழந்தையைச் சுமக்கும் ஆசை நிராசையாகும் காரணத்தால் விளைவது என நம்பப்பட்டது.

4. இங்கிலாந்து, நார்மன் பிடிக்குள் வருதற்கு முன்னாள், இங்கிலாந்தில் வாழ்ந்த Angels, Saxons Jutes ஆகிய ஜெர்மானிய இங்வினிய இன மக்களைக் குறித்தது. பொதுவாக ஆங்கில தேசிய இனத்தைச் சேர்ந்த மரபினரை இது குறிக்கும் (மொ.பெ).

5. Ploss and Bartels (op.cit) Vol. I. pp. 611-31, 'The Seclution of Girls at Mensturation')

6. *சில்வியா பிளாத் - 'உருவகங்கள்'*
   *'ஒன்பது அசைகளாலான ஒரு புதிர் நான்,*
   *ஒரு யானை, பருத்த ஒரு குதிரை,*
   *இரு கொடிகளால் சுற்றி வரும் ஒரு முலாம்பழம்,*
   *ஒரு செங்கனி, தந்தவண்ணக் கட்டைகள்!*

*பொங்கி நுரைத்து எழும் பருத்த ரொட்டித் துண்டு.*
*தடித்த பணப்பையில் புதிதாய் அச்சாகும் நாணயம்.*
*நான் ஒரு சாதனம், ஒரு மான், கன்றுக்குள் ஒரு பசு.*
*ஒரு பை ஆப்பிள்களை உண்டுவிட்டேன் நான்.*
*புறப்படாத தொடர்வண்டியில் அமர்ந்தேன்'*
- Syvia Plath, 'Metaphors', in 'The Collossus' London, (1960, p.41).

## சக்தி

1. Carl Vogt, 'La Question de la Femme,' 1888, Quoted in Ploss and Bartels, Vol. 1, p.126)
2. McCary, 'The Psychology of Personality'; (London, 1959, pp. 7-9)
3. S. Freud, 'Three Essays on Sexuality' (The Standard Edition of The Complete Works), (London, 1953) Vol. vii, p. 219)

## குழந்தை

1. 'Sunday Mirror', 19 October, 1969.
2. William Blake, 'Infant Joy', Songs of Innocence (Nonesuch, p. 62)
3. Paul Schilder, 'The Image and Appearance of the Human Body; Studies in the Constructive Energies of the Psyche' (London, 1935; pp. 120-22) Normam 0. Brown 'Life Against Death' (London, 1968) Part IV, 'The Self and the Other, Narcissus' (pp. 46 - 57).
4. Maria Montessori, 'The Secret of Childhood' (London, 1936), p. 191.
5. J. Dudley Chapman, 'The Feminine Mind and Body' (New York, 1967)
6. Oscar Hammestein II ('Carousel' p.19)

## சிறுமி

1. Kaen Horney, 'Feminine Psychology' (London, 1967) pp. 40-42, also chap. II, 'The Flight from Womanhood' cf. Maugaret Mead, 'Male and Female' (London, 1949 p. 144 )
2. Helene Deutsch, 'The Psychology of Women' (London, 1946, 1947, Vol. I.pp. 7,22).

## பூப்பு

1. J. Dudley Chapman, 'The Feminine Mind and Body' Newyork, 1967) p. 69.
2. James Hemming, 'Problems of Adolescent Girls' (London, 1950, pp. 93-4)
3. A.C. Kinsey, W.B. Pomeroy, C.E. Martin and P.H. Gebhad, 'Sexual Behaviour in the Human Female' (Philadelphia 1953, p. 173).

4. James Hemming, (op.cit.) p.15
5. Karen Honney, 'Feminine Psychology' (op.cit)p.234
6. Ibid, p.244
7. rigidas prurigine vulvae Juven. sat.6 (1290 25 இது ஆப்ரியின் விமர்சனம்)

## உளவியல் விற்பனை

1. Ian Suttie, 'The Origins of Love and Hate' (London, 1935, p.221)
2. Ernest Jones, 'The Early Development of Female Sexuality' in 'Papers on Psychoanalysis' (London, 1948, p.438.
3. S.Freud, 'Three Essays on the Theory of Sexuality' (op.cit.p.219)
4. Norman 0. Brown, 'Life Against Death' (op.cit)p.121.
5. S.Freud, 'Civilization and its Discontents': Complete works' (op.cit, p.144)
6. Deutsch (op.cit) Vol.I.p.101.
7. Horney (op.cit) pp.232-3
8. Deutsch, (op.cit) p.151
9. Bruno Bettelheim, 'Women and the Scientific Professions' MIT Symposium on American Women in Science and Engineering, 1965
10. E.Erikson, 'Inner and Outer space: Reflection on Womanhood', (Daedalus, 1964, No. 93.pp. 582-606)
11. Joreph Rheingold, 'The Fear of Being a Woman' (Newyork, 1964)
12. J. Knafft - Ebing, 'Psychlpathia Sexualis' (London, 1893) p. 13. cf. Margaret Mead (op.cit), pp.209-10.
13. Erich Fromm, 'The Art of Living' (London, 1969) p.20

## கச்சாப் பொருள்

1. Eleanor Maccaby, 'The Development of Sex differences' (London, 1967), the 'Classified Summary of Research in Sex Differences' (pp.323-51).
2. Lewis M. Terman, 'Genetic Studies of Genius' (op.cit) p.294
3. Maccaby, (op.cit) p.35
4. Ibid, pp.36, 37
5. Ibid, p.44

ஜெர்மெய்ன் கிரீர் | 365

## பெண் ஆற்றல்

1. Otto Weininger, 'Sex and Character' (London, 1906) p.236
2. Ibid. p.241
3. Ibid. p. 250
4. Valerie Solanas, S.C.U.M. Manifesto, (Newyork, 1968) p.73
5. Weininger (op.cit) p.274
6. P.L. Hutchins, 'conflicting I deals. Two sides of the woman Question, (London, 1913) p.30
7. Weininger (op.cit), p.100
8. T.S.Eliot, 'The Metaphysical Poet's Selected Essays, (London, 1958) pp. 287-8
9. Antonin Artaud, 'Letters to Anais Nin', translated by Mary Beach, 'International Times', No.16. Letters of 14 or 15 June, 1933.
10. A.N. Whitehead, 'Adventures of Ideals' (Cambridge, 1933)
11. Weininger (op-cit), p. 140.
12. J. Needham, 'Science and civilization in China' (Cambridge, 1954) Vol.II.p.58.
13. S.Freud, 'Some Psychic Consequences, of the Anatomical Distinction Between the Sexes', Complete works, vol.xix.pp.258-8
14. Weininger (op.cit)p.146.
15. Ibid. p.186.
16. Norman O.Brown, 'Life Against Death' (op.cit), p.145
17. Ibid. p.276
18. Norman O. Brown, 'Love's Body' (Newyork, 1966,p.80
19. Weininger (op.cit).p.198
20. Edward de Bono, 'The Uses of Lateral Thinking' (London, 1967) p.31
21. Leopold Von Sacher Masoch, 'Venus in Furs' (London, 1969) p.160
22. Rainer Maria Rilke, 'Letters to a young Poet' (Edinburgh, 1945) p. 23.

## வேலை

1. Datas taken from 'Annual Abstract of Statistics' No.105, 1968.
2. 'Higher Education, Evidence - Part one, Volume E: Written and Oral Evidence received by the committee appointed by the P.M. under the Chairmanship of Lord Robbins (London, 1963), pp. 1552-3.

3. Hugo Young, 'Equal Pay for Equal what?' Vincent Hanna, 'How Equal is Equal?' ('Sunday Times' 1.2.1970)
4. 'The Times', 19.5.1969.
5. Reported in 'Black Dwarf', 10.1.1969.
6. 'The Times' 21.5.1969.
7. 'The Times' 4.6.1969
8. 'Sunday Times', 20.7.1969
9. 'Sunday Times', 27.7.1969)
10. From the Classified advertisements of 'The Times', 4.7.1969.
11. Mary Hyde (op.cit), p.91
12. Ibid.pp.96, 102
13. 'The Times' 22.5.1969
14. 'Petticoat', 28.6.1969.
15. 'The Times', 22.5.1969.
16. 'The People' 11.5.1969
17. 'News of the World' 20 and 27.4.1969
18. 'Daily Mirror' 7.7.1969.
19. Suzy Menkes, 'How to become a Model' (London, 1969).
20. 'The Great Nude Boom' 'The People, 1.6.1969.
21. 'The People', 25.1.1970: வேலரி ஸ்டிரிங்கர் என்ற பெண் எலக்ட்ரிகல் பொறியியலாளரால் வேலை பெற முடியவில்லை; டல்லஸ் பிராட்ஷா என்ற தந்தியில்லா ஆபரேடர் ஒரு பெண் என்பதால் கடலில் பயணம் செய்யும் ஆண்களால் ஏற்க முடியவில்லை. கடலில் பெண் இருப்பது துரதிர்ஷ்டம் என்பது ஆண்களின் நம்பிக்கை.

## இலட்சியம்

1. 'Women's Weekly' 2.7.1969
2. William Shakespeare, 'Romeo and Juliet'- 1, 1, 11.190 - 200. (Works. op.cit.p.766)
3. 'The People', 12.11.1969.
4. A.H.Maslow, 'Motivation and Personality' (New York, 1954), pp. 208-46, quotation from pp.245-6)
5. Norman O.Brown, 'Life Against Death' (op.cit), p.144.

6. William Shakespeare, 'The Phoenix and the Turtle' (The complete works, ed. W.J. Craig, Oxford, 1959 p.1135.
7. S.E. Gay, 'Womanhood in its Eternal Aspect' (London, 1879), p.4

### பிறநலம்

1. William Blake, 'The Clod and the Pebble', Songs of Experience (None such, p.66.)

### தன்னலம் (Egotism)

1. William Blake, 'The Clod and the Pebble', Songs of Experience' (None such, p.66)
2. Erich Fromm (op.cit), p.38
3. 'Honey', August 1969, 'She Loves me Not'
4. Weekend, 8-14, oct.1969
5. Compton Mackenzie, 'Extraordinary Women' (London, 1967), p.107
6. Letter to 'Evelyn Home', Woman, 3 May 1969, vol.64, No.1664.
7. Lillian Hellman, 'An Unfinished Women', (London, 1969), p.278

### மிகைமயக்கம் (Obsession)

1. Christopher Marlow, 'Hero and Leander' p. 178
2. William Shakespeare, 'Romeo and Juliet', I, i, 11. 196 - 200 (Works. op.cit, p.766)
3. Kingsly Amis, 'An Ever - fixed Mark', Erotic Poetry, ed. William Cole (Newyork, 1963) p.444
4. 'Sweet hearts' vol. II, No.57, December 1960, 'Kisses can be False'
5. Ibid.
6. Quoted in Albert Ellis, 'The Folklore of Sex' (Newyork, 1961), p.209.
7. 'Sweet hearts' (loc. cit), 'When Love comes'
8. 'Date book's Complete Guide to Dating', edited by Art Unger (New Jersey, 1960, p.89).
9. Mary Astell, 'An Essay in Defence of the Female Sex' (London, 1721), p. 55
10. Ti - Grace Atkinson, Vide infra 'Rebellion', quoted from an article by Irma Kurtz in the 'Sunday Times' Magazine, 14.9.1969.
11. O. Schwarz, 'The Psychology of Sex' (London, 1957), p.20

### கற்பனைக் காதல்

1. 'The Romantic Novel, a Survey of Reading Habits' (1969) - Dr. Peter Mann.
2. 'Womans', 'Weekly', 2.7.1969
3. 'Mirable', 8.11.1969, 'Saturday sit-in'
4. D.H.Lawrence, 'Women in Love' (London, 1969) p.354.
5. From the Advertising Campaigns of Winter 1969-70
6. Jenny Fabian and Johnny Byrne, 'Groupie' (London, 1969)

### ஆண்பால் மாயப்புனைவின் இலக்கு

1. Penelope, No. 194, 14 October 1969, 'A Girl called Pony'
2. Norman Mailer, 'An American Dream' (London, 1960) p.16
3. Kate Millet, 'Sexual Politics: Miller, Mailer and Genet' 'New American Review', No.7, August 1969.
4. Mailer, (op.cit), p.9
5. Ibid, p.23
6. Ibid, p.25
7. Eg: 'Umar Walks the Eath' $650 16 Umar, 'Strangle Tales', Vol.I.No.156, May 1967

    'Captain America' கதையில் வரும் வில்லி Hydra

    'Captain Marvel' கதையில் வரும் கறுப்பு விதவை.

    Eg: 'On Her Majesty's Secret Service' கதையில் வரும் வில்லி லா கன்டெஸ்ஸா தெரஸா டி விசெஸ்ஸோ என்ற பெண் பாத்திரம்.
8. Mailer (op.cit), p.36
9. Mickey Spillane, 'Bloody Sunrise' (London, 1967), p.74.
10. Mailer (op.cit), p.36
11. Ibid, p.168
12. John Philip Lundin, 'Women' (London, 1968), pp.60-61,
13. Ibid, p.101

### காதல், திருமணம் பற்றிய நடுத்தர வர்க்கத் தொன்மம்

1. 'Hail Maidenhood' ed. O. Cockayne, Early English Text Society Publications No.19 (1866), pp. 28.29

2. C.L. Powell, 'English Domestic Relations 1487-1653' (Columbia, 1927), p.126
3. Rabelias, Five Books of the Lives, Heroic Deeds and Sayings of Gargantua and his sonne Pantagruel, (London, 1653), Caps LII - L VIII)
4. Gordon Rattray Taylor, 'Sex in History' (London, 1965) p. 138
5. Erasmus, 'Two dyaloges wrytten in Latin... one called Polythemus or the Gospeller, the other dysposing of thyngs and names, translated into English by Edmonde Becke', Sig. M5 Verso.
6. Eg. 'The Book of Husbandry... Made first by the Author' Fitzherbert... Anno Domini 1568, fol.XXXVI Verso. The ten properties of a woman: *1. மனமலர்ச்சி 2. நல்ல நிலைமை 3. பரந்த நெற்றி 4. பருத்த புட்டங்கள் 5. வலிமை 6.புணர்வதற்கு எளிமை 7. நீண்டதூர பயணத்திற்குத் தகுதியுடைமை 8.ஆணுக்கு அடங்குதல் 9. பேச்சில் சுறுசுறுப்பு 10. சுயகட்டுப்பாடு (தன்னடக்கம்)*
7. Peter Laslette, 'The World We Have Lost' (London, 1965).
8. Nicholas Breton, 'The Court and Country' (1618) 'The Works in Verse and Prose of Nicholas Breton', ed. A.B. Grosart (London, 1879) Vol.II
9. Eg. Barclay in 'The Ship of Fooles' Ascham in 'The Scholemaster', Lodge in 'Wits Miserie', among Many others.
10. Eg. the popular Elizabethan ballad, 'The Brides Goodmorrow' (The Version in the B.M dates from 1625).
11. Antoine de la sale, 'Les Quinze Joies ed Marriage' rendered by Thomas Dekker as 'The Batchelar's Banquet' (1603)
12. Eg. 'Johan Johan and Tyb his Wife'
13. ராஜவம்சத்தோடு நெருங்கிய உறவுடைய மேரிகிரே சீமாட்டி உருவத்தில் சிறிய பெண்மணி. இவர் உயர் குடிப்பிறப்பில்லாத கீஸ் என்னும் சார்ஜண்ட் போர்ட்டரை (உடல்கட்டு உடையவர்) தனது சொந்த பாதுகாப்பின் பொருட்டுத் திருமணம் செய்தபோது வெடித்த அவதூறு மிகப் பெரிதாக இருந்தது - 'Strype, Annals of the Reformation' (1735) Vol. II, p.208
14. Eg; Thomas Deloney 'The Gentle Craft, A Discourse containing many matters of Delight...' London.1637, அதிகாரம்5-இல் 'எவ்வாறு சக்கரவர்த்தி திருமகள் உர்ஸூலா அரசவைக்கு ஷூக்களோடு வந்த இளைஞன் கிறிஸ்பைன் மீது காதலில் வீழ்ந்தாள் என்றும், கடைசியில் அவர்களை ஒரு குருட்டுச் சந்நியாசி எவ்வாறு ரகசியமாக மணம் செய்வித்தான் என்றும் எடுத்துரைக்கிறது!

15. 'The Golden Legend' என்பது புனிதர்கள் கதைகளின் தொகுப்பாகும். இவற்றை 13-ஆம் நூற்றாண்டில் ஜெனீவா நகர பிஷப் (Jacobus de Voragine) தொகுத்தார். முதன்முதலாக அச்சேறிய நூல்களில் இதுவும் ஒன்று. அச்சுக் கூடங்கள் இருந்த இடங்களிலெல்லாம் இந்த நூல் பல பதிப்புக்களைக் கண்டது. இதுவே சர்வதேச அளவில் அதிகம் விற்பனையான முதல் நூல்.

16. Gillian Freeman, 'The Undergrowth of Literature' (London, 1969), pp. 50-51

17. 'Sunday Times', 3.8.1969, 'Making Money out of Marriage' - 'Sunday Times', 15.6.1969,

18. 'First Catch your Millionaire'!.

## குடும்பம்

1. William Shakespeare, 'Cymbeline' II, V.1-2 (Works, op. cit, p.1024)
2. Plowden Report, Summarized in the 'Sunday Mirror' 8.3.1970.
3. 'Sunday Mirror', 23.11.1969, 'Let's All Cuddle'
4. Charles Hamblett and Jane Deverson, 'GenerationX' (London, 1964), p.43)
5. Wilhelm Reich, 'The Sexual Revolution' (Newyork, 1969, p.71).

## பாதுகாப்பு

1. Hamblett and Deverson (op.cit), pp.41, 111.
2. Ibid, pp.48-9

## வெறுப்பும் அருவெறுப்பும் (Lothing and Disguest)

1. Frank Reynolds as told to Michael Mclure, 'Free Wheelin 'Frank' (London, 1967), p 86
2. Ibid. pp.55,57 and 12-13
3. Eldridge Cleaver, 'Soul on Ice' (Newyork, 1968), pp.16-17
4. 'Eager Females - How they reveal themselves', 'Male', Vol.19, No.6 June 1969.
5. 'Stag', Vol. 20. No.5, May 1969.
6. William Shakespeare, Sonnet Cxxix (works.op.cit)
7. Hubert Selby, 'Last Exit to Brooklyn' (London, 1960) pp.82-83
8. R.L. Dickinson and Laura Beam, 'The Single Woman' (London, 1934) pp.18, 252, 258, 262, 264.
9. Ibid, p. 231

10. Albert Ellis and Edward Sagrin, 'Nymphomania' (London, 1968) pp.45, 54, 59, 103-4, 118-9, 122-3

## துயரம்

1. Letter to 'Evelyn Home', 'Woman', 2.8.1969
2. Betty Frieden, 'The Feminine Mystique' (New york, 1963), pp. 20-21
3. 'Observer' Report, *4.1.1970* அங்கீகரிக்கப்பட்ட மருத்துவத் தொழில் பற்றிக் கூறுவதாவது: ஆண்டுக்கு மொத்தம் ஐம்பது லட்சம் பவுண்டுகளில் 15 லட்சம் பவுண்டுகள் வலி நிவாரணிகளுக்கும், ஆறு லட்சம் பவுண்டுகள் டானிக், விட்டமின்களுக்கும், ஆறரை லட்சம் பவுண்டுகள் விளம்பரத்திற்கும் செலவாகின்றன.
4. Letter to 'Evelyn Home', 'Woman', 22.3.1963.
5. 'Forum', Vol. II, No.8, pp.69-70
6. 'The People', 23.11.1969
7. 'News of the World', 6.7.1969
8. 'The Times', 9.5.1969
9. 'News of the World', 6.7.1969
10. 'Ibid', 30.11.1969
11. Reported in 'The People', 14.12.1969
12. Reported in the 'Observer', 15.6.1969
13. 'Sunday Times', 1.6.1969
14. Dr.W.J. Stanley in 'The British Journal of Social and Preventive Medicine', November, 1969.

## மனக்கசப்பு

1. George Eliot, 'Middlemarch'
2. Eric Berne, 'The Games People Play' (London, 1964), p.162

## கிளர்ச்சி (Rebellion)

1. 'The Anatomy of a Woman's Tongue divided into Five Parts' (London, 1963), Epigram III p.17
2. Betty Frieden, 'The Feminine Mystique' (New York, 1963)
3. Juliet Michell, 'Women - The Longest Revolution,' New Left Review, November - December 1966, p.18
4. Ibid, pp.36-7
5. Ibid, pp.36-7

6. Evelyn Reed, 'Problems of Women's Liberation: A Marxist Approach', (New york, 1969).
7. Reich (op.cit), pp. 153-269
8. Tiger (op.cit), pp. 110-11
9. Kyril Tidmarch, 'The Right to do the Hardest Work', 'The Times', 16.2.1967. see also 'Women in Soviet Economy' by T.Dodge (Baltimore, 1966)
10. Quoted in 'Towards a Female Liberation Movement' by Beverly Jones and Judith Brown (New England Free Press), p.2
11. 'New Left Notes', August, 1967
12. Judi Bernstein, Peggy Morton, Lina Seesa, Myrawood, 'Sisters, Brothers, Lovers... Listen...' (New England, Free Press) p. 7
13. Soviet Weekly, 17 May 1969, p.5
14. Anonymous Letter in 'New Left Notes' Decembar, 1967.
15. Marilyn Webb, 'We Have a Common Enemy New Left Notes', 10, June, 1968
16. Jones and Brown (op.cit), pp.20-22
17. Anne Koedt, 'The Myth of Vaginal Orgasm' (New England Free press), p.5
18. Ibid
19. Nancy Mann, 'Fucked up in America';
20. Julie Baumgold, 'You've come a long way, Baby', Newyork, 9 June 1969, p.30

## புரட்சி

1. Anna Martin, 'The Married Working Woman', Published by the National Union of Women's Suffrage Societies, July 1911 'குறிப்பாக ஏழைகளின் குடும்பங்களில் கணவனைவிட மனைவியின் மன உயர்ச்சி மிகவும் குறிப்பிடத்தக்கது. தொழில்மயமான அமைப்பின் சகல சக்திகளுக்கும் எதிராகத் தங்களுடைய வீடுகளைப் பாதுகாக்க அந்தப் பெண்கள் இடைவிடாமல் நடத்துகிற போராட்டத்தின் வழியாகத் தங்களிடம் ஓர் எச்சரிக்கை உணர்வையும், தக அமையும் பண்பையும் வளர்க்கிறார்கள். மன எழுச்சியற்ற, கடும் சுமையான வேலையால் மரத்துப் போன ஆண்களிடம் இவை இல்லை'
2. Ginger bread, 35 Wellington Street, London WC 2 E7BN, and Mothers, -in - Action, 10 Lady Somerset Road, London NW 5 (Sunday Times, 25.1.1970)

✡ ✡ ✡